காற்றில் கலந்த பேரோசை

காற்றில் கலந்த பேரோசை
சுந்தர ராமசாமி (1931–2005)

தமிழின் முன்னோடி எழுத்தாளர்களில் ஒருவரான சுந்தர ராமசாமி நாகர்கோவிலில் பிறந்தார். பள்ளியில் மலையாளமும் ஆங்கிலமும் சமஸ்கிருதமும் கற்றார். 1951இல் 'தோட்டியின் மக'னைத் தமிழில் மொழிபெயர்த்ததே முதல் இலக்கியப் பணி. 1951இல் புதுமைப்பித்தன் நினைவு மலரை வெளியிட்டார். இவரது முதல் கதையான 'முதலும் முடிவும்' அதில் இடம்பெற்றது. மூன்று நாவல்களும் பல கட்டுரைகளும் சுமார் 60 சிறுகதைகளும், பசுவய்யா என்ற பெயரில் கவிதைகளும் எழுதினார். 1988இல் காலச்சுவடு இதழை நிறுவினார்.

சுந்தர ராமசாமிக்கு டொரொன்டோ (கனடா) பல்கலைக் கழகம் வாழ்நாள் இலக்கியச் சாதனைக்கான 'இயல்' விருதை (2001) வழங்கியது.

வாழ்நாள் இலக்கியப் பணிக்காகக் 'கதா சூடாமணி' விருதையும் (2003) பெற்றார்.

சுந்தர ராமசாமி 14.10.2005 அன்று அமெரிக்காவில் காலமானார்.

மனைவி: கமலா. குழந்தைகள் : தைலா, கண்ணன், தங்கு.

(மூத்த மகள் சௌந்தரா 1996இல் காலமானார்.)

சுந்தர ராமசாமியின் பிற நூல்கள்

சிறுகதைகள்
சுந்தர ராமசாமி சிறுகதைகள் (2006) (முழுத் தொகுப்பு)
அக்கரைச் சீமையில் (2007) (முதல் சிறுகதை வரிசை)
அழைப்பு (2003), பள்ளியில் ஒரு நாய்க்குட்டி (2008)
பல்லக்குத்தூக்கிகள் (2010), பள்ளம் (2012)

நாவல்கள்
ஒரு புளியமரத்தின் கதை (1966)
ஜே.ஜே: சில குறிப்புகள் (1981)
குழந்தைகள் பெண்கள் ஆண்கள் (1998)

குறுநாவல்கள்
திரைகள் ஆயிரம் (2008)

கவிதை
நடுநிசி நாய்கள் (2008)
சுந்தர ராமசாமி கவிதையை (முழுத்தொகுப்பு) (2005)

விமர்சனம்/கட்டுரைகள்
அந்தரத்தில் பறக்கும் கொடி (2014) (தமிழ் கிளாசிக்)
ந. பிச்சமூர்த்தியின் கலை: மரபும் மனிதநேயமும் (1991)
இவை என் உரைகள் (2003)
வானகமே இளவெயிலே மரச்செறிவே (2004)
மனக்குகை ஓவியங்கள் (2011) (கட்டுரைகள் உரைக விவாதங்கள்)
வாழ்க சந்தேகங்கள் (2004) (கேள்வி – பதில்)
புதுமைப்பித்தன் கதைகள்: சு.ரா குறிப்பேடு (2005)
வாழும் கணங்கள்(2005) (படைப்புகளின் தொகுப்பு)
புதுமைப்பித்தன்: மரபை மீறும் ஆவேசம் (2006)
ஒரு கலைநோக்கு: ஆளுமைகள் தோழமைகள் (2019

நேர்காணல்கள்
சுந்தர ராமசாம நேர்காணல்கள் (2011)

பிற நூல்கள்
மூன்று நாடகங்கள் (2006)
தமிழகத்தில் கல்வி (2000) (வசந்தி தேவியுடன் உரையாடல்)
இதம் தந்த வரிகள் (2002) (கு. அழகிரிசாமி – சுந்தர ராமசாமி கடிதங்கள்)
ஒரு தடா கைதிக்கு எழுதிய கடிதங்கள் (2006)

நினைவுக் குறிப்புகள்
ஜீவா (2003), கிருஷ்ணன் நம்பி (2003), க.நா.சு. (2003), சி.சு. செல்லப்பா (2003), பிரமிள் (2005), ஜி. நாகராஜன் (2006), தி. ஜானகிராமன் (2007), கு. அழகிரிசாமி (2011), தொ.மு.சி. ரகுநாதன் (2014), ந. பிச்சமூர்த்தி (2016), நா. பார்த்தசாரதி (2016). கவிமணி (2019) மௌனி வெ. சாமிநாத சர்மா என்.எஸ். கிருஷ்ணன் (2019)

மொழிபெயர்ப்புகள்
செம்மீன் (1962) (தகழி சிவசங்கரப்பிள்ளையின் சாகித்திய அகாதெமி பரிசுபெற்ற மலையாள நாவல்)
தோட்டியின் மகன் (2000) (தகழி சிவசங்கரப்பிள்ளை)
தொலைவிலிருக்கும் கவிதைகள் (2004)

சுந்தர ராமசாமி

காற்றில் கலந்த பேரோசை

காலச்சுவடு பதிப்பகம்

அன்பார்ந்த வாசகருக்கு,

வணக்கம்.

காலச்சுவடு நூலை வாங்கியமைக்கு நன்றி.

நூலின் உள்ளடக்கம், உருவாக்கம், அட்டைப்படம் இன்ன பிற அம்சங்கள் பற்றிய உங்கள் கருத்துகளையும் ஆலோசனைகளையும் காலச்சுவடு வரவேற்கிறது. தகவல், எழுத்து, வாக்கியப் பிழைகள் தென்பட்டால் கட்டாயம் தெரிவித்து உதவுங்கள். நூல் தயாரிப்பில் கடும் குறைபாடு இருப்பின் மாற்றுப் பிரதி உங்களுக்குக் கிடைக்கக் காலச்சுவடு ஏற்பாடு செய்யும்.

மின்னஞ்சல்: publisher@kalachuvadu.com

காலச்சுவடு நாகர்கோவில் தலைமையகத்துக்கும் கடிதம் அனுப்பலாம்.

தங்கள்
எஸ்.ஆர். சுந்தரம் (கண்ணன்)
பதிப்பாளர் — நிர்வாக இயக்குநர்

காற்றில் கலந்த பேரோசை ❖ கட்டுரைகள் ❖ ஆசிரியர்: சுந்தர ராமசாமி ❖ © கமலா ராமசாமி ❖ முதல் பதிப்பு: ஜனவரி 1998, மூன்றாம் பதிப்பு: ஏப்ரல் 2022 ❖ வெளியீடு: காலச்சுவடு பப்ளிகேஷன்ஸ் (பி) லிட்., 669, கே.பி. சாலை, நாகர்கோவில் 629001

Kaattil Kalantha Perosai ❖ Essays ❖ Author: SundaraRamaswamy ❖ © Kamala Ramaswamy ❖ Language: Tamil ❖ First Edition: January 1998, Third Edition: April 2022 ❖ Size: Demy 1 x 8 ❖ Paper: 16 kg maplitho ❖ Pages: 320

Published by Kalachuvadu Publications Pvt. Ltd., 669 K.P. Road, Nagercoil 629001, India ❖ Phone: 91-4652-278525 ❖ e-mail: publications @kalachuvadu.com ❖ Printed at: Mani offset, Chennai 600077

ISBN: 978-81-90080-13-2

04/2022/S.No. 972, kcp 3556 16 (3) urss

மகாலிங்கத்துக்கும்
உமாவுக்கும்

பொருளடக்கம்

நன்றியுரை	11
முன்னுரை	13

க

நான் காணும் பாரதி	29
ஜீவா: காற்றில் கலந்த பேரோசை	35
டி.கே.சி.: ஒரு கலை நோக்கு	48
புதுமைப்பித்தனின் மனக்குகை ஓவியங்கள்	58
ஷண்முக சுந்தரத்தின் கிராமங்கள்	73
க.நா.சு.வின் விமர்சன முகம்	80
வெங்கட் சாமிநாதனின் கருத்துலகம்	87
புதுமைப்பித்தன் கதைகளில் காலத்தின் கலைவண்ணம்	102
தளையசிங்கத்தின் பிரபஞ்ச யதார்த்தம்	109
மௌனி	124
காந்தி இன்று	127
க.நா.சு.: நட்பும் மதிப்பும்	135
தாஸ்தயேவ்ஸ்கி என்ற கலைஞன்	151
ஆத்மாநாம் கவிதைகள்	172
பஷீர்: முற்போக்கு இலக்கியத்தின் அசல்	175
கிருஷ்ணன் நம்பி: பாதியில் முறிந்த பயணம்	180

௨

பிரசாதம் முன்னுரை	189
நானும் என் எழுத்தும்	193
கதைக்கு ஒரு கரு	199
போலி முகங்கள் - சந்தர்ப்பம் : ஞானபீடப் பரிசு	204
நாடக மேடையின் புதிய போக்குகள்	213
கலைகள், கதைகள், சிறுகதைகள்	217
தலித் இலக்கியம் பற்றி...	227
சாகித்ய அகாதமியும் தமிழ் எழுத்தாளர்களும்	230
தமிழ்ப் படைப்புலகம் - இன்றும் நாளையும்	237

௩

தமிழ்நாட்டு மக்களின் அன்றாட வாழ்க்கை	245
திருவனந்தபுரம் மொழிபெயர்ப்புப் பட்டறை	252
தமிழ்ப் பத்திரிகைகளின் தரம்	261
சாதனைகள் சாத்தியமா?	267
தர வேற்றுமையைத் தேடி	272
சில பாரிஸ் அனுபவங்கள்	278
விரிவும் ஆழமும் தேடி	290
சுய கல்வியைத் தேடி	295
மகாமகப் படுகொலை	300
தாழ்ந்து பறக்கும் தமிழ்க்கொடி	304
உறவும் கொடுக்கல் வாங்கலும்	312

நன்றியுரை

என் கட்டுரைகளைத் தொகுத்து வெளியிடும் முயற்சியை மூன்றாண்டுகளுக்கு முன்னர் தொடங்கினேன். அப்போது என் கைவசமிருந்த கட்டுரைகளை மதுரை நண்பர்களான என். சிவராமன், என். ரமணி, என்.எஸ். விஜயகுமார் ஆகியோரிடம் படித்துக்காட்டினேன். அவர்கள் கூறிய யோசனைகள் என் மொழியைத் தெளிவுபடுத்திக்கொள்ள உதவின.

என் பழைய கட்டுரைகள் சிலவற்றைக் கண்டெடுக்கவும் கட்டுரைகளைப் பொருள் சார்ந்து பிரிக்கவும் உதவியவர் நண்பர் ஆ.இரா. வேங்கடாசலபதி

நண்பர் ஹமீது (மனுஷ்ய புத்திரன்) கட்டுரைகளைப் படித்துப் பார்த்துவிட்டு எழுப்பிய பல கேள்விகள் இத்தொகுப்புக்கான முன்னுரையை எழுதத் தூண்டுகோலாக அமைந்தன.

இரு தொகுப்புகளாக வெளிவரும் என் கட்டுரைகள் அனைத்தையும் படித்துப்பார்த்து ஒரு பதிப்பாசிரியருக்குரிய சகல பணிகளையும் நிறைவாகச் செய்து தந்திருப்பவர் நண்பர் சி. மோகன்.

இக்கட்டுரைகளில் பெரும்பாலானவற்றை எழுதிய காலத்தில் எனக்குத் தேவையான உதவிகள் அனைத்தையும் செய்து தந்தவர் சி. லீலா.

தங்களுடைய புதுக்கோட்டை மீனாட்சி நூல்நிலையத்திலிருக்கும் பழைய பத்திரிகைத் தொகுதிகளிலிருந்து சில கட்டுரைகளைப் படி எடுத்துக்கொள்ள உதவியவர்கள் புதுக்கோட்டை டோரதி – கிருஷ்ணமூர்த்தி தம்பதியர்.

தொகுப்பின் பல்வேறு நிலைகளில் பணியாற்றிய நண்பர்கள் தேவதேவன், டி.ஏ. சீனிவாசன், அரவிந்தன்.

இக்கட்டுரைகளைக் கணினியில் ஏற்றி அவற்றைப் பிழை பார்த்துத் திருத்தம் செய்து பிரதியெடுத்து உதவியவர்கள் மைதிலியும் நாகமும் செல்வியும்.

இக்கட்டுரைகள் அனைத்தையும் என்னுடன் சேர்ந்து படித்துப் பார்த்து அரிய யோசனைகள் பலவற்றைத் தந்துதவியவர் என் நெடுநாளைய நண்பரான எம்.எஸ்.

இவர்களுடைய ஆத்மார்த்தமான ஒத்துழைப்பின்றி இக்கட்டுரைத் தொகுப்பு இன்று இது பெற்றிருக்கும் அமைப்பைப் பெற்றிருக்க இயலாது.

இவர்கள் அனைவருக்கும் என் மனமார்ந்த நன்றியைத் தெரிவித்துக் கொள்கிறேன்.

31.10.97   சுந்தர ராமசாமி

முன்னுரை

என் முதல் இலக்கியக் கட்டுரையான 'நான் காணும் பாரதி'யைக் க.நா.சு.வின் தூண்டுதலின் பேரில்தான் எழுதினேன். அவர் சென்னையில் வாலாஜா தெரு, கதவிலக்கம் 48இல், மூன்றாம் மாடியில் குடியிருந்த காலம். வருடம் 1962. அம்முறை நான் சென்னை சென்றிருந்தபோது அவரை அவருடைய வீட்டில் பல தடவை சந்தித்துப் பேச சந்தர்ப்பம் கிடைத்தது. க.நா.சு. தான் நடத்தி வந்த இலக்கிய வட்டம் இதழின் ஆண்டு மலரைப் பாரதி பற்றிய கட்டுரைகளின் தொகுப்பாகக் கொண்டு வரத் திட்டமிட்டு, தன் நண்பரொருவரின் உதவியுடன் மும்முரமாக விளம்பரங்கள் சேர்த்துக்கொண்டிருந்தார். விளம்பரங்கள் பெறுவதிலிருந்த வாய்ப்புத்தான் மலர் வெளியிடும் யோசனையையே அவரிடம் உருவாக்கியிருக்கிறதோ என்று எனக்குச் சந்தேகம் தட்டிற்று. லட்சியவாதிகளான தமிழ் எழுத்தாளர்கள் எதிர்கொள்ளும் சோதனைகளும் அதன் விளைவாக அவர்களிடம் நேரும் சரிவுகளும் வாழ்க்கையைப் பற்றி மேலோட்டமாகக் கற்பனை செய்து அதன்மீது எழுப்பப் பட்டிருந்த என் கனவுகளைச் சிதறடித்துக்கொண்டிருந்த காலம் அது.

'பாரதி மலருக்கு ஒரு கட்டுரை எழுதேன்' என்றார் க.நா.சு. அவர் குரலில் போதிய அழுத்தம் இல்லையென்று தோன்றவே மௌனமாக இருந்தேன். ஐம்பதுகளில் தொ.மு.சி. ரகுநாதனின் *சாந்தி* மாத இதழில் எஸ்.ஆர். என்ற பெயரில் நான் சிறு கட்டுரைகள் சில எழுதியிருந்தாலும் அவை மூலம் இலக்கியக் கட்டுரை எழுத இயலும் என்ற நம்பிக்கை எனக்கு ஏற்பட்டிருக்கவில்லை. என் கட்டுரைபற்றி மறுநாள் க.நா.சு. மீண்டும் குறிப்பிட்டபோது, 'என்னால் எழுத முடியுமா?' என்று அவரிடம் கேட்டேன். 'முயற்சி பண்ணிப் பாக்கறது. அதிலே என்ன தப்பு?' என்று கேட்டார் க.நா.சு.

ஊர் திரும்பியதும் என் முழு உழைப்பையும் செலுத்திக் கட்டுரை எழுதத் தொடங்கினேன், க.நா.சு. விரும்பும்படி கட்டுரை

அமைய வேண்டுமே என்ற கவலை மனத்தை அரித்துக்கொண்டிருந்தது. என் உடல்நிலை மிகப் பலவீனமாக இருந்த நாட்கள் அவை. எழுத்து தரும் உடல் உழைப்பு மூட்டுகளில் வீக்கத்தை ஏற்படுத்தி என்னைப் படுக்கையில் தள்ளிவிடுவது அப்போது தவறாமல் நடந்துகொண்டிருந்தது. அம்முறையும் அப்படியே நிகழ்ந்தது.

'கட்டுரை நன்றாக வந்திருக்கிறது' என்ற க.நா.சு.வின் அஞ்சலட்டை கிடைத்ததும் உடல் வலி சற்று நீங்கி புத்துணர்ச்சி பெற்றதுபோல் உணர்ந்தேன். பாரதி மலர் வெளிவந்த பின்னர் என் கட்டுரையை வெகுவாகப் பாராட்டி கு. அழகிரிசாமி எனக்குக் கடிதம் எழுதியிருந்தார். டி.கே.சி. பாணியை நினைவூட்டும் 'ஆஹா' 'பேஷ்' உற்சாகப்படுத்தல்களை ஏற்கக்கூடாது என்ற எண்ணம் எனக்கு இருந்ததால் அழகிரிசாமியின் பாராட்டில் அதிக மகிழ்ச்சி அடையவில்லை. என் கட்டுரை தனக்குப் பிடித்திருப்பதாக நகுலனிடமிருந்து கடிதம் வந்தது. அத்துடன் அவரது சகோதரி அவருக்கு எழுதியிருக்கும் கடிதத்தில் என் கட்டுரையைப் பாராட்டி எழுதியிருப்பதாகவும் மலையாளத்தில் 'அடியுறச்ச தன்டேடம் அல்லே?'* என்று அவர் கேட்டிருப்பதாகவும் நகுலன் குறிப்பிட்டிருந்தார். அந்த மலையாளச் சொற்கள் எனக்கு அதிக உற்சாகத்தைத் தந்தன. அவ்வப்போது அச்சொற்களை என் மனம் தன்னுணர்வின்றி அரற்றியபோது என்மீது நம்பிக்கை ஏற்படுவதுபோல் உணர்ந்தேன்.

2

என் முதல் கட்டுரையை எழுதி இப்போது முப்பத்தைந்து வருடங்கள் ஓடிவிட்டன. எழுதத் தொடங்கிய காலத்தில் என் மனத்தில் படைப்பு முதன்மையாகவும் படைப்புக்கு வெளியே நிற்பதாகக் கற்பனை செய்துகொண்டிருந்த கட்டுரை வடிவம் வெகு தொலைவிலும் இருந்தன. கட்டுரை வடிவம் பற்றிய இக்கற்பனை என் இலக்கிய முன்னோர்களிடமிருந்து என்னிடம் வந்து சேர்ந்த ஒன்று. ஆனால் இந்த நீண்ட காலப் பகுதியில் கட்டுரை வடிவத்தின்மீது தன்னிச்சையாக நான் வெளிப்படுத்தியிருக்கும் கவனம் இலக்கிய உருவங்கள் சார்ந்த என் கற்பனையை உடைத்துக்கொண்டு செயல்பட்டிருக்கிறது. கவிதை, சிறுகதை, நாவல் ஆகிய வடிவங்கள் மீது என் கவனம் வெளிப்பட்டுள்ள அளவுக்குக் கட்டுரைகள் மீதும் வெளிப்பட்டுள்ளதை இக்கட்டுரைகளை நூல் வடிவத்தில் தொகுக்க முற்பட்டபோதுதான் நான் உணர்ந்தேன்.

இலக்கியத் திறனாய்வை இளமையிலேயே தன் இயற்கைக்கு ஏற்ற பணியாகத் தேர்ந்தெடுத்து அத்துறையில் நிறைவாகச் செயல்படத் துணை நிற்கும் ஆற்றல்களைக் காலப்போக்கில் திட்டமிட்டு வளர்த்துக் கொண்ட ஓர் ஆளுமையின் கட்டுரைகள் அல்ல இவை. தமிழ்ச் சூழல் தந்த விசேஷமான மூச்சுத் திணறலுக்கு ஒரு படைப்பாளி தர நேர்ந்த ஒழுங்கற்ற எதிர்வினைகள் என இக்கட்டுரைகளை மதிப்பிடலாம்.

தனக்கென்று ஒரு பார்வையும் விமர்சனமும் கொண்ட படைப்பாளிக்கு இலக்கிய வாழ்க்கை ஒரு போராட்டமாகவே இருக்கும் என்ற உண்மையை

---

* 'அடியுறச்ச தன்டேடம் அல்லே?' என்பதை 'வேரோடிய துணிச்சல் அல்லவா?' என்று தமிழில் கூறும் போது என்னை உற்சாகப்படுத்திய அம்சம் அந்த வாக்கியத்திலிருந்து காணாமற் போய்விடுகிறது.

எழுதத் தொடங்கிய காலத்திலேயே அறிந்திருந்தேன். இப்போராட்டத்தை நிகழ்த்தியுள்ள இந்தியப் படைப்பாளிகளின் பெயர்களும் பெருமிதம் தரும் வகையில் என் மனத்தில் அப்போது இருந்தன. இப்போராட்டம் இயற்கையானது; படைப்பாளியின் தொழிலில் தவிர்க்க இயலாதது. இது சமத்துவச் சிந்தனைகளைத் தன் பார்வைக்கேற்ப முன்னிறுத்தும் படைப்பாளிக்கும் அவனது மதிப்பீடுகளுக்கு எதிராக இயங்கும் சமூக நியதிகளுக்குமிடையே நடைபெறுகிறது. ஆனால் தமிழ்ச் சூழலில் இப்போராட்டத்தைப் படைப்பாளியால் உருவாக்க முடிகிறதா? இது முக்கியமான கேள்வி.

படைப்பாளி சமூகத்தை எப்படிப் பாதிக்கிறான்? வாசக உறவு மூலம்தான். தமிழில் தொடர்ந்து இயங்கும் படைப்பாளியால் வாசகர்களைப் பெற முடிகிறதா? பிற இந்திய மொழிப் படைப்பாளிகள் பெறும் வாசகப் பரப்பும் தமிழ்ப் படைப்பாளி பெறும் வாசகப் பரப்பும் ஒப்பிடத்தகுந்த அளவில் உள்ளனவா? எழுதத் தொடங்கிய காலத்தில் என்னை முதலில் துன்புறுத்திய கேள்விகள் இவை. அப்போது மலையாளப் படைப்புச் சூழலுடன் எனக்கு இருந்த பரிச்சயத்தின் விளைவாக இக்கேள்விகள் என் மனத்தில் மேலும் கூர்மை அடைந்தன. அங்கு மிகத் தீவிரமான படைப்பாளியும் பிரபல பத்திரிகைகள் வழியாக லட்சக்கணக்கில் வாசகர்களைச் சென்றடைவது சாத்தியமாக இருப்பதை அறிந்தேன். அவர்கள் ஓரம் கட்டப்பட்ட சக்திகளாக அங்கு இல்லை. அவர்களால் தங்கள் பார்வையை முன்வைத்து சமூகப் பாதிப்பை வெற்றிகரமாக நிகழ்த்த முடிகிறது என்பதும், படைப்புக் களத்தில் தங்களுக்கு ஒரு இருக்கை உருவாக்கிக்கொள்ளும் முயற்சியில் அவர்கள் தமிழ்ப் படைப்பாளிகள் போல் தங்கள் ஜீவனை மாய்த்துக்கொண்டிருக்கவில்லை என்பதும் எனக்குத் தெளிவாயின.

இன்றுகூட படைப்புத் துறைக்குள் நுழையும் இளம் படைப்பாளிக்குத் தமிழ்ச் சூழல் அளிக்கும் வரவேற்பு எத்தகையது என்பதை நாம் யோசித்துப் பார்க்க வேண்டும். இன்று அவனுடைய போராட்டம் அவனுடைய பார்வைக்கும் சமூக அமைப்புக்கும் இடையே உருவாகும் முரண்பாடுகள் சம்பந்தப்பட்டதுதானா? அல்லது அவன் தன்னை வெளிப்படுத்திக்கொள்ள ஒரு களத்தைத் தேடிக் கண்டுபிடிப்பது தொடர்பானதா? அவனுடைய சக்தி, ஆர்வம், முனைப்பு ஆகியவை எந்தத் தளத்தில் சுழன்றுகொண்டிருக்கின்றன?

சமீபத்தில் *புதிய மண் புதிய முளைகள்* என்ற தலைப்பில் நான் ஒரு கட்டுரை எழுத நேர்ந்தது. அதில் இளம் படைப்பாளிகள் சிலரின் நூல்களை – எண்ணிக்கையில் இவை சுமார் பத்து இருக்கலாம் – நான் பத்திரிகை வாசகர்களுக்கு எளிய அளவில் அறிமுகப்படுத்த முயன்றிருக்கிறேன். இப்படைப்புகளில் ஒன்றுகூட பிரபல பத்திரிகைகளில் வெளிவந்தது அல்ல என்பதை அப்போது கவனித்தேன். இதிலிருந்து முப்பத்தைந்து வருடங்களுக்கு முன் என்னை அலட்டிய பிரச்சனைகளைத் தமிழ்ச் சூழல் இன்னும் உயிரோடு வைத்துக்கொண்டிருப்பது எனக்கு உறுதிப்பட்டது.

தமிழ்ப் படைப்பாளி கண்டடையும் வெளியின் குறுகல் அவனைப் பல உளவியல் சிக்கலுக்கும் ஆளாக்கி வருவது கண்கூடு. இக்குறுகிய வெளிக்குரிய மூச்சுத் திணறல்கள் இப்போது நம் படைப்பாளிகளுக்கு சகஜமான ஒரு உபாதையாகிவிட்டது. சிற்றிதழ்கள் வழியாகப் படைப்பாளி வாசகர்களைச்

சென்றடைவதான கற்பனையில் தன் சக படைப்பாளிகளைத்தான் அதிகமும் சென்றடைந்து கொண்டிருக்கிறான். வாசகனுக்கும் படைப்பாளிக்குமான குண வேறுபாடு மிக முக்கியமானது. வாசகனுக்குப் பதிலாக படைப்பாளிக்கு வந்து சேரும் பிற படைப்பாளிகளின் எதிர்வினைகளின் அழுத்தம் மிகச் செயற்கையான மனநிலைக்குப் படைப்பாளியைத் தள்ளிவிடுகிறது.

வாசகனின் எதிர்வினை ஆழமானதாகவோ ஆழமற்றதாகவோ இருக்கலாம். ஆனால் அவன் ஒரு திறந்த மனம் கொண்ட வரவேற்பாளன். அவன் எப்போதும் புதிய படைப்புத் திறனை அனுபவிக்கும் ஆவலுடன் இருக்கிறான். படைப்பாளிகள் ஒருவருக்கொருவர் கொண்டிருக்கும் உறவுகளோ உணர்ச்சியின் முடிச்சுகளை உள்ளடக்கியவை. குறுகிய பிராந்தியங்களில் மூச்சுத் திணறல்களுடன் தத்தளித்துக்கொண்டிருக்கும் இவர்களிடையே ஆரோக்கிய உறவு பரிமளிக்க எந்தக் காரணமும் இல்லை. நாற்பதாண்டுகளாகச் சிற்றிதழ்ப் பரப்பில் நடந்துள்ள விவாதங்களும் அவ்விவாதங்களில் வெளிப்பட்டுள்ள கோபதாபங்களும் தங்கள் இருப்புச் சார்ந்த பயங்களுக்குப் படைப்பாளிகள் எந்த அளவுக்கு ஆட்பட்டிருக்கிறார்கள் என்பதையே காட்டுகின்றன.

3

தீவிரமான படைப்பாளிக்குரிய படிமத்திற்குத் தமிழில் விவாதமற்ற உதாரண மாகத் திகழ்பவர் புதுமைப்பித்தன். புதுமைப்பித்தனின் படைப்பு ஆளுமை மிகுந்த மதிப்புப் பெற்றிருக்கும் காலம் இது என்று கூறுவதிலும் தவறில்லை. கடந்த அறுபது ஆண்டுகளாகத் தன் படைப்புகள் மூலம் நம்மைப் பாதித்து வரும் புதுமைப்பித்தனுக்கு நாம் அளித்திருக்கும் மரியாதை என்ன? சில கேள்விகளை எழுப்பி அவை பெறும் விடைகள் வழியாக அவர் பெற்றிருக்கும் கௌரவத்தை வாசகன் துல்லியப்படுத்த முயலலாம்.

1. புதுமைப்பித்தனின் முழுமையான, அவர் வாழ்ந்த காலத்திய சமூக, கலாச்சாரச் சூழலை உள்ளடக்கிய வாழ்க்கை வரலாறு வெளி வந்துள்ளதா?

2. நமது அரசாங்கம், கல்வித்துறைகள், வெகுஜன ஊடகங்கள் ஆகியவை புதுமைப்பித்தனை எப்போதேனும் அவருடைய தகுதிக்கேற்ப கௌரவப்படுத்தியுள்ளனவா?

3. பிற இந்திய மொழிகளைச் சேர்ந்த முக்கிய படைப்பாளிகளின் படைப்புகளை எந்த அளவுக்குத் தமிழ் மொழிபெயர்ப்பில் படிக்கத் தமிழ் வாசகன் சந்தர்ப்பம் பெற்றிருக்கிறானோ அதற்கிணையான சந்தர்ப்பத்தைப் பிற மொழி வாசகன் புதுமைப்பித்தனைத் தன் தாய் மொழியில் படிக்க சந்தர்ப்பம் பெற்றிருக்கிறானா?

4. புதுமைப்பித்தனின் சமகால இந்தியப் படைப்பாளிகளான வைக்கம் முகம்மது பஷீர், சிவராம் கரந்த், தாரா சங்கர் பானர்ஜி, மாணிக் பந்தோபாத்தியாயா, அமிருதா ப்ரீதம் போன்றவர்களைப் பிற இந்திய மொழி வாசகர்கள் அறிந்திருக்கும் அளவுக்குப் புதுமைப்பித்தனை அறிந்திருக்கிறார்களா?

புதுமைப்பித்தன் எனும் தனி ஆளுமை சார்ந்து நான் எழுப்பும் கேள்விகளாக வாசகர்கள் இவற்றைக் கருத வேண்டியதில்லை. நம் இலக்கியத்திற்குப் படைப்புத்துறை சார்ந்தோ, சாராமலோ காலத்திற்கேற்ற சாதனை நிகழ்த்தியுள்ள எந்தப் படைப்பாளியின் பெயரை முன் வைத்தும் நாம் இக்கேள்விகளை எழுப்பி அவற்றுக்கான விடை தேடிச் செல்லலாம்.

4

என் படைப்பு இயக்கத்தில் படைப்பாளி, விமர்சகன் ஆகிய பாத்திரங்களை ஏற்றுச் செயல்பட முயன்றிருக்கிறேன். படைப்பும் விமர்சனமும் அடிப்படையில் தொடர்புற்றவை என்றோ முரண்பாடு கொண்டவை என்றோ நான் கருதவில்லை. இரண்டுமே வாழ்க்கைமீது ஒரு படைப்பு மனம் கொள்ளும் நுண்ணிய விமர்சனத்தின் வெளிப்பாடு ஆகும். படைப்பு, வாழ்க்கையைப் பற்றி நேரடியாகப் பேசும்போது விமர்சனம், வாழ்க்கை பற்றிப் பேசும் படைப்பு வழியாகத் தன் பார்வையை வெளிப்படுத்த முயல்கிறது. இருப்பினும் ஒரு படைப்பாளுமை இவ்விரு பணிகளையும் ஒன்றுக்குப் பதிலாக மற்றொன்றை ஏற்றுச் செயல்பட முடியும் என்று நான் நம்பவில்லை. படைப்பு வழியாக வாழ்க்கை மீதான விமர்சனத்தை மிகக் கூராகவும் துல்லியமாகவும் வாசகப் பரிசிலனைக்கு அதிக இடம் தந்தும் உருவாக்க இயலும். படைப்புக்குள் மொழி சார்ந்து கூறாதவற்றின் உலகம் ஒன்றை, உணர்த்தல்கள் மூலம் உருவாக்க இயலும். கட்டுரை வடிவம் படைப்புப் போல் மொழியிலிருந்து விடுபட்டு வாழ்க்கையினுள் சுதந்திரமாக நுழையும் சாத்தியம் கொண்டதாக இல்லை. சிந்தனைகளைத் தன்னளவில் திரட்டிக்கொள்ளவும் அவற்றின் பார்வை சார்ந்த ஒருமையை உணர்ந்து சுயத்தைத் தெளிவுபடுத்திக் கொள்ளவும் படைப்பாளிக்கு, அவன் எழுதும் விமர்சனக் கட்டுரைகள் உதவுகின்றன. இத்தெளிவை அவன் வாசகர்களுடன் பகிர்ந்துகொள்கிறான்.

என் விமர்சனக் கருத்துகளில் எதை அழுத்த விரும்புகிறேன்? என் படைப்புலகத்தையும் என் விமர்சனக் கருத்துகளையும் இணைக்கும் கண்ணி என்று எதைக் கூறலாம்?

வாழ்க்கையைச் சமத்துவச் சிந்தனையின் உயிரோட்டத்தை நோக்கி நகர்த்தவும், அதுபற்றி மறு பரிசீலனை ஒன்றை உருவாக்கவும், சுதந்திரத்தின் வீச்சை விரிக்கவும் முனைப்புக் கொள்ளும் படைப்பாளி மனித மனத்தின் உள்ளோட்டங்களையும் ஆழங்களையும் அறிவதில் மிகுந்த நுட்பம் கொண்டவனாக இருக்கவேண்டும் என்பதில் நான் வைத்திருக்கும் அழுத்தம் முக்கியமானது. இப்படிப்பினையை இந்நூற்றாண்டின் சரித்திரத்திலிருந்துகூட ஒரு படைப்பாளியால் கற்றுக்கொள்ள இயலவில்லை என்றால் தனக்கு அப்பாற்பட்ட ஒரு சக்திக்கு – பெரும்பாலும் அரசியல் இயக்கத்திற்கு – விசுவாசமாக இருக்கும் இயந்திர மனிதன் என்றே அவனைக் கூறவேண்டும். மனம் எனும் கூறு அதிகாரத்தை முன்னிலைப்படுத்தும் சக்திகளால் எப்போதும் புறக்கணிக்கப்படுகிற ஒன்றாகத்தான் இருக்கிறது. மனித மனத்தின் அடர்த்தியை எப்போதாவது அரசியல்வாதி கணக்கில் எடுத்துக்கொள்கிறானா? தமிழக அரசியலை முன்வைத்துக்கூட வாசகன் இக்கேள்விக்கான விடையைத் தேடிப் பார்க்கலாம். அரசியல்வாதி, தன் சித்தாந்தம், திட்டம் ஆகியவற்றின் நடைமுறைச் சாத்தியங்களைப் பற்றிப் பேசும்போது அவன் கணக்கிலெடுத்துக்

கொள்ளும் தடைகளில் ஒன்றாக மனித மனம் சார்ந்த இடைவெளி எப்போதேனும் இடம் பெற்றுள்ளதா? மனித மனம் சார்ந்த சிக்கல் பற்றி அறியாத அல்லது பரிசீலனை செய்ய விரும்பாத ஒரு எழுத்தாளன் தத்துவம் சார்ந்தோ அல்லது கோட்பாடு சார்ந்தோ வாழ்க்கையில் நிகழ வேண்டிய மாற்றங்களைப் பற்றிப் பேசுவது மிகவும் அருவருப்பானது. ஜனரஞ்சக எழுத்தில் நம் பொறுமையை எடுத்த எடுப்பில் சோதிக்கத் தொடங்கும் அதன் மேலோட்டம் வாழ்க்கைத் தளத்தில் மனத்திற்கு உரிய மரியாதை தரத் தவறுவதிலிருந்து தோன்றுகிறது. இங்கு எழுத்தாளனின் குறிக்கோள் சார்ந்த தயாரிப்பு அல்லது ஜோடனை நிகழ்கிறதே தவிர படைப்பாக்கம் நிகழவில்லை.

வாழ்க்கையை எளிமைப்படுத்துவது என்பது மனித மனத்தை நம் விருப்பம் சார்ந்து கற்பனை செய்துகொள்வதுதான். இக்கற்பனைகள் பிரச்சனைகளுக்கு எளிய விடைகளை முன்வைக்கின்றன. நடைமுறையிலிருந்து விலகி நிற்கும் இத்தளம் முழுமையான சித்தரிப்பைத் தேடிச் செல்வது இல்லை. தனக்குச் சாதகமான பகுதிகளைக் கண்டு அவற்றைச் சித்தரிப்பதும் எதிர்நிலைகளைப் புறக்கணிப்பதும் பிரச்சாரத் தளத்திற்குரிய முக்கிய கூறாகும்.

எதிர்நிலைகளை ஒரு எழுத்தாளன் தன் எழுத்தில் மூடி மறைத்து விட்டதாலேயே அவ்வெதிர்நிலைகள் வாழ்க்கையிலிருந்து காணாமல் போய்விடுமா? எதிர்நிலைகளும் வாழ்க்கையைப் பாதித்து அவற்றின் இருப்பைக் கணக்கிலெடுத்துக் கொள்ளாத சித்தரிப்புகள் வெளிறி, விவாதங்களற்றுப் புதைகுழிக்குச் செல்கின்றன. அவற்றின் மரணம் எந்த வாசகனின் மனத்தையும் உறுத்தாமல் நிகழ்கிறது. பிரச்சாரத் தளத்திற்கு எதிர் நிலையில் நிற்கும், மறைக்கப்படும் உண்மைகளைக் கவனப்படுத்துவது படைப்பாளியின் முக்கியக் குறிக்கோளாக எப்போதும் இருந்து வந்திருக்கிறது என்று நம்புகிறேன்.

வெகுஜன ஊடகம் படைப்பாளிக்குத் தரும் சுதந்திரத்தில் எப்போதும் ஒரு ரகசியச் செய்தி இருந்துகொண்டிருக்கிறது. 'வாழ்க்கையைப் பற்றி விசாரணை செய்வதுபோல் உன் எழுத்தில் பாவனை செய். ஆனால் உண்மையாகவே விசாரணை செய்யத் தொடங்கிவிடாதே' என்பது தான் அது. இந்த பாவனையை எழுத்தாளன் ஏற்றுக்கொண்டால் வெகுஜன ஊடகத்தில் 'முற்போக்குவாதி'யாகவோ, 'புரட்சிவாதி'யாகவோ அல்லது வாழ்க்கையையே கீழ்மேல் புரட்டுபவனாகவோ அவன் செயல்பட முடியும்.

5

படைப்பாளி விமர்சனத்தில் ஈடுபடக்கூடாது என்ற கருத்து மிக வலுவாக பல்வேறு வடிவங்களில் தமிழில் இருந்து வருகிறது. இவ்வாறான எண்ணம் நம் சூழலில் தோன்றவும் காலப்போக்கில் உறுதிப்பட்டு வரவும் பல காரணங்கள் இருக்கின்றன. நம் மொழியில் விமர்சன தர்மத்தைப் போற்றிக் கூறாத படைப்பாளியும் இல்லை; விமர்சனத்தை உள்ளூர அசௌகரியமாகக் கருதாத படைப்பாளியும் இல்லை. விமர்சகனிடத்தில் படைப்பாளி எதிர்பார்ப்பது விமர்சனம் என்ற போர்வையில் நிகழ்த்தப்படும் பாராட்டுரைகளைத்தான்.

விமர்சகனிடமிருந்து வாசகன் படைப்புச் சார்ந்து பல நுட்பங்களைக் கற்றுக்கொள்வதற்கான வாய்ப்பு இருக்கிறது. இவ்வாய்ப்பையே தனக்கு

அசௌகரியத்தை ஏற்படுத்தக்கூடிய ஒன்றாகத்தான் நம் படைப்பாளி பார்க்கிறான். வாசகன் வாசிப்புச் சார்ந்த நுட்பங்களில் தேர்ச்சி பெற்று மிக மேலான படைப்பாற்றலைப் படைப்பில் எதிர்பார்க்கும் சூழல் உருவானால் அவனைத் தன்னால் திருப்தி செய்ய முடியாமல் போய்விடும் என்ற கவலை படைப்பாளியை உள்ளூர அரித்துக்கொண்டிருக்கிறது. கூடுமானவரையிலும் சக படைப்பாளிகளின் படைப்புகளைப் புகழ்ந்து கூறி அதற்குப் பதிலாகத் தனது படைப்புகளுக்குச் சக படைப்பாளியின் பாராட்டை உறுதிசெய்து வைத்துக்கொள்வதுதான் புத்திசாலித்தனமான செயலாக நம் படைப்பாளிகளுக்குப் படுகிறது.

படைப்பாளி விமர்சனத்தில் ஈடுபடும்போது தனது படைப்புகளுக்கான ஆதரவை இழக்கும் சூழலை அவனே உருவாக்கிக்கொள்கிறான் என்ற எண்ணமும் இங்கு இருந்துவருகிறது. கண்ணெட்டும் திக்கு வரையிலும் வாசகனைக் காணக்கிடைக்காத சூழலில் சக படைப்பாளியின் ஆதரவை எதிர்பார்த்து வாழ்ந்துகொண்டிருக்கும் படைப்பாளி, தனக்குக் கிடைத்திருக்கும் சிறு வெளியை விமர்சனக் கருத்துகளை வெளிப்படுத்தி இழக்கவோ, குறைத்துக்கொள்ளவோ விரும்புவதில்லை. அரசாங்கம், சமூக அமைப்பு, சமயம், மரபு, ஜாதி ஆகியவற்றுக்கெதிராக அக்கினிக் குழம்பைக் கக்கும் ஒரு புரட்சிவாதியிடம் ஒரு சந்தர்ப்பத்தில் 'நீங்கள் விரும்பிப் படிக்கும் படைப்பாளி யார்?' என்று கேட்டேன். என் மனத்தில் கேள்வியுடன் 'தமிழில்' என்ற சொல் இருந்தும் அது வெளிப்படாத வாய்ப்பைப் பயன்படுத்திக்கொண்டு, புரட்சிவாதி, தமிழ், இந்தியத் தளங்களை ஒரே தாண்டாகத் தாண்டி ரஷ்யக் களத்தில் புகுந்து 'டால்ஸ்டாய்' என்றார். எவ்வளவு சௌகரியமான பதில்! எந்தப் புரட்சிகரமான கருத்தும் சிதைக்காத தன் இருப்பை சக படைப்பாளியைப் பற்றிய அபிப்பிராயம் சிதைத்துவிடும் என்ற பயம்தான் இங்கு வெளிப்படுகிறது. ஒரு படைப்பாளி விமர்சகனாகச் செயல்படும் போது விமர்சனத்தில் அவன் வெளிப்படுத்திய கருத்துகளின் எதிர்வினையாக அவன் படைப்பு தாக்குதலுக்கு உள்ளாகிறது. இவ்வாறு எந்தக் கோணத்திலிருந்து பார்த்தாலும் படைப்பாளி விமர்சகனாகவும் செயல்படுவது தமிழ்ச் சூழலில் புத்திசாலித்தனமான காரியமாக இல்லை.

6

தமிழ் விமர்சனத் துறையில் வெளியாகும் கருத்துகளை அழகியல் விமர்சன முறை, மார்க்சிய விமர்சன முறை என்றெல்லாம் பிரித்துப் பார்த்து வருகிறோம். இவற்றைத் தாண்டி அமைப்பியல் பார்வை, பின்-நவீனத்துவப் பார்வை போன்ற போக்குகளும் இருக்கின்றன. இவை எதிரெதிர் நிலைகளைக் கொண்ட விமர்சன முறைகள் என்ற எண்ணமும் உருவாக்கப்பட்டுள்ளது. விமர்சனத்தில் தத்துவ நிலைப்பாடு எடுப்பவர்கள் தங்கள் தத்துவத்திற்கு வெளியே நின்று செயல்படுகிறவர்களை எதிரிகளாகவே தங்கள் அணியினருக்குக் காட்ட முற்படுகிறார்கள். தாங்கள் ஏற்று நிற்கும் தத்துவமே முழுமையானது என்றும், அதன் மூலம் மட்டுமே சமூக ஊனங்களுக்குப் பரிகாரம் காண இயலும் அல்லது அவற்றைப் புரிந்துகொள்ள இயலும் என்றும் தங்கள் அணியினரை நம்ப வைக்கும் கட்டாயத்தில் அவர்கள் இருக்கிறார்கள். உலக அரசியல் அரங்கில் நிகழ்ந்த மாற்றங்கள் காரணமாக இந்த இறுக்கமான பார்வையைக் கொண்டு செலுத்த இயலாத நிலை இப்போது உருவாகிவிட்டது. அந்த

அளவுக்கு மார்க்சியம் போன்ற தத்துவப் பார்வைகளின் இறுக்கம் இலக்கியச் சூழலில் தளர்ந்துள்ளது.

அழகியல் விமர்சனம் படைப்பில் நிற்கும் பொருளைப் பற்றிக் கவலைப்படவில்லை என்றும் அது உருவத்தைப் பற்றி மட்டுமே கவலைப்படுகிறது என்றும் தொடர்ந்து பிரச்சாரம் செய்யப்பட்டு வந்திருக்கிறது. அத்துடன் அழகியல் விமர்சகர்கள் என்று கருதப்படுகிறவர்கள் தங்களுக்குள் கொண்டிருக்கும் கருத்து வேற்றுமைகளைப் பற்றிக் கணக்கிலெடுத்துக் கொள்ளாமலே மார்க்சிய விமர்சகர்களால் முத்திரை குத்தப்பட்டு வந்திருக்கிறார்கள். என்னைப் பொறுத்தவரையிலும் நான் பாரதி, புதுமைப்பித்தனிலிருந்து இன்றைய இளைய தலைமுறையினர் வரையிலும் எந்தெந்தப் படைப்பாளிகள் தங்கள் படைப்புகளில் தீவிரமான உள்ளடக்கங்களைக் கொண்டிருக்கிறார்களோ அவர்கள் மீதுதான் மதிப்பு வைத்துப் பேசி வருகிறேன். பொருள் சார்ந்த தீவிரத்திற்கு ஆளாகாத ஒரு பார்வையை மொழி சார்ந்த நளினங்களுக்காகவோ உத்திக்காகவோ பொருட்படுத்திப் பேச நான் எப்போதும் முற்பட்டதாகத் தெரியவில்லை.

படைப்பில் பொருளை மட்டும் முன்னிலைப்படுத்தி விமர்சனம் செய்துகொண்டிருந்தவர்கள் காலப்போக்கில் தங்கள் விமர்சன மொழியில் உருவ நேர்த்தி, மொழியழகு, உத்திச் சிறப்பு என்றெல்லாம் சேர்த்துப் பேசத் தொடங்கியது யாரிடமிருந்து பெற்ற பாதிப்பால் நிகழ்ந்தது? பொருளை மட்டும் முன்னிறுத்தி மார்க்சியவாதிகள் முன்னர் தேர்வு செய்து போற்றிய பல படைப்புகள் குறுகிய கால இடைவெளியில் சரிந்துவிடவே அவர்கள் தங்கள் பார்வையை மறுபரிசீலனை செய்ய வேண்டிய கட்டாயம் நிகழ்ந்தது.

ஒரு விமர்சகனை எந்த அளவுகோலை முன்னிறுத்தி நாம் மதிப்பிட வேண்டும்? தத்துவம் தழுவி நிற்கும் விமர்சகன், தத்துவம் சாராத பொது அறிவாளியைவிடவும் கூடுதலான சமூக உண்மைகளை - ஊனக் கண்களுக்குப் புலப்படாமல் ஞானக் கண்களுக்கு மட்டும் புலப்படும் உண்மைகளை - கண்டுபிடித்துக் கூற இயலும் சாத்தியம் தமிழ்ச் சூழலில் எந்த அளவுக்கு நிரூபணம் ஆகியிருக்கிறது? உலக அரங்கில் நிகழ்ந்த சர்வாதிகாரக் கொடுமைகளையும் படைப்பாளிகள் மீது கட்டவிழ்த்துவிடப்பட்ட சித்திரவதைகளையும் மக்களின் கவனத்திற்குக் கொண்டு வந்தவர்கள் யார்? யார் குறைகளைப் பட்டென்று உடைத்துக் கூறும் சுதந்திரத்தைத் தக்கவைத்துக் கொண்டிருக்கிறார்கள்?

தத்துவப் பற்று இயக்கப் பற்றாகவும் கட்சிப் பற்றாகவும் மாறும்போது ஞானக் கண் பெற்றவர்களால் சாதாரண மனிதன் அறிந்து வைத்திருக்கும் செய்திகளைக்கூட ஏற்றுக்கொள்ள முடியாத நிர்ப்பந்தம் ஏற்பட்டுவிடுகிறது. புலமையினாலோ, பெயர் உதிர்ப்புச் சாமர்த்தியங்களினாலோ தமிழ்ச் சூழலை மதிப்பிடவோ, தமிழ்ப் படைப்பாளிகளின் படைப்புத் திறனை அறிந்து அவர்களை வாசகர்களின் கவனத்திற்குக் கொண்டு போகவோ, அச்சு இயந்திரம் கணந்தோறும் கக்கும் பக்கங்களிலிருந்து சாரமானவற்றைக் கண்டெடுத்து முன்னிலைப்படுத்தவோ இயக்கம் சார்ந்த விமர்சகர்களால் இயலவில்லை என்பதை நம் விமர்சனச் செயல்பாடுகளை அறிந்தவர்களுக்கு எடுத்துச் சொல்ல வேண்டியதில்லை.

7

படைப்பு அதன் சமூக நோக்கத்தை நிறைவேற்றும் அளவுக்கு வலுவாக இருக்க வேண்டும் என வற்புறுத்துவது இலக்கிய விமர்சனத்தில் என் முக்கிய நோக்கமாக எப்போதும் இருந்துவந்திருக்கிறது. சமூக நோக்கமற்ற எழுத்து என்று எதுவுமில்லை. ஒரு எழுத்தாளன் சுய திருப்தியை முன்னிட்டு எழுதுவதாகச் சொல்லலாம். ஆனால் அவன் தன் படைப்பை அச்சேற்றும்போது அவனுக்கும் சமூகத்துக்குமான ஒரு ஒப்பந்தம் உருவாகிவிடுகிறது. என் மொழியைச் சேர்ந்த எல்லோருமே என் எழுத்தைப் படிக்க வேண்டும் என்ற நோக்கத்துடன்தான் - நடைமுறை வேறுவிதமாக இருப்பினும் – நான் அதனைப் பொதுப் பார்வைக்கு இலக்காக்குகிறேன். இந்நிலையில் என் படைப்பை விமர்சிக்க வாசகன் கொண்டிருக்கும் சுதந்திரத்தைப் பெரிதும் மதிக்கக்கூடியவனாகவே நான் இருந்தாக வேண்டும். ‘இந்தப் படைப்பை உனக்காக நான் எழுதவில்லை’ என்று எந்த வாசகனைப் பார்த்தும் நான் கூற முடியாது.

ஒரு படைப்பாளிக்கும் அவன் வாழும் சமூகத்திற்குமான உறவு பற்றிய என் சிந்தனைகளில் மார்க்சியப் பார்வையின் பாதிப்பு உண்டு. சமூகச் சாரமும் அதனை வாசகன் மனத்திலாழ்த்தும் அழகியலும் என்ற இணைப்பு ஒரு ஆதர்சமாக நான் எழுதியுள்ள ஆரம்பகாலச் சிறுகதைகளில் செயல்பட்டிருப்பதை வாசகர்களுக்கு நினைவூட்ட விரும்புகிறேன்.

ஒரு படைப்பாளி வாழ்க்கையைப் பொதுவாகவும் தன் மொழிசார்ந்த கலாச்சாரத்தைக் குறிப்பாகவும் புரிந்துகொள்வதில் தீவிர முனைப்போடு இருக்கிறான். வாழ்க்கைமீது படைப்பாளி கொண்டிருக்கும் தீவிர உறவுதான் செயல்பட உந்து சக்தியாக அவனிடம் தொழிற்பட்டுக் கொண்டிருக்கிறது. தான் வாழும் காலத்தையும் சமூகத்தையும் புரிந்துகொள்வதற்கு அவசியமான பாதிப்புகளைப் பெற்றுக்கொள்வதில் அவன் திறந்த மனத்துடன் இருந்தாக வேண்டும். அவனுடைய நோக்கம் சிக்கலாகத் தோற்றம் தரும் வாழ்க்கையைப் பற்றிச் சில தெளிவுகளுக்கு வந்து அவற்றை வாசகர்களுடன் பகிர்ந்துகொள்வதுதான். தத்துவத்தின் மீதும் பிற அறிவுத் துறைகளின்மீதும் அவன் கொள்ள விரும்பும் உறவு இந்நோக்கத்தை முக்கியமாகக் கொண்டதே. எந்தத் தத்துவத்தையும் கண்மூடித்தனமாக நம்புவதோ, தத்துவத்தைக் காப்பாற்றும் அசௌகரியமான பொறுப்பை ஏற்று, பொதுப் புத்திக்குத் தெரியும் உண்மைகளைக்கூட மூடி மறைத்துக் கொண்டிருப்பதோ அவனுடைய பணி அல்ல.

8

அழகியல் மற்றும் தரம் குறித்த என் பார்வைகளும் அனுபவமும் சுய சார்பிலிருந்து உருவாகிச் சிதறலான முறையில் அமைந்திருப்பதாகவும், என் வரையறைகளை ஒரு கோட்பாட்டுக்குள் நான் ஏன் நிறுவவில்லையென்றும் ஒரு வாசகனுக்குத் தோன்றலாம். அழகியல், சுயசார்பு ஆகியவற்றை ஒரு தரப்பிலும் முறையான கோட்பாடு என்பதை மறு தரப்பிலும் வைத்துப் பார்க்கும் பார்வை தமிழ்ச் சூழலில் உள்ளடங்கி நிற்கும் ஒன்றுதான். அத்துடன் கோட்பாடு என்பது சற்று வலுவான, ஒழுங்கு சார்ந்த ஆயுதம் என்றும்

அதனைப் பயன்படுத்தி சுயசார்பு சார்ந்து கிள்ளிக்கொண்டிருப்பதைவிடவும் ஆழமான சாரங்களைத் தோண்டியெடுக்க இயலும் என்ற முன் தீர்மானமும் நம் சூழலில் இருக்கிறது.

கோட்பாடு, தர்க்கம் சார்ந்ததாகவும் அறிவியல் பார்வையை ஏற்கக் கூடியதாகவும் உள் முரண்பாடுகள் அற்றதாகவும் இருக்கலாம். தத்துவங்களில் செயல்முறைத் தத்துவமாக உருவான மார்க்சியம் தன் அறிவார்ந்த வலு காரணமாகப் பிழைபட இயலாத ஒரு அறிவியல் சூத்திரமாகவே மதிப்பிடப்பட்டது. மார்க்சியத் தர்க்கவியல் நம்மை நம் பரிணாம கதியிலேயே தவிர்க்க இயலாத வகையில் பொதுவுடைமைத் தத்துவம் நிறுவும் வாழ்க்கையைத் தழுவி நிற்கச் செய்யும் என்றும், தொலைவில் நிற்கும் அம்மாற்றத்தை முன்னகர்த்தவே இயக்கம் தேவைப்படுகிறது என்றும் தொடர்ந்து கூறப்பட்டு வந்தது. ஒரு தத்துவம் அறிவியல் விதியாகக் கருதப்படும் அளவுக்கு வலுக் கொண்டதாக மதிக்கப்பட்டதை அழுத்தவே இவ்வுதாரணத்தைக் கூறுகிறேன்.

தத்துவத்தின் உள்ளார்ந்த வலுவை அழுத்திக்கொண்டிருப்பது ஒரு பார்வை. இதை இயக்கம் சார்ந்த பார்வை என்று கூறலாம். இயக்கத்திற்கும் தத்துவத்திற்குமான உறவு இயக்கத்தின் குறிக்கோள் சார்ந்து நிற்கிறது. தத்துவத்தைப் புரிந்துகொள்ளும் முனைப்புப் பெறும் அழுத்தத்தைவிடக் குறிக்கோள் சார்ந்து தத்துவத்தைப் பயன்படுத்துவது – பல சந்தர்ப்பங்களில் அதிகாரத்தைக் கைப்பற்ற அல்லது அதிகாரப் படி நிலையில் மேல் படிக்குப் போக முனைப்பு பெறுகிறது.

தத்துவம், சித்தாந்தம், கோட்பாடு போன்ற வரையறைக்குள்ளான சிந்தனைகளின் தொகுப்பை ஏற்று அதன்மீது நம்பிக்கை செலுத்தும் மனித மனம் அதன் நுட்பங்களைச் சிதைத்து அதனைப் பொய்யா மொழியாக்குகிறது. அதிகாரத்திற்குத் துணை நிற்கும் இயந்திரத் தளத்திற்கு அதை இறக்குகிறது. தத்துவத்தின்மீது நம்பிக்கை வைத்திருப்பவர்கள் அத்தத்துவம் எளிய விமர்சனங்களுக்கு உள்ளாகும்போது கூடப் பதற்றத்துடன் அதைக் காப்பாற்றத் துடிப்பது அதிகாரம் அவர்களுக்கு அளித்திருக்கும் ஆசனங்கள் பறிபோய்விடும் என்ற பயத்தினாலேயே. தத்துவங்கள் மீது மீண்டும் மீண்டும் படிந்து அதனைச் சிதைக்கும் நம்பிக்கை மதத்தின் மிச்சமாக மனத்தில் இருக்கும் கூறு என்பதை இயக்கத்தின் உள்ளடுக்குகள் சார்ந்த கோலங்கள் நமக்கு உணர்த்துகின்றன. அவற்றை இங்கு விவரிக்க முற்படுவது எடுத்த பொருளைத் தாண்டிச் செல்வதாகும்.

இளமையில் நான் எழுதிய கவிதை ஒன்றில்–அச்சேற்றாதது – மலையுச்சியில் நிற்கும் மனிதன் வெட்ட வெளியில் உடலின்றிப் பறக்கும் சிறகுகளைத் தன் தோளில் கட்டிக்கொள்ள முற்படும்போது அச்சிறகுகளிலிருந்து இறகுகள் உதிரத் தொடங்குகின்றன. இப்படிமத்தின் வகை பேதங்கள் என்னை ஆட்கொள்பவையாக எப்போதும் இருக்கின்றன.

9

தரம், தரமின்மை, உன்னதம், சீரழிவு போன்ற முரண்களை வாழ்க்கையிலோ இலக்கியத்திலோ திட்டவட்டமாகப் பிரித்துக்காட்ட இயலும் என்று நான் கருதவில்லை. திட்டவட்டமாக இவற்றைப் பிரித்துக் காட்ட இயலும்

என்ற எண்ணத்தை என் படைப்போ, விமர்சனமோ வாசகன் மனத்தில் உருவாக்கியிருந்தால் எனக்கு நேர்ந்த சறுக்கல் என்றுதான் அதை மதிப்பிடுவேன்.

உயர்வென்றும் தாழ்வென்றும் நாம் வகுத்து வைத்திருக்கும் நியதிகளின் அடிப்படையில் பிற கலாச்சாரங்களைச் சார்ந்த வாழ்க்கையை அளவிடக் கூடாது என்ற பிரக்ஞை எனக்கு எப்போதும் இருந்து வந்திருக்கிறது. அதேபோல் நம் ஒழுக்க விதிகளை முன்னிறுத்தி வேறு சூழலில் வேறுவிதமாகக் கிளர்ந்தெழுந்த வாழ்க்கையை விமர்சிப்பது பிழையான பார்வை என்பதே என் எண்ணம். நம் தமிழ் வாழ்க்கையே வெவ்வேறு காலங்களில் வெவ்வேறு விதமாகவும் இப்போது நம் காலத்தில் இடம், சமயம், ஜாதி, நம்பிக்கைகள் சார்ந்து வெவ்வேறு பழக்க வழக்கங்களையும் வாழ்க்கை முறைகளையும் கொண்டிருக்கிறது. மனிதன் தன் வாழ்க்கையைக் கட்டமைத்துக்கொள்ள அவனது சூழல் சார்ந்து நடத்தும் போராட்டங்கள் வெவ்வேறு விதமாக இருப்பது வரையிலும் அப்போராட்டங்களின் விளைவாக அவன் பெறும் வாழ்க்கையும் வெவ்வேறுவிதமாகவே இருக்க முடியும்.

தரம், தரமின்மை, உன்னதம், சீரழிவு போன்ற சொற்கள் தனி மனிதனுக்கும் சமூகத்திற்குமான உறவிலிருந்து உருவாகி வருபவை. ஆனால் இச்சொற்களை ஏற்றுத்தான் இச்சொற்களுக்குப் பின்னால் நிற்கும் மதிப்பீடுகளை விளக்க வேண்டும் என்ற கட்டாயமில்லை. புரிதலுக்கான மனத்தடையை இச்சொற்கள் உருவாக்கும் என்று உணரத் தொடங்கியபோது வேறு சொற்களைப் பயன்படுத்தி இம்மதிப்பீடுகளை விளக்க முற்படுகிறேன். இச்சொற்களைப் பல சிந்தனை முறைகள் விட்டுவிட்டாலும் இச்சொற்களுக்குப் பின்னால் நிற்கும் மதிப்பீடுகளை எந்தச் சிந்தனை முறையாலும் துறக்க இயலவில்லை. படைப்புகளையும் மனிதச் செயல்பாடுகளையும் மனித உறவுகளையும் எந்த உலகச் சிந்தனையும் குண வேற்றுமை அற்ற தளத்தில் வைத்து மொட்டையாகப் பார்ப்பதில்லை. மனிதனுடைய சகல தேர்வுகளிலும் குண வேறுபாடு சார்ந்த ஒரு தேர்வு இருந்துகொண்டுதான் இருக்கும். இத்தேர்வை மேலும் செம்மைப்படுத்த இயலுமா? இத்தேர்வில் இருக்கும் சமூக சாரத்தை மேலும் விரிவுபடுத்த இயலுமா? இத்தேர்வில் தொலைநோக்கையும் விவேகத்தையும் இணைக்க இயலுமா? இத்தேர்வு மனிதனை மையத்தில் வைத்துப் பார்க்காமல் சகல ஜீவராசிகளையும் இணைத்துப் பார்க்கும் பார்வையாக விரியுமா? இவையெல்லாம் இன்றைய நவீன மனிதனின் கவலையாக விரிந்துள்ளது.

10

தமிழ்ச் சூழல் சார்ந்த என் குறைகளைப் பல விமர்சனக் கட்டுரைகளில் நான் வெளிப்படுத்தியிருக்கிறேன். தமிழின் கலைப்பார்வை - பார்வைக் கலைகளிலும் சரி, எழுத்துக் கலைகளிலும் சரி – போதிய ஆழம் கொள்ளவில்லை என்பதே என் வாதத்தின் சுருக்கம். ஒப்பீட்டளவிலேயே இக்குறையை ஒரு வாசகன் விளங்கிகொள்ள முடியும். உலக, இந்தியப் படைப்புச் சாதனைகளுடன் நம் படைப்புச் சாதனைகளை ஒப்பிட்டுப் பார்க்கலாம். நீண்ட கவிதை மரபில் நம் நேற்றைய சாதனைகள், நம் மொழி பெற்று நிற்கும் அபூர்வ வளம் இவற்றை நாம் நினைவில் கொள்ள வேண்டும். இச்செல்வங்களின் தொடர்ச்சியான, இவற்றின் சாரங்களிலிருந்து ஊட்டம் பெற்ற சாதனைகளை நாம் நிகழ்த்திக் கொண்டிருக்கிறோமா? இக்கேள்விகளை ஒவ்வொரு வாசகனும் தன் மனத்தில்

எழுப்பிக்கொள்ளலாம். அவற்றிற்கான விடையைத் தேடிச் செல்லலாம். அவ்வாறு விடை தேடிச் செல்லும்போது என் கருத்துகளையும் பொருட்படுத்திப் பார்க்க வேண்டும் என்ற எதிர்பார்ப்பு மட்டுமே எனக்கு இருக்கிறது. நான் வந்துசேர்ந்த முடிவுகளுக்குத்தான் பிறரும் வந்து சேர வேண்டும் என்ற எதிர்பார்ப்பு இல்லை.

நம் படைப்புப் பார்வை ஆழம் கொள்ளத் தடையாக நிற்கும் சக்திகள் எவை? ஒரு சமூகத்தில் படைப்பாளி பெற்றிருக்கும் சுதந்திரத்தின் வீச்சு மிக முக்கியமானது. படைப்பாளி பெற்றிருக்கும் சுதந்திரத்தை அவன் தன் படைப்புகளில் வெளிப்படுத்தும் விமர்சனங்களின் கூர்மையை வைத்தும், அவ்விமர்சனங்கள் சேர்த்துக்கொண்டு வரும் புதிய படைப்பு வெளியை வைத்தும் அளவிட முடியும்.

இந்தப் படைப்பு வெளி தமிழ்ப் படைப்பாளிக்கு இருக்கிறதா? பிற சமூகங்களில் வெகுஜன ஊடகங்கள் தீவிர எழுத்தை மதித்து எந்த அளவுக்கு அவற்றிற்காக இடம் ஒதுக்குகின்றனவோ அந்த அளவுக்குத் தமிழிலும் வெகுஜன ஊடகங்கள் தீவிர எழுத்துக்கு இடம் ஒதுக்குகின்றனவா? தீவிரப் படைப்பாளியைக் கல்வித் துறைகள் மதிக்கின்றனவா? பிற மொழிகளில் வணிகத் திரைப்படங்களிலிருந்து வேறுபட்டு நிற்கும் தீவிரப் பார்வை கொண்ட திரைப்படங்கள் சிறிய அளவிலேனும் வெளி வந்திருக்கின்றன. இவ்வாறான முயற்சிகள் தமிழிலும் சாத்தியம்தானா?

படைப்பாளி ஒரு சமூகத்தில் தன் சுய பலத்தை எப்படி உணர்கிறான்? மரபில் இல்லாத ஒன்றை உருவாக்க எப்படி நம்பிக்கை கொள்கிறான்? படைப்பாளி தன் பலமாக உணர்வது வாசகர்களைத்தான். அவர்களுடன்தான் அவன் தன் அனுபவங்களையும் விமர்சனங்களையும் தொலைநோக்கையும் பகிர்ந்துகொள்ள விழைகிறான். தங்கள் அனுபவத்தை முன்வைத்து வாசகர்கள் படைப்பாளியின் பார்வையை மதிக்கிறார்கள், விமர்சிக்கிறார்கள், ஏற்கிறார்கள். இவை சமூக அங்கீகாரத்தின் வெவ்வேறு வடிவங்களே. சமூக அங்கீகாரத்தைப் பெற்றுத் தரும் வாசக சந்திப்பும் அதிலிருந்து பெறும் நம்பிக்கையும் அந்த நம்பிக்கை தூண்டும் புதிய முயற்சிகளும் தமிழ்ப் படைப்பாளிக்கு எந்த அளவுக்கு சாத்தியமாக இருக்கின்றன?

தமிழ்ச் சமுதாயத்தின் தாழ்வுகள் என நான் கருதியவற்றைப் பற்றி தொடர்ந்து சொல்லிக்கொண்டே வந்திருக்கிறேன். இவை பற்றி இனி நான் கூறவேண்டியதில்லையென்று எனக்கே தோன்றுமளவுக்குக் கூறிவிட்டேன். ஆனால் நம் தாழ்வுகள் சார்ந்த கசப்புணர்ச்சி எதுவும் என் மனத்தில் இல்லை. கசப்புணர்ச்சிக்கு எதிர்நிலையில் நிற்கும் நம்பிக்கைதான் இன்றும் மனத்தில் நிறைந்திருக்கிறது.

சுமார் இருபத்தைந்து வருடங்களுக்கு முன்னர் தமிழ்ச் சூழலை கடுமையாக விமர்சித்துள்ள மற்றொரு விமர்சகரின் கட்டுரைத் தொகுப்புக்கு நான் எழுதியுள்ள முன்னுரையில் அவ்விமர்சகர் எழுதியுள்ள சில வாக்கியங்களில் வெளிப்பட்டுள்ள கசப்புணர்ச்சியை விமர்சித்து எழுதியிருக்கிறேன். என் எழுத்தில் அக்குறை இல்லையென்ற நம்பிக்கையினால்தான் அவ்விமர்சனத்தை முன்வைக்க முடிந்தது.

தமிழ்க் கலைகளுக்கு நேர்ந்துள்ள பின்தங்கல் பற்றிய வருத்தம் என் மனத்தில் ஆழமாக உள்ளது. நம் மொழியில் லட்சியவாதிகளாக நின்று எழுத்தைத் தன் உயிரிலும் மேலாக நேசித்து, எவ்வித பிரதிபலனையும் எதிர்பாராது சிறந்த படைப்புகளை உருவாக்கித் தந்துள்ள பல சாதனையாளர்களை நாம் நுட்பமாகப் புரிந்துகொள்ளவோ கௌரவிக்கவோ வருங்கால தலைமுறையினருக்கு அறிமுகப்படுத்தவோ செய்யவில்லையென்பது பெரிய குறையாக என் மனத்தில் இருக்கிறது. இன்று நடை பெறாத இப்பணிகளில் ஒருசிலவேனும் நாளைய தமிழில் நடைபெறும் என்ற நம்பிக்கையுடனேயே இருக்கிறேன். இவ்விமர்சனங்களில் பலவும் என் மொழியில் நடக்கும் காரியங்களை பிற மொழியில் நடக்கும் காரியங்களுடன் ஒப்பிட்டுப் பார்த்ததால் எழுந்தவை. இவ்வாறு ஒப்பிட்டுப் பார்த்தபோது கலாச்சாரப் பின்னணி சார்ந்த வேறுபாடுகளையும் கணக்கிலெடுத்துக் கொண்டிருக்கிறேன். ஏன் தோல்ஸ்தோயும், தாஸ்தயேவ்ஸ்கியும் தமிழில் தோன்றவில்லை என்று கேட்பது விவேகமற்றதாகக்கூட இருக்கலாம். ஆனால் ஏன் நம் நேற்றைய படைப்புச் சாதனையாளர்களின் படைப்புகளுக்கு சிரத்தையாகத் தயாரிக்கப்பட்ட சிறந்த பதிப்புகள் கூட இல்லையென்று கேட்பது தமிழ்ச் சூழலின் பின்னணியையும் அதன் வளர்ச்சி நிலையையும் கணக்கிலெடுத்துக் கொள்ளாத கேள்வியாகுமா?

கலிஃபோர்னியா **சுந்தர ராமசாமி**
31.10.97

க

நான் காணும் பாரதி

என்னையும் என் எழுத்தையும் பாரதி இலக்கியம் பாதித்திருக்கிறதா என்பதை ஆராய்ந்து பார்ப்பதே இக்கட்டுரையின் நோக்கம். 'என்மீது பாரதியின் செல்வாக்கு' எனவும் நான் இக் கட்டுரைக்குத் தலைப்பு வைக்கக் கூடும், இன்னும் சற்று வாய்ப்பான தலைப்பு எட்டாதவரையிலும். இவ்விஷயத்தைப் பற்றி எழுத நேர்ந்துவிட்ட காரணத்தினாலேயே, சென்ற காலத்தில் எனக்கும் பாரதிக்கும் இருந்துவந்திருக்கும் உறவை, மிக ஆழமான ஒன்றாக, நெருக்கமான ஒன்றாகக் காட்ட நான் முயலக்கூடாது. அவர்மீது இப்போது திடீர்க் காதலை வரவழைத்துக்கொண்டு, விடாப் பிடியாய் இழுத்து வைத்து ஆலிங்கனம் செய்துவிடுவது என்ற குயுக்தி எனக்குத் தோன்றாமல் இருக்க வேண்டும். கடவுளே, இது எவ்வளவு சிரமமான காரியம் என்பதை உணர்கிறேன். பெரியவர்களில் பலர் ஆசையோடு காலில் இழுத்து மாட்டிக் கொண்ட சுருக்கு இது. இதிலிருந்து நான் மட்டும் மீள முடியுமா?

உறவு என்று நான் குறிப்பிடுவது இலக்கியரீதியான உறவை. இலக்கியத்தில் நேரடியான உறவு இல்லாமலே பாதிப்புக்கு ஆளாகி விடுவதுண்டு. நேரடியான உறவுகொண்டிருந்தும் துர்ப்பலமான செல்வாக்கோடு நின்றுவிடுவதும் உண்டு. இலக்கியத்தில் செல்வாக்கு என்பது அருவமானது. அனுமானமாக உணரக்கூடிய ஒன்று. வாடைக் காற்று அடிப்பதால் மலையில் மழையிருக்கலாம் என்பது போன்ற அனுமானம். செல்வாக்கின் வியாபகத்தை உள்ளங்கையில் ஏந்திக் காட்டவோ பார்க்கவோ முடியாது. இது போன்ற விஷயங்களில் திட்டவட்டமாகக் கூறுகிறவர்கள் காட்டும் ஆதாரங்கள் அநேகமாக உண்மையாய் இருப்பது இல்லை. இலக்கிய விசாரத்தில் அறுதியிட்டுச் சொல்வது அநேகமாகப் பொய்யாகவே இருக்கும். நிஜத்தின் தெளிவற்ற தன்மை அதற்கு இல்லாமல், மழமழவென்று, மேஜைமேல் ஸ்படிகக்

கல்லை வைத்தாற்போல் காட்சி தருவதாலேயே அதுதான் உண்மையெனக் கொண்டுவிடுவோம். அந்த ஸ்படிகத் தெளிவு பொய்க்குச் சொந்தமானது. உண்மையோ எப்போதும் போல் இப்போதும் பிடிக்கப் பிடிக்க வழுக்கிக்கொண்டும் மங்கலாகவும்தான் இருந்து வருகிறது.

யோசிக்கையில் குழப்பமாக இருக்கிறது. தெளிவின்மை மிஞ்சுகிறது. பாரதியின் செல்வாக்கை விளக்க, பிட்டுவைத்தாற்போல் சொல்வதற்கு எதுவும் இல்லை. ஒன்றும் இல்லை என்று தோன்றும் போதே எதுவும் இல்லாமல் இருப்பது சாத்தியமல்ல என்பதும் தெரிகிறது. இலக்கிய சிருஷ்டிக்கு அவரும் நானும் பயன்படுத்தியது ஒரே பாஷை. அவர் சென்ற பின் வந்தவன் நான். பாரதி சக்திப் பிழம்பான ஒரு கலைஞன். இம் மூன்று காரணங்களினாலும் அவருடைய சலனம் என்னைப் பாதித் திருக்கத்தான் வேண்டும். சம்மட்டியால் தாக்குவது போலவோ உரலில் உலக்கை விழும்போது தரையில் வைத்திருக்கும் பாத்திரம் அதிர்வது போலவோ இது நிகழ்ந்திருக்கக்கூடும். அதிலிருந்து நான் தப்பியிருக்க முடியாது. இது இலக்கிய நியதி. இதில் எனக்குப் பெருமை இல்லை; நான் இதை ஏற்றுக்கொள்கிறேன்.

ஆகவே, இப்போது நான் செய்யக்கூடியதெல்லாம் பாரதிக்கும் எனக்குமுள்ள உறவை ஆராய்ந்து பார்ப்பதே. இதிலிருந்து இந்தக் கட்டுரையின் தலைப்புக்குப் பொருளூட்டும் ரேகைகள் அகப்படக் கூடும். அவ்வாறு அகப்படாத வரையிலும் நான் பொதுவாகச் சொல்லியிருக்கும் விஷயங்கள்தாம் மிஞ்சும். அவசியம் என்று பட்டால் அப்போது கட்டுரையின் தலைப்பை மாற்றிவிடுவதும் சுலபம்தான்.

நடுவில் ஒரு விஷயம். செல்வாக்கு என்பதை ஒளி என்ற அந்தஸ்திலேயே பயன்படுத்த விரும்புகிறோம். நிழல் என்ற அர்த்தத்திலும் பயன்படுத்த வேண்டிய அவசியம் ஏற்படுவதுண்டு. ஒரு சக்திமிக்க கலைஞன் தனது சொரூபத்தால் அவன் வாழும் காலத்தில் மொழிக்கும் இலக்கியத்திற்கும் ஊட்டம் தரும் அதே சமயம், தனக்குப் பின்வரும் காலத்தை வெட்டையாக அடித்துவிடவும்கூடும். இது அவனுடைய நோக்கமல்ல. அவன்மீது நாம் கொள்ளும் பலவீனமான பார்வையின் விளைவு. அப்போது இலக்கியப் பரப்பு, ரசாயன உரத்தால் அமித போகத்தை உமிழ்ந்துவிட்டுச் சத்தற்றுக் கிடக்கும் நிலம்போல் காட்சி தரும். விளைவு எவ்வாறு இருப்பினும் கலைவீரன் ஒருவன் நமக்குள்ளே தோன்றிவிட்டதில் மெய்மறந்து கிடக்கிறோம். அவனைப் பாராட்டுகிறோம். மீண்டும் பாராட்டுகிறோம். அதோடு அவனைப் பின்பற்றாம லிருப்பதை அவனை அவமதிப்பதாகவோ கூடிவந்த ஒரு அரிய சந்தர்ப்பத்தைக் கைநழுவ விடுவதாகவோ எண்ணத் தொடங்குகிறோம். எனினும், காலம் என்று ஒன்றிருக்கிறது. சிவப்பு விளக்கு காட்டி அதை யாரும் நிறுத்தி வைத்திருக்கவுமில்லை. கவிஞர் பெருமான் புத்தம் புதிதாய்க் காட்டிய கலையும் அது பிறந்த நிமிஷத்திலிருந்து பழசாகிக்கொண்டிருக்கிறது என்பதை உணர இன்னும் எவ்வளவோ காலம் பிடிக்கும். நம்முடைய உற்சாகமும் பரவசமும் அத்தனை அளவு கடந்ததாகவே இருக்கும்.

திரும்பிப் பார்க்கிறேன். இறந்தகாலம், கொட்டும் மழையில் மூடியிருக்கும் கண்ணாடி ஜன்னலின் வெளிப்புறத்தில் தண்ணீர் சரசரவென்று வழிந்து

கொண்டிருக்கும்போது தொலைதூரத்தில் தெரியும் மலைபோல் காட்சி தருகிறது. பண்டைத் தமிழ் இலக்கியத்தில் தோய்ந்தவனாய், உடம்பில் சுத்தத் தமிழ் ரத்தம் ஓடுகிறவனாய், பாரதி பக்தனாய், பாரதியைப் பரப்பியதில் பங்குள்ளவனாய், நாள் தோறும் அவன் நாமத்தை ஸ்மரிக்கக் கூடியவனாய் வாழ்ந்திருக்கலாகாதா எனும் பச்சாதாபம் மனத்தைக் கவ்வுகிறது. கடந்த காலம் கைநழுவிச் சென்றுவிட்டது. இனி எனக்கு அங்குப் பிரவேசம் இல்லை. இனி எதையும் திருத்தி எழுத ஆகாது. புத்தகம் அச்சேறி முடிந்து விட்டது. இப்போது செய்யக் கூடியதெல்லாம் பிழை திருத்தப்பட்டியல் தயாரிப்பதே.

கடந்த கால இலக்கிய உறவுகளை வார்த்தைகளில் தேக்கும்போது எதிர்ப்படும் வழிகள் இரண்டு. ஒன்று: நினைவின் துணைகொண்டு இயன்றவரையிலும் சத்தியத்தை உருவி எடுப்பது. மற்றொன்று: இன்றுள்ள புறச்சூழ்நிலைகளுக்கு ஏற்றாற்போல், பாரதியுடன் எனது சென்ற கால உறவு எத்தகையதாய் அமைந்திருக்க வேண்டுமென நானும் என் முன் நிற்போரும் எதிர்பார்க்கிறோமோ அதே பாங்கில் இயல்பாய் அமைந்திருந்தது என வர்ணப்பூச்சு செய்து காட்டுவது. ஆனால் இது ஒரு மயக்கமே தவிர நடைமுறையில் சாத்தியமானதல்ல. ஏனெனில் சொன்னவனுக்கு வர்ணப்பூச்சு தெரியும். சொன்னவன் நம்பாத ஒன்றை, கேட்டவன் நம்பியதால் வியாபாரத்தில் பயன் இருக்கலாம். உத்தரவாதம் அளிக்கப்பட்ட கெட்டிச் சாயம் கலங்கினாலும் விற்ற பணம் என் முந்தியில் இருக்கும். இலக்கிய விசாரத்தில் அப்படியல்ல. இலக்கியத்தில் சொல்கிறவனின் சத்தியமே முக்கியமானது.

பாரதியார் காலமாகிப் பத்தாண்டுகளுக்குப் பின் பிறந்தவன் நான். எனது குழந்தைப் பருவம் மலையாளச் சீமையில் கழிந்தது. அப்போது நான் கேட்ட பாட்டு, கேட்ட பேச்சு, கேட்ட வசை மலையாளத்திலேயே. எனது அட்சராப்பியாசமும் அம்மொழியிலேயே ஆரம்பமாயிற்று. ஆறாவது வகுப்பிலிருந்து பள்ளிப்படிப்பு முடிவது வரையிலும் நான் கற்ற பிற மொழிகள் ஆங்கிலமும் வடமொழியும். பள்ளியில் நான் அரை குறையாய்க் கற்ற மூன்று மொழிகளில் தமிழ் ஒன்றல்ல.

1939ஆம் ஆண்டு, இரண்டாவது உலக யுத்தம் மூண்ட அன்றோ மறுநாளோ, எனது குடும்பம் தெற்கே குமரிமுனைப் பக்கம் நகர்ந்தது. இந்த யாத்திரை ஒரு விதத்தில் முக்கியமானது. ஏனெனில் இப்பயணமே தமிழ் பாஷையோடு நான் உறவாட வழிகோலிற்று என்று சொல்லலாம். மலையாளக் கரையோடு நான் இருக்க நேர்ந்திருப்பினும் ஒரு எழுத்தாளன் ஆக—தமிழ் எழுத்தாளன் ஆகவில்லையென்றால் மலையாள எழுத்தாளனாகப்—பரிணமித்திருக்கத் தடை எதுவும் இருந்திராது. அவ்வாறு நேர்ந்திருப்பினும் எனது சிருஷ்டி சக்தியும் இலக்கியத் தரமும் பாதிக்கப்பட்டிராது என்றே நம்புகிறேன். ஏனெனில், இலக்கியப் படைப்பில் நான்தான் முக்கியமான அம்சமே தவிர, என் கையில் அகஸ்மாத்தாய்ச் சிக்கிய ஒரு பாஷையின் தனிப்பெரும் குணாம்சமல்ல. இதை இங்குத் தனியாக எடுத்துச்சொல்லக் காரணம், இன்றைய எழுத்தாளர்களில் பலர் தமிழ் பாஷையின் சுகபாவத்தையும் பிரதாபத்தையும் புகழ்ந்து கூறுகிறபோது, அவர்கள் தங்கள் பணியை ஆற்ற உலக மொழிகள் அனைத்திலுமிருந்து தமிழ் மொழியைத் தங்களுடைய அலாதியான சாமர்த்தியத்தால் தேர்ந்தெடுத்த பாவனையில் பேசுகிறார்கள்.

காற்றில் கலந்த பேரோசை

நான் தமிழ் எழுத்தாளன் ஆனது எனது சாமர்த்தியமும் அல்ல; இதில் எனக்குப் பெருமைப்பட உரிமையும் இல்லை.

எனது பதினாறாவது வயதுவரையிலேனும் தமிழ்க் கவிதையைப் படித்துப் புரிந்துகொள்வது என்பது எனது தமிழ் ஞானத்துக்கு அப்பாற்பட்டதாகவே இருந்தது. ஆக 1947, 48 வரையிலும் பாரதியார் கவிதைகளை நான் படித்தது இல்லை என்பது திண்ணம். ஆனால் எனக்கும் பாரதிக்குமான உறவு அதற்கு முன்பே ஏற்பட்டுவிட்டது.

பாரதியைத் தமிழ் மக்கள் மத்தியில் பரப்பிய பெருமை பலருக்குண்டு என்கிறோம். வ.ரா. பெயர் நினைவில் வருகிறது. பின்னால் கல்கி ஆற்றிய பங்கு பெரிது. மேடையில் முழங்குவதில் சலியாத பாரதி பக்தனாக ஜீவா என்றுமே காட்சி அளித்திருக்கிறார். இன்னும் பலரைச் சொல்லலாம். ஒரு மட்டத்தில் இவர்கள் ஆற்றிய பணி சிறப்பானது. இந்த மட்டத்துக்கும் கீழே, புழுதியில், நானும் என்னையொத்த லட்சக் கணக்கானவர்களும் முகத்தில் இரு புண்களுடன் பரக்கப் பரக்கப் பார்த்துக்கொண்டிருந்தோம். பாரதியின் கவிதை மிகவும் எளிமையானது என்றார்கள். ஆனால் கவிதை என்பதாலேயே அது எங்களுக்குக் கடினமானது என்றால் நம்புவார்களா? மேடைப் பேச்சிலேயே டி.கே.சி. பேச்சுதான் புரியும்; திரு.வி.க. பேச்சு புரியாது. என்ன செய்வது? எங்களுடைய பாரதி எங்கே? எங்களுக்கு மட்டும் அவர் சொந்தம் இல்லையா?

பாரதியின் உருவப் படத்தை வரைந்து அவருடைய முகத்தை மனத்தில் பேண வாய்ப்பு அளித்த சைத்திரிகர் ஆர்யா, பாரதிக்கு ஆற்றிய தொண்டு மிகப் பெரியது. என்னைப் போன்றவர்களுக்கு அன்று பாரதி என்றாலே ஆர்யா வரைந்த படம்தான். மலையாளிக்கும் சரி, குஜராத்திக்கும் சரி, ஹிந்திக்காரர்களுக்கும் சரி. இன்றும் பாரதி என்றால் ஆர்யா வரைந்த படம்தான். தமிழ்நாட்டிலும் பாரதியின் ஒரு பாடலையோ ஒரு கட்டுரையையோ படித்துப் பாராது, இந்தச் சித்திரத்தின் மூலமே பாரதியிடம் தோழமை கொண்டிருப்பவர்கள் எத்தனை லட்சமோ? இந்த எண்ணிக்கைக்குள் அடங்கும் பிரபலஸ்தர்கள், பட்டதாரிகள், தலைவர்கள், பெரியவர்கள் எத்தனை பேரோ? இதில் பாரதியின் படத்தைப் பார்த்திராத ஒருவரேனும் உண்டா? ஆர்யா செய்த சேவை மிகப் பெரிய சேவைதான். சந்தேகமில்லை.

பாரதியைப் பாராட்டுவதற்காகவே புரட்டிப் பார்த்தவர்களும் படிக்காமலே பாராட்டுகிறவர்களும் என்றுமே உண்டல்லவா? படிக்காமலே பாராட்டுகிற சங்கத்தில் நானும் ஒரு அங்கத்தினன் ஆனேன். இந் நிலை அதிக நாள் நீடிக்கவில்லை. ஏனெனில் மார்க்சிய சித்தாந்தத்தின் மேல்வாரியான தன்மை என்னைக் கவர்ந்து, நான் சற்றே தீவிரவாதியாகவும் முற்போக்கு எழுத்தாளனாகவும் மாறிவிட்ட போது, இனிமேலும் பாரதிப் பாடல்களைப் படிக்காமல் இருப்பது என் கௌரவத்துக்கும் அந்தஸ்துக்கும் மிகுந்த ஹானியை ஏற்படுத்தும் என்ற எண்ணம் எனக்கு ஏற்படலாயிற்று. இதற்குள் என் முகத்திலிருந்த புண்கள் வள்ளிசாக ஆறிவிட்டதோடு லேசான பார்வை தரும் கண்களும் முளைக்கலாயின. புதுமைப்பித்தன் சிறுகதைகளிலும், 'ஒருநாள்' என்ற நாவலிலும் மனசைப் பறிகொடுக்கவும் முடிந்துவிட்டது. என்

ஆரம்பகாலச் சிறுகதைகளும் அச்சேறிவிட்டன. முற்போக்குவாதிகள் இனங்கண்டு கொண்டார்கள். இரண்டு ஜில்லாக்களில் என் புகழ் பரவிவிட்டது. தமிழ் நசிவு இலக்கியத்தை மனிதாபிமானம், சோஷலிசம் என்ற படிகள் வழியாகக் கம்யூனிஸத்துக்கு இட்டுச் செல்லும் பணியில் தோளும் கொடுத்துவிட்டேன். இன்னும் சமூக, பொருளாதாரத் துறைகளில் எத்தனையோ பணிகள் காத்துக்கிடந்தன. மேற்சொன்ன திட்டங்களை அமலாக்க எந்த அளவுக்குப் பாரதியின் ஒத்துழைப்பு கிடைக்கும் என்பதை அவரிடமே கேட்டுத் தெரிந்து கொண்டுவிடுவோம் என்ற உத்தேசத்திலேயே நான் அவர் பக்கம் திரும்பினேன்.

பக்தி சிரத்தையுடன் நான் அவரை அணுகவில்லை. என்னுடைய அகராதியில் அப்போது பக்திக்கு இடமும் இல்லை. மேலும் நான் ஒரு 'சோட்டா' எழுத்தாளனும் அல்ல. உலகு தழுவிய பார்வை என் உள்ளங் கையில் இருக்கிறது. சமூகவியல், பொருளாதாரம் முதல் சிற்பக்கலை, சங்கீதம், இலக்கியம் ஈறாகத் திட்டவட்டமான முடிவுகளை அளிக்கவல்ல சித்தாந்தம் அது. இந்தச் சித்தாந்தப் பார்வையில் பாரதி எந்த அளவு தேறுகிறார் என்பதைக் காணவே நான் பாரதியை அணுகினேன். புரட்டிப் பார்க்குமிடத்து, முடிவில், ஏதோ ஒரு சில பாடல்களே ஏற்றுக்கொள்ளும்படியாக இருந்ததாக ஞாபகம். அவற்றிலும் ஒரு தெளிவைக் காணோம். முற்போக்காகச் சொல்லிக் கொண்டு வரும்போதே குடைசாய்ந்து பக்திச் சேற்றில் விழுந்து திசை திரும்பி எங்கெங்கோ சென்றுவிடுவது எனக்குப் பெருத்த ஏமாற்றத்தைத் தந்தது. தன்னிடமிருந்த அரிய கவிதா சக்தியை முழுக்க முழுக்கப் பாட்டாளி வர்க்கத்திற்காகப் பயன்படுத்தியிருக்கலாகாதா என எண்ணி விசனமுற்றேன். ஒரு மார்க்சிஸ்ட் ஆச்சாரியரிடம் இதுபற்றி முறையிட்டபோது, பாரதி முற்போக்காளன் என்றாலும் கூட, ஒரு பூர்ஷுவாதான் என்றும் முற்போக்கான பூர்ஷுவா என்றும் முற்போக்கான பூர்ஷுவா ஒரு மார்க்சிய முற்போக்குவாதியான அவரைப் போலவோ என்னைப் போலவோ முற்போக்காக இருக்க வேண்டும் என எதிர்பார்க்கக் கூடாது என்றும் சொல்லி என்னைச் சமாதானப்படுத்தினார். தொடர்ந்து பல அறிவுரைகளும் தந்தார். எனினும் எனக்குப் பூரணத் திருப்தி ஏற்படவில்லை. கடைசியில் நான் பாரதியை அவன் வாழ்ந்த காலத்தைக் கருதி – மார்க்சிய சித்தாந்தம் இந்தியாவில் பரவியிராத அக்கொடிய காலம் – மன்னிக்கத் தயாராக இருந்தேனே தவிர, ஏற்றுக்கொள்ளத் தயாராக இருக்கவில்லை. எங்கள் முதல் சந்திப்பு தோல்வியில் முடிந்தது.

கவிதை இலக்கியத்தை என்றும் என் மனம் ஆசை வெறியோடு தழுவியது இல்லை. கவிதைபால் பாராமுகம் என் ரத்த குணம் என்றே நினைக்கிறேன். யாப்பு எனக்கு ஆகாது. அரும்பதங்கள் நடையில் ஊடுருவ அறிந்து இடம் கொடுக்க மாட்டேன். நிலவு, ஞாயிறு, இயற்கை எழில், செவ்வானம், கிளி, கடல், மேகம் இத்யாதி விஷயங்களை நான் அவ்வளவாக ரசித்ததும் இல்லை. இது சம்பந்தமாகக் கவிஞர்கள் சொல்வதைக் கேட்க எனக்குப் பொறுமையும் இல்லை. பழைய கவிதைகளில் தென்படும் சவிஸ்தாரம், யாப்புக்கு வாய்க்கட்டை போட்டதிலேயே இரண்டு வரி இருபது வரிகள் ஆகிவிட்ட அவலம் என்னால் தாங்கக் கூடியதாய் இல்லை. அதோடு, கவிதையில் புலனாகும் ஓசையை நுட்பமாக உணரவும் என் செவிகளால்

ஆகவில்லை. கவிதையின் வடிவத்தை ஆராய்ந்தவர்களும் இப்படி ஒரு சந்ததி தோன்றுவதைத் தவிர்க்க முடியாது என்று சொல்லியிருக்கிறார்கள். தமிழில் அந்தச் சந்ததியின் குணாம்சங்கள் என்னிடம் துவக்கம் கொண்டிருக்கின்றன. தமிழ் மொழியில் கவிதையின் அந்திமக் கிரணங்கள் மலைமுகட்டில் விழுந்த பின் பிறந்தவன் நான். நான் வசனத்தின் குழந்தை. வசனமே எனக்குப் பிரியமானது.

நான் பாரதியின் வசன இலக்கியத்துக்கு ஆசையோடு திரும்பினேன். எடுத்த எடுப்பிலேயே அவருடைய வசன நூல்கள் என்னைப் பெரிதும் கவர்ந்தன. அவருடைய சத்திய உணர்வு என்னைக் கவர்ந்தது. அவருடைய நடையழகும் என்னைக் கவர்ந்தது. வாக்கிய அமைப்புகள் – சரம்போல் புறப்படும் ஆரம்பமும் நறுக்கென்ற முடிவும் – என்னைக் கவர்ந்தன. இதற்கெல்லாம் மேலாக அவருடைய கருத்துகளும் என்னை ஆகர்ஷித்தன.

பாரதியின் கவிதையைப் படித்த காலத்திலிருந்த மனோநிலையில் இப்போது நான் இல்லை. இப்போது என்னுடைய எண்ணங்களையும் ஆசைகளையும் துண்டுத் துணுக்காய் வரிசைப்படுத்திப் பார்க்கிறேன். இவற்றை வரிசைப்படுத்துவதன் மூலம் என்மீது பாரதியின் வசன இலக்கியத்தின் செல்வாக்கை உணர வசதி ஏற்படும்.

சமூக வாழ்வில் அக்கறை; கலையை விடவும் வாழ்க்கை பிரதானமானது என்ற எண்ணம்; ஜாதிப் பாகுபாட்டில் அவநம்பிக்கை; இந்து மதத்தில் வைதீகக் கும்பல் புகுத்திவிட்ட நாஸ்திக அம்சங்களைப் பற்றி அடிக்கடி எண்ணுதல்; நாஸ்திகனைவிடவும் ஆஷாடபூதியான ஆஸ்திகனைப் பரம வைரியாகக் கருதுதல்; மனித குலத்தை அழிக்க முற்படும் தீய சக்திகளுக்கு எதிராகக் கலையை ஒரு பிரச்சார சாதனமாக்க மனம் ஒப்புதல்; சமூகப் பின்னணியை மாற்றுவதன் மூலம் மனிதனை ஒரு எல்லை வரையிலும் மாற்றிவிடலாம் என்ற நம்பிக்கை; அறிவை முதன்மையாகக் கருதுதல்; அடக்கம்; பெண்களிடத்தில் விசேஷ வாஞ்சை; எந்தத் துறையைச் சேர்ந்த மேதையைக் கண்டாலும் பரவசப்படுதல் – இத்யாதி குணாம்சங்களைப் பற்றி எண்ணுகிறபோது பாரதி என்னைப் பாதித்திருக்கிறார் என்றுதான் எண்ண வேண்டியிருக்கிறது. பாரதியின் கலை செய்யாததைக் கருத்து செய்திருப்பதும் ஒரு விசேஷ அம்சம்.

இக்கட்டுரையைப் படிக்கிற வாசகன், என்னுடைய எழுத்தின் பரப்பைப் பற்றித் தெரியாதவன் என்றால், மிகையான எண்ணங்களுக்கு ஆளாகக்கூடும். கட்டுரை நெடுகிலும் பாரதி – நான் என்று வருவதாலேயே என்னை இமயம் என எண்ண வேண்டாம். தமிழில் கடந்த பத்தாண்டுகளில் சுமார் இருபது கதைகளும் ஐந்து கவிதைகளுமே நான் எழுதியிருக்கிறேன். எனது எழுத்து மிகக் குறைந்த அளவுடையதாக இருப்பதால் என்மீது பாரதியின் செல்வாக்கைப் பற்றி ஆராய்கையில் மூச்சு திணறுகிறது. எனினும், பனித்துளியினுள்ளும் பனைமரம் தெரியும் என்பார்கள். தெரியும். ரொம்பவும் சின்னப் பனையாகத் தெரியும்.

இலக்கிய வட்டம், ஆண்டு மலர், 1963

சுந்தர ராமசாமி

ஜீவா: காற்றில் கலந்த பேரோசை

நண்பர் ஒருவரிடம் 'ஜீவா மறைந்துவிட்டார்' என்றேன். 1963 ஜனவரி மாதம் பதினெட்டாம் தேதி. நண்பகல் வேளை. செய்தி தபால் நிலையத்துக்கு வந்து அப்போது ஒரு மணி நேரம் கூட ஆகியிருக்கவில்லை. 'ஆ!' என்று கூவி ஸ்தம்பித்து நின்ற நண்பர், இரண்டொரு நிமிஷங்களுக்குப் பின் 'கூட்டத்தில் பேசிக்கொண்டிருக்கும்போதா?' என்று கேட்டார். 'ஏன் அப்படிக் கேட்கிறீர்கள்?' எனக் கேட்க எண்ணியவன் 'தெரியாது' என்ற சொல்லோடு நிறுத்திக்கொண்டேன். அரை மணி நேரத்திற்குப் பின் மற்றொரு நண்பர் காதில் இச்செய்தியைப் போட்டபோது, அவரிடமிருந்தும் அதே கேள்வி பிறந்தது ஆச்சரியத்தை அளித்தது. நண்பர்கள் அரசியல்வாதிகளோ சமூகத் தொண்டர்களோ அல்ல. முற்போக்கு எழுத்தாளர்களும் அல்ல. இருவருமே 'தன் காரியம் ஜிந்தாபாத்' என்று பிழைத்துவரும் சராசரி ஆத்மாக்கள். இருவரது வாயிலிருந்தும் ஒரே கேள்வி புறப்பட்டதைத் தற்செயலான காரியம் என எண்ணி மறந்துவிடுவதும் சுலபம்தான். ஆனால் நான் அவ்வாறு எண்ணவில்லை. அதற்குக் காரணமும் உண்டு.

கொடுமை, சற்றும் எதிர்பாராத நேரத்தில் நிகழ்ந்து விட்டது. வளைய வளைய அதை எண்ணியே பொருமுகிறது மனசு. ஈவிரக்கம் கெட்டு மறைந்திருந்து படு நீசத்தனமாகத் தாக்கிவிட்டது மரணம். நிகழக்கூடாதது நிகழ்ந்து முடிந்துவிட்டது.

அவ்வாறு நிகழக்கூடாதது நிகழ்ந்துவிட்டது உண்மை யென்றால், ஜீவா என்ற சக்திப் பிரவாகம் ஓய்வு பெற்ற இடம், அவருடைய இல்லமாகவோ அல்லது மனைவியின் கால்மாடாகவோ அல்லது ஒரு மருத்துவமனையாகவோ அல்லது அவருடைய அலுவலக அறையாகவோ

இருந்திருக்கலாம் என ஏன் என் நண்பர்களால் எண்ண முடியவில்லை? மேடையில், மனித வெள்ளத்தை நோக்கி அவர் முழங்கிக்கொண்டிருக்கும் போதுதான் விபரீதம் நேர்ந்திருக்கக் கூடுமென ஏன் அவ்வுள்ளங்கள் தாமாகக் கற்பனை பண்ணிக்கொள்கின்றன? பைத்தியக்காரத்தனமான கற்பனை என எண்ணிவிடலாமா இதை?

நண்பர்களைப் பொறுத்தவரையில் ஜனப்பிரளயத்தின் முன்னால் நின்று சங்கநாதம் எழுப்பிக்கொண்டிருக்கும்போதே, அண்டம் முட்ட எழுந்து நாற்றிசையிலும் அலையலையாய்ப் பரவும் அப் பேரோசையில் அவர் கலந்துவிடுவதே ஜீவாவின் முத்திரை கொண்ட மரணமாக இருக்கும் போலும். அப்போதுதான் நாடகத்தின் இறுதிக் காட்சி முந்திய காட்சிகளுடன் பொருந்தி அமையும் போலும். மேடையில் வாழ்ந்த மனிதன், வாழ்ந்த இடத்தில்தானே மறைந்திருக்கவும் வேண்டும்? இவ்வாறு எண்ணுகிறது பேதை மனசு. ஜீவா என்ற தொண்டன் தனது இறுதி மூச்சு நிற்பதுவரையிலும் கர்ஜித்துக்கொண்டுதான் இருந்திருப்பான் என் பதில் இவர்களுக்கு எத்தனை நம்பிக்கை! எனவே தான் 'மூச்சு நின்றுவிட்டது' என்று நான் சொன்னபோது 'பேச்சு நின்றபோதா?' எனத் திருப்பிக் கேட்கிறார்கள். எத்தனை அர்த்தபுஷ்டியான கேள்வி! ஜீவா தனது அரிய சேவையால் சர்வசாதாரண உள்ளங்களில்கூட எழுப்பியிருக்கும் சித்திரம்தான் எத்தனை ஜீவகளையுடன் காட்சி தருகிறது!

நண்பர்கள் எழுப்பிய கேள்வியை, 'பற்றற்ற' சமூகப் பிரதிநிதிகள் அவருடைய அயராத பணிக்கு மனமுவந்து அளித்த நற்சாட்சிப் பத்திரமாகவே நான் மதிக்கிறேன்.

இருபது வருடங்களுக்கும் அதிகமாகவே இருக்கும். அன்று திருவிதாங்கூர் திவானாயிருந்த ஸி.பி.ராமஸ்வாமி அய்யர் பிறப்பித்திருந்த தடையுத்தரவு காரணமாக ஜீவா நாஞ்சில் நாட்டில் கட்டுண்டு கிடக்க நேர்ந்த காலம்.

ஸ்ரீமான் சுப்பையா பிள்ளை அவர்களின் டீக்கடை அந்தக் காலத்தில் நாகர்கோவில் மணிமேடை ஜங்ஷனில் இருந்தது. ஸ்ரீமான் சுப்பையா பிள்ளை அவர்கள் என நான் சொன்னது சம்பிரதாயத்தைக் கருதி. 'வெட்டுக் கத்தி' சுப்பையன் என்பதே மக்கள் மன்றம் அறிந்த பெயர். காந்தியவாதி எனினும் அண்ணலின் அஹிம்சா சித்தாந்தத்தைப் பூரணமாக ஏற்றுக்கொண்டவர் என்று சொல்லிவிட முடியாது.

அவருடைய டீக்கடைக்குப் பின்னால் ஒரு குதிரை லாயம். அங்கு வற்றலாக ஒரு குதிரை. பார்த்தமாத்திரத்திலேயே அது நின்றுகொண்டிருக்கும் ஆச்சரியத்தில் ஆழ்ந்து போய்விடுவோம். எதிரே ஒரு 'ரேக்ளா' வண்டி. மாலை வேளைகளில் சுப்பையா பிள்ளை இதில் அமர்ந்து நகருள் உலா சென்று திரும்புவதுண்டு. இந்தக் குதிரை லாயத்தை ஒட்டியிருந்த ஒட்டுத் திண்ணையில், ஒரு சின்னஞ்சிறு முக்காலியில், பழகிப் பழுப்பேறிப்போன ஒரு புத்தகத்தைப் படித்துக்கொண்டிருந்தார், நான் முதன்முதலில் சந்தித்த ஜீவா.

ஸ்டாலின், கார்க்கி இருவரது முகச் சாடைகளையும் சம பாகத்தில் கலந்து தாமிரத்தில் வார்த்தெடுத்தது போன்ற முகம். செழுமையான மீசை. இறுக்கமான தேகக் கட்டு. நிஜாரும் அரைக்கைச் சட்டையும் அணிந்திருந்தார்.

உள்ளே நுழைந்ததும் என்னை அங்கு அழைத்துச் சென்றவரைப் பார்த்து அவர் பட்டென்று போட்ட 'லால் சலாம்' என்னை வெருள அடித்துவிட்டது. சிறிது நேரத்திற்கெல்லாம் அழைத்துச் சென்றவரும் தம் சொந்த வேலையைக் கருதி என்னை அவர் முன்னால் விட்டுவிட்டுச் சென்றுவிட்டார். என் முகத்தைப் பார்த்த ஜீவா என் பீதியை உணர்ந்துகொண்டார் என்றே நினைக்கிறேன். 'அம்பி, குதிரை பாத்தியா?' என்று கொஞ்சலாகக் கேட்டார்.

நான் குதிரையைப் பார்த்தேன். 'தெனாலிராமன் குதிரை வளர்த்தின கதை படிச்சிருக்கியா? நம்ம சுப்பையன் குதிரைகிட்டே அது பிச்சை வாங்கணும். ஆமா, பஞ்சகல்யாணிக் குதிரை, ஆமா...' தலையை மேலும் கீழுமாக அசைத்தார். 'அரேபியாவிலிருந்து எப்படி பொறுக்கிக் கொண்ணாந்து இருக்கான் பாரு... வண்டியிலே பூட்டப் பொறுக்காது... ஆமா... வண்டியிலே காலைத் தூக்கி வைக்கணும்னு சொன்னா ஒரு ஆளு முன்னாலே நின்னு குதிரையை ஆவிச்சேத்து அணைச்சு மடக்கிப் பிடிச்சுக்கணும்... ஆமா... லேசா நெனக்காதே, வாயுவேகம் மனோவேகம்... சிட்டாப் பறந்துடும்... ஆமா...' தொடர்ந்து சொடக்குப் போட்டுக்கொண்டே தலையை மேலும் கீழும் பலமாக ஆட்டினார்.

குரலில் வெளியான கிண்டலைப் புரிந்துகொண்டு சிரித்தேன். இரு கைகளையும் ஆட்டியபடி அவர் பேசுவதும் தலையை உருட்டுவதும் எனக்குப் புதிய காட்சிகளாக இருந்தன. ஆனால் அந்தப் பேச்சுத் தோரணை என்னை வெகுவாகக் கவர்ந்தது. அதேசமயம் இனம் தெரியாத கலவர உணர்ச்சியையும் ஏற்படுத்தியது.

சிறிது நேரம் அமைதியாகக் கழிந்தது. ஜீவா மீண்டும் என் வாயைக் கிளறினார்.

'அம்பி, காலையிலே என்ன சாப்பிட்டே?'

'தோசை.'

'தோசையா... பேஷ்... தோசை... இல்லையா? சரி, எத்தனை தோசை சாப்பிட்டே?'

'ரெண்டு.'

தடித்த இருவிரல்களை என் கண்ணெதிரே நீட்டி 'ரெண்டே ரெண்டா?' என்று கேட்டார். தலையை அசைத்தேன்.

'பூ! காணாது, காணவே காணாது. குறைஞ்சது நாலு தோசை திங்கணும். அதுக்கு மேலே அஞ்சு ஆறு ஏழு எட்டு ஒன்பது பத்து... அது உன் பிரியம் போலே.'

இரு கைகளையும் முன்னால் நீட்டி என்னை இழுத்து அவர் முன்னால் நிறுத்திக்கொண்டு, என் சோனிக் கைகளைத் தோளிலிருந்து மணிக்கட்டு வரையிலும் உருவியவாறு, ‘இப்படியா இருக்கணும் உடம்பு? இரைப்பூச்சி கணக்க. நல்லா சாப்பிடணும்; நல்லா ஓடியாடி விளையாடணும்’ என்றவர், வலது பக்கம் தலையைச் சரித்து இடது கையை மேலும் கீழும் அசைத்தபடியே, ‘நல்லா விளையாடணும்; தேகப் பயிற்சி செய்யணும்; தண்டால் எடுக்கணும்; புட்பால் விளையாடணும்; வாலிபால் விளையாடணும்; பாட்மிண்டன் விளையாடணும்’ என்று அடுக்கிக்கொண்டே வந்து சரேலென்று தலையை இடது பக்கம் சரித்து வலது கையை வேகமாக அசைத்தவாறு, ‘சடுகுடு விளையாடணும்; ஆசனம் போடணும்; கிட்டிப்புள் விளையாடணும்; குழிப்பந்து விளையாடணும்; மரக்குரங்கு விளையாடணும்; கண்ணாமூச்சி விளையாடணும்; கரணம் போடணும்’ என்று ஒரே மூச்சில் சொல்லிவிட்டு இரைக்க இரைக்க என் முகத்தைப் பார்த்துச் சிரித்தார். நான் அசந்துபோனேன். அவருடைய அபிநயத்தையும் பேச்சையும் வெகுவாக ரசிக்கவும் செய்தேன். இதற்குள் மூட்டம் கலைந்து மனசும் அவர்பால் கவிய ஆரம்பித்திருந்தது. அவருக்கும் உற்சாகம் பெருகி வந்தது. அப்போது அவர் என் முகத்தைப் பார்த்துச் சிரித்தபடி, முன்னால் குனிந்து கண்களில் விஷமச் சிரிப்புப் பொங்க, ‘பூணூல் போட்டாச்சா?’ என்று கேட்டார்.

‘ம்.’

‘காட்டு.’

சட்டையைத் தூக்கிக் காட்டினேன்.

‘மந்திரம் தெரியுமா?’

‘ம்.’

‘சொல்லு.’

தயங்கினேன்.

‘கூச்சப்படாதே, சும்மா சொல்லு. மெதுவாச் சொல்லு போதும்’ என்றார். காதை என் வாயோரம் வைத்து, கூரை முகட்டைப் பார்த்தவாறு கேட்கவும் ஆயத்தமாகிவிட்டார். அவர் காதோரம் வளர்ந்திருந்த ரோமக் கற்றையைப் பார்த்தபடி நான் இரண்டு வரி மந்திரம் சொன்னேன். அவர் கடகடவென்று சிரித்தபடி என் முதுகைப் பலமாகத் தட்டினார். ‘நீ ரொம்பவும் கெட்டிக்காரன் போ’ என்றார். ‘ஆனால் உடம்பு இப்படி இருந்தாப் போதாது. ரெண்டு தோசையா? காணவே காணாது... அவியல் சாப்பிடணும்; கட்டித் தயிர் சாப்பிடணும்...’ என்று மீண்டும் ஆகார விஷயங்களைப் பற்றிப் பேசலானார்.

அவர் ஏதோ ஒரு இடத்தில் பேச்சை நிறுத்தியதும், ‘இந்தக் குதிரை ஏன் ஒரு காலை மட்டும் லேசா தூக்கி வெச்சுகிட்டு இருக்கு?’ என்று நான் அவரிடம் கேட்டேன். என் வெகு நாளைய சந்தேகம் அது.

நான் பேச ஆரம்பித்துவிட்ட மகிழ்ச்சியில் ‘என்ன கேட்டே? என்ன கேட்டே?’ என்று அவர் ஆவலோடு முன்னால் குனிந்தார்.

திரும்பக் கேட்டேன்.

'ஏன் ஒரு காலை மட்டும் சப்பாணிக் கை கணக்க தூக்கிவெச்சுக்கிட்டு இருக்குண்ணுதானே கேக்குறே? அப்படித்தானே? அப்படித்தானே?' அப்போது அவருடைய வலதுகை மணிக்கட்டு தானாக அந்தரத்தில் உயர்ந்து கீழ்நோக்கி வளைந்து சப்பாணிக் கை காட்டிக் கொண்டிருந்தது. குதிரையை அவர் சிறிது நேரம் வைத்த கண் வாங்காமல், ஏதோ மிகச் சிறிய சாமானைப்பார்ப்பது போல்பார்த்துக் கொண்டிருந்தார். 'சப்பாணிக்கை'யும் அப்படியே அந்தரத்தில் அசைவின்றி நின்றிருந்தது.

அப்புறம் என் முகத்தைப் பார்த்துச் சிரித்தார். 'பேஷ் பேஷ்' என்ற பாவத்தில் தலையை அசைத்தார். நான் மிக அபூர்வமான ஒன்றைக் கண்டு சொன்னதுபோல் பெருமிதம் அவர் முகத்தில் பரவியது. (அவருடைய முகம் அப்போது என் மனசுக்கு ஊட்டிய குளுமை வார்த்தைகளில் தேக்க முடியாத ஒன்று. என் வாழ்நாளில் முதன்முதல் என்னை ஒருவர் பாராட்டிய சுகத்தை அன்று அனுபவித்தேன். இந் நினைவுகள் இன்றும் என் மனத்தில் பசுமையாய் நிலைத்து நிற்கக் காரணமும் இதுதானோ?)

'அம்பி, நல்லாக் கேட்டே போ!' என்று சொல்லிவிட்டு ஓட்டல் பக்கம் திரும்பி கனத்த குரலில் 'சுப்பையா, சுப்பையா, அம்பி ஒரு கேள்வி கேக்கறான் பாரு. வந்து பதில் சொல்லு' என்று கத்தினார்.

சுப்பையா பிள்ளை நகர்ந்து வந்து அவர் முன்னால் நின்றார்.

'அம்பி கேக்கறான், இந்தக் குதிரை ஏன் ஒரு காலை மட்டும் லேசா தூக்கி வெச்சுக்கிட்டு இருக்குன்னு கேக்கறான் பாரு! எப்படிப் போடறான் பாரு கேள்வியெ! நோட் பண்ணிப்புட்டான் அம்பி! நோட் பண்ணிக் கேக்கறான். பதில் சொல்லு, சொல்லு... சொல்லு... சொல்லு...' என்று அமர்க்களப்படுத்தினார்.

பாவம் சுப்பையா பிள்ளை! கல்தூணாய் நின்றுகொண்டிருந்தார்.

ஒன்றிரண்டு நிமிஷங்கள் கழிந்தன.

'என்ன ரொம்ப யோசிக்கிறயோ?' ஜீவாவின் குரலில் கிண்டல் தொனித்தது.

'எனக்குத் தெரியாதண்ணேய்' என்று இரண்டு கைகளையும் விரித்துக் காட்டிவிட்டு, பிள்ளை ஓட்டல் பக்கம் நழுவப் பார்த்தார்.

'இந்தா, இந்தா, ஒரு நிமிஷம்... இங்கே வா... இது தெரியாதுன்னு சொல்லிவிட்டே, போகட்டும்... விடு... இந்தாப் பாரு, ஒரு கேள்வி... சின்னக் குருவியிருக்கே, சின்னக் குருவி... அது எப்படிடே மானத்திலே பறக்குது?'

ஜீவா பதிலை எதிர்பார்த்துத் தரையை நோக்கி முகத்தைக் கவிழ்த்துக்கொண்டார்.

சிறிது நேரம் மௌனம்.

'சரி போனால் போகட்டும், விட்டுத் தள்ளு. மோட்டார் கார் இருக்கே மோட்டார் கார்... சர்ர்ர்னு பாயுதே, அது எப்படி ஓடுது? சொல்லு பார்ப்போம்...'

பரிபூரண அமைதி.

'ஸ்விச்செத் தட்னா பட்னு லைட்டு விழுதே. அது எப்படி சொல்லு, என் அருமைத் தம்பில்லா நீ... சொல்லு... என் ராசால்ல சொல்லு... சொல்லு...'

சுப்பையா பிள்ளை என்னைப் பார்த்து அசட்டுச் சிரிப்புச் சிரித்தார். 'இந்த ஆள் கையில் அகப்பட்டுவிட்டால், அவ்வளவுதான்' என்பது அந்தச் சிரிப்புக்கு அர்த்தம். ஒன்றாம் வகுப்பு மாணவன் மாதிரி அவர் ஜீவா முன் தொந்தி தொப்பையோடு நின்றிருந்தது வெகு ரசமான காட்சியாக இருந்தது.

'சரி, கடைசிக் கேள்வி. இதுக்குள்ளே என்ன இருக்கு? சொல்லு பார்ப்போம்?' என்று கேட்டுக்கொண்டே ஜீவா சுப்பையா பிள்ளையின் தொந்தியைத் தடவினார்.

'மட்டன்' என்று சொல்லிவிட்டு 'பூ பூ பூ பூ'வென்று சிரித்தார் சுப்பையா பிள்ளை.

ஜீவாவும் கடகடவென்று உடம்பு குலுங்கச் சிரித்தார்.

'மட்டன், கோழி சூப்பு, ஆம்லேட்டு, குருமா, காமா சோமா... அதெல்லாம் இருக்கட்டும், இல்லாமலா போய்விடும்! நான் அதைக் கேக்கலே. சின்னக்குடல், பெரியகுடல், அந்தப் பை, இந்தப் பை அப்படீன்னெல்லாம் சொல்றாங்களே அதெக் கேக்கறேன். வயித்துக்குள்ளே என்ன என்ன இருக்குன்னு ஒரு சின்னப் படம் போட்டுக் காட்டு பார்ப்போம்.'

'சும்மா இரு அண்ணேய், நீ ஒண்ணு. ஆளைப் போட்டுப் பயித்தாரன் ஆக்கிக்கிட்டு. அம்பி சிரிக்கான் என்னைப் பாத்து' என்று உடம்பை நெளித்தபடி கொஞ்சினார் பிள்ளை.

ஜீவா, பிள்ளையின் கரங்களைப் பற்றியபடி, 'சுப்பையா, தம்பி சுப்பையா, நாம் எல்லாம் இந்த தேசத்திலே, நாங்களும் மனுஷப் பிறவீன்னு சொல்லிக்கிட்டு வேட்டியும் கெட்டிக்கிட்டு அலையுறோமே, எதுக்குன்னு கேக்கறேன்? நமக்கு ஏதாவது தெரியுதா? நாம் ஏதாவது செய்து காட்டியிருக்கோமா? சத்தியமாக் கேக்கறேன்... காரு எப்படி ஓடுதுன்னு கேட்டா தெரியாதுங்கறே... சோறு எப்படிச் செமிக்குதுன்னு கேட்டா தெரியாதுங்கறே... விளக்கு எப்படி எரியுதுன்னு கேட்டா தெரியாதுங்கறே... குருவி எப்படிப் பறக்குதுன்னு கேட்டா தெரியாதுங்கறே... வாத்து எப்படி நீஞ்சுதுன்னு கேட்டா தெரியாதுங்கறே...' என்று சொல்லிக்கொண்டே வந்தவர், துரித காலத்தில் ஆரம்பித்து, 'எப்படி நிக்கறே?–தெரியாது; எப்படி ஓடறே?–தெரியாது; எப்படிப் படுக்கறே?–தெரியாது; பல் எப்படி முளைக்குது?–தெரியாது...' என்று சொல்லிவிட்டு உரத்த குரலில் 'என்ன எளவுதான் நமக்குத் தெரியும்?' என்று உணர்ச்சிவசப்பட்டுக் கத்தினார்.

சுப்பையா பிள்ளை ஜீவாவின் முகத்தையே பார்த்தபடி நின்றிருந்தார். அவர் முகத்தில் கோபத்தின் சாயலே தெரியவில்லை. அதற்கு நேர்மாறாக அவரை உட்காரவைத்து புஷ்பார்ச்சனை செய்தால் பிறக்கும் திருப்தியே முகத்தில் தெரிந்தது.

ஜீவா தொடர்ந்து பேசினார்:

'சுப்பையா, நல்லாக் கேட்டுக்கோ. எறும்பு இருக்கே எறும்பு, இதைப் பத்தி இங்கிலீஷிலே எழுதி வைச்சிருக்கான் பாரு, புஸ்தகம் தண்டிதண்டியா தலையாணி கணக்கா! எத்தனை ஆயிரம் புஸ்தகம் எறும்பெப் பத்தி! அட ஆண்டவனே, எறும்புலெ எத்தனை வகை; ஒவ்வொண்ணும் என்ன என்ன செய்யுது; பாட்டி எறும்பு என்ன செய்யுது; பேரன் எறும்பு என்ன செய்யுது; அக்கா எறும்பு என்ன செய்யுது; அம்பி எறும்பு (என்னைக் காட்டியவாறு) என்ன செய்யுது; எறும்புக் கூட்டம் லெஃப்ட் ரைட் போட்டு எப்படி மார்ச் பண்ணிப் போகுது; அதிலெ தலைவன் யாரு; தொண்டன் யாரு; ஆண்டை யாரு; அடிமை யாரு; அய்யர் எறும்புக்கு என்ன மரியாதை; அரிஜன் எறும்புக்கு என்ன மரியாதை; காதலன் எறும்பும் காதலி எறும்பும் பூங்காவனத்தில் 'பாயும் ஒளி நீ எனக்கு, பார்க்கும் விழி நான் உனக்கு' அப்டீனு தொகையறா எடுத்து கிட்டப்பா சுந்தராம்பாள் மாதிரி பாடிக்கிட்டு எப்படி காந்தர்வ விவாகம் பண்ணிக்கிடுது... எனக்குச் சொல்லத் தெரியலே சுப்பையா, எனக்குச் சொல்லத் தெரியலே! பாவிகள் எழுதி வெச்சிருக்கிற புஸ்தகத்திலெ லேசா ஒரு பக்கத்தெப் பாக்க இந்த ஆயுள் பத்தாது. பத்தவே பத்தாது!... ஆமா... நாம் என்ன டான்னா நாமதான் மகா கெட்டிக்காரங்கன்னு நெனச்சுக்கிடறோம்... 'ஓம்' என்கிற ரெண்டு எழுத்துக்குள்ளே நீ, உங்கப்பன், பாட்டன், பேரன், பூட்டன் தெரிஞ்சுக்கிட்டது அத்தனையும் அடக்கி வெச்சுருக்கோம், எல்லாம் இதுக்குள்ளே அடங்கிப் போச்சு என்கிறோம்... வேண்டாம், புதுசா ஒண்ணும் வேண்டாம், வேண்டவே வேண்டாம் அப்டீனு தொண்டை கிழியக் கத்தறோம், புல்லும் தர்ப்பையும் போறும் என்கிறோம். என்னை விட்டால் யாருடா? ஹாய்தாட்புட் ராஜா அப்டீனு தொடையெத் தட்டறோம்... சாயங்காலமாயுட்டா ரேக்ளா வண்டியிலெ ஊர் சுத்தப் போறோம்... மோர் காரியிட்டெ குஸ்திக்குப் போறோம்... பால்காரியிட்டே சவால் விடுறோம்... தம்பி உன்னைச் சொல்றேன்னு நெனச்சுக்கிடாதே. பொதுவாச் சொல்றேன்... ஆமா... நாம என்னைக்காவது அது ஏன் அப்படி? இது ஏன் இப்படி? அப்படி இருக்குமா? எப்படி இருக்கணும்? எப்படி மாத்தணும்?... கொஞ்சமாவது யோசிச்சிப் பார்த்திருக்கிறோமா? கடுகாவது யோசிச்சுப் பார்த்திருக்கிறோமா? ... யோசிக்காம மண்ணாந்தைகளா போயுட்டோமே தம்பி, மண்ணாந்தைகளா போயுட்டோமே... மண்ணாந்தைகளா போயுட்டோமே...'

இரு கைகளாலும் ஜீவா தன் நெஞ்சில் அடித்துக்கொண்டார்.

ஜீவா, நீங்கள் எவ்வளவு அருமையான மனிதர்!

உள்ளூர் மின்சார நிலையத்துக்குச் செல்கிறோம். அங்குக் கணப்பொழுதில் மின்சக்தியை உற்பத்தி செய்யும் ராட்சச யந்திரங்களைப் பார்க்கிறோம். பக்கத்தில் நிற்கும் இஞ்சினியர் அதன் சக்தியை நமக்கு விளக்குகிறார். நாம் அதைக் கேட்டுப் பிரமிக்கிறோம். எனினும் அதன் சக்தி அங்கு நம் கண்களுக்குப் புலனாவதில்லை. அதை நம்மால் உணரவும் முடிவதில்லை.

மின்சக்தி ஒளியுருவம் பூண்டு நம் வீட்டு வாசல் திண்ணைக்கு வருகிறது. அதன் அடியில் அமர்ந்து பிளேட்டோவின் அரசியல் படிக்கிறோம். ஒளி, அடுக்களைக்குள் செல்கிறது. மனைவி, குழம்புக்குத் தாளித்துக் கொட்டுகிறாள். கூடத்து விளக்கொளியில் குழந்தைகள் கண்ணாமூச்சி விளையாடுகின்றன.

ஒன்று சிருஷ்டி; மற்றொன்று சிருஷ்டியின் பயன். பயன் இல்லையென்றால் சிருஷ்டி அர்த்தமற்றதாகிவிடும்.

ஜீவா தனக்கென ஒரு தத்துவத்தை சிருஷ்டித்துக்கொண்டவர் அல்ல. அவர், தான் நம்பிய தத்துவத்தை, அச்சில் உயிரிழந்து கிடக்கும் அதன் சித்தாந்தக் கருத்துகளை, தனது அரிய திறமையால், கலை நோக்கால், கற்பனையால், உயிர்பெறச் செய்து, மனிதன் முன் படைத்தவர். மின்சக்திக்கு ஒளியுருவம் கொடுத்தவர் அவர்.

அவருடைய வாழ்வை, அதன் மையமான போக்கை எண்ணிப் பார்க்கையில், ஒரு கனவு, சிறு பிராயத்திலிருந்தே நெஞ்சோடு வளர்ந்த ஒரு கனவு, அவருக்கு இருந்திருக்கத்தான் வேண்டும் என்று தோன்றுகிறது. மனித வெள்ளத்தை அவர்களில் ஒருவனாய் முன்னின்று தலைமை தாங்கி இட்டுச் சென்று, அதி உன்னதமான ஓர் எதிர்காலத்துக்கு அழைத்துச் செல்ல வேண்டும் என்பதே அது.

'மனித சிந்தனையே, கற்பனைக்கும் எட்டாத பேராற்றலே, நீ சிந்தித்தவற்றில் சிறந்தவற்றை என்னிடம் ஒரே ஒருமுறை கூறு. அதனை நான் எட்டுத் திசையிலும் பரப்பி மனித ஜாதியை நீ சொன்ன இடத்திற்கு அழைத்து வருகிறேன். சந்தேகப்படாதே. செய்துகாட்டுகிறேன். என்னைப் பயன்படுத்திக்கொள். முடிந்த மட்டும் என்னைப் பயன் படுத்திக்கொள். கைம்மாறு வேண்டாம். என்னை நீ பயன்படுத்திக்கொள்வதே நீ எனக்குத் தரும் கைம்மாறு.' இதுவே அவருடைய பிரார்த்தனை.

இந்த அடிப்படையான மனோபாவத்திலிருந்து பிறந்தது அவருடைய கொள்கை; அவருடைய நம்பிக்கை.

கரும வைராக்கியத்தோடு தன்னை ஒரு கொள்கைக்கு அர்ப்பணித்துக் கொண்ட ஜீவா, தன் வாழ்நாளில் அனுபவித்த துயரங்கள், இன்னல்கள்... அவற்றை எண்ணி இப்போது வருந்துகிறோம். கடைசி வரையிலும் அவர் சங்கடங்களை சந்தோஷத்தோடு அனுபவித்துவிட்டார். எண்ணிப் பார்க்கையில் இது எத்தனை சிரமமானது என்பது தெரிகிறது.

அவருடைய தியாகத்துக்குத் தலை வணங்குவோம்.

பேச்சுக்கலை, அவர் பெற்ற வரம் என்றுதான் சொல்ல வேண்டும். அதோடு அவர் பேசுகையில் வெளிப்படும் உத்திகளும் பேச்சை அமைக்கும் அழகும் வெகு நூதனமாகவும் நளினமாகவும் இருக்கும். பேச்சுக்கலையை விளக்கும் பாடப் புத்தகங்கள் எத்தனையோ விதிகள் கூறும். ஜீவா அவற்றைக் காலடியில் போட்டு மிதித்தவர். அவருடைய பாணி இரவல் பாணி அல்ல; கற்று அறிந்ததும் அல்ல. நம் நாட்டு மக்களின் தரத்தையும் அனுபவ அறிவையும்

பழக்கவழக்கங்களையும் நம்பிக்கைகளையும் நன்றாகத் தெரிந்துகொண்ட ஒரு மனிதன், விஷயத்தைக் கலைநோக்கோடு அணுகிக் கற்பனையும் கலந்து நாளடைவில் வெற்றிகரமாக அமைத்துக்கொண்ட பேச்சுப் பாணி அது. அதோடு, உழுது விதைத்தால் நல்ல அறுவடை காண வேண்டும் என்பதில் ஜீவாவுக்கு நிர்ப்பந்தமுண்டு. இந்தத் தேசத்தில் பேச்சு, அதற்குரிய பயனைத் தர வேண்டுமென்றால், அது எவ்வாறு அமைய வேண்டும் என்பதும் அவருக்குத் தெரியும். பேச்சைக் கேட்டுக்கொண்டிருந்தவன் 'ஜீவா நன்றாகப் பேசினார்' என்று சொன்னால் மட்டும் போதாது; கொள்கை ரீதியாக அவனை மாற்றியதில் தான் வெற்றி பெற்றிருந்தால்தான் அவருக்குத் திருப்தி. தன்னை வளர்த்துக்கொள்ளப் பேசியவர் அல்ல அவர்; தான் நம்பிய கொள்கை, கண்ணோட்டம் இவை வளரப் பேசியவர். இந்தப் 'பயன்கலை' மனோபாவத்தைக் கருத்தில் கொண்டால்தான் அவருடைய பேச்சுத் திறனையும் பாணிகளையும் நாம் உணர முடியும். விஸ்தாரமான பீடிகை போட்டு, விரிவான பின்னணி அமைத்து, தூண்களை நிறுத்தி, முகப்புக்கட்டி, கோபுரம் எழுப்பி, பிரகாரம் சுற்றி வரும் பேச்சு அவருடையது. செல்விகள் குத்து விளக்கைச் சுற்றிக் கும்மியடிப்பது மாதிரி வெகுநேரம் விஷயத்தைச் சுற்றிச் சுற்றி வந்து கும்மியடிப்பார். அப்போதெல்லாம் தற்செயலாய் விஷயத்தின் மையக் கருத்தைப் பேச்சு தொட்டுவிட்டாலும் சரேலென்று வாபஸ் வாங்கிப் பின்னணிக்குச் சென்று ஆலாபனை செய்துகொண்டிருப்பார். இப்போது பறக்கும் விமானத்திலிருந்து ஊரைப் பார்ப்பது போல் விஷயத்தை மேல்வாரியாகப் பார்க்கிறோம். பின்னால் எல்லோரையும் ஒரு மொட்டை மாடிக்கு அழைத்துச் சென்று விஷயத்தை ஒரு 'குளோஸ் அப்'பில் காட்டுவார். அதுவரையில் விஷயத்தின்மேல் அனாவசியமாகப் படிந்து கிடந்து சேஷ்டைகள் செய்துகொண்டிருந்த பேய்கள் இப்போது ஓடிப்போய்விடும். சிக்கல்கள் அறுபடும். பனிமூட்டம் கலையும். விஷயத்தின் சொரூபம், கண்ணாடி அணியாமலே, தெற்றெனப் புலப்படும்.

சில சமயம் அவர் எதிர்க்கட்சிக்காரனின் கோணத்தை எடுத்துக் கொண்டு அவர்களே அமர்த்திய திறமையான வக்கீல் மாதிரி வாதம் பண்ணுவார். கூட்டத்துக்குப் பிந்தி வந்து, கட்டைவிரலில் நின்றபடி கழுத்தை நீட்டுகிறவன், 'இவரென்ன கட்சி மாறிவிட்டாரா?' என்று கூடச் சந்தேகப்படுவான். பின்னால் ஒரு ராட்சசப் பறவையின் இறகுகளைச் சீவித் தள்ளுவதுபோல் தானே எழுப்பிய கேள்விகளுக்குச் சாங்கோபாங்கமாகப் பதில் சொல்ல ஆரம்பிப்பார். எதிர்க்கட்சியின் வாதங்களைக் கொன்ற பின்பும் அதை நையப் புடைத்தால்தான் அவருக்குத் திருப்தி பிறக்கும். சில சமயம் திறமையான திரைப்படப் புகைப்படக்காரர் மாதிரி ஒரு கோணத்தில் நின்றே விஷயத்தைப் பார்க்கச் சுட்டுக்கொண்டிருப்பதும் உண்டு. அடுத்தாற்போல் மற்றொரு கோணம். இவ்வாறு மாறிமாறிப் பல கோணங்களில் பார்க்கிறபோது விஷயம் பாமரர்கள் உள்ளங்களில்கூட மங்காத சித்திரம்போல் பதிந்துவிடும். எதிர்க்கட்சியின் வாதங்கள் சிறு பிள்ளைத்தனமானதாக இருக்குமென்றால், அவற்றைப் பூனை எலியைக் கொல்வதுபோல் வேடிக்கை பார்த்து, விளையாட்டுப் பார்த்துக் கொல்வது கேட்க வெகு ரசமாக இருக்கும்.

அவருடைய பேச்சில் சங்ககாலப் பாடலைத் தொடர்ந்து நந்தன் சரித்திரக் கீர்த்தனை ஒன்று வரும். பத்து வருடங்களில் கேட்டிராத பழமொழி காதில் விழும். பிராந்தியச் சொற்றொடர் ஒன்று வாய்ப்பான இடத்தில் விழுந்து அழகூட்டும். பிரதம மந்திரியின் பாராளுமன்றப் பேச்சையும் கிராமத்து விதவை ஒருத்தி வயிற்றெரிச்சலோடு ஏசுவதையும் அவர் அவரவருக்கு உரிய வார்த்தைகளில் சொல்வார்.

மாலையில் பேசப்போகும் விஷயத்தை ஜீவா நண்பர்களிடம் பிரஸ்தாபித்துப் பேசிக்கொண்டிருக்கிறார். அப்போது அருகில் இருக்கும் ஒரு இளைஞன் ஒரு புதுக் கருத்தை உதிர்க்கிறான். ஜீவா அதை வரவேற்று, தலையை அசைத்து ஆமோதிக்கிறார். 'நீ சொன்னபடியே சொல்லப் போகிறேன்' என்று அவனிடம் சொல்லிவிட்டுக் கூட்டத்துக்குச் செல்கிறார். இளைஞனும் முன் வரிசையில் அமர்ந்து பேச்சைக் கேட்க சித்தமாக இருக்கிறான். அன்றைய பேச்சுப் பூராவையுமே தான் அவருக்குத் தானம் செய்த எண்ணம் அவன் மனதில்! ஆனால் ஜீவா வாயிலிருந்து இளைஞன் சொன்ன கருத்து வெளியாகும்போது, அதற்கு ஆயிரம் இறக்கைகள் முளைத்திருக்கும்; ஆயிரம் கால்களும் கைகளும் முளைத்திருக்கும். அத்துடன் இளைஞனுடைய 'காப்பிரைட்'டும் காற்றோடு போயிருக்கும்.

விஷயத்தை வண்டி வண்டியாகக் குவித்து, சின்ன மூளைகளைக் குழப்பி வாதனைக்கு உள்ளாக்குவது பல பிரசங்கிகளுக்குப் பொழுதுபோக்கு. ஜீவா இதற்கு எதிரி. ஒரு சில கருத்துகளை விரிவாகச் சொல்லிப் புரியவைத்துவிட்டால் போதும் என்பதே அவருடைய எண்ணம். வாண வேடிக்கைக்காரன் நாழிக்குள் திணிக்கும் மருந்து போல் இரண்டு கைப்பிடி விஷயம்தான் எடுத்துக்கொள்வார். மேடை மீது ஏறி அதற்கு நெருப்பு வைத்ததும் அதிலிருந்து வர்ண ஜாலங்கள் தோன்றும்; பச்சையும் சிவப்பும் மஞ்சளும் உதிரும்; குடைகுடையாய் இறங்கி வரும்; மாலை மாலையாய் இறங்கி வரும்.

பேச்சுக்கலை அவருடைய காலடியில் விழுந்து கிடந்தது.

இப்போது மேடையில் ஒரு நாற்காலி காலியாகிவிட்டது.

அது என்றும் காலியாகவே கிடக்கும்.

வயதில் குறைந்தோரை, அவர்களுடன் தான் ஒட்டிப் பழகியிருந்தால், ஒருமையில் அழைப்பதற்கே ஜீவா பெரிதும் விரும்புவார். ஒருமையில் அன்பைக் காட்ட அவருக்கு ஆசை. நீ, நீ, நீ என்று ஒரு வாக்கியத்துக்குள் 'நீ'க்கள் கணக்கில்லாமல் வரும்.

என்னை எப்போதும் அவர் ஒருமையிலேயே அழைப்பது வழக்கம். அதோடு அவர் பன்மையில் அழைப்பவர்களும் என்னுடன் இருந்துவிட்டால் ஒருமை வேகம் மேலும் ஓங்கிவிடும். 'இவன் நமக்குத் தம்பிமாதிரி. தொட்டில் குழந்தையாக இருந்தது முதற்கொண்டு இவனை நமக்குத் தெரியும்.

இவனுக்கு நம்மிடம் ரொம்பவும் வாஞ்சை' என்று சொல்லாமல் சொல்வது போலிருக்கும்.

ஆயிரம் அணைப்பில் வெளியாகாத அன்பு அவருடைய ஒரு ஒருமை அழைப்பில் தேங்கிவிடும்.

இப்போது அதை எண்ண சந்தோஷமாக இருக்கிறது. வருத்தமாகவும் இருக்கிறது.

அவருடைய உணர்ச்சிகளை நாம் புண்படுத்தி, அவருடைய பொறுமையை அளவுக்கு மீறிச் சோதித்துவிட்டால் சில சமயம் அவர் கோபப்படுவதுண்டு. ஒருசமயம் தனி அறையில் விவாதித்துக் கொண்டிருந்த போது அவர் பெரிதும் மதித்திருந்த ஒரு சர்வதேச அரசியல் தலைவரை நான் இழிவுபடுத்திப் பேசியது பொறுக்காமல் உணர்ச்சி வசப்பட்டு, 'இனிமேல் உன்னோடு விவாதம் செய்யமாட்டேன். சத்தியம்' என்று மேஜைமீது அறைந்து சொல்லிவிட்டுப் பொதுக்கூட்டத்துக்குச் சென்றுவிட்டார். சத்தியம் நாலு மணி நேரத்தில் காற்றோடு போய்விட்டது. இரவு பத்து மணிக்குமேல் வந்து, விட்ட இடத்திலிருந்து தொடர்ந்து பேச ஆரம்பித்தார். சினத்தைப் பேணும் சின்னபுத்தி அவரிடம் கிடையாது. மனிதன், தன்னுடைய குறைந்த ஆயுளில், நொள்ளைக் காரணங்கள் கூறிப் பிறரிடம் விரோதம் பாராட்டுவது அறியாமை என்பதே அவருடைய எண்ணமாக இருந்திருக்க வேண்டும்.

தலைவர் ஜீவா என்ற மகுடம் பெற்று எத்தனையோ ஆண்டுகளுக்குப் பின்னாலும் தன்னுடைய கடைசி நாட்கள் வரையிலும் அவர் தன்னை ஒரு தொண்டன் என்றே எண்ணியிருந்தார். அதைவிடவும் 'நான் ஒரு பள்ளி மாணவன், படித்துக்கொண்டிருக்கிறேன், படித்துக்கொண்டே இருப்பேன்' என்ற எண்ணம் எப்போதும் அவர் மனதில் பசுமையாக இருந்தது போலிருக்கிறது. அவர் கரைத்துக் குடித்துவிட்ட ஒரு விஷயத்தைப் பற்றி ஒரு கற்றுக்குட்டி அவரிடம் பேசினாலும் அதையும் காது கொடுத்துக் கேட்பார். தனக்குத் தெரியாத விஷயங்கள் பிறருக்குத் தெரிந்திருக்கும் என்ற எளிய உண்மை எப்போதும் அவர் நினைவில் நிற்கும். தனக்கு முடிவெட்ட வரும் தொழிலாளியிடம் அரைமணிநேரம் பேசி அவன் தோளில் கை போட்டு உறவாடவில்லை என்றால் மண்டை வெடித்துவிடும் அவருக்கு. நீங்கள் அவரை இந்தியக் குடியரசின் தலைவர் ஆக்கியிருந்தாலும் அவரை விட்டு இந்த அரிய குணங்கள் மறைந்து இருக்காது.

ஜீவாவைப் பார்க்க நாலைந்து நண்பர்கள் புறப்பட்டுச் செல்கிறார்கள். உள்ளூர் இளைஞன் ஒருவனும் இவர்களுடன் தொத்திக் கொள்கிறான். இவன் ஒரு மாணவர் தலைவனாக இருக்கலாம்; அல்லது கையெழுத்துப் பத்திரிகை ஆசிரியனாகவும் இருக்கலாம். எல்லோரும் ஜீவா முன் அமர்ந்த பின் இவனுக்கு ஒட்டிக்கொள்ள பெஞ்சின் நுனி மட்டுமே கிடைக்கிறது. பேச்சை ஜீவா ஆரம்பித்து வைத்து சண்டமாருதமாகப் பொழிகிறார். அவர் கண்களுக்கு எப்போதும் எதிரே ஜனசமுத்திரம். அவர் அமர்ந்திருக்கும் இடமே மேடை. நண்பர்களும் பேச்சில் பங்கெடுத்துக்கொள்கிறார்கள். சூழ்நிலை தரும் உற்சாகத்தில் இளைஞனும் எதையோ சொல்ல தைரியம் கொண்டு இதற்குள் மூன்று தடவை வாயைத் திறந்து திறந்து மூடிவிட்டான்.

நண்பர்களில் சிலர் இதைக் கவனிக்கவில்லை. கவனித்தவர்களும் கவனித்ததுபோல் காட்டிக் கொள்ளவில்லை. அதோடு 'இவன் எதற்குப் பேச ஆரம்பிக்கிறான்' என்று விசாரப்படுகிறார்கள். இவனைப் பேசவொட்டாமல் அடிக்க வழியுண்டா என்று தீவிரமாக யோசனை செய்கிறார்கள். அப்பாவி இளைஞன் நாலாவது தடவையும் வாயைத் திறக்கிறான். ஆனால் இந்தத் தடவை ஜீவா இதைக்கவனித்துவிடுகிறார். உடனே அவர் கையை உயர்த்திப் பெரிய மனிதர்களையெல்லாம் அடக்கிவிட்டு, கருவியை எடுத்துக் காதில் மாட்டிக் கொண்டு, இளைஞனின் வாய் அருகே குனியும் வினயத்தைப் பார்த்தால், உடன் இருக்கிறவர்களுக்கு 'அவன் வேத மந்திரத்தை ஓத, இவர் கேட்கப் போகிறார்' என்றே தோன்றும்.

யாரும் அலட்சியத்துக்கு ஆளாகிப் புண்பட்டு விடக்கூடாது என்பதில் அவர் சர்வ ஜாக்கிரதையாக இருப்பார்.

தனக்கு ஏற்படும் சந்தோஷத்தைப் பிறரோடு பகிர்ந்துகொள்ள வேண்டும் என்று ஜீவா மிகவும் ஆசைப்படுவார். சந்தோஷச் செய்திகளை முடிந்த மட்டும் ஆர்ப்பாட்டமாகக் கெட்டிமேளம் போட்டுக் கொட்டி முழக்குவார்.

ஒரு சமயம் குற்றாலம் திருவிதாங்கூர் பங்களாவில் அவர் தன் மனைவி குழந்தைகளுடன் தங்கியிருக்கையில், அவருடைய மூத்த பெண்ணைப் பார்த்து 'இவளுக்கு நம்ம பக்கத்துச் சாடை' என்று மனதில் பட்டதைச் சொல்லி வைத்தேன்.

'நம்ம பக்கத்துச் சாடைனு ஒண்ணு இருக்கா? விளக்கமாச் சொல்லு' என்றார்.

'இதை ரொம்பவும் விளக்கமாகச் சொல்லிவிட முடியாது. நம்ம பக்கத்துப் பெண்களுக்கு ஒரு விதமான சாடையுண்டு. அது இவள் முகத்திலும் தெரிகிறது. அதாவது நம்ம மண்வாசி தெரிகிறது. மனதில் தோன்றுவதுதான் இதற்கு ஆதாரம்' என்று சொன்னேன்.

ஏனோ இதைச் சொன்னதும் அவர் ஓரே ஆர்ப்பாட்டமாக சந்தோஷப்பட ஆரம்பித்துவிட்டார்.

'நிஜமாகவா சொல்கிறாய்? எப்படித் தெரியுது உனக்கு? நிஜமாகவா? பத்மா... பத்மா... ராமசாமி என்ன சொல்றானு வந்து கேளு' என்று அழைத்துக்கொண்டே, ஜன்னல் வழி வெளியே பார்த்து, அங்கு நின்றிருந்த ஒரு ஆரம்பப்பள்ளி ஆசிரியரையும் உள்ளே அழைத்து, அவரிடமும் விஷயத்தைச் சொன்னார். அப்புறம் அன்று பூராவும் வந்து போனவர்களிடமெல்லாம் இதைச் சொல்லியிருக்கிறார் என்பது எனக்குப் பின்னால் தெரியவந்தது. இதில் என்ன பிரமாதம் என்று நீங்கள் நினைக்கலாம். நானும் அப்படியேதான் எண்ணுகிறேன். ஆனால் அதுவல்ல முக்கியம். ஜீவாவுக்கு சந்தோஷம் வந்துவிட்டது! அதை ஆரவாரத்தோடு பிறருடன் சேர்த்துக் கொண்டாடினால்தான் அவருக்குத் திருப்தி.

இப்போது சந்தோஷ ஆரவாரம் அடங்கிவிட்டது.

ஆற்றில் ஒரு கிளையைப் போடுகிறோம். அது ஆற்றோடு செல்கிறது. நீரோட்டத்தில் சிக்கி கன வேகமாக ஓடுகிறது. சுழியில் அகப்பட்டுச் சுழல்கிறது. சில சமயம் கரையோடு ஒதுங்குகிறது. மீண்டும் ஓடுகிறது. சுற்றிச் சுழன்று இலக்கு அழிந்து செல்கிறது.

ஒரு சாதாரண விவசாயக் குடும்பத்தில் பிறந்த சொரிமுத்துப் பிள்ளை ஆற்றில் கிளையைப் போட்டாற்போல் வாழ்ந்திருக்க வேண்டியவர்தான். ஆனால் அவரோ இயற்கையின் விதிகளை மறுத்து எதிர்நீச்சல் போடத் துணிந்தார்.

அவரை அறிஞர் என்கிறோம்; பல்கலைக்கழகத்துக்கு இதில் பங்கு இல்லை. பேச்சுக்கலை வீரர் என்கிறோம்; கற்றுக்கொடுத்த குரு யாரும் இல்லை. பழந்தமிழ் இலக்கியத்தை யாரும் அவர் காதில் ஓதவில்லை. சாணுக்குச் சாண், அங்குலத்துக்கு அங்குலம் தன் வாழ்வைத் தானே உருவாக்கிக்கொண்டவர் அவர். சொரிமுத்துப் பிள்ளைக்கும் தலைவர் ஜீவாவுக்குமுள்ள இடைவெளி கொஞ்ச தூரமல்ல. அதை ஒரு கணம் எண்ணிப் பார்த்தால், அவருடைய சாதனை தெரியவரும்.

'என் வாழ்வு என் கைகளில்' என்று நம்பியவர் அவர். அவருடைய வாழ்க்கையை ஆராய்ந்து பார்க்கிறபோது அவருடைய நம்பிக்கை பலித்திருக்கிறது என்றே சொல்ல வேண்டும். கடவுளின் 'முன்னேற்பாடுகளை' முடிந்த மட்டும் அவர் தகர்த்து எறிந்து விட்டார். நீரில் விழுந்த கிளை மலைக்குச் சென்றுவிட்டது.

எனினும், மரணம் இன்னும் கடவுளுக்குத்தான் சொந்தம்.

பேரோசை காற்றில் கலந்துவிட்டது.

தாமரை, ஜீவா சிறப்பு மலர், 1963

டி.கே.சி.: ஒரு கலை நோக்கு

மிகவும் கேவலமான நிலை இது. ஒன்றை மற்றொன்றின் அடிப்படையில் மதிப்பிட்டு முடிவு கட்டிவிடுவது. ஒரு பக்கம் கலை உணர்வற்ற சாமானிய ஜனங்களும் மறுபக்கம் அரசியல் கலாச்சாரத் தலைவர்களும் போட்டி போட்டுக்கொண்டு இந்தக் கைங்கரியத்தில் ஈடுபட்டு வருகிறார்கள்.

அபார அழகி – எனவே பரதநாட்டியம் பிரமாதம்; தூய்மையான மொழி – ஆகவே அற்புதமான இலக்கியம்; இதன்கண் தமிழ்ப் பண்பாடு அடக்கம் – மிகச் சிறந்த காவியம்; சிறந்த கருத்து – ஆகவே சிறந்த கதை; டபிள்ளெம்மே பி எச்.டி. எழுதியது – எனவே நாவல் எப்படி சாதாரணமாக இருக்க முடியும்? சீன், அலங்காரம், தந்திரக் காட்சிகள், காட்சி ஜோடனை, ஹெலிகாப்டர் பதினாறடி சவுக்கத்துக்குள் சுற்றிச் சுழல்வது, விந்தையிலும் விந்தை – ஆகவே நாடகம் வெகு அருமை; வார்த்தை பிரவாகமெடுத்து வருகிறது – சொற்பொழிவு அற்புதம்; பாடகர் அத்வைத சித்தாந்தத்தை விளக்குவதில் நிபுணர் – மிக உயர்ந்த சங்கீதம்; அகில உலக அறிஞர் – கேவலம், சிறுகதை உருவம் கைவந்துவிட்டதில் ஆச்சரியமே இல்லை; முப்பதினாயிரம் பிரதிகள் விற்பனை, பதினொரு மொழிகளில் மொழிபெயர்ப்பு – மட்டமானதை மக்கள் மன்றம் ஏற்றுக்கொள்ளுமா என்ன?... இத்யாதி.

இது ஒரு பக்கம்.

மற்றொரு பக்கம், கலைகளில் இலக்கியத்தில் கண்ட கண்ட இடமெல்லாம் சர்வ சமரசவாதிகள். ரொம்பவும் விசால மனசு படைத்தவர்கள். அடையாறு ஆலமரத்தின் விழுதுகள் போன்று தங்கள் கரங்களால் கூடுமானவரை அனைத்தையும் சகலமானதையும் பாரபட்சம் காட்டாமல் இழுத்து அணைத்துக்கொள்ளவே பார்ப்பார்கள்.

மேற்படி புருஷார்த்தங்கள் பரிபூரணமாகத் திகழும் பிரதிநிதியுடன் ஒரு பேட்டி:

இவர்களில் தாங்கள் மிகவும் விரும்பும் கவிஞர் யார்?

1. உலகநாதப் புலவர்
2. ஆண்டாள்
3. கம்பன்
4. பொட்டல்விளை ஜார்ஜ் ஃபெர்னாண்டஸ்

நால்வரையும் சிறந்த கவிஞர்கள் என்றுதான் சொல்ல வேண்டும். உலகநாதப் புலவரிடம் பொருள் நயம்; ஆண்டாளிடம் சொல் நயம்; கற்பனைத் திறன் மிகுதி கம்பனிடம்; பொட்டல்விளை ஜார்ஜ் ஃபெர்னாண்டஸோ தத்துவார்த்தக் கவிஞர்.

வால்மீகி சிறந்த கவிஞரா? கம்பன் சிறந்த கவிஞரா? ஷேக்ஸ்பியர் சிறந்த கவிஞரா?

வால்மீகி வடமொழியில் சிறந்த கவிஞன். கம்பன் கன்னித் தமிழை வளப்படுத்தியவன். ஷேக்ஸ்பியர் ஆங்கில மொழிக்குக் கிரீடம் போன்றவன். அந்த அந்த மொழிகளில் மூவரும் சிறந்த கவிஞர்கள்தாம் என்பதில் என்ன ஐயம்?

கலை கலைக்காக என்கிறார்கள்; மக்களுக்காக என்கிறார்கள். தங்கள் கருத்து?

உண்மைக் கலை அமைதி பெற்று மக்களுக்குத் தொண்டாற்றுகிறது.

புதுமைப்பித்தன் சிறந்த சிறுகதை ஆசிரியரா? கோமளவல்லி சிறந்த சிறுகதை எழுத்தாளரா?

புதுமைப்பித்தன் ஆண் உள்ளங்களைப் படம் பிடிப்பதில் வல்லவர்; பின்னவர் பெண் உள்ளங்களைச் சித்திரிப்பதில் திறமைசாலி.

கலை இலக்கியத் துறையில் மேல் நாட்டிலிருந்து நாம் கற்றுக்கொள்ள வேண்டியது ஏதேனும் உண்டா?

மேல் நாட்டாரிடம் நாம் கற்றுக்கொளள வேண்டியது சில உண்டு. நம்மிடம் மேல்நாட்டார் கற்றுக்கொள்ள வேண்டியதும் சில சொல்லலாம்.

கம்பனிடத்தில் தாங்கள் கண்ட சிறப்பான அம்சம் ஒன்று சொல்ல முடியுமா?

தாராளமாக. ஓராயிரம் சொல்லலாமே! திருப்பிப் போட்டது எவ்வளவு பெரிய சாதனை?

எதை?

விளங்கவில்லையா உங்களுக்கு? ‘மன்னன் உயிர்த்தே மலர்தலை உலகம்’ என்பது புறநானூறு. கம்பன் எப்படி மாற்றிப் போடுகிறான் பாருங்கள். ‘வய்யம் மன்னுயிராக அம் மன்னுயிர், உய்யத் தாங்கும் உடலன்ன மன்னனுக்கு...’

என்கிறான். எவ்வளவு பெரிய புரட்சி! குடியாட்சித் தத்துவத்தின் முதல் விதை. கவர்ண்மெண்டு ஆஃப் தி பீபிள், பை தி பீபிள், ஃபார் தி பீபிள் என்று லிங்கன் பேசுவது எத்தனை நூற்றாண்டுகளுக்குப் பின்னால் என்பதை நீங்களே கணக்குப் போட்டுப் பார்த்துக்கொள்ளுங்களேன்...

போன வருஷம் இந்தக் கருத்தை அருமையாக எடுத்து விளக்கினீர்களே, இரண்டு மணி நேரம்...

இரண்டரை மணி நேரம் என்று சொல்லுங்கள். ஒரே கரகோஷம்; ஒரே உற்சாகம்... அடேயப்பா!

ஆமாம், ஆமாம். இந்த வருஷம் புதிசாக ஏதாவது..?

இந்த வருஷம் 'தொட்டுத் தூக்கவில்லை' என்பது பற்றிப் பேசப் போகிறேன்.

யாரு?

ராவணன்.

யாரை?

சீதாப்பிராட்டியை.

அவ்வளவு பண்பாடா அவனுக்கு?

அவனுக்கா? கம்பனுக்கு. வால்மீகியில் அப்படி இல்லையே.

தொட்டுத் தூக்குவதைப் பார்த்தும் வால்மீகி சும்மா இருந்துவிட்டாரா என்ன?

ஏதோ தவறிவிட்டார்.

இழுக்குத்தானே?

இழுக்கு என்று சொல்ல முடியுமா? மிக மிகச் சிறந்த கவிஞர்தானே அவரும்?

யாரு?

வால்மீகி.

கம்பன்?

கம்பனும் மிக மிகச் சிறந்த கவிஞர்தான்.

இரண்டு பேருமே மிக மிகச் சிறந்த கவிஞர்கள்தான், இல்லையா?

சந்தேகம் என்ன அதில்?

உலகத்தில் மிக மிகச் சிறந்த கவிஞர்கள் எல்லோருமே மிக மிகச் சிறந்த கவிஞர்கள்தான் இல்லையா? அப்படித்தானே?

கேள்வியிலேயே விடை தொக்கி நிற்கிறதே.

தமிழில் மிக மிகச் சிறந்த கவிஞர் என்று சொல்ல முடியாதவர்கள் யாரேனும் இருக்கிறார்களோ?

சுந்தர ராமசாமி

தமிழ் மொழி தவமுடைத்து… தலைவர் மேடை ஏறிவிட்டாரே. வரட்டுமா?

ஒரே வழவழா, கத்தாழை, ஆமணக்கெண்ணெய் என்றெல்லாம் நினைக்கலாம். ருசியில்லாதவர், தரம் தெரியாதவர் என்று நினைத்து விடலாம். மகாபலிபுரம் யானையைப் பார்த்தால் இதில் எத்தனை அம்மிகள் தேறும் என்று கேட்கக்கூடும் என்றே தோன்றும். முற்றிலும் உண்மை அல்ல அது. தராதரம் தெரியாதவர் என்று இவரைச் சொல்லவே முடியாது. ஆகார விஷயங்களில் துல்லியமான ருசி உள்ளவர்தான். மோர்க் குழம்பில் ஒரு சிமிட்டி உப்பு அதிகம் என்று வெகு கணக்காய்ச் சொல்வார். மிக்சரைக் கொண்டு வைத்தால் முதலில் முந்திரிப் பருப்பாகப் பார்த்துப் பொறுக்க ஆரம்பித்துவிடுவார். கோரம்பாயில் படுத்துறங்குவதற்கும் பஞ்சணையில் கண்ணயர் வதற்குமுள்ள வித்தியாசம் இவருக்கு நன்றாகத் தெரிகிறது. இந்தக் குளிருக்கு நகச்சூட்டில் குளித்தால் இதமாக இருக்கும் என்று சொல்லத்தான் செய்கிறார். கறுப்புக் கரை வேஷ்டிதான் இவருக்குப் பிடிக்கும். மனைவி அழகாய் இருப்பதில் உள்ளூர ஒரு பரவசம் உண்டு. ‘ஆஹா நல்ல சுகமான தென்றல்’ என்கிறார். பஞ்சேந்திரியங்கள் பழுதடைந்து, மழுங்கி, குணங்கள் இழந்து போய்விடவில்லை என்பதற்கு இவை உதாரணங்கள். கலை இலக்கிய விஷயங்களிலும் விருப்பு வெறுப்பு இருக்கத்தான் இருக்கின்றன. ஒருக்கால் துல்லியமான ரசபேதம் இல்லாமல் இருக்கலாம். அல்வா அளவு இட்லியும் பிடிக்கலாம், ஒருக்கால். இருந்தாலும் பரமன் இவருக்கு மனிதப் பிறவியை அளித்துவிட்ட காரணத்தினாலேயே இவரால் வைக்கோலைக் கடிக்க முடியாது. இவருடைய அபிப்பிராயங்கள், இலக்கியத் தேர்வுகள் அநேகம் இவருடைய மனையாட்டிக்குத் தெரியும். அம்மாளிடம் பேசுகிறபோது பட்பட்டென்று நொறுக்கி வாங்கி விடுகிறார். வாசல்கதவு திறக்கப்பட்டு சூரியோதயமும் ஆகிவிட்டால் வழவழா பழையபடி வந்து தொற்றிக்கொண்டுவிடும். அப்புறம் இவரிடமிருந்து லேசில் எதையும் பிடுங்கிவிட முடியாது. அல்வாவோடு கொஞ்சம் வைக்கோலையும் வைக்கோலோடு கொஞ்சம் கொள்ளையும் மெல்ல ஆரம்பித்துவிடுவார்.

மிகவும் நல்லவர் இவர். அபிப்பிராயங்கள் உண்டு. உண்மையுணர்ச்சியும் உண்டு. அதைக் கூடுமானவரையிலும் காப்பாற்றிக் கொண்டு வரவேண்டும் என்ற விருப்பமும் உண்டு. இருந்தாலும் ஒரு பயம். என்ன ஆகுமோ ஏதாகுமோ என்று இனந்தெரியாத ஒரு பீதி. ஒரு பக்கம் பயமும் ஒரு பக்கம் உண்மையுணர்ச்சியும் இவரைப் பாடாய்ப்படுத்துகின்றன.

உயிர்த்தரிப்பின் நிர்ப்பந்தம் உயிருக்கெல்லாம் ஆதாரமாக உள்ளது. மனித வளர்ச்சியில் அது ஆற்றியுள்ள பங்கு பெரிது. அந்த அடிப்படை உந்துதல் எவ்வளவோ அவஸ்தைப்பட்ட பின்பு இவருக்குக் கண்டுபிடித்து சொல்லிக் கொடுத்த உபாயமே சர்வ சமரசவாதம் என்பது. மிகவும் நல்லவர் இவர்.

இறைவன் இவருக்கு எல்லாவித சௌபாக்கியங்களும் அளிக்க வேண்டும் என்று பிரார்த்திப்போமாக!

டி.கே.சி.யைப் பற்றித்தான் சொல்ல வந்தேன். வேஷ்டியின் வெண்மையை விவரிப்பதைவிடக் கரும்பலகையின் மையத்தில் அதைப் பொருத்திவிட்டால் வேலை சுருக்கு என்ற எண்ணம். நேற்று நிலவி வருவதும் இன்று இன்னும் தரக்குறைவாகவும் திட்டவட்டமாகவும் நிலவி வருவதுமான ஒரு கலாச்சார இலக்கியப் பின்னணியில் டி.கே.சி.யின் உருவத்தைப் பொருத்தி அவருடைய கலைநோக்கையும் அது வெளிப்பட ஆதாரமாகச் செயல்பட்ட குணங்களையும் கண்டு சொல்வதே இங்கு நோக்கம். இலக்கிய விமர்சனம் தமிழில் உருவாவதற்கே அவசியமான குணங்கள் அவை.

என் பார்வைக்கு விசேஷமாகப்பட்டவை டி.கே.சி.யின் தைரியம், உண்மையுணர்ச்சி, ரசனை, கவிதை இலக்கியத்தில் ஒரு தேர்வுக்கான ரசனையின் பிரயோகம் ஆகியவையே. இவற்றை இங்குச் சுருக்கமாக ஆராய்ந்து பார்க்கலாம்.

இலக்கியத் துறையில் நேர்முகமாக அபிப்பிராயம் கூற வருகிறவன் சிறந்த அறிவாளியாக இருந்தாலும் சரி, கூரிய பார்வை படைத்தவனாக இருந்தாலும் சரி, கோழையாக இருந்தான் என்றால் அவன் எழுத்தில் தெளிவைக் காண முடியாது. எல்லோருக்கும் பொதுவான உண்மை ஒன்றில்லை. காலத்துக்குக் காலம் நபருக்கு நபர் உண்மை வேறுபடுகிறது. ஒருவனுக்கே ஒரு சந்தர்ப்பத்தில் தெளிந்த உண்மை மற்றொரு சந்தர்ப்பத்தில் பொய்த்து விடுகிறது. இலக்கியத் துறையில் ஒருவன் தனக்கு உண்மை என்று பட்டு விட்டதைச் சொல்ல முற்படுகிறபோது அந்தக் கருத்தோடு மோதுபவர்கள் மாறுபட்ட கோணங்களால் வேறுபட்ட முடிவுகளை வந்தடையலாம். தவிர்க்க முடியாததும் தவிர்க்கக் கூடாததுமான காரியம் அது. உண்மை விமர்சகன் தன் மனச்சாட்சிக்கு ஊழியம் செய்ய வருகிறான். இரண்டு எஜமானர்களுக்கு ஊழியம் செய்ய முடியாது என்பதும் அவனுக்குத் தெரிந்திருக்கும்.

டி.கே.சி.யின் எழுத்தில் ஒரு முப்பது பக்கங்களைப் படித்துப் பார்க்கிறவனுக்குக் காலம், இடம், இலக்கியச் சூழ்நிலையின் பொதுவான தன்மை இவற்றை அவர் புறக்கணித்துவிட்டு, தன் அந்தரங்கத்துக்கே செவிசாய்த்துக் குரல் கொடுக்கும் தைரியம் புலப்படும். பலர் இன்றும் வெளியே சொல்லக் கூசும் கருத்துகள் அவை. பலாபலன்களைப் பற்றிச் சிறிதும் கவலை கொள்ளாத தைரியம் தெள்ளத்தெளிவாகவும் பட்டவர்த்தனமாகவும் பேசுகிறது. அவருடைய கருத்துகள் ஏற்றுக்கொள்ள முடியாதபடி இருக்கலாம். அப்போதும் எந்த இடத்திலும் அது புரியாமல் இருக்காது. இதனால் ஏற்படும் லாபம் என்னவென்று கேட்டால் ஒரு இலக்கிய மாணவன் அவரைப் பரிசீலனைக்கு உள்ளாக்க முடியும் என்பதுதான். அவரை விமர்சிப்பதற்கு அவசியமான ஆதாரங்களை அவர் நமக்கு அளித்திருக்கிறார். இலக்கியத் துறையில் அறிவின் நேர்மையைப் பாதுகாக்க தைரியம் கொண்ட கலைஞனாலேயே இது முடியும்.

ஆத்மா இல்லாத ரசனை மேல்மட்டத்தில் தேங்கிக் கிடக்கும். போலிக்கும் உண்மைக்குமாய் ஊஞ்சலாடும். மயக்கம், சஞ்சலம், ஓயாத சந்தேகம் அதன்

கூறுகள். ரசனையின் விளிம்பு இங்குத் துல்லியப் பட்டிராது. கும்பலின் கூச்சல் அதைப் பாதிக்கும். மனச்சாட்சிக் குரலைப் புறவுலக முடிவுகளோடு ஒப்பிட்டு முன்னதை ஏற்கவோ இரண்டுக்கும் பாதகமில்லையென்று மயங்கும் சமரசங்களுக்குச் சரியவோ செய்யும். இங்கு முடிவுகளுக்குப் பொதுவான அடிப்படை காணக் கிடைக்காது. தர நிர்ணயங்கள் ஏறுக்கு மாறாகவும் முரண்பாடு கொண்டனவாகவும் அமையும்.

டி.கே.சி.யின் ரசனையை அவர் எழுதியுள்ள சில கட்டுரைகள் மூலமாக முற்றிலும் உணர்ந்துகொள்வது சாத்தியமல்ல என்று அவருடன் நெருங்கிப் பழகிய நண்பர்கள் சொல்லக் கேட்டிருக்கிறேன். இதிலும் நியாயம் உண்டு. ஏனெனில் டி.கே.சி. ஒரு எழுத்தாளர் அல்லர். எழுதுவதில் அவருக்கு நம்பிக்கையோ ஆசையோ இருந்ததில்லை என்றும் தெரிகிறது. அச்சு யந்திரத்தின் ஆதிக்கம் அவரையும் விட்டு வைக்காமல் சில வரிகளைப் பிடுங்கிக்கொண்டதின் விளைவே கட்டுரைகள். விஞ்ஞான நோக்கில் அவருக்குச் சிறிதும் நம்பிக்கையில்லை. பிரமாணங்களைவிடவும் ரசனையின் உள்ளுணர்வையே அவர் பெரிதும் மதித்திருப்பதாகப்படுகிறது. இதனால் அழுத்தமான முடிவுகளைப் பார்க்கிறோமே தவிர முடிவுகளுக்கு வந்து சேர்ந்த நீண்ட யாத்திரையின் விவரம் எழுத்து வடிவம் பெறவில்லை. பெரும்பாலும் விஷயங்களை எடுத்து விரிவாக ஆராய அக்கறை கொள்ளாது ரசிகனின் சீரண சக்திக்கேற்ப முடிவுகளையே பக்குவமாகச் சமைத்துக் கொடுக்கிறார். ஒரு ரசிகர் தனது தேவைக்கு வகுத்துக்கொண்ட வழியாகும் இது. காவிய அனுபவத்தை ரசிகனின் உள்ளத்தில் பாய்ச்ச அவசியமான தயாரிப்புகளில் மட்டுமே அவருக்கு அக்கறை. விமர்சகனின் ஜரிகைக் குல்லாயை மாட்டிக்கொள்ளும் உத்தேசம் அவருக்கு இல்லை.

இதனால் ஏற்பட்ட விளைவு என்னவெனில் அவருடைய கலை அம்சம் ரசிகர்களின் இதயங்களுக்கு எட்டிய அளவின் ஒரு பகுதிகூட நம் கைக்கு வந்து சேரவில்லை என்பதுதான். அவருடன் நெருக்கமான சகவாசம் கொண்டிருந்தவர்கள் எவரும் அவருடைய ஆளுமையின் முழு வீச்சைத் துலக்கும் நூல் ஒன்றையும் நமக்குத் தரக் காணோம். இந்நிலையில் அவருடைய ரசனையை மதிப்பிட மற்றொரு மார்க்கம் அவரால் தேர்ந்தெடுக்கப்பட்டதும் புறக்கணிக்கப்பட்டதுமான பாடல்களை ஒப்புநோக்கி குணங்களின் வேற்றுமையை ஆராய்ந்து அவருடைய ரசனையின் பொதுத் தன்மையை மதிப்பிடுவதே. மிகவும் சிரமமான காரியம் இது. கவிதையில் விசேஷ ஈடுபாடும் ரசனையுமுள்ள இதயமே இதைச் சாதிக்க முடியும்.

அவருடைய எழுத்தை வைத்து அவரை மதிப்பிடுவது அங்கத்தைக் கண்டு ஆகிருதியை மதிப்பிடுவது போலாகும் என்றாலும் அவரைப் பற்றிய கற்பனைகள் இல்லாத ஒரு இதயத்துக்கு எழுத்து மூலமே அவருடைய முக விலாசம் காண வாய்ப்பிருக்கிறது. ஒரு ரசமான மனசின் கும்மாளத்தை நெடுகிலும் பார்க்கலாம். தன்னோடு பிறரையும் ஆனந்தத்துக்கு ஆசைகாட்டி அழைக்கும் மனசு அது. இயற்கையான ஹாஸ்ய பாவம் கொண்ட மனசு. நளினமான வக்கணை, கேலியும் கிண்டலுமாக விரியும் மனசு. ஒரு சிறு கடிதத்தில்கூட கும்பலில் தனியாகத் தெரியும் முகம் நிழலாடும். சமரசத்தை

மறுக்கும் நம்பிக்கையின் ஆணவத்தையும் மயக்கமின்றி முடிவுகளை வற்புறுத்திக் கூறும் மனோபாவத்தையும் ஒரு போலி முகத்தைச் சர்ரென்று கிழித்து அம்பலப்படுத்திவிடும் துணிச்சலையும் காணலாம். எடுத்த எடுப்பிலேயே விரல்கள் கலையின் ஆதார சுருதியில்தான் படியும். உண்மை இயற்கையாய் வருவதால் அதற்கு முன் தொகையறா கிடையாது. பின்னால் பாதகமான அம்சம் ஒன்றைச் சொல்லப் போகிறோம் என்பதனால் எதிராளியின் சாதகமான அம்சங்களில் ஆரம்பிக்கும் சர்வ ஆபாசமான போர்த் தந்திரம் கிடையாது. செய்யுளின் ஸ்தூல வடிவத்தில் ரசனைக்குப் புறம்பான அசட்டுக் காதல், அற்பக் காதல், மூட பக்தி கிடையாது. தொன்மை காரணமாக அனுதாபம் பிறக்காது. அலங்காரத்தை அழகு என்று எண்ணும் மயக்கத்தையும் காண முடியாது. பொருள் நயத்திற்குச் சலுகை அளிக்காது. ரசனையின் கூரான பார்வையினால் 'இழக்க' நேருவதை எண்ணி அசட்டு உருக்கம் கொள்ளாது. காயலான் கடையையும் கொலுத்தட்டையும் இணைத்துப் பார்த்து ஆனந்திக்கும் மனோபாவம் இல்லை.

ரசனையின் விவேகமான அம்சம் ஒன்றுண்டு. பெரிதும் அது மூல சிருஷ்டியை மட்டுமே சார்ந்து நிற்கும். சிருஷ்டி, மனசில் துலங்குவதற்கு சிருஷ்டிக்குள் சரணாகதி அடைவதே உத்தமம் என அது எண்ணும். புற உபகரணங்களை அது ஏறிட்டுப் பார்க்காது என்பது இல்லை. அவ்வளவாக அதில் நம்பிக்கை கொள்ளாது. சிருஷ்டியை விளக்க, எளிமை செய்ய, பக்குவப்படுத்த இலக்கியத் தரகர்களை அணுகினால், கலை விளக்கம் பெறுகிற அளவு மாசும் படியும். குறுக்கே வந்து சேர்கிறவனின் பார்வை என்ற மாசு அது. காவியத்தின் ஆனந்தத்தை ரசிகனின் இதயத்தில் பாய்ச்ச வருபவன் குணங்களில்லாத மீடியமாகச் செயல்பட வேண்டும். குணங்களில்லாதவனோ இதைச் சாதிக்கவும் முடியாது. கவிதையை ரசிகன் அனுபவிப்பதற்கு அவசியமான சூழ்நிலையை மட்டும் உருவாக்கிவிட்டு ரசிகனோடு தானும் ஒன்றிக் கவி இதயத்தில் கரைந்து போவதே அனுபவ சாத்தியமான வழி. இதற்கு அபூர்வமான ரசனை வேண்டும். ரசனையிருந்தால்தான் தக்க தருணத்தில் விலக மனசு வரும். இதற்கு எளிமையான புத்தியும் வேண்டும். கவிஞனின் சன்னிதானத்தில் தன்னை அற்பத் துரும்பாக எண்ணிக்கொள்ளும் அடக்கம் வேண்டும். தன்னகங்காரம் கலந்த புலமை கொப்பளித்து மேலே வரத்தான் செய்யும். கவிஞன் பிரசன்னமாவதற்கு முன் கரகோஷங்களை அள்ளிக்கொண்டு போய்விட வேண்டும் என்ற நப்பாசை தோன்றத்தான் செய்யும். இந்த வாசனையின் விபரீதம் கடைசிவரையிலும் கவிஞன் முகத்தைக் காட்டாமல் அடித்துவிடுவதே; தன்னுடைய அற்ப பவிஷுக்குக் கவிஞனை ஒரு கருவியாகப் பயன்படுத்திக்கொண்டு விடுவதே.

டி.கே.சி. வெண்ணெய் திரட்டுகிறபோது மத்தின் அரவமே கேட்கக் காணோம். தயிரிலிருந்து தானாகத் திரண்ட வெண்ணெய் நேராக நம் கைக்கு வந்துவிட்டது போல் ஒரு மயக்கம். இங்குக் கவிஞனுடன் ரசிகனும் பங்காளியாகி சந்தோஷமும் தன்னம்பிக்கையும் பெறுகிறான். காவியம் லேசு என்ற எண்ணம்கூட ஏற்படுகிறது. மேதாவிகள் பேச ஆரம்பித்தால் காவிய அனுபவம் கிடைக்காது என்பது மட்டுமல்ல, ரசிகனுக்குத் தாழ்வு மனப்பான்மையே ஏற்பட்டுவிடும். அவன் படிக்காத படிப்பையெல்லாம் சொல்லிச் சொல்லி இடித்துக் காட்டுவது போலவே இருக்கும். எடுத்த

எடுப்பிலேயே கலைக் களஞ்சியத்தின் கனமான பிரதிகளை விட்டெறிய ஆரம்பித்துவிடுவார்கள். இலக்கிய விழாதோறும் இந்தக் கூத்துதான். 'இலக்கியம்' என்று புத்தக வியாபாரி அந்தஸ்து அளித்திருக்கும் சரக்குகளும் அநேகமாய் இவையே.

கம்பனைக் காட்ட வருகிறவர்கள் பொதுவாக விஷயச் சிறப்பை எடுத்துக்காட்டுவார்கள். சமூகப் பொருளாதாரக் கண்ணோட்டத்தின்படி கருத்துகளின் முற்போக்கு அம்சம் ஆராயப்படும். அவ்வப்போது தோன்றும் அரசியல் பிரச்சினைகளுக்கு எல்லாம் அவனிடத்தில் விடை கண்டுபிடிக்கப்படும். அவன் துணைகொண்டே எல்லைகளைக் காப்பாற்றிவிடலாம் என்றுகூட ஒருவர் துணிந்து விட்டார். அரசியல்வாதிகள் கட்சியின் அங்கத்தினர் சீட்டு ஒன்று அளிக்க அவனுடைய யோக்கியதாம்சங்களை ஆராய்கிறார்கள். தங்கள் அளவில் மாறுபட்ட கொள்கைகள் கொண்டிருந்தும்கூட சாதகமான முடிவுக்கே வந்து சேர்கிறார்கள். ஒருவர்கூட 'லாயக்கு இல்லை' என்று முடிவுக்கு வந்தார் இல்லை. முடிவு ஏற்கனவே தீர்மானிக்கப்பட்டுவிட்டது அல்லவா? அதிலிருந்துதானே ஆராய்ச்சியே ஆரம்பமாகிறது. கம்பனுடைய லீலை பெரிய லீலை. அவனும் ஆளுக்கு ஒரு முகத்தைக் காட்டிக்கொண்டு எல்லோரையும் 'டபாய்'த்துக்கொண்டிருக்கிறான்.

கருத்துகளை ஆராயக் காவியம்தான் வேண்டும் என்பதில்லை; கம்பராமாயண வசனமே போதும். கவிதைக் கலையினால் மட்டும் சாத்தியமாகிற அம்சங்களை அனுபவிக்க முடியாதவர்களே விஷய மட்டத்துக்கு இறங்கிவிடுகிறார்கள். கவிதையின் லோகாயத நிலை ஒன்றுதான் அவர்களால் வாங்கிக்கொள்ள முடிகிறது.

டி.கே.சி. சொல்கிறார்:

> எல்லாவற்றிலும் முக்கியமான விஷயம் ஒன்று. கம்பருடைய கவிகளைக் கற்க முன்வரும்போது விஷயம் எவ்வளவோ உயர்ந்ததாய் இருக்கும்; அருமையாய் இருக்கும். அவைகளை அனுபவிக்க வேண்டியதுதான். 'கம்பர் கல்வியில் பெரியவர்' அல்லவா – ஆனாலும் விஷயத்தைவிட, அந்த விஷயத்தை எடுத்துச் சொல்லும் முறைதான் முக்கியமானது. சொல்லும் முறை என்றால் செய்யுளில் உண்டாகும் பாவ உருவந்தான். விஷயத்திலுள்ள உணர்ச்சி விம்மியே செய்யுளுக்கு பாவ உருவம் கொடுக்கிறது. அப்படிக் கொடுத்து வந்த செய்யுளே கவி. (கம்பர் தரும் ராமாயணம் – முகவுரை)

இதே கருத்தை எழுத்தில் பல இடங்களில் அவர் வற்புறுத்தியிருக்கிறார். கவிதைக் கலை சம்பந்தமான அவருடைய கொள்கையை ஆமோதிப்பதற்கு அல்ல, உருவத்துக்குக் கிடைத்த நியாயமான அழுத்தத்தைக் காட்டுவதே உத்தேசம்.

இதனால் டி.கே.சி. கம்பனைப் பற்றிப் பேசுகிறபோது கருத்தைப் பற்றி அல்ல, காவியத்தைப் பற்றியே பேசுகிறார். வசனத்துக்கு எட்டுகிற எந்த அம்சத்தையும் காவியத்தின் சாதனைக்கு உதாரணம் ஆக்குவதில்லை. இதனால் காவிய அனுபவத்தின்பால் ரசிகனுடைய பார்வையையும் அவரால் திருப்ப முடிந்திருக்கிறது.

தமிழின் தொன்மை இரண்டாயிரம் வருஷம் என்கிறார்கள். நாலாயிரம் ஐயாயிரமாகக் கணக்குப் போடுகிறவர்களும் உண்டு. இந்த நீண்டகாலப் பகுதியில் எத்தனை ஆசிரியர் என்ன என்ன எழுதினார்கள் என்பதை யாரால்தான் கணக்கெடுக்க முடியும்? அச்சுயந்திரம் தோன்றிய பின், புத்தகச் சேமிப்புக்கான வசதிகள் பெருகிய பின், அச்சுத் தாள்களை ஒன்றுவிடாமல் பாதுகாக்க வேண்டும் என்ற சமூகக் கடனும் உருவான பின், ஒரு புத்தகம் வாசகர்கள் உலகில் செத்தாலும் அதன் எலும்புக்கூடுகள் அலமாரிகளில் பாதுகாக்கப்பட்டுவிடும். முன்போ இப்போதைவிடவும் ஒரு நூல் நிரந்தரமாக அழிந்துபோக அதிக வாய்ப்பிருந்தது. ஒரு சிருஷ்டியை ரசிகர்கள் விசேஷ அக்கறையோடு காப்பாற்றினால்தான் உண்டு என்ற நிலையில், மட்டமான செய்யுள்கள் லட்சக்கணக்கில் அழிந்து போயிருக்க வேண்டும். இது மிகவும் நல்ல விஷயம். அப்படி இருந்தும் தரக்குறைவான உருப்படிகள் எப்படி இந்த நீண்ட காலப் பகுதியைத் தாண்டி நம்மை வந்து எட்டிவிட்டன என்று யோசிக்கும்போது காலத்தின் விமர்சனத் திறமையிலேயே சந்தேகம் கொள்ள நேர்கிறது. ரசனையுள்ளவன், கையில் அகப்பட்ட ஏட்டைச் சுண்டிப் பார்த்துவிடுவான். தோதுப் படாததை அதிக நாள் சுமந்துகொண்டிருக்கவும் மாட்டான். ரசனையற்றவனின் மூடபக்தி, சிருஷ்டியை ஆராய அக்கறை கொள்ளாமல் அதன் ஸ்தூல வடிவத்தை அடுத்த தலைமுறையினருக்கு அளிக்கிறது. ஏடுகள் பக்தி காரணமாகப் பாதுகாக்கப்படும். பழமையைப் போற்றும் மனோபாவம் அதேபோல் இன்றும் பொதி சுமக்கும் புத்தியை வளரவிட்டுக்கொண்டிருக்கிறது. முன்னாளில் பிறந்த சாதாரணத்துக்குப் பழமையின் புனிதமும் தற்கால வசன சாதனைகளுக்குப் புறக்கணிப்பும் கிட்டுவது மூடபக்தியின் விளைவே. கால தேச வர்த்தமானங்களை உணராமல் பழைய மரபுகளை, ஜீவன் துறந்து நிற்கும் அதன் பொக்கான அம்சங்களை வற்புறுத்தி வருவது புதிய கலை சிருஷ்டிகள் தோன்றுவதற்குக் குந்தகமாக இருக்கிறது. பொதி சுமந்து கூன் விழுந்துவிட்ட நாம் சிருஷ்டிக்கான சுதந்திரத்தைப் பயன்படுத்திக்கொள்ளத் தெரியாதவர்கள் ஆகிவிட்டோம்.

பண்டை இலக்கியம் சம்பந்தமாக நம்முடைய மனோபாவத்தை மாற்றவும் கலை நோக்கோடு அதைப் பார்க்கவும் வற்புறுத்தி வந்தது டி.கே.சி.யின் சாதனை என்றே சொல்ல வேண்டும். இதை அவர் பிரக்ஞைபூர்வமாகச் செய்து வந்திருக்கிறார் என்பது தெளிவு. அவரே இதைச் சொல்லட்டும் :

> இனி தொன்மையைப் பற்றிப் பேசலாம். பழைய காரியங்கள் சிலவற்றை ரொம்பவும் மதிக்கிறோம் என்றால் ஏதோ பழையது என்ற பண்பு பற்றியல்ல. பழைய காலத்தில் உயிர் இருக்கும், பிரயோசனம் இருக்கும் என்ற நம்பிக்கை பற்றித்தான்.
>
> ஆயிரம் வருஷமாக வளர்ந்துவந்த மரத்தை மதிக்கிறோம் என்றால் அதில் உயிர் இருக்க வேண்டும். பட்டுப்போன மரத்தை ஆயிரம் வருஷத்தியது என்று கொத்திக்கொடுத்து நீர் வார்த்துக் கொண்டிருக்க முடியாது. சந்தனம் புஷ்பம் எல்லாம் போட்டு வழிபாடு செய்ய முடியாது. கோடாலிக்காரனை ஏவிவிட வேண்டியதுதான். அல்லாத பக்ஷம் கறையானும் உளுவானும் குடியிருந்துகொண்டு,

பக்கத்து மரங்களுக்கும் நோய் உண்டு பண்ணிக் கொண்டிருக்கும். எப்படியும் மரம் புதிதாக அந்த இடத்தில் உண்டாகாது. நம்முடைய சமுதாய வாழ்க்கையிலே பட்டுப்போன மரங்கள் பழையன என்ற காரணத்தாலேயே வட்டம் போட்டு இடத்தை அடைத்துக்கொண்டிருக்கின்றன. கலைத் துறைகளைப் பார்த்தால் ஒரே காடு; பட்டுப்போன மரங்கள் அடர்ந்த காடுதான்.

நம்முடைய வாழ்க்கையையும் பண்பாட்டையும் அடிக்கடி 'ஐடுதி' பார்க்க வேண்டும். பழைய காரியங்கள் உயிரற்றனவாய் நின்று இடையூறு செய்கின்றனவா என்று பார்க்க வேண்டும். வேண்டாதவைகளைக் களைந்தெறியக் கூசக்கூடாது. அப்போது தான் வாழ்க்கை வளம் பெறும். வாழ்க்கையில் வேறு எந்தத் துறையில் பேரம் பண்ணிக்கொண்டிருந்தாலும் கலை இலக்கிய சம்பந்தமாகப் பேரம் பண்ணவே கூடாது.

சமீபகாலம் வரையிலும் கலைப் பரிவர்த்தனைக்கும் கருத்துப் பரிவர்த்தனைக்கும் செய்யுள் வடிவம் பொது. தத்துவம், வைத்தியம், ஜோஸ்யம், தச்சுக் கலைப் பிரமாணம், மனை சாஸ்திரம் எல்லாம் செய்யுள் வடிவம்தான். உலக இலக்கியத்திலும் வான சாஸ்திரத்திலிருந்து நாவல்கள்வரை செய்யுள் வடிவம் பெற்று வெளியாகியிருக்கின்றன.

தமிழ் இலக்கியத்தில் செய்யுள் வடிவப் பிறவிகள் அனைத்தும் இலக்கியம் என்ற மயக்கம் நிலவுவதை இன்றும் காணலாம். 'மோட்டார் மெக்கானிஸம்' பற்றி வசனத்தில் எழுதப்பட்ட புத்தகம் இலக்கியம் அல்ல என்பது எந்த அளவுக்குத் தெளிவோ அந்த அளவுக்குத்தெளிவு பெறவில்லை செய்யுள் வடிவம் பெற்றுவிட்ட தத்துவம் இலக்கியம் அல்ல என்பது. தத்துவத்தைச் செய்யுள் வடிவத்தில் தருகிறவன் தத்துவாசிரியனே தவிர கவிஞன் அல்ல.

செய்யுள்களிலிருந்து கவிதைகளைப் பொறுக்கும் காரியத்தை டி.கே.சி. செய்திருக்கிறார். அந்த அளவுக்கு வேறு யாரும் இதைச் செய்யவில்லை என்பதும் தெளிவு. இன்று கந்தர கூளத்தில் சில சிருஷ்டிகள் தூக்கலாகத் தெரிவதற்கு அவரே காரணம். ரசனையின் பிரயோகத்தால் தேர்ந்தெடுக்கப்பட்ட கவிதைகளின் திரட்டுப் புத்தகம் உருவம் பெறாதது அவருடைய தேர்வுகளைத் துல்லியமாக நாம் தெரிந்துகொள்ளத் தடையாக இருக்கிறது. எனினும் இத்தேர்வுக்கான முயற்சியை ஏற்படுத்திக்கொண்ட முதல்வர் அவரே. இதுபோல் பல்வேறு பார்வைகளில் பல்வேறு திரட்டுகள் தோன்றித் தமிழ் இலக்கியம் சுத்தப்படுகிறபோதுதான் இன்றைய உள்ளங்களுக்கு அது பயன்தரக் கூடியதாய் அமையும்.

எதிர்காலத்தில் பண்டைத் தமிழ் இலக்கியத்தில் கலையைத் தேடும் மாணவன், அவருடைய பல்வேறு முடிவுகளில் அபிப்பிராய வித்தியாசம் கொள்ள நேர்ந்தாலும் மேலே எடுத்துக்காட்டிய பணி ஒன்றிற்காகவே அவர் அவன் மனத்தில் உரிய அந்தஸ்தையும் கௌரவத்தையும் பெறுவார் என்று நம்பலாம்.

***இலக்கிய வட்டம்*, 1964**

புதுமைப்பித்தனின் மனக்குகை ஓவியங்கள்

எனக்கும் புதுமைப்பித்தனுக்குமான உறவு தெளிவாகவே இருப்பது போல்தான் இருந்தது, சென்ற வாரம் வரையிலும். சென்ற இருபது வருட காலத்திலும் 'நம்ம புதுமைப்பித்தன்தானே' என்ற எண்ணத்திலேயே எப்போதும் இருந்து வந்திருக்கிறேன் என்று தோன்றுகிறது. அவருடைய மன அறைகளின் சாவிக்கொத்து என் இடுப்பிலேயே தொங்குவது மாதிரியும் நடமாட்டங்களில் அது 'கிணிங் கிணிங்' என்று ஓசைப்படுத்துவது மாதிரியும் எண்ணிக்கொண்டிருந்ததின் அழகு, கையில் தராசைத் தந்து ஒருவர் எடை போடச் சொன்ன போது எனக்கே வெளிச்சமாகிவிட்டது.

இவருடைய எழுத்தை வாசகர்களில் சிலர் வாங்கிக்கொள்வதில் ஆயாசப்படுகின்றனர் எனக் கூறி, என் வாசக அனுபவம் தேவைஎனக் கேட்டபோதும், என் அனுபவம் பயன்படும் என்று சொன்னபோதும், பயன்படலாம் என நானே நம்பியபோதும் 'இவருடைய எழுத்தில் அப்படி என்ன இருட்டு, புதிர், முடிச்சு?' என நானே கேட்டுக்கொண்டேனே தவிர, எனக்கும் சற்று மேல்மூச்சு கீழ்மூச்சு வாங்கும் என்பது அப்போது தெரியாது.

சுமார் இருபது வருடங்களுக்கு முன்னர், புதுமைப்பித்தன் கதைகளுடன் எனக்கு முதல் பரிச்சயம் ஏற்பட்டது. அவருடைய இயற்பெயரோ இலக்கிய உலகில் அவருடைய ஸ்தானமோ பிற விவரங்களோ அன்று எனக்குத் தெரியாது. நம்மிடையே அவர் இல்லை என்பதும் அன்று நான் அறிந்திராத ஒன்று. எடுத்த எடுப்பில் அவருடைய புனைபெயர் எனக்கு லேசான கசப்பை ஏற்படுத்தியது. காரணம் சொல்லத் தெரியவில்லை. தன்மை விளக்கமாகக்கொண்ட பெயர்கள் எனக்கு ருசிப்பதில்லை

சுந்தர ராமசாமி

என்று சொன்னால், அதுவும் இன்றைய மனநிலையை ஒட்டிய விளக்கமே தவிர, அன்றைய காரணமாக இருக்கும் என்று சொல்ல முடியாது. ஏனோ பிடிக்கவில்லை.

இன்று அவருடைய எழுத்தை, அதன் தன்மைகளை முடிந்த வரையிலும் மனத்திரையில் விரித்துப் பார்க்கிறபோது, அப்பெயர் அற்புதமாய் அவருக்குப் பொருந்துவது தெரிகிறது. அதைத் தவிர்த்து மற்றொன்றைச் சூட்டுவது சாத்தியமற்றதாகவே படுகிறது. அவருடைய எழுத்துக்கு, அதன் நடை, எடுத்தாளும் விஷயம், அவ்விஷயத்தைக் கையாண்ட கோணம், சொல்முறை, உருவம், ஆரம்பங்கள், முடிவுகள், வருணனைகள், பாத்திர சிருஷ்டி, எழுத்தில் நீக்கமறக் கலந்து நிற்கும் விமர்சனப் பாங்கு, இன்னும் இழை கண்டு சொல்ல முடியாததும் ரசனைக்கு மட்டும் அனுபவ சாத்தியமாகிற சூட்சும அம்சங்கள் ஆகியவற்றை உணர்ந்து பார்த்தால், அவர் சூட்டிக்கொண்ட பெயர் அசைக்க முடியாதபடி அவருக்குப் பொருந்துவதை உணரலாம். எனக்கு இப்போதும் அப்பெயர் ருசிக்கவில்லை என்பது வேறு விஷயம். முக்கியமான விஷயம் அல்ல அது.

படைப்புக்கு முன்னாலேயே, அதன் கிளை படரும் காட்சிகளை உணர்வதற்கு முன்னாலேயே, எவ்வாறு அவர் இப்பெயரைத் தனக்குச் சூட்டிக்கொண்டுவிட்டார்? தான் நடந்து செல்லப்போகும் பாதைகள் எல்லாம் பயணத்தைத் தொடங்கும்போதே அவருடைய காட்சிக்குப் புலனாகிவிட்டனவா? கலைஞர்களில் அநேகருக்கு அது மங்கலாகத் தெரியும் பிராந்தியம் அல்லவா?

இலக்கியப் படைப்பு அநேக சந்தர்ப்பங்களில் வெகுளித்தனமான காரணங்களோடுதான் துளிர்க்கிறது. பந்தமும் சுற்றமும் தங்களுடைய மனவுலகில் ஒரு நாற்காலி தருவதற்காக; தான் அசடு ஒன்றுமல்ல என்பதைப் பிறருக்கு உணர்த்துவதற்காக; எழுத்தை அச்சில் பார்த்ததும் நாளங்களில் ஓடும் லகரியைச் சற்று அனுபவிப்பதற்காக; வேறு எதை எதையோ இழந்து போனதற்குப் பதிலாக – இப்படி எத்தனையோ காரணங்கள். கலைஞனின் மனத்தில் அவனுடைய இளமைப் பருவத்தில் விரியும் கனவுகளை வார்த்தைகளில் தேக்குவது கடினம். தத்துவவாதிக்குத் தனது எதிர்காலப் பயணத்தின் பாதை பளிச்சென்று தெரியாவிட்டாலும் அதன் கரைகளேனும் தெரிந்திருக்கும். அவனுக்குப் புத்தி முதலீடு. பதில் தேடி ஆராயும் நாட்கள் அவனுக்கு எதிர்காலம்தான் என்றாலும் தொடக்கத்தில் அவன் கேள்விமயமானவன்தான் என்றாலும் அவனுக்கு அவனுடைய கேள்விகளேனும் தெளிவானவை; சந்தேகங்கள் தெளிவானவை.

கலைஞனோ உணர்ச்சிகளை விரிப்பவன். சௌந்தரியம் அவனை இழுத்துச் செல்கிறது. சமூக அர்த்தத்தில் ஏதோ ஒரு கோணலுக்கு அவன் ஆட்பட்டுவிடுகிறான். அவன் உள்ளம் இளமையிலேயே வடுப்பட்டுவிடுகிறது.

மேற்சொன்ன லட்சணங்களில் புதுமைப்பித்தனும் ஒரு கலைஞன். பெயரிலிருந்து ஆரம்பித்து, சற்றே திசை மாறிப்போவது போன்ற எண்ணத்தை ஏற்படுத்தியவாறு நான் அணுக முனைவதெல்லாம், புதுமைப்பித்தன் பெரிதும் உள்ளுணர்வு கொண்ட, அந்த உள்ளுணர்வின் அடிப்படையில்

இளமையிலேயே எதிர்காலத்தில் தெளிவுறப் போகும் தன் முக விலாசத்தை மனக்கண்ணாடியில் முன்கூட்டிக் கண்டுகொண்டுவிட்ட கலைஞன் என்பதை வற்புறுத்துவதற்காகத்தான். நான் பின்னால் அவரைப் பற்றிப் போடப் போகிற தீர்மானங்களுக்கு எல்லாம் அவர் முன்னாலேயே பின் மொழிந்திருக்கிறார் என்று சொல்லலாம். தன்னுடைய இலக்கிய முகத்தை முன்கூட்டி உணர்த்தும் விசேஷமான உள்ளுணர்வு ஒன்று அவருக்கு இருந்திருக்கிறது.

புதுமைப்பித்தனுடைய எழுத்து அவருடைய பலத்திற்கும் பல வீனத்திற்கும் சாட்சியாய் நம் முன் நிற்கிறது. இந்த இரண்டு அம்சங்களையும் 'புதுமைப்பித்தன் கதைகள்', 'காஞ்சனை' ஆகிய இரு சிறுகதைத் தொகுதிகளையும் ஆதாரமாகக்கொண்டு ஒரு வாசக அனுபவத்திற்குப் புலனாகிற தோரணையில் பார்ப்போம்.

புதுமைப்பித்தனின் இயல்புகளை நாம் தெரிந்துகொள்ள உபயோகப்படும் சில கேள்விகள் என்னிடம் எழுகின்றன.

திட்டம் என்பதிலும் பயிற்சி என்பதிலும் நம்பிக்கை கொண்ட கலைஞர்தானா இவர்? தனது உணர்ச்சிகளைப் புத்தி மண்டலத்திற்கு உயர்த்தி, இழை எடுத்து சோதித்துப் பார்ப்பதில் இவருக்கு ஆசை இருந்திருக்கிறதா? புலன்கள் வாயிலாக நாம் பெறும் அனுபவம் உண்மையாய் அமைவது கடினம், பொய்யாய்ப் போய்விடுவது சுலபம் என்ற ஜாக்கிரதை உணர்வு இவரிடம் தொழில்பட்டிருக்கிறதா? சைக்கிள் சக்கரத்தில் நாம் பார்க்கும் விதமாய், சிறுகதையின் ஜீவ தாதுவை மையத்தில் பொருத்தி, வெளிவட்டத்திலிருந்து கம்பிகளை இழுத்து உறுதிப்படுத்தும் பொறுமை, அதன் அவசியம், அதற்கான பயிற்சி இவற்றிற்கெல்லாம் இவர் கட்டுப்பட்டவர்தானா? கதையிலிருந்து அனாவசியத்தை அகற்றினால் அவசியம் மேலும் துலங்கும் என்பதை இவருடைய கதைகள் எப்போதும் நமக்கு உணர்த்துகின்றன என்று சொல்ல முடியுமா? கதை அரங்கில் கதா பாத்திரங்கள் நடித்துக் கொண்டிருக்கும்போது திரைக்குப் பின்னாலிருந்து எட்டிப் பார்ப்பது, அதாவது தன் சொந்த அபிப்பிராயங்களுக்கும் இடம் போட்டுக்கொண்டு எழுதுவது, விவேகமல்ல என்ற விதியை விடாமல் பின்பற்றக் கூடியவரா இவர்? கதையைக் கடைசிவரையிலும் நடத்திக்கொண்டு சென்றுவிட வேண்டும் என்பதிலோ அல்லது சென்றுவிட முயல வேண்டும் என்பதிலோ இவர் காட்டும் நிர்ப்பந்தம் எவ்வளவு? சிக்கலான தடத்தில் போகிறபோது, சீதையைப்போல் விலை உயர்ந்த ஆபரணங்களைக் கழற்றிப் போட்டுக்கொண்டே போகாவிட்டாலும், ஒரு லட்சிய வாசகன் எட்டிப் பிடித்துவிடுவதற்கு அவசியமான படிகளையேனும் கோடி காட்டிவிட வேண்டும் என்ற பொறுப்புணர்ச்சி எப்போதும் காட்டியவர் என்று இவரைப் பற்றிச் சொல்ல முடியுமா? தடம் தெரியாமலும் தனக்கே புரியாமலும் பேனா ஓட ஆரம்பித்தால் அதை இழுத்து நிறுத்தி மூடியை அதன் வாயில் செருகிவிடுவது விவேகமான காரியம் என்பதில் இவருக்கு நம்பிக்கை உண்டா?

மேற்கண்ட கேள்விகள் ஒவ்வொன்றுக்குமே எதிர்மறையான பதில் சொல்லும் நிலையில் நாம் நிற்கிறோம். மேதாவிலாசம் வாய்க்கப்பெறாத

ஒரு கலைஞன் மேற்கண்ட பலவீனங்களால் கொடிய தண்டனைக்கு ஆளாகியிருப்பான் என்பதிலும் நமக்குச் சற்றும் உவக்காது போய்விட்ட அவன் எழுத்துக்கு, மேலே சொன்ன குறைகளில் சிலவற்றையேனும் காரணமாக எடுத்துக்காட்டிக் கொண்டிருப்போம் என்பதிலும் சந்தேகமில்லை.

கலையின் வெற்றிக்குத் துணை செய்யும் எனப் பெரிதும் நம்பப்படுகிற, மேதாவியான கலைஞன் பரவலாகப் பின்பற்றிய, சில வித்தையைக் கற்றுக் கொடுக்கும் பாடப் புத்தகங்களில் இடம்பெறத் தகுந்த நியதிகளை இரக்கமின்றி மிதித்துக்கொண்டே, பூரணத்துவம் பெறவில்லை என்றாலும் சில வெற்றிகளைச் சாதித்த புதுமைப்பித்தனின் கலை வன்மை பொருந்தியது. இவ்வெற்றியின் வசீகரம் அவருடைய எழுத்துகள் அனைத்திலும் இழையோடு வதையும் பார்க்கலாம்.

சூத்திரமாகச் சில வார்த்தைகளைச் சொல்லி இவரை உணர்த்த முயலும்போது, மேதாவிலாசம் பொருந்தியவர்; நியதிகளை அலட்சியம் பண்ணுகிறவர்; தான் வாழ்ந்த காலத்தின் கோலத்தில் அதிருப்தி தெரிவித்தவர்; மனித இயல்புகளை ரசிப்பவர்; எழுத்தை ஆத்மார்த்தத்தோடு கையாண்டவர்; தனிமனிதன்மீது விழும் கட்டுப்பாடுகள்–அவை குடும்பம், தேசம், தேசியம், கட்சி, சமூகம்,மொழி, கலை உலகு போன்ற எந்தத் திசையிலிருந்து வந்தாலும் சரி–அவற்றை ஏற்றுக்கொள்ளப் பிடிவாதமாய் மறுப்பவர்; தன்னுடைய உணர்வுகளையே பிரதானமாய் மதித்து அதன் வழியே செல்பவர்; வாழ்க்கையைத் திருத்தவோ மாற்றவோ செப்பனிடவோ சீர்குலைக்கவோ உருவாக்கப்படும் தத்துவங்களையும் அவற்றின் செயலுருவமான இயக்கங்களையும் அவநம்பிக்கைக் கண் கொண்டு பார்த்தவர்; பக்தி, பவித்திரம், அமானுஷ்யம் இவற்றிலிருந்து எழுந்த பீடங்களை–காலம் காலமாய் அதன்முன் மனிதன் தலைகுனிந்து நின்று களிம்பேறிப்போன பீடங்களை–தனது பலவீனமான கைகளால் அசைத்து, அப்பீடங்களிலுள்ள விக்கிரகங்கள் அசைவதைக் கண்டு உதட்டின் கோணத்தில் சிரிப்பை வரவழைத்துக்கொண்டவர் என்றெல்லாம் சொல்லலாம்.

பலவீனங்களைத் தாண்டி வெற்றிகளை எட்டிவிட்ட புதுமைப்பித்தனுக்குப் பின்னால், பலவீனங்களால் பாதிக்கப்பட்ட புதுமைப்பித்தனையும் பார்க்கிறோம்.

இவருடைய பல கதைகள் சிறுகதையின் தனிப்பெரும் குணமான உருவத்தைத் தாண்டி அப்பால் நகர்ந்துவிட்டவை. அப்போது எந்த அர்த்தத்தில் அவை சிறுகதை உருவம் பெறத் தவறியவை என்ற கேள்வி எழலாம்.

சிறுகதை என்ற தனியான, பிற இலக்கிய உருவங்களுக்கு வித்தியாசமான–கதைகளிலிருந்தும் துண்டாக வேறுபட்ட–ஒரு இலக்கியப் பிரக்ஞையை நாம் மனத்தில் பேணி வந்தோம் என்றால், இவருடைய கதைகளில் பல சிறுகதை உருவம் பெறத் தவறிவிட்டவை என்பதை உணர முடியும்.

அவ்வாறு கதைகளிலிருந்து வித்தியாசம் காட்டுகிற வேறுபட்ட சிறுகதை உருவப் பிரக்ஞை ஒன்றை நாம் வளர்த்துக்கொள்ள வேண்டியது

அவசியம்தானா என்று கேட்கலாம். அவசியம் என நம்புகிறவர்களும் அவசியமில்லை என்று வாதாடுகிறவர்களும் நம்மிடையே இருக்கிறார்கள். அவசியம் என்பது என் அபிப்பிராயம்.

மையப் புள்ளி ஒன்றில் சுழல்வதும் கதையின் விரிவு அந்த மையப் புள்ளிக்கு வலுவூட்டும் ஆலாபனையால் அமைவதுமான கதைகளை நம்முடைய பழைய இலக்கியத்திலிருந்து, பழைய இந்திய இலக்கியத்திலிருந்து எடுத்துக்காட்டிவிட முடியும் என்று நம்பிவிடுவதற்கில்லை. அவ்வாறு ஏகதேசமாய் ஒன்று எடுத்துக்காட்டப்பட்டாலும் அது தவறிப்போய் சரியான திசையில் விழுந்துவிட்ட தற்செயலான காரியமாக அமையுமே அல்லாது, அந்த சிருஷ்டியின் பின்னால் போதபூர்வமாய்த் தொழிற்பட்ட ஒரு உள்ளத்தைக் காணமுடியாது. நாம் மேலே சொல்லிவந்த சிறுகதையின் லட்சணங்கள் மேல்நாட்டுப் பரிச்சயத்தின் மூலமே நமக்குத் தெரியவந்தவை என்ற உண்மையை இன்றைய இலக்கிய உலகில் பலரைப் போலவே நானும் நம்புகிறேன். 1920க்கு முன்னர் தமிழில் இவ்வுருவம் சாத்தியமாகவில்லை என்பதையும் இலக்கியப் பிரக்ஞையுடன் பரவலாக உருவாக்கப்பட்ட கதைகள், அதாவது தமிழில் வசனத்தின் முதல் கலைப்படைப்புகள் காலமும் இயக்கமும் கூடித் தோன்றியது 1930க்குப் பின்னரே என்றும் சொல்ல வேண்டும். இந்த இலக்கியப் பிரக்ஞை கொண்ட முதல் கோஷ்டியில் முக்கியமானவர் புதுமைப்பித்தன்.

போதிய சிரத்தை எடுத்துக்கொள்ளப்படாததால் சிறுகதை உருவத்திலிருந்து நகர்ந்துவிட்ட இவருடைய கதைகளுக்கு உதாரணமாய் ஒன்றிரண்டைப் பார்ப்போம்.

'கலியாணி' என்ற கதை இவ்வாறு ஆரம்பமாகிறது:

> "வாணிதாஸபுரம் என்பது ஒரு பூலோக சுவர்க்கம். மேலே இருக்கும் பௌராணிகரின் சுவர்க்கம் எப்படியிருக்குமென்று அடியேனுக்குத் தெரியாது. ஆனால் இந்த சுவர்க்கத்தைப் பொறுத்தவரை இது வாணியின் கடைக்கண் பார்வை ஒரு சிறிதும் படாத இடம் என்பது எனக்குத் தெரியும்."

இதைத் தொடர்ந்து வாணிதாஸபுரத்தின் 'லொக்கேஷன்', யாருடைய துணையுமின்றி ஒரு குழந்தைகூட அவ்வூரை அடைந்து விடுவதற்குப் போதுமான பூகோளத் தகவல்கள்; நதி, வாய்க்கால், குளம் ஆகிய நீர் நிலைகள் காணப்படும் இடங்கள்; வாணிதாஸபுரம் நாகரிக மோஸ்தருக்கு ஆட்படாமலிருக்கும் தன்மை; கிராம மக்களின் பிழைப்பு விரிந்திருக்கும் கோலங்கள்; பிராமண தர்மத்தின் பிரதிநிதிகளின் ஜீவனோபாயம்; பிள்ளைமார்களின் குல தர்மம்; மறவர்களின் சோம்பல் தர்மங்கள்; பறைச்சேரியின் அவலம் முதலியனவற்றை மிக ரசமாய் இரண்டு பக்கங்களில் சொல்லி முடித்துவிட்டு, இரண்டாவது பகுதிக்கு வருகிறார் ஆசிரியர்.

> அர்ச்சகர் சுப்புவையர் ஏறக்குறைய மெஜாரிட்டியைக் கடந்துவிட்டவர். தமது 45ஆவது வயதில் மூத்தாளை இழந்துவிட, இரண்டாவது விவாகம் செய்துகொண்டார். இளையாள் வீட்டிற்கு வந்து சிறிது காலந்தான் ஆகிறது. அவள் சிறு குழந்தை. 16 அல்லது 17வயதுள்ள

கலியாணி சுப்புவையரின் கிரகத்தை மங்களகரமாக்கவே அவரது சமையற்காரியாகக் காலம் கழித்தாள்.

சிறுகதையின் உருவப் பிரக்ஞையை மனத்தில் கொண்டோம் என்றால் மேலே காட்டிய இரண்டாவது பகுதியிலேயே கதை ஆரம்பமாவது விரும்பத்தக்கது என்று சொல்லலாம். அப்படியானால் முதல் பகுதியில் அவர் அளித்திருக்கும் தகவல்கள் அவசியமற்றவையா, அத் தகவல்கள் இக்கதைக்கு வலுவூட்டவில்லையா, அவற்றின் நீக்கத்தில் கதை பாதிக்கப்படாதா ஆகிய சந்தேகங்கள் தோன்றுவது இயல்பு. முதல் பகுதியின் நீக்கத்தில் கதை குறைவுபடாது என்பது மட்டுமல்ல, மேலும் செம்மையாய்த் துலங்கும். ஏனெனில் முதல் பகுதி நீக்கப்பட்டாலும் அப்பகுதியிலுள்ள தகவல்கள் – சூழ்நிலையை நாம் மனத்தில் வாங்கிக்கொள்ள உபயோகப்படும் அத்தகவல்கள் – கதையின் மீதிப் பகுதியில் உள்ளார்ந்து நின்று ஜொலித்துவிடுகின்றன என்று சொல்லலாம். சொல்லப்படாத ஒன்று, சொல்லப்பட்டதற்கு நிகராகக் காரியம் ஆற்றுமா என்ற சந்தேகத்திற்கு, சில சந்தர்ப்பங்களில் சொல்லப்படாத நிலையிலேயே சொல்லப்பட்டதற்கும் மேலாகக் காரியம் ஆற்றும் என்பதுதான் பதில்.

ஒருவன் மிகப் பெரிய அடுப்பு ஒன்றில், அரை ஆள் உயரம் எழும்பியிருக்கும் ஜ்வாலையில் இரும்புத் தகடு ஒன்றைக் காய்ச்சிக் கொண்டிருக்கும் வண்ணத் திரைப்படக் காட்சியை மனத்தில் கற்பித்துக் கொண்டோம் என்றால், இரு விதங்களில் காமிராவில் இக்காட்சியைப் பதிவுசெய்ய முடியும். ஒன்று: தீக்கொழுந்து அடுப்பில் படர்ந்து நிற்பதையும், காய்ச்சுபவனின் மீசையும் தாடியும் கொண்ட, ஜ்வாலையின் வீச்சு செக்கச்செவேலென அடித்திருக்கும் முகத்தையும், சுத்தியல் தகட்டின்மேல் விழுவதால் எழும் ஓசையையும் இவ்வாறாக அக் காட்சியை முழுமையாகவே பதிவு செய்துவிடலாம். இது ஒரு முறை. மற்றொரு முறை: தீக்கொழுந்தில் சிவப்பேறி நிற்கும் அவன் முகத்தை மட்டும் காட்டித் தகட்டில் சுத்தியல் விழும் ஓசையைப் பின்னணியில் இணைத்து விடுவதாகும். அவ்வாறு காட்டப்பட்டாலும் அடுப்பும், அதில் கொழுந்து விட்டெரியும் ஜ்வாலையும் கிடுக்கியும் சுத்தியலும் தகடும் நம் மனக் கண்முன் தாமே விரிந்துவிடும். இங்குக் காட்டப்படாத அம்சம், காட்டப்படும் அம்சத்துக்குள் உள்ளார்ந்து ஜொலித்து நம் மனத்திரையில் உருவம் பெற்றுவிடுகிறது. இதேபோல் 'கலியாணி' என்ற கதையின் முதல் பகுதியிலுள்ள தகவல்கள், அவை நீங்கலாக உள்ள பகுதியில் பிண்டமாக இல்லாவிடினும் சூட்சுமமாக வேனும் உணர்ந்துகொள்ளும்படி அமைந்திருக்கிறது. இரண்டாவது பகுதி மட்டுமே சிறுகதையாக முழுமையான உருவம் பெற்றிருக்கும்.

இதே பலவீனத்துக்கு ஆட்பட்ட மற்றொரு கதை 'சுப்பையா பிள்ளையின் காதல்கள்'. இதிலும் முதல் பகுதி துருத்திக்கொண்டு நிற்பதோடு, இரண்டாவது பகுதியின் ஆரம்பம் ஒரு சிறுகதையின் கச்சிதமான ஆரம்பம்போல் அமைந்திருப்பதைப் படிப்பவர்கள் உணர முடியும்.

உருவப் பிரக்ஞை காட்டும் கதைகளை சைக்கிளின் சக்கரத்திற்கு உவமித்துச் சொல்லலாம். முதல் பகுதி வெளியே நீண்டு நிற்கும், மேலே எடுத்துக்காட்டப்பட்ட தரத்துக் கதைகளை, வளையத்தை உந்துவதற்கு

வசதியாய் அதோடு ஒரு கம்பியை இணைத்து வைத்துக் கொண்டிருக்கும் கிராமத்துப் பிள்ளைகளின் விளையாட்டுச் சக்கரத்துக்கு உவமித்துச் சொல்லலாம். சக்கரத்தோடு இணைக்கப்பெற்ற கம்பியே கதைக்கு முன்னால் நீட்டிக்கொண்டிருக்கும் முன் பகுதிகள் ஆகும். ஓரளவுக்கு மேல் இவ்வுதாரணங்களை அழுத்தமாக ஏற்றுக்கொள்வதும் ஒரு வாசகனின் மன உணர்வில் கொப்புளிக்கும் விமர்சன எண்ணங்களைக் கதையின் முடிவான நியதிகளை ஸ்தாபிக்கும் சட்டங்களாக எடுத்துக்கொள்வதும் விரும்பத்தக்கதல்ல என்பதையும் நாம் கவனத்தில் கொள்ள வேண்டும்.

இவருடைய கோணத்தில் விமர்சன வீச்சு ஓயாமல் குமிழியிட்டுக் கொண்டே இருக்கிறது. புதுமைப்பித்தனின் கலைமுகத்தின் ஒரு பகுதியாகவே இத்தன்மை இணைந்திருக்கிறது எனலாம். வாக்கியங்கள், கதைக் கரு, சம்பவம் அல்லது உரையாடல்—இவற்றுக்குப் பின் சொந்தக் குரலில் ஒரு சவுக்கின் சொடுக்கை நெடுகிலும் பார்க்கிறோம். கதை முடிவுக்குப் பின்னும்கூட ஒரு தடவை சவுக்கை சொடுக்கினால் தான் இவருக்குத் திருப்தி ஏற்படுகிறது போலும்!

பெட்ரோல் நாகரிகத்தைப் பெட்ரோல் நாகரிகத்தின் ஏகாதிபத்தியம் என்று சொன்னால்தான் இவருக்கு நிம்மதி. உஞ்சவிருத்தி என்ற சோம்பற் பயிற்சி, ஊர்க்காவல் என்ற சில்லறைக் களவு, டிராம்வண்டி எனும் நாகரிக யக்ஷன்; பணக்காரர்களான பூலோக தெய்வங்கள், இத்யாதி இத்யாதி.

கதையின் மையக் கருத்துக்கு அனுசரணையாய், அக்கருத்தை நம் மனத்தில் ஒரு வேகத்தோடு உந்துவதற்கு ஏதுவாய் வருணனையில் விமர்சனப் பாங்கு இணைந்து கலைவெற்றிக்கு உதவியிருக்கிறது. சில கதைகளில் சில சந்தர்ப்பங்களில் பாதகமாகவும் தொழிற்பட்டிருக்கிறது. வருணனையில் கலந்து நிற்கும் விமர்சன நோக்கின் சாதகத் தன்மைக்கு ஒரு உதாரணம். 'கவந்தனும் காமனும்' கதையிலிருந்து ஒரு வருணனைப் பகுதி:

> நீங்கள் இரவு எட்டு மணிக்கு மேல் சென்னை மாநகரில் சுற்றிப் பார்த்திருக்கிறீர்களா? சுற்றியிருந்தால் நான் கீழே சொல்லும் விஷயம் உங்களுக்குப் பிரமிப்பை உண்டாக்காது.
>
> கண்ணைப் பறிக்கும் விளக்குகள், உள்ளத்தைப் பறிக்கும் நாகரிகம்! மனிதனின் உயர்வையும் உடையையும் ஒரே காட்சியில் காண்பிக்கும் நாகரிகச் சின்னங்கள்!
>
> இது கலியுகமல்ல, விளம்பரயுகம் என்பதற்குப் பொருள் தெரிய வேண்டுமானால், இந்த நகரத்தின் இரவைக் காண வேண்டும். இந்தக் கூட்டங்கள்! ஏன் இவ்வளவு அவசரம்? இதுதான் நாகரிகத்தின் அடிப்படையான தத்துவம்—போட்டி வேகம்.
>
> டிராம் வண்டிகளின் கணகணவென்ற ஒலம், ஒருவேளை இது நாகரிக யக்ஷனின் வெற்றிச் சிரிப்போ என்னவோ!
>
> பெண்களின் பல் வரிசைக்கு முத்துக் கோத்தாற்போல் என்கிறார்கள். இந்த வரிசையான மின்சார விளக்குகளுக்கு உபமான மாகத் தேவலோகத்திலும் இவ்வளவு பெரிய முத்து கிடையாதே!

புதிதாக வந்தவன் மலைத்துப் போகலாம். உற்சாகப்பட முடியாது.

வெளிச்சம்! வெளிச்சம்! கண்ணைப் பறிக்கும் வெளிச்சம்!

இதுதான் தெரு மூலை!

இதுதான் மனித நதியின் சுழிப்பு!

இதற்கு உபநதிகள்போல் பெரிய கட்டடங்களுக்கிடையே ஒண்டி ஒடுங்கிப் போகும் ரஸ்தாக்கள்.

இது வேறு உலகம்!

இங்கு விமர்சன நோக்கு கதையின் மையத்திற்கு வலுவூட்டும் முறையிலேயே அமைந்திருக்கிறது.

சில சந்தர்ப்பங்களில் கதையைக் கடைசிவரையும் நடத்திக்கொண்டு செல்வதில் இவருடைய பொறுமையின்மையைப் பார்க்கிறோம். மிகுந்த ஈடுபாட்டுடன் ஆரம்பித்து, களத்தை விஸ்தாரமாய் அமைத்து, பாத்திரங்களை ஒருவர் பின் ஒருவராக எழுப்பி, பெரும்போக்காக நகர்த்தும் சிரத்தை, பின்பகுதியில் சலிப்படைந்து சட்டென்று கால் கைகளைச் சுருக்கிக்கொண்டுவிடுவது தெரியும். 'துன்பக்கேணி', 'வாழ்க்கை' போன்ற கதைகள் இன்று நாம் அச்சில் பார்ப்பதைவிடவும் அதிக வனப்பும் கம்பீரமும் கொண்டதாய் ஆசிரியர் மனத்தில் இருந்திருக்க வேண்டும் என்று தோன்றுகிறது. அக்கதைகள் கேட்டு நின்ற தவத்தையும் உழைப்பையும் கலைஞன் கொடுக்கத் தவறி விட்டான் என்றும் நமக்குத் தோன்றக்கூடும்.

'துன்பக்கேணி' அதன் முடிவை நெருங்குகிறபோது, முடித்துவிட உந்தும் சோம்பல் மனம், அதுவரையிலும் கவனமாய் இழைத்துக் கொண்டு வந்த இழைகளையெல்லாம் எத்தனை அவசரமாக, இழை நுனிகளில் பட்பட்டென்று முடிச்சுப்போட்டு முற்றுப்புள்ளி குத்திவிடுகிறது!

இதற்கு மாறாக 'காஞ்சனை', 'சுப்பையா பிள்ளையின் காதல்கள்', 'செல்லம்மாள்', 'சாப விமோசனம்', 'ஒருநாள் கழிந்தது', 'மனிதயந்திரம்', 'நினைவுப் பாதை' போன்ற கதைகளில் கதையைக் கடைசிவரையிலும் நடத்திச் செல்ல அவசியமான சிரத்தை எடுத்துக்கொள்ளப்பட்டிருக்கிறது என்பதையும் உணரலாம். அதிலும் 'செல்லம்மாள்', 'சாப விமோசனம்' என்ற இரண்டு கதைகளிலும் பேனா மிக அழுத்தமாயும் அமைதியாயும் நகர்வதைப் பார்க்க முடிகிறது.

தனக்கே புரியாத விஷயங்களைத் தவிர்த்துவிடும் நாகரிகம் காட்டாத கதையாக 'பிரம்ம ராக்ஷஸ்' என்ற கதையைச் சொல்லலாம். ஒரு விமர்சன மேதை தோன்றிச் சிக்கல் எடுக்கவேண்டிய கதை அது. சிக்கல் என்ற ஒரு குறைக்குத்தான் அல்லது நிறைவுக்குத்தான் — எப்படி வேண்டுமென்றாலும் வைத்துக்கொள்ளலாம் — அது பாத்திரமாகியிருக்கிறது என்றால் ஒரு விமர்சன மேதையின் பாதத் தூளியில் அதற்கு விமோசனம் கிடைக்கும். அதுவரையிலும் 'வார்த்தைகளை வைத்துக்கொண்டு ஜனங்களை பயங்காட்டுவது ரொம்ப லேசு' என்ற புதுமைப்பித்தனின் வார்த்தைகளை அக்கதையின் தலைப்புக்கு மேல் எழுதி வைத்துவிட்டுப் பொறுத் திருப்பதுதான் விவேகமான காரியம் என்று தோன்றுகிறது.

ஒரு அர்த்தத்தில் புதுமைப்பித்தன் அவருடைய காலத்தில் ஓங்கி நின்ற தனிமரம். வ.வே.சு. ஐயரின் காலத்திலிருந்து புதுமைப்பித்தன் காலத்துக்கு உள்ள இடைவெளி பத்தாண்டுகள்தாம் என்றாலும் 'மங்கையர்க்கரசியின் காத'லிலிருந்து புதுமைப்பித்தன் கதைகளுக்கு வரும்போது ஒரு கலைஞர் பல பத்தாண்டுகளை வேகமாக விழுங்கிவிட்டதனாலேயே இக்கதைகள் சாத்தியமாயின என்று தோன்றத்தான் செய்கிறது. புதுமைப்பித்தனின் வெற்றியும் தோல்வியும் சோதனையும் நவநவமான அம்சங்களை இழைத்துத் தொழில்படும் போக்கும் வளம் மண்டிக்கிடக்கும் ஒரு இலக்கியப் பகுதியின் விளைவுபோல் தென்படுகிறதே அன்றி, ஒரு தனிப்பட்ட கலைஞனின் தனிப்பட்ட காரியமாகத் தோன்றுவதில்லை.

சிறுகதை வல்லுநர் என நாம் இன்றும் நம்பும் பலருடனும் சேர்ந்துதான் இவரும் தொழில்பட்டார் என்றாலும் திறமை எனும் வார்த்தையைச் சிறுமைப்படுத்திவிடும் மேதாவிலாசம் இவர் ஒருவருக்குத்தான் சித்தியாகி யிருந்தது என்று சொல்லலாம். அவருடைய பலவீனங்களையும் இந்த மேதாவிலாசத்தின் ஒரு அம்சமாகக் கொள்வதில் தவறில்லை. பயிற்சியிலும் சூத்திரத்திலும் இலக்கிய நியதிகளிலும் இலக்கிய வல்லுநர்களின் பாடப் புத்தகக் கருத்துகளிலும் நம்பிக்கை வைக்க மறுப்பது மேதா விலாசத்தின் ஒரு பகுதியே. கலையை, அளவுகோலுக்கு ஏற்றபடி தயாரிப்பதைவிட, தனது ஆளுமைக்கு ஏற்றபடி சதையும் ரத்தமுமாய் நம்முன் தள்ளிவிட்டுச் சென்றுவிடுகிறது அது. சீவுளி போட்டுச் சீவிக் கொண்டிருக்க அது பொறுமை கொள்வதில்லை. கலையின் பூர்ணத்துவத்தை விடவும் இயற்கையின் ஜீவன் துடிப்பதையே – அது சற்று மோட்டாவாக இருந்துவிட்டாலும் பாதகமில்லை – ஆசைப்படுகிறது இவருடைய கலை மேதமை.

தன்னுள்ளிருந்து கலையின் புயலைப் பரப்பி அப்புயல் இட்டுச் சென்ற திசைகளில் எல்லாம் சுழன்ற ஒரு அசுரத்தன்மைக்கு ஆளான கலைஞர் இவர். இவருடைய தன்னிச்சையான வேகச் சுழற்சியில் கலையுலகில் சம்பிரதாய வேலிகள் எத்தனை சரிந்தன என்பதை இப்போது நாம் கற்பனை செய்து பார்ப்பது சிரமமான காரியம். தன்னுடைய ருசியையே ஆதர்சமாகக் கொண்டு இயங்கிவிட்ட போக்குக்கு, வெளியுலக இலக்கிய சம்பிரதாயங்கள் தன்னை நெருங்காமலே ஒதுங்கிப்போன கதை, தெரியாத ஒன்றாகவே இருக்கலாம். தனது இயற்கையான போக்கு, எத்தனை அலாதியானது என்பதை உணர, மற்றொரு பார்வையை இரவல் வாங்கிக்கொண்டால்தான் உண்டு. புதுமைப்பித்தனின் இயல்பு இந்த இரவல் பார்வைக்கு அப்பாற்பட்டது.

புதுமைப்பித்தனின் காலம் கலை மண்டிக்கிடந்த காலம் அல்ல. தமிழ் இலக்கியம் அவருக்கு எந்தச் சவாலையும் விடக்கூடிய நிலையில் இல்லை. தன்னிடம் உள்ளதைத் தான் அடைந்துவிட வேண்டும் என்று அவரை ஏங்க வைக்கும் சூழ்நிலை அன்றில்லை. காலம் புதுமைப்பித்தனுக்கு அவருடைய மேதாவிலாசத்தைப் பெரிதுபடுத்திக் காட்டும் காலமாகவும் இருந்திருக்கிறது. பழைய தமிழ் இலக்கியத்தின் கலைப் பகுதிகளில் ஈடுபாடு, மேல்நாட்டு இலக்கியப் பரிச்சயம், பத்திரிகையாளராக வேலை செய்ததன் காரணமாகக் காலத்தை உணர்ந்துகொள்ள வேண்டிய சூழ்நிலை, விஞ்ஞானம், பொருளாதாரம், அரசியல், கலாச்சாரம் ஆகிய துறைகளில் நவீன மனிதனிடம்

நாம் எதிர்பார்க்கும் பரிச்சயம், வாய்த்துடுக்கு, நண்பர்களான ரசிகர்கள், சுற்றிச்சூழக் கேவலத்தை அச்சேற்றிக்கொண்டு வரும் பத்திரிகைகள், இயற்கையாய் அவர் கொண்டிருந்த வித்தியாசமான கோலம், அக்கோலத்தை விரிக்க அவசியமான கலைத்திறன், இந்த நிலைமையிலும் பலமும் பலவீனமும் கொண்ட ஒரு ஆத்மா, எட்டாததையெல்லாம் தொட்டுவிட வேண்டும் என்று அப்போதும் கனவு கொண்டிருந்தால் அது ஆச்சரியம்; மனத்திற்குள் தனக்கே 'பேஷ்' போட்டுக்கொண்டிருந்தால் அது இயற்கை. புதுமைப்பித்தன் இந்த இரண்டு நிலைகளிலும் மாறிமாறி விழுந்தவர். மேலே குறிப்பிட்ட சூழ்நிலை காரணமாய் அமைந்திருக்கக் கூடும் என்று நாம் அனுமானிக்கும் மனநிலையிலிருந்து இரண்டு அம்சங்கள் புதுமைப்பித்தனின் இலக்கியத்தில் ஏறின. இரு வேறுபட்ட தன்மைகள் தோன்றின. பரிபூரண சுதந்திரத்தின் அழகுகள்; மிதமிஞ்சிப்போன சுதந்திரத்தின் குறைகள்.

இவ்விரு நிலைகளிலும் அவரிடமிருந்து நீங்காமல் நின்றிருந்த குணம் ஒன்றுண்டு. அதுதான் அந்தரங்க சுத்தி.

புதுமைப்பித்தனின் கதைகளைப் படிக்கும்போது மேதாவிலாசம், அந்தரங்க சுத்தி, சுதந்திரம் என்று மூன்று வார்த்தைகளையும் நமது அடிமனம் உச்சரித்துக்கொண்டுதானிருக்கும். புத்தியின் தணிக்கைக்குக் காத்திராத அவருடைய கலை உணர்ச்சி இம்மூன்று குணங்களிலிருந்தும் செழுமையை உறிஞ்சி அவருடைய கதைகளில் எத்தனையோ சோபைகளை ஏற்றியிருக்கிறது.

தனது மனப்பாங்கையும் எண்ணங்களையும் கூசாது வெளிப்படுத்திக் கொள்ளக்கூடிய கலைஞராக இருந்தார் அவர். கற்பனையிலும் கற்பனையை விரிக்கும்போது தாண்டிச் செல்லும் கருத்துகளிலும் அபிப்பிராயங்களிலும் வருணனைகளிலும் உவமைகளிலும் 'இது என்னுடைய ருசி, இது என்னுடைய எழுத்து, அனைத்தும் நான்' என்ற அடிநாதத்தைக் கேட்கிறோம். அவருடைய பிரக்ஞை வெளியில் சுதந்திரமாக அவர் சுழன்று வந்தார் என்று சொல்ல வேண்டும்.

ஆத்மார்த்தமான இயல்பு கொண்ட கலைஞர், தன்னுடைய அனுபவத் திற்கு அப்பாற்பட்ட உலகத்தைத் தனது எழுத்துக்கும் அப்பாற்பட்டதாகக் கருதிவிடுகிறார். தான் உணராத அனுபவங்களை ஒதுக்கித் தள்ளிவிடுகிறார் இவர். தான் கண்டும் கேட்டும் பார்த்தும் பேசியும் தனது மனக்கோலத்தில் பதிந்துவிட்ட ஒரு உலகிற்கு, அந்தத் தாமிரவருணியின் கரைகளுக்கு மிகுந்த ஈடுபாட்டோடு மீண்டும் மீண்டும் வருவதை உணர்கிறோம். அங்குள்ள கிராமங்களையும் அவற்றின் அமைப்பையும் சாலைகளையும் சோலைகளையும் பனங்காட்டையும் வண்டிப் பாதைகளையும் சுப்பையா பிள்ளைகளையும் சகரியாஸ் நாடார்களையும் பிள்ளைமார் தெருக்களில் அடிக்கிற வாசனைகளையும் அவருக்குச் சொல்லித் தீராது போலிருக்கிறது. 'இதையெல்லாம் கொஞ்சம் தனியாவர்த்தனம் பண்ணிவிட்டுத்தான் நான் என் கதைக்குள் போவேன். சோட்டா விமர்சகனின் கத்தி விழுந்தால் விழட்டும்' என்று அலட்சியப்படுத்தும் ஆசையுடன் அதையெல்லாம் எழுதியிருக்கிறார் அவர்.

அவருடைய கதாபாத்திரங்கள் பல்வேறுபட்ட மன இயல்பு கொண்டவர்களாக இருப்பினும், பொதுவான குணம், அவர்கள் எல்லாரும் சாதாரண மனித சுபாவங்களுக்கும் எண்ணங்களுக்கும் கட்டுப்பட்டவர்கள் என்பதே. கனவு காண்பதும் கண்ட கனவு பொய்த்துப் போவதும் மீண்டும் கனவு காண்பதுமாக இருக்கிறார்கள் அவர்கள். இல்லாமை எனும் கொடுமை அவர்களைக் குதறிக் கொண்டிருக்கிறது. அவர்களில் ஒருவருக்கேனும் கடவுளை இன்னும் கண்ணாரக் காணவில்லையே என்ற ஏக்கம் வதைப்பதாகத் தெரியவில்லை. ஒரு பொய் சொல்லிவிட்ட பாவத்தின் குடைச்சலில் கண்ணுறங்க முடியாமல் போய்விடுகிற உத்தம ஜீவிகள் அல்ல அவர்கள். சமூக அந்தஸ்தைப் பெற்று, வீடும் வயலுமாக, பெண்களைச் சீரும் செனத்தியுமாய்க் கல்யாணம் செய்துகொடுத்து வயோதிகத்தில் அக்கடா என்று இருக்க நமக்கு லபிக்குமா என்று ஏங்குகிற ஜீவன்கள். மேல்தட்டுகளிலிருப்பவர்களைப் பார்த்துக் கொட்டாவி விடுகிறவர்கள். பரோபகாரம் என்ற கொடிய பழக்கத்திற்கு இந்தப் பொல்லாத காலத்திலும் ஆட்பட்டு வாயை இளித்துவிடுகிறோமே என்று எண்ணுகிறார்கள் அவர்கள். லட்சியத்தின் கறை படிந்த முகம் அவர்கள் ஒருவருக்கேனும் இல்லை.

தினசரி பத்திரிகைகளில் உழைத்தார் புதுமைப்பித்தன். அவருடைய காலத்தில்தான் இந்திய அரசியலில் தேச விழிப்பின் பேரலைகளான ஒத்துழையாமை இயக்கமும் உப்புச் சத்யாக்கிரகமும் நிகழ்ந்தன. காந்தி என்ற சுதந்திரச் சூரியனின் கிரணங்கள் மூலை முடுக்கெல்லாம் பரவிப் பிரேதங்களை உசுப்பிவிட்டுக் கொண்டிருந்த காலம். சமூகச் சீர்திருத்தங்களுக்கு எழுத்தாளர்கள் தங்களையும் தங்கள் பேனாவையும் அர்ப்பணித்துக்கொண்ட காலம். சமூகப் புண்கள் ஒன்று பாக்கியில்லாமல் அவர்களுடைய பேனாவுக்கு இலக்காகிக்கொண்டிருந்த காலம். புதுமைப்பித்தனின் காலமும் அதுதான் என்பதை அவருடைய எழுத்து நமக்குக் காட்டுகிறதா? புற உலக உத்வேகங்களுக்கு எளிதில் ஆட்படக் கூடியவர் அல்லர் அவர். இது நிறையா குறையா என்பது அவரவர்கள் வகுத்துக்கொண்டிருக்கும் கண்ணோட்டத்தைப் பொறுத்தது. நாம் முக்கியமாகத் தெரிந்துகொண்டு திருப்திப்பட வேண்டிய விஷயம், ஒரு கலைஞன் என்ற நிலையில் அவருடைய மனம் கவியாத, போலித்தனமான கிரீடங்களை அவர் தாங்கிக் கொள்ள மாட்டார் என்பதே. போலி உத்வேகத்தை ஏற்றுக்கொண்டு, கிளர்ச்சி பெற்று, கும்பலின் வாலில் அவசரமாய் இணைந்துகொண்டு விடும் கெட்டிக்காரத்தனத்தையே கண்டுகொண்டிருக்கிற நமக்கு, ரசனை காரணமாகவும் சுபாவ விசேஷம் காரணமாகவும் கலைஞனின் அந்தரங்க சுத்தமான ஒதுக்கம் கவர்ச்சியாகத் தோன்றாது. அவன் நம்பாத கோஷங்களுக்கு ஏன் அவன் இரண்டு 'ஜே' போட்டிருக்கக் கூடாது என்று நாம் கர்ஜனை செய்கிறோம். கலைஞன் நம்முடைய தேவைகளைப் பூர்த்திசெய்ய வரவில்லை என்பதும் தன்னுடைய தேவைகளையே பூர்த்தி செய்துகொள்ள வந்திருக்கிறான் என்பதும் உண்மையாக இருந்தாலும், சுவாரஸ்யமாகப்படாது.

விரக்திக்கும் மனக் கசப்புக்கும் ஆளான கலைஞர் இவர் என்று பரவலாகச் சொல்லப்பட்டுவிட்டது. இதை முதன்முதலில் சொன்னவர் புதுமைப்பித்தன்தான் என்பதும் நமக்குத் தெரியும். நம்முடைய சமூகத்தின்

அதலபாதாள நிலையும் அவலமும் பொருளாதார நெருக்கடிகளும் பாதுகாப்பில்லாத வாழ்க்கையும் அவரைப் பாதித்து விட்டன என்று காரணமும் காட்டுகிறார்கள். இதன் அர்த்தம் புற உலகமே இக்கசப்பு மண்டக் காரணமாக அமைந்தது என்பதே. அப்படியே இருக்கலாம் என்று ஏற்றுக்கொண்டே மற்றொரு கோணத்தில் யோசித்துப் பார்ப்போம்.

நமக்கு இன்று கிடைத்திருக்கும் அவருடைய வாழ்க்கை வரலாற்றுக் குறிப்புகளை அடிப்படையாக வைத்துக்கொண்டு பார்த்தால், புதுமைப்பித்தன் தனது இளம்பருவத்திலேயே குடும்பத்தின் நாலு சுவர்களுக்கு உள்ளேயே பல வடுக்களைப் பெற்றுக்கொண்டிருந்திருப்பார் என்ற எண்ணம் ஏற்படுகிறது. உயிர்ச்சத்துக் கிடைக்காத உடலில் சோகை படர்வதுபோல், அன்பும் அரவணைப்பும் கிடைக்காத, நேர்மாறாகப் புறக்கணிப்பே நித்திய அனுபவமாகிவிட்ட இளமை வாழ்வு, கசப்புக்கும் வெறுப்புக்கும் இலக்காக அமைந்துவிடுவது இயற்கையான காரியமாகும். இளமை வாழ்வோ கலைப்படைப்போடு வேறு எந்தக் காலப் பகுதியைவிடவும் ஜீவனான தொடர்பு கொண்டது. 42 வருடங்கள் வாழ்ந்த புதுமைப்பித்தன் தன் வாழ்நாளில் முதல் பத்தாண்டும் கடைசிப் பதினைந்து ஆண்டும் திருநெல்வேலிச் சீமைக்கு வெளியே கழித்திருந்தும் கூட இளமைப் பருவத்தின் பிரதேசமான அச்சீமை அவருடைய கதை உலகில் எத்தனை வலுவான ஆட்சியைச் செலுத்துகிறது! அந்தப் பதினைந்து வருட வாசம் அவருடைய மனவெளியில் எத்தனை உக்கிரமாகக் கவிந்து ஆக்கிரமித்துக்கொண்டிருக்கிறது!

என் அனுபவத்தின் கடைசிப் பகுதியாய் புதுமைப்பித்தனுக்கும் அமானுஷ்ய சக்திகளுக்கும் உள்ள உறவைக் கோடி காட்டலாம் என்று நினைக்கிறேன்.

புதுமைப்பித்தனின் 'கடவுளும் கந்தசாமிப் பிள்ளையும்', 'கட்டிலை விட்டிறங்காத கதை', 'வேதாளம் சொன்ன கதை', 'காலனும் கிழவியும்', 'மனக்குகை ஓவியங்கள்' இவற்றினூடே பொதுவாக ஓடும் அடிச்சரடு ஒன்றிருக்கிறது. மனிதன் அண்ணாந்து பார்க்கும் பீடங்களைப் பாமர மனிதனின் லோகாயத விமர்சனத்திற்கு உட்படுத்தும் மனோபாவமே இங்குத் தொழில்படுகிறது. இவ்விமர்சனம் மிகவும் மதிக்கத் தகுந்த உருவகக் கதை மாதிரியோ அல்லது புராணக் கிண்டலாகவோ அல்லது நேரடியான விமர்சனத் தாக்குதல் போலவோ கதையின் சூழ்நிலைக்கேற்ப அமைகிறது. அமானுஷ்ய சக்திகளுக்கு முன் கூனிக் குறுகிப்போய் மனிதன் நிற்பது நமக்கு மிகவும் பரிச்சயமான காட்சியே. அந்தப் பரிச்சயமான இலக்கிய மரபுக்கு நேர் எதிரிடையான வக்கணை இது. புழுதியில் காலூன்றி பாவக் கறைபட்டு வாழ்க்கைக் கடனைச் சுமந்து நிற்கும் மனிதன், தன் நிலையை ஒப்புக்கொண்டு தனது விமர்சனத்தை அமானுஷ்ய சக்திகள்மேல் செலுத்துகிறான்.

'காலனும் கிழவியும்' கதையில், கிழவி காலனிடம் "நான் உன்கூட வரணுமாக்கும்? என்னைக் கூட்டிக்கிட்டுப் போக ஒனக்குத் தெறமையிருக்கா? உன்னாலே என் உசிரைத்தானே எடுத்துக்கிட்டுப் போக முடியும்? இந்த உடலைத் தூக்கிக்கிட்டுப்போக ஒனக்குத் தெறமையிருக்கா?" என்று கேட்கிறாள். கிழவியின் வாய் வீச்சுக்குக் காலன் தலைகுனிந்துவிட்டான்

என்ற தோரணை காட்டுகிறார் புதுமைப்பித்தன். "உன்னுடைய உடலைத் தூக்கிக்கொண்டு போவது என் வேலை அல்ல. அதற்கு முனிசிபல் லாரி வரும்" என்று லோகாயதப் பார்வையிலேயே யமனைப் பேச வைக்கத் தெரியாதவர் அல்ல புதுமைப்பித்தன். ரத்தம் சுண்டிப்போன கிழவியின் கையைப் பிடித்துக் காலனின் தலையில் குட்ட வேண்டும் என்பது மட்டுமே அவருடைய ஆசை. சர்வ வல்லமை பொருந்திய இப்பீடத்தை அசைப்பதற்கு மார்க்கண்டேயனையோ சாவித்திரியையோ எதிர்பார்க்காமல் கரிசல் காட்டுக் கிழவியை முன் நிறுத்திவிடுவதே புதுமைப்பித்தனின் தனிப் பார்வை எனலாம்.

'வேதாளம் சொன்ன கதை'யிலோ இம்மனநிலை அப்பட்டமான கிண்டலாகக் கொப்புளிக்கிறது.

வேதாளம் சொல்கிறது :

"எனக்கு பார்வை கொஞ்சம் மங்கல். அதனால்தான்... பார்வை மங்கக் காரணம் என்ன தெரியுமோ? நான் பிறந்தது திரேதா யுகம்?"

கதை தொடர்கிறது:

...என்னை அடிக்க வேதாளம் கையை ஓங்கியது.

திடீரென்று ஓங்கியதால் அதன் கை மளுக்கென்று சப்தத்துடன் சுளுக்கிக்கொண்டது. இந்தக் கிழ வேதாளத்தின்மீது நிஜமாகவே எனக்கு அன்பு தோன்றவும் அதன் கையைப் பிடித்து உதறித் தடவிவிட்டுக்கொண்டே "வயசு காலத்திலே இப்படி உடம்பை அலட்டிக்கொள்ளலாமா? நீர் பூர்வ ஜென்மத்திலே பிராமணன்தானே! அப்படியானால் தர்ப்பணம், சிரார்த்தம் செய்து வைத்துப் பிழைக்கலாமே" என்று ஆலோசனை சொன்னேன்.

"நீர் சொல்கிறதும் நல்ல யோசனைதான். ஆனால் எனக்கு வாதமாச்சே! குளிர்ந்த ஜலத்தில் குளித்தால் உடம்புக்கு ஒத்துக் கொள்ளாதே, என்ன செய்யலாம்?"

"அப்படியானால் உடம்புக்கு ஏதாவது டானிக் வாங்கிச் சாப்பிட வேண்டும். உங்கள் உலகத்தில் வைத்தியர்கள் கிடையாதா?"

கிண்டல் அப்பட்டமாகவே விரிகிறது.

மற்றொரு சந்தர்ப்பம் :

"என் பத்தினிப் பெண்ணே அருந்ததியே, புத்திரப் பேறு வாய்க்கா விடில் நம்முடைய ராச்சியம் சீரழிந்து குட்டிச்சுவராய்ப் போகுமே. க்ஷேத்திராடனம் செய்வோமா என்று கருதுகிறேன்."

இவ்வார்த்தைகள் அரச கம்பீரத்துடன் ஒலிக்கின்றன. பட்டத்து மகிஷி பக்கத்தில் நின்றுகொண்டிருப்பதையும் நாம் கற்பனை செய்து கொண்டுவிடுகிறோம். ஆனால் இவ்வார்த்தைகளை உதிர்ப்பது மூட்டைப் பூச்சிக் கணவனாகும். அருகே இருப்பவள் மூட்டைப்பூச்சி மனைவியாகும். இங்குக் கிண்டலுக்கு அரச பவிஷு இலக்காகிறது என்பது தெளிவு.

மற்றொரு இடம்:

"வட்டும் கரித்துண்டும் இருக்கே, நீ வட்டாட வருதியா?" என்று கூப்பிடுகிறது குழந்தை, கடவுளை.

குழந்தையும் கடவுளும் வட்டு விளையாட ஆரம்பிக்கிறார்கள்.

ஒற்றைக் காலை மடக்கிக்கொண்டு நொண்டியடித்து ஒரு தாவு தாவினார் கடவுள்.

"தாத்தா தோத்துப்போனியே" என்கிறது குழந்தை.

கால் கரிக்கோட்டில் பட்டுவிட்டதாம்.

"ஆட்டம் தெரியாமல் ஆட வரலாமா?" என்று கேட்கிறது குழந்தை கடவுளிடம். ஒரே மனோபாவத்திலிருந்து வெளிப்படும் காரியங்கள்தாம் இவை.

'மனக்குகை ஓவியங்கள்' என்ற கதைக் கொத்திலும் இதே மனோ பாவம்தான், கிண்டலுக்கு மேற்பட்ட, தத்துவார்த்த அடிப்படையில், fable போன்ற இலக்கிய உருவத்தில் தரப்படுகிறது. இத்தலைப்பின் கீழ்காணும் ஐந்து பிரிவுகளையும் ஒரே மணியின் நாதமாகக் கொள்ளலாம்.

"ஹே மானுடா! ஏனப்பா உன் பார்வை குனிந்தே போய் விட்டது?" என்ற குரல் பல யோசனைகளுக்கு அப்பால் உள்ள மனிதனுடைய உள்ளத்தில் ஒலித்தது.

மனிதன் தன்னுடைய நம்பிக்கை வரண்ட கண்களுடன் அண்ணாந்து பார்த்தான்.

"நீர் எப்போதும் அங்கேயே இருக்கிறீரே?"

"நான் என்ன செய்யட்டும்? உன்னை மாசுபடுத்தும் அந்தப் புழுதி தோய்ந்த கரங்களுடன், மார்புடன் என்னைக் கட்டித் தழுவ முயலுகிறாயே?"

"என்னைச் சிருஷ்டிக்க நீர் உபயோகித்த புழுதியை விட்டுநான் எப்படி விலக முடியும்? அதை விட்டு விலகி நான் உம்மைஎப்படி வரவேற்க முடியும்? நான் நிமிர்ந்து நேராக நிற்பதற்கே இந்தப் புழுதிதானே ஆதாரம்? புழுதியைக் கண்டு அஞ்சும் உமக்கு அதன்மீது நிற்கும் என்னை அறிந்துகொள்ள சக்தியுண்டா? நீர் அந்த சக்தி பெற்று கீழே வரும்வரை நான், இந்தப் புழுதியில் கண்டெடுத்த – அதில் என்னோடு பிறந்த என் சகோதரனான –இந்த இரும்புத் துண்டை வைத்து, என்னைப் பாதுகாத்துக் கொள்கிறேன்" என்று பதில் சொல்கிறான் மனிதன்.

கடவுளுக்கும் மனிதனுக்குமான இடைவெளி லேசில் அடைபடக் கூடியதல்ல என்பதைப் புதுமைப்பித்தன் உணர்த்துவது மாதிரியும் இருக்கிறது. இந்நிலையை ஒரு அவலமாகக் காட்டாமல் மனிதனின் பக்கத்தில் நின்று கொண்டு அவனுடைய லோகாயத தர்மத்தைப் பேசுவது புதுமைப்பித்தனுக்கே உரிய கோணமாகும்.

கலைஞனுடைய தொழில் ஏதோ ஒரு நிமிஷத்தில் அதன் சிகரத்தை அடைந்துவிடுகிறது. அச்சிகரத்தை நாம் உணர்ந்து கொள்கிறபோது அவன் அதுவரையிலும் சிந்திவந்த வியர்வையும் சுமந்து வந்த சிலுவையும் நமக்கு அர்த்தப்படுகின்றன.

புதுமைப்பித்தன் 'சாப விமோசனம்' என்ற கதையில் தன் சிகரத்தை எட்டியிருப்பதாகச் சொல்லலாம். விமர்சன உலகில் மீண்டும் மீண்டும் சொல்லப்பட்ட இக்கருத்து ஆமோதிக்கத் தகுந்த ஒன்றாகவே எனக்குப்படுகிறது.

இந்தக் கதையைப் பற்றிச் சொல்லும்போது 'யார் எப்படிக் கருதினாலும் ராமாயணக் கதையின் அமைதி முற்றும் பொருந்தித்தான் இருக்கிறது' என்று தனக்கே ஒரு சபாஷ் போட்டுக்கொள்கிறார் கதாசிரியர். கதையைப் படித்துப் பார்க்கிறபோது 'அவர் பெருமைப்படுவது நியாயம்தான்' என்று நம்முடைய மனமும் எதிரொலிக்கும். தமிழில் இதுவரையிலும் எழுதப்பட்டுள்ள கதைகளில் ஒரு கலைஞனின் வெற்றியை இத்தனை வலுவாக முழங்கும் கதை, எனக்குத் தெரிந்தவரையிலும் மற்றொன்று இல்லை.

ஞானரதம், 1970

ஷண்முக சுந்தரத்தின் கிராமங்கள்

ஷண்முகசுந்தரம் கிராம வாழ்க்கையைத் தன் நாவல்களில் காட்டியவர். எல்லோரும் ஏற்றுக்கொள்ளும் விஷயம் இது. கிராம வாழ்க்கையைக் காட்டினார் என்பதைவிடவும் சுய அனுபவங்களை வெளிப்படுத்தினார் என்று சொல்வதுதானே மேலும் பொருத்தமானது. இரண்டிற்குமுள்ள வித்தியாசம் என்ன? வாழும் வாழ்வில் தன்போக்கில் கூடிவரும் அனுபவங்கள் ஒன்று; தேடிச் சென்று தேவையினாலும் திட்டத்தினாலும் அனுபவங்களை ஏற்படுத்திக்கொள்வது மற்றொன்று. சண்முகசுந்தரத்தின் அனுபவங்கள் இயற்கை யாய்க் கூடியவை. பிறப்பால், வளர்ப்பால், வாழ்வால் கூடியவை. இவ்வாறு பெறும் அனுபவத்தின் முழுமையும் வலிவும் கொண்டவை. கதையின் தேவைக்கு உட்பட்ட சிறு பகுதிகளைத்தான் தன் நாவல்களில் ஆசிரியர் காட்டுகிறார் என்ற எண்ணமும் இவருடைய உலகம் பற்றிச் சொன்னவற்றுக்கும் அப்பால் வெகு தொலைவுக்கு இவர் அறிந்தவர் என்ற உணர்வும் நம்பிக்கையும் ஏற்பட்டுவிடுகின்றன. தன் கிராம வாழ்க்கைபற்றி இவர் எதைச் சொன்னாலும் அதை ஏற்றுக்கொள்ளும் மன நிலைக்குத் துணிந்துவிடுகிறோம். பரிசீலிக்கும் புத்தியோ சந்தேகிக்கும் மனமோ நம்மிடம் எஞ் சியிருப்பதில்லை. அனுபவத்தின் முத்திரைகள் இவர் காட்டும் உலகில் தம்மை ஸ்தாபித்துக் கொண்ட விதம் இது.

கிராம வாழ்க்கையை இவர் நாவல்களில் எப்படி வெளிப்படுத்துகிறார்? இந்தக் கொங்குநாட்டு கிராமங்களும் அங்குள்ள வாழ்க்கையும் வெளியுலகப் பார்வைக்கு வித்தியாசமானவை; வினோதமானவை. இந்த அனுபவம் ஒப்பிடலின் விளைவாக ஏற்படும் ஒன்றாகும்.வெளி உலகத்தைச் சார்ந்த நாம் நம் வாழ்வோடு இந்தக் கொங்குநாட்டு வாழ்வை ஒப்பிடுகையில் படிக்கும்போது நாம் உணராமலே நடந்து விடும் காரியம் இது—வித்தியாசமான உலகம் உயிர் பெற்று

எழுவதைப் பார்க்கிறோம். ஆனால் ஒப்பிடல் எதற்கும் அவசியமின்றித் தம் சுய வாழ்வை வாழ்ந்து கொண்டிருப்பவர்கள் கொங்குநாட்டு மக்கள். அவர்கள் வாழ்வு அவர்களுக்கு – நம் வாழ்வு நமக்கு எப்படி இயற்கையானதோ அவ்வாறு – இயற்கையானது. தம் அனுபவங்களை இயற்கையாக ஏற்று வாழ்ந்துகொண்டிருக்கும் கொங்குநாட்டு மக்களின் பிரதிநிதியாக ஷண்முகசுந்தரத்தைக் கொள்ள வேண்டும். தன் அனுபவ உண்மைகளைத் தன் பார்வையினால் சொல்கிறார் அவர். இதற்கு நேர்மாறாகத் தன் கிராமிய அனுபவங்களைப் பட்டணவாசியின் பார்வையில் பார்த்துத் தாமே புல்லரித்துக்கொள்ளும் அசட்டுத்தனம் கொண்ட எழுத்தையும் இன்றையத் தமிழில் காணமுடியும். தன் அனுபவங்களை நுகர்வோர் பார்வையில் காண முற்படுவது வணிக நோக்கின் அடிப்படையாகும். அனுபவங்களை விசாரிப்பதற்கல்ல, பயன்படுத்தும் நோக்கத்துடனேயே எழுத்து இங்குப் பிறக்கிறது.

இலக்கியத்தில் கிராமிய வாழ்வு கடந்த ஐம்பது வருடங்களில் பல போலித்தனமான கௌரவங்களுக்கு ஆளாகியுள்ளது. விடுதலை இயக்கம், காந்தியம், சர்வோதயம், சோசலிஸ சிந்தனைகள் ஆகியவற்றின் பிரச்சாரங்களின் விளைவாகக் கிராமங்களின்மேல் புனிதங்கள் திணிக்கப்பட்டுள்ளன. மேலே கூறியுள்ள தத்துவங்களோ இயக்கங்களோ இவ்விளைவுக்கு நேரடிக் காரணமாக அமையாது. என்றாலும், தத்துவங்களின் மூல உருவத்தையோ இயக்கங்களின் அடிப்படைகளையோ அறியாது இயங்கும் சராசரி மனிதர்களின் பிரச்சாரங்களிலிருந்து உருவாகும் பொய்முகங்களில் இதுவும் ஒன்று. ஏழ்மையுடன் நற்குணங்களை வலுக்கட்டாயமாக இணைத்தாயிற்று. கிராமங்களிலோ செழுமையாக உள்ளது ஏழ்மைதான். கிராமங்கள் நற்குணங்களின் களஞ்சியம் என்ற கோஷம் உருவாகப் பின் என்ன தடை? அரை உண்மைகள் பிரச்சாரகர்கள் கையில் முழு உண்மைகளாக வற்புறுத்தப்படுகின்றன. இப்போலி எழுத்துகள் வாழ்வின் நிதர்சனத்தின் முன்வைத்து நிராகரிக்கப்படுவதற்குப் பதிலாக இலக்கியமாக அழுத்தம் பெறுகின்றன. படைப்புக்கு வாழ்வை ஆதாரமாகக் கொள்ளாமல் ஏற்கனவே படைக்கப்பட்டவற்றையே ஆதாரமாகக் கொள்ளும் மோஸ்தர் எழுத்தாளர்கள், மேலே கூறிய போலிகளால் பாதிக்கப்பட்டு, புதிய போலிகளைக் குட்டி போடுகிறார்கள். பார்வை குழம்புகிறது. பின் குழம்பிய பார்வையே சீரான பார்வை என்ற சமூக அங்கீகாரம் பெறுகிறது. இதன் பின் ‘கிராமத்தில் எல்லாருமே நல்லவர்களா?’ என்ற எளிய முணுமுணுப்புக்கூட பிற்போக்குத்தனத்தின் அடையாளமாகவோ சுரண்டும் வர்க்கத்தின் கோணலாகவோ முத்திரை குத்தப்படுவது சகஜமான காரியமாகிவிடுகிறது. இதனை ஒரு உதாரணமாகக் கொண்டு இதனையொத்த பிற நிகழ்வுகளுக்கும் நாம் பொருத்திப் பார்த்துக்கொள்ள வேண்டும்.

ஷண்முகசுந்தரம் கிராம வாழ்வின் ஒரு நேர்மையான சாட்சி. தத்துவ முடிவுகளுக்கோ கெட்டிதட்டிப்போன எண்ணங்களுக்கோ அவல வெற்றி தேடித்தர தன் அனுபவங்களின் சிறகுகளை ஒடித்துக் கொள்ளாதவர். அனுபவங்கள் அவற்றின் சத்தை அவர்முன் உமிழ்ந்து விடுவதால், அனுபவத்தின் ஜீவனுள்ள பகுதியைப் பதிவு செய்து, தான் விரும்பும் விளைவை எளிதில் எழுப்புகிறார். இவர் எழுத்தில் செட்டு

கூடியது இவ்வாறுதான் என்பதை நுணுகிப் பார்த்து உணர முடியும். அனுபவங்களை கௌரவப் பிரச்சினைகளுக்கு ஆளாக்காமல், அதாவது, கூறும் விஷயங்கள் தான் சார்ந்து நிற்கும் மக்களுக்குத்தேடித் தருவது கௌரவமா அவமானமா என்பது போன்ற உணர்வுகள் எவற்றுக்கும் ஆளாகாமல் இயங்குகிறார். நிஜங்களின் விளைவுகளை அல்ல, நிஜங்களையே இவர் முதன்மைப்படுத்துகிறார். இவரிடத்தில் மிகையில்லை; பிரச்சார நோக்கமில்லை. விரும்பியதைப் பார்த்தலும் விரும்பாததை நிகழாதது என பாவனை செய்யும் தந்திரமும் இல்லை. வாழ்வின் முழுமையைக் காணவே இவருடைய ஆயத்தம்; கூடாது போனது இவருடைய வரையறை.

நெடுஞ்சாலைகளிலிருந்து விலகிப் பாதைகள் என அழைக்கத் தகுதியற்ற கரடு முரடான தடங்களில் – ஆசிரியர் பாஷையில் இட்டேறிகளில் – சென்று இவருடைய கிராமங்களை அடைகிறோம். ஓரத்த பாளையம் அல்லது வெங்கமேடு. கீரனூர் அல்லது சிவியார்பாளையம். வறண்ட நீர்நிலைகள். அனல் காற்று. சிற்சில இடங்களில் ஏதோ சிறிது பசுமை. பருத்தி அல்லது சோளம் அல்லது புகையிலை. தோட்டங்களில் ஆண்களுடன் பெண்களும் வேலை செய்கிறார்கள். நீர் இறைக்கப்படும் கிணற்று மேடுகள். தொலைவில் முள்வேலிகள். இவற்றைத் தாண்டி மனிதர்கள். எல்லாம் புதுப் பெயர்களாகவே இருக்கின்றன. நாச்சிமுத்து, கெட்டியப்பன், சின்னய்யன், வீராயி, முத்தையா, ராமாயி. பின் இவர்களின் வீடுகள்; உணவுப் பழக்கங்கள்; உறவுகள். ரொம்பவும் வித்தியாசமான உலகம் என்றே உணர்கிறோம். சரி. இப்போது கதாபாத்திரங்கள் இயங்க ஆரம்பித்துவிடுகிறார்கள். உண்மையில் அவர்கள் மன உலகை எட்டிப் பார்க்கத்தானே இத்தனை பீடிகை. இந்த இயக்கத்தைப் பின்தொடர்ந்து நாம் செல்லும்போது உலகின் முன் தங்களைக் காட்டிக்கொள்ள இவர்கள் அணிந்துகொண்டிருக்கும் முகமூடிகள் கழன்று நிஜ சொரூபங்கள் வெளியாகின்றன. அவர்களுடைய குரோதமும் பொறாமையில் சண்டையிட்டுப் பிரிதலும் கோள் சொல்லிப் பிளவுபடுத்தும் குணங்களும் அனுபவமாகின்றன. வேற்றுமை ஏற்படுத்திக் கொண்டிருந்த புற உலகச் சின்னங்கள் படிப்படியாய்க் கரைய, பின் நகர, நமக்கும் அவர்களுக்குமான தூரங்கள் சுருங்க, மன உலகில் இவர்களை மிக நெருக்கமான தாயாதிகளாக உணர்கிறோம். பின்னணிகளும் தோற்றங்களும் பழக்கவழக்கங்களும் அவற்றின் வலுவை இழக்க, மனநிலைகளில் மேடுகளிலும் சரிவுகளிலும் தென்படும் வேற்றுமை ஓங்கி ஐக்கிய பாவம் கொள்கிறோம்.

மனிதனைச் சமூகப் பின்னணியில் வைத்துப் பார்ப்பது தவிர்க்க முடியாத காரியமாகவே இவ்வாசிரியருக்கு இருக்கிறது. கிராமிய வாழ்வில் சமூகத்தின் உயிருள்ள பகுதியாக அவர்கள் இயங்குகிறார்கள். கிராமியப் பொருளாதாரம் கூடி வாழ்தலைச் சகல மட்டங்களிலும் நிர்ப்பந்தப் படுத்துகிறது. வேலை, குடும்ப நிகழ்வுகள், பொது நிகழ்வுகள் அனைத்தையும் தனிமனிதன் சமூகத்துக்குத் தந்தும் பதிலுக்குப் பெற்றுமே வாழ்க்கை நடத்த முடிகிறது. வேலைகளில் – உழவிலும் நீர் இறைத்தலிலும் தோட்டத்தைக் கொத்துதலிலும்களை பறித்தலிலும் விறகொடித்தலிலும் – பலர், குறைந்தபட்சம் கணவனும் மனைவியுமேனும், இணைய வேண்டியிருக்கிறது. இங்கு உறவுகள் பின்னிக்கொண்டு கிடக்கின்றன. தனிநபர் சுதந்திரத்தைக் காப்பாற்ற உதவும் நிறுவனங்கள் எவையும் இங்கில்லை. தன்னைச் சுற்றி வட்டம்

போட்டுக்கொண்டு வாழ்தலும் கிராமத்தில் சாத்தியமில்லை. கூடி வாழ்தல் வாழ்வுக்கே தேவையான சமூக நிர்ப்பந்தமாகச் செயல்படுகிறது. இந்த அமைப்பு அது ஆற்றும் பங்கின் வலுவில் ஒட்டிக்கொண்டிருக்கிறது. அதனாலேயே இவ்வமைப்பு பூரணமானதாகிவிடுமா? எந்த அமைப்புக்கும் அதற்குரிய முட்கள் உள்ளன. சமூக எதிர்பார்ப்புகள் பூர்த்தியாகிற அளவுகூட தனிமனித எதிர்பார்ப்புகள் பூர்த்தி பெறாமல் போவது இந்த அமைப்பின் முக்கியமான குறை. இதிலிருந்து விடுதலை தேடித் தன்னிச்சையான சுதந்திரத்திற்கு விழைதல் மோதல்களுக்கு வழிகோலும் காரியமாகிவிடுகிறது. சமூக நிர்ப்பந்தங்களுக்கும் தனிமனித அபிலாஷைகளுக்கும் உள்ள மோதல்களின் கோலங்களும் முடிவில் தனிமனிதனைச் சமூகம் நசுக்கிவிடும் அவலமும்தான் இவருடைய நாவல்களின் மையம் என்று சொல்லலாம். ஆசிரியர் நசுக்கப்படும் தனி மனிதனின் உணர்வுகளைப் பகிர்ந்து கொள்கிறார் என்பது தெளிவு. தனிமனித அபிலாஷைகள் கருகி, சமூகச் சிதையில் ஏன் சரிகின்றன என்பது பற்றி ஆசிரியர் எதுவும் யோசித்தவர் அல்லர் என்பதை அவருடைய நாவல்களே காட்டுகின்றன.

ஆசிரியரின் முடிவுகளை நாகம்மாள் (நாகம்மாள்), பண்ணாடி (சட்டி சுட்டது) ஆகிய இரு கதாபாத்திரங்களிலும் – தன் உணர்வுகளின் பிரதிநிதிகளாக இவர்களை உருவாக்கியுள்ளார் ஆசிரியர் – காணலாம். இவர்கள் வாழ்வு ஏன் இவ்வாறு முடிந்தது?

நாகம்மாள் வாழ்வை நோக்கி நிமிர்ந்து நடக்கத் தயாராக இருக்கிறாள். விதவையான தன்னைத் தன் கணவனின் தம்பி கண்காணிக்க, அவனுடைய மனைவி இல்லத்தரசியாக வளைய வரும் ஒரு வீட்டில் ஒடுங்கி வாழ வேண்டும் என்ற நிர்ப்பந்தம் ஏன்? ஆண்மை விரும்பிச் சீண்டும்படி இருக்கிறாள் அவள். கணவனின் சொத்து வேறு அவன் தம்பி வசம் இருக்கிறது. அதைப் பங்கு போட்டு வாங்க வேண்டியது; தன்னைச் சுற்றிவரும் கெட்டியப்பனோடு வாழ்க்கையைப் பகிர்ந்துகொள்ள வேண்டியது; தன் வீடு, தன் கணவன், தன் தோட்டம், தன் வாழ்க்கை, சுதந்திரமான வாழ்வு என்று இராதா? என்ன தப்பு? கூடிற்றா நாகம்மாளுக்கு? வேறு ஆண் பிள்ளையோடு அவள் விரிக்க எண்ணும் உறவில் தங்கள் குடும்பத்தின் மானமே போயிற்று என்று அலறுகிறார்கள் தம்பியும் அவன் மனைவியும். உண்மையில் மானம் பறிபோய்விடும் என்று பயப்படுகிறார்களா அல்லது சொத்து குறைந்துவிடும் என்று கவலைப்படுகிறார்களா? சொத்து குறைவதைத் தடுக்கத்தான் மானப் பிரச்சினையை ஒரு கருவியாகப் பயன்படுத்துகிறார்களோ? கெட்டியப்பனுக்கு நாகம்மாள் எனும் வசீகரம் மிகுந்த பெண்ணின்மீது ஆசையா? இல்லை, அவள் கொண்டு வரவிருக்கும் சொத்தின்மீதுதான் ஒரு கண்ணா? ஊருக்கு வெளியே, மனிதப் பார்வைக்கு வெகு தூரத்திற்கு அப்பால் நாகம்மாளைச் சந்திக்கும்போதுகூட, கெட்டியப்பன் அவளை இழுத்து அணைத்துக்கொள்வதைவிட்டு, சொத்தைப் பிரிப்பதற்கான உபாயங்கள் பற்றியல்லவா சளைத்துக்கொண்டிருக்கிறான்? நாகம்மாளுக்குக் கெட்டியப்பன்மீது ஆசையா அல்லது அடையப்போகும் சுதந்திர லோகத்துக்கு அவன் ஏற்ற காவலாளி என்ற எண்ணமா? மன நிலைகளில் எந்தப் பொய்யிலும் சரிந்துவிட ஆசிரியர் மறுத்துக் கதாபாத்திரங்களை உண்மை எனும் கத்தியின் விளிம்பு வழியாக நடத்திக் கொண்டு வந்ததில்

கதாபாத்திரங்களுக்கும் அதன் மூலம் கதைக்கும் கூடிவரும் நுட்பங்கள் இவை.

நாகம்மாளின் அபிலாஷை கொலையில் முடிந்தது. ஷண்முக சுந்தரத்தை நாகம்மாள் நேரில் சந்திக்கக்கூடுமென்றால், 'ஏனுங்கோ இப்படி ஆச்சு?' என்று கேட்கக்கூடும். சண்முகசுந்தரத்தின் பதில், 'ஒண்ணும் தெரியலீங்கோ' என்றே இருக்கும்.

ஆசிரியரின் எண்ணங்களின் மற்றொரு பகுதியைப் பண்ணாடி மூலம் உணர இயலும். பண்ணாடி கிராம மதிப்பீடுகளின் நிறைவான உருவம். ஒதுங்கித் தன்மானத்தோடு வாழ வேண்டும் என்று ஆசைப்படும் கிழவர் அவர். குடும்பத்தின் மீது மிகுந்த பாசம். தெரிந்தவர்களுக்கு உபகாரம் செய்வதில் நம்பிக்கை. மண்ணைக் கொத்திக் கிடைப்பதை உண்டு மன நிம்மதியோடு வாழ வேண்டும் என்று நினைக்கிறார். இது ஒரு பெரிய கனவா? பேராசையா? எதுவுமில்லை. அவர் தேடிய எளிய சந்தோஷம், எளிய திருப்தி அவரைத் தேடி வரவில்லை. ஏன்? மனைவியை இழந்தார். அவரது வயோதிக காலத்தில், திருமணத்திற்கு நிற்கும் தன் பெண்ணையும் அழைத்துக்கொண்டு தன் வீட்டைத் துறந்து, பெரிய பிள்ளைகளைத் துறந்து, பேரக் குழந்தைகளைப் பிரிந்து தோட்டத்தில் சென்று வாழும்படியாகிறது. தன் பிள்ளைகளோடு எவ்வாறு இவருக்கு உறவு முறிந்தது என்பதோ பிள்ளைகள் இவரை எவ்வாறு நடத்தினார்கள் என்பதோ நாவலில் காட்டப்படவில்லை. எப்படியோ முடிச்சு விழுந்துவிடும் என்று ஆசிரியர் நம்புகையில் எப்படி விழுந்தால் என்ன? பெண்ணைத் திருமணம் செய்து கொடுக்க வேண்டிய பொறுப்பு கனத்துக்கொண்டிருக்கிறது பண்ணாடிக்கு. ஆனால் அவரோ தன் பெயரிலுள்ள சொத்துகள் முழுவதையுமே தனக்கென எதுவுமே வைத்துக்கொள்ளாமல் பிள்ளைகளுக்கே கொடுத்துவிடுகிறார். மிச்சம், மனைவி விட்டுச் சென்றுள்ள நகைகள், மனைவி பெயரிலுள்ள சொத்து. இவற்றின் பலத்தால் பெண்ணைக் கரையேற்றிவிடலாம் என்பது பண்ணாடியின் நினைப்பு. ஆனால் அந்தச் சொத்தையும் அபகரிக்க முனைகிறார்கள் அவருடைய பிள்ளைகள். சங்கடம் பண்ணாடியின் மனசைக் கவ்வுகிறது.

நிம்மதியாக வாழ்வதற்கு அவசியமான யோக்கியதையும் ஏற்பாடுகளும் கொண்டவர்தான் பண்ணாடி. குழந்தைகளை மிகுந்த பிரியத்துடன் வளர்த்தார். ஊரில், சகவாச தோஷத்தில் தன் பிள்ளைகள் கெட்டுப்போய் விடக்கூடாதே என்ற எண்ணத்தில் அவர்களை முன்னெச்சரிக்கையாக வெளியூரில் விடுதியில் தங்க வைத்துப் படிக்க வைக்கிறார். அவர்கள் நடத்தைகளை நேரில் சென்று கண்காணித்து வருகிறார். இருந்தும் நிம்மதியின்றி உழலும் நிலை அவர்மீது கவிழ்ந்துவிடுகிறது.

நாவல் உலகில் சஞ்சரிப்பது ஆசிரியருக்கு நெடுஞ்சாலையில் நடந்து செல்வது போன்று மிகச் சரளமான இயற்கையான காரியமாகஇருக்கிறது. பாத்திரங்கள் ஆயாசம் எதுவுமின்றித் தம் போக்கில் எழும்பிவருகிறார்கள். அவர்களை 'உருவாக்கும்' காரியம் எதுவுமில்லை. நாகம்மாளும் பண்ணாடியும் வாழ்வுமீது ஆசிரியர் கொண்டுள்ள ஈடுபாட்டின் வெற்றி என்று சொல்லலாம். ஆசிரியருடைய கதாபாத்திரங்களில் மட்டுமல்ல, தமிழ்

நாவல் கதாபாத்திரங்கள் என எடுத்துக்கொண்டாலும் கூட, நாகம்மாளுக்கு மிக முக்கியமான இடமுண்டு. எவ்வித ஒப்பனையும் செய்யப்படாமல் உயிர்ப்புடன் இயங்குகிறாள் அவள்.

தன் அனுபவங்களை மிகுந்த உண்மையுணர்வோடும் கலைப்பாங்கோடும் ஆசிரியர் எழுதியிருக்கிறார். இவ்விஷயத்தில் அனுபவ உண்மைகளைப் பிரதிபலிக்கும் கண்ணாடிபோல் அவர் பங்காற்றியுள்ளார். ஆனால் ஆசிரியரின் அனுபவங்கள் அவருக்கே உரித்தான வாழ்க்கைக் கண்ணோட்டத்திற்கு ஆளானதன் மூலம் வீச்சும் விரிவும் பெற்றுச் செழுமையடைந்ததாகச் சொல்ல இயலாது. ஆசிரியனின் எழுத்து மூலம் நாம் பெறும் அனுபவத்தை ஆசிரியரின் கிராமங்களில் வாழ்வது மூலம் நேரடியாகப் பெற்றுவிடலாம் என்று தோன்றுகிறது அல்லவா? கலைஞனின் பார்வைக்கு அனுபவங்கள் இலக்காகும்போது தனி உலகம் ஒன்று எழுகிறது. அந்த உலகத்தை அவன் படைப்பு மூலமன்றி வேறு எவ்விதத்திலும் நாம் சந்திப்பது சாத்தியமற்றதாகிவிடுகிறது. கலைஞன் இவ்வாறு தன்னைத் தவிர்க்க இயலாதபடி ஸ்தாபித்துக் கொள்கிறான். இந்த ஸ்திதியை ஆசிரியர் பெறவில்லை என்பது அவருடைய வரையறையை நமக்கு உணர்த்தும் காரியத்தைச் செய்கிறது. இங்குகூட ஆசிரியர் தனக்கே உரித்தான உலகம் ஒன்றைப் படைத்துள்ளதான மயக்கம் ஏற்படலாம். இம்மயக்கம் அவர் காட்டும் வித்தியாசமான பின்னணியைச் சார்ந்து எழுவது. பின்னணி வேறு; பார்வை வேறு. பின்னணி வெறும் புற நிலை இயக்கம்; பார்வை அக ஒளி.

ஆசிரியர் அதிகமாக எழுதியிருந்தாலும் அனுபவ உண்மைகளின் அடிப்படையில் இவருக்கு அதிகமாக எழுத எதுவும் நிர்ப்பந்தமில்லை. கிராமிய வாழ்வின் தோற்றமும் மன இயல்புகளும் அவலமும் இளம் பருவத்திலேயே ஆசிரியர் உணர்ந்துவிட்டவை. தன் சிறுவயதில் (22ஆம் வயதில் எனச் சொல்லப்படுகிறது) ஆசிரியர் 'நாகம்மாளை' எழுதிவிட்டாராம். இந்த ஒரு படைப்பு மூலமே இவர் தன்னைப் பூரணமாக வெளிப்படுத்திக் கொண்டுவிட்டார் என்று சொல்லலாம். இது ஒரு சாதனைதான். பின்வரும் படைப்புகளில் 'நாகம்மாளி'ல் நாம் காணாத ஆசிரியரையோ கண்ட ஆசிரியரின் வளர்ச்சியையோ பார்க்க இயலாது போவது, அனுபவங்கள் கெட்டிதட்டிப் போய்விட்டதையும் வளர்ச்சி முடங்கிவிட்டதையுமே காட்டுகிறது. 'நாகம்மாளு'க்குப் பின் சுமார் முப்பது வருடங்கள் தாண்டி எழுதப்பட்டுள்ள 'சட்டி சுட்டது' நாவலைப் படிக்கும்போது இந்த நீண்ட இடைவெளி ஆசிரியரிடத்தில் எவ்வித பாதிப்பையும் ஏற்படுத்தவில்லை என்பது ஆயாசம் தரும் விஷயமாகவே இருக்கிறது. இவர் பொருட்படுத்தி எழுதியுள்ள எல்லா நாவல்களிலுமே 'நாகம்மாளி'ல் சந்தித்த ஆசிரியரையே எவ்வித வளர்ச்சியுமின்றிச் சந்திக்கிறோம்.

உதாசீனமான நோக்கங்களுடன், படைப்பின் உணர்வுகள் எவற்றிற்கும் கொஞ்சமும் ஆளாகாமல் ஆசிரியர் பல நாவல்கள் எழுதியுள்ளார். இவற்றை நாவல்கள் என அழைப்பதுகூட, வேறு எவ்வாறு அழைக்கப்பட வேண்டும் எனத் தெரியாத சங்கடத்தினால்தான். பொருளாதார நெருக்கடிக்கு ஈடுகொடுக்க இவற்றை இவர் எழுதியிருக்கக்கூடும் என்று

சொல்லப்படுகிறது. அனுபவங்களை மதிக்கும் இவருடைய மனப்பாங்கும் அவற்றை யதார்த்தமாகச் சொல்ல முற்படும் இவர் புறப்பாடும் வாழ்வின் நெருக்கடிகளுக்கு முன்னால் அபத்தமான நிலைகளுக்குச் சரிந்துள்ளனவே தவிர, வியாபார ரீதியான எழுத்தை உருவாக்குவது இவருக்குச் சாத்தியமற்ற காரியமாகவே முடிந்திருக்கிறது. ஆரம்பப் பள்ளிக்கூட நாடகத்தில் சிறு பெண் தாசி வேஷம் போட்டுக் கொண்டதுபோல் பரிதாப உணர்வையே ஏற்படுத்துகிறது இவ்வகையான இவருடைய புத்தகங்கள். இப்புத்தகங்களை எழுதி ஆசிரியர் தனக்குக் களங்கம் ஏற்படுத்திக்கொண்டார் என்று இலக்கிய விமர்சகன் சொல்லலாம். அப்போதுகூட, ஒரு நல்ல எழுத்தாளருக்கு எளிமையாக வாழக்கூட வகை செய்து தராத இச்சமூகத்தில், சக எழுத்தாளர்களும் வாசகர்களும் பிரசுர நிறுவனங்களும் பல்கலைக்கழகங்களும் தமிழாசிரியர்களும் களங்கப்பட்ட பின் கடைசி பட்சமாகத்தான் ஆசிரியர் களங்கப்படுவார் என்று தோன்றுகிறது. தீராத பிடிவாதத்துடன் க.நா.சு. இவரைக் கவனப்படுத்தியிருக்காவிட்டால் நம்முடைய பரிபூரணமான புறக்கணிப்புக்கு இவர் ஆளாகியிருக்கக்கூடுமோ? அந்த விமர்சகருக்கு நாம் நன்றி தெரிவிக்கக் கடமைப்பட்டுள்ளோம்.

பிரக்ஞை, 1977

க.நா.சு.வின் விமர்சன முகம்

க.நா.சு.வின் விமர்சன முகத்தை ஆராயும் முயற்சியின் ஆரம்பமாக இக்கட்டுரையைக் கொள்ளவேண்டும். அவரது சாதனைகள் சிலவற்றையும் சமரசங்கள், முரண்பாடுகள் சிலவற்றையும் பார்க்கலாம்.

பெரிய விமர்சகன், பெரிய சவாலுக்குத் தன்னகத்தே பதில் கண்டு எழுச்சி பெறுகிறான். மதிப்பீடுகளின் சரிவுகள், உணர்ச்சிகளின் மொண்ணைத்தனம், சமூக நலன்களை சுய லாப வேட்கைக்குத் தின்னத் தருதல் ஆகிய இழிநிலைகள் உண்மையின் சுடர்களைத் தூண்டுகின்றன. இச்சுடரிலிருந்து பந்தங்கள் கொளுத்தப்பட்டு, ஓடஓட இருள் விரட்டப்படுவதும் உண்டு; திரி, எண்ணெயின்றித் தன்னையே பேரானந்த நிலையில் எரித்துக்கொண்டு மடிவதும் உண்டு. அந்தகாரம் மீண்டும் சிரிக்கும். ஆனால் தப்பாமல் மற்றொரு திரி, தானே தன்னைப் பற்ற வைத்துக்கொண்டு எரிய ஆரம்பிக்கும். நவீனத் தமிழில், பாரதியிலிருந்து டி.கே.சி., எஸ்.வையாபுரிப் பிள்ளை, புதுமைப்பித்தன் ஆகியோரின் வரிசையில் வந்தவர் க.நா.சு. இளமையிலேயே விமர்சனக் கூர்மை கொண்டிருந்தவர், படைப்புகளில் மட்டுமே கவனம் கொண்டிருந்தார். பண்டித, வணிக, அரசியல் இழிநிலைச் சக்திகளின் அழுகல் கலப்புகள் இலக்கிய உலகை முடை நாற்றம் எடுக்கச் செய்தபோது துன்பம் தாங்க முடியாமல், தன் விமர்சன முகத்தை வெளிப்படுத்திக்கொள்ள நிர்ப்பந்திக்கப்பட்டார். காலம் ஐம்பதுகளின் ஆரம்பம்.

இக்கால கட்டத்தில் மதிப்பீடுகளின் சரிவுகள் மிகுந்த துக்கத்தைத் தந்தன. காந்திஜியின் தலைமையிலான விடுதலை இயக்கம் உருவாக்கிய நெறிகள் சுதந்திரத்துக்குப் பின் ஒரு உன்னத வாழ்க்கைக்கு அடிகோலும் என எதிர்பார்த்திருந்தோர் நம்பிக்கையின் ஒரு சிறு பொறியைக்கூடப் பேண இடம்

தராது அவசரமாக ஏமாற்றப்பட்ட காலம். தம் தியாக வாழ்வால் மக்களின் மகத்தான நம்பிக்கையைப் பெற்றிருந்த தலைவர்கள், அதிர்ச்சி தரும் புதிராக, பதவி லகரிகளில் துள்ளத் தொடங்கியபோது, கீறிவிட்ட புண்களில் வெளிப்படும் சீழ்போல், சல்லித்தனங்கள் வெளிப்பட்டன. எண்ணற்ற மனங்களில் கனவுகளின் பால் திரிந்தது. பதவிகளின் முதல் அறுவடையில் பங்கு பெறாதோர், பிராந்திய, இன உணர்ச்சிகளைக் கிளப்பி விடுதலைக்கே எதிராக நின்று தொழில்பட்ட ஜாதிவெறி, மொழிவெறிச் சக்திகளுடன் இணைந்துகொண்டனர். க.நா.சு. தன் விமர்சன முகத்தை வெளிப்படுத்திய பாதகமான காலம் இது.

தமிழில் பண்டிதம், ஜாதி வெறி அரசியலின் போலி இலக்கிய முகமாகும். க.நா.சு. பண்டிதத்தை முக்கியமான எதிரியாகக் கண்டார். பண்டிதத்தை ஆராயப்புகுந்தவர், அம்முகங்களில் ஆபாசமாய்ப் பிதுங்கிய ஜாதி அரசியலையும் கண்டிருப்பாரெனில், அவருடைய விசாரணை இலக்கியத்திலிருந்து விரிந்து அரசியல், பொருளாதார நிலைகள், சமூக இயல் ஆகியவற்றைக் கவனிக்கும் வீச்சில், முழு வாழ்வுக்குமே அவரைத் தள்ளிக்கொண்டு போயிருக்கும். அவ்வாறு ஒரு பயணத்தை அவர் மேற்கொண்டிருந்தால், இன்று அவர் கூறியுள்ளவற்றைப் பார்க்கிலும் பல மடங்கு கசப்பான உண்மைகளைக் கூற நேர்ந்து, இன்று பெற்றிருப்பதைப் பார்க்கிலும் மோசமான வசைகளையும் வாங்கிக் கட்டிக்கொள்ள நேர்ந்திருக்கும். தமிழ்நாட்டில் இன்று கலைஞனின் சுகிப்பும் சுதந்திரக் குஷிகளும் சமூக இழிநிலையின் முன், தரத்தக்கதைத் தந்திரமாய்த் தந்து, மறைத்துக்கொள்ள வேண்டியதைத் தந்திரமாய் மறைத்துக்கொள்வதிலிருந்து பெற்றுக்கொள்வதாகும். இன்றையக் கலைஞனின் பாதுகாப்பு, பதவிகள், விருதுகள், இழிந்த சமூகம் கோழைகளுக்கு விட்டெறியும் லஞ்சமாகும். இதற்கு மாறான ஆபத்தான பாதையை மேற்கொண்டு பயணம் தொடர க.நா.சு. திராணி பெற்றிருந்தார். அதே சமயம் இப் பயணம் அவர் பார்வையின் வீச்சளவே விரியும் வரையறைக்கும் உட்பட்டு நின்றது.

இவருக்கும் சரி, இவரது மணிக்கொடி இலக்கிய சகபாடிகளுக்கும் சரி, அவர்கள் அளவில் சமூகக் குறைகள் தெரியும். இக்குறைகளைப் பிரதிபலித்து, அவற்றுக்கு எதிராக இயங்கவும் தெரியும். ஆனால் குறைகளின் தோற்றுவாய்கள் தெரியாது. சிரங்கை சரும வியாதியாகக் கண்டு, மாறி மாறிக் களிம்பு போடும் மருத்துவம் இவர்களுடையது. அமமாண்டிவிளையில் ஒரு குழந்தைக்கு வரும் சிரங்குக்கும் அமெரிக்கக் கோதுமைப் பண்ணைகளில் போலி ரசாயனம் பயன்படுத்தப்படுவதற்கும் சம்பந்தம் உண்டு என்று கூறினால், மணிக்கொடிக்காரர்கள் சிரிப்பார்கள் –புதுமைப்பித்தனைத் தவிர. க.நா.சு. பண்டிதத்தின் அவல நிலையை ஆராய முற்பட்டார். பண்டிதத்தின் நீங்கா அருங்குணங்களாக அவருக்கு ஒரு சில தெரிந்தன. பண்டிதம் பழமையில் ஊறிப்போனது. பழமையை, பழமை என்ற ஒரே காரணத்திற்காகத் தூக்கிப் பிடிக்கக்கூடியது. அது மொழிவெறி கொண்டது. இலக்கியப் பிரக்ஞை அற்றது. 'இலக்கியம் கண்டதற்கு இலக்கணம்' என்று வாய்க்கு வாய் புலம்பிக்கொண்டே படைப்பில், வரையறுக்கப்பட்ட இலக்கணத்தைத் தேடும் புத்தி கொண்டது. அது கவிதைக்கு உரை தரும்; கவிதையில் பொருளை மட்டும் தேடும்; பொருளில் நன்னெறியைத் தேடும்.

நன்னெறிகள் இலக்கணத்தின் விலங்கை மாட்டிக்கொண்டதும், அவை கலையாகப் பரிணமித்துவிட்டதென ஸ்தாபிக்க முன்னும். ஒருபோதும் அது கவிதையில் கவித்துவத்தைத் தேடியது கிடையாது. ஒருபோதும் அது காவியத்தில் கலை எழுச்சியை அனுபவித்தது கிடையாது. இதுகாறும் கூறியவற்றிலிருந்து பண்டிதம் என்பது சில மொண்ணைத் தலைகளின் சம்மேளனம் மட்டும் அல்ல; படைப்புக்கு எதிரான நபும்சகத்தை, மலட்டுத் தனத்தைச் சார்ந்த மனத்தின் ஒரு இழிநிலை எனவும் உணரலாம்.

க.நா.சு.வோ இலக்கியத்தை, கலைகளை, அளவுகோல்களுக்கு அப்பாற்பட்டதாகக் கண்டார். இலக்கியத் தகுதிகள் வரையறுக்கப்படும் முயற்சியில் எப்போதும் அளவுகோல்கள் உருவாகின்றன. ஆனால் அளவு கோல்களை மீறி எழுந்த ஒரு கலை ஆவேசம், தன்னை இலக்கியமாக ஸ்தாபித்துக்கொண்டும் விடுகிறது. இந்நிகழ்ச்சிகளே இலக்கியத்தின் உன்னதப் பயணம். உலக இலக்கிய வளத்தைத் தன் அனுபவமாக மாற்றிக்கொண்டிருந்த க.நா.சு.வுக்கு மிக எளிமையாகத் தெரிந்த உண்மை இது. பண்டிதம் இந்த உண்மையை ஏற்றுக்கொள்ளாது. ஏன்? இவ்வுண்மையைப் பண்டிதம் ஏற்றுக்கொள்ளும்போது, இலக்கண நெட்டுருவாலும் பழமை இலக்கியத்தின் பரீட்சைப் பகுதிகளின் மனப்பாடத் தகுதிகளாலும் இலக்கியத்தை மதிப்பிடும் வகையில் இதுகாறும் அது அனுபவித்து வரும் போலி ஸ்தானத்தை சிருஷ்டி சக்திகளுக்கு அது காலி செய்து கொடுக்க நேரிடும்.

படைப்புகளை அணுகும்போது பண்டிதம் எவ்வித அனுபவங்களையும் பெறுவதில்லை. ராமலிங்க சுவாமிகளின் பாடல்களில் அனுபவம் பெற்றிருந்தால், பாரதியைக் கண்டு திக்குமுக்காட வேண்டியதில்லை. ஆனால் பண்டிதம் திக்குமுக்காடிற்று. புதுமைப்பித்தனைக் கண்டு திக்குமுக்காடிற்று. இன்றுவரையிலும் அது எந்தச் சீரிய கலைஞனையும் புன்னகையுடன் வரவேற்றதில்லை. புதுமைச் சக்திகளை எப்போதும் ஜீரணிக்கச் சக்தியற்று, திக்குமுக்காடி, கேலிசெய்து, புலமைக் கர்வத்தில் நொள்ளைகள் சொல்லி, அப்புதுமைச் சக்தி சகல துன்பங்களையும் தாங்கித் தன்னைக் காப்பாற்றி, உயிர் சக்தியாக ஸ்தாபித்துக்கொள்ளும்போது, பண்டிதம் வெட்கம் கெட்டு அதன் பின்னால் வந்து ஒட்டிக்கொண்டு, மீண்டும் அந்நேரப் புதுமைகளை நோக்கி முகத்தை வலிக்கும். பாரதியிலிருந்து புதுக்கவிதை இயக்கம்வரையிலும் நடந்திருப்பது இதுதான்.

தமிழில் வசனம் எழுந்து, வசனம் இலக்கியம் ஆகாது என்ற வாதங்கள் அலட்சியப்படுத்தப்பட்டு, வசனத்தில் கலை எழுச்சிகள் தோன்றிப் படைப்புகள் உருவானபோது, எழுச்சியின் ஒரு பகுதியாக இலக்கிய விமர்சன நோக்குகளும் வெளிப்பட்டன. படைப்பின்மீது விமர்சனப் பார்வைகள் செலுத்தப்படும் ஆரம்பங்களும் தோன்றின. படைப்பில் சுய அனுபவம் பெற்றிராத பண்டிதம், மதிப்பிடப்படும் தகுதிகள் பறிபோய்விடும் நிலையில் மேல்நாட்டு அளவுகோல்களைக் கூசாமல் விழுங்கி, அந்த அளவுகோல்களைத் தமிழ் இலக்கியத்தின்மீது போட்டு மூளையால் பிடுங்கிய கருத்துகளையும் வெளிப்படுத்த ஆரம்பித்தது. (உதாரணம்: மு.வரதராசனின் 'இலக்கியத் திறன்', அ.ச.ஞான சம்பந்தனின் 'இலக்கியக் கலை.') இங்கு, இப்புலமைச் சாமர்த்தியம் நடைபெறுவதற்கு முன்னரே, உலக மொழிகளில்

இந்த வைக்கோல்போரை ஆங்கிலத்தின் மூலம் க.நா.சு. கண்டிருந்தவர். இலக்கிய விமர்சனமும் ஒரு கலை என்றும், நாவல்போல், கவிதைபோல், சிறுகதைபோல் அதுவும் படைப்புத் திறனின் ஜீவ ஊற்று என்றும், 'பற்றி' இலக்கியங்கள் மூலப் படைப்பை மறைக்கும் நந்திகள் ஆகிவிடக் கூடாது என்றும், அலசல் விமர்சனம் சாமர்த்தியத்துக்கு இட்டுச் செல்லும் அபாயம் கொண்டது என்றும் அவர் கூறியவை மேலே எடுத்துக்காட்டிய நிலைகளை அடிப்படையாகக்கொண்டு இன்று புரிந்துகொள்ள வேண்டியவை.

க.நா.சு.வின் மற்றொரு எதிரி பத்திரிகை சக்தி. இயந்திரமும் வசனமும் பிறப்பித்த சக்தி இது. இரண்டுமே புதிய சக்திகள். இப்புதிய சக்திகளைத் தழுவி நிற்கும் பத்திரிகைகள், பண்டிதத்தைப் போல் அழுகும் பழமையாக இருக்க முடியாது. மொழி வெறி, இலக்கணப் புலமை, ஜாதி அரசியல் ஆகியவற்றின் கூட்டுக் கலப்பு பண்டிதம் எனில், போலி தேசியம், போலி மதம், போலி மனிதாபிமானம், 'இலக்கியம் மக்களுக்கு' என்ற போலி கோஷம் ஆகியவற்றின் கூட்டுக் கலப்பு வணிக சக்தி. பண்டிதம் சிருஷ்டிக்கு எதிராக முன்விதிகளைத் திணிக்கும்போது (விஷயம், உத்தி ஆகிய இரு நிலைகளிலும்) பத்திரிகைச் சக்தி சிருஷ்டியின் அடிப்படையையே தலைகீழாகப் புரட்டுகிறது. சிருஷ்டிக்கு அடிப்படை சுய அனுபவம், சுயதரிசனம். பத்திரிகைச் சக்திகளின் கோஷம்: வாசகன் விரும்புவதைக் கொடு, வாசகன் பின்னால் ஓடு.

இந்த இரு நிலைகளிலிருந்தும் விளைவது தரம் சம்பந்தமான ஒரு பெரும் குழப்பம். சங்கப் பாடல்கள் ஒரு தொகுப்பு. பல தரப்பட்ட கவிஞர்களின் பல தரப்பட்ட பாடல்கள். பண்டிதத்திற்கு அதில் ஒவ்வொன்றும் ஒரு சிகரம். ஏற்றத்தாழ்வற்ற சிகரம். சங்கப் புலமை என்ற ஜரிகைத் தலைப்பாகை அணிந்து, அப்புலமையைக் கொக்கரிக்க நம்முன் வரும் பண்டிதத்திடம் 'சங்க இலக்கியத்தில் தரம் அற்ற பாடல்கள் எவை?' என்று கேட்டதும் பண்டிதம் வாயடைத்துப் போகும். அளவுகோல்களிடம் அதற்குக் கிலி. பத்திரிகைச் சக்தி வாசகனுக்கு ஜவ்வு மிட்டாய் தயாரிப்பதில் கல்கிகள், அகிலன்கள், குட்டிக் கல்கிகள், குட்டி அகிலன்கள் தோன்றுவது இயற்கை. இதில் க.நா.சு.வுக்குப் புகார் இல்லை. இந்தக் கேளிக்கையாளர்கள், இலக்கியச் சக்திகளாக ஏற்றுக் கொள்ளப்படும் மதிப்பீடுகளின் சரிவு அவருடைய கண்டனத்திற்கு ஆளாகிறது. இக்கண்டனத்தை முதலில் எழுப்பியவரும் அவரே. அகிலனைத் தூக்கிப்பிடிக்க காமராஜ் பல்கலைக்கழகம் திறனாய்வு என்ற பெயரில் சில தலையணைகளை வெளியே தள்ளும்போது, இலக்கியத்திற்குப் புறம்பான இரு சக்திகளும் – பண்டிதமும் பத்திரிகையும் – இணையும் அவலத்தைப் பார்க்கலாம். இத்தலையணைகளை லேசாகப் புரட்டிப் பார்ப்பவர்களுக்குக்கூட, தமிழ் அறிவாளிகள் என நெளிந்து கொண்டிருப்பவர்களின் அனுபவ தரித்திரமும் விமர்சன மொண்ணைத்தனமும் ஆங்கில மோகமும் தெரியாமல் போகாது.

க.நா.சு. தர வேறுபாடு காண முற்பட்டார். தமிழில் அவரது ஈடுபாடு பெரிதும் நவீன இலக்கியத்தில் என்பதால் அவரது தர நிர்ணயமும் நவீன இலக்கியத்தைச் சார்ந்து எழுந்தது. உன்னத இலக்கியம் என்றால் என்ன? இக்கேள்வியைக் க.நா.சு.விடம் கேட்டால், அவரிடமிருந்து சிக்கலைச் சிக்கலாக மட்டும் காணும் நேர்மையின் தயக்கம் வெளிப்படும். ('இலக்கியமாவது

யாது' என்று நவீனப் பண்டிதத்திடம் கேட்டால், அது உடனே வாயை அகலப் பிளந்து ஹட்சன், அபர் கிராம்பி, மாத்யு அர்னால்டு, ஐ.ஏ.ரிச்சர்ட்ஸ் என்று பெயர் உதிர்ப்பில் ஆரம்பித்து, மூன்று மணி நேரம் இங்கிலீஷ் கொட்டேஷன்களை நம் முகத்தில் விட்டெறியும் — இங்கிலீஷும் தமக்குத் தெரியும் என்ற பெருமையுடன்.) க.நா.சு.வோ பேரிலக்கியங்களைப் படித்து, இலக்கிய குணங்களை மனத்தளவில் உணர்ந்துகொள்வதே சிறப்பான வழி என்று சொன்னார். வாசகர்களுக்கு மேலும் விளக்கம் இயற்கையாகவே தேவைப்படுவதால் இலக்கிய குணங்களைக் கோடி காட்ட, படைப்பில் ஆசிரியரின் தனித்துவம், பர்சனாலிடி ஆகியவை வெளிப்படும் என்றும் உன்னத இலக்கியம் பூரணத்துவத்திற்கு இட்டுச்செல்லும் என்றும் மேலான இலக்கியம் மனிதத்துவத்தையும் ஆழத்தையும் தன்னகத்தே கொண்டிருக்கும் என்றெல்லாம் அவர் சொல்ல முற்பட்டார். ஆனால் இவையெல்லாம் வார்த்தைகள். இலக்கிய எழுச்சியை மனத்தளவே உணர்ந்த உள்ளத்திற்கு, அவ்வெழுச்சியை அரைகுறையாக விவரிக்கும் வார்த்தைகள். அவ்வெழுச்சியை எப்போதும் பெற்றிராத உள்ளத்திற்கு ஏதும் அர்த்தம் தரச் சக்தியற்ற வார்த்தைகள். இவ்வளவு நிலைகளையும் புரிந்துகொண்டால் அன்றையச் சூழ்நிலையில் பட்டியல்கள் என்ற எளிய வழிக்குக் க.நா.சு.வை இட்டுச் சென்ற காரணிகளையும் புரிந்துகொண்டவர்கள் ஆவோம்.

எவ்வகையான சாதனைகளை உலக இலக்கியம் விமர்சனமாகக் கொண்டாடுகிறதோ அதனை அடிப்படையாகக் கொண்டு பார்த்தால், க.நா.சு.வை, அவ்வார்த்தையில் இன்று ஏறிநிற்கும் முழு அர்த்தத்தில் இலக்கிய விமர்சகர் என்று கூறமுடியாது. ஒரு வாழ்க்கைக் கண்ணோட்டத்தை இலக்கியத்தைச் சாதனமாகக் கொண்டு முன் வைத்தவர் என்று அவரைச் சொல்ல முடியாது. அவருடைய நோக்கங்களும் இவ்வகையானவை அல்ல. உலக அரங்கில் இலக்கிய விமர்சகன் கலாச்சாரத் தளத்தின் உன்னத அறிவை நோக்கிப் பேசும்போது, க.நா.சு. குழம்பிச் சரியும் தமிழ் வாசகனை நோக்கிப் பேச நேர்ந்திருக்கிறது. க.நா.சு.வை ஒரு இலக்கிய சிபாரிசுக்காரர் என்று சொல்ல வேண்டும். வாசகனின் மயக்க நிலையைக் கணக்கில் எடுத்துக்கொண்டு அவன் முன் சிபாரிசுகள் வைக்கப்பட்டன. சிபாரிசுகளில் அவன் நம்பிக்கைகொள்ளும் அளவு, ஆசிரியர்கள் பற்றியும் நூல்கள் பற்றியும் சுய அனுபவம் ஜீரணித்த கருத்துகள் முன்வைக்கப்பட்டன. க.நா.சு.வின் சாதனையின் மிக முக்கியமான பகுதி இது.

க.நா.சு. நான் அறிந்தமட்டில், நான்கு பத்திரிகைகளுக்கு ஆசிரியராக இருந்திருக்கிறார். இவற்றில் 'இலக்கிய வட்டம்' தவிர 'சூறாவளி', 'சந்திரோதயம்', 'ராமபாணம்' ஆகிய இதழ்கள் பற்றி என் நினைவுகளைப் புதுப்பித்துக் கொள்ள இன்று வழியில்லை. இப்பத்திரிகைகளில் இலக்கிய நோக்கங்களுடன் வணிக மனோபாவங்களும் ஊடுருவியிருந்ததாகவும் அன்றைய பிரபல பத்திரிகைகளுடன் (முக்கியமாகக் 'கல்கி'யுடன்) இவை போட்டி போட்டு வெற்றி பெற முயன்றது போலவும் ஒரு நினைவு. இம்முயற்சியில் க.நா.சு. வெற்றி பெறாதது இயற்கையான காரியம். ஆனால் இம்முயற்சிகளிலிருந்து வெளிப்படும் ஒரு மனச்சரடைக் கணக்கில் எடுத்துக்கொண்டால், அவரது பின் வாழ்விலும் இச்சரடு நீடித்து வந்துகொண்டிருப்பது தெரியும். கவிதையில் முன்னோர்களின் சாதனையை எப்படிப் பண்டிதர்கள் மிகையாகப்

பார்க்கிறார்களோ அதேபோல் வசனத்தைச் சார்ந்த பழைய பெரியவர்களைக் க.நா.சு. மிகையாகவே பார்க்கிறார். உதாரணமாக, வேதநாயகம் பிள்ளை (பிரதாப முதலியார் சரித்திரம்), வடுவூர் துரைசாமி அய்யங்கார் (மேனகா), அ.மாதவய்யா (பத்மாவதி சரித்திரம்) ஆகியோரைப்பற்றிய கட்டுரைகள், சம்பந்தப்பட்டவர்களை மிகையாகத் தூக்குபவை என்று இன்று எளிதில் கண்டுகொள்ள முடியும். அதேபோல் புதுமைப்பித்தன் (காஞ்சனை), எஸ்.வையாபுரிப் பிள்ளை (தமிழ்ச்சுடர் மணிகள்), ஆர்.ஷண்முகசுந்தரம் (நாகம்மாள்), லா.ச. ராமாமிர்தம் (ஜனனி) ஆகிய சிறந்த புத்தகங்களுடன், வாசகர்கள் அவசியம் படிக்க வேண்டும் என்று கருதத்தக்க சிதம்பர ரகுநாதன் (இலக்கிய விமர்சனம்),நாமக்கல் ராமலிங்கம் பிள்ளை (என் கதை), ராஜாஜி (வியாசர் விருந்து), உ.வே. சாமிநாத அய்யர் (மீனாட்சி சுந்தரம்பிள்ளை சரித்திரம்) ஆகியோர் புத்தகங்களையும் இணைத்து சிபாரிசு செய்வது நாம் புரிந்துகொள்ளக் கூடியது. ஆனால் இவற்றுடன் ஆர்வி (அணையா விளக்கு), அநுத்தமா (கேட்ட வரம்), அகிலன் (சிநேகிதி) ஆகியோரும் இடம்பெறுவது ஒரு புதிர் (*படித்திருக்கிறீர்களா? –1, 2*).

சாகித்திய அகாடமி, இந்திய தேசியப் புத்தக நிறுவனம் போன்றவை மொழிபெயர்ப்புகளுக்குத் தமிழிலிருந்து இலக்கியத்தரமான புத்தகங்களை விட்டுவிட்டு, இரண்டாம்பட்சமான, மூன்றாம்பட்சமான புத்தகங்களைத் தேர்வு செய்வதன் மூலம், இந்திய வாசகர்களின் பார்வையில் தமிழ் இலக்கியத்தின் தரம் பற்றித் தவறான எண்ணங்கள் ஏற்படக்கூடும் என்று பலமுறை வருந்தி எழுதியுள்ளவர் க.நா.சு. இன்று அவராலேயே, ஆத்மார்த்தமற்ற, அனுபவப் பிரதிபலிப்பற்ற, உண்மை உணர்ச்சியற்ற, தந்திர புத்தியினால் மட்டுமே ஜோடிக்கப்பட்ட இந்திரா பார்த்தசாரதியின் ‘குருதிப்புனல்’ ஆங்கிலத்தில் மொழிபெயர்க்கப்பட்டுள்ளது.

க.நா.சு.வின் பட்டியல்களும் குழப்பத்தை விளைவித்துக் கொண்டிருக்கின்றன. ஒரு விமர்சகரின் தேர்வும், என்னைப்போன்ற ஒரு வாசகனின் விருப்பங்களும் நேர்க்கோட்டில் இணையவேண்டும் என்ற கட்டாயம் எதுவும் இல்லை. தம் பார்வையில் தேர்வுகள் நிகழ்த்துவது க.நா.சு.வின் சுதந்திரம். இப்பார்வை சிலரை ஏற்கும்; சிலரை மறுக்கும். ஆனால் என்ன காரணங்களை முன்னிட்டு ஒரு பெயர் ஏற்றுக்கொள்ளப்படுகிறது, மற்றொன்று தள்ளப்படுகிறது என்பது முன்வைக்கப்பட வேண்டும். இவ்வாறு முன்வைக்கப்பட்டால், இக்கருத்துகளைப் பற்றிச் சிந்திக்கத் திறன் கொண்ட வாசகர்கள் ஒரு சிலரேனும் இன்று இருக்கிறார்கள். க.நா.சு.வின் பார்வையை ஏற்கவும் மறுக்கவும் தன் பார்வைகளை முன் வைக்கவும் ஆற்றல் கொண்ட எழுத்தாளர்களும் இன்று உண்டு. இவர்கள் இருப்பைப் புறக்கணித்து இனி இலக்கிய விமர்சனத்தை மேலே செலுத்த முடியாது. பட்டியல் தரும் குழப்பங்களுக்குக் க.நா.சு.வின் கட்டுரைகளை நினைவுகூர்ந்து சில உதாரணங்கள்: இன்று சி.சு.செல்லப்பாவை ஒரு விமர்சகராக ஏற்றுக்கொள்கிறார் க.நா.சு. ஆனால் அவர் வெங்கட் சாமிநாதனையோ தருமு சிவராமுவையோ விமர்சகர்களாக எப்போதும் குறிப்பிடுவதில்லை. ஏன்? ஷண்முக சுப்பையா, பசுவய்யா, நகுலன், ஞானக்கூத்தன் ஆகியோரைக் கவிஞர்களாகக் காணும் க.நா.சு., சிவராமு, ஹரி சீனிவாசன், வைதீஸ் வரன், சி.மணி, தி.சோ.வேணுகோபாலன், நாரணோ ஜெயராமன் ஆகியோரைக்

கவிஞர்களாகக் காண்பதில்லை. ஏன்? அவர் சமீபத்தில் பதிப்பித்திருக்கும் தமிழ்ச் சிறுகதைகளின் ஆங்கிலத் தொகுப்பில் அம்பை, தருமு சிவராமு, வண்ணதாசன், சா.கந்தசாமி, அசோகமித்திரன், இந்திரா பார்த்தசாரதி ஆகியோர் இடம்பெற்றுள்ளார்கள். ஆனால் வண்ணநிலவன், பூமணி, சார்வாகன், ஆ.மாதவன், கி.ராஜநாராயணன் ஆகியோரும் பரிசீலனைக்கு உட்படுத்தப்பட்டார்களா என்பது தெரியவில்லை. சிவராமு சிறுகதைகளில் ஏதும் சாதனை நிகழ்த்திவிடவில்லை. அவருடைய சிறந்த சிறுகதை ஒன்றைப் பொறுக்கும் அளவுக்கு அவர் கதைகள் படைக்கவுமில்லை. சிவராமுவைக் கவிஞராகவோ விமர்சகராகவோ பார்க்க மறுக்கும் க.நா.சு., சிறந்த சிறுகதை எழுத்தாளராக அவரைக் கண்டிருப்பது வேடிக்கைதான்!

*1959*இல் 'எழுத்து' முதல் இதழில் க.நா.சு. எழுதிய கட்டுரையில் தமிழில் ஒரு சிறுகதைத் தொகுப்பு உருவாக்கும் பொறுப்பு தன்னிடம் அளிக்கப்படுமென்றால் கட்டாயமாக, முதல் பட்சமாக, தான் சேர்க்கும் சிறுகதை ஆசிரியர்களில் எட்டுப் பேர்களில் ஒருவராக ந.சிதம்பர சுப்ரமண்யனைக் குறிப்பிட்டுள்ளார். இப்போது உருவாக்கப்பட்டிருக்கும் தமிழ்ச் சிறுகதைகளின் ஆங்கிலத் தொகுப்பில் ந.சிதம்பர சுப்ரமண்யனைக் காணோம். இதே கட்டுரையில் இரண்டாம் பட்சத்தில் இருந்த சி.சு. செல்லப்பா, க.நா. சுப்ரமண்யம், சுந்தர ராமசாமி, ஜெயகாந்தன் ஆகியோர் இப்போதைய ஆங்கிலத் தொகுப்பில் இடம்பெறும் பிரமோஷன் பெற்றிருக்கிறார்கள். (எங்கள் பாக்கியம். எல்லோர் சார்பிலும் க.நா.சு.வுக்கு நன்றி.) அன்று இரண்டாம் பட்டியலில் இருந்த தி.ஜ. ரங்கநாதன், கி.ரா., த.நா. குமாரஸ்வாமி, சங்கரராம் ஆகியோர் இப்போது டிஸ்மிஸ் செய்யப்பட்டுள்ளார்கள். (ஐயோ பாவம்!) குழப்பமாகத்தான் இருக்கிறது. ஆனால் க.நா.சு. இந்தச் சந்தேகங்களைத் தீர்த்து வைப்பார் என்று தோன்றவில்லை.

***சுவடு*, 1978**

வெங்கட் சாமிநாதனின் கருத்துலகம்

இத்தலைப்பில் எழுத ஆரம்பிக்கும்போது சில பழைய நினைவுகள் மனத்தில் படர்கின்றன. 'எழுத்து' ஆறாம் இதழில் (1959) ஜம்முவிலிருந்து வெ. சாமிநாதன் என்ற பெயரில் வெளியாகியிருந்த கடிதத்தில் என் கவனம் விழுந்தது. பின் வெளிவந்த பிற கட்டுரைகளும் என்னையும் என் நண்பர் கிருஷ்ணன் நம்பியையும் வெகுவாகக் கவர்ந்தன. பேசி அலுக்கும்போது, புதுப்பித்துக்கொள்ள நாங்கள் சேர்ந்து படித்தவற்றில், வேறு பலவற்றுள், இவர் எழுத்துகள் பல சமயம் கைகொடுத்தன.

அன்றைய இலக்கியச் சீரழிவுகளுக்கு எதிரான க.நா.சு.வின் தாக்குதல்களை மிகுந்த உற்சாகத்தோடு வரவேற்றுக் கொண்டிருந்த எங்களுக்கு, சாமிநாதனின் போராட்டம், முன்னவரின் கருத்துகள் தீவிரம் அடைந்துவிட்ட நிலையையும் விவரணங்களில் உட்புகுந்து அக்கருத்துகளைச் சீரழிவின் சகல பரிமாணங்களுக்கும் விஸ்தரித்ததையும் ஸ்திதியின் உள்ளீடற்ற தன்மையை அம்பலப்படுத்தியதையும் காட்டியது. சீரழிவுக்கு எதிரான ஒரு விமர்சன ஆளுமையைக் க.நா.சு. காட்ட, சாமிநாதனின் கருத்துகள் சீரழிவின் பூதாகாரத் தன்மையையே காட்டி அதிர்ச்சி கொள்ளச் செய்தன. விமர்சனம் க.நா.சு.வைத் தாண்டி, அடுத்த படிக்கு நகரும் ஆரம்பத்தையே இதில் நான் கண்டேன்.

ஸ்திதியின் சீரழிவுக் காட்சிகளைவிட, சீரழிவின் ஊற்றுக் கண்ணாக மனித மனத்தைக் கண்டு, அதன் ஆன்மீக ஓட்டைகளை, சிடுக்குகளை சிந்தனையாலும் உள்ளுணர்வாலும் வெளிப்படையாகச் சொல்லாத நேரங்களிலும்கூட அடிச் சலனமாக வெளிப்படுத்திய தருமு சிவராமுவின் இக்காலத்தியக்

கட்டுரைகள், அப்போதைய என் மனநிலைக்கு, சாமிநாதனின் தருக்க உலகைவிட இதமாக இருந்தன. நம்பியோ 'சிவராமுவின் பாஷையைத் தொற்றிக்கொண்டு ஏறுவது கடினமாக இருக்கிறது' என்றார். சாமிநாதனின் எழுத்தில் சில சமயம் கடுமை ஏறிவிடுவதை நான் ஒரு குறையாகக் காண, அவரது போர்க்குணமே நம்பியை அதிகம் கவர்ந்தது எனலாம். தன் முதல் சிறுகதைத் தொகுதிக்கு சாமிநாதனிடமே முன்னுரை வாங்கப் போவதாகச் சொல்லிக்கொண்டிருந்தார் நம்பி. சாமிநாதனின் ஆரம்ப கால எழுத்துகளில் நாங்கள் இருவரும் கொண்டிருந்த ஈடுபாடு பற்றியும் வேற்றுமைகள் பற்றியும் நாங்கள் அவரைப் படிக்க ஆரம்பித்துப் பதினைந்து ஆண்டுகளுக்குப் பின் நிகழ்ந்த நேர் சந்திப்பில் நம்பியே சாமிநாதனிடம் தொட்டுப் பேச நேர்ந்தது. வருடங்கள் ரொம்பவும் ஓடிவிட்டன; இழப்புகளுடனும் நம்பிக்கைகளுடனும்...

இருபது வருடங்களாக வெங்கட் சாமிநாதன் கருத்துலகில் வெகு தீவிரமாக இயங்கி வருகிறார். இக்காலங்களில் இவர் நம் வாழ்வின் அநேக முகங்களை–இலக்கியம், மரபு, புலமை, சிந்தனை, தத்துவம், சிற்பம், சங்கீதம், ஓவியம் ஆகிய அனைத்தையும் மிகக் கடுமையாக விமர்சித்திருக்கிறார். மேம்போக்கான மாறுதல்களுக்கு முன் வைத்த எளிய திருத்தல் யோசனைகள் அல்ல இவை. நம் வாழ்வின் அடித்தளம் பற்றிய நம் எண்ணங்கள் இவரால் புரட்டித் தள்ளப்பட்டிருக்கின்றன. எவற்றைச் செல்வங்கள் என மதித்து, உலகில் எங்கும் காணக்கிடைக்காத ஒரு கலாச்சார வாழ்வின் அவகாசிகள் நாம் என புளகாங்கிதப்பட்டுக் கொண்டிருந்தோமோ அவற்றைப் போலிக் கனவென, வாதங்களையும் நிரூபணங்களையும் முன்வைத்து தாட்சண்யமின்றித் தாக்கியவர் இவர்.

சரி, இக்கருத்துகளை நம் தமிழ்ச் சமூகம் எப்படி எதிர்கொண்டது? கனவுகள், மாய்மாலங்கள், போலி லட்சியங்கள், போலி மதிப்பீடுகள், பழமைக் கிரீடங்கள், தனி இனம் என்ற மார்தட்டல்கள் எல்லாம் தாக்கப்பட்ட போது, தமிழின் பல்வேறு துறையைச் சார்ந்த காவல் நாயகர்கள், கனவுக் காப்பாளர்கள், பழம்பெருமையின் வாய்ச்சவடாலை விற்று உண்டிக்கு வழி தேடிக்கொண்டிருந்தவர்கள் எல்லோரும், தங்கள் போலி முகங்களைக் காப்பாற்றிக் கொள்ள எதிர்க்கூச்சல் எழுப்பினார்களா? தமிழ் வாழ்வின் சகல துறைகளையும் மிக்க உயர்வாய்க் கண்டு, அக்கற்பனைகளில் ஆத்மார்த்தமாக அமுந்திப் போனவர்கள் அதிர்ச்சியடைந்து தங்கள் வாதங்களை முன்வைத்துக் கருத்துப் போரிட்டார்களா?

ஒரு சமூகம் அதுகாறும் தன்னை வெளிப்படுத்திக்கொண்ட விதம் உண்மையாயின், ஆத்மார்த்தமாயின், வெகுண்டெழுந்திருக்க வேண்டும். இந்த இருபது வருடங்களில், பல்வேறு சர்ச்சைகள் நிகழ்ந்து, கருத்துகளில் சில விழுந்து, சில உறுதிப்பட்டு, சம்பந்தப்பட்ட துறைகளில் புனர் மதிப்பீட்டுக்கும் புது வாழ்வுக்கும் வழிகோலியிருக்க வேண்டும். அனுதினம் கழிவுகளை வெளியேற்றித் தன் ஆரோக்கியத்தைக் காத்துக்கொள்ள முயலும் ஒரு சுரணையுள்ள சமூகம், இவர் கருத்துகளை ஒரு உன்னத நிலையில் எதிர்கொண்டிருக்கும்.

ஆனால் இங்குச் சகல நிறுவனங்களிலும் நிகழ்ந்தது ஒரு தந்திரமான புறக்கணிப்பு; அறிந்தும் அறியாததுபோல் ஒரு தந்திர பாவனை; இச் சமுதாயத்தின் தடிப்பேறிப்போன சருமத்தை, மாறுபட்ட கருத்துகளின் ஊசிகள் அப்படி ஒன்றும் துளைத்துவிட முடியாது என்பதை முன்னனுபவங்களிலிருந்து அறிந்த ஒரு நிச்சயம்; அதிலிருந்து பெற்ற உதாசீனம். இதற்கு அடுத்த மட்டத்தில், கருத்துலகின் சாரலில் நனைவதான பாவனை காட்டி வருகிறவர்களும் இக்கருத்துகளை எதிர்கொள்ள விமர்சன பலம் இன்றி வசைகளைக் காற்றில் துப்பிக் கொண்டிருக்கிறார்கள். ஒரு விமர்சகர், இவரை மற்றொரு விமர்சகருடன் இணைத்து இருவரும் ‘பிளாக்மெயில்காரர்கள்’ என்றார். புகழேணியில் தன் சுய விளம்பர சாகசங்களைப் படிகள்தோறும் நிகழ்த்திக் காட்டும் ஒரு நாவலாசிரியர், இவரை ‘இலக்கிய ரௌடி’ என்கிறார். (இப்புது வார்த்தைச் சேர்க்கையை வாசகர்கள் கவனிக்க வேண்டும்.) மற்றொரு சிறுகதை எழுத்தாளர், வெ.சா.வை அடுத்துக் காண நேரும் சந்தர்ப்பத்தில், ‘அவர் மேலே விழுந்து தாக்குவேன்’ என்றார். விழுந்தாரா, தாக்கினாரா என்பது தெரியவில்லை. இவர்கள் ஒவ்வொருவருமே, இவர்கள் படைப்புப் பற்றி வெ.சா. நல்ல வார்த்தைகள் கூற இருந்த நேரத்தில் அதைச் சப்புக்கொட்டியவர்கள். ‘இன்னும் கொஞ்சம்’ என்று கையேந்தியவர்கள். இவர்கள் படைப்புப் பற்றி வெ.சா. தூக்கிப் பேசி மறுபக்கம் காந்திஜியைத் தூஷணை செய்திருந்தாலும் அவரோடு இணைந்துகொள்ள – குறைந்தபட்சம் மௌன சம்மத சமிக்ஞைகள் காட்டவேனும் (அதுதானே எப்போதும் சௌகரியம்!) – இவர்களில் யாருமே தயங்கியிருக்கமாட்டார்கள். பேச்சில் பலாத்காரம் கருத்துலகக் கோழைகளின் கடைசி ஆயுதமாகும். குஸ்தி பயில்வான் விமர்சகனாகவும் இருக்கக்கூடிய சாத்தியக்கூற்றை யார் மறுக்கமுடியும்? ஆனால் குஸ்தி, இலக்கிய விமர்சனமாக ஏற்றுக்கொள்ளப்படும் காலம் வரும் என்று தோன்றவில்லை.

இவர்கள் போகட்டும். விமர்சகர்கள் இவர்மீது என்ன பார்வை செலுத்தினார்கள்?

ஐம்பதுகளில், விமர்சன உலகில் தீவிரமாக இயங்க ஆரம்பித்திருந்த க.நா.சு. கூறும் புகார் ஒன்றுண்டு. நம் எழுத்தாளர்கள் கருத்துலக இயக்கம் விளைவிக்கும் சர்ச்சைகளுக்கும் கோபதாபங்களுக்கும் பயந்து படைப்புக்குள் ஒதுங்கிக்கொள்கிறார்கள் என்றும் இலக்கிய உலகில் ஒரு நூல்பற்றி, ஆசிரியர்பற்றி வாசகர்களும் எழுத்தாளர்களும் மதிப்புரையாளர்களும் விமர்சகர்களும் கருத்துகள் வெளியிடுவது சகஜம் என்ற சூழ்நிலை ஏற்பட வேண்டும் என்றும் அபிப்பிராயங்கள் இறுதி முடிவு எனக் கருதப்படும் பதற்றநிலை அகற்றப்பட வேண்டும் என்றும் க.நா.சு. கூறி வந்தார். என்னையும் நம்பியையும் விமர்சனக் கருத்துகளை முன்வைக்க அவர் பலமுறை தூண்டியதுண்டு. அவரும் செல்லப்பாவும் இயங்கிவரும் ஒரு தளத்தில், அவர்களுக்கு மேலாகவோ அல்லது பின்பலமாகவோ இயங்க எங்களுக்கு நாங்கள் தகுதி ஏற்படுத்திக்கொள்ளவில்லை என்று கூறியபோது, வாசகர் நிலையில் எளிய அபிப்பிராயங்களேனும் கூற முன்வர வேண்டும் என்றார். ‘இலக்கிய வட்டம்’ 22ஆம் இதழில் (1964) டி.கே.சி.

பற்றி எம்.கே.ராமய்யங்கார் என்பவரின் சாரமற்ற கட்டுரையை அவர் வெளியிட நேர்ந்ததென்ன என்று நான் நேர்ப்பேச்சில் விசாரித்தபோது, 'யாருமே அபிப்பிராயம் சொல்ல முன்வருவதில்லை; ஏதோ இந்த அளவுக்காவது சொன்னாரே என்று வெளியிட்டிருக்கிறேன்' என்றார். க.நா.சு.வின் குறையை, அவர் அழைப்பின் நியாயத்தை, அங்கலாய்ப்பை, நான் முழுமையாக ஏற்றுக்கொண்டேன். ஆனால் கருத்துலக வெளிப்பாடுகளுக்குப் பரிதவித்துக்கொண்டிருந்த க.நா.சு., 'எழுத்து'வின் பக்கங்களில் சிவராமு, சாமிநாதன் தோன்றித் தங்களின் பார்வைகளை மீண்டும் மீண்டும் வற்புறுத்தியபோது அளித்த வரவேற்பென்ன? வரவேற்பு என்பது பூச்செண்டு அளிப்பது அல்ல. தன் பார்வையின் தீவிரமான பொருட்படுத்தலே, ஒரு கலைஞன் மற்றொரு கலைஞனின் இயக்கத்துக்குத் தரும் அதிகபட்ச கௌரவமாகும். இவர்கள் பார்வை பற்றிக் க.நா.சு.விடமிருந்து இன்றுவரை நாம் பெற்றுள்ளது, நான் அறிந்தவரையிலும் ஒரு நீடித்த மௌனமே.

செல்லப்பா, வெ.சா.வின் கருத்துகளை 'எழுத்து'வின் பக்கங்களில் எப்படி எதிர்கொண்டார்? மௌனி பற்றி, ராமாமிர்தம் பற்றி செல்லப்பா தம் கருத்துகளை விரிவாகவே அளித்துள்ளார். பிச்சமூர்த்தி பற்றி, சி.மணி பற்றி எளிய குறிப்புகள் உள்ளன. வெ.சா. பற்றி ஏதும் கூறினாரா? வெ.சா.வுடன் செல்லப்பா அடிப்படையான கருத்தொற்றுமை கொண்டிருப் பின் (விவரணங்களைவிட்டு விடுவோம். விவரணங்களில் எந்த இரு விமர்சகர்களும் முழுமையாகக் கருத்தொற்றுமை கொள்வது நிகழக்கூடிய காரியமல்ல) அவருக்கு ஏதும் சொல்ல அவசரம் இல்லாது போகலாம். ஆனால் உண்மையில் கருத்துலகில் வெ.சா. புகுந்த பின், க.நா.சு.வும் சரி, செல்லப்பாவும் சரி, வெ.சா. பக்கம் சட்டெனத் திரும்பி அவரைக் கவனிக்க வேண்டிய நிர்ப்பந்தம் நேர்ந்திருக்கிறது.

அடிப்படையான கோட்பாடுகளிலும் சரி, அக்கோட்பாடுகள் தந்த முடிவுகளிலும் சரி, க.நா.சு.வும் செல்லப்பாவும் ஒரே கருத்துலகைச் சார்ந்தவர்கள் என்பது தெளிவு. சித்தாந்த நீட்சிகளில் கொள்ளும் எளிய வேற்றுமைகள் அடிப்படை ஒற்றுமைக்கு முரணாகக் கருதத்தக்கவை அல்ல. இவர்கள் இருவரும் தங்களுக்குள் கண்ட முக்கியமான வேறுபாடு, ஒரு விமர்சகன், தன் அனுபவத்தை வெளியிடவேண்டிய விதம் பற்றியே. இவ்வேறுபாடு, ஒருவர் தம் முடிவுகளுக்கு விளக்கம் முன்வைக்க வேண்டும் எனக் காண, மற்றொருவர், முடிவுகளை வற்புறுத்துவதே போதுமானதாகும் எனக் கருதியதாகும். இதுவே 'அலசல்', 'குத்துமதிப்பு' ஆகிய இரு பார்வைகளுக்குமான வேறுபாடு என நான் கூறுவது, விவரணங்களுக்கு முழு நியாயம் செலுத்தியதாகாது. ஆனால் இக்குறை நான் கூறவரும் கருத்தைப் பாதிக்கக்கூடியதல்ல.

ஒரு நோயாளியைப் பரிசீலனை செய்து, நோய்க்கூறு பற்றிய தங்கள் ஆய்வில் வேற்றுமை கொள்ளும் காரியமாகக் க.நா.சு., செல்லப்பா ஆகியோரின் நிலைகளை நாம் கண்டால், மூன்றாவது மருத்துவர் ஒருவர் புகுந்து, தன் வாதங்களையும் நிரூபணங்களையும் முன்வைத்து, 'நோயாளி இறந்து பல்லாண்டு காலம் ஆயிற்று' எனக் கூறிய காரியமாகத்தான் வெ.சா.வின் நிலை இருந்தது. இப்போது முதல் மருத்துவர்கள், தங்கள் வாதங்களைச்

சற்று நேரத்திற்கேனும் நிறுத்தி, இந்த மூன்றாவது மருத்துவரின் முடிவுகளைப் பரிசீலிக்க முற்பட்டிருக்க வேண்டும் தாங்கள் நிகழ்த்திக்கொண்டிருந்த வாதங்களின் சாராம்சம் அவர்களுக்குத் தெரிந்திருந்தால். க.நா.சு., செல்லப்பா ஆகியோர் கண்டது, நமது இலக்கியத் துறையில் ஒரு பெரும் சரிவு; க்ஷீணம். சரிவு எனக் கொண்டதே நேற்றைய உன்னதத்தை அவர்கள் அங்கீகரித்ததனாலேயே. வெ.சா.கண்டது ஒரு சூன்யம்; அறியப்படும் தமிழ்ச் சரித்திரம் நெடுகிலும் பரவியுள்ள ஒரு சூன்யம்.

ஆனால் துரதிருஷ்டவசமாக, நம் முதல் மருத்துவர்கள் இருவரும் தங்கள் வாதங்களைத் தொடர்ந்துகொண்டிருந்தார்கள். மூன்றாம் மருத்துவர், தமது முடிவை வற்புறுத்திக்கொண்டும் இருந்தார். கருத்துகளைவிடவும் ஆளுமை முக்கியத்துவம் பெறுகிறபோது இதுபோன்ற அபத்த நாடகங்களே நமக்குப் பார்க்கக் கிடைக்கும்.

வெ.சா.வின் கருத்துலகம் விரிவானது; ஆழமானது. வாதங்களும் விளக்கங்களும் கொண்டது. தமிழ் வாசகனின் தரத்தை நீங்காது நினைவில் வைத்து, தன் கருத்துகளை அவர்கள் புரிந்துகொள்ள வேண்டும் என்ற சிரத்தையுடனும் தவறாகப் புரிந்துகொண்டுவிடக்கூடாது என்ற கவலையுடனும் முழுமையாக முன்வைத்து இயங்கி உள்ளார். கட்டுரைகளின் கலைவண்ணம் அல்ல, நிச்சய பலன்களைப் பெற்றுத் தரவேண்டிய அவற்றின் உபயோக மதிப்பே, வெளிப்பாடு நியதிகள் அனைத்தையும் இவரிடம் நிர்ணயிக்கின்றன. மிகத் தெளிவான சிந்தனை கொண்டவர் இவர். 'பாலையும் வாழையும்' என்ற தலைப்பைக் கொண்ட முதல் கட்டுரையிலேயே, வெகு அனாயாசமாக அவர் தன்னை வெளிப்படுத்திக்கொண்டு விடுவதைக் காணலாம். இதிலிருந்து 'தித்திக்கும் திருட்டு மாம்பழங்கள்' (ஓர் எதிர்ப்புக் குரல்) வரையிலுள்ள கட்டுரைகளை வரிசையாக ஊன்றிப் படிக்கும் ஒரு வாசகன், சிந்தனை உலகில் நிகழ்ந்துள்ள ஒரு தொடர்ச்சியான யாத்திரையைப் பார்க்க முடியும். இந்த யாத்திரையில், காலப்போக்கில் ஆசிரியர் தன் பார்வையில் பெற்றுள்ள விகாசங்களையும் இவ்விகசிப்பு புதிய பரிமாணங்களைத் தொட்டு, நம் கலாச்சார நோய்களுக்கு முன்னர் கூறப்பட்டுள்ள எளிய விளக்கங்கள் வெளிறிப்போகும்படி ஆழமான காரணங்களைத் தோண்டி முன்வைப்பதையும் காணலாம். ஒவ்வொரு கட்டுரையும் தன்னளவில் போதுமானதாகவும் இவர் கருத்துலகின் முழுப்பிரக்ஞை கொண்டு பார்க்கும்போது, அதிக வீச்சைப் பெறக்கூடியதாகவும் வளர்கிறது.

உதாரணமாக ஒரு மேற்கோள்:

'இக்காலத்திய இலக்கியச் சூழலில், மற்ற சூழல்களைப் போன்று, நம் பார்வைகள், ஈடுபாடுகள் மேலோட்டமானவையாகவே இருந்து வந்துள்ளன, வருகின்றன. கதை பண்ணுகிறவன் இலக்கியாசிரியன், அவன்தான் எழுத்தாளன். பாட்டும் செய்யுளும் எழுதித் தள்ளுபவன் (இப்போது புதுக்கவிதையிலும் பாட்டும் செய்யுளும் படையெடுத்து ஆக்கிரமம் செய்துகொண்டுள்ளன) கவிஞன். வெறும் கைத்திறன், தொழில்திறன், கலை. 'நல்லாருக்கு' 'நல்லால்லே'ன்னு சொல்றது விமர்சனம் – இப்படி எதையும் கொச்சைப்படுத்தி, மலினப்படுத்தி

வைத்துக்கொண்டால்தான் நமக்கு, நம் ஜீரண சக்திக்கு ஏற்றதாக இருக்கிறது. இது இன்றைய நேற்றைய வியாதி அல்ல; போன தலைமுறையைச் சேர்ந்த வியாதி அல்ல; போன நூற்றாண்டைச் சேர்ந்த வியாதி அல்ல; காலம் காலமாக, நூற்றாண்டு நூற்றாண்டுகளாக, நம்மைப் பீடித்திருக்கும் ஒன்று இது. ('தரிசனமற்ற பயணத்தின் அழியும் சுவடுகள்', பாலையும் வாழையும் பக்கம் 243)

மேலே கூறப்பட்டுள்ள கருத்துகள் முழுமையாகவே இருக்கின்றன. ஆனால் வெ.சா.வின் கருத்துலகுடன் விரிவான பரிச்சயம் பெற்ற பின், இக்கருத்துகளை மீண்டும் நாம் பார்க்க நேரும் எனில், அவை வீச்சும் ஆழமும் பெற்று விகசிப்பதை உணர முடியும். இவ்வாறு தனித்தும் ஒன்றையொன்று தாங்கியும் ஒன்று மற்றொன்றுக்கு வலுத்தந்து செழுமைப்படுத்தியும் அங்கங்களும் உடம்புமாய் எழுந்துள்ள இவ்வுலகம் முன்கூட்டிப் போடப்பட்ட ஒரு திட்டத்தின் வெற்றி அல்ல. சாமர்த்தியம் அல்ல. கெட்டிக்காரத்தனம் அல்ல. தன் பார்வையில் வெகு ஆத்மார்த்தமாக ஒட்டி நின்று, உண்மை உணர்வுடன் தனது கலாச்சாரப் பிரக்ஞையை விரித்தபோது எழுந்த ஆகிருதி இது.

வெ.சா.வின் கருத்துலகை நான்கு பகுதிகளாகப் பிரிக்கலாம்:

1. கலை உணர்வு நிலை

நமது இலக்கியம், கலைகள், தத்துவம், சிந்தனை ஆகியவற்றின் நேற்றைய, இன்றைய நிலைகளை ஆராய்ந்து அவற்றின் வெறுமையை அம்பலப்படுத்தும் கருத்துகள். ('பாலையும் வாழையும்', 'பான்ஸாய் மனிதன்', 'சில கேள்விகள் சில பதில்கள் சில... தெரியாதுகள்' முதலியன)

2. கலைப் பார்வை

இலக்கியம் பற்றியும் பிற கலைகள் பற்றியும் தன் பார்வையை முன்வைக்கும் கட்டுரைகள். ('இலக்கியம் எனது பார்வை', 'கால தேவன்', 'சுரணை உணர்வு', 'புதுமை சோதனை', 'ஒரு மறு விசாரணை', 'கண்ணாடியுள்ளிருந்து', 'வெளிச்சங்கள்', 'தரிசனமற்ற ஒரு பயணத்தின் அழியும் சுவடுகள்' முதலியன)

3. சூழல், உள்வட்டம்

கலைஞனின் இயக்கத்திற்குச் சூழல் ஆற்றும் பங்கு. ('கலைஞனும் சூழலும்', 'சி.சு.செல்லப்பா—'எழுத்து' சாதனைகள்', 'க.நா.சு.வும் கோவிந்தாக்களும்' முதலியன)

4. போலியும் பிரச்சாரமும்

கலை உலகை ஊடுருவி உண்மைக்கு எதிராக இயங்கும் சக்திகளைப் பற்றிய விமர்சனம். ('என்றும் வளைந்த வால்கள் எங்களது', 'தித்திக்கும் திருட்டு மாம்பழங்கள்', 'நா.வானமாமலையின் ஆராய்ச்சி விநோதங்கள்', 'வெ.கி.யின் பரபக்க சாமிநாதனீயம்' முதலியன)

கலைப் பார்வைக்கும் தொழில்திறனுக்குமுள்ள வேற்றுமையை வற்புறுத்தி, தொழில்திறனை அதற்குரிய ஸ்தானத்தில் பின்னகர்த்தி கலை உணர்வுகள் செழுமைப்படும் சூழ்நிலையை உருவாக்குவதே வெ.சா.வின் ஆதார முயற்சி.

நவீன விமர்சனம், மணிக்கொடி காலத்திலும் அதற்குப் பின்னும் கு.ப.ரா., புதுமைப்பித்தன் ஆகியோர் உதிரியாகத் தொட்டுப் பேசிய கட்டுரைப் பொறிகளிலும் குற்றுயிராய் வாழ்ந்துவந்திருக்கிறது. க.நா.சு.வாலும் அதன் பின் செல்லப்பாவாலும் நவீன விமர்சனம் அதற்குரிய பிரக்ஞையோடு எழுந்தது. இவ்விமர்சனக் கருத்துகளை நாம் ஆராய்ந்து பார்த்தால், அதிகமும் அவை கலையை ஒரு தனிமனிதனின் விசேஷத் திறமையாகவும் புதுமைப் பொருளாகவும் காலமாற்றங்களில் புது அழகுகளைக் காட்டித் தன்னை வாழ வைத்துக்கொள்ள வேண்டிய காரியமாகவும் கண்டதின் விளைவு என்பது தெரியவரும். ஒரு ஹிந்துவிடம், 'வாழ்க்கையின் நோக்கம் என்ன?' என்று கேட்டால், 'கடவுளைக் காணுதல்' என்ற பதிலைத் தந்துவிட்டு, மறு நிமிஷத்திலிருந்து எப்படி அவன் தன் லௌகீக வாழ்வில் மூழ்கிப்போவானோ அதேபோல், நமது தமிழ் விமர்சகர்களும் கலை, இலக்கியத்தின் நோக்கங்கள் பற்றிய சித்தாந்தங்களைத் தொடும் போது, 'தரிசனம்', 'பார்வை', 'தன்னைக் கண்டடைதல்' என்றெல்லாம் சமத்காரமாகச் சொல்லிவிட்டு, அளவுகோல்களை நடை முறைக்கு விரிக்கும்போது, 'கலைத்திறன்', 'உருவ அமைதி', 'புதுமைச் சோதனை', 'நடையழகு' ஆகியவற்றிற்கெல்லாம் அதிக அழுத்தம் தந்து, தொழில் திறன் பக்கமே சரிந்துவிட்டிருக்கிறார்கள். பார்வையை, தரிசனத்தைக் கலையின் அடிப்படையாக முன்வைத்து, சித்தாந்த ரீதியான விளக்கங்களையும் இச்சித்தாந்தத்திலிருந்து எழும் அளவுகோல்களை சகல கலைத்துறைகள் நோக்கியும் விரித்து, ஒருங்கிணைந்த ஒரு கருத்துலகைத் தந்திருப்பது வெ.சா.வின் தனிச்சாதனை என்று கூற வேண்டும்.

இலக்கிய வளர்ச்சிக்குத் தடையாக வெ.சா.வுக்கு முன் வந்தவர்கள் எதைக் கண்டார்கள்? வ.ரா.விலிருந்து செல்லப்பா வரையிலும் எல்லோருக்கும் பொதுவாக இரண்டு தடைகள் தென்பட்டன. ஒன்று: பொழுதுபோக்கு நோக்கம் கொண்ட பெரும் பத்திரிகைகளின் வியாபகம். இரண்டு: ரசனையற்ற, ஆனால் இலக்கிய உலகில் செல்வாக்கு கொண்ட பண்டிதர்கள் மரபின்மீது கொண்டிருந்த குருட்டு பக்தி. தத்துவத்திற்கும் இலக்கியத்திற்குமுள்ள பிணைப்புக் குறித்தோ கலைக்கும் இலக்கியத்திற்குமுள்ள பரஸ்பர பாதிப்புகள் குறித்தோ அவர்கள் ஏதும் யோசித்ததாகத் தெரியவில்லை. படைப்புக்கும் சிந்தனைக்கும் எதிரான ஊனங்கள், தமிழ்ச் சரித்திரத்தில் எதுவரையிலும் ஊடுருவிச் சென்றுள்ளன என்பதை அவர்கள் ஆராயவும் இல்லை. 'மணிக்கொடி' காலத்தினருக்குப் பாரதி ஒரு லட்சியச் சிகரம். அதைத் தமிழில் மீண்டும் ஸ்தாபிக்க வேண்டும். அவர்கள் லட்சியம் வெகு எளிமையானது. தமிழில் சிறந்த சிறுகதை, சிறந்த நாவல், சிறந்த நாடகம் எழுதப்பட வேண்டும். அவ்வளவே. அதற்கு வழி? சிறந்தவற்றை இனம் கண்டு கூறினால், மேலும் சிறந்தவை தோன்ற ஏதுவாகும்.

இன்றைய நோய், நேற்றைய நோயின் தொடர்ச்சியா? உன்னதமான கலைப் படைப்புகள் எத்தன்மை கொண்ட கலை உள்ளங்களில் எழுகின்றன? சிந்தனையற்ற, தத்துவ உணர்வற்ற, சமூக அந்தஸ்தே இறுதி லட்சியமாய்ப்போன ஒரு ஜீவனிடமிருந்து, உன்னத கலைப் படைப்புகள் தோன்றுமா? கலைஞன் சுயபாதிப்பு கொள்ளும்போதும் சகல பிரச்சினைகளுக்கும் ஆயத்தவிடைகளைக் கக்கிக்கொண்டிருக்கும் கட்சிக்கு ஊழியம் செய்யும்போதும் அவன் கலைப் படைப்புகள் என்னென்ன மாற்றங்கள் கொள்கின்றன? இன்றைய நமது கலைச் சீரழிவு எப்போதும் நமக்கு நேர்ந்திராத தலைக்குனிவா? அல்லது நேற்றைய சரித்திரத்தின் தொடர்ச்சியா? வடமொழி இலக்கியத்தில் உள்ள கலைப்படைப்புகள் ஏன் நம்மைப் பாதிக்கவில்லை? ஆங்கிலம் திறந்த உலக வாசலை நாம் பயன்படுத்திக் கொண்டோமா? ஏன் பயன்படுத்திக்கொள்ள முடியவில்லை? பிற சமூகத்தில் வெற்றி தேடித் தந்த நிறுவனங்கள், முயற்சிகள் நம் சமூகத்தில் ஏன் தோல்வியுறுகின்றன? இது போன்ற பலப்பல கேள்விகளை வெ.சா.வுக்கு முன் யாரும் எழுப்பியதில்லை. அக்கேள்விகள் அவரை நம் வாழ்வில் இதுகாறும் நாம் அறிந்திராத இருட்குகைகளுக்கு அழைத்துச் செல்வதை அவர் எழுத்தின் பக்கங்களில் பார்க்கலாம். வெ.சா.வின் தனி யாத்திரை நமது விமர்சன உலகை எவ்வளவு தூரத்திற்கு முன்நகர்த்தியுள்ளது என்பதை அவர் கருத்துகளை உன்னிப்பாகப் பார்க்கும் பட்சபாதமற்ற மாணவன் தெரிந்துகொள்ள முடியும். தமிழ் வாழ்வு பற்றி முதல் தடவையாக அவர் எழுப்பியுள்ள கேள்விகளும் அவற்றிற்கு அவர் கண்டடைந்துள்ள விடைகளும் பதில் காணாது விடப்பட்டுள்ள கேள்விகளும் மிக முக்கியமானவை.

வெ.சா.வின் நோய்க் கண்டுபிடிப்பியியலில் எட்டியுள்ள ஒரு ஆழமான பகுதியிலிருந்து சற்றே நீண்ட ஒரு மேற்கோளை நாம் பார்ப்பது, முந்தைய விமர்சன உலகத்திலிருந்து அவரது பயணம் எவ்வளவு தூரம் முன்னேறியுள்ளது என்பதைக் காட்டும்.

> நாட்டியம், நாடகம், சங்கீதம், சிற்பம், ஓவியம் இவை எவற்றையும் நாம் கலையாக பாவிக்கவே இல்லை. ஒரு தொழில்முறையாகத்தான் பாவித்தோம். சரித்திரம் முழுவதும் இதற்கு அத்தாட்சி. ஏன்? நம்மை நாம் தனி மனிதர்களாக பாவிக்கவே இல்லை. தனிமனித சிந்தனை என்பதே நமக்கு, பொதுவாக அநேகமாக இந்திய மரபிலும் சரி, குறிப்பாக முழுக்க முழுக்கத் தமிழ் மரபிலும் சரி, இருந்ததில்லை. கூட்டுச் செயல்முறைதான் நம் வாழ்வாக இருந்ததே அல்லாது, தனிமனித சிந்தனை அல்ல. கலை என்பது தனிமனிதன் தன் அனுபவத்தை, தான் கண்ட தரிசனத்தை, உண்மையை ஒரு சாதனத்தின் வழியாக வெளியிடுவது. இதில் எல்லாமே புதியவை. உன்னதமானவை (unique).
>
> 1. தனிமனிதன் என்னும் 'தான்',
> 2. 'தான்' கண்ட தரிசனம்,
> 3. இவ்விரண்டும் வெளியீட்டுச் சாதனத்தை பாதிக்கும் வகை.

தொழில் முறையில் முதலாவதான 'தான்' இல்லை. மற்றவரே உண்டு. இரண்டாவது மற்றவரிடமிருந்து பெறப்படுவது. மூன்றாவதும் மற்றவரிடமிருந்து பயின்று கற்றது. இவை எவற்றிலும் உன்னதம் (uniqueness) இல்லை.

சிற்பம், ஓவியம் எதுவுமே நம்மிடம் தொழில் முறையாகவே இருந்துவந்துள்ளது. அதனால்தான் அவையெல்லாம் அநாம தேயங்களாகக் காணப்படுகின்றன. படைத்த கலைஞனின் தனி முத்திரையை நாம் பார்க்க முடிவதில்லை. இது செயல்முறையில் கலைப்படைப்புகள் தொழில் திறன்களாகவே நமக்குக் கிட்டியுள்ளன. அவன் நமக்குக் காட்டும் உலகமும் ஒரு சமூக உடன்பாட்டு உண்மையே அல்லாது கலைஞன் என்ற தனி மனிதனின் தரிசனம் அல்ல.

கலைக்கு தனிமனிதனின் தனித்த உன்னத சிந்தனை தேவை. தொழிலுக்கு பயிற்றுவிக்கப்பட்ட தொழில்திறன் தேவை. இலக்கணம் தேவை. ஆகவேதான் கலையான நாடகத்தை நாம் ஒதுக்கியுள்ளோம். தொழில் முறையான நாடக விதிகள் நம் அநுஷ்டானத்தில் உள்ளன. கலையியல் (both analytical and speculative) துறையை நாம் ஒதுக்கியுள்ளோம். இலக்கணங்களை அரவணைத்துக்கொண்டிருக்கிறோம். சிந்தனைத் துறையை ஒதுக்கியுள்ளோம். இதன் தொழில் முறை விதிகளான நீதி போதனைகளை அரவணைத்துள்ளோம். (திருக்குறள், நாலடியார், நான்மணிக்கடிகை, ஆசாரக்கோவை இத்யாதி.)

இலக்கியமும் இதற்கு விதிவிலக்கல்ல. இலக்கியத்தை நாம் கலையாக சிந்தித்துப் பார்ப்பதே கிடையாது. அதனால்தான் விமர்சன மரபும் கலையியலும் நம் தமிழ் இலக்கிய சரித்திரத்தில் இல்லாது போய்விட்டன. இலக்கணம் ஆட்சி புரிகிறது. நம் இலக்கியாசிரியர்கள் கலைஞர் எனப்படவில்லை. புலவர் எனவே அறியப்பட்டனர். புலமை என்பது கற்ற பாண்டித்யம். தொழில் திறன். மொழியை, யாப்பைக் கையாளும் திறன். கற்று வந்த இரு புலவரிடையே ஒருவர் கவிஞர், மற்றவர் பாடம் பயின்ற வெறும் வித்வான் என்ற பாகுபாடு அன்றுமில்லை, இன்றுமில்லை. அன்றிலிருந்து நம் புலவர்கள் கற்றதெல்லாம் வெறும் language manuals, handbooks. இலக்கியமும் ஒரு தொழிலாகத்தான் நம் மரபில் கருதப்பட்டு வந்துள்ளது. தமிழ் மரபும் சரித்திரமும் பண்பாடும் தெரியாத ஒரு சிலர்தான் இப்போது அதை கலை என்று சொல்லுகிறார்கள்.

ஆகவே சரித்திரத்திலிருந்து, இலக்கியத்திலிருந்து, நம் கலை மரபிலிருந்து நம் தமிழ் இன ஆத்மாவின் உள்மனத்தின் ஒரு குணச்சித்திரம் ஒருவாறு இப்போதைக்குத் தெரிகிறது.

இக்குணச்சித்திரம் சிந்தனையை ஒதுக்கியது. தனிமனிதனை ஒதுக்கியது. கலையை ஒதுக்கியது. அது ஏற்றுக்கொண்டவை கலையைக் கீழ் இறக்கிய தொழில்முறை. கலைஞனைக் கீழிறக்கிய தொழிலாளன் ('சொல்லேர் உழவனை'யும் சேர்த்து). சிந்தனையைக் கீழிறக்கிய நீதி

போதனைகள், விதிமுறைகள், இலக்கணங்கள். ('சில கேள்விகள் சில பதில்கள் சில... தெரியாது'கள் – பாலையும் வாழையும், பக்கம் 195)

வெ.சா. ஒரு தார்மீக அடிப்படையின்மீது தன் கருத்துலகை உருவாக்கியுள்ளார். அவர் பார்வை, தருக்க வலுக்கொண்டது; ஆதாரங்களை முன் நிறுத்தியது; உதாரணங்களோடு துலங்குவது. ஆகவே அவர் சிந்தனைகள் அநேக இடங்களில் நம் ஒப்புதலைப் பெற்றுவிடுகின்றன. அறிந்த உலகு பற்றி இவர் கூறும் கருத்துகள்மீது நாம் கொள்ளும் நன் மதிப்பு, நாம் அறியாத துறைகள் பற்றி இவர் பேசும்போதுகூட, நம்மை நம்பிக்கை கொள்ளச் செய்து விடுகிறது. இந்த அளவில் இவர் சிந்தனைகள் பெரும்பாலும் ஏற்றுக்கொள்ளும்படியாகவே இருக்கின்றன. வேறுபாடுகளை, இந்த இடம் தரும் சந்தர்ப்பத்திற்கேற்ப சிறிது பார்ப்போம்.

வெ.சா. கூறுகிறார்:

> *நம்மிடம் இன்னும் கலைத்திறன் வாழ்ந்து வருகிறது என்பது உண்மையானால் கிட்டத்தட்ட 1800 வருடங்களுக்கு முன்னமேயே, நாம் ஸ்தாபித்த இலக்கிய வளம், இன்றைய இலக்கியத்திற்கும் அந்த அளவுக்கு அல்லது அதற்கு மேலான ஒரு மகத்தான செழுமையை உண்டாக்கியிருக்க வேண்டும். அப்படியில்லை. வறண்ட பாலைவனத்தைத்தான் காண்கிறோம். (பாலையும் வாழையும், பக்கம் 22)*

இலக்கிய சரித்திரம் ஏற்றுக்கொள்ளும் உண்மை அல்ல இது. முந்திய வளம் அதற்கு அனுசரணையாக அதிக வளத்தைப் பிந்திய காலத்தில் தந்திருக்க வேண்டும் என்ற வாதம் சரியில்லை. உலகில் எங்குமே செழுமையிலிருந்து அதிகச் செழுமை என்னும் ஏணியில் இலக்கியம் ஏறிச் சென்றதில்லை. ஆதி கலைஞர்கள் நிறுவிய சிகரங்கள் (ஹோமர், தாந்தே, கிரேக்க நாடக ஆசிரியர்கள், ஷேக்ஸ்பியர்)இன்றும் தாண்டப்படாதவை என்பது விமர்சன அறிஞர்கள் கருத்து. நேற்றைய செழுமை இன்றைய வளர்ச்சிக்குக் குந்தகமாக இருக்கிறதோ என எண்ணும் அளவுக்குப் பண்டை வளம் கொண்ட மொழிகளில் சரிவுகள் நிகழ்ந்திருக்கின்றன. பண்டை வளம் என்று ஏதும் சொல்ல இயலாத பல மொழிகளில், இலக்கியம் வெறுமையில் வேர்விட்டுப் படர்ந்து விரிந்திருக்கிறது. மரபின் பின்பார அழுத்தங்கள் அற்ற நிலை, நவீன இலக்கிய வளர்ச்சிக்கு உறுதுணையாக நிற்கிறதோ என்று எண்ணவும் இடமுண்டு. விட்டுவிட்டுப் பற்றிக்கொண்டு எரியும் காட்டுத் தீயின் தன்மைகளைக் காட்டுகின்றன இலக்கியச் சரித்திரங்கள். மேதாவிலாசங்கள் சுடர்விடும்போதோ இலக்கிய வளர்ச்சி காலத்தைத் தாண்டிக் குதிக்கிறது. தமிழில் முதல் சிறுகதை எழுதிய வ.வே.சு. அய்யருக்கும் புதுமைப்பித்தன், மௌனி ஆகியோருக்கு முள்ள இடைவெளி வெறும் பதினைந்து வருடங்களே. பின்னவர்கள் தோன்றியபோது இச்சிறிய இடைவெளிக்குள்ளாகவே தமிழ்ச் சிறுகதை உலக அரங்கில் வைக்கும் தரத்தைப் பெற்றுவிட்டது.

பண்டை இலக்கியத்தை நாம் பொதியாகச் சுமந்துவருகிறோம் என வெ.சா. கூறுவதில் உண்மையுண்டு. அதே சமயம் பொதியாகச் சுமக்க மறுத்த ஒரு சிந்தனைத் தொடர்ச்சியும் நமக்குண்டு. ராஜம் அய்யர், பாரதி,

வ.வே.சு. அய்யர், டி.கே.சி., புதுமைப்பித்தன் போன்ற பல கலைஞர்கள் தமிழ் இலக்கியத்திலிருந்து தங்கள் சுயபார்வை தேர்வு செய்த பகுதிகளையே சிலாகித்தார்கள். திருக்குறள் வாழ்வது போல் திரிகடுகமும் சிறுபஞ்சமூலமும் வாழவில்லை. ஆசாரக் கோவையும் பழமொழியும் வாழவில்லை. தராதரம் தெரியாத, விமர்சனப் பிரக்ஞை சிறிதும் அற்ற பேராசிரியர்கள் பொதி சுமக்கிறார்கள் என்பது எந்த அளவுக்கு உண்மையோ அந்த அளவுக்குக் கலைஞர்கள் பொதி சுமக்க மறுத்ததும் உண்மை. பாதகமான அம்சங்களை அழுத்தமாகக் காணும் வெ.சா.நம்பிக்கைக்குரிய அம்சங்களை – அவை மிகக் குறைவாக இருப்பினும் சரி – கணக்கிலெடுத்துக்கொள்ளத் தவறிவிடுவதால் அவர் எழுத்துப்பாங்கில் சில இடங்களில் சமநிலை பாதிக்கப்பட்டுக் கசப்பின் பூச்சுப் படர்ந்துவிடுகிறது.

நமது இன்றைய இலக்கியத் தரம் உலக இலக்கியத் தரத்திலிருந்து வெகுவாகப் பின்தங்கிவிட்டது எனக் க.நா.சு. கூறிவந்தார். இவ்வுண்மையை வெ.சா. பல துறைகளுக்கும் விரித்து, பத்திரிகைத் துறை, திரைப்படம், ஓவியம், சிந்தனை, தத்துவம் ஆகியவற்றிலும் நமது சரிவை எடுத்துக்காட்டியுள்ளார். உலகக் கலைவளம் பற்றி ஏகதேசமான அறிவு கொண்டவர்கள் அவ்வுண்மையை உணர முடியும். ஆனால் தமிழினத்தை, இந்திய மொழி இலக்கியங்களுக்குள்ள பொதுவான சரிவு தவிர, சில தனிக்குறைகளும் ஆட்கொண்டிருப்பதாகவும் நம்மை ஏதோ ஒரு விசித்திர விதி இயக்குவது போலவும் வெ.சா. கூறுகிறார். வெளிப்படையாகக் கூறாத நேரங்களிலும் கூட, தமிழ்க் கலாச்சாரத்தைப் பற்றி இவர் விமர்சிக்கும் போதெல்லாம், அடிக்குர லாக இத்தனிக்குறை பற்றிய கரிப்பு வெளிப்படுகிறது. தமிழ்க் கலாச்சார நிலைகளை ஆராயும் ஒரு கட்டுரை ('பான்ஸாய் மனிதன்') 'எருமைக்கு எதற்கு நீச்சல் குளம்?' என முடியும்போதும், 'நான் சொல்லவில்லையா? அரிஸோனா பாலைவனம் என்று' என்ற வாக்கியத்தைக் 'காலதேவன்' கட்டுரையில் இடையிடையே மீட்டும்போதும் 'எம்.ஜி.ஆர். என்னும் விசித்திரம் அதன் விகசிப்பைக் காணத் தமிழ் மண்ணையே தேர்ந்தெடுத்துள்ளது' என்று பொருள்படக் கூறும்போதும் இக்கரிப்பின் கருத்துருவங்களில் ஒரு சிலவற்றைக் காணலாம்.

இந்தியா சகல துறைகளிலும் வெகுவாகப் பின்தங்கிப்போனது உண்மை. பொருளாதாரம், தத்துவம், சமூகவியல் ஆகிய துறைகளைச் சார்ந்த அறிஞர்கள் நம் தாழ்வை ஆராய்ந்து பல்வேறு பார்வைகளை முன்வைத்துள்ளனர். இப்போது சரிவுக்குத் தமிழும் ஆளாகிப் போயிருக்கிறது. அதிலும் தனிச்சரிவு பெற்றுவிட்டது நம் இனம் எனக் கூறுவதற்கு ஏதும் ஆதாரம் இல்லை. இந்தியப் பின்னணியில், எந்த ஒரு மொழி இலக்கியத்தையும் மற்றொரு மொழி இலக்கியத்துடன் ஒப்பிடும்போது, இரு தரப்பிற்கும் சாதகமான பாதகமான சில அம்சங்கள் இருக்கக்கூடும். ஒரு சில துறைகளில் பிற மொழியில் இருக்கும் அளவுக்குக்கூடத் தமிழில் இயக்கங்கள் இல்லை. உதாரணம், நவீன நாடகம். சிறுகதையில் தமிழ் பிற மொழிகளைவிட அதிக சாதனை காட்டியுள்ளது எனக் கருத இடமுண்டு. அதிக வளர்ச்சி பெற்றுள்ள இந்தி, வங்காள நவீன இலக்கியங்களுடன் முழுமையாக ஒப்பிடப்படும்போதுதான் தமிழ் ஏதும் தனிக்குறைகள் கொண்டுள்ளதா

என்பது தெரியவரும். என்னளவில் நவீன மலையாள இலக்கியத்துடன் தமிழை ஒப்பிடும்போது, தனிக்குறைகள் ஏதும் தமிழ் கொண்டிருக்கவில்லை என்பது மட்டுமல்ல, நம்பிக்கைக்குரிய காரணங்களும் அதிக அளவில் தமிழில் இருப்பதாகப்படுகிறது. தமிழில் ராஜம் அய்யரிலிருந்து இன்றுவரையிலும் சில சிறந்த கலைஞர்களின் ஆத்மார்த்தமான இயக்கம் நீடித்து வந்துகொண்டிருக்கிறது. உள்ளார்ந்த நம்பிக்கைகளை முன்வைத்து இயங்கியவர்கள் இவர்கள். தங்கள் நம்பிக்கைகளுக்குமாறான இயக்கங்களும் அவற்றினளவில் அவை உயர்ந்தவையாக இருந்தாலும் சரி, வெற்றி முகம் தேடித் தரக்கூடியனவாக இருந்தாலும் சரி, அவற்றைப் பொதுவாக நிராகரித்து, அதன் காரணமாகப் பெற்ற வெகுஜனப் புறக்கணிப்பையும் திரணமாக மதித்து வந்திருக்கிறார்கள். இலக்கியத்தை சுயதரிசனத்திற்குரிய சாதனமாகக் கண்டதன் விளைவு இது. இவர்களது பார்வை புதுமைப்பித்தன், மௌனி, பிச்சமூர்த்தி, ராமாமிர்தம் ஆகியோரிடத்தில், தமிழிலிருந்து அவர்களுக்குச் சொந்தமான தமிழை எழுப்பியிருக்கிறது. ஒவ்வொரு வாக்கியமும் அவர்கள் பார்வையின் தனித்துவத்தைக் காட்டக்கூடியது. ஆசிரியரின் பெயர் பொறிக்கப்பட்டிருக்கும் மேல் அட்டை அகற்றப்பட்டுவிட்டால், மலையாள வசனப் படைப்புகளின் உள்ளடக்கத்தை வைத்து, அவ்வுள்ளடக்கத்தில் ஒளிரும் பார்வையை வைத்து, எழுதியது யார் என இனம் கண்டுகொள்வது சாத்தியம் இல்லை—ஓரிருவரைத் தவிர. அங்கு இலக்கிய உலகத்தைச் சார்ந்தவர்கள் என்று கருதப்படுகிறவர்கள்கூட, சமூகக் காற்று, மோஸ்தர் காற்று, அரசியல் காற்று ஆகியவை அடிக்கும் திசைகளை அவதானித்துப் பாய்மரம் விரிப்பவர்கள். எம்.ஜி.ஆர். கோமாளிதான். ஆனால் இவரைப் புறமுதுகு காட்டி ஓடச் செய்துவிடும் பெரிய கோமாளிகள் மத்திய அமைச்சரவையிலிருந்து உலக அரசியல் அரங்கு வரை பல இடங்களிலும் இருக்கிறார்கள்.

'எழுத்து'வின் சாதனையை வெ.சா. அழுத்தமாக எடுத்துக்காட்டி இருக்கிறார். புதிய கலை உணர்வுகளையும் அவை இயங்குவதற்கான தளத்தையும் 'எழுத்து' கட்டி வளர்த்தது. 'எழுத்து' உருவாக்கிய இலக்கியச் சூழல் பற்றியும் அச்சூழல் நேர்முகமாகவும் மறைமுகமாகவும் தந்த பலங்கள் பற்றியும் விரிவாகக் கூறும் வெ.சா. 'எழுத்து' தோன்றுவதற்குச் சாதகமாக நின்ற சூழல் பற்றியும் அதில் க.நா.சு. ஆற்றிய பங்கு பற்றியும் ஏதும் கூறவில்லை.

க.நா.சு. தன் விமர்சனக் கருத்துகளைப் படிப்பின் மூலமும் சிந்தனையின் மூலமும் முழுமையாகக் கண்டிருந்தவர். அக்கருத்துகளின் ஒரு பகுதி, தமிழ்ப் பின்னணிக்கு அவசியமானவை என அவர் கருதியவை, எழுத்து வடிவம் பெற்றன. அறிந்திருந்த கருத்துகளை அவர் பதிவு செய்தாரே அன்றி எழுத்தின் மூலம் அதிக வீச்சையோ தேடலின் புதிய பரிமாணங்களையோ அவர் அடையவில்லை. அவர் சொல்ல எண்ணிய கருத்துகள் அளவில் மிகக் குறைந்தவை. ஆனால் அடிப்படையானவை. இக்கருத்துகளை அவர் தன் இயக்கத்தின் ஆரம்ப ஐந்தாண்டுகளுக்குள்ளேயே சொல்லி முடித்தாயிற்று. 'இலக்கிய வட்ட'த்தின் தலையங்கங்களைப் பார்ப்பவர்களுக்கு, சொன்னவற்றிற்கும் மேலாக, புதுசாக ஏதும் சொல்ல அவருக்கு இல்லை

என்பது தெரியவரும். ஏகதேசமாய் ஐம்பதுகளின் மத்தியிலிருந்து இவர் தன் கருத்துகளை எழுத்தின் மூலமும் இலக்கிய அன்பர்கள் மத்தியிலும் சிறு கூட்டங்களிலும் இடைவிடாது சொல்லிக்கொண்டு வந்தார். புதுக் கவிதையும் (இச்சொற்றொடரை அன்று அவர் உபயோகிக்கவில்லை) சிறு பத்திரிகையும் தமிழில் தோன்ற வேண்டிய அவசியம் பற்றியும் அவர் சொல்லிவந்தார். சூழ்நிலையின் சுரணையற்ற தன்மையைச் சிறிதும் மதியாது, புறக்கணிப்பைப் பொருட்படுத்தாது நவீனத் தமிழ் இலக்கியக் கலைஞர்களின் பெயர்களை முன்வைத்தார். பரபரப்பையும் விளம்பரத்தையும் பார்த்து ஓடும் எவரும் செய்யக் கூடிய காரியங்கள் அல்ல இவை. வாசகன் தன் படிப்பிலிருந்து பெறும் சுய அனுபவத்தின் மூலம் தனது இலக்கியப் பிரக்ஞையை உருவாக்கிக்கொள்ள வேண்டும் என்பது அவர் தீர்மானம். அவரது விளக்கங்கள் இந்த வரையறைக்குள் செயல்படுபவை. இது போதும், போதாது என ஒருவர் கூறுவது வேறு விஷயம். ஆனால் நவீனத் தமிழ் இலக்கியம் என்று கருதப்பட்டு வந்த பதரிலிருந்து நம் கலைஞர்களைப் பொறுக்கி முன்வைத்துவிட்டது மிக முக்கியமான பணி. அன்று அவர் சொன்ன – அவர் மட்டுமே சொன்ன – பெயர்கள்தாம் தமிழ் இலக்கியத்தின் முதல்தரக் கலைஞர்கள் என்பது பின்னர் எல்லோராலும் ஏற்றுக்கொள்ளப்பட்டது. அன்று அவர் உருவாக்கிய சூழலின் விளைவாகவே 1959இல் மௌனியின் கதைகளும் 'எழுத்து'வும் தோன்ற முடிந்தது. இந்நிகழ்ச்சிகளை எதிர்பார்க்கவும் வரவேற்கவும் தெரிந்திருந்த ஒரு சிலரேனும் அன்று உருவாகியிருந்தார்கள் என்றால் அது க.நா.சு.வின் பாதிப்பில் ஏற்பட்ட விளைவு.

'எழுத்து'வைத் தமிழின் தலைசிறந்த சிறுபத்திரிகையாக வெ.சா. கண்டிருப்பது சரிதான். செல்லப்பா வெளிப்படுத்திய பொறுப்பு, கலை நோக்குக்கு எதிரான தீய சக்திகள் அனைத்தையும் அமிழ்ந்து நின்று அவர் கவனித்தது, இச்சக்திகளை எதிர்கொள்ளும்போது அவர் காட்டிய பொறுமை, விமர்சனக் குரலாய்த் தனது பத்திரிகையைத் தோற்றுவித்திருந்த போதிலும் எதிர்பாராத விதமாய்ப் புதுக்கவிதைகள் முளைவிட்டபோது சட்டென இனம் கண்டு, இடம் தந்து வளர்த்த பாங்கு, சூடான இலக்கியப் பிரச்சினைகளை விவாதிக்கும் போதுகூட மனித உணர்வுகளுக்கு அவர் கொடுத்த மதிப்பு (வெ.சா.விடம் காணக்கிடைக்காத ஒரு குணம்), ஆனால் அதே சமயம் வளைந்து கொடுக்காமல் தன் கருத்துகளுக்காக அவர் போராடிய முறை எல்லாம் தமிழின் தலைசிறந்த ஆசிரியர் ஸ்தானத்தை அவருக்கு அளித்திருக்கின்றன.

ஆனால் 'எழுத்து'வின்மீது கூரான விமர்சனப் பார்வை செலுத்த வேண்டிய அவசியமும் நமக்குண்டு. ஏனெனில் உன்னத முயற்சிகளின் குறைகளை ஆராய்வதன் மூலமே நம் மதிப்பீட்டுக் கருவிகளைச் செப்பனிட்டுக் கொள்ள முடியும். சிறுபத்திரிகைக்கான தமிழ் மரபை 'எழுத்து'வின் நிறைகுறைகளைப் பார்த்தே உருவாக்க முடியும்.

செல்லப்பா தன் சமகாலத்தவர்களான பழைய பெரியவர்களின் படைப்புகளை வெளியிட்டபோதெல்லாம் அவரது விமர்சனத் தராசு கோணிக்கொண்டுவிட்டதை 'எழுத்து'வின் பக்கங்கள் காட்டும். 'வியாபாரச் சூழலில் ஓய்ந்துவிட்ட பழைய எழுத்தாளர்கள், 'எழுத்து'வின் மூலம்

மீண்டும் பிரசுரம் பெற்றார்கள்' என வெ.சா. கூறுகிறார். ஆனால் என்ன தரத்தை வெளிப்படுத்தியதன் மூலம் அவர்கள் பிரசுரம் பெற்றார்கள்? 'எழுத்து'வில் புதுச்சாதனம் கண்டு இயங்கிய க.நா.சு., செல்லப்பா, பிச்சமூர்த்தி தவிர மீண்டும் இடம்பெற்ற பழைய பெரியவர்கள், பழைய பெரியவர்கள் என்ற ஒரே காரணத்திற்காகத்தான் இடம்பெற்றார்கள். 'இன்று பின் திரும்பிப் பார்த்து, புதுக்கவிதைகளில் இரண்டாம் பட்சமானவற்றையும் 'எழுத்து'வில் செல்லப்பா வெளியிட்டுள்ளமைக்கு அவரை விமர்சிப்பது முறையல்ல' என வெ.சா. கூறும் கருத்தோடு எனக்கு உடன்பாடு. சிக்கல்கள் நிறைந்த, புகை மூட்டங்கள் நிறைந்த புதுக் கவிதை அன்று ஒரு புதுப்பயிர். ஆனால் இந்த நியாயம் பழைய பெரியவர்கள் பிரசுரம் பெற்றதற்குச் செல்லுபடியாகாது. ஏனெனில் இவர்கள் எழுத்துகளின் தரம் ஒரு ஆரம்பப் பரிசீலனைக்குக்கூட ஈடு தராதது. எழுத்தின் தரத்தைவிட எழுதியவர்கள் பெயர்கள்தான் முக்கியம், அவர்கள் இலக்கிய உலகைச் சார்ந்தவர்கள் எனக் கருதப்படுவதுதான் முக்கியம் என்ற ஊனம் 'எழுத்து'வில் ஆரம்பித்து பின்னால் வந்த சகல சிறுபத்திரிகைகளிலும் தொடர்ந்து, இன்று ஒரு பத்திரிகையாசிரியருக்கு அவர் ஆசிரியராகப் பணியாற்ற, இலக்கியப் புள்ளிகளின் பெயர் தெரிந்திருந்தால்மட்டும் போதும் என்றாகிவிட்டிருக்கிறது.

'என்னைப் பற்றி' என்ற கட்டுரையில், 'எழுத்து, வாழ்க்கையின் உன்னதத்தைக் காண, மனிதன் தன் பூரணத்தை எய்துவதற்கான' ஒரு சாதனம் என்றும் தன்னளவில் தனக்கு வாழ்க்கையே உண்மையான முழுமையான சாதனம் என்றும் பிற சாதனங்கள் எல்லாம் முழுமையின் அங்கங்கள் என்றும் வெ.சா. கூறுகிறார். அத்துடன் அவர் தன்னைச் சுற்றியுள்ள சூழல் பற்றியும் தன்னைச் சுற்றியுள்ள மக்களைப் பற்றியும் தான் வாழ நிர்ப்பந்திக்கப்பட்டுள்ள காலத்தைப் பற்றியும் தன் பார்வைகளை முன்வைத்து வருவதாகக் கூறுகிறார். நம் முன்னுள்ள இவரது கருத்துலகில் வெ.சா.வின் கலாச்சாரப் பிரச்சினைகள் மட்டுமே வெளியாகின்றன. பிற சாதனங்கள் வாழ்வின் ஒரு அங்கம் எனில், வாழ்க்கையையே ஒரு சாதனமாக இவர் கருதுகிறார் எனில், இவரது கருத்துலகம் வாழ்வின் பல்வேறு பிரச்சினைகளைப் பிரதிபலிக்காமல் கலாச்சார முகங்களை மட்டும் பிரதிபலிப்பது ஏன்? வாழ்க்கை ஒரு சாதனமாகிறபோது ஒருவனது பார்வை இயற்கையாகவே வாழ்வின் முழுத்தளத்திற்கும் விரிய வேண்டும்.

இன்று நம் மக்களின் பெரும்பான்மையோருக்குக் கலாச்சார வாழ்வு அன்னியமானது. உயிர்தரித்தலுக்கு வழிகாணும் முறைகளிலும், அங்கு எழும் பிரச்சனைகளிலும் இவர்கள் அழுந்திக் கிடக்கிறார்கள். இவர்களது ஜீவாதாரப் பிரச்சினைகள் அரசியல் பிரச்சினைகள் சார்ந்தவை; பொருளாதாரப் பிரச்சினைகள் சார்ந்தவை; பின் இதன் நீட்சி என அமையும் நடைமுறை அவலங்கள். இவை பற்றிய கவலைகளில் பங்கு பெறாத நேரத்திலேயே, கலைகள் அல்ல, இலக்கியம் அல்ல, முழுவாழ்வே தனது சாதனம் என்று வெ.சா. கூறுவது முரண்பாடாக இருக்கிறது.

கலாச்சாரத் துறையைத் தனது சாதனமாகக் கொண்டவரே வெ.சா. கருத்துலகில் இவர் இயக்கத்தைப் பார்க்கும்போது, இவரது இயற்கையான காரியத்தில், சுதர்மத்தில் இவர் ஈடுபட்டிருக்கிறார் என்பது தெரியும்.

சாதனத் தேர்வுகள் உள்ளார்ந்து நிற்கும் ஜீவசக்தியின் தன்மையைப் பொறுத்தவை. ஒரு தேசத்தின் அவசரத் தேவைகளுக்கு அனுசரணையாக அமையக் கூடியவை அல்ல. ஓவியன் தன் வேலைகளைவிட்டு எலிகளைக் கொல்வதன் மூலம் இந்திய விவசாயிக்கு அதிக சேவை செய்யமுடியும் எனும் கொச்சைப் பேச்சுண்டு. ஆனால் எவனும் தன்னில் இருப்பவற்றில் மிக உன்னதமானதை வெளிப்படுத்துவதன் மூலம்தான் தனக்கும் தன் காலத்திற்கும் சேவை செய்கிறான். இதே காரியத்தைத்தான் வெ.சா. தீவிரமாகச் செய்துகொண்டிருக்கிறார்.

தமிழ்க் கலைத்துறைகள்மீது வெ.சா. கொண்டிருக்கும் ஆவேச ஈடுபாடு வெகு அபூர்வமானது. தமிழ் இனத்தோடு தன்னைப் பிணைத்துக் கொண்டிருக்கும் தன்மையில் இவரை பாரதியுடன் மட்டுமே ஒப்பிட முடியும். பாரதியோ ஒரு உணர்ச்சிக் கவிஞன்; தேசியக் கவிஞன்; புரட்சிவாதி. அவனது இயற்கையான முகங்கள் அனைத்தும் நம்மவர்கள் இயற்கையாகவே புரிந்துகொள்ளாமல் போற்ற வசதியானவை. வெ.சா.வின் உலகமோ புரிந்துகொள்ளும் ஆற்றலைத் தீவிரமாகக் கேட்டு நிற்கிறது. சுய அபிமான உணர்வுகளை நீக்கி சத்தியத்தைப் பார்க்க முடிந்தவர்களை எதிர்நோக்கிக் காத்திருக்கிறது.

ஆகவே, அங்கீகாரத்திற்குக் காலத்தை இவர் எதிர்பார்த்து நிற்பது சரிதான். காலம் சுற்றி வந்தாவது சத்தியத்தை முத்தமிடும் என்பது கலைஞனின் நம்பிக்கை. இவ்வுண்மை பொய்யென நிரூபிக்கப்பட்டாலும் அவன் தனது 'மூட' நம்பிக்கையிலேயே உறுதியாக நிற்பான்.

வெங்கட் சாமிநாதனின் 'ஓர் எதிர்ப்புக் குரல்' கட்டுரைத் தொகுப்பின் முன்னுரை, ஸ்ரீமணி பதிப்பகம், திருச்சுழி, 1978

வைகை, **1978**

புதுமைப்பித்தன் கதைகளில் காலத்தின் கலைவண்ணம்

புதுமைப்பித்தன் இந்த நூற்றாண்டின் முதல் பாதியில் நாற்பத்திரண்டு ஆண்டுகள் வாழ்ந்தவர். அவர் எழுத்துத் துறையில், முக்கியமாகச் சிறுகதைப் படைப்புகளில், ஈடுபட்டிருந்த காலம் பன்னிரண்டு ஆண்டுகளே ஆகும். இச்சிறிய காலப்பகுதியிலும் அவர் சீராக இயங்கவில்லை. மிக ஆவேசமான ஆரம்பம்—முதலிரண்டு வருடங்களில் அவர் எழுதியுள்ள கதைகள் சுமார் எழுபது—பின் ஐந்தாறு வருடங்களில் ஒருசில கதைகள்; மறைவுக்கு முந்திய மூன்று நான்கு வருடங்களில் தமிழ் பெருமைப்படும்படி சில சாதனைகள். ஆக, புதுமைப்பித்தன் கதைகள் என இன்று நாம் பெரிதும் இனங்காண்பது அவரது ஐந்து வருடத்திய சாதனையேயாகும். இவற்றில் ஆரம்பகாலக் கதைகள், அவற்றின் சகல அம்சங்களிலும் தமிழ் மரபு மூளையால் ஜீரணிக்க முடியாதபடி, ஒரு பக்கம் அன்னியமானதும் மறுபுறம் புறக்கணிக்க முடியாதபடி தனது ஜீவனைத் தமிழ் மண்ணில் ஊன்றிக்கொண்டிருப்பதுமான ஒரு கலைச் சக்தியைச் சந்தித்த அதிர்ச்சியைத் தந்ததாகவே இருந்திருக்க இயலும். ஆனால் இக்கதைகள், அநேகமாகக் கலைபூர்வமான அமைதி கொண்டவை அல்ல. தான் ஆற்றவிருக்கும் வித்தியாசமான பங்கை முன்கூட்டி உணர்ந்த ஒரு கலைஞன், மிகுந்த தன்னம்பிக்கையோடு தன் மேதைமையைக் கிள்ளித் தெருவில் நாற்புறமும் வீசிக் கொண்டு ஓடுவதைப் போன்ற சித்திரத்தை எழுப்புகின்றன இக்கதைகள். இக்கதைகளை மட்டுமே, ஒருக்கால், இவர் எழுதியிருக்கக் கூடுமெனில் அது, கிளைவிடாது கருகிப்போன ஒரு மேதையின் கதையாகி, இன்றையப் பொருட்படுத்தலுக்கே இலக்காகத் தவறிப் போய்விடலாம். படைப்புக்களத்தில், கடைசி மூன்று நான்கு வருடங்களில், இவர்மூலம் வெளிப்பட்ட சாதனையின்

வலுதான் ஒரு கலைஞனின் ஆளுமைப் பகுதியான இவரது பிற கதைகளையும் தூக்கிக்கொண்டு காலத்தைத் தாண்டி வந்துகொண்டிருக்கிறது.

ஒவ்வொரு கலைஞனிடமும் அவன் வாழ்ந்த காலம் ஏதோ ஒருவிதத்தில் பிரதிபலிப்புக் கொள்கிறது. இப்பிரதிபலிப்பு இயந்திர ரீதியில் நிகழ்வதில்லை. சிலேட்டு உடைந்ததில் விசும்பும் குழந்தையின் துக்கம் தீண்டக் கவிதை எழுதும் கவிஞன், அணுகுண்டுவீச்சுப் பற்றிப் பிரலாபிக்காதது ஏன் எனக் கேட்கக் காத்துக்கொண்டிருக்கும் அரசியல் மொண்ணைகளுக்குக் கலைப் பிரதிபலிப்பின் சூட்சுமமோ சிக்கலோ தீயணைக்கும் படையினருக்கும் கலைஞர்களுக்கும் உள்ள வித்தியாசமோ தெரியாது என்பது வெளிப்படை. கலைஞனின் பிறப்பு, அவன் வாழும் இடம், காலம், நம்பிக்கைகள், அவனுடைய சுயநலங்கள், அவன் சார்ந்து நிற்கும் மதிப்பீடுகள் போன்றவற்றுக்கு உள்நின்று காலத்தின் கோலங்கள் அவன் படைப்பில் பிரதிபலிப்பு கொள்கின்றன. பிரதிபலிப்பின் இயல்புகள் ஒரு எல்லைவரையிலும் வகைப்படுத்த இடம் தருபவை; பின் சூட்சுமத்தின் இருட்டில் மறைந்து நிற்பவை. அனுபவங்கள் கலைஞனைப் பாதிப்பது போலவே, கலை ஆளுமையால் அனுபவங்களும் பாதிக்கப்பட்டே கலை வெளிப்பாடு நிகழ்கிறது. கலைப் பார்வைக்கு அனுபவம் உள்ளாவதே கலை. கலைஞன் கண்ணாடி அல்ல எனில் கலை இல்லை; கண்ணாடி மட்டும்தான் எனில் அப்போதும் கலை இல்லை. அனுபவங்கள், கலைஞனின் ஆளுமையால் பாதிக்கப்படும்போது அந்த ஆளுமையின் தன்மைக்கேற்பத் தள மாற்றங்கள் நிகழ்கின்றன. மௌனியின் எழுத்தில் புற உலகம் அதன் அங்கங்களை மறுத்துக்கொண்டு மனவுலகின் நிழல்களாகி மங்குகிறது. புற உலகம், ராமாமிருதத்தின் முன்னால் அவருடைய கலைத் தேவைக்கு ஏற்பச் சுருங்கி தன் பரப்பைப் பன்முகங்களைச் சுவடு தெரியாமல் கழித்துக்கொள்கிறது. ராமாமிருதத்தின் உலகில் அலுவலகங்கள் இல்லை, அடுக்களை உள்ளிட்ட பின்கட்டு உண்டு; குழந்தைகளைப் பார்க்கக் கிடைக்காத குடும்பங்களில் ஹிந்து ஸ்திரீகள் பெரிய குங்குமப் பொட்டுடன் வீற்றிருக்கிறார்கள்; இயந்திரங்கள் இல்லை, பித்தளைக் குடங்கள் உண்டு; குழாய் இல்லை, கிணறு உண்டு.

புதுமைப்பித்தனோ புற உலகின் விஸ்தரிப்பால், பன்முகங்களால், அதன் பொருளாதார, இயந்திர, கருத்தோட்டங்கள் சார்ந்த, ஜாதி மத கலாச்சார, நாகரிக, மோஸ்தர் அழுத்தங்களால் தீவிரமாகப் பாதிக்கப்பட்ட கலைஞன். மௌனி, ராமாமிருதம் போன்ற கலைஞர்கள் தங்கள் ஆளுமைக்கு உள்ளாகிய வாழ்வை, தங்கள் சாளரங்களைத் திறந்து பார்க்கிறபோது, புதுமைப்பித்தன் முழு வாழ்வின் விசாலத்தையும் அது தரக்கூடிய அதிர்ச்சிகளையும் எதிர்கொள்ள ஆசைப்பட்டு, நாற்சந்துகளில், வாழ்வின் சுழிப்புகளில் நின்றுள்ளது போலவும் முழு வாழ்வையும் தழுவ முயன்ற முயற்சியிலிருந்தே வாழ்வின் வெற்றிகளிலிருந்தும் சரிவுகளிலிருந்தும் தன் கலை ஆளுமையைச் செழுமைப்படுத்திக் கொண்டுள்ளது போலவும் தோன்றுகிறது. ஒரு கலைஞனின் கலை ஆழம் புற உலகில் அவன் பெறும் அனுபவ விஸ்தரிப்புக்குச் சமமாக இருக்கும் என்பது இங்குக் குறிப்பல்ல. நம் எழுத்துத்துறையில் தமிழ்ப் பிரபலங்களின் ஆயத்த அணிகலன்கள் அனைத்தும் விஸ்தாரமான வெட்டாந்தரைகளுக்கு உதாரணமாகும். சதா ஊற்றுக் கொப்புளித்துக் கொண்டிருக்கும் நாழிக் கிணற்றுக்கு

மௌனி உதாரணம். புதுமைப்பித்தனோ துறைமுகம் போன்றவர். அதன் ஆழத்தில், கோலாகலங்களில், உள்ளூர் வெளியூர் சத்தங்களில், புதுமைக் காட்சிகளில், அப்பால் அடிவானம் வரையிலும் காட்சி விரிந்துகொள்ளும் பரவசத்தில் –அனைத்திலுமே.

இருபதாம் நூற்றாண்டின் முதல் பாதியைச் சார்ந்த தமிழ் வாழ்வின் ஸ்திதியைப் புதுமைப்பித்தன்போல் பிரதிபலித்துள்ள மற்றொரு கலைஞன் நம்மிடையே இல்லை. இந்தப் பிரதிபலிப்பின் வீச்சை அவரது கதைக் கருத்துகளைப் பட்டியல் போடுவதன் மூலமோ கதை நிகழ்வில் தரும் விவரங்களிலிருந்து சில வரிகளைப் பிடுங்கிவைப்பதன் மூலமோ ஒவ்வொரு படைப்பிற்கும் பின்னிற்கும் நோக்கங்களை ஆராய்ந்து வகைப்படுத்துவதன் மூலமோ முழுமையாக உணர முடியாது. அவர் கதைகளினூடே கொள்ளும் யாத்திரையின் மூலமே, அதிலிருந்து பெறும் பிளவுபடாத கலை அனுபவத்தின் மூலமே இவருடைய கலைப்பதிவுகளின் விசாலத்தையும் அடர்த்தியையும் நாம் உணர்ந்துகொள்ள முடியும்.

காலத்தின் நேரான பதிவுகள் கதைகளிலும் கட்டுரைகளிலும் வேறு சிலவும் நமக்குக் கிடைத்துள்ளன. க.நா.சு., ஆர்.ஷண்முகசுந்தரம் ஆகியோரின் நாவல்களில் காலத்தின் கலைபூர்வமான பதிவுகள் இடம் பெற்றுள்ளன. ஆனால் இவர்களுடைய உலகம் புதுமைப்பித்தனுடையதைப் போன்று விசாலமானது அல்ல; பன்முகங்கள் கொண்டது அல்ல. புதுமைப்பித்தன் இவர்களைவிடவும் இவர்களை ஒத்த பிற கலைஞர்களைவிடவும் அதிக அக்கறைகள் கொண்டவர்; பல்வேறு அதிர்வுகளால் பாதிக்கப்பட்டவர்; தன் சுயசார்பு வட்டத்தின் வெளி விளிம்பை நொறுக்கிக்கொண்டு வெளியே மோதி விழுந்தவர். ஆனால் இவர்கள் எல்லோருமே கலை நோக்கம் முதன்மையாகக் கொண்டவர்கள்.

வ.ரா., ரகுநாதன் போன்ற கலை நோக்கமற்ற பிரச்சாரகர்களின் கையில், அவர்களை ஆட்கொண்டிருக்கும் பிரச்சினைகளில் உலகம் தீப்பற்றி எரிந்துகொண்டிருப்பதான பிரமையைத் தரும் அளவுக்குத் தன்னைச் சார்ந்த பிரதிபலிப்புகளே நிகழ்கின்றன. உலகின் பரப்பில், தங்கள் கருத்துலக முடிவுகளின் விளக்கங்களைக் கண்டு, தம்பட்டம் அடிக்கும் பிரதிபலிப்பு இவர்களுடையது. அனுபவம், முன் முடிவுகளுக்கு எதிராக வரும்போது, இவர்கள் தகர்த்துக்கொள்வது முன் முடிவுகளை அல்ல; அனுபவத்தை.

நேர்ப்பதிவுகளில், நேர்மையான பதிவுகளும் ஒருசில நமக்குக் கிடைத்துள்ளன. உ.வே.சா., நாமக்கல் ராமலிங்கம் பிள்ளை, தி.சே.சௌ.ராஜன், திரு.வி.க. ஆகியோர் எழுதியுள்ள வாழ்க்கைக் குறிப்புகளில் காலம் மிக நேர்மையாகப் பதிவு பெற்றிருக்கிறது.

மேலே கூறிய கலைஞர்கள், பிரச்சாரகர்கள், நேர்ப்பதிவாளர்கள் ஆகியோருக்கும் புதுமைப்பித்தனுக்கும் உள்ள வித்தியாசம் என்ன? பிற எழுத்தாளர்களின் பதிவுகளில் அவர்கள் எதிர்கொள்ளும் உலகம், எதிர்கொண்டு நமக்குத் தந்துள்ள உலகம், அவரவர்களுடைய பிறப்பு, ஜாதி, மத நம்பிக்கைகள், கோட்பாடுகள், லட்சியங்கள் இவற்றால் பாதிக்கப்பட்டுச் சுருங்கியிருக்கிறது.

அனுபவங்களைச் சிதைக்காமல், தன் பார்வையில் முழுமையாகத் தரும் சுய அபிமானமற்ற தன்மை, தன்னிலிருந்தே விடுதலை பெற்று நிற்றல், புற உலக இயக்கத்தையும் விலகி நின்று விமர்சிக்கும் குணம் புதுமைப்பித்தனைப் போல் இவர்கள் எவரிடத்திலும் இல்லை.

புதுமைப்பித்தன் ஒரு மத்தியதரக் குடும்பத்தில் பிறந்தவர். தாயைச் சிறுவயதில் இழந்த இவரது இளமைக்காலம் சோதனைகள் நிறைந்தது; மனவடுக்கள் கொண்டது. சிடுக்காய்ப் போய்விட்ட இவருக்கும் இவருடைய தந்தைக்குமான உறவு, இவருடைய திருமணத்திற்குப்பின் அறுந்துபோகிறது. மனமொப்பும் இலக்கியப் பணியை வாழ்வின் நோக்கமாகத் தொடர இவருக்குச் சந்தர்ப்பம் இல்லை. எழுத்துத் தொழில் கலைஞனுக்கு வருமானமற்றது. வருமானமற்றது என்பதால் சமூக மதிப்பு அற்றது. குடும்பத்தினரால் அலட்சியப்படுத்தப்படுவது. பிழைப்பை முன்னிட்டுச் சென்னை செல்லும் புதுமைப்பித்தன் சொந்த மண்ணிலிருந்து வேரொடு பிடுங்கி எறியப்பட்ட வேதனைக்கு ஆளாகியுள்ளதை இவருடைய சில கதைகள் வெளிப்படுத்துகின்றன.

புதுமைப்பித்தனைப் போன்ற ஒரு மேதை – மேலான உலக இலக்கியப் படைப்பாளிகள் சிலருடன் ஒப்பிட்டுப் பார்க்கத் தகுந்த மேதை, நோபல் பரிசு பெற்றுள்ள ஒரு சிலரையேனும் பின்தள்ளிவிடும் மேதை – செய்திகளை மொழிபெயர்த்துத் தன் காலத்தைத் தள்ள நிர்ப்பந்திக்கப் பட்டார் என்பது மிகவும் வெட்கப்படத் தகுந்த தலைகுனிவாகும். ஆனால் நம் கலாச்சாரத் தலைமை வெட்கமற்றது; சுயபோதம் அற்றது; தலைகுனிவுகளுக்குரிய பொறுப்பின்மையில் திளைத்துக் கொண்டே மீசையில் கைபோட்டு வீறாப்புப் பேசக்கூடியது.

புதுமைப்பித்தனின் 'நான்' வரும் கதைகளில், அநேகமாக 'நான்'கள் எழுத்தாளர்களாகவே – தமிழ் எழுத்தாளர்கள்தான்! – இருக்கிறார்கள். இந்த 'நான்'கள் ஸ்டீவன்சன் கதை, படமாக வந்திருப்பதன் கலைத் தரத்தைப் பற்றிப் பேசிக்கொள்கிறார்கள்; அதன்பின் அன்றையப் பாட்டுக்கு எட்டணா சில்லறை கைமாறுகிறது (வெளிப்பூச்சு). அவர்களுடைய லட்சியங்கள் சிறகு கட்டிப் பறக்கின்றன; ஆனால் வாழ்வின் எளிய சௌகரியங்களைப் பெறக்கூட அவர்களுக்கு விதியில்லை (ஒருநாள் கூத்து). படைப்பு, செய்திப் பத்திரிகை அலுவலகத்தில் அவசரத்தில் சில்லறை நிமிஷங்களைத் திருடிச் செய்ய வேண்டிய காரியமாகிறபோதும் கற்பனைக் குதிரை ராஜாக்களின் உலகில் தலைதெறிக்கப் பறக்கிறது (கருச் சிதைவு). எழுத்து, பிழைப்புக்கு வழிகோலவில்லை என்பது ஒரு பக்கமிருக்க, கலைஞனின் எழுத்தைப் பொருட்படுத்துவாரும் இல்லை (கடிதம்). அவனுடைய லட்சியங்களுக்கும் அவன் எதிர்கொள்ளும் கசப்பான வாழ்வுக்கும் சம்பந்தமே இல்லை (நிசமும் நினைப்பும்). இவர்களுடைய வாழ்க்கை ஒரு பெரிய இழுபறி; இவர்களுடைய கனவு ஒரு பெரிய வாழ்க்கை.

புதுமைப்பித்தன் மறைந்து இன்று முப்பதாண்டுகள் ஆகிவிட்டன. இன்றும் இத்தமிழ்ச் சமுதாயம் அவரை உணர்ந்துகொண்டுள்ளதற்கான அறிகுறிகள் எவையுமில்லை. தமிழ்மீதும் தமிழர் வாழ்விலும் மிகுந்த கவலை கொள்வதான பாவனை கொள்ளும் நம் கலாச்சாரத் தலைமை

எத்தனை ருசி கெட்டது, போலியானது என்பதற்கு இந்த ஒரு உதாரணமே போதும். இந்த உன்னதக் கலைஞனின் படைப்புகள் நம்மிடையே இருக்க, இதனை மறந்து அகிலனுக்கு மகுடம் சூட்டுகிறது ஒரு சுரணை கெட்ட பல்கலைக்கழகத் தலைமை.

புரட்சிகரமான கலைஞனை நம்மிலும் விவேகமுள்ள, சுரணையுள்ள, ருசியுள்ள சமுதாயங்கள்கூட அவன் வாழும் காலத்தில் ஏற்காமல் போனதற்கு உதாரணங்கள் பல உள்ளன. ஆனால் கலைஞர்கள் எங்கும் எதிர்கொள்ளப்படுகிறார்கள்; பரிசீலனைக்கு உள்ளாக்கப்படுகிறார்கள்; விவேகிகளால் மதிப்பிடப்படுகிறார்கள். கலைஞனின் பார்வை நிகழ்த்தும் மாற்றத்தை ஆபத்தின் அறிகுறியாகவோ அல்லது சுயநலங்களுக்கு எதிரானதாகவோ காணும் மடமை அவனைத் தூற்றுகிறது. தூற்றப்படுவதும் ஒரு எதிர்கொள்ளலே. பாதிப்பின் விளைவே. விளைவு நாகரிகமாக இல்லாதபோதும் பாதிப்பு உண்மையானது.

இங்குக் கலைஞன் – பச்சைப் பொய்களின் மொத்த விற்பனையாளர்களையும் கலைஞன் என்றே அழைக்கிறோம் – அவன் கலைஞன் எனில், புரட்சிவாதி எனில், தனது முழுப்பிரக்ஞைக்கு நியாயம் சொல்லி இயங்க முற்பட்டுவிட்டான் எனில், இன்றைய ஓட்டை மரபுகளுக்கும் பொக்கான நிறுவனங்களுக்கும் போலியான அரசியலுக்கும் எதிராக இயங்கக்கூடியவன் எனில், அல்லது தன் எளிய துறைகளின் சிறுவட்டங்களில்கூட மனமொப்பும் உண்மையைத் தேடிச் சென்றுவிட்டான் எனில், அவனை நம் தமிழ்ச் சமூகம் எதிர்கொள்ளும் விதம் தந்திர பூர்வமானது. அவன் அலட்சியப்படுத்தப்படுகிறான்; முடிந்தவரையிலும் அவனது இருப்பே அறியப்படாத ஒன்றென பாவனை மேற்கொள்ளப்படுகிறது. பின் கலை வட்டத்தின் அங்கீகாரமோ அறிவாளிகளின் ஏற்போ மதிப்போ அவனுக்கு உறுதியானதும் நம் கலாச்சாரத் தலைமை அவனை ஒப்புக்கு ஏற்று, புன்னகையுடன் குழிதோண்டிப் புதைத்து விடுகிறது. இவர்களின் கலாச்சாரக் கொலைகள், உயிர்க் கொலைகளில் திளைத்த உலக சர்வாதிகாரிகளைக்கூட நாணமுறச் செய்துவிடும். உ.வே.சாமிநாத அய்யர், எஸ்.வையாபுரிப்பிள்ளை, டி.கே.சி., புதுமைப்பித்தன் போன்ற பலரை ஒழித்துக் கட்டும் முயற்சி அடையாளமின்றி, அரவமின்றி நடந்துகொண்டு வருகிறது. தவிர்க்க முடியாத சந்தர்ப்பங்களில் இவர்களைப் பற்றி மிக உயர்வாகப் பேசி, நடைமுறையில் தொடர்ந்து புறக்கணித்து, தனிப்பேச்சுகளில் கீழான முத்திரை குத்தி, காலத்தின் போக்கில் புதைந்துபோய்விடும் என்ற ஆசுவாசத்தில் காத்திருக்கும் தலைமையின் தந்திரம் நமது பண்பாட்டின் பிரிக்க இயலாத ஒரு பகுதி என்றே சொல்லலாம்.

பிரச்சாரத்தின் பொய்மையை ஏற்க மறுத்து, பிரக்ஞையின் உண்மையை அனுசரித்ததனால்தான் புதுமைப்பித்தன் புறக்கணிக்கப்படுகிறார் என்று தோன்றுகிறது. உண்மை நம் மக்களுக்கு அத்தனை கசப்பானது. அதேசமயம் புதுமைப்பித்தனின் உலகம் இன்றைய சமூக குணங்களுக்கு மிகவும் அனுசரணையானது, இன்றையத் தலைமையின் கோஷங்களுக்கு ஏற்றது என்றும் தோன்றுகிறதல்லவா? அரசியல், சினிமா, பத்திரிகைகள், பல்கலைக்கழகங்கள் ஆகிய சக்திகள் இன்று தங்களுக்குப் பொருத்திக்

கொண்டிருக்கும் முகத்திற்கும் புதுமைப்பித்தனின் உலகத்திற்கும் ஒற்றுமைகள் உள்ளன எனத் தோன்றும்போதே, இச்சக்திகளாலேயே அவர் புறக்கணிக்கப்பட்டு வருவது ஏன் என்ற கேள்வி பிறக்கிறது.

புதுமைப்பித்தனின் உலகம் ஆத்மீக உலகம் அல்ல; பொருள் சார்ந்த உலகம்; வாழ்வின் தன்னிறைவுக்குப் பொருளாதாரத் தன்னிறைவை வற்புறுத்தும் உலகம்; இன்றையப் பொருளாதார அமைப்பு பெரும்பான்மையோருக்கு எதிராக இயங்கிக்கொண்டிருக்கும் உண்மையையும் அதனால் விளையும் சீர்கேடுகளையும் பட்டவர்த்தனமாகச் சொன்ன உலகம்; ஜாதிக் கொடுமையை விவரித்த உலகம்; சமூக மாற்றங்களை, புதிய எழுச்சிகளை, கருத்தோட்டங்களைப் பிரதிபலித்த உலகம். இருந்தும் இன்றையக் கலாச்சாரத் தலைமை, வேறு பலரை உபயோகப்படுத்திக் கொள்வதுபோல் – உதாரணம்: பாரதிதாசன் – புதுமைப்பித்தனை உபயோகப்படுத்திக் கொள்ளவில்லை. ஏன்?

புதுமைப்பித்தனின் நோக்கு கலைநோக்கு என்பதும் பிரச்சாரத்தின் கீழ்மைகளை ஒரு கலைஞனாக நின்று அவர் ஏற்கப் பிடிவாதமாக மறுத்துவிட்டதுமே காரணமாகக் காணமுடிகிறது. புதுமைப்பித்தன் எந்தக் கட்சிக்கும் இயக்கத்திற்கும் தத்துவத்திற்கும் நிறுவனத்திற்கும் தன் முழு விசுவாசத்தைத் தர மறுத்துவிட்டவர்.

காந்திய அலையும் தேசிய அலையும் இவரைக் கவர்ந்துள்ளன. ஜாதிக் கொடுமையை இவர் பிரதிபலித்துள்ளார் ('துன்பக்கேணி', 'நாசகாரக் கும்பல்'). ஜாதிப் பாகுபாட்டை எதிர்ப்போருக்கும் எதிர்ப்பதான வேஷம் போட்டுக்கொண்டே இயங்குபவர்களுக்கும் புதுமைப்பித்தனின் இப்பிரதிபலிப்புகள் திருப்தியைத் தரும்; அல்லது திருப்தியைத் தந்துள்ளதாகக் காட்டிக்கொள்ள முடியும். இத்துடன் நின்றுகொள்ளாமல் புதுமைப்பித்தன் 'கோபாலய்யங்காரின் மனைவி' என்ற கதையையும் எழுதுகிறார். பாரதியின் கதைக்கு அனுபந்தமாக எழுதிய கதை இது. கலாச்சார வேற்றுமை உள்ளவர்கள் திருமண உறவு கொள்ளும்போது இருதரப்பிலும் எதிர்கொள்ளும் தத்தளிப்பை விவரிக்கும் கதை. ஜாதிக் கொடுமையைப் பிரச்சாரத் தளத்தில் பார்ப்போருக்கு, ஜாதிகளை ஒழித்தல் எனும் பிரச்சினையை ஒரு கோஷமாக மட்டும் பார்ப்பவர்களுக்கு, புதுமைப்பித்தன் இங்குச் சேர்த்திருக்கும் மற்றொரு பரிமாணம் –பிரச்சாரத்தில் விட்டுப்போகும், பல சமயம் வேண்டுமென்றே மறைக்கபபடும் பரிமாணம் – அதிருபதியைத் தரும். ஒரு கட்சி அல்லது ஒரு இயக்கத்தைச் சேர்ந்தவர்களுக்குப் புதுமைப்பித்தனின் ஒரு பகுதி பிடிக்கும்போதே மற்றொரு பகுதி பிடிக்காமல் போய்விடும். பிரச்சாரத்தின் அவசர நோக்கங்களை ஏற்று, அப்போதைய ஆமோதிப்புகளையும் கரகோஷங்களையும் கருதி, முக்கால் உண்மைகளை முழு உண்மைகளாகக் காட்டப் புதுமைப்பித்தன் மறுத்துவிட்டதையும் கசப்பான உண்மைகளை, விட்டுப்போகும் உண்மைகளை, மறைக்கப்படும் உண்மைகளைப் புலப்படுத்திக் கலைஞனின் மகத்தான தர்மத்தை ஏற்றுக்கொண்டிருப்பதையும் இவர் கதைகளில் நாம் காணலாம். நாஸ்திகவாதத்திலும் பகுத்தறிவுவாதத்திலும் இவர் மனச்சாய்வு கொள்ளும்போதே, புராணங்களில் கலைப்பூர்வமான ஈடுபாடு கொண்டுள்ளார் (அகலியை, சாப விமோசனம், அன்றிரவு). மனம்

தருக்க நிலைகளுக்கு மீறி பயப் பிராந்தி கொள்வதையும் (காஞ்சனை) எழுதுகிறார். பிராமணர்களின் ஜாதிப் புத்தியையும் ஆஷாட பூதித்தனத்தையும் (எல்லாம் முடிவிலே இன்பம்) கேலி செய்வது ஒரு பகுதியைத் திருப்திப்படுத்தக் கூடும்; ஆனால் பிராமணர்களைப் போலவே பிற ஜாதியினரும் ஜாதித் துவேஷம் கொண்டவர்களாகப் புதுமைப்பித்தன் சுட்டுவது (துன்பக் கேணி, நாசகாரக் கும்பல்) ஜாதிப் பிரச்சனையைப் பிரச்சாரத் தளத்தில் சந்திப்பவர்களின் அதிருப்தியைப் பெற்றுக்கொள்வதாகும். இதேபோல் மேல்ஜாதியினர் கீழ்ஜாதியினரைச் சுரண்டுவது போலவே கீழ்ஜாதியினரும் சந்தர்ப்பம் கிடைக்கும்போது மேல் ஜாதியினரை ஏமாற்ற எண்ணுவதைப் புதுமைப்பித்தன் காட்டுவது பிரச்சாரத்திற்கு உகந்த விஷயமல்ல. 'அன்றிரவு' கதைப்பொருள் சைவத் தமிழ்ப் புலவருக்கு விருப்பமான விஷயமாக இருக்கலாம். இதில் பெறும் திருப்தியைத் 'திருக்குறள் குமரேச பிள்ளை'யைப் படிக்கும்போது இவர்கள் இழந்துவிடக்கூடும். புராணக் கருக்களில் நவீன முனிவரைப்போல் இவர் கம்பீரமான யாத்திரை மேற்கொள்வது மரபில் ஈடுபாடு கொண்டவர்கள் மனத்தை வெகுவாகக் கவரும். ஆனால் சீதையைச் சோதித்த ராமனுக்கு, அகலியைக்குச் சாப விமோசனம் தர என்ன தகுதி இருக்கிறது என்று புதுமைப்பித்தன் கேட்பது இவர்களுக்கு அதிருப்தியைத் தரும். பிரச்சாரகர்களால் கலைஞன் புறக்கணிக்கப்படுவது புரிந்து கொள்ளக்கூடியதுதான். ஆனால் பிரச்சாரகர்களை, போலிகளை, வர்த்தகர்களைக் கலைப்பிரதி நிதிகளாக ஏற்றுக்கொண்டிருப்பது நம் சமூகத்தின் விசேஷமான சீரழிவாகும்.

திருவனந்தபுரம் பல்கலைக்கழகக் கல்லூரித் தமிழ்த்துறை ஆய்வுப் பகுதிக் கருத்தரங்கில் 1977இல் வாசிக்கப்பட்ட கட்டுரை.

யாத்ரா, 1979

தளையசிங்கத்தின் பிரபஞ்ச யதார்த்தம்

மு.தளையசிங்கம் தமிழகத்தில் போதிய அறிமுகம் பெறாதவர். இவருடைய மூன்று புத்தகங்கள் அச்சேறியுள்ளன. 'புதுயுகம் பிறக்கிறது' (பதினோரு சிறுகதைகளின் தொகுப்பு. முதல் பதிப்பு 1965), 'போர்ப்பறை' (கதைகள், கட்டுரைகள், கவிதைகள் ஆகியவற்றின் தொகுப்பு. முதல் பதிப்பு 1970), 'மெய்யுள்' (கட்டுரைகள், உரையாடல்கள், கவிதைகள், நாவல் ஆகியவற்றின் தொகுப்பு. தளையசிங்கத்தின் மறைவுக்குப் பின் 1974இல் வெளிவந்தது). இவை தவிர, அச்சில் வந்தவையாகவும் கையெழுத்துப் பிரதிகளாகவும் வேறு எழுத்துகளும் உள்ளன. 'ஒரு தனி வீடு', 'யாத்திரை', 'கல்கி புராணம்' ஆகிய நாவல்கள் முழுமை பெற்றவை. 'ஒளியை நோக்கி' என்ற நாவல் குறையாக நிற்கிறது. 'குருக்ஷேத்திரம்', 'எதிரிகள்', 'ஓமாக்கினி' ஆகிய முயற்சிகளும் உள்ளன. 'ஏழாண்டு இலக்கிய வளர்ச்சி – சில அவசரக் குறிப்புகள்' என்ற தலைப்பில் ஈழத்து நவீன இலக்கியத்தை விமர்சிக்கும் கட்டுரைகள் 'செய்தி' பத்திரிகையில் அவர் வாழ்நாளிலேயே தொடராக வந்து முழுமை அடைந்துள்ளன. இன்னும் புத்தக உருவம் பெறவில்லை. 'மல்லிகை', 'பூரணி', 'சத்தியம்' ஆகியவற்றில் வெளிவந்து தொகுக்கப்பட்டுள்ள எழுத்துகளும் புத்தக வடிவம் பெறவில்லை.

தளையசிங்கம் 1935இல் பிறந்தார். 1957இல் பல்கலைக்கழகத்தில் படித்துக்கொண்டிருக்கும்போது 'சுதந்திரம்' என்ற பத்திரிகையில் இவருடைய முதல் சிறுகதையான 'தியாகம்' வெளிவந்தது. முதல் நாவலான 'ஒரு தனி வீடு' 1960இல் எழுதப்பட்டது. இரத்தினபுரியில் தான் படித்து வந்த கல்லூரியிலேயே இவர் ஆசிரியரானார். விமர்சனத்தில் தீவிர ஆர்வம் கொண்டார். 'விமர்சன

விக்கிரகங்கள்' கட்டுரைத் தொடர் 'தினகர'னில் வந்தபோது சர்ச்சைக்கு உள்ளாயிற்று. இக்காலத்தில் முற்போக்கு – நற்போக்கு இரண்டினது குறைகளையும் எடுத்துக்காட்டும் கட்டுரைகளை எழுதியிருக்கிறார். 1963இல் இவர் எழுதிய 'ஏழாண்டு இலக்கிய வளர்ச்சி – சில அவசரக் குறிப்புகள்' தமிழ் இலக்கிய விமர்சனத் துறையில் ஒரு மைல்கல் என்று கருதத்தக்கது. 1966இல் இவர் தன் குருவான ஸ்ரீ நந்தகோபாலகிரியை இரத்தினபுரியில் சந்தித்தார். இக்காலத்தில் இவருடைய வேலை புங்குடுதீவு மகாவித்தியாலயத்திற்கு மாறிற்று. புங்குடுதீவில் பல ஆத்மீகப் பயிற்சிகளை மேற்கொண்டார். ஆத்மீக வகுப்புகள் நடத்தினார். 1968இல் சர்வோதய இயக்கத்தை ஆரம்பித்தார். 1969இல் தாழ்த்தப்பட்ட மக்களின் முன்னேற்றத்திற்கான முயற்சிகளில் ஈடுபட்டார். 1970இல் 'சத்தியம்' பத்திரிகையை வெளியிட்டார். தேர்தலில் 'சர்வோதய அரசியல் முன்னணி'யை உருவாக்கினார். 1971இல் புங்குடுதீவு கண்ணகியம்மன் கோவிலில் நன்னீர்க் கிணறுகளில் தாழ்த்தப்பட்டவர்களுக்கு இடம் அளிக்கும்படி போராடியபோது போலீசாரால் தாக்கப்பட்டுக் கைது செய்யப்பட்டார். 1972இல் 'மெய்யுள்' என்ற புதிய இலக்கிய உருவம் போடப்பட்டது. 1973இல் இரண்டு மாதம் நோய்வாய்ப்பட்டு ஏப்ரல் 2ஆம் தேதி மறைந்தார்.

நான் என் கட்டுரையைத் தமிழக வாசகர்களின் வசதியைக் கருதி அச்சேறியுள்ள இவரது மூன்று புத்தகங்களைச் சார்ந்து எழுதியிருக்கிறேன். முதற் பகுதி, தளையசிங்கத்தின் கருத்துலகம் பற்றி. அதிகமும் அவர் வார்த்தைகளைப் பயன்படுத்தியே கூறுகிறேன். இரண்டாவது பகுதி, இவருடைய சிந்தனைகளைப் பற்றிய என் எதிர்வினைகள்.

1

தளையசிங்கம் தனது கலைப் பார்வையைப் 'பிரபஞ்ச யதார்த்தம்' என்று அழைக்கிறார். 'பிரபஞ்ச யதார்த்தம்' என்றால் என்ன? இதைத் தெரிந்துகொள்வதற்கான முயற்சிதான் இந்தக் கட்டுரை. கலைப் பார்வை வாழ்க்கைப் பார்வையின் ஒரு பகுதி. வாழ்க்கைப் பார்வையைத் தெரிந்துகொள்ளாமல் கலைப் பார்வையை முழுமையாக அறிய முடியாது. ஆகவே தளையசிங்கத்தின் வாழ்க்கைப் பார்வையை மிகச் சுருக்கமாகப் பார்ப்போம்.

உலகெங்கும் மனிதன் அதிருப்தியில் ஆழ்ந்து கிடக்கிறான். அதிருப்தியின் வெளிமுகங்கள் பல. பயனற்ற பொழுதுபோக்குகளில் காலத்தை வீணடித்தல். போதைப் பொருள்களில் விழுந்து கிடத்தல். போலிக் கலைகள் எழுப்பும் கனவுகளில் தன்னை மறந்து நிற்றல். வாழ்க்கையில் ஆர்வமின்மை. சோம்பல். வன்முறை. இவ்வாறான எதிர்மறைச் செயல்கள் ஒருபக்கம். மறுபக்கம் வெவ்வேறு தளங்களில் சமூக மாற்றத்திற்கான முயற்சிகள், போராட்டங்கள். ஆனால் இந்த வெளிப்பாடுகளில் பிரச்சினையின் ஆழத்தை உணர முடிகிறதா? விஞ்ஞானம் பாய்ச்சல்கள் நிகழ்த்திக்கொண்டு வருகிறது. மனம் கசந்த மனிதன் சமூகத்தை உதறி வெளியேறிக்கொண்டிருக்கிறான். உலகெங்கும் வெவ்வேறு விதமான சமூக அமைப்புகள் தோன்றியிருக்கின்றன. அவற்றை நாம் எப்பெயர் இட்டு அழைப்பினும் அங்கு அதிருப்தி மிஞ்சுகிறது. சமூக மாற்றங்கள் எவற்றைக் குறிக்கோளாகக் கொள்ள

வேண்டும்? மெய்யான வளர்ச்சி எது? கட்சிகள், அரசுகள், நிறுவனங்கள் ஆகியவை தம் குறிக்கோள் பற்றித் தெளிவாக இருக்கின்றனவா? சமூகப் பொருளாதார மாற்றங்களைப் பொருளாதாரக் காரணங்களுக்காகவே கொண்டு வரும்போது மேலான வாழ்வு மலருமா? இவற்றைத் தாண்டி மற்றொரு எழுச்சிக்குரிய தளமாக இம்மாற்றங்கள் நிகழ்த்தப்படுகின்றனவா? பௌதிக, சமூக, பொருளாதார, அரசியல் நிலைக்கும் அப்பாற்பட்ட உண்மை என்று ஒன்று இருக்கிறதா? இருக்கிறது. அதுதான் சத்திய நிலை. இதை உத்தியோகப் பூர்வமாக ஏற்றுக்கொண்டு எந்த நாட்டு அரசாங்கமும் இன்று நிர்வாகத்தை நடத்தவில்லை. கடவுள் என்பது மாற்றமற்ற சத்தியம். கடவுளை ஏற்றுக்கொள்ள விரும்பாதோர் புத்தர் கூறிய நிர்வாணத்தை ஏற்றுக்கொள்ளலாம். பௌத்தர்கள் கடவுளை மறுப்பினும், கடவுளை ஏற்பவர்கள் நிர்வாணத்தை ஏற்றுக்கொள்வர். நிர்வாண நிலைதான் திருப்தியை அளிக்கக்கூடியது. இந்த சத்திய நிலை முழுச் சமூகத்திலும் பரவாதவரையிலும் அதிருப்திகள் தொடரும்.

சத்திய எழுச்சி என்றால் என்ன?

சடம், உயிர், மனம் என்று வளர்ந்துள்ள பரிணாமம் இன்று மனத்தையும் தாண்டிச் செல்ல முயல்கிறது. மனத்தைத் தாண்டிய நிலையில்தான் சத்தியத்தின் பூரணப் பிரவாகம் உட்புக முடியும். இன்றுவரையிலும் ஞானிகளே இந்நிலையை அடைந்திருக்கின்றனர். கடுமையான பயிற்சிகள் மூலம் இந்நிலையை இவர்கள் அடைந்தனர். ஞானிகளிடம் தோன்றிய சத்திய எழுச்சியை எங்கும் நீக்கமற நிறையச் செய்ய வேண்டும். ஆகவே, இன்றைய பிரச்சினைகளை ஆராயும்போது அவற்றை அரசியல், சமூக, கலாச்சார, பொருளாதாரத் தளத்தில் மட்டும் வைத்து ஆராயாமல் பூரண பரிணாமத் தேவையான சத்திய எழுச்சிக்குரிய ஆழம் வரையிலும் விரித்துப் பார்க்க வேண்டும். அதிருப்தியாளனே போராட முன் வருவான். அதிருப்தியாளர்களில் கலைஞர்கள் நுட்பமான உணர்வுகளும் அகலமான மன விரிவுகளும் ஆழமான சிந்தனையும் கொண்டவர்கள். அடுத்த கட்ட பரிணாம வளர்ச்சிக்குரிய சமிக்ஞையின் அலைகள், ஞானிகளை விட்டுவிட்டால் கலைஞர்களிடமே அதிக அளவில் தட்டுப்பட வாய்ப்பிருக்கிறது. இந்த அலைகளுக்கு உருவம் கொடுக்க வேண்டிய பொறுப்பில் இன்றைய கலைஞன் இருக்கிறான். ஞானிகளின் மேலான நிலைக்கு முழு மனித குலத்தையும் உயர்த்த வேண்டும். இந்தத் தாவல் நிறைவேறுவதற்கு முன், சிறுசிறு கூட்டங்கள் இணைந்து பெருங்கூட்டமாக மலர வேண்டியுள்ளது. இது கலைஞர்களின் கூட்டமாகவும் சிந்தனையாளர்களின் கூட்டமாகவும் இருக்கும்.

மெய்யான மதத்திற்கும் மெய்யான விஞ்ஞானத்திற்கும் முரண்பாடு எதுவும் இல்லை. ஒன்று உண்மைக்கு உள்ளுணர்வுகளை நாட, மற்றொன்று புற உலகைச் சார்ந்து நிற்கிறது. ஒன்று அனுபவம். மற்றொன்று ஆராய்ச்சி. சீரழிந்த மதமும் சீரழிந்த விஞ்ஞானமும் பொது ஒற்றுமைகளைக் கொண்டவை. வாழ்க்கையையும் சமூகத்தையும் துறக்கத் தூண்டிய மதத்தைக் கேலி செய்தது விஞ்ஞானம். மேற்கே அதே விஞ்ஞானம் முதலாளித்துவத்திற்குத் தன் ஆத்மாவை விற்று வாழ்வை அழித்தது.

கறுப்பர்களை ஒதுக்கி வைக்கும் சமூகம் எந்த அளவு விஞ்ஞானபூர்வமானது? மனிதத் தன்மைகளைப் பணநாயகம் விழுங்கிக்கொண்டிருப்பது வரையிலும், உலக சர்வாதிகாரத்திற்குக் கனவுகள் கண்டுகொண்டிருப்பது வரையிலும் சந்திர யாத்திரைக்கும் காசி யாத்திரைக்கும் அதிக வேற்றுமை இல்லை.

முதலாளித்துவ அமைப்பும் பொதுவுடைமை அமைப்பும் சத்திய எழுச்சிக்குரிய தளங்களுக்கு வழி வகுக்க வேண்டும். முதலாளித்துவ அமைப்பு பொதுவுடைமை அமைப்பு வழியாகத்தான் சத்திய எழுச்சிக்குரிய தளத்திற்குச் செல்ல வேண்டும் என்பதில்லை. முதலாளித்துவ அமைப்பு தோன்றுவதற்கு முன்னரே, நிலவுடைமை அமைப்பிலிருந்தே நேராகப் பொதுவுடைமை அமைப்புக்குப் போக முடியுமென்றால், முதலாளித்துவ அமைப்பும் பொதுவுடைமை அமைப்பைத் தாண்டி சத்திய எழுச்சிக்குரிய தளத்திற்குச் செல்ல முடியும். ஒவ்வொரு சமூக அமைப்பும் மாற்றமடைந்து கொண்டிருக்கிறது. சமூகம் மாற, மதிப்பீடுகள் மாறுகின்றன. இம்மாற்றத்தை விஞ்ஞான ரீதியாக உணர்ந்த மார்க்சியவாதிகள், முழுமையை நோக்கி சமுதாயத்தைத் துரிதப்படுத்தி வளர்க்க முயன்றுகொண்டிருக்கிறார்கள். சத்தியத்தைப் பற்றிய தரிசனங்கள் அறிவுக்குள் சீராக இறக்கப்பட்டு அறிவின் உதவி மூலம் வியாக்கியானப் படுத்தப்படும் போதுதான் மனித வளர்ச்சிக்கு உதவும் பார்வை விரிவடையும். இன்று நடைமுறையில் வாழ்ந்துகொண்டிருக்கும் பெரிய தத்துவம் மார்க்சியம் மட்டும்தான். வாழ்வின் அன்றாடப் பிரச்சினைகளை விளக்கிக்கொள்ளவும் அந்த விளக்கத்தின் மூலம் சமூகத்தின் பிற துறைகளுக்குரிய செயல்களை நிர்ணயிக்கவும் எந்தத் தத்துவம் மக்களால் பயன்படுத்தப்படுகிறதோ அது வாழும் தத்துவமாக அமைகிறது. மற்ற சிந்தனைகளால் முழுச் சமூகத்தையும் – அரசியல், பொருளாதாரம், கலை போன்ற பிற துறைகளையும் – ஸ்பரிசித்துப் பேச முடியாது. ஆகவே, இன்றைய நிலையில் கலைஞன் தனது கலையின் ஆட்சியை இன்னும் கூர்மையாகவும் வலுவாகவும் செலுத்த வேண்டும் என்றால், ஒன்று அவன் மார்க்சியவாதியாக இருக்க வேண்டும். அல்லது மார்க்சியத்தை வெல்லும் மற்றொரு பார்வையைத் தேடிக் கண்டுபிடிப்பவனாக இருக்கவேண்டும். மார்க்சியத்தை இன்னும் யாரும் முழுமையாக வென்றுவிடவில்லை. வெல்ல முயன்றவர்கள் பூரண வெற்றி பெறவுமில்லை. மார்க்சியம் தோற்கும் இடத்தில்கூட, அது கொண்டுவந்த நன்மைகளை எடுத்துச் செல்லும் விசாலப் பார்வை வேண்டும்.

மார்க்சியத்தின் மறுபக்கத்தையும் பார்ப்போம். சரித்திரத்தின் புதிய தேவையை மார்க்சியம் நிறைவேற்ற முடியாத நிலை உருவாகிக் கொண்டிருக்கிறது. சரித்திர வளர்ச்சிக்கு ஏற்ப மார்க்சியவாதிகளின் தத்துவப் பார்வை வளரவேண்டுமென்றால், அந்தத் தத்துவத்தின் அடிப்படையாகக் கருதப்படும் சில அம்சங்களைத் தகர்க்க வேண்டியதாக இருக்கிறது. ஆனால் மார்க்சியவாதிகள் இதனை உணர முடியாதவர்களாக இருக்கிறார்கள். மார்க்சியத்தை மறுப்பவர்கள் மார்க்சியத்தின் நியாயமான நன்மைகளை ஒப்புக்கொள்ள மறுப்பது போல், இந்த மார்க்சியவாதிகளும் தங்களது இறுக்கமான தத்துவத்தையும் மீறிக்கொண்டு புதுப்பார்வைக்குரிய காலகட்டம் வந்துவிட்டது என்பதை ஒப்புக்கொள்ள மறுக்கிறார்கள். சத்தியத்தின் ஒரு காலகட்ட வளர்ச்சிக்கு எவ்வளவுதான் ஒரு தத்துவப்

பார்வை உதவினாலும் அக்கால கட்டத்தில் எவ்வளவுதான் அப்பார்வை பூரணமாகஇருந்தாலும் பரிபூரணமான சத்தியத்தின் முழுப் போக்கையும் அது அடைந்துவிடப்போவதில்லை. எல்லாத் தத்துவங்களும் தத்துவங்களையும் கடந்த ஒரு நிரந்தரமான சத்தியத்தின் அந்தந்தக் கால வெளிக் காட்டல்களை அல்லது தர்ம வளர்ச்சியைப் படம் பிடிக்க முயலும் தற்காலிகப் பார்வை அழுத்தங்களே. எனவே, அந்தந்தக் காலத் தத்துவப் பார்வைகளை அந்தந்தக் காலத் தேவைகளுக்காகப் பயன்படுத்தும்போது கூட, அதே தத்துவங்களையும் மீறிச் சத்தியத்தில் தன்னை நிறுத்திக் கொள்பவன்தான் சார்பு நிலையில் தர்ம வளர்ச்சிக்கு ஏற்றவாறு சரியாக மாறக்கூடியவனாகவும் போராடக்கூடியவனாகவும் இருக்கிறான்.

வர்க்க வேறுபாடுகளைத் தாண்டிய பொதுவுடைமை, சோஷலிசத்தை மட்டும் அடைந்தால் போதாது. அதைத் தனியாகக் கொண்டு வரவும் இயலாது. பொதுவுடைமைப் போராட்டத்தோடு அகத்தே காணும் வேறுபாடுகளையும் முழுச் சமூகத்தையும் தாண்டினால்தான் உண்மையான சோஷலிசமும் உண்மையான ஞான எழுச்சியும் அடுத்த கட்ட மனிதப் பரிணாமமும் காணமுடியும். இனிவரும் காலத்தில் கலைத் துறைகள் மட்டுமே பரவசத்தையும் மன அமைதியையும் தெளிவையும் நிறைவையும் தந்து நோயைப் போக்கும் மருந்தாக இருக்கப்போவதில்லை. இனிமேல் எல்லாத் தொழில்களுமே கலையாகவும் யோகமாகவும் தொழுகையாகவும் இருக்குமாறு செய்யவேண்டும். ஃப்ராய்டு கூறிய மனச் சிக்கல்களும் மார்க்ஸ் கூறிய மனப்பிறழ்வும் நீங்கிய முழுமையான மனிதனை உருவாக்க வேண்டும். இன்றைய எழுத்தாளன் அரசியலோடு மிக நெருக்கமான தொடர்புகொண்டிருக்க வேண்டும். சகல துறைகளையும் ஒன்றோடொன்று தொடர்புபடுத்தி அவற்றை முழுமை அடையச் செய்வதற்கும் சகல துறைகளையும் திட்டமிட்டு சம வேகத்தில் புதுமையை நோக்கி வளர்ப்பதற்கும் அரசியல் அதிகாரமே நேரிடையான வழியைக் காட்டுகிறது. ஜனநாயக அமைப்பு சமூக மாற்றத்திற்குப் பூரணமாக உதவாத அமைப்பாகவே இருக்கிறது. சமூகத்தின் சகல துறைகளும் பிரிவுற்று, குறியற்றுத் தாமத நடைபோட, தடுமாற்றங்களும் சிதறல்களும் தோன்றுகின்றன. மத்தியிலிருந்து அதிகாரம் குவிக்கப்படும் பொதுவுடைமை அமைப்பிலோ பொருள் உற்பத்தி நிச்சய பலன்களைத் தரும்போதும், ஜனநாயகமன உணர்வுகள் பலியாகி அதிருப்தி மிஞ்சுகிறது. சமய ஞானம் மறுக்கப்படுவதால் முழுமையற்ற ஒரு பார்வையைக் கொண்டே முழுமையை எட்ட முயற்சிகள் செய்யப்படுகின்றன. சமயமும் சமயவாதிகளும் இதுகாலம் வரையிலும் பிற்போக்கு வாதத்தின் தூண்களாக இருந்தார்கள் என்பதற்காகச் சமய ஞானத்தை மறுக்கத் தேவையில்லை. முற்போக்கை விரும்புகிறவர்கள் தங்களது லட்சியத்திற்காக இதைப் புரட்சிகரமாகப் பயன்படுத்தலாம். மார்க்சியவாதிகள் இதை இன்னும் உணராதவர்களாகவே இருக்கிறார்கள். ஆனால் சமய ஞானத்தை ஏற்றுக்கொள்ளும் பூரணப் பொதுவுடைமையை ஏற்றுக்கொள்வதால் மட்டும் சர்வாதிகாரத்தின் இறுக்கம் தளர்ந்து சுதந்திர மலர்ச்சி வந்துவிடும் என்று சொல்வதற்கில்லை. ஓரளவுக்காவது மத்தியில் அதிகாரம் திரட்டப்படாமல் முழுமைப்படுத்தும் முயற்சியை மேற்கொள்ள முடியாது. ஆனால் அது தேவைக்கு அதிகமான சர்வாதிகாரமாக, தனிப்பட்டவர்களின் குறைகளையும்

தீர்க்கதரிசனமின்மையையும் மறைக்கும் சர்வாதிகாரமாக மாறாமல் இருப்பதற்குச் சமய ஞானத்தை ஏற்றுக்கொள்ளும் பூரணத்துவம் மட்டும் வழி தரப்போவதில்லை. நடைமுறைப்படுத்துபவர்களின் மன வளர்ச்சியையும் பக்குவத்தையும் பொறுத்தும் இது இருக்கும். அதனால்தான் கலைஞர்களும் எழுத்தாளர்களும் – அந்தப் பூரண விரிவை வெளிப்படுத்தும் பக்குவத்தை வளர்க்கக் கூடியவர்களாக இருப்பதால் – அரசியலில் அதிகமாகப் பங்குபற்ற வேண்டியவர்களாக இருக்கிறார்கள். ஒவ்வொருவரும், தன் அக ஆழத்தைக் கண்டுபிடிக்காதவரை முழுமையின் பூரணத்துவம் பெறப்போவதில்லை. ஆகவே சமய ஞானிகளின் கண்டுபிடிப்பைப் பூரணமாகப் பயன்படுத்த இன்றைய எழுத்தாளர்கள்தாம் முன்வர வேண்டும்.

சமய ஞானத்திடமிருக்கும் உண்மையைச் சமூக வளர்ச்சிக்கு உதவும் வகையில் எல்லாத் துறைகளிலும் பிரவேசிக்கச் செய்ய வேண்டும். அதற்காக முதலில் ஒவ்வொருவரும் தனது அகத்திலேயே அந்த ஞானத்தை எழுப்ப வேண்டும். வர்க்க வேறுபாடுகளும் குண வேறுபாடுகளும் அங்குதான் புதைந்து கிடக்கின்றன. அவையே பிற்போக்குக் கோட்டையாகவும் பிறப்பு பிறப்பாய் வரும் இயல்புகளின் மறைவிடங்களாகவும் இருக்கின்றன. அவற்றைக் கைப்பற்றி அங்குப் புரட்சியைக் கொண்டு சென்று முழுமையின் மலர்ச்சியை ஏற்படுத்தாத வரைக்கும் புறச்சூழலில் மட்டும் புரட்சியை நடத்திப் பூரண இலக்கியத்தையும் சரி, முழுமையான வாழ்க்கையையும் சரி, கொண்டு வர முடியாது. எழுத்தாளர்கள் இனியேனும் இதை உணர வேண்டும். இவ்வாறு இலக்கியத்தில் ஆரம்பமாகும் இந்த ஞான அலை – பிரபஞ்ச யதார்த்தம் – முழுச் சமூகத்திலும் பரவுவதே சர்வோதயம்.

இன்றைய சமூகத்தில் காணப்படும் கலைஞர்களை – படைப்பாளிகளை – நான்கு வகையினராகப் பிரிக்கலாம்.

1. மார்க்சியத்தை ஏற்றுக்கொள்ளும் படைப்பாளிகள்.

2. மார்க்சியத்தை மறுத்து அதை வெல்லக்கூடிய திட்டவட்டமான தத்துவப் பார்வை ஏதும் இன்றித் தங்கள் உள்ளுணர்வுகளின் உந்துதல்களுக்குக் கலையுருவம் கொடுப்பவர்கள்.

3. கட்டுப்பெட்டிகளும் போலிகளும்.

4. வியாபாரிகள்.

மார்க்சியத்தை மறுப்பவர்களில் சிலர் உள்ளுணர்வுகளின் மூலம் ஆழமான கலையுருவத்தைத் தேடிப் போயிருக்கின்றனர். புதுமைப்பித்தன், மௌனி, சி.சு.செல்லப்பா போன்றவர்களுக்குத் திட்டவட்டமான பார்வை ஏதும் இல்லாததால் தர்ம வளர்ச்சிக்காகத் தீவிரமாகப் போராட முடியவில்லை. இவர்கள் மார்க்சியச் சித்தாந்தத்தை ஏற்றுக்கொண்டவர்களைவிடவும் சிறப்பாக எழுதியிருக்கிறார்கள் என்பது அச்சித்தாந்தத்தை இவர்கள் ஏற்றுக் கொண்டிருந்தால் மேலும் சிறப்பாக எழுதியிருப்பார்கள் என்பதைத்தான் காட்டுகிறது. மார்க்சியச் சித்தாந்தத்தை ஏற்றுக்கொண்டவர்கள் தோல்வி அடைந்திருக்கிறார்கள் என்றால் அவர்களின் பார்வை விரிவுக்கு ஏற்ப,

கலைத் திறமையும் அவர்களுக்கு இல்லை என்றே அர்த்தமாகிறது. நம் பின்னணியில் திறமை மிகுந்த கலைஞர்கள் பெரும்பாலும் மார்க்சியத்தால் கவரப்படுவதில்லை. இந்தியப் பண்பாட்டின் ஆழம் அதிகம். மார்க்சியத்தை விடவும் அதிகம். அதனால் இந்தியப் பண்பாட்டையே சார்ந்து நின்று திறமை மிகுந்த கலைஞர்கள் அதன் பழந்தோற்றத்துடனேயே திருப்தியடைந்து விடுகின்றனர்.

கட்டுப்பெட்டிகளுக்கு உதாரணமாகப் பண்டிதமணி கணபதிப் பிள்ளை முதல் மு.வ.வரை பலரைச் சொல்லலாம். இன்றுவரையிலும் சமூகம் கண்டுபிடித்த உண்மைகளைக் கட்டிக்காத்து வருகின்றனர் என்ற அளவுக்குத்தான் சமூகம் இவர்களுக்குக் கடமைப்பட்டிருக்கிறது. இந்த அளவுக்கு இவர்கள் அவசியமானவர்களே. போலிகளுக்கு உதாரணமாக அகிலன் முதல் நா.பார்த்தசாரதிவரை இருக்கின்றனர். போலிகளிலும் ஒத்தோட மறுப்பவர்கள் அண்ணா, மு.கருணாநிதி போன்றவர்கள். கட்டுப் பெட்டிகளும் போலிகளும் மலிந்த ஒரு சமூகத்தில் இவர்கள் புரட்சிவாதிகளாகத் தெரிவதில் ஆச்சரியப்படுவதற்கு ஒன்றுமில்லை. இவர்கள் காட்டும் வளர்ச்சி வெறும் மாயைதான்.

பிறந்துகொண்டிருக்கும் புது யுகத்திற்குரிய இலக்கிய வார்ப்புகள் எப்படி இருக்கும்? இவை அடிப்படையான உருவ உள்ளடக்க மாற்றங் களைக் காட்டும் என்பதை இப்போதே நிச்சயமாகச் சொல்லிவிடலாம். ஐரோப்பிய அறிவுவாதத்திற்கு முந்திய இலக்கியப் படைப்புகள் உள்ளுணர்வு செறிந்த கற்பனைக் காவியங்களாக இருப்பதுபோல் அறிவுவாதத்திற்குப் பிந்திய படைப்புகள் ஐம்புலன்கள் சார்ந்த,அறிவும் செறிந்த யதார்த்த இலக்கியங்களாக இருக்கின்றன. முந்தியவற்றில் பிரபஞ்ச உணர்வு இருந்தது. பிந்தியவற்றில் இந்த உலகத்து உணர்வும் குறிப்பாக, பிரதேச, சமூக, பொருளாதார நிலைகளுக்குரிய உணர்வுகளும் அதிகமாக இருக்கின்றன. இனி வரும் படைப்புகளில் மீண்டும் பிரபஞ்ச உணர்வு தலைதூக்கும். ஆனால் அறிவுவாதத்தாலும் அதற்குரிய விஞ்ஞானத்தாலும் பெறப்பட்ட யதார்த்த உணர்வுகளும் கூடவே நிற்கும். இதனைப் 'பிரபஞ்ச யதார்த்தம்' என்று கூறலாம். விஞ்ஞானமும் ஆத்ம ஞானமும் கலந்த பேரறிவு இது.

பிறக்கப்போகும் இலக்கியத்தில் உருவமும் உள்ளடக்கமும் புதிய தளத்துக்குரிய உருவ உள்ளடக்கத்தைப் பெறும். இதுதான் மெய்யுள். இது ஒரு புதிய இலக்கிய உருவம். இது ஒரு பூரண உருவமாகவும் இருப்பதனால் சிறுகதை, நாவல், கவிதை, கட்டுரை என்ற பாகுபாடுகளை உடைத்தும் கடந்தும் செல்லும் ஒரு உருவமாகவும் இருக்கும். செய்யுள், உரைநடை என்ற வித்தியாசங்களை இது ஏற்காது. இக்கால வரையிலுமுள்ள இலக்கிய உருவங்கள் எல்லாம் பெரும்பாலும் கற்பனைத் தளங்களுக்குரியவையே. 'மெய்யுள்' கற்பனைக் கோலங்களைத் துறந்து அவற்றின் தளங்களையும் தகர்த்துக்கொண்டு நித்திய சத்தியத்தை நோக்கிய நேரடி அனுபவரீதியான ஊடுருவல்களுக்குரிய இலக்கிய உருவமாகும். அதன் உள்ளும் புறமும் உள்ளடக்கமும் மெய்யாகவே இருக்கும். அதனால் இது, இக்காலம்வரையுள்ள கலை இலக்கியங்களை அழிக்கும் கலை இலக்கியமாகவும் இருக்கும்; அதேபோல் தத்துவ, சரித்திர, விஞ்ஞான உருவங்களாகவும் இருக்கும்; சமூக,

பொருளாதார, அரசியல், ஆத்மீக மெய் வாழ்க்கை அனுபவங்களாகவும் அமையும்.

இன்றைய இலக்கியத்தைப் பார்க்கும்போது ஞான அலையின் உந்துதல்களைப் பெரிய அளவில் உணர்ந்து செயல்பட்டவர் பாரதி. புதுமைப்பித்தன் கதைகள் நடைமுறையிலுள்ள ஆத்மீக வீழ்ச்சியைக் கேலி செய்யும் முயற்சிதான். புதுயுக ஞான அலைகளின் ஆரம்பம் இவரிடம் இல்லை. மார்க்சிய முற்போக்கு எழுத்தாளர்கள் இந்த அலையை உணர்ந்தாலும் அதற்குப் பிழையான அர்த்தம் கொடுத்து இடையிடையே அதைத் திருகிச் சாகடித்துக் கொன்றுவிடுகின்றனர். அவர்கள் காட்டும் இலக்கோடு அந்த அலை நின்றுவிடப் போவதில்லை. அத்துடன் அவர்கள் ஆதரிக்கும் சர்வாதிகாரம் இதற்கு நேர்மாறானது. புதுமைப்பித்தனிடம் காணப்படும் கேலி உணர்ச்சியும் இயலாமை உணர்வும் இவர்களது சர்வாதிகாரத்திற்குப் பின்னால் பெருமளவு மறைந்து கிடக்கின்றன. புதுயுக ஞான அலை பிறப்பிக்கப் போகும் வீரத்திற்கும் செயல் வேகத்திற்கும் முன்னால் வைத்து ஒப்பிட்டுப் பார்க்கும்போதுதான் மார்க்சியத்தின் இயலாமையும் தாழ்வு உணர்ச்சிகளும் தெரியவரும். முற்போக்கு மார்க்சிய எழுத்தாளர்கள் புதுயுக ஞான அலையைப் பிழையாகப் புரிந்துகொண்டவர்கள்தான். பாரதிக்குப் பின் இப்புதிய அலையின் பிறப்பு பிரக்ஞை பூர்வமான அளவுக்கு வளர்ந்திருப்பது ஜெயகாந்தனின் ‘பிரம்மோப தேசம்’, ‘விழுதுகள்’, ‘பிரளயம்’ என்ற கதைகளிலும் மு.பொன்னம்பலத்தின் ‘அது’ என்ற கவிதைத் தொகுதியிலும்தான். ஜெயகாந்தனிடம் இது திரண்டு பெருத்த சக்தியாய் உருவெடுத்து வருகிறது.

2

மு.தளையசிங்கம் பெருமளவுக்குத் தன்னில் இருபதாம் நூற்றாண்டிற்குரிய பிரச்சினைகளையும் ஓரளவு இருபது நூற்றாண்டுகளின் சாரத்தையும் வெளிப்படுத்த முயன்ற ஒரு சிந்தனையாளர். உடல்கள் இருபதாம் நூற்றாண்டில் கிடந்து உழல, பிரக்ஞை முந்திய நூற்றாண்டு ஒன்றிலோ அல்லது பலவற்றிலோ கூறுபட்டுக் கிடக்க பிரச்சினைகளுக்கு எதிர்வினையாக வாய்க்கு வரும் சொற்களை உதிர்க்கும் நம் சிந்தனையாளர்களின் மத்தியில் விதிவிலக்காக வந்து சேர்ந்தவர் தளையசிங்கம். இருபதாம் நூற்றாண்டின் முக்கால் பகுதியை நெருங்கிக்கொண்டிருக்கும்போது இவருடைய சிந்தனைகள் கருக்கொண்டுள்ளன என்று சொல்லலாம். ரஷ்யப் புரட்சிக்கு ஏகதேசமாக ஐம்பது ஆண்டுகள் பிந்திய காலப்பகுதி இது. தான் பிறந்து வளர்ந்த மண்ணையும் கலாச்சாரத்தையும் சார்ந்தும் கடல் தாண்டிய தேசங்களைச் சார்ந்தும் இவ்வுலகின் முழுமை சார்ந்தும் பிரபஞ்சம் சார்ந்தும் அவர் சிந்திக்க முற்பட்டார். இப் பிரச்சினைகளைப் புரிந்துகொள்ளும் பொருட்டு, சுய வாழ்வின் அனுபவ ஆய்வுகளுக்கு மேலாக உலகத் தளத்தைச் சார்ந்த – கிழக்கிலும் மேற்கிலுமான – படைப்புகளையும் அறிவுகளையும் திரட்டித் தன்னைத் தயார்படுத்திக்கொண்டிருக்கிறார். தத்துவம், சமயம், இலக்கியம் ஆகியவற்றில் விசேஷ ஈடுபாடும் விஞ் ஞானத்தில் ஆர்வமும் இவர் கொண்டிருப்பதை இவரது எழுத்து நமக்குக்

காட்டுகிறது. பிரச்சினைகளுக்கு விடைகள் தேடிச் செல்லும்போது தனது தேசம், தனது மொழி, தனது சமயம், தனது இலக்கியம் ஆகியவற்றின் வட்டங்களிலிருந்து விடுதலை பெற்று, முன் தீர்மானங்களின் சொச்சங்களைச் சுமக்காமல் உண்மைகளைத் தேடிச் செல்வதை உணர முடிகிறது. பிரச்சினைகள்; அவற்றைப் புரிந்துகொள்வதற்கான தயாரிப்பு; விருப்பு வெறுப்பற்ற ஆராய்ச்சிகள்; உணர்வு நிலைகள் தாண்டித் தருக்க மொழியில் தன் எண்ணங்களைத் தெளிவாகக் கூறல்; இவைதாம் தளையசிங்கத்தின் அடிப்படையான பண்புகள்.

இருபதாம் நூற்றாண்டில் வாழ்ந்ததற்கான சாயல்களை இவரைப்போல் முழு வீச்சோடு வெளிப்படுத்திய ஆளுமைகள் நம்மிடையே வேறு உள்ளனவா? இந்த நூற்றாண்டின் முதற்பாதியில் இரண்டு பெயர்கள் கிடைக்கின்றன. ஒருவர் பாரதி, மற்றொருவர் புதுமைப்பித்தன். பாரதி, தாழ்ந்து போனமைக்குத் துக்கித்து, மேலான ஒன்றை எழுப்ப முயன்றார். புதுமைப்பித்தன், தாழ்ந்து போனதை வெட்ட வெளிச்சமாக்கினார். இந்த வரிசையில் மூன்றாவதாக வருபவர் தளையசிங்கம். பாரதியின் கருத்துலகத்தைவிடவும் தளையசிங்கத்தின் கருத்துலகம் முழுமையானது. மற்றொரு விதத்தில் சொன்னால் பாரதியின் சிந்தனையைத் தன் காலத்திற்குக் கொண்டு வந்து, இடைக்கால சரித்திரத்திற்கும் எதிர்வினை தந்து, இடைவெளிகளை அடைத்து, முழுமைப்படுத்த முயன்றார் என்று சொல்லலாம்.

அணுகுமுறையில் தளையசிங்கத்தின் மேலான குணமென்ன?

பிரச்சினைகளை ஏக காலத்தில் பலர் எதிர்கொள்ளும்போது பொதுவான சிந்தனைகள் தோன்றுகின்றன. இச்சிந்தனைகள் இணைந்து தளங்கள் உருவாகின்றன. தத்துவம், சமயம், கட்சி, நிறுவனங்கள், சபைகள் ஆகியவற்றின் பொதுப் பெயராகத் தளம் என்று வைத்துக்கொள்வோம். தளங்களின் தோற்ற நியாயங்கள் என்ன? பிரச்சினைகள். பிரச்சினைகள் ஆராயப்படுகின்றன. விடைகள் கண்டுபிடிப்பதற்கான முயற்சிகள் மேற்கொள்ளப்படுகின்றன. தீர்வுக்கான நடைமுறைகள் அமலாகின்றன. இவ்வளவு நிலைகளும் உண்மை என்றால் சிந்தனையாளன் தன் முழு ஆற்றலையும் பிரச்சினைகளை முன்னிறுத்திச் சிந்திப்பதிலும் அதற்கான விடைகளைக் கண்டுபிடிப்பதிலுமே கரைத்துக்கொள்ள வேண்டும். பிரச்சினைகளின் தீர்வுகளுக்கு அவனை நகர்த்தும் உண்மைகளை – அவை எந்தத் தளத்தைச் சார்ந்த உண்மை என்றாலும் சரி – எடுத்துத் தன்னில் இணைத்துக்கொள்ள வேண்டியது தவிர்க்க முடியாத விதியாக அவனிடம் தொழிற்பட வேண்டும். இவ்வாறான ஒரு விதிக்கு அவன் தன்னை ஆட்படுத்திக்கொள்ளும்போது பிற தளங்களை விமர்சித்து ஒதுக்குவதில் மட்டுமல்ல, தன்னிடம் விட்டுப்போன உண்மைகளின் துணுக்குகளேனும் பிற தளங்களில் ஒதுங்கி நிற்கின்றனவா என்பதை அவன் உன்னிப்பாகக் கவனிக்க வேண்டியவனாகவும் இருக்கிறான். முன்விதிகளையும் அனுமானங்களையும் தத்துவ முடிவுகளையும் தாண்டி பிரச்சினைகளின் புதுமுகங்களோடு வரும் வாழ்வின் முன் அவன் தன்னை இன்றைய மனிதனாக வைத்துக்கொள்ள

வேண்டுமெனில் அவன் நிரந்தரம் சேர்த்துக்கொள்ள வேண்டியவனாகவும் இருக்கிறான். முழு உண்மையும் இன்னும் எவரிடத்திலும் குத்தகை போய் விடவில்லை என்பதிலும் எவரிடத்து நின்றும் அதன் கீற்று எந்த நிமிஷமும் வெளிப்படலாம் என்பதிலும் அவன் விழிப்புணர்வுள்ளவனாக இருக்க வேண்டும். இப்புதிய உண்மைகளை ஏற்கவோ பயன்படுத்தவோ அவன் இணைந்துகொண்டிருக்கும் தளத்தோடு கொண்டுள்ள இறுக்கமான உறவுகளோ முன் விதிகளோ தடையாக இருக்கக்கூடாது. புதிய உண்மைகளை ஏற்பதன் மூலம் தன் தளத்தின் உருவம் சிதைந்துபோகும் எனவும் அச்சிதைவு அத்தளத்தில் ஒட்டிக்கொண்டிருக்கும் தனது துணுக்கு முகத்தைச் சிதைத்துவிடும் எனவும் அஞ்சக் கூடியவன் தனது முகத்தைத் தக்கவைத்துக்கொள்ளத் தளத்தில் ஒட்டிக்கொண்டிருக்கிறானே அன்றி, பிரச்சினைகளுக்குத் தீர்வு காணத் தன்னைத் தாண்டுபவன் அல்லன். பிரச்சினைகளின் தீவிரத்தால் பாதிக்கப்பட்டு, விடைகள் தேடிய முயற்சியில் தளங்களில் வந்து ஒதுங்கியவன், தளங்களைக் காப்பாற்றும் முயற்சியில் சீரழிந்து சிறுத்துப் போவதை இன்று உலகெங்கும் பார்த்துக்கொண்டிருக்கிறோம். இப்பின்னணியில் தளங்களைவிட உண்மை முக்கியம் என்று சிந்திக்கத் தலைப்பட்ட தளையசிங்கம் மிக முக்கியமானவர்.

மேற்கு – கிழக்கு என்றோ நேற்று – இன்று என்றோ தன் மதம் – பிற மதங்கள் என்றோ தன் கலாச்சாரம் – பிற கலாச்சாரங்கள் என்றோ ஆத்மீகம் – பௌதிகம் என்றோ பாகுபாடுகளில் தன்னைக் குறுக்கிக்கொள்ளாமல் இவற்றிலிருந்து விடுதலை பெற்று மனத் தயக்கங்கள் இன்றியும் விருப்பு வெறுப்புகள் இன்றியும் சிந்தனை உலகில் மேற் கொண்டிருக்கும் பயணத்தை இவர் எழுத்துகள் காட்டுகின்றன.

தளையசிங்கத்தின் சிந்தனையின் மையம் என்ன? அந்த மையத்தில் நாம் காண வேண்டிய சிறப்பு என்ன?

பரிணாமத்தின் அடுத்த கட்டத்திற்கு மனிதராசியை நகர்த்துவதற்கு இன்றுவரையிலும் நம்மை வந்து எட்டியிருக்கும் தத்துவங்களின் போதாமையை இவர் ஆராய்கிறார். மனிதனின் மிக முக்கியமான ஒரு கூறு அவன் தன் சுயநல வட்டங்களிலிருந்து எப்போதும் வெளியே சாடித் தனது வீச்சைப் பெருக்கியும் அகலப்படுத்தியும் வைத்துக்கொள்வதில் நிறைவு காண்கிறான் என்பதாகும். இம்முனைப்பு நபருக்கு ஏற்ப அண்டை வீடு வரையிலுமோ பிரபஞ்சத்தின் எல்லை வரையிலுமோ விரிகிறது. மனித வளர்ச்சிக்கு இந்த அம்சம் ஆற்றியுள்ள பங்கு மிகப் பெரியது. தனக்கும் பிற ஜீவராசிகளுக்கும் இயற்கைக்கும் பொருளுக்கும் பொதுவான ஏதோ ஒன்று இருப்பதான உணர்வு வெளிப்படுவதின் உருவங்களே சுயத்தைத் தாண்டி நிகழும் யாத்திரைகள். இதை வசதிக்காகப் பிரபஞ்ச உணர்வு என்று சொல்லலாம். இப்பிரபஞ்ச உணர்வின் கோரிக்கைகளை நிறைவேற்றுவதற்கான உந்துதல் எப்போதும் மனிதனை ஆட்டிக்கொண்டிருக்கிறது. இவ்வுணர்வு மனிதனுக்கு இருப்பதுவரையிலும் பௌதிகத் தேவைகளின் நிறைவேற்றங்களை அவன் தனது பயணத்தின் இறுதி இலட்சியமாகக்கொள்ள வாய்ப்பில்லை.பௌதிகத் தேவைகள் நிறைவேறிய பின்பும் பரிணாமம் தொடரும் – அதன் போக்கு இன்றைய நம் அனுமானத்திற்கு அப்பாற்பட்டது என்றாலும்.

இன்று உலகெங்கும் வியாபித்திருக்கும் பிரச்சினைகளுக்குத் தீர்வு காண வேண்டும் என்றால் அப்பிரச்சினைகளின் முழுமையை ஆராய்ந்து அறியும் ஆற்றலை நாம் பெற வேண்டும். இந்த ஆற்றல் இன்று நமக்கு இல்லை. சார்ந்து நிற்கும் தளங்களின் கருவியாகப் பயன்படுவது நின்று, தளங்களைக் கருவியாகப் பயன்படுத்தும் சுதந்திரத்தை எடுத்துக்கொள்ள இன்று நமக்குத் தெரியவில்லை. முதலில் இச்சுதந்திர நிலை உருவாக வேண்டும். பிரச்சினைகளின் முகங்களைத் தத்துவம் அவதானிக்கும்போது காலம் நின்றுகொண்டிருப்பதில்லை. நகரும் காலம் தத்துவம் அவதானிக்காத புதுப் பிரச்சினைகளை எப்போதும் கொண்டு வருகிறது. இவற்றையும் சேர்த்துச் சிந்திப்பதற்குத் தத்துவ அறிவும் தத்துவத்திலிருந்து பெறும் விடுதலையும் தேவையாகின்றன. தத்துவ அறிவு புலமையைச் சார்ந்தது எனில் தத்துவத்திலிருந்து பெறும் விடுதலை படைப்பு மனத்தைச் சார்ந்தது. படைப்பு மனமற்ற புலமை இன்றைய பிரச்சினைகளைப் பற்றிச் சிந்திப்பதான பாவனையில் நேற்றைய சரித்திரத்தைக் கிளறிக்கொண்டிருக்கிறது. படைப்பு மனங்களோ அவை எத்தளத்தைச் சார்ந்து இருப்பினும் பிரச்சினைகளின் முதல் பதிவுகளை நிகழ்த்துவதற்குக் காரணம் அவை நேற்றைய சுமையிலிருந்து விடுதலை பெற்று நிற்பதாகும்.

அடுத்து மனிதனின் மனம் சம்பந்தப்பட்ட தடை. இன்று மனிதன் தன்னைப் பற்றி முழுமையாக அறியவில்லை. மனத்தைப் பற்றிய பௌதிக சித்தாந்தங்களின் செல்வாக்கில் இதை அறிந்து கொள்வதற்கான முயற்சிகளும் பின்தள்ளப்பட்டுவிட்டன. புற உலகுக்கும் மனத்துக்கும் தவிர்க்க முடியாத இணைப்புகள் உள்ளன. ஒன்றில் நிகழும் மாற்றங்கள் மற்றொன்றைப் பாதிக்கக்கூடியன. இருப்பினும் மனத்தைப் புற உலகின் தவிர்க்க முடியாதத் தொகுப்பாக மட்டும் கருதுவதில் விடுதல்கள் உள்ளன. இந்த விடுதல்கள் பெரும் இடைவெளியை ஏற்படுத்தி நிச்சயமான ஆராய்ச்சியிலிருந்துகூட நிச்சய பலன்களைப் பெற முடியாமல் தடுத்துக்கொண்டிருக்கின்றன. மனத்தின் மிகச் சுருக்கமான பகுதியோடுகொண்டிருக்கும் தொடர்பையே 'நான்' என எண்ணி இயங்குகிறான் மனிதன். மனத்தின் சிறு பகுதிக்குச் சுதந்திர இயக்கம் இல்லை. மறைந்து நிற்கும் பெரும் பகுதி சிறு பகுதியை ஆட்டிப்படைத்துக்கொண்டிருக்கிறது. இது பற்றிய அறிவு மேற்கிலும் கிழக்கிலும் சுய ஆய்வு மூலமோ புறப் பரீட்சைகளின் மூலமோ தொகுக்கப்பட்டு உண்மைகள் வெளியாகிவிட்டன. மனிதனை ஆட்டிப் படைக்கும் சக்தி, அதிகாரத்திற்கான உந்துதல் எனவும் பாலுணர்ச்சி எனவும் மத உணர்வுகள் எனவும் ஆராய்ச்சி விரிந்துகொண்டுபோகிறது. ஆகவே, மனிதன் தன் மனத்தை முழுமையாக அறியாமல், அதன் விருப்பு வெறுப்புகளைத் தாண்டிச் செல்ல முடியாது. இவ்விருப்பு வெறுப்புகளை அறியாத நிலையில் அவனுக்கும் உண்மைக்குமான தொடர்புகள் மங்கலாகவோ மறைந்தோ மாறாட்டமாகவோதான் இருக்க முடியும். புற உலகத்தின் விளைவாக மட்டுமே மனத்தைப் பார்ப்பதும் புற உலகு மாறும்போது மனத் தொகுப்பு அதற்கேற்ப இயற்கையான மாற்றம் கொள்ளும் என முடிவு கட்டுவதும் முழுமையான உண்மை அல்ல என்பது இன்று தெளிவாகிவிட்டது. மேலே கூறிய இடைவெளிகளைப் பற்றி ஆழமாகச் சிந்திக்க முற்பட்டமையே தளையசிங்கத்தின் சிந்தனையின் மையம் என நாம் கொள்ளவேண்டும்.

பரிணாமத்தின் அடுத்த கட்டமான சத்திய எழுச்சிக்கு மனித ராசியை நகர்த்த, புற உலகையும் அக உலகையும் பொருளையும் மனத்தையும் சமயத்தையும் விஞ்ஞானம் உள்ளிட்ட பிற அறிவுத் துறைகளையும் இணைத்து, அனைத்திலும் அழுகிப்போன பகுதிகளைக் கழித்து, ஜீவனுள்ள பகுதிகளைச் சேர்த்துப் புதுக் கண்டுபிடிப்புகளையும் உடனுக்குடன் அணைத்தபடி இறுக்கமற்ற சில சிந்தனைகளை வடிக்க அவர் முயல்கிறார். இவை அவரது எழுத்துகளில் நான்கு பகுதிகளாகப் பிரிகின்றன.

1. இன்றைய அதிருப்தி நிலை பற்றிய விவரிப்பு.
2. இன்றுவரை வந்துள்ள தத்துவங்களின் குறைகளும் போதாமைகளும்.
3. சமயத்தின் ஜீவனைப் புதுப்பித்தல்.
4. புதுப்பித்த சமய நோக்கின் ஜீவனையும் அறிவுத் துறைகளையும் இணைத்தல்.

தளையசிங்கத்தின் கவனம் பெருமளவு மார்க்சியவாதிகளுடன் சம்பாஷணைகள் நிகழ்த்துவதிலேயே இருக்கிறது. உண்மையைத்தேடும் மனத்தின் பக்குவம் நிறைந்த சம்பாஷணைகள் இவை. இந்த சம்பாஷணைகள் பொதுவுடைமைப் புரட்சிக்குப் பிந்திய அரை நூற்றாண்டுச் சரித்திரத்தை நுட்பமாக எதிர்கொண்டதன் விளைவுகளாகும். லட்சியவாதிகளையும் புது உலகம் மலரக் கனாக் கண்டவர்களையும் பார்த்துச் சரித்திரம் மிகக் கொடுமையாகச் சிரித்த காலப்பகுதி இது. தளையசிங்கத்தை எதிர்கொள்ள வரும் மார்க்சியவாதிகள், இக்காலச் சரித்திரம் அளித்த ஏமாற்றங்களையும் கொடுமைகளையும் தளையசிங்கம் தன் மூளையின் பின்பகுதியில் சுமக்கிறார் என்பதை உணர வேண்டும். இக்காலப் பகுதியின் ஊனங்களை ஏற்றுக்கொள்ளும் மனங்களே தளையசிங்கத்துடன் மறு சம்பாஷணை நிகழ்த்த முடியும். இக்காலப் பகுதி அளித்த ஏமாற்றங்களையும் கொடுமைகளையும் விவரித்துப் பேச தளையசிங்கம் மறுத்திருப்பதிலிருந்து கட்சி—எதிர்க் கட்சியாடும் கொண்டாட்டம் அல்ல அவருடைய உந்துதல் என்பதும் சரித்திரத்திலிருந்து படிப்பினைகள் கற்று மேற்கொண்டு சிந்தித்துப் புதிய சரித்திரத்தை உருவாக்கும் தர்மத்திலேயே தன்னை அவர் பிணைத்துக்கொண்டிருக்கிறார் என்பதும் தெரியவரும். இக்காலச் சரித்திரத்தின் ஏமாற்றங்கள் ஒருவன் மனத்தில் உறையும்போது தத்துவங்கள் தன்னளவில் வலுவற்றவை என்பதும் அதோடு உறவுகொள்ளும் மனிதனின் நற்பண்புகளுக்கு ஏற்றவாறுதான் அவை பயன்படுகின்றன என்பதும் அழுத்தம் பெற்றுவிடுகின்றன. சீரழிந்த மனிதன், பெரும் தத்துவங்களைத் தான் ஸ்பரிசித்த மாத்திரத்தில் சீரழித்து நாறடித்ததையும் பொதுப் புத்தியும் எளிய உண்மையுணர்வும் மட்டுமே கொண்டவன் இவற்றிலிருந்துகூட சிறு மலர்களைப் பூக்க வைத்துக் காண்பிப்பதையும் இன்று எல்லாத் துறைகளிலும் பார்த்துக்கொண்டிருக்கிறோம். தத்துவம் எவ்வளவு முக்கியமோ அவ்வளவு முக்கியம் மனிதப் பண்பு என்றாகிவிட்டது. ஏட்டிலிருந்து மண்ணிலிறங்க வேண்டிய நற்பண்பைத் தத்துவம் அளிக்க இயலவில்லை என்றும் ஆகிவிட்டது. எளிய நற்பண்புகளிலிருந்து அகமலர்ச்சி என்ற தளத்திற்கு விரியும்போது தத்துவத்திலிருந்தும் புற உலகத்திலிருந்தும் மனிதன்

சுவீகரித்துக் கொள்ளும் உண்மைகளின் ஆற்றலும் மிக அதிகமாகவே இருக்கும். இந்த வளர்ச்சியை அடைந்து மனிதராசி முழுமையும் அதன் பயனைப் பெறவேண்டும் என்பதே தளையசிங்கத்தின் குறிக்கோள்.

தளையசிங்கத்தின் சிந்தனைகள் எந்த அளவுக்கு நிறைவேற சாத்தியம் கொண்டவை?

இன்று இவருடைய சிந்தனைகள் 'உட்டோப்பியா' என்ற எண்ணத்தை ஏற்படுத்தக்கூடியவை. 'மண் வாடையற்ற கனவு' என்ற அர்த்தத்தில் நான் இதைப் பயன்படுத்தவில்லை. தம் காலத்திய உலகு பற்றிய பிரக்ஞையுடன் அறிவுவாதங்களுக்கும் விஞ்ஞானத்தின் முன்னேற்றத்திற்கும் தன்னை ஆட்படுத்திக்கொண்டு இந்த உட்டோப்பியாவை முன்வைத்திருக்கிறார் தளையசிங்கம். எந்தக் கோட்பாட்டிலுமே—அது வாழ்வில் அமலாவதற்கு முன்—அதன் நடைமுறை சாத்தியமற்ற பகுதிகள் சிலிர்த்துக்கொண்டு நிற்கும். நாம் விழுந்து கிடக்கும் பள்ளமோ சிறு லட்சியங்களைக்கூடச் செயல்படுத்த இயலாது என்ற மனச்சோர்வைத் தருவதாக இருக்கிறது. ஞானிகள் பெற்ற சத்திய எழுச்சியை முழு மனித குலமும் பெறவேண்டும் என்ற லட்சியம், செல்லவேண்டிய பாதைகள் பற்றிய விவரிப்போ குறிப்போ அற்ற நிலையில், கனவாக நிற்கிறது. எங்கு ஆரம்பித்து என்னென்ன செய்து எவ்வழி சென்றால் லட்சிய நிறைவேற்றம் பெறமுடியும் என்ற திகைப்பு ஏற்படுகிறது. கருத்துகளை மனித மனங்களுக்கு எடுத்துச் செல்லும் ஊடகங்கள் முற்றாக அழுகிப் போய்விட்ட நிலையில் எவற்றை நம்பி இயக்கத்தை ஆரம்பிப்பது? இந்த நடைமுறைப் பிரச்சினைகளைத் தளையசிங்கம் எதிர்கொண்டதாகத் தெரியவில்லை. ஆத்மார்த்தமான மனங்கள் பிரச்சினையின் தீவிரத்தை உணரும்போது ஏதோ ஒரு மையத்திலிருந்து இயக்கம் ஆரம்பம் கொண்டு அதன் பார்வை விகாசத்தினால் படரும் என அவர் கருதியிருக்கக் கூடும். அவரது வாழ்க்கைக் குறிப்பும் அவர் பின்பற்றிய நடைமுறை இதுதான் என்ற எண்ணத்தையே ஏற்படுத்துகிறது.

பிரபஞ்ச உணர்வுகள் ஞானிகளுக்கு அடுத்தாற்போல் படைப்பாளி களிடையே வெளியாகும் என அவர் கருதியதால் இலக்கியம் பற்றிய தன் எண்ணங்களையும் வெளியிட்டுள்ளார். வரவிருக்கும் காலத்தில் உள்ளுணர்வுகள், அறிவுவாதம் இவற்றின் பலத்தை ஆதாரமாகக்கொண்டு பிரத்தியட்ச உலகம் சாராத கற்பனைகளை ஒதுக்கி நடைமுறை வாழ்வு உண்மையின் தளத்தில் சோதிக்கப்பட வேண்டும் என்கிறார். இவ்வாறு தனது புதிய இலக்கியக் கோட்பாட்டைத் தளையசிங்கம் வரையறுக்கும்போது இன்றுவரையிலும் வந்து சேர்ந்துள்ள இலக்கியம் இவ்வுண்மைகளைப் பின்பற்றி இயங்காததன் மூலம் உலகத்திற்குப் பெரும் இழப்பு ஏற்பட்டு விட்டது என்றும் 'மெய்யுள்' சார்ந்த வழியிலேயே இயங்கியிருந்தால் பெரும் ஆக்கங்கள் ஏற்பட்டிருக்கும் என்றும் இவர் நம்புகிறார். இந்நிலை பற்றி நாம் யோசிக்க வேண்டும்.

இலக்கியத்திற்கு வாழ்க்கைதான் அடிப்படையாக இருக்கிறது. பயணங்கள் வாழ்வின் தளத்திலிருந்துதான் மேற்கொள்ளப்படுகின்றன. கலைஞனின் ஆற்றலுக்கு ஏற்ப, உள்ளுணர்வுகளுக்கும் புற உலக அறிவுக்கும் ஏற்ப யாத்திரை விரிவடைகிறது. சுய அனுபவத்திலிருந்து, சுய

அனுபவத்தின் தெளிவற்ற கோலத்திலிருந்து, முன்னுக்குப் பின் முரணான கோலத்திலிருந்து, முழுமையற்ற கோலத்திலிருந்து உண்மைகளைத் தேடித் தொகுத்து வாழ்க்கை பற்றிய தன் பார்வையை முன்வைத்துச் செல்லும் யாத்திரை இது. இவ்வாறான தொகுப்பில் கற்பனையின் தீண்டல் தவிர்க்க முடியாதது. 'இவ்வாறு நிகழவில்லை' என்பதில்தான் படைப்பு கற்பனையே தவிர, 'நிகழ்ந்ததில் நான் கண்டது இதுதான்' என்ற ஆசிரியரின் கூற்றில் 'இதுதான்' அவனது அனுபவ உண்மை. புற உலகம் அதன் தெளிவற்ற நிலையில் தறிகெட்ட கற்பனையாகவும் படைப்பு உலகம் கலைஞனின் பார்வையால் கூடும் ஒருமை உணர்ச்சியில் உண்மையாகவும் நிற்கிறது. படைப்பு, சரித்திரம் அல்லதான். ஆனால் சரித்திரம் எப்போதும் இலக்கியப் படைப்புகளில்தான் மனிதத் தன்மை பெறுகிறது. ஒரு தேசத்தைப் பற்றிய புரிதலில் சரித்திரம் தராத ஒரு பரிணாமத்தை இலக்கியம் எப்போதும் தந்துகொண்டிருப்பது இதனால்தான்.

இலக்கியம் சார்ந்து பேசும்போது உண்மையின் தொகுப்புக்குக் கற்பனையைச் சார்ந்து நின்ற கலைஞர்களை 'மெய்யுள்' முன்னால் வைத்துப் பின்தள்ளுவது சாத்தியமற்றதாகவே இருக்கிறது. 'மெய்யுள்' வரையறுக்கும் கருத்தோட்டம் இலக்கியத்தைப் போலி செய்யும் எழுத்துகளுக்கு முன்னால்தான் வலுப்படக்கூடியது. இங்குக் கற்பனை, இலக்கிய நோக்கத்திற்கு நேர் எதிரான நோக்கத்தில் பயன்படுத்தப்படுகிறது. மெய்யான கலைஞன், வாழ்வின் சத்தியத்தைத் தொகுத்து மயக்கத்தை அகற்றும்போது, போலி, வாழ்வின் தெளிவற்ற நிலையைப் பயன்படுத்தி அவற்றில் கனவைக் கலந்து மயக்கங்களை உருவாக்குகிறான். இப்போலிகள் தங்கள் கீழான தொழிலை உதறி, அன்றாட வாழ்வைச் சார்ந்த பொருள் பொதிந்த நிகழ்வுகளைத் தேர்ந்து, அவற்றை உண்மையின் தளத்தில் வைத்து ஆராய முற்படுவார்கள் என்றால், அவை சமூக ஆரோக்கியத்திற்கு உதவக்கூடியதாக இருக்கும். நாம் படித்துப் பார்க்கக்கூடியதாகவும் அவை இருந்துவிடக்கூடும். தளையசிங்கமே எழுதிக் காட்டியுள்ள 'கலைஞனின் தாகம்' என்ற நாவல், எப்படிச் சாதாரண உலக நிகழ்வும் கற்பனை தவிர்த்து, உண்மையின் தளத்திற்கு நகர்த்தப்பட்டு, விருப்பு வெறுப்பற்ற மனங்களின் ஆராய்வுக்கு உட்படும்போது முகத்திரைகள் வரிசையாகக் கிழிபட, கண்டுபிடிப்புகள் வெளிப்படுவதிலுள்ள 'உயர் நிலைப் பரபரப்பு' ஏற்படுத்தச் செய்கிறது என்பதை நிரூபிக்கிறது. ஆனால் இதுபோன்ற முயற்சிகள் பெரிய குரல்கள் சாதித்துள்ள கற்பனை சார்ந்த படைப்பின் முன்னால் பின் தங்கியே நிற்கும். ஏனெனில் மெய்யுளில் ஆய்வு இருக்கிற அளவு புனர்படைப்பு இல்லை. புனர்படைப்பு கற்பனையின் துணை இழந்து நிகழ்த்தக்கூடியதும் அல்ல.

இனி உருவ உள்ளடக்கங்கள் பற்றி. உள்ளடக்கமே உருவத்தைத் தீர்மானிக்கிறது என்ற சரியான நிலையிலிருந்து தன் சிந்தனைகளை வளர்த்துக்கொண்டு போகிறார் தளையசிங்கம். சோவியத்தில் புரட்சிக்குப் பின் புதிய உருவங்கள் ஏற்படாததால் அங்குப் புதிய உள்ளடக்கமும் ஏற்படவில்லை என்ற முடிவுக்கு வந்து, கலையில் புதிய உள்ளடக்கத்தையும் அதனால் புதிய உருவத்தையும் பொருளாதார நிலையில் ஏற்படும் மாற்றங்கள்

நிகழ்த்தாது என்றும் சிந்தனையில் ஏற்படும் புரட்சியே இலக்கியத்திலும் புரட்சி ஏற்படுத்தும் என்றும் கூறுகிறார். இவர் ஒரு விமர்சகனாகச் செயல்படுவதில் முழு முனைப்பு கொண்டவரல்லர். இலக்கிய விமர்சனத்தில் ஆரம்பித்துத் தத்துவவாதியாக உருக்கொள்ளும் திசையே இவருடைய போக்கு. இலக்கியப் படைப்புகள் பற்றிய இவரது முடிவுகள் பெரும்பாலும் ஏற்றுக்கொள்ள முடியாதபடியே இருக்கின்றன. இதற்கான காரணத்தைப் பார்க்கலாம்.

படைப்பின் உள்ளடக்கத்தை அலசி ஆராயும் முடிவுகள் சிந்தனை உலகைச் சார்ந்த விஷயம். இலக்கிய விமர்சனம் அல்ல. படைப்பில் உள்ளடக்கத்தைப் பார்ப்பது உள்ளடக்கத்தைப் பார்ப்பதாகுமே தவிர படைப்பைப் பார்ப்பதாகாது. உள்ளடக்க ஆராய்ச்சியில் படைப்பு கீழ்நிலைக்கு இறக்கப்படுகிறது. படைப்பில் உள்ளடக்க உருவக்கூறுகள் உருகி இறுகி புதிய வடிவம் எடுத்துவிடுகின்றன. இந்த வடிவத்தைச் சிதைக்காமல் இதன் கூறுகளைப் பிரிக்க முடியாது. இம்முழுமையை மறந்து படைப்பின் உள்ளடக்கத்தை மட்டும் கருதி ஒரு படைப்பை ஏற்பதும் உள்ளடக்கத்தில் கொள்ளும் கருத்து வேற்றுமையினால் கருத்தொற்றுமை கொண்ட மற்றொரு படைப்பை முந்தைய படைப்புக்கு மேலாக வைப்பதும் மிகத் தவறான முடிவுகளுக்கு இட்டுச் செல்லும். சத்திய எழுச்சியின் தோற்றத்தை ஜெயகாந்தன் வெளிப்படுத்துகிறார் என்ற முடிவில் நின்று, நிதர்சனத்தில் அவலத்தை முன்வைத்த புதுமைப்பித்தனை முன்னவரின் பின்னே தள்ளுவது ஒரு உதாரணம். சத்தியத்தின் தளத்தில் புதுமைப்பித்தன் கொண்டிருக்கும் பிரிக்க முடியாத கலை உறவுக்கும் தன் விருப்பங்களைப் புற உலகில் படியவைத்துக் கதைகளை 'உருவாக்கும்' ஜெயகாந்தனுக்குமுள்ள வேற்றுமையை அறியாமல் போனது உள்ளடக்க ஆராய்ச்சி சார்ந்து படைப்பை மதிப்பிட்டதில் பெற்ற கோணலாகும்.

ஒரு விவாதத்திற்கான குறிப்புகளாக இந்த எண்ணங்களை முன் வைத்திருக்கிறேன்.

கோவை *இலக்கு* மாநாட்டில் படித்த கட்டுரை, 1982

மௌனி

> திரை அருகில் இருந்தாலும், அப்புறம் என்ன என்று அறியக்
> கூடவில்லை; நீக்கியும் கண்டு சொல்ல முடியவில்லை.
>
> – மௌனி (எங்கிருந்தோ வந்தான்)

மௌனி மறைந்துவிட்டார். மரணம் அவர்மீதும் கவிந்து விட்டது.

மரணம் அதன் பாரபட்சமற்ற தன்மையையும் நிச்சயத் தாக்குதலையும் ஒவ்வொரு முறை நிரூபிக்கும்போதும் நாம் மீண்டும் அதிர்ச்சி கொள்கிறோம். மரணத்தை சகஜமாகக் கண்டு, அதன் வருகை வரையிலும், முன்கூட்டிக் கணிக்க இயலாத வாழ்வின் இதழ் விரிப்புகளைப் புதுமையாகக் காண வேண்டிய நாம், அனைத்தையும் பழமையாகக் கண்டு, ஆகப் பழமையான மரணத்தை மட்டுமே புதுமையாகக் காண்கிறோம்.

மௌனி மறைந்துவிட்டார். ஆனால் அவருடைய படைப்புலகமோ இதோ இப்போதும் நம் கைக்கு எட்டும் தூரத்தில் இருக்கிறது. நினைத்த மாத்திரத்தில் இப்போதும் நாம் அதன் உள்ளே நுழைய முடியும். முன் எண்ணங்களை உதறிவிட்டு, மன வாசல்களையும் சற்றே திறந்து வைத்துக் கொண்டோம் என்றால், மௌனியின் எழுத்துருவம் ஒரு புதிய பரிமாணத்தை இப்போதும் நமக்குத் தரக்கூடும்.

படைப்பாளியின் மறைவு, அவன் படைப்பின்மீது நமக்கு அனுதாபத்தை ஏற்படுத்தும் என்றால், படைப்பைவிடப் படைப்பாளி முக்கியம் என்றாகிவிடும். காலத்தை முறியடிக்க முன்னும் கலையை ஒருவன் உருவாக்கிய பின்னரும், காலத்தால் வீழ்ந்துவிடும் உடலைப் பற்றிக் கொண்டிருக்க முடியுமா? தன் அழிவுக்கு எதிராகக் காலத்தின் மீது நகர்த்த, தனக்கென்று எதுவும் இல்லாத உடலாகக் கலைஞனை எப்படிக் காண முடியும்? மௌனி என்ற ஜீவிதத்தின் அர்த்தம் இப்போதும் இருந்துகொண்டிருக்கிறது. அதற்கே உரித்தான வியாகூலங்கள், சஞ்சலங்கள், அழகின் மின்னல்கள்,

திக்பிரமைகள், பரிதவிப்புகள் எல்லாம். தனிமனிதனின் வாழ்வுபோல் அலங்கோலமாக இல்லாமல், கட்டுமானத்துடன், பொருள்சார்ந்த வடிவத்தில் நம்முன் இருக்கிறது அது.

இவ்வாறெல்லாம் யோசித்த பின்னரும் மனத்தை வெறுமை கவ்வுகிறது. மாற்றாக மௌனியின் படைப்புலகத்தை மீண்டும் இப்போது நினைவு கூர்ந்து பார்க்கலாம். அவர் படைப்புக்கும் நமக்குமான உறவைத் துல்லியப்படுத்திக்கொள்ள மீண்டும் ஒரு பிரயாசை நாம் எடுத்துக்கொள்வோம் என்றால் அதுவே நாம் அவருக்குச் செலுத்தும் அஞ்சலியாக இருக்கும்.

வாழ்வை உள்ளடக்கிக் கொண்டு, ஆனால் முற்றாக அதை விளங்கிக்கொள்ள முடியாத பிரமிப்பை எப்போதும் நமக்குத் தந்தபடி சுழன்றுகொண்டிருக்கும் இந்தப் பூமி எனும் ஆகர்ஷண மண்டலத்துக்குமேலே, மற்றொரு சிறு ஆகர்ஷண கோளமாக அந்தரத்தில் தொங்குகிறது மௌனியின் படைப்புலகம். தெளிவும் தெளிவின்மையும், சிறிது வெளிப்படையும் அதிக ரகசியங்களும், காரிருளும் மின்னல் கீற்றுகளும் கொண்ட கோளம் இது. ஆனால் விடாது நம்மை ஆகர்ஷித்து, களைப் பின்றிப் பின்தொடர்ந்து விரைய, சுகமான வற்புறுத்தலைத் தந்துகொண்டும் இருக்கிறது. இந்த மண்ணின் வெளிப்பாடுகளுக்கும் அந்தரத்தில் தொங்கும் இந்த ஆகர்ஷண கோளத்திற்குமான வேற்றுமைகள் வெளிப் படையானவை. மண்ணின் கோலங்களையோ ஸ்தூலப் பிரதிபலிப்புகளையோ யந்திர வியாபகங்களையோ லௌகீக நியதிகளையோ பிரதிபலிக்க மறுத்த கோளம் இது. வீச்சின்றிச் சுருங்கி தன் மண்ணையும் உதறிவிட்ட இந்தச் சிறிய கோளம் நம்மை ஏன் ஆகர்ஷிக்க வேண்டும்? நம் தளத்தை அது நிராகரித்ததுபோல் அதையும் நமக்கு ஏன் நிராகரிக்க முடியாமல் போயிற்று?

புற வீச்சின் வியாபகத்தைப் படைப்புத் தேவை சுருக்கிக்கொண்டு விட்ட மௌனியின் எழுத்துகளில் எப்போதும் ஒரு வாலிபன் வருகிறான். அவன் காதல் ஏக்கம் கொண்டிருக்கிறான். காதலில் தன்னைக் கரைத்துக் கொள்வதில் உவகை பொங்க நிற்கிறாள் அவன் காதலிக்கும் யுவதியும். இந்த இரு ஜீவன்களின் இடையே நிகழும் ஆகர்ஷணம் மனத்தளத்தில் விரிந்து, புறத்தளத்தில் சிறிது நிகழ்கிறது. ஆகர்ஷணம் அல்ல; ஆகர்ஷணத்தின் விளைவான வியாகூலம்தான் தொடர்ந்து இங்கு மீட்டப்படுகிறது. இந்தச் சோக மீட்டலுக்கு அழுத்தம் தரும் ஸ்வர ஸ்தானங்களும் நாதங்களும் பின்னணிகளுமே இந்த மண்ணிலிருந்து இவர் படைப்பில் இடம்பெறுகின்றன. சோகம் கவிந்து நிற்கும் மனத்திற்குச் சுருதிகூட்டவே புறஉலக வர்ணனைகளும் பயன்படுகின்றன. பரஸ்பர ஆகர்ஷணத்திலும் பிரிவிலும் வியாகூலமுறும் இந்த ஜீவன்களின் ஜோடிகள் ஒருவரையொருவர் அதிகம் அறிந்தவர்களும் அல்லர். ஒரு ஜீவன் மற்றொரு ஜீவனைச் செய்திவசமாகவே அறிந்திருக்கிறது. அல்லது தூரப் பார்வையில் சிறிது தெரிந்துகொண்டிருக்கிறது. அல்லது கிட்டப்பார்வையில் சற்றே அதிகமாக உணர்ந்து கொண்டிருக்கிறது. அறியநேர்ந்த இந்தக் கீற்று அனுபவங்களைச் சார்ந்து அல்ல, இக்கீற்றுகள் உருவாக்கும் கற்பனையைச் சார்ந்தே காதலின் ஆகர்ஷணம் உள் பெருக்காக மனங்களில் மண்டுகிறது. ஒருபோதும் இந்த ஜீவன்கள் இணைவதும் இல்லை. இணைவதற்கான பிரயாசைகள் மேற்கொள்வதும் இல்லை. யதார்த்தத் தளத்தில் கூடி முயங்கும் உன்னிப்பும் இவர்களுக்கு இல்லை. கூடி முயங்குவதில்

பெறும் இன்பத்திற்காக அல்ல; பிரிவின் துக்க லகரியை உண்டு, கவித்துவப் புலம்பலுக்குத் தங்களை ஆட்படுத்திக்கொள்ளவே ஆகர்ஷணம் கொள்ள முன்னுவதுபோல் நம்மை எண்ண வைத்துவிடுகின்றன இந்த ஜீவன்கள். இவ்வாறு இணைய முடியாமல் போனதற்கு, இளமையில் பாய்ந்து குறுக்கிட்டு ஒருவரை விழுங்கி விடும் மரணம், எப்போதும் ஒரு காரணமாக இருக்கிறது. மரணத்தின் சொரூப உக்கிரம் கூட இல்லாத அற்ப அபத்தங்களும்கூடக் காரணங்களாகி விடுகின்றன. எப்படியும் இணைய முடியாமல் போகிறது. இதுதான் முக்கியம். அடைவதற்காக ஜீவனைப் பிடுங்கும் வேட்கையும் அடைய முடியாமல் போகும் அவலமும். இதுதான் மௌனியின் மையமான தந்தி. இதையே வெவ்வேறு வார்த்தைகளில், வெவ்வேறு பின்னணிகளில், வெவ்வேறு பெயர்களில், வெவ்வேறு கோலங்களில் அவர் மீட்டுகிறார். மௌனியின் கலையில் காதலைச் சார்ந்து நிகழும் இந்த அவலங்கள் நம் அனுபவத்தில் முழு வாழ்வையும் தொட்டு விரிவு கொள்கின்றன.

மௌனியின் கலைக்கும் நம் வாழ்வுக்குமான தொடர்பு மந்திரவாதிக்கும் கண்கட்டு வித்தைக்குமான தொடர்பைப் போன்றது. வாழ்வின் தளம்போல் மந்திரவாதியும் நிஜம். பொருள் வேண்டி நிற்கும் வாழ்வின் நிலையை மௌனியின் கலை ஏற்றுக்கொண்டிருப்பதால் தான் அவலப் பூச்சான அவரது கலைக் கண்கட்டு வித்தைகள் ஆழ்ந்த அர்த்தத்தைப் பாய்ச்சுகின்றன. வாழ்வின் நிலையில் கனவு, ஸ்திதியின் குரூரம், அவலம் மூன்றும் ஒன்றிலிருந்து மற்றொன்றைப் பிரிக்க முடியாமல் பின்னிக்கிடக்கின்றன. இவ்வனுபவங்களின் மையம் மௌனியின் கலை உலகத்தின் மையத்தால் அதிர்வு கொள்கிறது. அங்கு காதலுக்கு எதிராக முறிவுகள், கனவைப் பறிக்கும் மரணங்கள், இசைக்கு எதிராக அபஸ்வரங்கள், தோற்றத்துக்கும் நிஜத்திற்குமான முரண் நிலைகள், என்ன ஏது என்று தெரியாத புதிர், திக்பிரமை.

நமது போதாமையை எப்போதும் நாம் உள்ளூர உணரும் வகையில் வாழ்வு தொடர்ந்துகொண்டிருக்கிறது. இப்போதாமை நம்மை வருத்தம்கொள்ளச் செய்கிறது. அள்ளி அள்ளிப் பிடிக்கும்போதும் பிடிப்பை வழுக்கிக்கொண்டு தூரத் தூரப் போகிறது வாழ்க்கை. நாம் நம்மைக் காட்டிக்கொள்ள விரும்பும் முகமூடிகளுக்கு அப்பால், நமது சித்தாந்தங்களுக்கும் தத்துவங்களுக்கும் அப்பால் நமது மரபு சார்ந்த வலுக்களுக்கு அப்பால் உள்ளூர போதாமையின் துக்கம் நம்மைச் சங்கடப்படுத்திக் கொண்டிருக்கிறது. எதையும் முற்றாக அறியவோ அணைக்கவோ சொந்தமாக்கிக் கொள்ளவோ நம் விருப்பம்போல் இயக்கவோ முடியாமல் போகும் போதாமை இது. இந்த அபூர்ணத்தின் துக்க நிலையை மௌனியின் கலை ஸ்பரிசித்து மீட்டுகிறது. காதல் எனும் முகாந்திரத்தை முன் நிறுத்தி எழுப்பப்படும் மீட்டல்களின் அதிர்வுகள் முழு வாழ்வுக்குமாக விரிகின்றன. அந்தரத்தில் தொங்குவது போன்ற இவரது ஆகர்ஷண கோளம் வாழ்வின் அபூர்ணத்தின் குறியீடே. இவரது மொத்தப் படைப்பும் ஒரு குறியீடாகத் தோற்றம் தரும் வலிமையும் இறுக்கமும் கொண்டது.

***கொல்லிப்பாவை*, 1985**

காந்தி இன்று

இன்றைய பார்வையில் காந்தியின் எண்ணங்கள் எந்த அளவிற்குப் பொருட்படுத்தும்படியாக இருக்கின்றன? காந்தியின் எண்ணங்கள் அவர் வாழ்ந்த வாழ்க்கையைச் சார்ந்தவை. வாழ்க்கையை மட்டுமே சார்ந்தவை. சுத்தமான தத்துவக் கேள்வி என்று அவரிடம் எதுவும் இல்லை. அவர் தத்துவ உலகத்தைச் சார்ந்தவரும் அல்லர். இதில் நமக்கு ஒரு நிம்மதி உண்டு. வாழ்க்கையைச் சார்ந்தே, தான் பெற்ற அனுபவங்களைச் சார்ந்தே, மிக விரிவாக ஒருவர் எழுதி வைத்திருக்கும்போது, வாழ்ந்துகொண்டிருக்கிறோம் எனும் தகுதியினாலேயே நாமும் அவரது எண்ணங்களின் அகண்ட உலகத்துக்குள் நுழைய முடிகிறது. குறையான வாழ்க்கையை நிறைவாக மாற்றுவதற்கான சோதனைகளில் தன் வாழ்க்கையை அர்ப்பணித்துக்கொண்டவர் அவர். குறையான வாழ்க்கையின் பிரதிநிதிகளாக நாம் இருந்துகொண்டிருக்கிறோம். இது அவரது எண்ணங்களின் உலகத்திற்குள் நுழைய நமக்கு மற்றுமொரு 'தகுதி'யாகிவிடுகிறது. இவற்றைவிட்டு, அவர் வாழ்ந்து முடித்த வாழ்க்கையின் தளம், அந்தத் தளத்தின் தரம், மேன்மை இவற்றோடு நாம் வாழ்ந்துகொண்டிருக்கும் தளத்தின் தரத்தை மட்டுமே ஒப்பிடுவோம் எனில் நாம் அவரைப் பற்றி எதுவுமே பேச அருகதை அற்றவர்களாகிவிடுவோம்.

மிக விரிவாக அவர் எழுதி வைத்திருக்கிறார் என்பதை நாம் அறிவோம். எண்பது தொகுதிகளுக்கு மேல் அவரது எழுத்துகள் வெளிவந்துள்ளன. தொகுக்கப்படாதவையாகவும் காலத்தின் நீட்சியில் மறைந்து போனவையாகவும் கணிசமான அளவு இருக்கும் என்றும் சொல்லப்படுகிறது. காந்தியை அறிந்துகொள்ள இன்று நாம் யாரையும் சார்ந்து நிற்கவேண்டிய தில்லை. வழிகாட்டிகளையோ உரையாசிரியர்களையோ தேடிக்கொண்டு போக வேண்டியதில்லை. காந்தியைப் பற்றி ஒரு காந்தியப் புலவர் என்ன நினைக்கிறார் என்று தெரிந்து கொள்ள அவரை அணுகுகிறோமே தவிர, காந்தியின் எண்ணங்களைப் புரிந்துகொள்ள எந்தக் காந்தியப் புலவரின்

துணையும் தேவையில்லை. இருந்தும்கூட இங்கு காந்தி போதிய அளவு மறுபரிசீலனைக்கு ஆளாக்கப்பட வில்லை என்றே நினைக்கிறேன்.

காந்தியின் மறைவுக்குப்பின் இந்திய சமூகக் கருத்துலகில், கடந்த நாற்பது வருடங்களில், இடதுசாரிச் சிந்தனைகளை விளம்பரப்படுத்தும் பல சொற்றொடர்கள் பிரபலமாகிவிட்டன. இந்தச் சொற்றொடர்களை உருவாக்கியவர்களும் பரப்பியவர்களும் இந்திய மக்களை இன்றுவரையிலும் பெரும் அளவுக்குப் பாதித்துவிடவில்லை. ஆனால் கருத்துலக ஆய்வுகளிலும் புத்தகங்களின் உலகங்களிலும் மாநாடு கருத்தரங்குகளிலும் இந்தச் சொற்றொடர்களும் இந்தச் சொற்றொடர்களைச் சார்ந்த மேம்போக்கான தத்துவ விவரிப்புகளும் புழக்கத்துக்கு வந்துவிட்டன. இதன் விளைவாக, சிந்தனையாளர்கள் மேம்போக்காக இரு கூறாகப் பிரிக்கப்பட்டுவிட்டனர். ஒன்று, முற்போக்குவாதிகளின் முன்னணிப் படை; மற்றொன்று, இந்தப் படையில் சேர்ந்து, யார் யாருக்குச் சீருடை வழங்க முடியவில்லையோ அவர்கள் அனைவரும் பிற்போக்கு வாதிகள். ஆனால் வாழ்வின் தளத்திலோ இந்த முற்போக்குவாதிகளும் பிற்போக்குவாதிகளும் கூடிக் கலந்து கிடக்கிறார்கள். இருவருமே எண்ணங்களின் உலகில், கருத்துகளின் உலகில், புத்தகங்களின் உலகில் தொழில்பட்டுக் கொண்டிருக்கிறார்கள். இப்போது பிற்போக்குவாதிகளிலிருந்து முற்போக்குவாதிகளை இனம் கண்டு கொள்வது எப்படி? அதற்கு எளிமையான வழி ஒன்று உருவாயிற்று. இடதுசாரிச் சிந்தனைகளைச் சார்ந்தவை என்று கருதப்படும் சொற்றொடர்களை ஒருவன்மீது வீசவேண்டும். அந்தச் சொற்றொடர்கள் அவன்மீது ஒட்டிக்கொள்ளும் என்றால், அந்த அளவுக்கேனும் முற்போக்கு மோஸ்தரின் ஈரப்பசையுடன் அவன் இருந்தால், சந்தேகமே இல்லை, அவன் முற்போக்குவாதி தான். வீசப்பட்ட சொற்றொடர்கள் உதிர்ந்துவிட்டால், அப்போதும் சந்தேகமே இல்லை, அவன் பிற்போக்குவாதிதான்.

இன்று நாம் பரிசீலனைக்கு எடுத்துக்கொண்டிருக்கும் கிழவர் இந்த முற்போக்கு மோஸ்தரின் சொற்றொடர்களை ஏற்க மறுத்து அவற்றை உதிர்த்துக்கொண்டு நிற்கிறார். அவர் பிற்போக்குவாதி என்று தீர்மானிப்பதற்கு வேறு என்ன சோதனை வேண்டும்! இந்த மனப்போக்கு அவரை உதாசீனப்படுத்தக் காரணமாயிற்று. சொற்றொடர் சோதனையின் மூலம் ஒருவன் பிற்போக்குவாதி என்ற முடிவுக்கு வந்துவிட்டால் அதன் பின் என்ன செய்ய வேண்டும்? பிற்போக்குவாதியைக் கிழித்து நாட்ட வேண்டும். கிழித்து நாட்டுகிறவன் எவ்விதக் கோட்பாடும் இல்லாமலே, தத்துவ பலம் இல்லாமலே, செயல்பாடு இல்லாமலே, பிற்போக்குவாதியைக் கிழித்து நாட்டுகிறான் என்பதினாலேயே முற்போக்குவாதியும் ஆகிவிடுகிறான். எவ்வளவு சுலபமான பதவி உயர்வு!

எந்தப் பெரும் வாழ்விலும் அபஸ்வரங்கள் உள்ளன. காவியத்தில், கற்பனையின் தளத்தில்கூட, ஒரு முழுமையான கதாநாயகனைக் கவிஞனால் படைத்துக் காட்ட முடிந்துவிடவில்லை. எங்கோ ஒரு சிறு கோணலேனும் விழுந்துவிடுகிறது. கவிஞனும் பரிபூரணத்திற்கு ஏங்கும் மனிதனே அன்றி, பரிபூரணத்தை எட்டிவிட்ட பரிபூரணன் அல்லன். காந்தியின் வாழ்விலும் அபஸ்வரங்கள் உள்ளன. இந்த அபஸ்வரங்கள் நம்மால் சற்றும் கூச்சம்

இன்றிக் கண் திறந்து பார்க்கப்பட வேண்டியவை. பல முரண்பாடுகள், ஒரு சில பாரபட்சங்கள், தந்திரங்கள், வழுக்கல்கள், சறுக்கல்கள் எல்லாம் உள்ளன. திருத்தொண்டர் என்றோ புனிதர் என்றோ எடுத்துக்கொண்டால் கூர்மையாகிவிடும் குறைகள். அரசியல்வாதி என்று எடுத்துக்கொண்டால் மங்கிப் பின்னொதுங்கிப் போகும் குறைகள். மலைச் சிகரத்தில் விஷச் செடிகள் போல் இவை தெரிகின்றன. மலைச் சிகரத்தின் அழகுகளை, வானம் அளாவி நிற்கும் அதன் கோலத்தை, எவனுக்கு முழுமையாகப் பார்க்கத் தெம்பு இருக்கிறதோ அவன் விஷச் செடிகளை விஷச் செடிகளாகக் காண்பதில் எவ்விதத் தவறும் இல்லை. மகோன்னதம் அந்த அளவுக்கு மாசுபடட்டும். பெருமையின் நிமிர்வுகள் அந்த அளவுக்குக் குறையட்டும். அவர் வற்புறுத்தி வந்த சத்தியம், ஈவிரக்கமற்ற அந்தச் சத்தியம், அவரையும் தராசில் நிறுத்தட்டும். அனைத்தையும் முழுமையாகக் கண்டு சுதந்திரமான முடிவுக்கு வருவது ஒன்று; விழத்தட்டுவதற்காக ஓட்டைகளை, அபஸ்வரங்களை, பலவீனங்களைக் கண்டுபிடிப்பது மற்றொன்று. இடதுசாரிகளாயினும் சரி, மேலோட்டமான வலதுசாரிகளாயினும் சரி, காந்தியை விழத் தட்டுவதற்குரிய கீறல்களை முன்வைத்தே, அதிகமும் அவற்றிற்கு அழுத்தம் தந்தே பேசியிருக்கின்றனர்.

நேர்மையான மறுபரிசீலனைக்கான காலம் இப்போது தோன்றுகிறதோ என மகிழ்வு கொள்வதற்கான அறிகுறிகள் உள்ளன. இந்த மறுபரிசீலனை செம்மைப்பட நாம் காந்தியுடன் எந்த விதமான உறவுகொள்ள வேண்டும்? இதுதான் மிக முக்கியமான விஷயம். நாம் சேர்த்து வைத்துக்கொண்டிருக்கும் எண்ணங்களிலிருந்து விடுதலை பெற வேண்டும். மேற்கத்திய சித்தாந்தங்கள் எவற்றிலும் சிறைப்பட்டு நிற்காமல், மதக் கோட்பாடுகள் எவற்றிலும் சிக்குண்டு கிடக்காமல் நாம் அவரைப் பார்க்க வேண்டும். எவ்விதமான முடிவுக்கும் வர நாம் இயற்கையாகப் பெற்றிருக்கும் சுதந்திரத்தை, எந்த அமைப்புக்காகவும் விட்டுக்கொடுக்கப் பிடிவாதமாக மறுத்து, திறந்த மனத்துடன் நாம் அவரைப் பார்க்க வேண்டும்.

நாம் வாழ்ந்துகொண்டிருக்கும் வாழ்க்கையின் கஷ்டங்கள் நம்மையும் நமது நட்பையும் சுற்றங்களையும் பிடுங்கியிருக்கின்றன. நாம் வாழ்ந்திராத காலத்தின் கொடுமைகளையும் நாம் அறிந்திராத மக்களின் துன்பங்களையும் இலக்கியத்தின் மூலம் அனுபவப்பட்டுக் கொண்டிருக்கிறோம். இந்த அனுபவங்களின் பிரக்ஞை ஒருவனுக்கு இருக்கும் எனில், அவன் காந்தியை எதிர்கொள்ள சகல தகுதிகளும் உள்ளவனாக இருக்கிறான். தத்துவச் சிறையிலிருந்து அவரைப் பார்க்காமல் வாழ்க்கைச் சோதனைகளின் துன்பச் சுழிப்பிலிருந்து நமக்கு அவரைப் பார்க்கத் தெரிய வேண்டும். அவரை நிலைநாட்டுவதற்காகவோ துதிப்பதற்காகவோ வணங்குவதற்காகவோ நாம் அவரைச் சந்திக்க மறுத்து, கிழித்து நாட்டவோ பிளந்து காட்டவோ அக்கறை கொள்ளாமல், உன்னதமான வாழ்வு ஒன்றைப் புரிந்துகொள்வதற்காக நாம் அவரைச் சந்திக்க வேண்டும்.

இன்று வாழ்வின் இந்தக் காலகட்டத்தில் உன்னதங்கள்மீது நாம் ஆயாசமே கொண்டிருக்கிறோம். உன்னதங்களைக் கண்டு, பரவசப்பட்டு அவற்றைப் பின்பற்றி வெகுதூரம் ஓடி, சூன்யத்தின் குழிக்குள் விழுந்து ஏமாந்து

திரும்பிக்கொண்டிருப்பது நம்முடைய தொழிலும் அல்ல. இவர் வருவதற்கு முன்னரே யேசுவைக் கண்டு, புத்தரைக் கண்டு, நபிநாயகத்தைக் கண்டு, இவர்களையொத்த எண்ணற்ற உன்னதங்களைக் கண்டு நாம் சரித்திரத்தில் பரவசப்பட்டிருக்கிறோம். பரவசம் கொப்பளிக்க ஒருவரையொருவர் அணைத்துக்கொண்டிருக்கிறோம். பின் பரவசம் தந்தவர்களைக் காப்பாற்ற மிருக வெறிகொண்டு பரஸ்பரம் வெட்டிச் சாய்த்துக்கொண்டும் இருக்கிறோம். உன்னதங்கள் கண்ட ஊனங்கள் தொடர்கின்றன. அவர்கள் கண்ட அவலங்கள் தொடர்கின்றன. அவர்கள் விவரித்த ஸ்திதி இன்றும் நம் முன்னால் நிற்கிறது. நம்மை அச்சுறுத்துகிறது. நிலைகுலையச் செய்கிறது. ஆக, இன்றைய வாழ்வின் ஊனங்களுக்கு ஏதும் பரிகாரம் பெற முடியுமா என்று பார்ப்பதற்காகவும் நாம் காந்தியை அணுகுகிறோம்.

இவ்வளவு மனநிலைகளையும் முன்னிலைப்படுத்திப் பார்க்கும் ஒருவன், இன்றைய வாழ்வைச் சிறிது செப்பனிட்டுக்கொள்வதில் காந்தி மீண்டும் பங்குபெற முடியும் என்று எண்ணச் சாத்தியக்கூறுகள் உள்ளன. காந்தியைக் கற்கத் தொடங்கும் மாணவன் முதலில் மூன்று புத்தகங்களில் கவனம் கொள்ள வேண்டும். இது என் தேர்வு. ஆனால் இந்த வாசல் வழியாகத்தான் உள்ளே போகவேண்டும் என்ற கட்டாயம் எதுவுமில்லை. ஒன்று: காந்தியின் சுயசரிதம். அதாவது 'சத்திய சோதனை.' இரண்டு: 'இந்திய சுய ராஜ்ஜியம்.' காந்தி தனது எண்ணங்களின் அடிப்படைகளை விளக்கும் புத்தகம். மூன்று: 'காந்திஜி ஒரு சொற்சித்திரம்.' காந்தியிடம் நேர்ப்பழக்கம் கொண்ட பலரும் தத்தம் அனுபவங்களைக் கூறியிருப்பவற்றின் தொகுப்பு. பி.பி.சி. தயாரித்து அளித்தது. நம் மனத்தில் இருக்கும் கற்பனை காந்தியிலிருந்து உண்மையான காந்தியைப் பிரித்து எடுத்துக்கொள்ள இந்த நூல்கள் உதவும்.

வெள்ளையன் கையிலிருந்து இந்தியாவைப் பிடுங்குவது என்பது அவருடைய லட்சியங்களின் இறுதியும் அல்ல; மிக முக்கியமான லட்சியமும் அல்ல. அவருடைய கவனம் படிந்திருந்த எண்ணற்ற காரியங்களில் அதுவும் ஒன்று. வாழ்க்கையின்மீது அவர் கொண்டிருந்த கவனங்கள் பரந்துபட்டவை. உணவு, உடை, குடியிருப்பு, மருத்துவம், தன்னை மட்டுமே சார்ந்து நிற்பதன் மூலம் ஒருவன் பெறக்கூடிய சுதந்திரங்கள், தொழிலாளர் வாழ்வு, இந்திய விவசாயியின் நலன்கள், கல்வி, நாகரிகம், சுகாதாரப் பழக்கவழக்கங்கள், மதத்தின் அசுத்தங்கள், கழிவறையின் சுத்தங்கள் அல்லது அசுத்தங்கள், உடலைப் பேண வேண்டியதன் அவசியம், மரணத்தைச் சந்திப்பதற்கான அவசியங்கள், பிரம்மச்சரியம், ஆண்–பெண் உறவு, காமம், காமத்துக்கும் சில பொல்லாத உணவுகளுக்குமான உறவுகள் என எண்ணற்ற பகுதிகளில் அவரது சிந்தனைகள் வளர்ந்துள்ளன.

அவருடைய சோதனைகள் முக்கியமாக இரண்டு தேசங்களில் நடைபெறுகின்றன. முதலில் தென்னாப்பிரிக்காவிலும் பின் இந்தியாவிலும். என்னை இழிவுபடுத்தக்கூடாது என்பதிலிருந்து இந்தப் போராட்டம் ஆரம்பித்து எங்களை யாரும் இழிவுபடுத்தக்கூடாது என்ற திசையை நோக்கி விரிகிறது. எவனும் எவனையும் இழிவுபடுத்தக்கூடாது என்ற ஆதர்சம் தோன்றி மனித விடுதலையே இறுதி லட்சியம் என விகாசம்கொள்கிறது.

ரஸ்கினின் 'கடையனுக்கும் கதிமோட்சம்' என்ற நூலைப் படிக்க நேர்ந்தபோது அதிலிருந்து முக்கியமாக மூன்று கருத்துகளை அவர் எடுத்துக்கொள்கிறார்.

1. எல்லோருடைய நலனில்தான் பாதிக்கப்பட்டவனின் நலனும் அடங்கியிருக்கிறது.

2. உழைப்பினால் வாழ்கிற தொழிலாளியின் வேலைக்கு இருக்கிற அதே மதிப்புத்தான் வக்கீலின் வேலைக்கும் இருக்கிறது.

3. உழுது பாடுபடும் குடியானவனின் வாழ்க்கையே உயர்வான வாழ்க்கை.

ஃபீனிக்ஸ் பண்ணையை அமைக்க இக்கருத்துகளே அவரைத் தூண்டின.

இம்மூன்று கருத்துகளும் சமூக முக்கியத்துவம் கொண்டவை. வேலை சார்ந்து ஒருவன் தாழ்வாகவோ உயர்வாகவோ கருதப்படுவானாயின் அது நாகரிக சமுதாயம் அல்ல. காலம் காலமாக வந்த ஏற்றத் தாழ்வுகள் மறைய நீண்ட காலம் எடுத்துக்கொள்ளும் என்ற வாதம் உண்டு. அந்த வாதம் இன்று செல்லுபடியாகக்கூடியது அல்ல. ஏற்றத் தாழ்வுகள் மறைவதற்கான முயற்சிகளைத் தீவிரமாக நாம் மேற்கொள்ளும்போது மட்டுமே இந்த வாதம் செல்லுபடியாகும். ஜாதி, அதிகாரம், பணம் எனும் மூன்று தளங்களிலும் இந்த ஏற்றத் தாழ்வுகள் துலக்கமாக வெளிப்படுகின்றன. அதன்பின் ஒருவனின் தோற்றம், படிப்பு, குடும்பம், தேசம் சம்பந்தமான ஏற்றத்தாழ்வுகளும் உள்ளன. அதிகாரத்திலிருப்பவன் ஜாதியின் ஏற்றத்தாழ்வுகளை விமர்சிக்கும் போதே அவனுடைய அதிகாரத்தைப் பயன்படுத்தி, புதிய ஏற்றத்தாழ்வுகளை உருவாக்கிக்கொண்டு இருக்கிறான். இந்த ஏற்றத்தாழ்வுகளுக்கு எதிராகப் போராடும் குணம் முற்றாக மங்கிய நிலையில் நாம் இன்று இருந்து வருகிறோம். இத்தீமைக்கு எதிரான போராட்டத்தை உருவாக்க காந்தி இன்றும் நமக்குப் பெரும் ஆவேசத்தைத் தரக்கூடியவராக இருக்கிறார். ஏற்றத்தாழ்வுகளின் கொடுமைகளை வேறு எவருடைய மொழியிலும் கூறுவதைவிடவும் காந்தியின் மொழியில் மக்களிடம் எளிமையாக எடுத்துச் செல்ல முடியும். காந்தியின் இந்த முற்போக்கான முகத்திற்கு இன்று எந்தவிதமான பிரச்சாரமும் இல்லை. இன்றையத் தலைமைக்குச் சகல மட்டங்களிலும் இந்த ஏற்றத்தாழ்வுகளைப் பேச்சாக மட்டும் சுருக்கி ஆதாயங்களை அடைய வேண்டும் என்ற எண்ணம் இருக்கிறதே தவிர ஏற்றத்தாழ்வுகளை ஒழிக்க வேண்டும் என்ற எண்ணம் இல்லை. காந்தியின் வாரிசுகள் என்று நம்பப்படுபவர்கள்கூட, காந்தியின் சமூக சாராம்சம் கொண்ட கருத்துகளைப் பரப்ப முற்படுவதில்லை.

மற்றொன்று, மதுவிலக்கு எனும் சீர்திருத்தம். காந்தி உருவாக்க முனைந்த சமுதாயத்திற்கும் என்னைப் போன்ற ஒரு படைப்பாளிகனவு காணும் சமுதாயத்திற்கும் வேற்றுமைகள் இடைவெளிகள் இருப்பது ஆச்சரியம் அல்ல. உன்னதமான கோட்பாடுகளை உறுதியாகக் கடைபிடித்த தன் மூலம் சில உரமான, திட்பமான, அசைக்க முடியாத நம்பிக்கைகளைக் கொண்டவர் காந்தி. இதுபோன்ற வாழ்க்கையை மேற்கொள்ளாதவர்கள் இந்த எண்ணங்களின் ஆழத்தை உணர முடியாது. என்னளவில் நான் மனிதன்; சாதாரண மனிதன். நியாயமான எல்லா சந்தோஷங்களையும்

அனுபவிக்க வேண்டும் என்ற ஆசை கொண்டவன். விசேஷ சந்தர்ப்பங்களில், சுய விவேகத்தால் எல்லைகள் வரையறுக்கப்பட்ட கேளிக்கைகளிலும் ஈடுபடலாம் என்ற எண்ணம் கொண்டவன். ஆனால் இன்று மனிதனுக்கும் மதுவுக்குமான உறவு காந்தியின் கோட்பாட்டிலிருந்து வெகுதூரம் விலகிச் சென்றுவிட்டது மட்டும் அல்ல; என்னைப் போன்ற சாதாரண மனிதனின் கனவுகளிலிருந்தும் சபலங்களிலிருந்தும் வெகுதூரம் விலகிச் சென்றுவிட்டது. இந்தத் தேசத்தில்தான் மதுவிலக்குப் பிரச்சாரம் ஒரு காலத்தில் மிகத் தீவிரமாக நடந்தது என்றால் இளைய தலைமுறையைச் சேர்ந்தவர்கள் அதை நம்புவார்களோ என்னவோ! அன்று அந்தப் பிரச்சாரம் பத்திரிகைகளின் பக்கங்களில் இடம்பெற்றிருந்தது. சினிமாவிலும் நாடகங்களிலும் இந்தப் பிரச்சாரம் இடம்பெற்றிருந்தது. இந்தத் தேசத்தில்தான் மதுக்கடைகளுக்கு முன்னால் வக்கீல்களும் ஆசிரியர்களும் டாக்டர்களும் எழுத்தாளர்களும் தொழிலாளர்களும் விவசாயிகளும் மறியல் செய்தார்கள். பூரிப்புடன் சிறைத் தண்டனையை ஏற்றுக்கொண்டார்கள். எப்போது இந்தப் பானத்தை, அதன் மிக மோசமான சேர்க்கைகளில் – உடலை அரித்துத் தின்றுவிடும் சேர்க்கைகளில் – தெருவுக்கு இரண்டு கடைகளாகத் திறந்து எல்லோருடைய வாயிலும் ஊற்ற ஆரம்பித்தோமோ அன்று அதற்கெதிரான சகல எதிர்ப்புகளையும் முடக்கிக்கொண்டுவிட்டோம். இன்று தொழிலாளர்களும் விவசாயிகளும் தங்கள் அன்றாடச் சம்பாத்தியத்தை இக்கொடிய பழக்கத்தில் இழந்து தம் உடலையும் முற்றாகச் சீரழித்துக்கொண்டு, தத்தம் குடும்பங்களையும் எல்லையற்ற துயரத்திற்கு ஆட்படுத்திக்கொண்டிருக்கிறார்கள். இந்தப் பிரச்சினை உண்மையாக நம்மைப் பாதிக்கும் என்றால் இத்தீமை பற்றிக் காந்தி கூறியிருக்கும் கருத்துகளும் இதனை ஒழிக்க அவர் வகுத்திருக்கும் திட்டங்களும் இன்றும் நம்மை வெகுவாக ஆட் கொள்ளும்.

இந்திய வாழ்க்கை மேற்கத்திய நாகரிகத்தால் பாதிக்கப்படுவதை காந்தி கடுமையாகக் கண்டித்திருக்கிறார். வெள்ளையன் இந்தியாவில் அவனுடைய நாகரிகத்தைப் புகுத்தாமல், நமது நாகரிகத்தை முற்றாக ஏற்றுக்கொண்டு அதையே இங்கும் பரப்பிக்கொண்டும் இருப்பான் என்றால் அவர்கள் நம்முடன் இருந்துவிட்டுப் போகட்டும் என்று சொல்லக் கூட காந்தி ஒரு சமயம் முற்பட்டிருக்கிறார். ஆக, சுயராஜ்ஜியம் என்பதில் முக்கியமான அழுத்தம் இந்திய நாகரிகத்தை விழுங்க முற்படும் மேற்கத்திய நாகரிகத்தை விரட்டுவது என்பது. இதன் இரண்டு முக்கியமான அம்சங்கள்:

1. வாழ்க்கை பற்றி இந்தியனின் அடிப்படையான எண்ணங்களையே மேற்கத்திய நாகரிகத்தின் ஊடுருவல் தகர்த்து விடுகிறது.

2. இந்திய வாழ்க்கையில் பெரும் இயந்திரங்கள் ஊடுருவி அவற்றின் மிருகபலத்தைச் செலுத்த ஆரம்பிக்கின்றன.

உணவுக்கும் உடைக்கும் குடியிருப்புக்கும் இன்னும் பிற காரியங் களுக்கும் தன் உழைப்பைத் தன் கைகளையே சார்ந்து நின்று, தானே தன்னைக் காப்பாற்றிக்கொள்ளும் சந்தோஷத்தைப் பெற்றுக்கொண்டிருந்த மனிதன், சுதந்திரமாக வாழ்ந்துகொண்டிருந்த மனிதன், இயந்திரங்களின் உறுப்பாகி

உடல் உழைப்பை முற்றாகத் துறந்து, புறச்சக்தி ஒன்றுக்கு மண்டியிட்டு நிற்கிறான். இதை மிகக் கேவலமான நிலையாகக் காந்தி கண்டார். இது மிக ஆழமாகப் பரிசீலனை செய்துபார்க்க வேண்டிய வாழ்க்கை நிலையாகும். மனிதன் மீண்டும் எளிமைப்பட வழி உண்டா? தன் கரங்களை நம்பும் மார்க்கம் அவனுக்கு உண்டா? தன்னையும் தனக்குச் சேவகம் செய்யும் சிறு இயந்திரங்களையும் வைத்துக்கொண்டு பெரும் இயந்திரங்களின் மரணப் பிடியிலிருந்து அவன் இனி விமோசனம் பெற முடியுமா? பெரும் யந்திரங்களின் விஷக் கழிவுப் பொருள்களை உண்ணாமல் சுவாசிக்காமல் இனி அவனுக்கு இருக்க முடியுமா? யந்திரங்கள் அள்ளி அள்ளித் தரும் வசதிகளை அனுபவிக்கும் மோகத்துக்கு ஆட்பட்டுவிட்ட மனிதனை இனி எளிமையின் உன்னதங்களைப் பற்றிச் சிந்திக்க வைக்க முடியுமா? யந்திரங்களின் சக்கரங்களும் மனிதனின் பேராசைகளும் சபலங்களும் பின்னிப்பிணைந்து கிடக்கின்றன. நடந்து வந்த பாதையை மீண்டும் திரும்பி நடந்து கடப்பது சாத்தியமற்ற காரியமாகவே தோன்றுகிறது. ஆனால் குறைந்தபட்சம் நின்று, கடந்துவந்த பாதை பற்றியும் போகும் திசை குறித்தும் மறுபரிசீலனை செய்ய வேண்டிய கட்டாயத்தை ஏற்படுத்தக்கூடிய அளவுக்கு வாழ்க்கை சிக்கலாகிவிட்டது. இன்று உலகெங்கும் பல அறிஞர்களும் இந்த மறுபரிசீலனையை வற்புறுத்தி வருகிறார்கள். இந்த மறுபரிசீலனையை ஏற்றுக்கொள்ளக்கூடிய அளவுக்கு நமக்கும் விவேகம் இருக்கும் என்றால் அப்போது காந்தி ஆற்றக்கூடிய பங்கும் மிகப் பெரிதாக இருக்கும்.

காந்தி ஒரு ஆழ்ந்த மதவாதி. எல்லா மதங்களின் அடிப்படையான கூறுகளும் ஒன்றே என்ற நம்பிக்கை கொண்டவர். தன் பிறப்பின் மூலம் தன்னிடம் வந்து சேர்ந்த இந்து மதத்தின் மூடப் பழக்கவழக்கங்களையும் ஏற்றத்தாழ்வுகளையும் அவரளவில் பிற்போக்கானவை என்று கருதிய அம்சங்களையும் களைந்து, சமூக வாழ்வு செம்மை பெறுவதற்கான தொண்டையும் வழிகளையும் வற்புறுத்தும் மதக் கோட்பாட்டை அவர் உருவாக்கிக்கொண்டார். கடவுளைக் காண்பதைத் தனது இறுதி லட்சியம் என்றும் சொல்லிவந்தார். அவ்வப்போது தான் கடவுளை இன்னும் காணவில்லை என்பதையும் தெரிவித்துக்கொண்டிருந்தார். இறுதிவரை யிலும் கடவுளைக் காண்பதற்கான சந்தர்ப்பம் அவருக்கு அமையவில்லை என்றே நாம் கருத வேண்டியிருக்கிறது. மனிதத் தொண்டு மூலமே கடவுளைக் காணமுடியும் என்ற அவரது நம்பிக்கையும் செயல்பாடுமே இன்று நாம் அவரைப் பொருட்படுத்திப் பேசும் முகாந்திரத்தை உருவாக்கி யிருக்கின்றன. மனிதத் தொண்டை விட்டுவிட்டு வேறு வழிகளில் அவர் கடவுளைக் காண முயன்றிருந்தால், அப்போது அவர் கடவுளைக் கண்டிருப்பாரா என்பதைநம்மால் கூற முடியாது. நாம் அவரைக் கண்டு கொண்டிருக்கமாட்டோம்–இன்று காணும் அர்த்தத்தில்–என்பது தெளிவு. அந்த ஆத்மீக வாழ்வின் ஒரு பகுதியாகப் பிரம்மச்சரியம், சைவ உணவு போன்ற கட்டுப்பாடுகளையும் அவர் வற்புறுத்திவந்தார்.

சாதாரண மனிதனைப் பொறுத்தவரையிலும் பிரம்மச்சரியம் என்பது ஒரு செயற்கையான, இயற்கையை விவேகமின்றிச் சண்டைக்கு இழுக்கும் சாகசம் என்றே நினைக்கிறேன். பிரம்மச்சரியத்தைக் கடைப் பிடிக்க முயலும் மனிதர்கள் பெரும் அளவில் தோன்ற ஆரம்பித்துவிட்டால், அவர்களுடைய

உலகத்தில் நடக்கக்கூடிய ஊழல்களையும் ஒழுக்கக் கேடுகளையும் என்னால் கற்பனை செய்துகூடப் பார்க்க முடியவில்லை. மேலும், குடும்ப வாழ்க்கையில் ஈடுபட்டிருப்போரையும் அவர்களது குழந்தைகளையும் பார்க்க வேண்டும் என்ற ஆசை உள்ள அளவுக்குக் கடவுள் விவேகமானவர் என்பதுதான் என்னுடைய எண்ணம்.

அடுத்து சைவ உணவுக்கும் ஆத்மீக வாழ்க்கைக்கும் எந்தவிதமான சம்பந்தமும் இல்லை. ஆத்மீகச் சிந்தனையாளர்கள் இந்தியாவில் மட்டும் அல்ல, கிழக்கத்திய நாடுகளில் மட்டுமல்ல, உலகெங்கும் இருந்துவந்திருக் கிறார்கள். இருந்துகொண்டிருக்கிறார்கள். இந்து முனிவர்களுக்குக் கொஞ்சமும் குறையாத கிறிஸ்துவ முனிவர்கள் இருந்துவந்திருக் கிறார்கள். இதற்கு மேல் முஸ்லிம் முனிவர்களும் சூஃபிஸ்டுகளும் இருந்துவந்திருக்கிறார்கள். ஆல்டெக்ஸ் ஹக்ஸிலியின் *Perennial Philosophy* என்ற புத்தகத்தைப் புரட்டிப் பார்ப்பவர்களுக்குச் சைவ ஆத்மீகவாதிகள் இருந்திருக்கிற அளவுக்கு, ஒருக்கால் அதற்கு மேலும் அதிகமாக, அசைவ ஆத்மீகவாதிகள் இருந்துவந்திருக்கிறார்கள் என்பதைத் தெரிந்துகொள்ள முடியும். மனிதன் எந்தவிதமான உணவை உண்கிறான் என்பதல்ல; உணவுக்கும் அவனுக்குமான உறவை எப்படி வைத்துக்கொண்டிருக்கிறான் என்பதே முக்கியமானது.

இதேபோல் காந்தியின் தர்மகர்த்தா சித்தாந்தமும் அஹிம்சை சித்தாந்தமும் இன்றைய வாழ்க்கைப் பிரச்சினைகளுக்கு முன்னால் ஆழ்ந்த கேள்விகளுக்கு உட்படுத்தப்பட வேண்டியவை. மனிதனின் பேராசைகளையும் சொத்தின் மீது அவன் கொண்டிருக்கும் பற்றையும் ஆழமாகவே உணர்ந்திருந்த காந்தி, தர்மகர்த்தா சித்தாந்தத்தை உருவாக்கியது விந்தையாகவே இருக்கிறது. காந்தியின் பிற கருத்துகளைப் பார்க்கும்போது உழுது பயிரிடும் விவசாயிக்கே நிலங்கள் சொந்தமாக இருக்க வேண்டும் என்ற கருத்தே அவர் முற்றிலும் வற்புறுத்தியிருக்க வேண்டிய விஷயமாக எவருக்கும் படக்கூடும். இந்திய வாழ்க்கையை மேம்படுத்த மிக அவசியமான அடிப்படையான இந்தச் சீர்திருத்தத்தை அவர் ஏன் ஏற்றுக்கொள்ளாது போனார் என்பதை நம்மால் புரிந்துகொள்ள முடியவில்லை.

இன்றைய வாழ்க்கைப் பிரச்சினைகள்மீது நாம் மெய்யான அக்கறைகொள்ளும்போது காந்தியின்மீதும் நாம் தீவிரமான அக்கறை கொள்வோம். அவருடைய எண்ணங்களில் இன்று நாம் ஏற்றுக்கொள்ளும் பகுதி கூடுதலாகவோ குறைவாகவோ இருக்கலாம். அதேபோல் இன்று நாம் நிராகரிக்கும் பகுதியும் கூடுதலாகவோ குறைவாகவோ இருக்கலாம். நாளை நாம் எதிர்கொள்ளும் பிரச்சினைகளுக்கு ஏற்ப இந்நிலைகளில் மாறுபாடும் ஏற்படலாம். ஆனால் இன்று திறந்த மனத்துடன் அவரைப் பார்ப்பவர்களுக்கு, சில அடிகளேனும் முன்னால் இட்டுச் செல்ல, அவரது வாழ்க்கையும் சிந்தனைகளும் பயன்படும் என்பதை மறுக்க முடியாது.

திருச்சி புனித பால் சமய போதனைக் கல்விக்கூடத்தில் காந்தி பற்றி நடந்த கருத்தரங்கில் 1985 மார்ச் 3ஆம் தேதி படிக்கப்பட்ட கட்டுரை.

***ஞானரதம்*, 1986**

க.நா.சு. : நட்பும் மதிப்பும்

க.நா.சு.வை 1956இல் நான் சந்தித்தேன்.

கிருஷ்ணன் நம்பி திருவனந்தபுரத்தில் அவரைப் பார்த்துவிட்டு வந்திருந்தான். அதன்பின் எங்களுக்கு இருப்புக்கொள்ளவில்லை. வெகு சமீபத்தில் அவர் அங்கே; நாங்கள் இங்கே. ஒரே தவிப்பாக இருந்தது. நாகர்கோவிலுக்கு வர அவரை அழைத்து நான் கடிதம் எழுத வேண்டும் என்றான் நம்பி. பெரிய பிம்பமாக என் மனத்தில் அவர் இருந்தார். 'பொய்த்தேவு', 'ஒரு நாள்' ஆகிய நாவல்களில் நான் மனத்தைப் பறி கொடுத்திருந்தேன். பெரிய படிப்பாளி, வயதில் மிக மூத்தவர். எழுத எனக்குக் கை வரவில்லை. ஆனால் அவரை வரவழைக்க ஒரு உபாயம் செய்ய முடிந்தது. உள்ளூர் கல்லூரி ஒன்றில் அவருடைய பேச்சுக்கு நான் ஏற்பாடு செய்தேன். ஆங்கிலத்துறைப் பேராசிரியர், நல்லவேளை, 'இந்து' நாளிதழில் க.நா.சு.வின் மதிப்புரைகளைப் படித்திருந்தார். இரண்டு மதிப்புரைகளை. 'மிஸ்டர் சுப்ரமண்யம் எம்.ஏ. பட்டதாரி தானே?' என்று அவர் கேட்டார். பதில் எனக்குத் தெரிந்திருக்கவில்லை. 'இங்கிலீஷில் ஏகமாகப் படித்திருக்கிறார் சார்' என்று நான் சிபாரிசு செய்தேன். 'இல்லை என்றால 'ஹிண்டு'வில் எழுத முடியுமா?' என்றார் ஆங்கிலப் பேராசிரியர்.

ஒரு கடல் மடைச் சொற்பொழிவை நிகழ்த்தி ஆங்கிலப் பேராசிரியர்களை க.நா.சு. திணறடிக்க வேண்டும் என்ற எதிர்பார்ப்பு எங்களுக்கு இருந்தது. அவ்வளவு பெரிய ஆகிருதிக்கு இந்தச் சின்ன வித்தை என்ன பெரிய விஷயம்! ஆனால் க.நா.சு. மிகவும் தடுமாறினார். பேச்சு அவருக்கு வரவில்லை. பின்னிக்கொண்டுவிட்ட வாக்கியங்களை முடிக்க முடியாமல் திணறினார். எனக்கும் நம்பிக்கும் முகம் சிவந்து விட்டது. நாங்கள் ஏமாந்துவிட்டதைக் க.நா.சு. உணர்ந்துகொண்டார். 'பேச்சு வர்ரலே, என்ன பண்றது?'

என்றார். அவரை அறிமுகப்படுத்தும்போது 'கே.என்.எஸ்.சுப்ரமண்யம்' என்று பலமுறை ஆங்கிலப் பேராசிரியர் குறிப்பிட்டதையும் 'இந்து' மதிப்புரையாளராக மட்டுமே அவர் அறிமுகப்படுத்தப்பட்டதையும் சொல்லி நான் கொதித்தேன். 'அட சர்தான்' என்றார் க.நா.சு. அதற்குப்பின் முப்பது வருடங்களில், பல சந்தர்ப்பங்களில் எவ்வளவோ விஷயங்களைச் சொல்லி நான் அவரிடம் கொதித்திருக்கிறேன். என் ஆத்திரம் அடங்கியதும் 'அட சர்தான், என்ன பண்றது' என்பார் க.நா.சு. அப்படிச் சொல்லிக் கொண்டுதான் கடைசிவரையிலும் அவருக்கு வாழ வேண்டியிருந்தது. அவ்வளவு அலாதியான வாழ்க்கை – அஞ்ஞானத்தில் வெட்கங்கெட்டுத் திளைத்துக்கொண்டிருந்தவர்களின் வாழ்க்கை – அவர் காலைச் சுற்றிக்கொண்டிருந்தது.

க.நா.சு.வை முதலில் பார்த்த அன்று ஆத்மானந்தா என்ற கிருஷ்ண மேனனைப் பற்றித்தான் அதிகமும் அவரிடம் கேட்டுக்கொண்டிருந்தேன். அவருடைய வேதாந்தப் பாடங்களைக் கேட்பதற்குத்தான் க.நா.சு. திருவனந்தபுரம் வந்திருந்தார். ஆத்மானந்தாவின் வீட்டு முற்றத்தில் கண்ட காட்சி பற்றி நம்பியின் விவரிப்பு – அங்குதான் அவன் க.நா.சு.வையும் பார்த்திருந்தான் – கற்பனையின் சிறகுகளை என் மனத்தில் விரித்திருந்தது. 'ஐ.நா. சபை மாதிரி இருக்கு' என்றான் நம்பி. பல தேசங்களைச் சேர்ந்தவர்கள் அங்குக் கூடியிருந்தார்களாம்! இத்தாலியக் கவி என்றும் பிரெஞ்சு நாவலாசிரியர் என்றும் ஜெர்மன் தத்துவ ஞானி என்றும் அவர்களைப் பற்றிப் பின்னால் எங்களிடம் சொன்னார் க.நா.சு.

க.நா.சு. சிரித்தார். சிரிக்கும்போது வெளிப்பட்ட பல்வரிசை எங்கள் சுதந்திரத்தைக் கூட்டிற்று. உற்சாகம் பொங்கத் தொடங்கிற்று. வர்ணனைகள், தகவல்கள், குமிழியிடும் கிண்டல் இவற்றில் திளைக்கத் தொடங்கினார். கரகரப்பான தொண்டை. நுனிகளில் பித்தான் இல்லாத முழுக்கைச் சட்டை. டென்னிஸ் கட்டம். இரு கைமுட்டுகளையும் மேஜையின்மீது ஊன்றியபடி குள்ளமான கைவிரல்களைத் தூக்கி வைத்துக்கொண்டிருந்தார். வளைந்த முதுகு, குனிந்த தலை. அது பேச்சு சுவாரஸ்யத்தில் மேலெழும்பி மீண்டும் கீழே தணியும். பேச்சோ அசைவோ இன்றிப் பார்வை வெறிச்சிட்டு இருக்கும்போது ஒரு சிலைத்தன்மை அவர்மீது உறையும். மீண்டும் பேசத் தொடங்கும்போது, உயிர்ப்பு முகத்திலிருந்து விகசித்து உடல் பூராவும் பரவும். விரல் நகங்களில் ஏதாவது சேஷ்டை செய்துகொண்டே இருப்பார். ஒதுக்க ஒதுக்க எப்போதும் முன்பக்கம் வந்து விழும் அடர்த்தியான கேசத்தைப் பெற்றிருந்தது அவர் அதிர்ஷ்டம். அவரையும் அவருக்கும் மற்றவர்களுக்குமான வித்தியாசத்தையும் அவருக்கும் லௌகீகத்திற்கு மான இடைவெளியையும் நம் மனத்தில் தக்கவைத்துக்கொள்ள அது ஆற்றியிருக்கும் பங்கு மிகப்பெரியது.

நாங்கள் போட்டிருந்த திட்டத்தின்படி க.நா.சு.வைக் கரைக்கத் தொடங்கினோம். 'நீங்கள் இங்கு வந்து தங்கலாமே' என்றோம். ஒரு கணம் அவர் யோசித்தார். 'வரலாமே. வேதாந்த கிளாஸ் ஒண்ணும் அவ்வளவு முக்கியமில்லே' என்றார். மிகுந்த முக்கியத்துவம் அவர் தந்திருப்பதாக நான் நினைத்துக்கொண்டிருந்த வேதாந்த வகுப்புகளை ஒரு நொடியில் அவர்

சுண்டியது என்னை வியப்பில் ஆழ்த்திற்று. 'எல்லாம் முக்கியமானவைதாம்; ஆனால் ஒன்றும் அவ்வளவு முக்கியமானதும் அல்ல' என்ற வாக்கியம் அவர் பார்வையை வரையறுக்கும் வகையில் என் மனத்தில் படிந்தது. பின் வந்த நீண்ட வருடங்களில் அந்த வாக்கியம் மேலும் உறுதிப்பட்டதே தவிர அதை மாற்றிக்கொள்வதற்கான அவசியமே எனக்கு ஏற்படவில்லை. 'நல்ல லைப்ரரி இருக்குமா, உங்க ஊரிலே?' என்று கேட்டார் அவர். 'ஸ்காட் கிறிஸ்துவக் கல்லூரி நூலகம் மிகப் பெரியது' என்று நாங்கள் சொன்னோம்.ஆனால் போகப் போக அவர் பேச்சிலிருந்து நூல்நிலையம்கூட அவ்வளவு முக்கியமல்ல என்பதும் எங்களுக்காக மட்டுமே அவர் வரத் தயாராக இருக்கிறார் என்பதும் தெரிந்துவிட்டது. இந்த நெகிழ்ச்சியில் விடை பெற்றுக்கொள்ளும்போது எங்களால் அவரிடம் பேச முடியவில்லை. எங்கள் தழுதழுப்பைப் பார்த்துச் சிரித்துக்கொண்டே அவர் பஸ்ஸில் ஏறினார். 'இரண்டொரு நாட்களில் வறேன்' என்றார். மனத்தில் அவருடைய சித்திரம் முழுமை பெற்றுக்கொண்டிருந்தது. *'Waves are nothing but water. So is the Sea'* என்ற அந்த ஆங்கில வாக்கியம் – அவர் நினைவை பின் வந்த வருடங்களில் கிளறும் வாக்கியமாக என் மனத்தில் நிறைந்திருந்தது – அப்போதுதான் என் மனத்தில் படிந்தது. கிருஷ்ண மேனனின் ஆப்த வாக்கியம் அது என்று க.நா.சு. சொல்லியிருந்தார். *So is the sea* என்ற முத்தாய்ப்பில் பெற்ற சிலிர்ப்பை பாரதி, புதுமைப்பித்தன் வாக்கிய முடிவுகளில் ஏற்கனவே நான் பெற்றிருந்தேன்.

க.நா.சு. அன்று குறுகிய நேரத்தில் ஏகமாகச் சொன்ன ஆசிரியர்களுடைய பெயர்களை எல்லாம் அவரை வழியனுப்பிய பின் நினைவுகூர முடியாமல் போனதில் எனக்கும் நம்பிக்கும் வருத்தமும் ஏமாற்றமும் ஏற்பட்டன. அவர் சொன்ன விஷயங்களை அவரே எடுத்துக்கொண்டு போய்விட்ட மாதிரி இருந்தது. ராஜா ராவ் என்ற பெயர் மட்டும் எங்கள் மனத்தில் நின்றிருந்தது. அவர் பெயரை மிகவும் மதிப்புடன் உச்சரித்திருந்தார் க.நா.சு. ஒரு பர்லாங்கு தூரத்தில் இருக்கும் நூலகத்துக்கு ராஜா ராவ் டாக்சியில் போவார் என்றும் இரண்டு மணி நேரம் டாக்சி காத்துக் கிடக்கும் என்றும் அதன் பின் அதில் ஓட்டல் அறைக்குத் திரும்புவார் என்றும் க.நா.சு. சொன்னார். 'அது ரொம்ப அநியாயம்' என்று நான் சொன்னேன். 'அதுக்கு என்ன பண்றது. அப்படித்தானே அவர் செய்யறார்' என்றார் க.நா.சு. ('எல்லாம் முக்கியமானதுதான். ஆனால் ஒன்றும் அவ்வளவு முக்கியமானதும் அல்ல.') க.நா.சு.வை வழியனுப்பிய சூட்டோடு நானும் நம்பியும் முனிசிபல் நூல்நிலையத்துக்குப் போனோம். புழுதியில் திளைத்த புத்தக அம்பாரத்திலிருந்து ராஜாராவின் 'காந்தபுரா'வைக் கண்டெடுத்தபோது மிகுந்த மனத்துள்ளல் ஏற்பட்டது. அந்த நூலின் முதல் பக்கத்தில் 'முட்டாள்; புரியும்படி எழுது' என்று கிறுக்கப்பட்டிருந்தது. அதுதான் அவருடைய எளிமையான புத்தகம் என்றும் அதிலிருந்து தான் நாங்கள் அவரைப் படிக்கத் தொடங்க வேண்டும் என்றும் க.நா.சு. சொல்லியிருந்தார்.

2

க.நா.சு. மீண்டும் வந்தார். சிறு அறை ஒன்றை அவருக்காக அமர்த்தியிருந்தோம். சிறிய கைப்பெட்டி. மிகக் கொஞ்சமாக சாமான்கள். சௌகரியங்களைப்

பற்றிய கவனங்களோ அசௌகரியங்களைப் பற்றிய புகார்களோ அவருக்கு இருக்கவில்லை. படிப்பு, படைப்பு, பேச்சு இந்த மூன்று போதைகளிலும் அமிழ்ந்திருந்தார். காலை நேரங்களில் எட்டு மணி வரையிலும் கொஞ்சம் ஊர் சுற்றுவார், மனம் போனபடி. எழுதும்போது அவரைத் தொந்தரவு செய்யக்கூடாது என்ற நியதியை இறுக்கமாகப் பின்பற்றுவதுபோல் நாங்கள் பாவனை செய்துகொண்டிருந்தோம். அதனால் ஒவ்வொரு நாளும் முற்பகலுக்குப் பின் ஓட்டலுக்குச் சென்று அறைக் கதவைத் தட்டாமல் ஏணிப்படியில் உட்கார்ந்துகொண்டிருப்போம். நாங்கள் வந்திருப்பது இரண்டு நிமிஷங்களில் அவருக்குத் தெரிந்துவிடும். கதவைத் திறந்து 'இன்னிப்போதுக்கு எழுதியாச்சு' என்பார். எழுதுவதைவிட பேச்சுத்தானே சுவாரஸ்யம். எல்லா எழுத்தாளர்களுக்கும் அப்படித்தான். க.நா.சு.விடம் பேச விஷயமும் இருந்தது. தமிழ் இலக்கியம், இந்திய இலக்கியங்கள், உலக இலக்கியங்கள், அவர் சுற்றிப் பார்த்திருந்த ஊர்கள், தஞ்சாவூர் கிராமங்கள், மனிதர்களின் குண விசேஷங்கள், தனது இளமைக்கால வாழ்க்கை, ஓட்டல்கள், சிற்றுண்டியின் தரங்கள், சிற்றுண்டிகளின் தரங்களில் ஏற்பட்ட சரிவுகள் இவற்றைச் சுற்றித்தான் அவர் பேச்சு அனேகமாகப் படரும். அவருடைய நண்பர்களைப் பற்றியெல்லாம் எங்களிடம் சொன்னார். தெரிந்தவர்களைப் பற்றியும் சொன்னார். ஸ்டாலின் ஸ்ரீனிவாசன், வ.ரா., கல்கி கிருஷ்ணமூர்த்தி, டி.கே.சி., கி.சந்திரசேகரன், மௌனி, பி.எஸ்.ராமையா, ந.பிச்சமூர்த்தி, கு.ப.ராஜகோபாலன், சி.சு.செல்லப்பா, ஆர்.ஷண்முக சுந்தரம், கம்பதாசன், ந.சிதம்பர சுப்ரமணியன், தி.ஜானகிராமன், திரிலோக சீதாராம், எம்.வி.வெங்கட்ராம், கரிச்சான் குஞ்சு... எல்லோரைப் பற்றியும் சொன்னார். அவர் சந்தித்திருந்த இந்திய எழுத்தாளர்களைப் பற்றியும் பிறநாட்டு எழுத்தாளர்கள் பற்றியும் சொன்னார். தமிழ் எழுத்தாளர்களில் புதுமைப்பித்தன் பேரிலும் மௌனி பேரிலும் அவருக்குத் தனி மதிப்பு இருந்தது. பாரதியைச் சற்றுக் கடுமையாக அவர் விமர்சனம் செய்தார். பாரதியின் மிகச்சிறந்த கவிதை 'மழை' என்றும் அதன் தரத்தில் அவர் அதிகம் எழுதிவிடவில்லை என்றும் சொன்னார். பாரதியைப் பற்றிய அவருடைய விமர்சனம் எங்களுக்கு அதிர்ச்சியை அளித்தது. பாரதியைப் பற்றிய பாராட்டுரைகளுக்கு மட்டுமே நாங்கள் தயாராக இருந்தோம். பாரதி விமர்சனத்திற்கு அப்பாற்பட்டவர் என்ற எண்ணமும் உள்ளூர எங்களுக்கு அப்போது இருந்திருக்கலாம்.

க.நா.சு. ஒரு எழுத்தாளரைப் பற்றியோ அல்லது நூலைப் பற்றியோ பேசும்போது மிகவும் பொதுப்படையாகவும் மேலோட்டமாகவும் பேசுவது போலவே இருக்கும். அவருடைய அபிப்பிராயங்கள் அவருடைய படிப்பிலிருந்து உருவானவை என்பதால் அவற்றுக்குத் தனியான வலு இருந்தது. முடிவுகளை மட்டும் அவர் முன்வைத்துப் பேசிக் கொண்டே போவார். காரிய காரணங்களைச் சார்ந்த ஒரு வாதத்தின் வலு பின்னால் நின்றுகொண்டிருக்கும். நாம் விடாப்பிடியாகத் தூண்டிக் கேட்பதன் மூலமே அந்த வாதங்களை அறிந்துகொள்ள முடியும். முடிவுக்கு இட்டுச் சென்ற பயணத்தின் விவரங்களைச் சொல்வதில் அவருக்குச் சிறிதும் ஆர்வம் இருக்கவில்லை.

தரங்கள் சார்ந்து நான் பெரும் குழப்பத்தில் ஆழ்ந்திருந்த காலம் அது. அவர் பேச்சைத் தொடர்ந்து கேட்டுக்கொண்டிருந்த எனக்குத் தரங்கள் சார்ந்த பிரிவுகள் மனத்தில் துல்லியப்படத் தொடங்கின. விவரிக்கும் நோக்கம் மட்டுமேதான் கொண்டுள்ளது போன்ற பாவனையை நம்மிடம் ஏற்படுத்தி விமர்சனங்களை இடைகலந்து பின்னும் பேச்சுப் பாணி அவருடையது. அவரை விட்டுத் தனியாக வந்த பின் பல தடவைகள் நான் யோசித்திருக்கிறேன், முனைப்பின்றி இந்தத்தரப் பிரிவுகளை நம் மனத்தில் எப்படி ஏற்படுத்துகிறார் என்று. புகை மூட்டமாக இருந்தது இந்தக் கலை. என்னால் கற்றுக்கொள்ள முடியாத கலையாகவும் தோன்றிற்று. அவரைச் சந்திக்கக் கிடைத்தது என் அதிருஷ்டம். நாள் போகப் போக அவர் பேச்சின் மூலம் என் மனத்தில் உருவாகிக்கொண்டிருந்த கற்பனை அலமாரி மிகப் பெரிதாக வளர்ந்து, அதன் தட்டுகளில் ஆசிரியர்களின் தரத்திற்கேற்ப நான் புத்தகங்களை அடுக்கினேன். அவர் பேச்சின் மூலம் தொடர்ந்து அந்த வரிசையைச் சரி செய்துகொண்டும் வந்தேன். அவர் தந்த அறிமுகங்கள் மூலம் எனக்குத் தெரிய வந்தவர்களில் ஒரு சிலரை எனக்குப் படிப்பதற்கான வாய்ப்பு பின்னால் கிடைத்தது. மிகப் பெரிய அனுபவம் அது. அதற்கு இணையாகச் சொல்வதற்கு என்னிடம் வேறெதுவும் இல்லை. அவர்களைப் படித்த பின்பும் கற்பனை அலமாரியில் க.நா.சு.வின் அடுக்குகளைக் குலைக்க வேண்டிய அவசியம் அதிகமாக ஒன்றும் ஏற்பட்டு விடவில்லை. ஒரு சிலரை இரண்டாவது தட்டிலிருந்து முதல் தட்டுக்கும் முதல் தட்டிலிருந்து இரண்டாவது தட்டுக்கும் மாற்றினேன் என்பது உண்மைதான். அதற்குக் காரணம் அவர்கள் தரங்களின் மீது நான் கொண்ட விமர்சனம் என்பதைவிடவும் என்னுடைய சொந்த வாழ்க்கையின் பிரதிபலிப்பை அவர்களுடைய படைப்புகளில் கண்டதன் மூலம் அவர்களிடம் நான்கொண்ட தனிப் பிரியங்கள் தான். தமிழ் மூன்றாம் தரங்களை என் மன அலமாரியில் பதினைந்தாவது தட்டிலோ பதினாறாவது தட்டிலோ வைத்திருந்தேன். பின்னர் அவர்களை வெளியே வீசித் தட்டுகளைச் சுத்தம் செய்தேன். இது க.நா.சு.வின் உதவியின்றி நானே செய்தது.

நேர்த் தொடர்பில் பெறும் ஆளுமையின் ஸ்தூல நெருக்கம், அதன் உன்னதத்தை, லௌகீகத் தளத்திலிருந்து பிரித்துப் பார்க்கும் விழிப்பை மங்கச் செய்துவிடுகிறது. நாங்கள் க.நா.சு.விடம் அதிக சுதந்திரம் எடுத்துக்கொள்ளத் தொடங்கினோம். ஒருநாள் அவருடைய ஓட்டல் அறையை நெருங்கிக்கொண்டிருந்தபோது, நம்பி 'இன்று அவரைப் பார்க்காமல் வேறு எங்காவது போய்விடுவோமே' என்றான். அவன் கண்களில் விஷமம் தெரிந்தது. அப்படியே அன்று கன்னியாகுமரிக்குப் போய்விட்டோம். மறுநாள் ஓட்டலுக்குப் போனபோது, அறைப் பையன், 'நீங்க வர்ரீங்களானு எட்டி எட்டிப் பார்த்துக்கொண்டேயிருந்தாரு, நாள் முழுக்க' என்றான். எங்களுக்கு மிகவும் சங்கடமாகப் போய்விட்டது. அவரிடம் ஏதேதோ சால் ஜாப்பு சொன்னோம். 'அதனால் என்ன? நீங்களும் பேசிக்கணுமே' என்றார் க.நா.சு.

அவர் எங்களுக்குத் தந்த சுதந்திரத்தில் சில சமயம் அவரிடம் கருத்துச் சண்டைகள் போட்டோம். எங்களையும் அவருக்குச் சமமாக நினைத்தே

பதில் சொல்வார் அவர். எங்கள் வயது, அரைவேக்காட்டுத்தனம், நாங்கள் படித்திராத புத்தகங்கள், நாங்கள் பெற்றிராத அனுபவங்கள் இவற்றை எங்களுக்கு நினைவுபடுத்தி லகுவாக அவரால் எங்களை மடக்கிவிட முடியும். ஆனால் ஒருபோதும் அப்படி அவர் செய்யவில்லை. 'உங்க வரைக்கு நீங்க சொல்றது சரிதான்' என்பார். 'நீங்க சொல்றபடியும் யோசிச்சுப் பாக்கலாம். தப்பில்லே' என்பார். 'என்னமோ எனக்குப்பட்டதைச் சொல்றேன்' என்பார்.

தன்னுடைய கருத்துகள்போல் எதிராளியின் கருத்துகளும் முக்கியமானவை என்ற நம்பிக்கை அவர் ரத்தத்தில் ஊறியிருந்தது. உண்மையின் எண்ணிறந்த பரிமாணங்கள். இந்தப் பிரக்ஞை எப்போதும் அவர் மனத்தில் நிறைந்திருக்கும். வாழ்க்கையின் அகண்டத்தை அவர் தன் படிப்பின் மூலம் உணர்ந்திருந்தார். வயது, ஜாதி, மதம்,மொழி, தேசம் இவை தாண்டி ஒரு மனித ஜீவனைத் தன்னையொத்த ஜீவனாகக் காணும் பண்பு அவரிடம் இயற்கையாக இருந்தது. அவர் மிகப் பெரிய படிப்பாளி. இதில் சிறிதும் சந்தேகமில்லை. சற்றே மிகைப்படுத்தப்பட்டது இந்தப் படிப்பு. அதைக் கழித்துப் பார்த்தாலும் அவரைப்போல் படித்தவர்கள் இந்தியாவிலும் சரி, பிற தேசங்களிலும் சரி, மிகக் குறைவாகவே இருப்பார்கள். அவர் படித்த விதத்தில் புத்தகங்களைப் படிக்கக்கூடாது என்ற திடமான முடிவு கொண்டவன் நான். அதனால் அவர் படித்த படிப்பில் நான் கொள்ளும் ஆச்சரியத்தில் எனக்கு மதிப்புக் குறைவுதான். ஆனால் அவர்மீது என் மதிப்பு படிப்பின் வரையறைகளைப் பற்றி அவர் கொண்டிருந்த உள்பிரக்ஞை சார்ந்தது. இது மிக அபூர்வம். தனக்குத் தெரியாத ஒரு விஷயம் எதிராளிக்குத் தெரிந்திருக்கக்கூடும் என்ற உண்மை எப்போதும் அவர் நினைவில் இருந்தது. இளம் வயதில் துள்ளி, வாலிபத்தில் ஆட்டம் போட்டு, முதுமையில் பக்குவம் பெற்றவர் அல்லர் அவர். நான் அவரைப் பார்க்கும்போது – அப்போது அவருக்கு வயது நாற்பத்தைந்து – மிகுந்த பக்குவம் அடைந்தவராகவே இருந்தார். நான் பார்ப்பதற்கு இருபது வருடங்களுக்கு முன் அவருடன் பழகியிருந்தவர்கள், அப்போதும் அடங்கி அறிந்தவராகவே அவர் இருந்தார் என்று என்னிடம் கூறியிருக்கிறார்கள். ஞானச்செருக்கு எனும் பாசி அவரிடம் படியவே இல்லை. அவர் மனக்குளத்தில் உலகத்து ஆளுமைகள் சதா குளித்துக்கொண்டிருந்தன. படர, நீரின் நிச்சலனத்துக்குக் காத்துக்கிடந்த பாசி கடைசிவரையிலும் ஏமாந்து போயிருக்கக்கூடும்.

ஒரு வாரம் அல்லது பத்து நாட்கள் தங்கிப் போக வந்தவர் இரண்டு மாதங்களுக்கு மேல் எங்கள் ஊரில் தங்கினார் என்று நினைவு. எங்கள் எதிர்பார்ப்புக்கு மாறாக ஊர் சுமாராகத்தான் அவருக்குப் பிடித்திருந்தது. சிற்றுண்டித் திருப்தியை அவருக்கு அளிப்பதில் எங்கள் ஊர் ஓட்டல்கள் முற்றாகத் தவறிவிட்டன. ஆனால் அறை அவருக்கு வெகுவாகப் பிடித்திருந்தது. நல்ல வெளிச்சம், காற்றோட்டம். அறைப் பையன்கள் அவரிடம் ரொம்பவும் ஒட்டிக்கொண்டுவிட்டார்கள். வெகு அனுசரணையாக இருந்தார்கள். தான் விரும்பும் விதத்தில் அவர்களுக்கு வெகுமதி தர முடியவில்லையே என்று க.நா.சு. வருந்தினார். 'ஒரு நாளைக்கு அஞ்சு ரூபா இருந்தா சர்தான்' என்றார்

அவர். அறை வாடகை இரண்டு ரூபாய். மேல் செலவுக்கு மூன்று ரூபாய். ஒவ்வொரு நாளும் ஒரு 'மேட்டரைத்' தபாலில் சேர்ப்பார். அதிகமும் ஆங்கிலப் பத்திரிகைக்கு அவர் எழுதிய துக்கடாக்கள். புத்தக அறிமுகமாக அவர் எழுதியுள்ள 'படித்திருக்கிறீர்களா?' முக்காலும் திருவனந்தபுரத்தில் வைத்து எழுதப்பட்டவை. விட்டுப்போன ஒன்றிரண்டை நாகர்கோவிலில் எழுதினார். நிறைய சிறுகதைகளும் எழுதினார். எனக்கும் நம்பிக்கும் அவற்றைப் படித்துக் காட்டுவார். அவற்றில் ஒன்றுகூட என் மனத்தைக் கவரவில்லை. நல்ல எழுத்து – நமக்கு அதிகம் புரியாத நேரத்திலும்கூட – நம் மனத்தை ஈர்த்துவிடுகிறது. அவற்றில் இந்த ஈர்ப்பு இல்லை. என் மனத்துக்குப் பட்டதை அப்போது அவரிடம் சொல்ல எனக்குத் தெம்பு இருக்கவில்லை. நான் அறிந்திராத ஒரு இலக்கியத் தரத்தைச் சார்ந்தவையாக அவை இருக்கக்கூடுமோ என்றும் அவற்றை அளப்பதற்கான அனுபவம் எனக்கு வாய்க்கவில்லையோ என்றும் சந்தேகப்பட்டுக்கொண்டிருந்தேன்.

சிறுகதை என்பது மிகுந்த கவனத்தையும் சிரத்தையையும் உழைப்பையும் கேட்டு நிற்கும் ஒரு உருவம். காலைப்பொழுதுக்கு ஒன்று என்ற கணக்கில் காஷுவலாக ஒவ்வொரு நாளும் அவர் எழுதிக்கொண்டிருந்ததை என்னால் சகித்துக்கொள்ள முடியவில்லை. இந்த காஷுவல் தன்மை அவருடைய பல நடவடிக்கைகளிலும் பிரதிபலிப்பதைக் கவனித்திருக்கிறேன். ஆகச் சிறந்ததைச் சென்றடைவதுதான் படைப்பாளியின் சவால் என்று எனக்கு உறுதிப்பட்டிருந்தது. அதற்கு நேர் எதிரானது 'வந்த வரையிலும் செய்து முடிப்பது' என்பது. 'ஒவ்வொன்றுமே முக்கிய மானதுதான். ஆனால் ஒன்றும் அவ்வளவு முக்கியமானதும் அல்ல.' இதற்குப் பதிலாக 'ஒவ்வொன்றுமே முக்கியமானதுதான். ஆனால் படைப்பு எல்லாவற்றையும்விட முக்கியமானது' என்ற நோக்கு க.நா.சு.வுக்கு இருந்திருக்குமென்றால் 34 வயதில் 'பொய்த் தேவு' எழுதிய அவர் அதைவிடப் பெரிய படைப்புகளைப் பின்னர் தமிழுக்குத் தந்திருக்க முடியும். ஒரு வாசகனாக ஒவ்வொரு படைப்பாளியிடத்திலும் மிகத் தீவிரமானவற்றையும் மிகத் தரமானவற்றையும்தான் அவர் கேட்டார். அந்தக் கோரிக்கையைத் தன்னிடமே கேட்டுக் கொண்டாரா என்றால் இல்லையென்றுதான் சொல்லவேண்டும். ஒரு படைப்பு நிறைவுகூடி உன்னதம் பெறுவது அபூர்வத்திலும் அபூர்வமாகவே எந்த மொழியிலும் இருக்கும். ஆனால் உன்னதத்தைச் சென்றடைவதற்கான பாய்ச்சல் ஒரு மொழியில் சகஜமாக நிகழ்ந்து கொண்டிருக்க வேண்டும். படைப்பின் உன்னதக் குறிக்கோள்களை சென்றடைய முடியாமல் சரிந்துவிடுவது தோல்வியல்ல. ஒரு மொழியில் நிகழ்ந்துவிட்ட சகஜங்களை மீண்டும் நிகழ்த்திக்காட்டி வெற்றி பெறுவது தோல்வி ஆகும்.

வாழ்க்கையில் முற்றாகக் குழம்பித் தத்தளித்துக்கொண்டிருந்த ஒரு காலத்தில் நான் க.நா.சு.வைச் சந்தித்தேன். என் குழப்பத்தை நான் அவரிடம் கொட்டத் தொடங்கினேன். எனக்கு நம்ப எதுவும் இல்லாமல் போனது பற்றியும் நான் நம்பிக் கனவு கண்ட கம்யூனிஸத்தைப் பற்றியும் என் தந்தைமீது நான் கொண்டிருந்த விமர்சனத்தையும் ரஜினி பாமி தத் எழுதிய 'இன்றைய இந்தியா' என்ற நூல் என்னைக் கம்யூனிஸ சிந்தனைக்கு இட்டுச் சென்றது பற்றியும் ஸ்டாலினிடத்தில் என் தந்தையின் எதிர்மறைகளை மிகக்

கொடுமையாகவும் பூதாகரமாகவும் கண்டதில் நான் அடைந்த ஏமாற்றங்கள் பற்றியும் சொன்னேன். என் அரற்றலைக் கேட்டுக்கொண்டிருந்த க.நா.சு., அனேக நேரங்களில் மௌனமே சாதித்தார். ஒரு விடைக்காக நான் அவரை மிகவும் நெருக்கினேனோ என்னவோ ஒரு சமயம் அவர் 'இதுக்கெல்லாம் எங்கிட்டே பதில்னு ஒண்ணும் இல்லை' என்றார். 'அவரவர் வழியை அவரவர்தான் தேர்ந்தெடுக்கணும். அந்த வழியைத் தேர்ந்தெடுக்க அனுபவம் பிரயோஜனப்படலாம். படிப்பு பிரயோஜனப்படலாம். இதுக்கு மேலே ஒண்ணும் சொல்றதுக்கில்லே' என்றார். எனக்கு உதவி செய்ய அவரால் முடியும் என்றும் அந்த உதவியைச் செய்ய ஏதோ ஒரு காரணத்தினால் அவர் மறுக்கிறார் என்றும் எனக்குத் தோன்றிற்று. அன்று என்னுடைய ஆதங்கம் அப்படியிருந்தது. கண் மூடித்தனமாக ஒன்றைப் பின்பற்றுவதில் ஆசுவாசம் தேடும் சோம்பல் மனம்தான் எனக்கு இருந்திருக்க வேண்டும். இந்திய மரபு எனக்கு இதைத்தான் தந்திருக்க வேண்டும். அல்லது அந்த மரபிலிருந்து இதைப் பெற்றுக்கொள்ளத்தான் எனக்கு வலு இருந்ததோ என்னவோ. ஹெர்மன் ஹெஸேயின் 'சித்தார்த்தா'வும் ஜே.கிருஷ்ணமூர்த்தியின் நூல்களும் படித்த பின்பு க.நா.சு. அன்று கூறிய வார்த்தைகள் விவேகமானவை என்று எனக்குத் தோன்றிற்று. கம்யூனிஸத்தை ஏற்காத க.நா.சு.வைக் கம்யூனிஸ்ட் விரோதி என்று முத்திரை குத்தி, என்னை மூளைச் சலவை செய்து கம்யூனிஸத்திலிருந்து அழைத்துச் சென்றார் என்று என் கம்யூனிஸ்ட் நண்பர்கள் அன்று அவதூறு பரப்பினார்கள். இது வெறும் கற்பனை சார்ந்த அவதூறு. மாறுபட்ட கருத்துகள் கொண்டவர்களைப் புரிந்துகொள்வதற்கான சிரத்தையோ கவனமோ கம்யூனிஸ்டுகள் ஒருபோதும் காட்டியதில்லை. மாறாக வேற்றுமை ஏற்பட்டதும் முத்திரை குத்தும் முனைப்புக்கே அவர்கள் ஆட்படுகிறார்கள். மாறுபட்ட கருத்துகள் சார்ந்த பரிசீலனைகள் முற்றாக முடங்கிப்போன நிலையில் ஒற்றைப் பரிமாணம் சார்ந்த முடிவுகளின் வெற்றுச்சொற்களே அவர்களிடம் வெளிப்படுகின்றன.

ஒரு நூலைப் படித்து முடித்த நிலையிலேயே அதன் சாராம்சம் சார்ந்தும் தரம் சார்ந்தும் எளிய சொற்கள் க.நா.சு.விடம் உருவாகிவிடுவதை நான் பல தடவை கவனித்திருக்கிறேன். ஒரு நூலைப் படித்த பின் அதன் தரம் பற்றிக் கூறுவது பெரிய வித்தையா என்று எழுத்தாளர் ஒருவர் என்னிடம் கேட்டார். ஒரு மாயத் தோற்றம் சார்ந்த கேள்வி இது. தர நிர்ணயம் எளிமையான காரியம் அல்ல. நம்மைப் போன்று பின்தங்கிக் கிடக்கும் கலாச்சாரச் சூழலில் அர்த்தம் புரியும் வகையில் எளிய வார்த்தைகளில் ஒரு படைப்பின் ஜீவனைப் பிடிப்பது எளிமையான காரியம் அல்ல. க.நா.சு. இயற்கையாகப் பெற்றிருந்த ருசியை அவரது வாசிப்பு அனுபவம் கூர்மைப்படுத்தியிருந்தது. படைப்பின் புறப்பூச்சுகளையும் ஆடை ஆபரணங்களையும் ஒதுக்கித் தள்ளிவிட்டு ஆத்மாவை நோக்கிப் பாயும் பார்வை அவருடையது.

கலாநிதி கைலாசபதியை வெகுவாகப் போற்றும் ஒரு ஈழத்து இதழாசிரியர், விமர்சனத்தைக் கைலாசபதி விஞ்ஞான ரீதியாக வளர்த்தார் என்றும், க.நா.சு. மனம் போனபோக்கில் முடிவுகளைச் சொன்னார் என்றும் என்னிடம் சொன்னார். அவருடைய வார்த்தைகளால் சீண்டப்பட்ட நான், கைலாசபதி விஞ்ஞான ரீதியாக தவறான முடிவுக்கு வந்தார் என்றும்

142 சுந்தர ராமசாமி

க.நா.சு. மனம் போனபோக்கில் சரியான முடிவுக்கு வந்தார் என்றும் சுருக்கென்று பதில் சொன்னேன். உணர்வு ரீதியான பாதிப்புக்கு நான் ஆளாகியிருக்கவில்லை என்றால் இவ்வாறு பதில் சொல்லியிருப்பேன்: 'கைலாசபதி விஞ்ஞானரீதியாக விமர்சனத்தை வளர்த்தார் என்பது உண்மைதான். படைப்புக்கும் சமூகத்துக்குமான உறவு முதன்முதலாகத் தமிழ் மொழியில் அவரால்தான் அழுத்தம் பெற்றது. க.நா.சு. கணக்கில் எடுத்துக்கொள்ளத் தொடர்ந்து மறுத்துக் கொண்டிருந்த ஒரு இடைவெளியைக் கைலாசபதிதான் பூர்த்தி செய்தார். ஆனால் படைப்பாளிகளின் தரம் சார்ந்து கைலாசபதி வந்திருக்கும் அனேக முடிவுகள் அபத்தமானவை. க.நா.சு. 'மனம் போனபோக்கில்' வந்த முடிவுகள் சரியானவை. க.நா.சு.வின் அநேக முடிவுகள் ஆத்மார்த்தமானவை. சிறு பகுதி நடைமுறைத் தந்திரங்கள் சார்ந்தவை. கைலாசபதியின் கூற்றுகள் முற்றிலும் ஆத்மார்த்தமானவை. ஆனால் ஒரு படைப்பை எடைபோடுவதற்கு அவசியமான ருசி அவரிடம் இல்லை. தனக்கு உடன்பாடான கருத்துகளை எழுத்தில் முன்வைத்தவர்களை அவர் போற்றிக் கொண்டிருந்தார். கலையெழுச்சியற்ற அவை இன்று அதிகமும் விழுந்து விட்டன. க.நா.சு.வின் முடிவுகளோ உறுதியாகி நின்றுகொண்டிருக்கின்றன.'

1950களில் தமிழ் இலக்கியக் காட்சி முற்றாகக் குழம்பிக் கிடந்தது. சஞ்சிகைகளின் மூலம் வாசகர்கள் கூட்டத்தைப் பெற்றிருந்த தொடர்கதை ஆசிரியர்கள்தான் தரமான இலக்கியக் கர்த்தாக்கள் என்ற கருத்து சஞ்சிகை வட்டங்களிலும் வாசகர்கள் மத்தியிலும் கல்லூரி ஆசிரியர்களின் இடையிலும் சந்தேகத்திற்கிடமின்றி ஏற்றுக்கொள்ளப்பட்டிருந்தது. சமூக அந்தஸ்து, செல்வாக்கு, புகழ் ஆகியவை சார்ந்து படைப்பின் தர நிர்ணயங்கள் தீர்மானிக்கப்பட்டுக்கொண்டிருந்தன. இந்தச் சூழ்நிலையின் எதிர்நிலையான அழுத்தத்தைப் பொறுத்துக் கொள்ள முடியாமல் க.நா.சு. சுதேசமித்திரன் தீபாவளி மலரில் ஒரு கட்டுரை எழுதினார். மணிக்கொடி காலத்திற்குப் பின் இரண்டாவது அலையாகத் தமிழில் எழுந்த இலக்கிய விமர்சனத்திற்கு அடிக்கல் போட்டது இந்தக் கட்டுரைதான். அந்தக் கட்டுரையில், புகழ்வாய்ந்த தொடர்கதை ஆசிரியர்களின் எழுத்துகளை முற்றாக நிராகரித்துவிட்டு, மூன்று முக்கியமான நாவல்களைத் தேர்ந்தெடுக்கிறார் க.நா.சு. ஒன்று: ஆர்.ஷண்முக சுந்தரத்தின் 'நாகம்மாள்'. இரண்டு: ந.சிதம்பர சுப்ரமண்யனின் 'இதய நாதம்'. மூன்று: அவர் எழுதியுள்ள 'பொய்த்தேவு'. ஜனரஞ்சக எழுத்தாளர்களின் கனவுகள்மீது ஒரு இடிபோல் விழுந்த கட்டுரை இது. அவர்கள் ஒவ்வொருவராகத் தங்களை நியாயப்படுத்தும் அபத்தக் கூற்றுகளை முன்வைக்கத் தொடங்கினார்கள். இவர்களுக்குப் பதில் சொல்லும் பொறுப்பும் க.நா.சு.வுக்கு வந்தது. விமர்சனத்தில் சற்றும் நம்பிக்கையற்றவன் என்று தன்னை வர்ணித்துக்கொள்ளும் க.நா.சு. உண்மையில் அவர் கூறிக்கொண்ட அளவுக்கு விமர்சனத்தில் விருப்பம் அற்றவர் அல்லர். தொடர்கதை ஆசிரியர்களுக்குப் பதில் சொல்லும் விதமாகத் தொடர்ந்து கட்டுரைகள் எழுதினார். தமிழ்ச் சூழலின் அவலத்தை முற்றாக எதிர்கொள்ளும் வகையில் அவர் அபிப்பிராயங்களைக் கூறிக்கொண்டே வந்தார். ஜனரஞ்சக இதழ்களின் தரமின்மை, தமிழ்ப் புலவர்களின் பின்தங்கிப்போன பார்வை, தமிழில் நவீனப் படைப்புகளுக்குக் கல்லூரி ஆசிரியர்களின் புறக்கணிப்பு, இலக்கியத் தரமானவை இருக்க இலக்கியத் தரமற்றவை

தேர்வுபெறும் அவலங்கள் இவை பற்றியெல்லாம் அவர் தொடர்ந்து கட்டுரைகள் எழுதினார். தமிழ்ச் சூழலின் அவலம் அவர் மூலம்தான் ஒரு பிரச்சினை ஆயிற்று. அந்தப் பிரச்சினை சார்ந்த அபிப்பிராயப் பரிமாற்றங்கள் இன்று வரையிலும் தொடர்ந்துகொண்டிருக்கின்றன.

3

வணிக நோக்கமற்ற எழுத்தாளர்களின் படைப்புகளை மிகுந்த கவனத்துடன் விரிவாக மறுபரிசீலனை செய்வதன் மூலமே காலம் இன்று வற்புறுத்தும் விமர்சனத்தின் தமிழ் அளவுகோல்களை நாம் உருவாக்க முடியும். உலகத் தளத்தையும் இந்தியத் தளத்தையும் சார்ந்த படைப்புகளிலிருந்து நாம் பெறும் அனுபவங்களும் இந்தப் படைப்புகள் சார்ந்து முன்வைக்கப்பட்டுள்ள கருத்துகளிலிருந்து நாம் பெறும் பாதிப்பும் நவீன இலக்கியத்தின் அளவுகோல்களை உருவாக்க நமக்கு உரமாக அமையலாம். ஆனால் தமிழ் விமர்சனத்தின் எதிர்வினை தமிழ்ப் படைப்புகளைச் சார்ந்து அமைய வேண்டும். படைப்புகளை முன் நிறுத்தாமல் விமர்சனக் கருத்துகளை மேற்கத்திய சிந்தனையைச் சார்ந்து அரூபமான தளத்தில் நிகழ்த்திக்கொண்டிருப்பது புலமையின் பிம்பத்தை ஒரு விமர்சகனுக்கு அளிக்கலாம். தமிழ வாசக உலகம் உணரும் ஜீவனாக விமர்சன எழுச்சியை உருவாக்க முடியாது. படைக்கப்பட்டுள்ளவற்றைப் பற்றிய பரிசீலனைகள் படைக்க இருப்பவற்றிற்கு முன்விதிகளை வற்புறுத்தும் நோக்கம் கொண்டவையாக இருக்கக்கூடாது. மதிப்பீடுகள் சார்ந்த பரிசீலனைகள் முற்றானவையோ முடிவானவையோ அல்ல. நம் கணிப்புகளைத் தாண்டிச் செல்லும் காலம் எப்போதும் நம்மை நோக்கி வருகிறது. இந்தப் புதிய மதிப்பீடுகள் சார்ந்து ஒரு படைப்பாளியை மீண்டும் மறுபரிசீலனை செய்ய வேண்டியிருக்கிறது. இந்தச் செயல்பாட்டினால்தான் படைப்புகளையும் மாற்றம் கொள்ளும் காலத்தையும் புதிய கோலங்களில் மிளிரும் வாழ்க்கையையும் நாம் புரிந்துகொள்ள முடியும். விமர்சன மனநிலை எந்த அளவுக்கு விரிவும் உன்னதமும் ஆழமும் விவேகமும் கொண்டிருக்கிறதோ அந்த அளவுக்கு அது வாழ்க்கையைப் பற்றி ஒரு தெளிவையும் அளிக்கிறது. தாக்குதல், கிழித்து நாட்டுதல், இலக்கியக் கர்த்தாவை நிராகரிப்பதற்காக அவன் படைப்பில் குறைகளைக் கண்டுபிடித்துத் தொகுத்தல் போன்ற சிறுமைகளின் வெளிப்பாடு விமர்சனம் ஆகாது. விமர்சனம் என்பது காலத்தின் முன் படைப்பாளியை நிறுத்தி அவனைப் பரிசீலனை செய்வதாகும். அவனைத் துல்லியமாகப் புரிந்து கொள்ள மேற்கொள்ளும் முயற்சியாகும். அவனைப் புரிந்துகொள்வதன் மூலம் வாழ்க்கை சார்ந்த தெளிவுக்கு முன்னும் முயற்சியாகும்.

க.நா.சு.வின் சிறுகதைகள் வாழ்நிலை சார்ந்த அனுபவ விவேகம் கொண்டவை. அவற்றில் அசட்டுத்தனம் இல்லை. ஆனால், அவற்றிற்கும் அவை வெளிவந்த காலத்திற்குமான பிணைப்பு மிகவும் பலவீனமானது. மறைந்து போய்விட்ட காலத்தின் மதிப்பீடுகளை இவை ஏக்கத்துடன் திரும்பிப் பார்க்கின்றன. கனமற்ற இக்கதைகளின் அமைப்பாக்கம், தயாரிப்பின்றியும் மனத்தோய்வின்றியும் எழுதப்பட்ட தன்மையை வெளிப்படுத்திக்கொண்டிருக்கின்றன. இதைப் போன்ற ஒரு மனநிலையில்

நின்று புதுமைப்பித்தனும் பல கதைகள் எழுதியிருக்கிறார். ஆனால் அவற்றில் உருவம், மொழி சார்ந்த சோதனை அம்சங்கள் அதிகம். மேலும் அவை வாழ்க்கையின் நெருக்கடிகளுடன் மோதுவதில் ஒரு கலை மனம்கொள்ளும் துன்பங்களை வெளிப்படுத்துகின்றன. அத்துடன் புதுமைப்பித்தனின் கலை உத்வேகம் க.நா.சு.வைவிட அதிகம் என்பதால் மனத்தோய்வின்றி அவர் எழுதியுள்ள கதைகளில் கூட செதுக்கப்பட்ட சதையின் ஜீவத் துடிப்பைப் பார்க்க முடிகிறது. இக்கதைகளின் மூலம் தன் சக்தியை உணரமுடியாமல் போனதாலோ என்னவோ தன் வாழ்வின் பிற்பகுதியில், தன் கலை ஆளுமையை வலுவாக மையப்படுத்தி அற்புதமான பல கதைகளை எழுதியிருக்கிறார் புதுமைப்பித்தன். இக்கதைகள் நிறுவியுள்ள தரம் சார்ந்துதான் காலத்தில் அவர் வாழ்வு இன்று தொடர்ந்துகொண்டிருக்கிறது. இவரது நிறைவான சிறுகதைகளுடன் ஒப்பிடத்தகுந்த ஒன்றைக்கூட க.நா.சு. படைக்கவில்லை. க.நா.சு.வைவிடச் சிறந்த சிறுகதைகள் தந்திருப்பவர்கள் என்று கு.ப.ரா.வையும் மௌனியையும் பிச்சமூர்த்தியையும் ஜானகிராமனையும் அழகிரிசாமியையும் ஜெயகாந்தனையும் சொல்லலாம். இன்னும் பல இளம் எழுத்தாளர்களைக்கூடச் சொல்லலாம். இவர்கள் எல்லோருமே சிறுகதை என்ற தனி உருவத்தின்மீது அதிக அளவு மனப்பிணைப்புக் கொண்டவர்கள். படிப்பும் அனுபவமும் ருசியும் இலக்கிய மனமும் கொண்ட ஆளுமைகூட மேம்போக்கான மனநிலைகளில் ஆழமானவற்றைப் படைக்க முடியாது என்பதற்குக் க.நா.சு.வின் சிறுகதைகள் ஒரு உதாரணம்.

இன்றைய படைப்பாளியின் நிறைகுறைகளை ஒப்பிட்டு ஆராய நம் மொழியின் அதிகபட்ச நவீனச் சாதனையாக நாம் பெற்றிருப்பது பாரதியை. பாரதி செழுமைப்படுத்தியுள்ள படைப்புலகிற்கு, அவருக்குப் பின் வந்த கலைஞன் சேர்த்துள்ள நன்கொடைகளை ஆராய்ந்தே நாம் அவனை அளவிட வேண்டும். சமூக சாரம் சார்ந்தும் அழகியல் சார்ந்தும் படைப்புத் திறன் சார்ந்தும் காலப் பிரக்ஞை சார்ந்தும் விளையும் சர்ச்சைகளுக்கு இந்த அணுகுமுறை நம்மை அழைத்துச் செல்லும். நம் கனவுகளும் சவால்களும் விரிந்த தளங்களை நோக்கிச் செல்லும். படைப்பை உன்னதப்படுத்தும் திறன்களும் பிரக்ஞைகளும் பாரதியிடம் கூடி முயங்கியிருக்கின்றன. சமூக சாரம், அழகியல் கூறுகள், காலமாற்றங்களை முன்கூட்டியே உணர்ந்துகொள்ளும் கலைஞனுக்கே உரித்தான ஸ்பரிசக் கொம்புகள், விஷயங்கள் சார்ந்தும் துறைகள் சார்ந்தும் மிக விரிந்த அக்கறைகள் இவை மூலம் பின்தங்கிக்கிடந்த தமிழைத் தன் காலத்தோடு பிணைக்கிறான் பாரதி. தேசியம், சுதந்திரம், சமூக அவலங்கள், கலைகள், விடுதலை, கலாச்சாரம், ஜனநாயகம், புரட்சிகள், சமூக ஆளுமைகள், இதழியலின் நவீன முகங்கள், படைப்பின் சகல வகைகள், மொழிபெயர்ப்பு, மொழி, எழுத்துச் சீர்திருத்தம் போன்ற எண்ணற்ற விஷயங்கள் வழியாக இடைவெளியைத் தாண்டி காலப் பிணைப்புக் கொண்டது தமிழ். தன் ஜீவசக்தியை முற்றாக எரித்து இந்தப் பிணைப்பை உருவாக்கியவன் பாரதி. விலைமதிப்பற்ற இந்தப் பிணைப்பில் பாரதிக்குப் பின் வந்த கலைஞன் சேர்த்த கண்ணி என்ன? புதிய பரிமாணம் என்ன? பின் வந்த காலத்தின் இடைவெளியை அவன் எப்படிப் பூர்த்தி செய்தான்? இவை மிக முக்கியமான கேள்விகள்.

துறைகள் சார்ந்த வீச்சும், வாழ்க்கையின் பன்முக அலகுகள்பால் கொண்ட கவனங்களும் புதுமைப்பித்தனிடம் பாரதியைவிடக் குறைவு. ஆனால் அவர் பாரதிக்குத் தந்திருக்கும் எதிர்வினை தீவிரமானது. இந்த எதிர்வினை, தான் வாழ்ந்த காலத்தை எதிர்கொண்ட விதத்தில், புதுமைப்பித்தனிடம் பாரதியை முற்றாக மறுப்பதில் முடிந்திருக்கிறது. தன் கால வாழ்க்கையை, வாழ்க்கையின் தமிழ் முகத்தைத் தன் படைப்புகளோடு பிணைத்துக்காட்டிய விதத்தில் பாரதியை முற்றாக நிராகரிக்கிறார் புதுமைப்பித்தன். இது உணர்வுகளின் தளத்தில் நிகழாமல் பார்வைகளின் அடிப்படையான வேற்றுமை மூலம் நிகழ்கிறது. மனிதனின் ஆன்மீகத்தை அதன்மீது பேதங்களும் சிறுமைகளும் படிய வைத்திருக்கும் சாம்பலை அகற்றி, ஊதி, ஜ்வாலை எழுப்பிப் புதிய மனிதனையும் அவன் மூலம் புதிய வாழ்க்கையையும் உருவாக்கும் ஆவேசத்தில் லயித்திருந்தவன் பாரதி. இந்த லட்சியத்தின் அடிப்படை, மனிதனின் உறங்கிக் கிடக்கும் தேவ குணத்தின்மீதான நம்பிக்கை. மற்றொரு விதத்தில் சொன்னால் பரிணாமத்தின் மூலம் ஒரு மிருகம் தன்னில் மனிதனைக் கண்டெடுத்த யாத்திரையில் கொள்ளும் நம்பிக்கை. அதே யாத்திரையில் மனிதனிடம் எஞ்சியிருக்கும் மிருக இயல்புகளில் புதுமைப்பித்தனின் பார்வை அழுத்தம் கொள்கிறது. லட்சியத்தின் மலை முகட்டில் எரியும் தீக்கொழுந்தாக பாரதியைக் கண்டால், புதுமைப்பித்தனை யதார்த்தத்தின் கத்தி முனையாகக் காண வேண்டும். இப்பார்வைகளில் ஒன்றே உண்மையானது அல்லது உயர்வானது என வற்புறுத்துவது வாழ்க்கையின் முழுமையைக் காண மறுப்பதாகும். படைப்புக்கு ஆதாரமாக மனிதனின் தேவ குணத்தைக் கொள்ளவேண்டுமென்பது ஒரு விதியாக வற்புறுத்தப்படுமென்றால் வாழ்க்கையின் உண்மை சொரூபத்துடன் படைப்புகள் கொள்ளவேண்டிய உறவு அறுந்துபோய் கனவுகளில் மயங்கும் மயக்கத்தையே அவை தந்துகொண்டிருக்கும். அரசியல்வாதிகளும் சமூக விஞ்ஞானிகளும் சீர்திருத்தவாதிகளும் அவர்தம் அவசரத் தேவைகளை முன்வைத்து அவற்றைப் பூர்த்தி செய்பவர்களே மேலான கலைஞர்கள் என்ற விதியை உருவாக்க எப்போதும் முயன்று வந்திருக்கிறார்கள். அவர்களுடைய எதிர்பார்ப்புகளை உதாசீனப்படுத்திவிட்டு வாழ்க்கையின் முழுமையைத் தேடிச் செல்கிறார்கள் கலைஞர்கள். இதற்குப் பரிசாக முன் சொன்னவர்களின் எதிர்மறையான விமர்சனத்தையும் தூற்றுதலையும் வாங்கிக் கட்டிக்கொள்கிறார்கள். வாழ்க்கைக்கு இவர்கள் சேர்க்கும் புதிய அலகுகளை இவர்களைத் தூற்றியவர்களின் வாரிசுகள் சேர்த்துக்கொள்கிறார்கள். சமூகச் சிந்தனையின் வரலாற்றையும் இலக்கிய வரலாற்றையும் ஒப்பிட்டுப் பார்ப்பவர்கள் இந்த உண்மையை அறிய முடியும்.

வாழ்க்கையின் விமர்சகராகக் க.நா.சு.வை பாரதியுடனோ புதுமைப்பித்தனுடனோ ஒப்பிடமுடியாது. காலத்தின் புதிய கோலங்கள்,மனித ஜீவன்களுக்கு அளித்த கொடுமைகள் பற்றியோ ஊனங்கள் பற்றியோ அவர் எழுத்தில் பதிவுகள் அதிகம் இல்லை. அவர் வாழ்ந்திருந்த காலத்திற்கே உரித்தான அடிச்சுவடுகளையும் அவருடைய படைப்பில் பார்க்க முடிவதில்லை. முக்கியமாகப் பாரதியால் அவர் பாதிக்கப்படவே இல்லை. பாரதிக்குப் பின் வந்த, சிந்தனை முகம் கொண்ட படைப்பாளிகளில்,

பாரதியால் சிறிதும் பாதிக்கப்படாதவர் அவர்தான். அவரது சமகாலத்த வரும் சிந்தனை முகம் கொண்டவருமான கு.ப.ரா.வின் படைப்புகளின் உள்ளடக்கம், அரியாசனத்தில் அமர்ந்திருக்கும் பாரதியின் காலடியில் இவர் அமர்ந்திருப்பது போன்ற சித்திரத்தை நமக்கு அளிக்கிறது. நவீன இலக்கிய ஆளுமைகள் பாரதியுடன் கொண்டிருந்த உறவுகளையும் தம்மிடையே அவர்கள் கொண்டிருந்த இடைவெளிகளையும் உணரும் விதமாக அச்சித்திரத்தை மேலும் பூர்த்தி செய்ய நாம் விரும்புவோம் என்றால், பாரதியின் காலடியில் அமர்ந்திருக்கும் கு.ப.ராவுக்கு நேர் எதிர்த்திசையில் மற்றொரு ஆசனத்தில் புதுமைப்பித்தன் அமர்ந்திருப்பதைப் பார்க்க முடியும். கு.ப.ரா.வுக்குப் பின்னால் பல கலைஞர்கள் ஏறுக்குமாறாக உட்கார்ந்திருக்கிறார்கள். அங்கு கு.ப.ரா.வின் மனநிலையில் அவர் அருகே அமர்ந்திருக்கும் மற்றொரு நேர்மையான கலைஞராகக் கு.அழகிரிசாமியைப் பார்க்க வேண்டும். இந்தப் பிராந்தியத்திலேயே க.நா.சு.வை நாம் காணமுடியாது. 1950க்குப் பின்னர் தமிழில் தோன்றியுள்ள ஆளுமைகள் அனைத்துமே புதுமைப்பித்தன் பின்னால் அணிவகுத்திருப்பது தமிழில் பாரதியின் லட்சிய வேகம் நாற்பதுகளின் இறுதியோடு சரிந்துவிட்டதையே காட்டுகிறது.

படைப்பில் வெளிப்படும் அழகியல் கூறுகளை எடுத்துக்கொண்டால் புதுமைப்பித்தனைப் பாரதிக்கு இணையான அழகியல்தன்மை கொண்டவர் என்று சொல்லலாம். கு.ப.ரா., மௌனி ஆகியோர் வெளிப்படுத்தியுள்ள அழகியல் கூறுகளும் பாரதியுடன் ஒப்பிடத் தகுந்தவை. ஆனால் க.நா.சு.வின் அழகியல் கூறுகளை பாரதியுடனோ புதுமைப்பித்தனுடனோ கு.ப.ரா.வுடனோ மௌனியுடனோ ஒப்பிட முடியாது. படிப்பின் மூலம் மிகுந்த பக்குவம் பெற்றிருந்த அவருடைய ரசானுபவம் படைப்பில் சறுக்காமல் அவரைக் காப்பாற்றிக்கொண்டு போயிருக்கிறது. ஆனால் தனக்கே உரித்தான அழகியல் கூறுகளை அவர் வெளிப்படுத்தவில்லை. சமூக சாரமும் அழகியல் கூறுகளும் முயங்குவதில் கூடும் மொழியும் இவரிடம் உருவாகவில்லை. பாரதிக்குப் பின் வந்த முக்கியமான கலைஞர்கள் அனைவரிடத்திலும் அவர்களது படைப்பு நோக்கத்தை நிறைவேற்றத் துணைபோகும் தனி மொழி உருவாகியிருப்பதைக் காண முடியும். ஆனால் க.நா.சு.வின் படைப்பு முகம் பிரதிபலிக்கும் மொழி என்று எதையும் நம்மால் இனங்காண முடிவதில்லை.

தரமற்ற படைப்புகள் பெற்ற அந்தஸ்தும் தரமான படைப்புகள் எதிர்கொண்ட புறக்கணிப்பும் வணிக சஞ்சிகைகளின் வியாபகமும் இலக்கிய வாசகர்கள் சிறுத்துப் போய்விட்டதும் அவரை முதலிலிருந்து கடைசிவரையிலும் வருத்திக்கொண்டிருந்தன. மிகத் தரமான படைப்புகள் தமிழில் தோன்ற வேண்டும். உலகத் தரமான படைப்புகளுடன் ஒப்பிடப்பட்டு இவற்றின் மதிப்பீடுகள் உறுதிப்பட வேண்டும். உன்னதப் படைப்புகளை இனம் கண்டு போற்றும் வாசகர் கூட்டம் தமிழில் உருவாக வேண்டும். எழுத்துப் பணி சமூக மதிப்பைப்பெற வேண்டும். எழுத்தாளனின் வாழ்க்கை, பணி, படைப்பின் பிரசுரம், வினியோகம் சார்ந்த நிலைகள் செம்மைப்பட வேண்டும். இவைதாம் க.நா.சு.வின் லட்சியங்கள். இந்த லட்சியங்களுக்காகவே அவர் போராடினார்.

இலக்கிய மேன்மை என்பது மனித மேன்மை சார்ந்த ஒரு பிரச்சினை. மனித மேன்மை பற்றி நிறைவாகச் சிந்திக்கும் எவனும் மனிதனுக்கும் சமூகத்துக்கும் உள்ள தொடர்பையும் இந்தச் சமூக வாழ்வு அவனிடம் உருவாக்கியிருக்கும் மனத்தையும் அந்த மனத்துடன் அவன் கொண்டிருக்கும் தொடர்பையும் கணக்கிலெடுத்துக் கொள்வதைத் தவிர்க்க முடியாது. ஆகவே, சமூக ஊனங்கள் எவற்றையுமே சமூகத்தின் மொத்த உடலிலிருந்து தனியாகப் பிரித்து ஆராய முடியாது. அங்கங்கள் காட்டும் புண்களும் உடலின் சீரழிவையே சுட்டுகின்றன. இலக்கிய உலகம் சார்ந்த சீரழிவைப் பற்றிக் க.நா.சு. பேசும்போது தன் விதியைத் தானே தீர்மானித்துக்கொள்ளும் துறையாக இலக்கியத்தைப் பிரித்துவிடுகிறார். சமூக அங்கமாக அவர் அதைப் பார்ப்பதில்லை. அதனால் அங்கத்திற்கும் உடலுக்குமான உறவுகள் பற்றிய சர்ச்சைகளும் அவர் எழுத்தில் இல்லை.

மேலான இலக்கியங்களிலிருந்து பெறும் உன்னத அனுபவங்கள் படைப்பின் விதைகளை உருவாக்குவதில்லை. படைப்பின் விதை கலைஞன் வாழ்க்கையின்மீது கொள்ளும் விமர்சனத்திலிருந்து முளைவிடுகிறது. சமூக அவலங்களும் பொருளாதாரச் சீரழிவுகளும் மிகுந்த சமூகங்களில் கூட உன்னதப் படைப்புகள் தோன்றுகின்றன. ஆனால் வாழ்க்கையைப் பற்றிய பிரக்ஞையோ விமர்சனமோ சர்ச்சைகளோ அற்ற ஒரு சமூகத்தில் மேலான படைப்புகள் தோன்றுவதில்லை. அதனால் தரமான படைப்புகள் தோன்ற வேண்டுமென்றால், முதலில் வாழ்க்கையைப் பற்றித் தீவிரமான விமர்சனம் உருவாக்கப்பட வேண்டும். இந்தியச் சூழலில் 1880இலிருந்து 1940வரையிலும் ஒரு தீவிர சமூக விமர்சனம் எழுந்தது. இக்காலத்துக்குரிய உன்னத ஆளுமைகள் இந்த விமர்சனச் சர்ச்சையில் தீவிரமாகப் பங்குகொண்டன. சகல பேதங்களுக்கும் அப்பால் மனிதப் பிரச்சினைகள் மேலோங்கி அவற்றிற்கு விடை காணும் முயற்சியில், முழு வாழ்வும் மறுபரிசீலனைக்கு உட்படுத்தப்பட்டது. இந்தச் சர்ச்சையின் விளைவாகத் தோன்றியவையே அக்காலத்துக்குரிய சிறந்த படைப்புகள்.

க.நா.சு.வின் சாதனைகளையும் நாம் தொகுத்துப் பார்க்க வேண்டும். நாவல் எனும் தனி உருவத்தைப் பற்றிய பிரக்ஞை கொண்ட முதல் தமிழ் நாவலாசிரியர் அவர். கதை அல்லாத, சிறுகதையோ கவிதையோ அல்லாத, வாழ்வின் பிரக்ஞையை வெளிப்படுத்துகிற, அதன் விரிவையும் ஆழத்தையும் சிக்கலையும் சார்ந்த அதிர்வுகளை நம் மனத்தில் எழுப்புகிற, காலத்தின் அகன்ற வீச்சில் சிலிர்ப்பு கொள்ளச் செய்கிற தனிக்கலை இது. இந்தப் பெரிய கலையின் சிறந்த உதாரணமாகத் தமிழில் முன்வைக்க ஒரு படைப்புகூட இல்லை. ஆனால் குறைவாக வேனும் நாவல் சார்ந்த பிரக்ஞையை முதலில் வெளிப்படுத்திய படைப்புகள் க.நா.சு.வுடையவைதாம்.

நவீன விமர்சனத்தை உருவாக்க மணிக்கொடி காலத்திலேயே எளிய முயற்சிகள் நடந்துள்ளன. கு.ப.ரா.வும் புதுமைப்பித்தனும் தம் கட்டுரைகள் மூலம் விமர்சனக் கருத்துகளை உருவாக்க முயன்றனர். அந்த எளிய முயற்சிகளுக்குப் பின் இரண்டாவது அலையாகத் தீவிரமாகவும் விரிந்த தளத்திலும் விமர்சனத்தை உருவாக்கியவர் க.நா.சு. தனது விமர்சனக் கருத்துகளை, வணிக சஞ்சிகைகளைச் சார்ந்த கேளிக்கை எழுத்தாளர்கள்,

வாசகர்கள், பல்கலைக்கழகங்களைச் சேர்ந்த ஆசிரியர்கள் ஆகியோர் பொருட்படுத்தித்தான் ஆக வேண்டும் என்ற நிர்ப்பந்தத்தை அவர் உருவாக்கினார். இதற்கு மிக மந்தமான சூழ்நிலையில் மிகக் கடுமையாக அவர் உழைக்க வேண்டியிருந்தது. அதேபோல் ந.பிச்சமூர்த்தி, கு.ப.ராஜகோபாலன், வல்லிக்கண்ணன் ஆகியோரின் ஆரம்பகால முயற்சிகளுக்குப்பின் புதுக்கவிதையின் இரண்டாவது அலை தமிழில் உருவாகக் காரணமாக இருந்தவரும் க.நா.சு.தான். நவீன புதுக்கவிதை இயக்கம் தமிழில் தோன்றுவதற்கு முன்னரே அதன் கூறுகள் சார்ந்த பிரக்ஞையை அதிக அளவு அவரே அறிந்திருந்தார் என்பதற்குப் 'புதுக்கவிதை' என்ற தலைப்பில் 'சரஸ்வதி'யில் அவர் எழுதிய கட்டுரை நிரூபணமாக இருக்கிறது.

மொழிபெயர்ப்புகள் சம்பந்தமாகக் க.நா.சு. கொண்டிருந்த பிரக்ஞை மிகவும் அபூர்வமானது. இந்த அம்சத்தில் இவருடன் ஒப்பிடத்தகுந்த வேறு எவரும் தமிழில் இல்லை. அவருடைய தேர்வுகளை ஊன்றிக் கவனித்தால் இவ்வுண்மை துலங்கும். க.நா.சு. ஆங்கிலேய ஆட்சிக் காலத்தில் உயர் கல்வி கற்றவர். அன்று கல்வித் துறைகள் பிரிட்டிஷ் இலக்கியத்தை மட்டுமே கற்பித்துக்கொண்டிருந்தன. ஆங்கிலம் கற்ற உயர் ஜாதியினரிடத்தில் உன்னத இலக்கியத்தின் குறியீடாகத் திகழ்ந்தது பிரிட்டிஷ் இலக்கியம். ஆங்கில மொழியில் இவர்கள் கொண்டிருந்த பரிச்சயம் அமெரிக்க இலக்கியத்தைக்கூட கவனிக்க ஒரு தூண்டுகோலாக அமையவில்லை. அமெரிக்க இலக்கியம் இந்தியக் கல்வித் துறைகளில் 1950க்குப் பின்னரே பரவிற்று. ஆங்கில ஆசிரியர்கள் தங்கள் இலக்கிய அனுபவங்களின் எல்லைகளை விரித்துக்கொண்டதன் விளைவாக இது நிகழவில்லை. அமெரிக்கக் கலாச்சார நிறுவனங்களின் திட்டமிட்ட செயல்பாடுகளினால் அமெரிக்க இலக்கியம் இந்தியக் கல்வித் துறைகளில் பரவிற்று. இந்தப் பின்னணியில், சூழலின் பாதிப்பை மட்டுமே பெறக்கூடியவராகக் க.நா.சு. இருந்திருந்தால், அவர் ஆங்கில இலக்கியத்தைச் சார்ந்த படைப்புகளையும் அதிகபட்சம் அமெரிக்க இலக்கியத்தைச் சார்ந்த படைப்புகளையுமே நமக்கு மொழிபெயர்த்துத் தந்திருக்க வேண்டும். ஆனால் நிகழ்ந்தது வேறு. '1984', 'விலங்குப் பண்ணை' (ஜார்ஜ் ஆர்வெல் – இங்கிலாந்து), 'மனுஷ்ய நாடகம்' (வில்லியம் சரோயன் – அமெரிக்கா), 'குருதிப் பூக்கள்' (காதரின் அன் போர்ட்டர் – அமெரிக்கா), 'திறந்த படகு' (ஸ்டீபன் க்ரேன் – அமெரிக்கா) போன்ற நூல்களை அவர் மொழிபெயர்த்திருக்கிறார் என்பது உண்மை தான். தன் மொழிபெயர்ப்புகளுக்கு அவர் எழுதியுள்ள முன்னுரைக் குறிப்புகளையும் உலக இலக்கியங்களைப் பற்றி அவர் கூறியுள்ள கருத்துகளையும் கணக்கில் எடுத்துக்கொண்டு பார்க்கும்போது பிரிட்டிஷ் இலக்கியத்திற்கோ அமெரிக்க இலக்கியத்திற்கோ அல்ல, ஐரோப்பிய இலக்கியத்திற்கே அவர் அதிக அழுத்தம் தந்து மொழிபெயர்த்திருக்கிறார் என்பதைத் திட்டவட்டமாக உணர முடியும். இவர் தேர்வு செய்த ஐரோப்பிய ஆசிரியர்களில் முக்கியமானவர்கள் என்று ஸெல்மா லாகர் லேஃப் (ஸ்வீடன், 'மதகுரு'), பேர் லாகர் க்விஸ்ட் (ஸ்வீடன், 'அன்பு வழி'), மார்டின் து காட் (பிரெஞ்சு, 'தபால் காரன்'), நட் ஹாம்சன் (நார்வே, 'நிலவளம்') ஆகியோரைக் கூறலாம். மிகுந்த பிரக்ஞையுடனேயே இந்நாவல்களைத் தேர்ந்தெடுத்திருக்கிறார் க.நா.சு.

இவ்வாசிரியர்கள் உருவாக்கியிருக்கும் உலகம், தமிழ் வாசகன் தன் வாழ்வு சார்ந்தும் தன் மரபுகள் சார்ந்தும் உற்று உணரக்கூடியதாக இருக்கிறது. பிரிட்டிஷ் அல்லது அமெரிக்க நாவல்களில் தமிழ் வாசகன் உணரக்கூடிய 'அந்நியத்தன்மை' இந்நாவல்களுக்கு இல்லை. ஆக, இந்நாவல்கள் தமிழ் இலக்கியப் பிரக்ஞையைத் தீவிரமாகப் பாதிக்கும் என்ற க.நா.சு.வின் கணிப்பு, அவருடைய பார்வையையும் அவர் கொண்டுள்ள அக்கறைகளையும் நமக்கு உணர்த்துகின்றன. துரதிர்ஷ்டவசமாக இம்மொழிபெயர்ப்புகள் சீரான அச்சேற்றத்தையோ விரிந்த வினியோகத்தையோ பெறவில்லை. மிகத் தீவிரமான வாசகர்களின் கவனத்திற்கு மட்டுமே இன்றுவரையிலும் இவை வந்திருக்கின்றன. அந்த அளவில் க.நா.சு.வின் இலட்சியம் நிறைவேறாத ஒன்றாக நிற்கிறது.

காலச்சுவடு, ஜனவரி மார்ச் 1989

தாஸ்தயேவ்ஸ்கி என்ற கலைஞன்

தாஸ்தயேவ்ஸ்கியின் படைப்புலகம் நம் மனத்தில் உருவாக்கும் பிம்பம் என்ன? ஒரு இருட்குகை. முடிவற்றது. கிளைகள் பிரிந்து அக்கிளைகளிலிருந்து மேலும் கிளைகள் பிரிந்து செல்வது. அந்த இருட்குகைக்குள் மலைச் சிகரங்கள். பள்ளத்தாக்குகள். பாலைவனங்கள். வனாந்தரம். அங்கு நறுமணங்கள். துர்நாற்றங்கள். கடுங்குளிர். பொறி பறக்கும் வெப்பம். எண்ணற்ற ரகசிய அறைகள். இந்தப் பாதாள உலகத்தில் கைவிளக்கு ஒன்றை ஏந்தி தாஸ்தயேவ்ஸ்கி முன்செல்ல நாம் பின்தொடர்கிறோம். குகையின் வழிகள், திருப்பங்கள், ரகசியங்கள் அனைத்தும் அவனுக்கு அத்துப்படி. எந்த இருள் திரைபோல் கவிழ்ந்து நம் பார்வையை முடக்குகிறதோ அதே இருள் வாகனமாகி அவனைச் சுமந்து செல்கிறது. ஆழம் இதற்குமேல் இருக்க முடியாது என்று நாம் முடிவுகொள்ளும் இடத்தில் தொடங்குகிறது ஒரு கிடுகிடு பள்ளம். அந்த காரம் இதற்குமேல் அடர்த்திகொள்ள இயலாது என்று நாம் உறுதிகொள்ளும் இடத்தில் இருளின் ஆகக் கரிய போர்வை ஒன்று சுருள் விரியத் தொடங்குகிறது. மண்ணின் மேல் ஜாலம் கொள்ளும் வாழ்க்கையைச் சதம் என்று நம்பிக்கொண்டிருக்கும் நம்மைப் பேரதிர்ச்சிகளும் திக்குமுக்காடல்களும் தாக்குகின்றன. அறிஞர்களையோ விமர்சகர்களையோ அல்ல, தன் படைப்புகளில் வெளிப்படும் வாழ்வின் சுருள் அவிழ்ப்புகள் தன் வாசகனுக்கு அளிக்கும் பேரதிர்ச்சிகளையும் பெரு மூச்சுகளையும் நம்பி, காலத்தைத் தாண்டி வந்துகொண்டிருக்கிறான் தாஸ்தயேவ்ஸ்கி என்ற கலைஞன்.

வாசிப்பு என்ற வார்த்தையை தாஸ்தயேவ்ஸ்கியின் படைப்புகள் நிராகரிக்கின்றன என்று சொல்லலாம். நாம்

அவனைக் கற்கலாம். கற்று ஏற்கவோ மறுக்கவோ செய்யலாம். நாம் பழக்கத்தில் வைத்துக்கொண்டிருக்கும் வாசிப்பு என்னும் எளிய வித்தை—எடுத்த எடுப்பில் ஒரு சிருஷ்டியை விழுங்கி ஏப்பம் விடுதல்—அவனிடம் செல்லுபடி ஆகக்கூடியதல்ல. சிகை அலங்காரத்திற்கும் சிறிய மலை ஏறவும் பயிற்சி தேவைப்படுகிறது. அப்படியென்றால் பனியில் மூழ்கி வானத்தைக் கோதியபடி பிரம்மாண்டமாக விரிந்து கிடக்கும் மலைச் சிகரங்களில் யாத்திரை செய்ய எவ்வளவு கடுமையான பயிற்சி தேவைப்படும். இதன் பொருள் தாஸ்தயேவ்ஸ்கியைக் கற்றவர்கள் அவனை முழுமையாக ஏற்றுக்கொண்டார்கள் என்பதோ வாசித்தவர்கள் நிராகரித்தார்கள் என்பதோ அல்ல. அவனைக் கற்று நிராகரித்தவர்களும்[1] வாசித்துப் புளகாங்கிதம் கொண்டவர்களும் உண்டு. ஆனால் ஏற்றவர்களும் சரி மறுத்தவர்களும் சரி, அவனுக்கு அளித்த மதிப்பு அலாதியானது. எந்த மாக்சிம் கோர்க்கி இவனைத் 'தீமையின் உருவம்' என்று பழித்தானோ அவனே, 'ஷேக்ஸ்பியருடன் ஒப்பிடத் தகுந்த கலைஞன் இவன்' என்றும் கூறியிருக்கிறான். அவனை ஏற்றுக்கொண்டவர்களும் மேதை என்றார்கள். தூற்றியவர்களும் மேதை என்றார்கள். அரசியல் வாசிப்பு அவனைப் பழித்தது. நீசத்தனமாகப் பழிக்க மட்டுமே செய்தது.

தாஸ்தயேவ்ஸ்கியை ஒருவாறு நாம் புரிந்துகொள்ள அவனுடைய முக்கியமான நான்கு படைப்புகளையேனும் படிக்க வேண்டும். 'கரமசோவ் சகோதரர்கள்', 'குற்றமும் தண்டனையும்', 'மூடன்', 'சைத்தான்கள்'.

தாஸ்தயேவ்ஸ்கியைப் படித்திராத வாசகன் அவனைப் படிக்க முற்படும்போது இதுகாறும் அனுபவித்தறியாத ஒரு விசித்திர ஆயாசம் தன் மனத்தில் படர்வதை உணரலாம். மனித மனங்களின் ஆழங்களை ஊடுருவும் தாஸ்தயேவ்ஸ்கியின் கலைப் பதிவுகள், வாழ்க்கையைப் பற்றிய மாயக் கற்பனைகளை வளர்த்துக்கொண்டிருக்கும் மனங்களைச் சம்மட்டிபோல் தாக்கும். வாழ்க்கை என்றால் என்ன? அதன் குணம் எத்தகையது? மனித இனம் எந்த வகைப்பட்டது? மனித மனத்தின் கொள்ளிடம் எவ்வளவு? அது கடவுளின் அரண்மனையா? சைத்தானின் குடியிருப்பா? வானத்தைத் துழாவுவதில் வெற்றி கண்ட மனிதன் ஏன் சாக்கடையில் புழுப்போல் நெளிகிறான்? கனவுகளின் ஆடைகளை முற்றாக உரித்து இந்த வாழ்க்கையை நிதர்சனமாக நம்மால் தரிசிக்க இயலுமா? எவற்றின் மீது நம்பிக்கை வைத்து நாம் வாழ்க்கையைக் கொண்டு செலுத்த வேண்டும்? இவைபோன்ற தீர்க்கமான கேள்விகள் முளைக்கின்றன.

நம் அஞ்ஞானத் தூக்கம் கலைக்கப்பட்டு அடிப்படையான கேள்விகளுக்கு விடைகள் தேடிக்கொண்டு போவது சுவாரசியமான காரியம் அல்ல. அதிகாரங்களுக்கும் ஆணவங்களுக்கும் அகங்காரங்களுக்கும் குறைவான அறிவின் அடிப்படையில் நிறைவான வாழ்க்கையைப் பற்றி கற்பனை செய்துகொண்டவர்களுக்கும் வாழ்க்கையின் சகல சிக்கல்களையும் விடுவிக்கும் ஒற்றை மூலிகைத் தத்துவங்களை விற்றுக்கொண்டிருந்தவர்களுக்கும் தாஸ்தயேவ்ஸ்கி மீது கடுங்கோபம் வரக் காரணம் தங்கள் மனங்களின் போதாமைகளை, குறைகளை, வக்கிரங்களை தாஸ்தயேவ்ஸ்கி என்ற கண்ணாடியில் இவர்கள் அம்மணமாகப் பார்த்ததின்

விளைவே ஆகும். மனத்தின் திரைகள் ஆக சூட்சுமமானவை. அத்திரைகளை தாஸ்தயேவ்ஸ்கியைப்போல் கிழித்த கலைஞன் எவனுமில்லை.

2

பத்தொன்பதாம் நூற்றாண்டின் நடுப்பகுதியில் ஐரோப்பியப் படைப்புலகத்தில் இரண்டு வேறுபட்ட அணுகுமுறைகள் செல்வாக்குச் செலுத்திக்கொண்டிருந்தன. ஒரு போக்கை விக்டர் ஹ்யூகோவுடையது என்றும் மற்றொன்றை பால்சாக்குடையது என்றும் பொதுவாகச் சொல்லலாம். விக்டர் ஹ்யூகோவின் போக்கு லட்சிய வேகமும் மனித குணங்களைக் கறுப்பு அல்லது வெள்ளை எனப் பிரித்து இரு குணங்களுக்கும் அழுத்தம் தந்து பார்ப்பதில் நம்பிக்கையும் உணர்வுகளை மிகைப்படுத்தும் பாங்கும் கொண்டது. நம்பிக்கையின் அடிப்படையில் அது மனித உன்னதங்களை வற்புறுத்துகிறது.

இந்த உன்னதங்கள், உன்னத வாழ்க்கை பரிணமிக்கும் என்று நம்பிக்கை கொள்கின்றன. சமூக மாற்றங்களில் பொக்கான ஆசைகளும் இலக்கியக் கடல்களின் அலைகளில் அவ்வப்போது கால் நனைப்பும்கொண்ட அரசியல் ஜென்மங்களுக்கு இந்த வகையைச் சேர்ந்த படைப்புகள் கனவுகளின் புல்லரிப்பை ஏற்படுத்துகின்றன. எவை சுலபம் அல்லவோ அவை சுலபம் என்று வற்புறுத்தப்பட்டதில் ஏற்பட்ட புல்லரிப்புத் தத்துவங்களைச் சுலோகங்களாக முடக்கி, சுலோகங்களைத் தத்துவங்களாகக் காட்டிக்கொண்டிருக்கும் அரசியல்வாதி, தன்னைக் கலைஞர்களும் ஆமோதித்திருப்பதாக அடிபலம் தேடிக்கொள்ளும் தந்திரங்கள் இவை. கலை எப்போதும் சிக்கலின் சூட்சுமங்கள் பற்றிய கவலை கொண்டது. சூட்சுமங்களின் சிக்கல்களைப் புரிந்துகொள்ள உதவக்கூடியது. கடினங்களைக் கடினங்களாகக் கண்டு மொழியால் அவற்றைத் தாக்கி வசப்படுத்த முன்னுவது. மனிதனை ஆதாரமாக வைத்தே இந்த வாழ்க்கையை மாற்ற முடியும் என்பதால் மனித மனங்களின் உள்ளறைகளைப் பற்றி ஆழ்ந்த கவலை கொண்டது. மனிதனுக்கும் மிருகத்திற்குமான வேற்றுமைகளை, அதாவது இருப்புக்கும் வாழ்க்கைக்குமான வேற்றுமைகளைப் பதிவு செய்வதில் மிகுந்த கவனம் கொண்டது. கலையின் ஆகப் பெரிய ஆற்றலை உணர்வதும் தாஸ்தயேவ்ஸ்கியை இனம் கண்டுகொள்வதும் இரண்டு வேறுபட்ட காரியங்கள் அல்ல. அதிகாரங்களுக்குத் துதிபாடி, அந்தத் துதிபாடலையே இலக்கியத்தின் எல்லை என்று வரையறுக்க முன்னும் சக்திகளுக்கு தாஸ்தயேவ்ஸ்கி எனும் கலைஞன் அந்நியமாகப் போய்விட்டதில் ஆச்சரியம் ஒன்றுமில்லை.

3

பத்தொன்பதாம் நூற்றாண்டின் நடுப்பகுதியைச் சேர்ந்த ரஷ்யாவுக்கும் இருபதாம் நூற்றாண்டின் இறுதியில் வந்துவிட்ட இந்தியாவுக்கும் பல ஒற்றுமைகள் இருக்கின்றன. இன்றைய இந்தியா மேற்கத்தியக் கலாச்சாரத்தைப் போலி செய்வதுபோல் அன்றைய ரஷ்யா ஐரோப்பியக் கலாச்சாரத்தைப் போலி செய்துகொண்டிருந்தது. ரஷ்யாவில் அன்று சீமான்கள், சீமாட்டிகள், சமூக மின்னா மினுக்கிகள், போலி அறிவுவாதிகள், சாய்வு நாற்காலிப் புரட்சிவாதிகள், அதிகாரத்தின் துதிபாடிகள் எல்லோரும் ரஷ்ய

மொழியைத் தாழ்ந்த மொழியாகக் கருதி பிரெஞ்சு மொழியின் மோகத்தில் திளைத்துக்கொண்டிருந்தனர். இந்தியாவில், முக்கியமாகத் தமிழகத்தில், நாம் பார்க்கும் ஆங்கில மோகத்துடன் இதை ஒப்பிட்டுப்பார்க்கலாம். இங்கு ஆங்கிலம் அறிந்தவர்களே அறிவாளிகள் என்று கருதப்படுவது போலவும் ஆங்கிலம் அறிந்தவர்களே படைப்புலகச் சாதனைகள் உள்ளிட்ட வேறு பல சாதனைகளையும் நிகழ்த்த முடியும் என்று கருதப்படுவது போலவும் பத்தொன்பதாம் நூற்றாண்டைச் சேர்ந்த ரஷ்யாவில் பிரெஞ்சு மொழி அறிந்தவர்களே அறிவாளிகளாகவும் உன்னத நாகரிகத்தின் பிரதிநிதிகளாகவும் கருதப்பட்டுவந்தனர்.

தாஸ்தயேவ்ஸ்கியின் குடும்பப் பின்னணி சின்னாபின்னப்பட்டது. சகல சோதனைகளையும் ஒரே குடும்பத்திற்குள் நிகழ்த்திப் பார்க்க வேண்டும் என்று விரும்பிய கடவுளின் வக்கிரத்திற்குப் பலியானதுபோல் இருக்கிறது அந்தக் குடும்பம். நோய்கள், கொலைகள், அவமானங்கள், துர்மரணங்கள், சிறைத் தண்டனை ஆகிய எண்ணற்ற அவலங்களுக்கு ஆட்பட்ட குடும்பம். ஆக, போலி நாகரிகத்தின் தளுக்கு பால்கனியில் தாஸ்தயேவ்ஸ்கிக்கு நாற்காலி இல்லை என்பது தெளிவு. இந்த ரஷ்யப் பின்னணி அளித்த தாழ்வு மனப்பான்மையால் கடுமையாகப் பாதிக்கப்பட்டவன் தாஸ்தயேவ்ஸ்கி. தாழ்வு மனப்பான்மை என்ற நோய்க்குப் பலியானவர்கள் சரிந்துபோவது ஒரு வகை. வீறு கொண்டு எழுந்து, தங்களை உக்கிரமாக வெளிப்படுத்திக்கொண்டு, தங்கள் உன்னத ஆளுமைகளை உறுதிப்படுத்தி உறவையும் சுற்றத்தையும் திணறடிப்பது மற்றொரு வகை. இந்த இரண்டாவது வகைக்கு தாஸ்தயேவ்ஸ்கியைப்போல் ஒரு சிறந்த உதாரணம் கிடைப்பது அபூர்வம்.

ரஷ்ய இலக்கிய வானில் இவான் துர்கேனெவ் துருவ நட்சத்திரமாக ஜொலித்துக்கொண்டிருந்த காலம். உயர்குடிப் பிறப்பு. பிரெஞ்சு மொழி லாவகம். நடை உடை பாவனைகளில் கடைந்தெடுத்த சீமான். கலை உலக நுட்பங்களை விவாதிப்பதில் – முக்கியமாக நாவல் கலை பற்றிய விவாதங்களில் – மதிநுட்பம் மிகக் கொண்டவன் என்ற புகழ். உலகக் கலாச்சாரத் தலைநகரமான பாரிஸைத் தன் கருத்துலகத் தலைநகரமாகவும் மாற்றிக்கொண்டிருந்தான். அவன் கலந்துகொள்ளும் விருந்துகளில் உலக எழுத்தாளர்கள் கலந்துகொண்டு அவன் கருத்துகளை ஆழ்ந்து கேட்டிருக்கிறார்கள். துர்கேனெவின் இந்த விசேஷ ஆளுமையைப் பற்றிய எளிய செய்திகள் தாஸ்தயேவ்ஸ்கியை வந்து அடையும்போது அவன் வார்த்தைகளில் திகைப்பும் பதற்றமும் கூடுகின்றன. 'அவர் அதிகம் கற்றறிந்தவர். சீமான்களுக்கே உரித்தான வசதிகளும் சந்தர்ப்பங்களும் அவருக்கு இருக்கின்றன. அவரைப்போல் சாதனைகளை நிகழ்த்த என்னால் முடியாது' என்கிறான். துர்க்கேனெவ்மீது தாஸ்தயேவ்ஸ்கி கொண்டிருந்த ஏக்கத்தைத் தாகூர்மீது பாரதி கொண்டிருந்த ஏக்கத்தோடு ஒப்பிட்டுப் பார்க்கலாம். இன்று துர்கேனெவ் ஒரு குன்று. தாஸ்தயேவ்ஸ்கி ஒரு மலைச் சிகரம். சீமான்களின் ஜிகினா பவிஷுகள் காற்றோடுபோக, மேம்பட்ட கலைஞனின் கொடி, கம்பம் இன்றிக் காலத்தின் அந்தரத்தில் பறந்துகொண்டிருக்கிறது.

ஒரு படைப்பாளி தன்னைச் சுற்றிக் கூடும் ஜால்ராக்களின் சத்தங் களுக்குத் தொடர்ந்து செவிமடுப்பதினாலோ நோயுற்ற அகங்காரத்தினாலோ மிதமிஞ்சிய தாழ்வு மனப்பான்மையினாலோ தன்னைப் பற்றி மிகையாகவோ அல்லது தாழ்வாகவோ கூறிக்கொள்ளும் சொற்களை ஆமோதிக்கும் பொறுப்பை, காலம் ஒருபோதும் ஏற்றுக்கொண்டதில்லை என்பதற்கு எண்ணற்ற உதாரணங்கள் இருக்கின்றன.தாகூரைத் தாண்டிச் சென்றுவிட்ட கலைஞன் பாரதி என்ற மதிப்பீடுகளும் இன்று உண்டு. இக்கூற்றுகளில் மிகை அல்லது சுய அபிமானம் கலந்திருக்கும் என்று நாம் கருதுவோம் என்றால் இவற்றைவிட்டு, தாகூருடன் சாதகமாக ஒப்பிடத் தகுந்த கலைஞன் பாரதி என்ற முடிவுக்கு வருவதில் தவறில்லை. ஒன்று நிச்சயம்: பாரதி தன்னைத் தாகூருடன் ஒப்பிட்டுக் கொண்டிருந்த காலத்தில் அவன் மனத்தில் இருந்த பெரிய இடைவெளியைக் காலம் ஆமோதிக்கவில்லை.

தாஸ்தயேவ்ஸ்கி எதிர்கொண்ட சமூகப் பின்னணியும் பாதகமானது. அன்று ரஷ்யாவின் கலாச்சாரத் தலைநகரம் பீட்டர் ஸ்பர்க்.[2] வேரற்ற நாகரிகத்தின் துள்ளல்கள் நீக்கமற நிறைந்திருந்த இடம். இந்த வெளிப்பாடுகளுக்கு நேர் எதிர்த் திசையில் பிழைப்பின் கொடிய கரங்களால் குதறப்பட்டுக்கொண்டிருக்கும் கோடிக்கணக்கான மக்கள். கொடிய வறுமை. மிக மோசமான அடக்குமுறை. வேசிகளுக்கு மஞ்சள் அட்டை கொடுத்து வரி வசூலிக்கிறது அரசாங்கம். (மலிவு விலைச் சாராயத்தில் துட்டடிப்பதைவிடக் கேவலமானது அல்ல.) முதலாம் ஜார் நிக்கோலஸ் தன் விசித்திரமான கல்விக் கோட்பாடுகளை வெளிப்படுத்திய காலம். சமூகத்தில் உயர்ந்தவர்களும் தாழ்ந்தவர்களும் ஒன்றாக இணைந்து கல்வி கற்கக் கூடாது என்கிறான் அவன். அரசாங்கத்தை மென்மையாக விமர்சித்தால்கூட அது கொடிய குற்றம். அதற்குத் தண்டனை மரணம். ஜாரின் கொடுங்கோன்மையைத் தகர்க்க 1825இல் ஒரு கலகம் வெடித்தது என்றாலும் அது வெற்றி பெறவில்லை. அன்றைய புரட்சிவாதிகளும் அறிவுவாதிகளும் சைபீரியாவுக்கு நாடுகடத்தப்பட்டனர். எதேச்சாதிகாரம் தலை விரித்து ஆடிற்று. தணிக்கைச் சட்டம் தீவிரமாக அமல்படுத்தப்பட்டது. ரகசியக் காவல் படையினரின் வலைகள் பல இடங்களிலும் வியாபகம் பெற்றன.

தாஸ்தயேவ்ஸ்கியின் மனம் லட்சிய வேகத்தில் துடித்துக்கொண்டிருந்த காலம் அது. என்ன செய்யவேண்டும் என்பதில் அவனுக்குத் தெளிவில்லை. ஆனால் அவனுடைய உணர்வுகள் ஏழ்மையின் கண்ணீரில் கரைந்துகொண்டிருந்தன. ஐரோப்பிய நாகரிகத்துடன் அவனால் இணைந்து செல்ல முடியவில்லை.[3] ரஷ்ய மொழிமீது அவன் மிகுந்த பற்றுக் கொண்டவன். ஐரோப்பாவை நகல் செய்ய வேண்டியதில்லை என்றும் ரஷ்யக் கலாச்சாரத்தைத் தட்டியெழுப்பிப் புனர்வாழ்வுக்கு அதனை இட்டுச் செல்ல வேண்டும் என்றும் ஏங்குகிறான். ரஷ்யா கடந்து வந்திருக்கும் பாதையில், காலத்தின் ஏதோ ஒரு மூலையில், உலகத்தை உய்விக்கும் ஆத்மீக ஞானம் இருக்கக் கூடும் என்றும் அதனைத் தட்டியெழுப்பிப் பேணிக் காத்து, மனித உய்விற்கு வழி காண முடியும் என்றும் அவன் நம்புகிறான்.

4

இங்கு தாஸ்தயேவ்ஸ்கியின் முழு வாழ்க்கையையும் ஆராய்வது நம் நோக்கமல்ல. அவன் வாழ்க்கையின் முக்கியமான பகுதிகளை –சமூகமும் அரசும் குடும்பமும் அவனுக்கு அளித்த வடுக்களை – பார்த்துக்கொண்டு போகிறோம். எந்த அனுபவங்கள் அவன் படைப்பைப் பாதித்திருக்கும் என்று நாம் நம்புகிறோமோ அவற்றைக் கவனிப்பதன் மூலம் அவன் வாழ்க்கைக்கும் படைப்பிற்குமான உறவை அறிய முற்படுகிறோம்.

தாஸ்தயேவ்ஸ்கி 1821இல் மாஸ்கோவில் பிறந்தான். அவனுடைய தந்தை ஒரு டாக்டர். மூர்க்க குணம் கொண்டவர். சற்றே வசதியாக இருந்து சரிந்து போன குடும்பம் அது. தர்ம ஆஸ்பத்திரியின் வளாகத்திற்குள் வசதிகளற்ற குடியிருப்புகளின் இடுக்குகளில் அவனுடைய இளமை கழிந்தது. நோயைப் பற்றியும் வறுமையைப் பற்றியும் மனித துக்கங்களைப் பற்றியும் அறிந்துகொள்ள மருத்துவச் சூழல் அவனுக்கு ஏற்ற இடமாக அமைந்தது. மத போதனைகளை வலியுறுத் தும் குடும்பம் அவனுடையது.

தாஸ்தயேவ்ஸ்கி பதினான்காவது வயதில் தன் தாயை இழந்தான். இரண்டு வருடங்களுக்குள்ளாகவே அவன் தந்தை கொலை செய்யப்பட்டார். அவருடைய குரூரம் தாங்காமல் பண்ணையாட்கள் அவரைக் கொன்றனர். (குதிரை வண்டியோட்டி அவரைக் கொன்றதாகவும் சொல்லப்படுகிறது.) ஏழு குழந்தைகளில் ஒருவனான தாஸ்தயேவ்ஸ்கி தன் அண்ணன் மிக்கேல்மீது மிகுந்த பாசம் கொண்டிருந்தான். தான் காட்டிய அன்புக்கு இணையான அன்பை அண்ணன் தன்னிடம் காட்டவில்லை என்ற குறையும் அவனுக்குக் கடைசிவரையிலும் இருந்தது. இருவரும் ராணுவப் பொறியியல் கல்லூரியில் ஒன்றாகக் கல்வி கற்றார்கள். தாஸ்தயேவ்ஸ்கி தேர்வுகளில் முதல் மாணவனாக வெற்றி பெற்றுவந்தான் என்றாலும் இறுதித் தேர்வில் ஏதோ ஒரு குளறுபடியால் அவனது பெயர் வெகுவாகப் பின்னால் போய்விட்டது. (விளங்காத குளறுபடியால் பின்தள்ளப்படும் விதி, தாஸ்தயேவ்ஸ்கியின் வாழ்க்கையில் தொடர்ந்து வரும் ஒரு புதிராக இருந்தது.) அண்ணன் வெற்றி பெற்றிருந்தான் என்றாலும் அவனுக்கு உடல் நிலை சீராக இல்லை என்பதால் அவன் பெயர் நீக்கப்பட்டது. இதனால் தாஸ்தயேவ்ஸ்கியின் மனத்தில் மிகுந்த தனிமை சூழ்ந்தது.

ராணுவப் பொறியியல் கல்லூரியில் படித்துக்கொண்டிருந்தபோதே தாஸ்தயேவ்ஸ்கி மிகுந்த இலக்கிய வேட்கை கொண்டிருந்தான். அவன் பசி அடங்காத வாசகன். ரஷ்ய மொழிப் படைப்புகள், ஜெர்மன் படைப்புகள், உலக இலக்கியங்கள், கொலை வழக்குகள் பற்றிய விசாரணைகள், உளவியல், தத்துவம், சமய ஆராய்ச்சிகள், சோசலிசச் சிந்தனை சார்ந்த அலசல்கள் எல்லாவற்றையும் படித்தான். இந்தப் பசி கடைசிவரையிலும் அவனை ஆட்டிப் படைத்துக்கொண்டிருந்தது. பெரிய கலைஞன் பெரும்பாலும் பசி தீராத வாசகனாக இருப்பதைப் பார்க்கிறோம்.

தாஸ்தயேவ்ஸ்கியின் முதல் நாவல் 'ஏழை எளியவர்கள்'. அன்றைய ரஷ்யச் சமூகம் பற்றி அவன் கொண்டிருந்த கவலையை இந்த நாவல்

பிரதிபலிக்கிறது. வாழ்வின் பின்பகுதியில் அவன் அடுத்தடுத்து உருவாக்கிய உன்னதப் படைப்புகளின் தரத்துடன் ஒப்பிட முடியாது என்றாலும் லட்சியவாதியான தாஸ்தயேவ்ஸ்கியின் சமூக அக்கறைகளை அதிகம் பிரதிபலித்தது இந்த நாவல்தான் என்று சொல்லவேண்டும். அப்போது அவனுக்கு வயது இருபத்தைந்து. ஒரு படைப்பாளியாக மலர்வதில் மிகுந்த ஆசையும் ஆனால் அதன் நடைமுறைச் சாத்தியத்தில் மிகுந்த அவநம்பிக்கையும் கொண்டிருந்த காலம். படைத்தல் என்ற மாபெரும் கலை தனக்கு வசப்படாத ஒன்றோ என்ற கவலை அவன் மனத்தை அரித்துக்கொண்டிருந்தது.

தாஸ்தயேவ்ஸ்கியின் நண்பன் 'ஏழை எளியவர்'களின் கையெழுத்துப் பிரதியை நிக்கலோ நெக்கரசோவிடம் காட்டலாம் என்று யோசனை கூறினான். அன்று நெக்கரசோவ் 'சமகாலம்' என்ற மதிப்பு வாய்ந்த இலக்கிய இதழின் ஆசிரியர். அவ்விதழில் மதிப்புரை வெளியாவது இலக்கிய அங்கீகாரமாகக் கருதப்பட்டது. நெக்கரசோவிடம் கையெழுத்துப் பிரதியைத் தந்த பின் வெட்கத்துடனும் அவநம்பிக்கையுடனும் படுக்கைக்குச் செல்கிறான்.

தாஸ்தயேவ்ஸ்கி, 'என் கையெழுத்துப் பிரதியைப் படித்துவிட்டு அவர்கள் வாய்விட்டுச் சிரிப்பார்கள்' என்று தனக்குத்தானே சொல்லிக்கொள்கிறான். விடியற்காலை நான்கு மணி வாக்கில் தாஸ்தயேவ்ஸ்கியின் அறைக் கதவை அவன் நண்பனும் நெக்கரசோவும் தட்டி நாவல் மிகத் தரமாக வந்திருக்கிறது என்றும் மாலையில் படிக்கத் தொடங்கிய கையெழுத்துப் பிரதியை முடிப்பது வரையிலும் கீழே வைக்க முடியவில்லை என்றும் சொல்கிறார்கள். தாஸ்தயேவ்ஸ்கி மிகுந்த மனநிறைவுகொள்கிறான். நுட்பமான சிந்தனையாளன் என்றும் ஆழமான விமர்சகன் என்றும் பெயர் பெற்றிருந்த பெலின்ஸ்கி, தாஸ்தயேவ்ஸ்கியின் 'ஏழை எளியவர்'களைப் படித்துவிட்டு 'மற்றொரு கோகோல் நம்மிடையே தோன்றிவிட்டான்' என்கிறார்.[4]

5

இக்காலங்களில் புரட்சிகர இயக்கங்களோடு தாஸ்தயேவ்ஸ்கிக்குச் சாதாரணமான தொடர்புகள் ஏற்பட்டன. திட்டவட்டமான தத்துவங்களில் அவநம்பிக்கையும் மனித துக்கங்களில் உருகும் மனமும் கொண்டவன் அவன். 1849இல் ஷேவ்ஸ்கி[5]யின் குழுவைச் சேர்ந்த அனைத்து உறுப்பினர்களும் கைதுசெய்யப்பட்டபோது தாஸ்தயேவ்ஸ்கியும் கைதுசெய்யப்பட்டான். கைதுசெய்யப்பட்ட அனைவருக்கும் மரண தண்டனை விதிக்கப்பட்டது. ஒரு இடுக்குக் கொட்டடியில் அடைபட்டுக் கிடந்தான் அவன். உடம்பில் உயிர் தரிக்க மட்டுமே போதுமான உணவு. யாரையும் சந்திக்க முடியாது. கடிதங்கள் பெறவும் முடியாது; எழுதவும் கூடாது. விசாரணை ஐந்து மாதங்கள் நடந்தது. அதன்பின் திடீரென்று ஒருநாள் எல்லாக் கைதிகளையும் மூடிய வண்டியில் ஒரு மைதானத்திற்குக் கொண்டு சென்றனர். அங்குப் பெருங்கூட்டம். மைதானத்தின் நடுவில் ஒரு மேடை. சுற்றிலும் கைதிகளைக் கட்டிப்போடத் தூண்கள். சுட்டுக் கொல்லும்படி தீர்ப்பு வாசிக்கப்பட்டது. ஆத்மாக்களின் கடைத்தேறலுக்காக மதகுருக்கள் ஜெபித்துக் கொண்டிருந்தார்கள். கைதிகளுக்கு நீளமான அங்கிகள்

அணிவிக்கப்பட்டன. அப்போது தாஸ்தயேவ்ஸ்கிக்கும் மரணத்திற்கும் இடையே ஒரு சில வினாடிகள்தான் இருந்தன. மரண துக்கத்தையும் அவன் முழுமையாக அனுபவித்தாயிற்று. திடீரென்று வெண் கைக்குட்டையை வீசிக்கொண்டு ஒரு சேவகன் வருகிறான். சக்கரவர்த்தி மரண தண்டனையைச் சிறைத் தண்டனையாகத் தளர்த்திவிட்டார் என்கிறான். இந்தச் செய்தி அளித்த அதிர்ச்சியில் ஒரு கைதிக்குப் புத்தி பேதலித்துவிட்டது என்றும் மற்றொரு கைதியின் தலை மயிர் பொட்டென நரைத்துவிட்டது என்றும் சொல்லப்படுகிறது.

கொடுஞ்சிறையில் மிகக் கேவலமாக தாஸ்தயேவ்ஸ்கி நடத்தப்பட்டான். கிறிஸ்துமஸ் தினம். அவன் காலில் சங்கிலிகள் பிணைக்கப்பட்டன. சங்கிலியின் இரு நுனிகளும் கணுக்காலில் சுற்றப்பட்டு மையம் இடுப்புப் பட்டையில் கோர்க்கப்பட்டிருந்தது. சங்கிலி மட்டுமே பத்து பவுண்ட் எடை கொண்டது. நான்காண்டுகள் அவன் அதைச் சுமந்து தீர்க்க வேண்டும். சிறையில் தாஸ்தயேவ்ஸ்கியுடன் இருந்த சக கைதிகள் மோசமான குற்றங்களுக்காகத் தண்டனை அனுபவித்து வந்தவர்கள். திருட்டு, கொலை போன்ற சமூகக் குற்றங்கள். அவர்களிடையே இருந்தது தாஸ்தயேவ்ஸ்கிக்கு ஒரு விதத்தில் மன ஆறுதலைத் தந்தது. சிறையில் தாஸ்தயேவ்ஸ்கி தொடர்ந்து படித்து வந்த நூல் பைபிள். துன்பத்தில் உழல்வதன் மூலம் விடுதலை பெற முடியும் என்ற மன உறுதி தாஸ்தயேவ்ஸ்கியிடம் அப்போது தோன்றியது. தனக்கு முற்றிலும் அருகதையான தண்டனைதான் அளிக்கப்பட்டிருக்கிறது என்றும் நம்புகிறான் அவன். தன்னைப் போன்ற நொந்த இதயங்கள்மீது அவனுக்கு மிகுந்த பரிவும் நெகிழ்ச்சியும் உண்டாயின. கொடிய குற்றங்களுக்கு ஆட்பட்டு, மனம் புழுங்கி விமோசனத்திற்காகவும் புதிய வாழ்க்கைக்காகவும் ஏங்கும் சக கைதிகள்மீது அவன் மிகுந்த தோழமை உணர்வு கொண்டான். வாழ்வுக்கு ஆதாரமான நற்செய்தி ஒன்றை அவர்கள் மூலம் பெறமுடியும் என்று நம்பத் தொடங்கினான். குற்றவுணர்ச்சியும் பாவ எண்ணங்களும் விமோசனத்திற்காக ஏக்கமும் சதா அலையடித்துக்கொண்டிருந்த மனம்தான் தாஸ்தயேவ்ஸ்கியுடையது என்று பல உளவியல் அறிஞர்கள் கூறியிருக்கிறார்கள்.

1854இல் தாஸ்தயேவ்ஸ்கி சிறையிலிருந்து வெளியே வந்தான். அதன் பின் நான்கு ஆண்டுகள் அவன் ராணுவத்தில் கட்டாய ஊழியம் ஆற்ற வேண்டும். ரஷ்யாவுக்குள், சீன எல்லையை ஒட்டிய ஒரு இடத்தில், அவன் பணியாற்றச் சென்றான். இங்கேதான் அவன் மேரியைச் சந்தித்தான். மேரி திருமணம் முடிந்தவள்.எட்டு வயதுச் சிறுவனின் தாய். அவள் கணவன் ஒரு பெருங்குடிகாரன். அதனால் அவள் வாழ்க்கை துன்பமயமாக இருந்தது. அவள்மீது தாஸ்தயேவ்ஸ்கி கொண்ட இரக்கம்தான் பின்னர் காதலாகப் பரிணமித்தது. மேரியின் கணவன் மூன்றாண்டுகளுக்குப் பின் இறந்துவிடவே தாஸ்தயேவ்ஸ்கி அவளைத் திருமணம் செய்துகொண்டான். துரதிர்ஷ்டம் என்றுதான் சொல்ல வேண்டும். தாஸ்தயேவ்ஸ்கியின் கொடிய நோய்—அந்த மோசமான காக்காய் வலிப்பு—அவனுடைய தேனிலவு நாட்களில் மிக பயங்கரமாக வெளிப்பட்டு மேரியை நிலை குலையச்செய்தது. ஒரு பெண்ணை ஏமாற்றிவிட்டதான குற்றவுணர்ச்சிக்கு ஆட்படுகிறான் தாஸ்தயேவ்ஸ்கி.

நான்கு ஆண்டுகளுக்குப் பின் கொடுங்கோன்மை அரசு தாஸ்தயேவ்ஸ்கியை மன்னித்தது. அவன் பீட்டர்ஸ்பர்க் திரும்பினான்.

6

இப்போது அவனுக்கு வயது முப்பத்தேழு. சொல்லும்படி ஒன்றும் அவன் எழுதியிருக்கவில்லை. 'ஏழை எளியவர்கள்' என்ற நாவலின் திறமையான ஆசிரியரை ரஷ்ய வாசகர்கள் அநேகமாக அப்போது மறந்தாயிற்று. தன் துறையில் வேகமாகச் செயல்பட வேண்டும் என்ற கனவு அவனை அரித்துக்கொண்டிருந்தது. ரஷ்ய எழுத்தாளன் எவனுக்கும்– ஒருக்கால் உலக எழுத்தாளர்களுக்குக்கூட–வாய்த்திராத பேரனுபவங்கள் அவன் மனத்தில் அலைமோதிக்கொண்டிருக்கின்றன. வாழ்க்கையின் ஆழமும் அகலமும் இப்போது அவனுக்குத் தெரியும். மரணம் பற்றித் தெரியும். மனித மனங்களின் இருட்குகைகள் பற்றித் தெரியும். இப்போது அவன் ஆளுமை விழிப்பான பார்வை கொண்டாயிற்று. விமர்சிக்கவும் ஆராயவும் சிந்தனையைத் தூண்டவும் திக்பிரமை கொள்ளச் செய்யவும் அவனிடம் விஷயங்கள் இருக்கின்றன. காலம் உடனடியாக அவனை ஏற்றுக்கொள்ளும் என்று கற்பனை செய்யக் கூட முகாந்திரம் இல்லை. ஆனால் வாழும் காலத்தில் வீசும் காற்றை அவதானித்து அதற்கேற்ப தன் முகத்தை மாற்றிக்கொள்வது தன்னுடைய வேலை அல்ல என்று அவன் நம்புகிறான். அது அரசியல்வாதியின் அற்பத் தந்திரம். காலத்தின் சாராம்சங்களைப் பற்றிய தன் கணிப்புகளைக் கலைஞன் பதிவுசெய்ய வேண்டும். அவன் பதிவுகளில் ஆழமும் அர்த்தமும் இருந்தால் நிகழ்காலம் அவனை மறுத்தாலும் எதிர்காலம் அவனை அணைத்துக்கொள்ளும்.

தாஸ்தயேவ்ஸ்கியின் படைப்புகளின் தரம் இந்நாட்களில் அவ்வளவு மேலாக இல்லை. அவனுடைய கவனம் இதழியல் பக்கம் திரும்பிற்று. தன் அண்ணன் மிக்கேலுடன் இணைந்து 'காலம்' என்ற இதழைத் தொடங்கினான். இந்தச் சமயத்தில் அவன் மீண்டும் ஒரு காதல் தொடர்பில் சிக்கிக்கொண்டான். அப்போது அவனுக்கு வயது நாற்பது. அவன் காதலி ஹோலினாவுக்கு வயது இருபது. இருவரும் ஐரோப்பியப் பயணம் ஒன்றை மேற்கொண்டனர். அவர்கள் உறவு நீடிக்கவில்லை. மனம் சோர்ந்து தாஸ்தயேவ்ஸ்கி ரஷ்யா திரும்பும்போது மேரி மரணப் படுக்கையில் கிடக்கிறாள். தாஸ்தயேவ்ஸ்கி அவளுக்குப் பணிவிடைகள் செய்கிறான். ஆனால் மேரி இறந்துபோகிறாள். சில நாட்களுக்குள்ளாகவே தாஸ்தயேவ்ஸ்கியின் 'காலம்' அரசாங்கத்தால் தடை செய்யப்பட்டது. அவன் 'யுகம்' என்ற புதிய இதழைத் தொடங்கினான். 'யுகம்' நொண்டி நடை போட்டுக்கொண்டிருக்கும்போதே தாஸ்தயேவ்ஸ்கியின் அண்ணன் மிக்கேலும் இறந்துபோனான். இதழைத் தொடர்ந்து நடத்துவதில் கடன் ஏறிற்று. குறுக்கு வழியில் பணம் தேட முற்படுகிறான் அவன். சூதாட்ட வெறி அவனைப் பேய்போல் பிடித்தாட்டுகிறது. தன் கையிருப்பையும் கடன் வாங்கிய தொகைகளையும் சூதாடித் தொலைக்கிறான். பல புத்தகங்கள் எழுதித் தருவதாக வாக்களித்து, வெளியீட்டாளர்களிடமிருந்து முன்பணம் பெற்று, ஒப்புக்கொண்ட தேதிகளில் புத்தகங்களை முடித்துத் தர இயலாமல் திணறுகிறான். கடன்காரர்கள் அவன் கழுத்தில் சுருக்கைப்போட்டு

இழுக்கிறார்கள். துன்பத்திலும் வறுமையிலும் தனிமையிலும் உழல்கிறான். அப்போது அவன் எழுதத் தொடங்கிய நாவல்தான் 'குற்றமும் தண்டனையும்.'

ஒரு காரியதரிசியை அமர்த்தி நாவலை எழுதச் செய்தால் விரைவாக எழுதிவிட முடியும் என்று அவனுடைய நண்பர்கள் யோசனை கூறினார்கள். இந்தக் காரியதரிசி வேலைக்கு வந்தவள் அன்னா. தாஸ்தயேவ்ஸ்கியின் வாழ்க்கையில் அவன் எதிர்கொண்ட ஒரே விளக்கு என்று இவளைச் சொல்லிவிடலாம். காரியதரிசியாக வந்தவள் மனைவியான பின் அவன் வாழ்க்கையில் பெரும் மாற்றங்கள் ஏற்படுகின்றன. அப்போது தாஸ்தயேவ்ஸ்கிக்கு வயது நாற்பத்தைந்து. அன்னாவுக்கு வயது இருபது. வயதின் இடைவெளி அதிகம். ஆனால் தாஸ்தயேவ்ஸ்கி என்ற கலைஞனை மனதார நேசித்த அன்னா தன் பொறுமையால் விவேகத்தால் தாஸ்தயேவ்ஸ்கி என்ற பெரும் சிடுக்கை ஒரு கண்டில் சுற்றத் தொடங்குகிறாள். தன் சிக்கல்களை அன்னா ஒழுங்குபடுத்திய வித்தையைப் பார்த்து தாஸ்தயேவ்ஸ்கியே ஆச்சரியப்படுகிறான். அவன் நிம்மதியாகப் படைப்பாக்கங்களில் ஈடுபட்டிருந்த காலம் இது ஒன்றுதான். 'ஒரு பெரும்பாவியின் வாழ்க்கை' என்ற தலைப்பில் ஒரு பெரிய நாவலை—அவன் மனத்தில் ஐந்து பாகங்களாக உருக்கொண்டிருந்தது இது—எழுதத் திட்டமிடுகிறான். இந்தத் தலைப்பில் அப்படைப்பு வெளிவரவில்லை என்றாலும் காலத்தின் போக்கில் மாற்றம் அடைந்து, இத்திட்டம் வெவ்வேறு தலைப்புகளில் வெவ்வேறு நூல்களாக உருவாகியிருக்கின்றன. 'கரமசோவ் சகோதரர்கள்' வெளி வந்ததும் தாஸ்தயேவ்ஸ்கியின் புகழ் உச்சக்கட்டத்தை எட்டுகிறது. ரஷ்யாவின் தேசிய கவியான புஷ்கினின் ஆண்டு விழாவின்போது தாஸ்தயேவ்ஸ்கி ஆற்றிய உரை அற்புதமாக அமைந்தது என்று அவன் படைப்புகளை ஏற்காதவர்கள்கூடப் பாராட்டியிருக்கிறார்கள்.

'கரமசோவ் சகோதரர்க'ளை எழுதி முடித்த மூன்று மாதங்களுக்குப் பின் 1881 ஜனவரி 21ஆம் தேதி இரவு எட்டரை மணிக்கு தாஸ்தயேவ்ஸ்கி இறந்து போகிறான்.

7

தாஸ்தயேவ்ஸ்கியின் படைப்புலகத்தின் பொதுப் போக்கைப் பற்றியும் நாம் சிறிது தெரிந்துகொள்ள வேண்டும். அவனுடைய சிறந்த நாவலான 'கரமசோவ் சகோதரர்க'ளின் ஊடுபாவுகளைக் கவனிப்பதன் மூலம் அவன் படைப்புக் குணத்தை நாம் அறிய முடியும். இவன் எழுதியுள்ள நாவல்களில் ஆகச் சிறந்தது இதுதான் என்றும் இன்றுவரை உலகத்தில் தோன்றியுள்ள நாவல்களிலேயே இதுவே மேலானது என்றும் கூறும் விமர்சகர்கள் உண்டு. நான்கு பெரிய பகுதிகளும் பன்னிரண்டு உப பகுதிகளும் கொண்ட இந்த நாவலின் கதையைச் சுருங்கக் கூறுவது இமயமலையின் சிகரத்தைத் தபால்தலையில் பார்ப்பதுபோல இருக்கும். மேலும் நாவல்கள் கதைகள் அல்ல. இந்த விதிகளை மீறி, முரட்டுத்தனமாக இந்த நாவலைச் சுருக்கிப் பார்த்தால், அது ஒரு கொலைக் கதை.

ஃபயோதர் பாவ்லோவிச் என்பவன் கொலை செய்யப்படுகிறான். நீதிமன்ற விசாரணையில் நிரபராதியான அவன் மகன் டிமிட்ரி கொலைக்

குற்றத்திற்கான தண்டனையைப் பெறுகிறான். இவ்வளவு தான் விஷயம். வாசகர்களை ஈர்க்கும் ஒரு கொலைக் குற்றக் கதையின் சரடைப் பின்னணியில் வைத்துக்கொண்டு மனக் குகைகளின் வாசல்களைத் திறந்து காட்டும் அற்புத சாதனையை நிகழ்த்திக் காட்டுகிறான் தாஸ்தயேவ்ஸ்கி. மனித மனங்களின் ஆழங்களும் தத்துவப் பிரச்சினைகளும் உணர்ச்சிகளின் மோதல்களும் ஜீவநதி போல் பெருக்கெடுத்து ஓடுகின்றன இந்த நாவலில். ஆக, இங்குக் கொலைக் குற்றக் கதை என்பது தாஸ்தயேவ்ஸ்கி அவனுடைய தனி உலகத்தைப் படைத்துக் காட்டுவதற்கான முகாந்திரமே. மர்ம நாவல்களுக்குரிய சில்லறை உத்திகளில் மட்டுமே தாஸ்தயேவ்ஸ்கியின் மனம் குவிந்திருந்தால் மூன்றாம் தர நாவல்களுக்காகவே காலம் தோண்டி வைத்திருக்கும் பெரும் குழிகளுக்குள் அது பெருக்கித் தள்ளப்பட்டிருக்கும். தாஸ்தயேவ்ஸ்கியின் படைப்புகளோ காலத்தைத் தாண்டிமட்டும் வரவில்லை; அவற்றுக்குப் பாதகமான கால வெள்ளத்தில் எதிர்நீச்சல் போட்டுக்கொண்டு வருகின்றன.

பத்தொன்பதாம் நூற்றாண்டு தாஸ்தயேவ்ஸ்கிக்குச் சாதகமான காலம் அல்ல. அவனுடைய பார்வைக்கும் கருத்துகளுக்கும் நம்பிக்கை களுக்கும் எதிரானவர்களின் கை ஓங்கியிருந்த நூற்றாண்டு இது. உடல் ஒற்றுமைகளையும் லோகாயதத் தேவைகளையும் தாண்டி மனித மனங்களின் வேற்றுமைகளை நுட்பமாக உணர்ந்தவன் அவன். லோகாயதத் தேவைகளின் பொதுமைகளை முன்வைத்து, பதவி வெறி பிடித்த அரசியல்வாதிகள் மக்களைக் கவர்ந்துகொண்டிருந்த நூற்றாண்டு இது. தர்க்கம், பகுத்தறிவு போன்ற மூளை வலுக்களின் வரையறைகளைப் பற்றிச் சிந்தித்தவன் தாஸ்தயேவ்ஸ்கி. ஏனெனில் வாழ்க்கையின் அடர்த்தி அவனுடைய அனுபவத்தின் ஒரு பகுதி. தன் அனுபவங்களின் அனந்தகோடி முகங்களை அவன் ஒருபோதும் சிதைத்துக்கொள்ள விரும்பவுமில்லை. பிரச்சினைகளுக்கு ஆயத்தத் தீர்வுகள் அளிப்பது அல்ல; பிரச்சினைகளின் முழு ஆழத்தையும் புரிந்துகொள்வதே அவனுடைய முதன்மையான நோக்கமாக இருந்தது. சமூக மாற்றங்களுக்கு முன்வைக்கப்பட்ட ஒற்றை மூலிகைகள் எவற்றையும் அவன் ஏற்கவில்லை. மேலான தத்துவங்கள் எப்போதும் இருந்து வந்திருக்கின்றன. அந்தத் தத்துவங்களை வாழ்க்கையோடு இணைக்கப் பேரறிவும் பெரும் அனுபவங்களும் செழுமையான கற்பனைகளும் வேண்டும். அதிகாரத்தைப் பிடிக்க முன்னும் தீயசக்திகள் தங்களுடைய கீழான ஆசைகளை மறைக்கவும் மக்கள் கூட்டத்தை வசீகரிக்கவும் மேலான தத்துவங்களை வெற்றிகரமாய்ப் பயன்படுத்திவிட்ட சாகசம் இன்றைய சரித்திரத்தின் ஒரு பகுதி ஆகிவிட்டது. ஆனால் தாஸ்தயேவ்ஸ்கியோ அரசியல்வாதிகளின் இனிப்பு மிட்டாய்களைக் குதப்பப் பிறந்தவன் அல்லன். அவன் மனித விமோசனத்தைப் பற்றிய மெய்யான கவலைகள் கொண்டவன். அந்த மெய்யான கவலைகள் காரணமாகவே அவனிடம் எளிய தீர்வுகள் இல்லாமல் போயிற்று. மனிதன் தன்னை அறிந்துகொள்ள வேண்டும். தன்னை அறியாதவன் தன் சக மனிதனையோ சமூகத்தையோ அறிய முடியாது. தாஸ்தயேவ்ஸ்கி தனி மனிதனின் ஆளுமையிலும் வளர்ச்சியிலும் அந்த ஆளுமை வளர்ச்சிக்கான சுதந்திரத்திலும் மிகுந்த நம்பிக்கை வைத்திருந்தான்.

சர்வாதிகாரங்களுக்கு எதிராக வந்த விமர்சனங்கள் அனைத்தையும் தனிநபர் வாதம் என்றும் பெரும்பான்மையான மக்கள் நலத்திற்கு

எதிரானவை என்றும் முதலாளித்துவத்திற்குத் துணை போகக்கூடியவை என்றும் பழித்துரைத்து, முத்திரை குத்தி, அதிகார சக்திகள் வெற்றி பெற்ற இந்த நூற்றாண்டில் தாஸ்தயேவ்ஸ்கி புறக்கணிக்கப்பட்டதில் ஆச்சரியம் ஒன்றும் இல்லை. நிறுவனங்கள் சார்ந்த அழுகிப்போன மத நம்பிக்கைகளுக்கும் சகல ஜீவராசிகளின் பொதுத்தன்மையை உணர்ந்து அவ்வுணர்வை ஆத்மீக சக்தியாகப் போற்றிய கலைஞர்களின் குரல்களுக்குமான வேறுபாட்டைச் சிதைத்து, ஆத்மீக சக்திகளையும் மதவாதிகள் என்று பழித்துரைப்பதில் போலி அறிவுவாதிகள் வெற்றி பெற்ற காலம் இது. தாஸ்தயேவ்ஸ்கியோ அம்மணமானவன். வாழ்க்கை எனும் சகதியில் புரண்ட அம்மணம் அவனுடையது. மனிதனைப் பற்றிய மிக ஆழமான மதிப்பீடு ஒன்றை—படித்துப் புரிந்துகொள்ளும் வகையில் அல்ல—நாம் அனுபவித்து நம் உணர்வுகளின் பகுதியாக்கிக்கொள்ளும்படி கலையாக அவன் தந்துவிட்டுப் போயிருக்கிறான். வேஷங்கள், பொய்ப் பிரச்சாரங்கள், பொய் நீதிமன்றங்கள் போன்றவை எதேச்சதிகாரங்களுக்குத் துணைபோன நூற்றாண்டு இது. அரசியல் அறிஞர்கள் என்று நெளிந்துகொண்டு இருந்தவர்கள் கலைஞர்களின் குரல்வளைகளை ஒடுக்க அதிகார சக்திகளுக்குத் துணைபோய், பொய்யான நூல்களைத் தயாரித்துக் குவித்த நூற்றாண்டும் இதுதான். இன்றுவரையிலும் அம்பலமாகிவிட்ட பொய்களை மட்டுமே அழிக்கும் தெய்வீக ஜ்வாலை ஒன்று தோன்றுமென்றால் உலகத்திலுள்ள சகல நூல்நிலையங்களிலும் அரைப்பங்குச் சேமிப்பு தீக்கிரையாகிவிடும். தாஸ்தயேவ்ஸ்கியோ உண்மையின் ஜ்வாலை. அந்தச் சுடரின் ஒளி போற்றப்படக்கூடிய காலம் இப்போதுதான் தொடங்குகிறது என்று சொல்ல வேண்டும்.

ரஷ்ய மண்ணில் கடந்த முக்கால் நூற்றாண்டாக தாஸ்தயேவ்ஸ்கி அவனுக்குரிய மதிப்பைப் பெறவில்லை என்பது தெளிவு. பொய்ப் பிரச்சாரங்களுக்குத் துணை நின்றும் சகல இழிவுகளிலும் பங்கு பெற்றும் அரசியல்வாதிகளின் அதிகார உணவுகளின் எச்சங்களைத் தின்றும் பிழைத்துக்கொண்டிருந்த எழுத்தாளர்கள் அவனைப் பலவாறு தூற்றிப் பேசியிருக்கிறார்கள். தாஸ்தயேவ்ஸ்கியை ஒரு பக்கமாகவும் அவனை இகழ்ந்தவர்களை மறு பக்கமாகவும் வைத்து, அவன் அலட்சியப்படுத்தப்பட்ட விதங்களையும் தூற்றல்களின் சாராம்சங்களையும் யோசிக்கும்போது இந்த மண்ணில் எந்தக் கொடுமையும் நிகழும் என்பதற்கு மட்டுமே அவை உதாரணங்களாக இருக்கின்றன.

ஆனால் காலம் அவ்வளவு கொடுமையானது அல்ல. வரலாற்றுக்குள் பொய்மைகளைத் துப்ப முயன்றவர்கள்மீது வரலாறு சரிந்து பொய்மைகள் புதையுறும் காலம் தோன்றிவிட்டது. சூத்திரங்கள் பிரச்சினைகளைத் தீர்க்காது என்ற உண்மை இன்று மனித குலத்தின் மனத்தில் எதிரொலித்துக் கொண்டிருக்கிறது. பசி குடலைப் பிடுங்கும் போது உணவு மட்டுமே போதும் என்று சொல்லாத மனிதனும் இல்லை. பசி ஆறியபோது உணவு மட்டுமே போதுமானது அல்ல என்று சொல்லாத மனிதனும் இல்லை. ஆனால் சூத்திரங்களோ பசியைக் கூடத் தீர்க்க முடியாதவை. இந்தப் பாதகமான நூற்றாண்டைத்தாண்டி வந்திருக்கும் ஒரு கலைஞன் மறுபரிசீலனைகளுக்கும் ஆழமான புரிதல்களுக்கும் இடந்தரப் போகும் எதிர்காலங்களில் எப்படி

மதிப்பிடப்படுவான் என்பதைச் சிறிது கற்பனை உணர்வுகொண்டவர்கள் புரிந்துகொள்ள முடியும்.

8

கரமசோவ் சகோதரர்கள் வெளிப்படுத்தும் உலகத்தை இப்போது சிறிது பார்க்கலாம்.

ஃபயோதர் பாவ்லோவிச் கரமசோவ் பார்ப்பதற்கு மனிதன் போலவே இருக்கக்கூடியவன். ஆனால் இவன் சதை, காமம், இழிவு, துன்மார்க்கம், வெட்கங்கெட்டத்தனம் இவற்றின் கூட்டுத்தொகை. பெண் இவனுக்கு ஒரு போகப் பொருள். பெண்மையையும் வாழ்க்கையின் இதர இன்பங்களையும் விலைக்கு வாங்கிவிடலாம் என்று நம்புகிறான். உறவுகள் இவனுக்கு லாபம் தரக்கூடிய தொடர்புகள். இவனுடைய அசிங்கமான வாழ்க்கை சீழ்போல் அவனைச் சுற்றி ஒழுகிக்கொண்டிருக்கிறது.

ஃபயோதருக்கு இருமுறை திருமணம் முடிந்தது. மனைவியின் முன் வேசிகளை அழைத்துவந்து கூத்தடிப்பான். இவனை மணந்துகொண்ட பெண்கள் இருவரும் இவனால் எந்தச் சுகத்தையும் பெறவில்லை. இவர்கள் வாழ்க்கை நரக வேதனையாயிற்று. இவனுடைய முதல் மனைவி டிமிட்ரி என்ற குழந்தையைப் பெற்றுத் தந்துவிட்டு ஓடிப்போகிறாள். இரண்டாவது மனைவி மூலம் ஐவான், அலெக்சி என்று இரண்டு மகன்கள். இரண்டாவது மனைவியை வீட்டை விட்டுத் துரத்துகிறான் ஃபயோதர். தன் குழந்தைகளை இவன் திரும்பிக்கூடப் பார்க்கவில்லை. வேலைக்காரர்கள், உறவினர்கள் அல்லது தாயாதிகள் இவன் குழந்தைகளை வளர்த்தார்கள். ஃபயோதருக்குத் தன் கிழப்பருவத்தில் க்ருஷங்கா என்ற தாசிமீது காமம் பெருக்கெடுத்து ஓடத் தொடங்கிற்று. அவளுக்குரிய விலையைத் தந்து அவளைச் சொந்தமாக்கிவிடலாம் என்று சப்புக்கொட்டத் தொடங்குகிறான். காமவெறி தலைக்கு ஏற ஏற அவன் ஒரு கோமாளி போலவே நடந்துகொள்கிறான்.

ஃபயோதரின் மூத்த மகன் டிமிட்ரி களங்கமற்றவன். மேலானவை எவை என்பதில் அவனுக்குச் சிறிதும் சந்தேகமில்லை. ஆனால் நியதிகளைச் சார்ந்து ஒட்டி ஒழுக அவனால் முடியவில்லை. அவன் உணர்ச்சியின் வடிவம். ஆசைகளால் அலைக்கழிக்கப்படுகிறான். இழிவுகளில் சரிவதும் சரிந்தமைக்காக வருந்துவதும் மீண்டும் சரிவதுமாக இருக்கிறது அவன் வாழ்க்கை. க்ருஷங்காவை அவனும் திருமணம் செய்துகொள்ள விரும்புகிறான். அவள்மீது தான் கொண்டிருக்கும் மட்டற்ற ஆசையை வெளிப்படுத்தி அவளை வசப்படுத்திவிடலாம் என்று நம்புகிறான். பணத்தின்மீது அவனுக்கு நாட்டமில்லை. ஆனால் க்ருஷங்காவை அடைய அது ஒரு உபயோகமான பொருள் என்பது அவனுக்குத் தெரியும். ஆகவே தன் தகப்பனிடமிருந்து தனக்குரிய சொத்தைப் பெற முயல்கிறான். தகப்பன் அதற்கு இசையவில்லை. சொத்தை முன்னிட்டும் பெண்ணை முன்னிட்டும் தகப்பனுக்கும் மகனுக்குமான மோதல்கள் மிகக் கடுமையாக உருவாகின்றன. கத்தியா என்ற பெண்ணை டிமிட்ரிக்குத் திருமணம் செய்ய பேசி முடித்திருக்கும் தருணம் அது. ஆனால் அவளைப் பற்றிய நினைவே அவனுக்கு இல்லை. நேர்மையும் இங்கிதமும் கொண்ட அவளை, அறிவாளியும் எழுத்தாளனுமான

தன் தம்பி ஐவான்தான் மணந்துகொள்ள ஏற்றவன் என்று கருதுகிறான். ஐவான் கத்தியாவை மணந்துகொண்டுவிட்டால் குறுக்கீடு எதுவும் இல்லாமல் க்ருஷங்காவுடன் உல்லாச வாழ்க்கை நடத்தலாம் என்று கனவு காண்கிறான்.

இரண்டாவது மகனான ஐவான் ஒரு பகுத்தறிவுவாதி. புத்தி, தர்க்கம், யுக்தி ஆகியவற்றைப் பயன்படுத்தி உலகத்தைப் புரிந்துகொண்டு விடலாம் என்று நம்புகிறான். தத்துவச் சிந்தனைகளில் மிகுந்த ஈடுபாடு கொண்டவன். கடவுள் இல்லை என்பது அவனுக்கு உறுதியாக இருந்தது. ஆனால் அவன் மனத்தில் வெறுமையும் தத்தளிப்பும் நிரம்பி இருக்கின்றன. தத்துவப் பிரச்சினைகள் அவனுக்குச் சாய்வு நாற்காலியில் முடங்கிக் கிடக்கும்போது மட்டும் வந்துபோகும் தொந்தரவுகள் அல்ல. வாழ்க்கையை எதன் மீது கட்டுவது என்ற வினா சார்ந்த ஆதாரமான பிரச்சினைகள் அவை. கடவுள் இல்லை என்றால் இந்த வாழ்க்கையின் பொருள் என்ன? அப்படியென்றால் நம் செயல்பாடுகள் நம் விருப்பம் மட்டுமே சார்ந்தவைதானா? வாழ்க்கைக்கும் தன் பிறப்புக்குமான இணைப்பு அவனுக்குத் தெளிவுபடவில்லை. பிறந்து விட்டதினாலேயே அபோதமாக வாழ்ந்துகொண்டிருக்கும் துர்விதியை அவன் ஏற்றுக்கொள்ளவும் இல்லை. ஒரு சந்தர்ப்பத்தில் அவன் தன் தம்பி அலெக்சியிடம், 'நான் என் இளமை முடிந்ததும் என் கிண்ணத்தைக் காலி செய்துவிடுவேன்' என்கிறான். இதன் பொருள் தனக்கு விடைகள் கிடைக்கவில்லை என்றால் தற்கொலை செய்துகொள்வேன் என்பதே. கடவுள் இல்லை என்றால் சகல காரியங்களையும் நியாயப்படுத்திவிடலாம். அப்போது வாழ்வுக்கும் சாவுக்கும் வேற்றுமை இல்லை. உண்மைக்கும் பொய்க்கும் முரண்பாடு இல்லை. ஆனால் அதே சமயம் கடவுளின் இருப்பை ஏற்றுக்கொள்ளவும் முடியவில்லை. இதுதான் ஐவானின் பிரச்சினை.

ஐவானுக்குத் தன் தகப்பன்மீது மதிப்பு இல்லை. அவன் வாழ்ந்து கொண்டிருப்பதற்கு எந்த அர்த்தமும் இல்லை என்று நினைக்கிறான். அதுபோல் டிமிட்ரியின் வாழ்க்கையையும் அவனால் புரிந்துகொள்ள முடியவில்லை. ஏனெனில் அதில் அறிவின் சுவடுகள் ஒன்றுகூட அவனுக்குத் தென்படவில்லை. இரு புழுக்களாகவே இருவரையும் பார்க்கிறான். 'ஒரு புழு மற்றொரு புழுவை விழுங்கிச் சாகும்' என்று அலெக்சியிடம் வெளிப்படையாகவே சொல்கிறான்.

ஐவானின் பாத்திரப் படைப்பு மகத்தானது. உலக இலக்கியங்களின் சிறந்த பாத்திரங்களைக் கணக்கில் எடுத்துக்கொள்ளும்போதுகூட இவனுடைய பாத்திரப் படைப்பு மகோன்னதமானது என்று பல விமர்சகர்களும் கருதுகிறார்கள். மாறிவரும் வாழ்க்கை உருவாக்கும் புதிய மதிப்பீடுகள் காலத்தின் தொடர்ச்சியாக நிற்கும் மனிதனுக்கு எண்ணற்ற சவால்களை விடுகின்றன. இந்தச் சவால்களின் மனித உருவமாக நிற்கிறான் ஐவான். தாஸ்தயேவ்ஸ்கியின் கைகளில் ஐவான் சதையும் ரத்தமும் கொண்ட பெரும் ஆளுமையாக உருக்கொண்டு ஓங்கும்போது, புறஉலகில் இவன் நிஜ சொரூபமாகவே நிற்பது போலவும் தன் ஆற்றலுக்கே சவால்விட்டு தொடைதட்டி நிற்பது போலவும் தாஸ்தயேவ்ஸ்கிக்குத் தோன்றுகிறது. தன் படைப்புலகங்களில் முற்றாக மூழ்கிவிடும் மேலான கலைஞர்களுக்குத்

தோன்றும் பிரமை இது. தன் நாட்குறிப்பில், 'ஐவான்தான் எனக்குப் பெரிய சவால்' என்று எழுதுகிறான் தாஸ்தயேவ்ஸ்கி. 'நான் எழுதியிருக்கும் முழு நாவலும் இவனுக்கான பதில்தான்' என்கிறான். 'நான் நம்பியதைவிடவும் இவன் அதிகத் திறமைசாலி' என்கிறான்.

மூன்றாவது மகன் அலெக்சி ஆத்மீக ஞானத்தில் மிகுந்த தேட்டம் கொண்டவன். கிறிஸ்துவ குருமார்களுடன் மடத்தில் தங்கிவருகிறான். அங்கு ஞானி ஜோஸிமாவைத் தன் குருவாக ஏற்றுக்கொண்டிருக்கிறான். அலெக்சி மென்மையான குணம் கொண்டவன். வாழ்க்கையின்மீது ஆழ்ந்த பற்றும் சகல ஜீவராசிகள் மீது மிகுந்த பரிவும் கொண்டவன். தெய்வ நம்பிக்கை ஒன்றையே தன் பலமாக எண்ணுகிறான். தன் மனத்திற்குப் படும் உண்மையை எப்போதும் முன்வைப்பவன். ஞானி ஜோஸிமாவின் போதனைகள் மூலம் அவன் மனத்திற்கு மிகுந்த செழுமை சேர்ந்து வருகிறது. இயல்புகளிலும் சிந்தனைகளிலும் ஐவானுக்கும் டிமிட்ரிக்கும் முற்றிலும் மாறான போக்குக்கொண்டவன் அலெக்சி. ஆனால் தனக்கு முற்றிலும் வித்தியாசமானவர்களுடன்கூட நல்லுறவு கொண்டிருக்கிறான். முக்கியமாக ஐவான் தன் சிந்தனைகளையும் சங்கடங்களையும் இவனுடனேயே பகிர்ந்துகொள்கிறான்.

ஒருமுறை ஐவான் இவனைச் சந்தித்துப் பேசும்போது, தான் ஆக்கியிருக்கும் வசன கவிதையை—இறை பற்றிய தத்துவ விசாரணைகளை—இவனிடம் தருகிறான். நாவலின் அச்சாணி என்று இந்த வசனக் கவிதையைச் சொல்ல வேண்டும். இந்தப் பகுதியை மட்டுமே ஆராய்ந்து பல்வேறு அறிஞர்கள் கட்டுரைகளும் புத்தகங்களும் எழுதியிருக்கிறார்கள். ஐவானின் வாதங்களை மௌனமாகவும் பொறுமையாகவும் கேட்டுக்கொண்டிருக்கும் அலெக்சி தன் கவித்துவ மனம் உணரும் உண்மைகளைப் பதிலாகக் கூறுகிறான். ஐவான் தன் வாதத்தை முன் வைத்த அன்று தாஸ்தயேவ்ஸ்கி தன் நாட்குறிப்பில் எழுதுகிறான்: 'ஐவான் நான் நினைத்ததைவிடவும் திறமையாகத் தன் வாதங்களை முன்வைத்துவிட்டான். பாவம், அலெக்சி! நாளை ஐவானை எப்படித்தான் அவன் எதிர்கொள்ளப்போகிறானோ?' படைப்பாளி உருவாக்கிய கற்பனை உலகம் அவனுக்கே நிஜ உலகம்போல் காட்சியளிப்பதை இங்கு மீண்டும் பார்க்கலாம். உண்மையில் கற்பனை உலகம் என்பது கற்பனை உலகமும் அல்ல; நிஜ உலகம் என்பது நிஜ உலகமும் அல்ல. நிஜ உலகத்தை அறிந்துகொள்ள பொறிகளுக்கு வசப்படும் உலகத்தைத் தாண்டி ஊடுருவிச் செல்ல வேண்டியிருக்கிறது. படைப்பில் அனுபவம், கற்பனை, அழகுணர்வு ஆகியவற்றின் துணையால் அந்த ஊடுருவல் நிகழும்போது படைப்புலகம் உண்மையான உலகமாக மாறுகிறது. படைப்பு நிஜ உலகத்திற்கு எதிராக நின்று தன் ஊடுருவல்களை நிஜ உலகத்தின்மீது வீசி அதன் உள்ளர்த்தங்களை உணரத் துணை செய்கிறது. படைப்பாற்றலால் நிஜ உலகம் உள்ளர்த்தம் கொள்ளும் போது அது வாசகன் மனத்தைக் கவ்வுகிறது.

தாஸ்தயேவ்ஸ்கி பரிவுகொள்வதுபோல் அலெக்சி ஒன்றும் அவ்வளவு சாது இல்லை. அவன் சாதுபோல் தோற்றமளிக்கக்கூடியவன். படைப்பே இதை நிரூபிக்கிறது. ஐவானின் வாதங்களின் முன் அவன் ஒன்றும் துவண்டு

போய்விடவில்லை. ஐவானிடம் இருக்கும் ஆயுதங்கள் அவனிடம் இல்லாமல் இருக்கலாம். ஆனால் ஐவானிடம் இல்லாத வலுக்கள் அவனிடம் இருக்கின்றன. முக்கியமாக அலெக்சி கவிமனம் கொண்டவன். அன்பு அலையடிக்கும் மனத்தை இயற்கையாகக் கொண்டவன். ஜீவராசிகள்மீதும் காட்சிப் பொருள்கள் மீதும் அவனுடைய அன்பு வழிந்துகொண்டிருக்கிறது. தன் கண்களுக்குப் புலப்படாத ஒரு ஜீவ இயக்கத்தின் பகுதியாகவே அனைத்தையும் அவன் பார்க்கிறான். உயர்வு தாழ்வு என்ற பிளவு அவனிடம் இல்லை. கறுப்பும் வெள்ளையும் அவனிடம் இல்லை. பிளவுபட்டு காட்சியளிப்பவற்றிற்கு அப்பால் பிளவுபடாத சக்தி ஒன்று இயங்குவதாகவும் அவன் நம்புகிறான். அறிந்தவற்றைப் பற்றிய அறிவு ஐவானுக்கு இருக்கிறது என்றால் அறியாதவற்றைப் பற்றிய ஞானம் அலெக்சிக்கு இருக்கிறது. கற்றவனின் மனநிலையில் இருந்து ஐவான் பேசும்போது கற்றுக்கொள்பவனின் மனநிலையில் நின்று அலெக்சி பேசுகிறான். இது அவனுக்கு மிகுந்த வலுவைச் சேர்க்கிறது.

ஃபயோதர் பாவ்லோவிச்சின் மூன்று பிள்ளைகளில் மூத்தவன் டிமிட்ரியும் இளையவன் அலெக்சியும் தாஸ்தயேவ்ஸ்கியின் வெவ்வேறு பகுதிகளைப் பிரதிபலிப்பவர்கள். தாஸ்தயேவ்ஸ்கி எப்படி வாழ்ந்தான் என்பதற்கு டிமிட்ரி உதாரணம். தாஸ்தயேவ்ஸ்கி எப்படி வாழ நினைத்தான் என்பதற்கு அலெக்சி உதாரணம். ஒன்று உணர்ச்சி; மற்றொன்று ஆத்மா. ஆனால் ஐவான் அவன் ஏற்றுக்கொண்ட பகுதி அல்ல. அவன் தன் நம்பிக்கைகளினால் நிராகரித்த அறிவின் பகுதி. ஆனால் நாவலில் தன் ஆளுமையின் பகுதியை தாஸ்தயேவ்ஸ்கி எவ்வளவு அற்புதமாக உருவாக்கியிருக்கிறானோ அந்த அளவுக்கு அவன் நிராகரித்த பகுதியையும் அற்புதமாக உருவாக்கியிருக்கிறான். ஒரு பெரிய கலைஞனின் பேரறிவு இது. இந்தப் பேரறிவு அவனிடம் செய்தி ரூபமாக இல்லாமல் அனுபவத்தின் ஒரு பெரும்பகுதியாக இருக்கிறது. கலைஞனும் பிரச்சாரகனும் விடை பெற்றுக்கொள்ளும் இடம் இதுதான்.

தாஸ்தயேவ்ஸ்கி உருவாக்கியிருக்கும் உலகத்தில் டிமிட்ரியும் அலெக்சியும் எவ்வளவு சுதந்திரமாக உருவாகிறார்களோ அந்த அளவுக்கு ஐவானும் சுதந்திரமாக உருவாகிறான். அவனைப் படைத்த ஆசிரியனுக்கே அறை கூவல் விடும் அளவுக்கு அவனுடைய ஆளுமை ஓங்குகிறது. அலெக்சி மீது ஆசிரியன் கொண்டிருக்கும் பரிவு ஐவானின் விகாசத்திற்குத் தடையாக நிற்கவில்லை. ஐவான் அவனுடைய ஆளுமையின் எல்லைக்குச் சென்றாலும் அந்த ஆளுமையையும் தாண்டிச் செல்ல முடியும் என்ற கலைஞனின் எல்லையற்ற நம்பிக்கையிலிருந்து தான் அவன் இந்த அளவிற்குச் சுதந்திரம் பெறுகிறான். தாழ்வு மனப்பான்மை என்ற நோயினால் வாழ்வின் தளத்தில் நிரந்தரமாகப் பீடிக்கப்பட்டிருந்த கலைஞன், படைப்பின் தளத்தில் சிகரங்களைத் தாண்டிக் கொண்டு போகிறான். படைப்பின் உத்வேகம் அவனாலேயே இனம் கண்டுகொள்ள முடியாத ஒரு ஜீவசக்தியை அவனுக்கு அளிக்கிறது.

பரிபூரணமான மனிதனை உருவாக்க வேண்டும் என்பது தாஸ்தயேவ்ஸ்கியின் பெரிய கனவாக இருந்தது. பல்வேறு நாவல்களில் பல்வேறு கதாபாத்திரங்களைப் பரிபூரணத்தை நோக்கி நகர்த்த அவன்

முயல்கிறான். ஆனால் தாஸ்தயேவ்ஸ்கி ஆசைகளால் ஆட்டுவிக்கப்படும் பக்தியுகக் காவிய கர்த்தா அல்லன். அவன் ஒரு நாவலாசிரியன்; மற்றொரு விதத்தில் சொன்னால் யதார்த்த வாழ்க்கையைக் கண்டு சொல்ல வந்தவன். அதன் ஆழத்தையும் ஒளியையும் இருளையும் மனிதனின் பார்வை இன்றுவரையிலும் படாத மூலைகளையும் பதிவு செய்ய வந்தவன். கரமசோவ் சகோதரர்களில் அலெக்சியையோ அல்லது 'மூடன்' என்ற நாவலின் இளவரசன் மிஸ்கின் என்ற கதாபாத்திரத்தையோ பரிபூரணத்தின் ஜீவ இயக்கமாக உருவாக்குவதில் அவன் வெற்றி பெறவில்லை. இந்தத் தோல்வி யதார்த்தத்தைப் பற்றிய அவனுடைய அறிவின் வெற்றியாகும். யதார்த்தத்தில் பரிபூரணம் என்பது இல்லாதவரையிலும் படைப்பிலும் பரிபூரணம் என்பது சாத்தியமில்லை. உண்மையின் பாரத்தை சுமந்து செல்லும் கலைஞன் வாழ்வின் இயற்கை விதிகளுக்கு உட்பட்டே தொழில் புரிகிறான்.

நாவலில் டிமிட்ரியின் பலவீனங்களைப் பற்றி நாம் சொல்ல வேண்டியதில்லை. அவை அப்பட்டமானவை. அவனுடைய தாழ்வுகள் அனைத்தையும் அறிந்த பின்னும் நாம் அவன்மீது மிகுந்த பரிவு கொள்கிறோம். ஏனெனில் அவன் தாழ்வுகளில் சரிகிறானே தவிர தாழ்வுகளை ஏற்றுக்கொள்ளவில்லை. மாறாக அவனுடைய செயல்பாடுகளிலிருந்து அவனுடைய எண்ணங்களைப் பிரித்துப் பார்ப்போம் என்றால் அவன் அலெக்சியைவிடவும் மேலானவன். எந்த உணர்ச்சி அவனை ஆகக் கீழ் நிலைக்குத் தள்ளுகிறதோ அந்த உணர்ச்சியே அவனை உன்னத நிலைக்கும் எடுத்துச் செல்கிறது. இதற்கு மாறாக உன்னத பாத்திரமான அலெக்சியிடம் கரமசோவ் குடும்பத்தினருக்கே உரிய தீய குணங்கள் அவ்வப்போது வெளிப்படுவதை நாம் பார்க்க முடிகிறது. நாவலில் ஒரு இடத்தில் ரெத்தீன் என்ற கதாபாத்திரம் அலெக்சியைப் பார்த்துக் கூறுகிறான். 'நீயும் ஒரு கரமசோவ்தான். உன் தகப்பன் வழியில் நீ ஒரு சிற்றின்பப் பிரியன். உன் தாயின் வழியில் நீ ஒரு அசட்டுக் குழந்தை' என்கிறான். எப்படி நீர்க்குமிழிகளைக் கோத்து ஒரு மாலையைத் தொடுக்க முடியாதோ அதுபோல் யதார்த்தத்தில் தன்னைப் பிணைத்துக்கொண்டிருக்கும் ஒரு படைப்பு மனத்தால் பரிபூரணத்தையும் சிருஷ்டி செய்துதர இயலாது.

சந்நியாசிகளின் மடத்தில் அலெக்சி தன் குருவாக ஏற்றுக் கொண்டிருப்பவர் ஞானி ஜோஸிமா. ஞானி ஜோஸிமாவுக்கும் அலெக்சிக்கும் நடக்கும் உரையாடல்கள் மிக முக்கியமானவை. ஒருமுறை ஞானி ஜோஸிமா அலெக்சியிடம் கூறுகிறார்: 'நீ இங்கிருந்து வெளியேற வேண்டிய காலம் வரும். அன்று நீ தெருக்களில் அலைந்து மக்கள் கூட்டத்தைச் சந்தித்து அதிக ஞானம் பெறுவாய்.' இதேபோல் மற்றொரு சந்தர்ப்பத்தில், 'உலகத்தில், எல்லா மனிதர்களும், சந்தேகத்திற்கு இடமின்றி ஒவ்வொருவருக்குமே பொறுப்பாளிகள்தாம். ஒவ்வொருவரும் தனிமனிதன் ஒவ்வொருவனுக்கும், மனித குலத்திற்கும் பொறுப்பாளி' என்கிறார். ஏசு முதுமையை எட்டியிருந்தால் எவ்வாறு மலர்ந்திருப்பார் என்று தாஸ்தயேவ்ஸ்கி கற்பனை செய்ததுபோல் இருக்கிறது ஞானி ஜோஸிமாவின் பாத்திரம். பக்தர்களின் மனங்களில் அவர் அவதார புருஷராக இருக்கிறார். இவரை ஒத்த அவதார புருஷர்கள் இயற்கை எய்தினால் அவர்கள் உடலிலிருந்து நறுமணம் கமழும்

என்பது ஒரு நம்பிக்கை. ஆனால் ஞானி ஜோஸிமா இறந்தபின் அவரது உடல் அழுகத் தொடங்குகிறது. துர்நாற்றம் வீசுகிறது. பக்தர்கள் மிகுந்த ஏமாற்றம் அடைகிறார்கள். முழுப் பிரக்ஞையுடன் மட்டுமே ஒரு கலைஞன் இப்பகுதிகளைத் தன் நாவலில் உருவாக்கியிருக்க முடியும். லோகாயத உலகம் சார்ந்த உண்மைகள் தன் நம்பிக்கைகளின் கண்களைக் கட்ட தாஸ்தயேவ்ஸ்கி மறுப்பதை இப்பக்கங்கள் மீண்டும் உறுதிப்படுத்துகின்றன.

மற்றொரு முக்கியமான கதாபாத்திரம் ஸ்மர்டிக்கோ. லிசவேதா, தெருவில் அலையும் அநாதை. குள்ளமானவள். அருவருப்பானவள். அவளுக்குப் பேச்சு வராது. ஃபயோதர் ஒருநாள் தெரு வழியாக வந்துகொண்டிருந்தான். அவனுடைய முதல் மனைவி காலமான செய்தி அப்போதுதான் அவனை வந்து எட்டியிருந்தது. திடீரென்று ஃபயோதர் தன் நண்பர்களைப் பார்த்துத் தெருவில் தூங்கிக்கொண்டிருக்கும் லிசவேதாவுடன் தான் உடலுறவு கொள்ளப்போவதாகச் சொல்கிறான். நண்பர்கள் ஊக்குவிக்கிறார்கள். லிசவேதா கர்ப்பமாகிறாள். அவள் பெற்றெடுக்கும் குழந்தைதான் ஸ்மர்டிக்கோ.

ஸ்மர்டிக்கோ மிக பயங்கரமான தோற்றம் கொண்டவன். சோனியான உடலமைப்பு. காக்காய் வலிப்பு நோய் கொண்டவன். அகங்காரத்தின் உருவமாகவும் அன்பற்ற மனம் கொண்டவனாகவும் இருக்கிறான். நன்றி உணர்வு என்பது அவனிடம் அறவே கிடையாது. நன்மை செய்தவர்கள் மீது மிகுந்த துவேஷம் கொண்டு அவர்களின் அழிவுக்கு மனத்தால் ஏங்கும் தீயகுணம் கொண்டவன். ஃபயோதரின் மகனான இவன் ஃபயோதரின் வீட்டிலேயே ஊழியம் செய்து வயிற்றைக் கழுவிக்கொண்டிருக்கிறான்.

ஐவானுக்கும் ஸ்மர்டிக்கோவுக்குமான உறவு நாவலின் ஒரு சூட்சும அம்சம். ஐவான் தனது சிந்தனைகளால் மறைமுகமாக ஸ்மர்டிக்கோவை பாதித்தான் என்பதற்கான சமிக்ஞைகள் நாவலில் தரப்பட்டிருக்கின்றன. ‘கடவுள் இல்லை; எனவே எவ்விதச் செயல்பாடுகளையும் தேர்ந்தெடுக்கலாம்’ என்ற ஐவானின் முடிவு ஸ்மர்டிக்கோவின் மனத்தில் ஊடுருவுகிறது. ஸ்மர்டிக்கோ சிந்திக்க முடியாதவன். தகப்பனான ஃபயோதர் மூலம் மிகுந்த அவமானத்திற்குத் தான் ஆட்பட்டுவிட்டதாகக் கருதுகிறான். அவன் பிறப்பும் பிழைப்பும் அவனிடம் மிகுந்த கசப்பை ஏற்படுத்தியிருக்கின்றன. தன் தகப்பனை அவன் கொலை செய்கிறான். தவறு, சரி என்ற தளங்கள் அவன் மனத்தில் இல்லை.

லட்சியவாதியும் பகுத்தறிவுவாதியுமான ஐவான் ஏன் தகப்பன் வீட்டில் குடிபுகுந்தான் என்பதே ஒரு கேள்விக்குறி. அவன் ஒப்பும் மதிப்பீடுகள் ஒன்றுகூட அங்கு இல்லை. தன் தகப்பனை அவன் முற்றாக வெறுக்கவும் செய்கிறான். அத்துடன் தன் அறிவுத் தளத்திற்கு முற்றிலும் மாறுபட்ட ஸ்மர்டிக்கோவுடன் ஒரு உறவை வைத்துக் கொண்டும் இருக்கிறான். பண்பிலும் படிப்பிலும் முற்றாக அவர்கள் வெவ்வேறு அலைவரிசைகளைச் சேர்ந்தவர்கள். ஆனால் இருவருக்கும் பொதுவான ரகசிய ஆசை ஒரு மெல்லிய கோடுபோல் அவர்களை இணைத்திருக்கிறது. டிமிட்ரிக்கோ அலெக்சிக்கோ ஸ்மர்டிக்கோவுடன் எந்த உறவும் இல்லை.

அலெக்சிக்குத் தன் தகப்பன்மீது எவ்வித வெறுப்பும் இல்லை. இதனால் தன் தகப்பனைப் பற்றிய ஒரு மதிப்பீடு அவனுக்குஇல்லை என்பதல்ல. தகப்பனின் வழிமுறைகளை அவன் ஏற்கக் கூடியவனும் அல்லன். ஆனால் தன் நம்பிக்கைகளுக்கு அப்பாற்பட்ட ஒரு உலகத்தை இழிவு என முத்திரை குத்தி ஒதுக்குவது தன் வேலை அல்ல என்பது அவனுக்குத் தெரியும். அலெக்சிக்கு டிமிட்ரிமீதும் கோபம் இல்லை. நேர்மாறாக டிமிட்ரியின் உன்னத குணம் அவனுக்கு நன்றாகத் தெரிகிறது. அவனுடைய எண்ணங்களுக்கும் செயல்பாடுகளுக்குமான முரண்பாட்டை அலெக்சி வெகு நேர்த்தியாகப் புரிந்துகொண்டிருக்கிறான்.

நாவலில் ஐவான் மறைமுகமான குற்றவாளி. ஒரு கருவியாக அவன் செயல்படுகிறான். ஸ்மர்டிக்கோ தற்கொலை புரிந்துகொண்டுவிடுகிறான். ஸ்மர்டிக்கோ தனக்குரிய தண்டனையைத் தானே தேடிக் கொண்டுவிட்டான் என்றால் குற்றம் புரிந்தும் தப்பித்துக்கொண்டிருப்பவன் ஐவான்தான். டிமிட்ரியோ நிரபராதி. 'தகப்பனைக் கொல்வேன்' என்று சவடால் தனமாகச் சொல்லிக்கொண்டு திரிந்தவன். ஆனால் உண்மையில் அவன் தந்தையைக் கொல்லவில்லை. பழி அவன்மீது விழுந்து அவன் தண்டனை பெறுகிறான். ஐவான், ஸ்மர்டிக்கோ, அலெக்சி, டிமிட்ரி ஆகியோரின் மனநிலைகளும் ஒரு பெரிய குற்றத்தின் நிறைவேற்றமும் இருபதாம் நூற்றாண்டுச் சரித்திரத்தின் சில சாராம்சங்களை தாஸ்தயேவ்ஸ்கி கரமசோவ் சகோதரர்கள் மூலம் பதிவு செய்துவிட்டது போன்ற வியப்பு நமக்கு ஏற்படுகிறது.

ஆக, கரமசோவ் சகோதரர்களின் கதையைச் சுருக்கமாகப் பார்த்தால் ஃபயோதர், அவனுடைய நான்கு குழந்தைகள் – டிமிட்ரி, ஐவான், அலெக்சி, ஸ்மர்டிக்கோ – ஜோஸிமா என்ற ஞானி, க்ருஷங்கா என்ற வேசி ஆகியோரின் கதைதான். துணைக் கதாபாத்திரங்களும் துணைச் சம்பவங்களும் மிக அதிக அளவில் இருக்கின்றன. இருப்பினும் நாவலின் ஆதார சுருதி நான் மேலே குறிப்பிட்டிருக்கும் கதாபாத்திரங்களைச் சுற்றியே ஒலித்துக் கொண்டிருக்கிறது.

9

தாஸ்தயேவ்ஸ்கியின் வாழ்க்கைக் கண்ணோட்டத்தை ஒரு சில வார்த்தை களில் சுருக்கிச் சொல்ல முடியாது. சுருக்கியும் சூத்திரங்களில் ஒதுக்கியும் கூறப்படும் வார்த்தைகள் தாஸ்தயேவ்ஸ்கியின் படைப்புலகத்தின் பன்முகத் தன்மையைச் சிதைப்பவையாகவே இருக்கும். தாஸ்தயேவ்ஸ்கியின் முக்கிய மான நாவல்களைச் சிரத்தையுடன் படிக்கும் ஒரு வாசகன் சாகித்தியத்தில் பல்லவி போல் அவனுடைய மொத்தப் படைப்புகளிலிருந்தும் சில ஸ்வரங்கள் அழுத்தம் பெறுவதை உணர முடியும். ஒன்று தெளிவானது. வாழ்க்கையைப் பற்றிய மேலோட்டமான புரிதல்களிலிருந்து உருவாகும் அஞ்ஞானத் திருப்திக்கு அவன் முதல் எதிரி. எப்போது மனிதன் எளிமையானவன் அல்லன் என்ற முடிவுக்கு வந்துவிட்டோமோ அப்போது வாழ்க்கையைச் செழுமைப்படுத்தும் காரியமும் எளிமையானது அல்ல. மனிதனின் பலங்களையும் பலவீனங்களையும் மனித மனத்தின் ஆழங்கள் சார்ந்து

புரிந்துகொள்ளும்போது தான் ஓரளவேனும் மனிதன் தன்னிறைவுடன் வாழும் சமூகத்தை உருவாக்க முடியும். தத்துவங்களுக்கும் மனிதனின் வேட்கைகளுக்கும் ஆன இடைவெளி விரிவு பெற்று வருகிறது. மையத்தில் வைக்க வேண்டிய மனிதனை மறந்து, தான் தழுவி நிற்கும் தத்துவத்தின் வெற்றியை அரசியல்வாதி புலம்பிக்கொண்டிருந்தபோது துன்பத்திலும் துயரத்திலும் அல்லாடிய மனிதனின் கதையை வரலாறு பதிவு செய்துவிட்டது. இந்தப் பின்னணியில் முன்கூட்டிய தீர்மானங்களுக்கோ தத்துவ இறுக்கங்களுக்கோ ஆளாகாமல் மனிதனை, சமூகத் திரையின் பின்னின்று இயங்கும் அவன் மனத்தின் உள்ளறைகளைப் பதிவு செய்த தாஸ்தயேவ்ஸ்கியை, வரலாற்றின் போக்கை முன்கூட்டி உணர்ந்த தீர்க்கதரிசி என்று சொல்ல வேண்டும்.

தாஸ்தயேவ்ஸ்கியின் வாழ்க்கை வரலாற்றைப் படிப்பவர்களுக்கு ஒன்று தெரியும். அவனுடைய வாழ்க்கையும் அவன் எழுதிய நாவல் போலவே இருக்கிறது. இதை மற்றொரு விதத்தில் சொன்னால் அவன் தன் வாழ்க்கை அனுபவங்களை ஆதாரமாக வைத்தே தன் முழுப் படைப்பையும் உருவாக்கி இருக்கிறான். அவன் வாழ்க்கையோ ஒரு நிரந்தர சோதனை. அவனைக் குதறிய கொடுமைகள் அவன் படைப்பிலும் பிரதிபலித்துள்ளன. தீமையின் அடர்த்தியான நிழலுருவங்களை அவன் உருவாக்கியதில் வியப்பில்லை.

ஆனால் அந்தக் கரிய உருவங்களை உருவாக்கிய தாஸ்தயேவ்ஸ்கியே மனிதத்துவத்தின் உன்னத உதாரணங்களையும் படைத்திருக்கிறான். இதற்கான ஆற்றலை அவன் எவ்வாறு பெற்றான்? தன்னுடைய வாழ்க்கை அனுபவங்களைத் தாண்டி வாழ்க்கையின் முழுமையை எவ்வாறு அவனால் தரிசிக்க முடிந்தது? அன்பும் குரூரமும் சுதந்திரமும் அடக்கு முறையும் நம்பிக்கைகளும் அவநம்பிக்கைகளும் ஒளியும் இருளும் நன்மையும் தீமையும் புனிதமும் மாசும் எவ்வாறு தன் படைப்பில் இடம்பெறச் செய்ய அவனால் முடிந்தது?

தாஸ்தயேவ்ஸ்கியின் படைப்புலகத்தை இலக்கியவாதிகள் கவனித்த அளவுக்கு – ஒருக்கால் அதைவிட அதிகமாகக்கூட – பிற துறைகளைச் சார்ந்த அறிஞர்கள் கவனித்திருக்கிறார்கள். உளவியல், இறையியல், சமூக விஞ்ஞானங்கள், தத்துவம், குற்ற ஆராய்ச்சி போன்ற துறைகளில் பெரும் சாதனைகள் நிகழ்த்தியவர்கள் தாஸ்தயேவ்ஸ்கியின் படைப் புலகத்தை ஆழமாக ஆராய்ந்து, தங்கள் துறைகளுக்குக் கொடைகள் சேர்க்கும் எண்ணற்ற அவதானிப்புகள் அவனிடம் இருப்பதைப் பதிவு செய்திருக்கிறார்கள். தங்கள் ஆராய்ச்சிகளைத் தூண்டிய பீஜங்களை அவனிடமிருந்து கற்றுக் கொண்டிருப்பதைப் பெருமிதத்துடன் ஏற்றுக்கொண்டிருக்கிறார்கள். அவனிடம் இருந்து கற்றுக்கொள்ளாத எந்த உளவியல் அறிஞனும் அவனுக்குப் பின் உலகத்தில் தோன்றவே இல்லை. காலத்தின் நீட்சியில் வெளிப்படும் புதிய உண்மைகளின் முதல் கிரணங்களைத் தத்துவவாதிக்கும் விஞ்ஞானிக்கும் முன்னால் கலைஞனின் உணர்வுக் கொம்புகள் பதிவு செய்துவிடுகின்றன என்பதற்குத் தலைசிறந்த உதாரணமாகத் தாஸ்தயேவ்ஸ்கி நின்றுகொண்டிருக்கிறான். ஆனால் இந்தப் புதிய உண்மைகள் மீது சாய்ந்து நிற்பவை அல்ல தாஸ்தயேவ்ஸ்கியின் படைப்புகள். அவை மனிதன்மீது

சாய்ந்து நிற்கின்றன. தன்னை அறிந்துகொள்ள விழையும் மனிதன், தன் காலத்தை அறிந்துகொள்ள விழையும் மனிதன், வாழ்க்கையின் எண்ணற்ற முகங்களைப் புரிந்துகொள்ள விழையும் மனிதன் இருக்கும் காலம்வரை யிலும் அவனுக்கு தாஸ்தயேவ்ஸ்கியைத் தேடிச் செல்ல வேண்டிய அவசியம் இருந்து கொண்டுதானிருக்கும்.

குறிப்புகள்

1. மிகுந்த ஆவேசத்துடன் இந்த மதிப்பீட்டை முன்வைப்பவர்களாக இருவரைக் கூறலாம். ஒருவர் கு.அழகிரிசாமி. மற்றொருவர் பி.கோவிந்தப் பிள்ளை. மலையாள விமர்சகர். மார்க்சீயவாதி. இடதுசாரி இலக்கியங்களைத் தன் சிந்தனைகளால் பாதித்துக் கொண்டிருப்பவர்.

2. பீட்டர்ஸ்பர்க் : பின்னாட்களில் பெட்ரோகிராடு என்றும் லெனின் மறைவுக்குப் பின் லெனின்கிராடு என்றும் பெயர் பெற்றது.

3. தாஸ்தயேவ்ஸ்கிக்கு பிரெஞ்சு மொழி தெரியும். அவன் பால்சாக்கை ரஷ்ய மொழியில் மொழிபெயர்த்திருக்கிறான்.

4. தாஸ்தயேவ்ஸ்கியின் பின்வந்த நாவல்களை பெலின்ஸ்கி கடுமையாக விமர்சித்தார். 'ஏழை எளியவர்'களில் வெளிப்பட்ட சமூகத்தளம் பின் வந்த நாவல்களில் இல்லை என்பது காரணமாக இருந்திருக்கக் கூடும்.

5. மிக்கேல் பெற்றஷேவ்ஸ்கி என்பவன் ஒரு அரசு ஊழியன். இவன் இல்லத்தில் இளைஞர்கள் கூடி சோஷலிசச் சிந்தனைகளைப் பகிர்ந்து வந்தனர். அரசாங்கத்தைக் கடுமையாக விமர்சித்தனர்.

கல்குதிரை, தாஸ்தயேவ்ஸ்கி சிறப்பிதழ், 1991

ஆத்மாநாம் கவிதைகள்

ஆத்மாநாமின் மறைவும் அவர் மறைந்த விதமும் அவரது கவிதைகளைப் பற்றிச் சற்றுத் தூக்கலாகப் பேச நம்மைத் தூண்டிற்று என்று நினைக்கிறேன். பிரிவின் கொடுமையை எதிர்கொள்ளும் தருணங்களில் மிகை எப்போதும் தவிர்க்க முடியாததாகவே இருந்திருக்கிறது. அவர் நம்மைவிட்டுப் பிரிந்து இப்போது ஒன்பது ஆண்டுகள் ஆகப்போகின்றன. அவர் கவிதைகளும் நம் இலக்கியத்தின் ஒரு பகுதியாகிவிட்டது. இன்று அவரைப் பரிசீலனை செய்ய இந்த இடைவெளி நமக்கு உதவக்கூடும்.

ஒவ்வொரு கவிஞனும் தான் அழிந்த பின்னும் தன் கவிதைகள் வாழ்ந்துகொண்டிருக்க வேண்டும் என்று விரும்புகிறான். 'என்னை அழித்தாலும் என் எழுத்தை அழிக்க இயலாது' என்றார் ஆத்மாநாம். 'என்னை அழித்தும் என்னை அழிக்க இயலாது' என்றும் சொல்லியிருக்கிறார். அது சரிதான். அவருடைய சாரம் இன்றும் நம்மிடம் இருக்கிறது. அவருடன் உறவாட முடிகிறது. இந்த நேரத்தில் ஆத்மாநாமின் கவிதைகளை முழுமையாகவும் சிறப்பாகவும் பதிப்பித்துத் தந்திருக்கும் பிரம்மராஜனின் பணியை நாம் நன்றியுடன் நினைவுகூர வேண்டும்.

புதுக்கவிஞர்களில் பிரக்ஞைபூர்வமான கவிஞர்கள் மிகக்குறைவு. ஆத்மாநாம் பிரக்ஞைபூர்வமானவர். தன் செயல்பாடுகள் குறித்தும் தான் ஆற்றவேண்டிய பங்கு குறித்தும் அவருக்கு யோசனைகள் இருந்திருக்கின்றன. காலத்தின் வரிசையில் கடைசியாகத் தன்னிடம் வந்து சேர்ந்திருக்கும் தமிழ்க் கவிதையின் பொதுக் குணத்தைப் பிரதிபலிக்கும் இயற்கை இவருக்கு இல்லை. தன்னுடைய கவிதைகளைக் கண்டுபிடிக்கும் முயற்சியாகவே இவர் கவிதைகள் இருக்கின்றன. ஞானக்கூத்தனின் ஆரம்பகாலக் கவிதைப் போக்கைப் பிரதி

சுந்தர ராமசாமி

பலித்து இவர் எழுதியுள்ள 'இன்னும்' என்ற கவிதையில்தான் இவர் சுத்தமாக இல்லாமல் இருக்கிறார். மற்ற கவிதைகளில் –மொத்தம் 143 கவிதைகள் –இவரது ஆளுமை, பலவற்றில் மங்கலாகவும் ஒரு சிலவற்றில் மிகச் சிறப்பாகவும் வெளிப்பட்டிருக்கிறது. பிரதிபலிப்பு படைப்பாகாது என்ற விழிப்பு இவரிடம் கூர்மையாகச் செயல்பட்டிருக்கிறது. வாழ்நிலையில், தான் பெற்ற அனுபவங்களைக் கவிதை மூலம் இவர் ஆராய்ந்துகொண்டு போகிறார். தன்னை அறிந்து தன் பார்வையைத் தெளிவுபடுத்திக்கொள்ளும் முனைப்பு இது. இந்தத் தெளிவு கூடிவரும் விதத்தை உணர்வது இன்று சிரமமாக இருக்கிறது. இவரது கவிதைகளைக் காலவரிசைப்படுத்தித் தர பிரம்மராஜனுக்குச் சாத்தியப்பட்டிருக்கும் என்றால் இவர் பெற்றுள்ள வளர்ச்சியை இன்னும் துல்லியமாக நாம் மதிப்பிட்டிருக்க முடியும்.

சுதந்திரம் மனித ஆளுமைக்குத் தரும் விகாசம், வாழ்நிலை சார்ந்த அபத்தங்களும் கேவலங்களும் தரும் வருத்தம், மனிதனை ஆசுவாசப்படுத்தக் காத்துக்கொண்டிருக்கும் இயற்கை, நம்பிக்கையைத் தக்கவைத்துக்கொள்ள வேண்டியதன் அவசியம், இவை சார்ந்த உணர்வுகள் இவர் கவிதைகளில் அழுத்தம் பெறுகின்றன. தன் கவிதைகள் மூலம் ஒரு உயர்நிலைப் பாதிப்பை நிகழ்த்த வேண்டும் என்பதில் விருப்பம் கொண்டிருந்தார் இவர். இதனால் தன் கவிதை மொழி தன் சக மனிதனுக்குப் புரிய வேண்டும் என்பதில் அவருக்குக் கவனம் இருந்தது. ஏற்கும் புதுமையின் பொருள் என்ன என்பதிலும் இந்த மண் சார்ந்து அதன் பொருத்தம் என்ன என்பதிலும் அவர் கவனம் கொண்டிருந்தார்.

மேற்கத்திய சோதனைகளின் பிரமிப்புகள் மீது அல்ல; உலக இலக்கியத்தின் தரம் மீதே இவர் பற்றுக்கொண்டிருக்கிறார். பழைய கவிதைகளின் அலங்காரங்களைப் புறக்கணித்த புதுக்கவிதைகள் மூலம் உறுதிப்பட்டு வந்துகொண்டிருந்த புதிய அலங்காரங்களையும் இவர் புறக்கணித்திருக்கிறார். பேச்சு அல்லது கடிதங்களில் நாம் பயன்படுத்தும் சொற்களுக்கு மேற்பட்ட 'கவிச் சொற்கள்' அவர் கவிதையில் இல்லை. கவிதைக்குரிய வலுக்களாகக் கருதப்படும் உவமை, உருவகம், படிமங்கள் இவற்றின்மீது சார்ந்து நிற்காமல் – இயற்கையாகக் கூடிவருவது வேறு – அர்த்தங்கள் தரும் அனுபவ அலைகளை நம்பிக் கவிதைகளை எழுதியிருக்கிறார். அநேக கவிதைகளில் குழாயின் ஒரு நுனியிலிருந்து மறு நுனிக்குத் தண்ணீர் ஓடி இறங்குவது போல் முதல் வரியிலிருந்து கடைசி வரிக்கு அர்த்தம் விரைந்து ஓடுகிறது. ஒரு சில கவிதைகளில் முன்பகுதியும் பின்பகுதியும் தொடர்பின்றிப் பிளந்து கிடக்கின்றன. இது வாசிப்பு சார்ந்த நம் குறையாகவோ அல்லது நோயுற்ற காலங்களில் கவிஞருக்கு ஏற்பட்ட தடையாகவோ இருக்கலாம்.

ஆத்மாநாமின் அநேக கவிதைகள் குறிக்கோளைச் சென்றடைய வில்லைதான். நிறைவான கவிதையை அடைய முன்னுவதும் குறையாக அவை முடிந்துபோவதும் கவிதைத் தொழிலின் விதி என்று கூறும் அளவுக்கு மிகச் சிறந்த கவிஞர்கள்கூட கூடிவராமலேயே கவிதையை முடித்துக்கொண்டு போயிருக்கிறார்கள். ஆனால் ஆத்மாநாம் கவிதைகளில் அலங்காரத்தினால் தடைபட்டவை என்றோ பிரமிப்பினாலோ மயக்கத்தி

னாலோ செயற்கையினாலோ இருப்பை மிகைப்படுத்திக்காட்ட விரும்பிய தால் தடைபட்டவை என்றோ அதிகம் இல்லை. அனுபவத்தில் மனம் இழையும் பயணம் எந்தப் புள்ளியில் கவிதையின் உடலாக மாறுகிறது என்ற கேள்விக்குத் திட்டவட்டமான பதில் இல்லை. அநேக கவிதைகளில் இந்த உடல் கூடி உயிராக மாறும் காரியம் அவருக்கு நடக்கவில்லை.

கவிஞரான ஆத்மாநாமை அவர் வாழ்ந்த காலத்தின் நேர்மையான மனிதன் என்றும் சொல்லலாம். இது அபூர்வமான தகுதி. அவருடைய தொடர்புகள் சிறு வட்டத்திற்குள் இருந்திருக்கலாம். உடல், காலம் இடம் சார்ந்த வரையறை கொண்டது. ஆனால் அவருடைய கனவுகளின் எல்லை மேலான கவிதையின் விரிந்த தளத்தில் இருந்தது. மேலான கவிதையை மேலான வாழ்விலிருந்து பிரிக்க இயலாத லட்சியவாதியாகவும் அவர் இருந்தார்.

அவரது கவிதைகள் அவரது அனுபவ சாரங்களின் நாட்குறிப்புப் போல் இருக்கின்றன. தன் அனுபவங்களைத் தான் விளங்கிக்கொண்ட விதத்தை சக மனிதனிடம்–மக்களிடம் அல்ல–அநேக சமயங்களில் ஒரு நண்பனுக்குச் சொல்லும் விதமாக–இவர் பகிர்ந்துகொள்ள விரும்புகிறார். ஒலிபெருக்கியால் எழுதாமல் தன் மனத்தால் இவர் எழுதிய கவிதைகள் சக மனிதனின் கரங்களைப் பற்றிக்கொண்டு அவன் காதோடு சொல்லும் வரிகளுக்குரிய அந்தரங்கத்தோடு இருக்கின்றன. அந்த வரிகள் பொருட்படுத்தத் தகுந்தவை என்றால் தன்னுடைய நண்பனிடம் அவன் அந்த வரிகளைச் சொல்வான். ஒரு மனத்திலிருந்து மற்றொரு மனத்திற்கு கவிதை இப்படித்தான் தவழ்ந்து செல்கிறது.

மென்மையான கவிஞர் என்று இவரைச் சொல்லலாம். இவருடைய ரீங்காரம்தான் மென்மையானதே தவிர ரீங்காரத்திற்கு ஆதாரமான கம்பி–இவரது சாரம்–வலிமையானது. சுயத்தின் மீது நம்பிக்கை கொண்ட உள்பலம் இது. தன் அனுபவங்களைச் சதா அசைபோடுவதில் கூடிவரும் உள்பலம். அனுபவங்களின் சாரங்களை அறிய தனக்கு உகந்த தயாரிப்புகளிலும் இவர் கவனம் கொண்டிருந்தார். படிப்பும் தொடர்புகளும் விவாதங்களும். இதனால் காலத்தைப் பற்றிய உணர்வு இவருக்குச் சாத்தியமாயிற்று. கூடிவராத கவிதைகளில்கூட காலத்திற்கும் கவிதைக்கும் இடையே பழமையின் களிம்பு இல்லை.

பிறப்பு, வளர்ப்பு, தேசம், மொழி, ஜாதி, மதம் இவற்றின் குறுகல்கள் தாண்டிய முகம் இவருடையது. இதனால் அடையாளங்கள் அற்று வெற்று அம்பலத்தில் வெளிறிப்போன கவிதைகளாக இவருடையவை இல்லை. நகரத்தில் வாழ்ந்த தமிழனின் நவீனக் கவிதைகளாகஇவை இருக்கின்றன. இந்தக் கவிதைகளின் வேர் இந்த மண்ணில் இருக்கிறது. இந்த மண்ணின் வேதனை இந்தக் கவிதைகளிலும் இருக்கிறது.

***சிலேட்*, 1993**

பஷீர்:
முற்போக்கு இலக்கியத்தின் அசல்

வைக்கம் முகம்மது பஷீர் என்ற மலையாள எழுத்தாளர் சமீபத்தில் தனது 84ஆம் வயதில் – பிறந்த வருடத்தைப் பற்றிக் கருத்து வேற்றுமை இருக்கிறது – மறைந்தபோது கேரள மக்கள் அவருக்கு அஞ்சலி செலுத்திய விதம் ஆச்சரியத்தை ஏற்படுத்திற்று. அது ஒரு எழுத்தாளனுக்கு அளிக்கப்படும் அஞ்சலியை வெகுவாகத் தாண்டி ஒரு தேசியத் தலைவருக்கு வழங்கப்படும் கௌரவத்தைப் போலவே இருந்தது. அவருடைய இழப்பை ஒரு கலாச்சாரத் திருவிழாவாக மாற்றிக்கொள்ள மக்கள் விரும்பியது போலவும்பட்டது. முதுமை கூடி புகழின் உச்சியில் நிகழ்ந்த மறைவு என்பதால் அது விகற்பமாகவும் இருக்கவில்லை. ஆனால் கொண்டாட்டத்தின் அளவு அதிகமோ என சந்தேகம் கொள்ளும் எல்லைக்குப் போயிருந்தது. பஷீரைப் பற்றிச் சொல்ல நாளிதழ்களும் சஞ்சிகைகளும் போட்ட போட்டியில் இனிச் சொல்ல செய்திகளோ வெளியிடப் புகைப்படங்களோ மிச்சம் இராது என்று தோன்றிற்று. நாளிதழ்களும் சஞ்சிகைகளும் தம் அலுவலகங்களுக்கு விடுமுறை தந்தன.

இந்தப் பின்னணியில் நம் மொழி எழுத்தாளர்களின் மறைவு பற்றி நினைவு வந்தது. பஷீருக்கு இணையாகவோ அதிகமாகவோ சாதனைகள் செய்துவிட்டு அவர் மறைந்த வயதிற்குப் பாதிக்கும் குறைவான வயதுகளில் விடைபெற்றுக் கொண்டவர்கள் அவர்களில் சிலர். அந்த இழப்புகளை நாம் எப்படி எதிர்கொண்டோம் – தமிழ் எங்கள் மொழி அல்ல, உயிர் என்று முழங்கும் நாம்?

பஷீர் மலையாளக் கலாச்சாரத்தில் வெகு ஆழமாக இறங்கி யிருக்கிறார். அவருடைய மறைவு உருவாக்கிய அலைகள்

இந்த உண்மையை நிரூபிக்கின்றன. பஷீர் மூலம் மலையாள வாசகர்கள் பெற்றுக்கொண்ட அனுபவச் செழுமை போற்றத்தக்கதாக, கொண்டாடத்தக்கதாக இருந்திருக்கிறது. வாசகர்கள் பெற்ற அனுபவம் அதன் எல்லையைத் தாண்டி, செய்திகளும் சமிக்ஞைகளுமாக விரிந்து முழுச் சமூகத்தையும் தழுவிக்கொண்டிருக்கிறது. ஒரு இனம் பஷீர் மூலம், புதையுண்டு கிடந்த தன் மன முகங்களை வெளிப்படுத்திக்கொண்டுவிட்டது. அந்தப் புதிய முகங்கள் அவர்களுக்குப் பெருமிதத்தைத் தருகின்றன. தங்களைக் கண்டுகொள்ள உதவிய படைப்பாளியை ஒரு கலாச்சாரம் போற்றுவது அதன் ஆரோக்கியத்தைக் காட்டுகிறது. தமிழிலும் இதுபோன்ற காரியங்கள் நிகழலாம் – ஒரு சில நூற்றாண்டுகளுக்குப் பின்னரேனும்.

2

பஷீர் ஒன்பதாம் வகுப்பு படிக்கும்போது சொல்லிக்கொள்ளாமல் வீட்டை விட்டு ஓடினார். தன் சொந்த ஊரான வைக்கத்திலிருந்து எர்ணாகுளத்திற்கு நடந்து சென்று பயணச்சீட்டின்றி ரயிலேறி கள்ளிக் கோட்டை போனார். அங்கு இந்திய தேசிய காங்கிரசில் சேர்ந்து உப்புச் சத்தியாக்கிரகத்தில் பங்குபெற்று அடக்குமுறைக்கும் தண்டனைக்கும் ஆளானார். தென்னிந்தியாவின் பல்வேறு இடங்களில் அவர் சிறை வாழ்க்கையை அனுபவித்தார். பகத்சிங், ராஜகுரு, சுகதேவ் ஆகியோரின் தீவிரவாதத்தில் நம்பிக்கை வைத்துச் சிறிது காலம் செயல்பட்டார். வட இந்தியாவிலும் ஆப்பிரிக்க அரேபிய நாடுகளிலும் ஏகமாகச் சுற்றி அலைந்தார். இக்காலங்களில், நம் சமூகம் தாழ்வாகக் கருதும் வேலைகளில் அவர் பார்க்காதவை அதிகம் இல்லை. இமய மலைச் சாரல்களிலும் கங்கைக் கரைகளிலும் இந்து சன்னியாசியாகவும் சூஃபியாகவும் சில காலம் வாழ்ந்தார்.

நாவல்கள் எனப் பொதுவாக மதிப்பிடப்படும் – உண்மையில் நாவல்களுக்கு உரித்தான தளத்தில் அவை இயங்கவில்லை என்று சொல்ல வேண்டும் – 'இளம் பருவத்துத் தோழி', 'பாத்துமாவின் ஆடு', 'எங்கள் தாத்தாவுக்கு ஒரு யானை இருந்தது' ஆகிய படைப்புகள் முக்கிய இந்திய மொழிகளில் வெளிவந்திருக்கின்றன. இவற்றை ஆர். ஈ. ஆஷர் ஆங்கிலத்தில் மொழிபெயர்த்து எடின்பரோ பல்கலைக்கழக வெளியீடாகக் கொண்டுவந்திருக்கிறார். பிரெஞ்சு, மலாய், சீனம், ஜப்பான் ஆகிய மொழிகளில் ஒரு சில படைப்புகள் மொழிபெயர்க்கப்பட்டிருக்கின்றன. 'மதில்கள்', 'சப்தங்கள்', 'காதல் கடிதம்' ஆகியவற்றின் ஆங்கில மொழிபெயர்ப்புகள் வெளிவந்திருக்கின்றன. ஞானபீடம் ஒன்றைத் தவிர தேசிய, மாநிலப் பரிசுகளில் இவர் பெறாதவை எதுவும் இல்லையென்றே சொல்லலாம். பத்மஸ்ரீ பட்டமும் கள்ளிக்கோட்டைப் பல்கலைக் கழகம் வழங்கிய டாக்டர் பட்டமும் பெற்றவர்.

3

பஷீரின் எழுத்துகளில் அவருடைய அனுபவ ஆழத்தின் முத்திரை இல்லாதவை என்று எதுவும் இல்லை. சுய வாழ்க்கை அவருடைய சுரங்கம். அவருடைய படைப்புகளில் கற்பனை சார்ந்த நிஜத்திற்கும் சுய வாழ்க்கை சார்ந்த நிஜத்திற்குமான இடைவெளி அவரால் அழிக்கப்பட்டுவிடுகிறது.

இதில் அவருக்கு உற்சாகம். அத்துடன் தன் படைப்புக்குள் பாத்திரமாக வர விரும்புகிறவரும்கூட - தன் பெயரிலோ அல்லது தான் என்பதை வெளிப்படையாகக் காட்டும் மற்றொரு பெயரிலோ. மலையாள வாசகர்களுக்கு அவருடைய படைப்புகள்மீது எவ்வளவு மோகமோ அவ்வளவு மோகம் அவருடைய வாழ்க்கையின் மீதும். அவருடைய வாழ்க்கையும் அவர்களுக்கு ஆர்வத்தைத் தூண்டும் மற்றொரு படைப்பு. இந்த இரண்டு படைப்புகளில் எதை வாசித்தாலும் அதில் மற்றொன்றையும் இணைத்து வாசிப்பது அவர்களுக்குக் காலத்தால் கூடி வந்திருக்கும் வினோதம். ஒரு படைப்பை வாசிக்கும் போது இரு அடுக்குகள் கூடி வந்திருப்பது பஷீருக்கு மட்டுமே கிடைத்திருக்கும் சாதகம் என்று சொல்லலாம்.

பஷீரின் படைப்புகள் எந்த அளவுக்கு வெளிப்படையானவையோ அந்த அளவுக்கு அவருடைய வாழ்க்கையும் பகிரங்கமானது. தாழ்வுகள் என்று பொதுவாகக் கருதப்படுபவற்றையும் அவர் உற்சாகமாக வெளிப்படுத்திக்கொண்டவர். தான் பார்த்த 'இழிவான' பணிகள், தன்னைப் பிடுங்கிய வறுமை, குடிப்பழக்கம், மனநோய், ஐம்பது வயதில் திருமணம் போன்ற சகல விஷயங்களையும் நகைச்சுவையுடன் ஆனால் தீவிரத்தின் கூர் மழுங்காமல், கீழ்த்தட்டு மக்களின் மனமொழியோடு இணையும் கொச்சையில் தன் படைப்பிலும் தன்னைப் பற்றிய எழுத்திலும் முன் வைத்திருக்கிறார். முதலில் அதிர்ச்சி பெற்று, பின் சகஜமாகி, அவர்மீது அந்தரங்கம் கொள்ள வாசகர்களுக்குக் காரணமாக அமைந்த அவருடைய வெளிப்பாடுகள் இவை.

வாழ்க்கை தனக்குத் தந்த துக்கங்களின் சுமையை மலையாள சமூகத்துடன் படைப்பாகவும் சுய வரலாறாகவும் பஷீர் பகிர்ந்து கொண்டபோது மன இறுக்கம் அவருக்குத் தளர்ந்த அளவுக்கு சூழலின் இறுக்கமும் தளர்ந்தது. வாழ்க்கை பஷீருக்குத் தந்திருந்த துக்கங்களின் சுமைகள் கீழ் மத்தியதர வர்க்க மலையாளிகளுக்கு வாழ்க்கை எப்போதும் தந்துகொண்டிருக்கும் சுமைகள்தானே? சொந்த மண்ணைத் துறந்து அலைதல், சுற்றத்தார் பார்க்க விரும்பாத பணிகளை ஆற்ற வேண்டிய நிர்ப்பந்தம், இல்லாமையின் பிடுங்கல்கள் ஆகியவற்றில் கசங்கி மனஞ்சுருங்கி நிற்கும் ஒரு சமூகத்திற்கு பஷீரின் வாழ்க்கை ஒரு குறியீடு. அவர் தன் வாழ்க்கையை நகைச்சுவையினூடே பேச்சு மொழியில் பகிரங்கப்படுத்திய முறை அவர்கள் பெற்ற ஆசுவாசம். கூர் மழுங்காத விழிப்புணர்வில் நின்று, நகைச்சுவை மூலம் இடைவெளி பெற்று தன் உள் கசங்கல்களிலிருந்து எப்படி அவர் விடுதலை பெற்றாரோ அந்த விடுதலையை ஒரு சமூகமும் அவர் மூலம் பெற்றது என்று சொல்லலாம். கூசவோ குறுகவோ அவமானப்படவோ எதுவும் இல்லையென்பதையும் யதார்த்தத்தை ஏற்றுக்கொள்வதே இயற்கை என்பதையும் அவ்வாறு ஏற்றுக்கொள்வதிலிருந்து பிரச்சினைக்கான விடைகள் வெளிப்படுகின்றன என்பதையும் ஒரு இனம் உணர அவர் ஆற்றியுள்ள பங்கு முக்கியமானது.

பிரச்சினைகளை எதிர்கொண்டு விடை காணும் சமூகச் செயல்பாடுகள் மற்ற இடங்களைப் போலவே மலையாள மண்ணிலும் இருவகைத் தளங்களில் நிகழ்ந்திருக்கின்றன - தத்துவம் சார்ந்த இயக்கங்கள்; தனிநபர் சார்ந்த

தொண்டுகள். இவற்றில் இரண்டாவது வகையினரின் மரபில் வருகிறவர் பஷீர். தத்துவத்தைச் சார்ந்த செயல்பாடுகள் நிரந்தர விடைகளுக்கு இட்டுச் செல்லும் என்பதும் தனிநபர் முயற்சிகள் தற்காலிகமானவை என்பதும் ஒரு நவீனச் சிந்தனை. தர்க்கத்தின் தளத்தில் அது உண்மையாகவே இருக்கலாம். ஆனால் இறுக்கமான தத்துவம் சார்ந்த இயக்கங்கள் யந்திர ரீதியில் செயல்பட்டு முனை மழுங்கிச் சரியும்போது கூர்மையான தனிநபர் செயல்பாடுகள்மீது சமூகம் தன் நம்பிக்கையை புதுப்பித்துக்கொள்ளும் சூழல் உருவாகிவிடுகிறது. இந்தச் சூழலில் பஷீர் அதிக ஆறுதலைத் தரும் ஆளுமையாகிக் கூடுதல் முக்கியத்துவம் பெற்றுவிடுகிறார். இந்த ஆறுதலைத் தந்த பஷீரை நாராயண குருவின் மரபில் வந்த சூஃபி என்று சொல்ல வேண்டும்.

தமிழ் வாசகர்கள் வகைப்படுத்திக்கொள்ள வசதியாக அவருடைய எழுத்தின் குணங்களை மூன்று பகுதிகளாகப் பிரிக்கலாம்.

ஒன்று: காதல் (தமிழில் தவறான அர்த்தம் தரும் சீரழிக்கப்பட்ட சொல்). பஷீரின் படைப்பில் இது ஆணும் பெண்ணும் கொள்ளும் இயற்கையின் உயிர்ப்பில் மண்ணின்மீதே உக்கிரமாக எழுப்பப்பட்டு நிற்கிறது. ஒரு புறம் காதல், மறுபுறம் வறுமை. காதலில் இருவர் இணைவது இயற்கையின் பேரமைதிக்கு இட்டுச் செல்லும் காரியமாகவும் வாழ்க்கையின் புதிர்களை எதிர்கொள்ள இருவர் கைகோர்த்துக்கொள்ளும் கூட்டுச் சக்தியாகவும் மலர்கிறது.

இரண்டு: வாழ்க்கையின் கொடுமை சார்ந்த முகங்களும் அந்தக் கொடுமையிலும் ஊடாடி நிற்கும் அன்பின் ஊற்றும். சேற்றில் முளைக்கும் மூலிகைச் செடியின் மணமும் அதன் எளிய பூக்களும் என்று படிமமாகச் சொல்லலாம்.

மூன்று: வாழ்க்கையை மாற்ற முன்வரும் தத்துவம் சார்ந்த இயக்கமே பலரின் பிழைப்பாகி மக்களை ஏமாற்றுவது பற்றிய பரிகாசம்.. ஜேப்படித் திருடர்கள், போக்கிரிகள், வஸ்தாதுகள், ஏமாற்றுக்காரர்கள், சவடால்கள் போன்றவர்கள் கதாபாத்திரங்களாக வரும் படைப்புகளில் பின்னிற்கும் கிண்டல் அரசியல் தளத்தையும் இவர்களின் செயல்பாடுகளுடன் இணைத்துக்கொண்டுவிடுகிறது.

இந்த மூன்று வகைகளும் அவருடைய எழுத்துகளில் மலையாள மண்ணுக்கே உரித்தான வாழ்க்கைமீது ஜீவகளையுடன் உருவாகி வந்திருக்கின்றன.

பஷீருக்கு வாழ்க்கையின் மென்மையும் கடுமையும் ஆழமாகத் தெரியும். மென்மையை உறுதிப்படுத்த கடுமையை ஒருபோதும் மறைக்காதவர் அவர். அவருடைய எழுத்தில் மிகக் கீழானவற்றிற்கு வெகு சமீபத்தில் இருக்கின்றன மிக மேலானவையும். அவருடைய மொத்தப் படைப்பையும் தாண்டிவரும்போது வாழ்க்கை பற்றிய நம்பிக்கை, மூலிகையின் நறுமணம்போல் தன் இருப்பை ஸ்தாபித்துக் கொண்டுவிடுகிறது. முன் தீர்மானங்களின் அடிப்படையில் கோட்பாடுகள் சார்ந்து, யந்திர ரீதியாக வாழ்க்கையை அணுகி நம்பிக்கையைப் பறித்தெடுக்க முயன்ற எழுத்தாளர்கள் காலத்தின் முன் பின்னகர்ந்து

போய்க்கொண்டிருக்கும்போது (கேரள மண்ணில் இவர்களின் எண்ணிக்கை மிக அதிகம்) வாழ்க்கையின் சகல குணங்களையும் மனந்திறந்து பார்த்த பஷீர் வாழ்க்கையின் தளத்திலேயே நாம் உறுதியாக ஏற்கும் விதத்தில் நம்பிக்கையின் நறுமணங்களை வெளிப்படச் செய்து இன்றும் நிலைகொண்டிருப்பது அவருடைய படைப்பின் சாதனை என்று சொல்ல வேண்டும்.

4

பஷீரின் படைப்புகளின் தேர்வு ஒன்று தமிழில் வெளிவர வேண்டும். 'தாத்தாவின் யானை'யும் 'பாத்துமாவின் ஆடு'ம் சில கதைகளும். மிகுந்த சர்ச்சைக்குள்ளான 'சப்தங்கள்' கதையையும் சேர்த்துக்கொள்ளலாம். மொழிபெயர்க்க மிகக் கடினமானது அவருடைய எழுத்து. தான் பேசிய கொச்சையையே தன் மொழியாக எழுத்தில் அனுசரித்தவர் அவர். முஸ்லீம் குடும்பங்களுக்குள் புழங்கும் கொச்சைச் சொற்கள். அந்தரங்கமான குறியீடுகள். பொருளற்ற ஓசைகளின் பதிவுகள். இவற்றின் ரசவாதக் கலவை. சில படைப்புகள் தமிழில் வந்திருக்கின்றன. அவற்றையே மீண்டும் தமிழின் புதிய தலைமுறை வாசகர்களுக்காகக் கவனமாக நுட்பத்துடன் மொழிபெயர்ப்பது பயனுள்ள காரியமாக இருக்கும். புதுமைப்பித்தனும் ஜெயகாந்தனும் எழுதியிருக்கும் மொழியில் இறக்குமதி செய்ய அவசியமில்லாதவைதான் மலையாளப் படைப்புகளில் அதிகமும். பஷீர் நேரெதிர். அவருடன் ஒப்பிட்டுப் பேச நம் மொழியில் எவரும் இல்லை. மேலும் அவருடைய எழுத்து முற்போக்கு இலக்கியத்தின் அசலுக்கு மிகச் சிறந்த எடுத்துக்காட்டு. புதிய தலைமுறை அதைப் படிக்க வேண்டும். தமிழின் இன்றையத் தேவை அது.

சுபமங்களா, 1994

கிருஷ்ணன் நம்பி: பாதியில் முறிந்த பயணம்

கிருஷ்ணன் நம்பியை 1950களின் ஆரம்பத்தில் என் முதல் இலக்கிய முயற்சியான 'புதுமைப்பித்தன் நினைவு மலரை' வெளியிட முயன்று கொண்டிருந்தபோது சந்தித்த ஞாபகம். முதல் சந்திப்பிலேயே இனம் தெரியாது ஏங்கிக்கொண்டிருந்த தோழமையைக் கண்டடைந்துவிட்ட மனநிறைவு எங்கள் இருவருக்கும் ஏற்பட்டது. நிம்மதியும் நம்பிக்கையும் ஏற்பட்டன. அதன்பின் 1976இல் தனிமையில் என்னை ஆழ்த்திய நம்பியின் மறைவு நிகழ்வது வரையிலும் சுமார் 25 வருடங்கள் எங்கள் நட்பு இடைவெளியின்றி நீடித்து வளர்ந்தது. ஆழம் கொள்ளும் நட்பின் சுருதி பேதங்களுடனும் சமாதானங்களுடனும். அந்த நீண்ட நட்பின் உயிர்த் துடிப்பை இப்போது மீண்டும் உணர முயலும் போது அனுபவங்களின்மீது சரிந்துவிட்ட காலத்தின் பனிக்கட்டி சோர்வைத் தருகிறது. நிகழ்வுகளும் நினைவுகளும் குழம்பி மறிகின்றன. சந்திக்காத நேரங்களிலும் இருவர் மனங்களிலும் உணர முடிந்திருந்த அந்த ஒத்திசைவு அது ஆட விரும்பிய நாடகத்தை ஆடி ஓய்ந்தது என்ற உணர்வுதான் இப்போது மிஞ்சுகிறது.

நண்பர்களாக நாங்கள் இணைந்து செய்த காரியம் என்று சொல்ல எதுவுமில்லை. விடாமல் நடந்தது பேச்சு. ஓய்வு ஒழிவில்லாத பேச்சு. அதிகமும் இலக்கியம் பற்றி. கலைகள் பற்றியும் மனித வாழ்க்கை பற்றியும் சொந்தக் கவலைகள் பற்றியும் பேசினோம். மொழியைக் கருத்துலகப் பயணத்திற்குப் பயன்படுத்தியிராத குடும்பங்களில் வந்தவர்கள் நாங்கள். மொழிக்குள் கருத்துகளின் சிறகுகளைக் காப்பாற்றும்

முயற்சியில் திக்கித் திணறினோம். அந்தத் திணறல் சந்தோஷத்தைத் தந்தது. சரிவரச் சொல்லிவிட்டதற்கான குறிப்பை எதிராளியிடமிருந்து பெற்ற தருணங்களில் மித மிஞ்சிய சந்தோஷம் ஏற்பட்டது. பேசக் கற்றுக்கொண்டது எழுதுவதற்குப் பயிற்சியாக அமைந்திருக்கலாம். எங்களைப் பற்றிச் சிறிது தெளிவும் இழப்பில்லாமல் எண்ணங்களை வெளிப்படுத்திக்கொண்டுவிட முடியும் என்ற நம்பிக்கையும் பேச்சின் விளைவுகளாகப் பெற்றோம் என்று சொல்லலாம். அபூர்வமான ரசனையும் தன் பலவீனங்களை நண்பர்களுடன் பகிர்ந்துகொள்ளும் இயற்கையும் நகைச்சுவை உணர்வும் தன்னையும் உலகப் போக்கையும் பரிகாசமாகப் பார்க்கும் குணமும் கொண்டவர் நம்பி. அவர் பேசிக்கொண்டிருக்கும்போது காலம் கரையும் வேகம்கூட நமக்குத் தெரியாமல் போய்விடுவது சந்தோஷத்தையும் கவலையையும் தரக்கூடியது.

எனக்கும் நம்பிக்குமான உறவைப் பற்றி இப்போது யோசித்துப் பார்க்கும்போது இயற்கை நிலையைத் தாண்டிய ஆவேசமும் வெறியும் அதன் கூறுகளாக நின்றிருப்பதை உணர முடிகிறது. எங்கள் சங்கடங்களிலிருந்து தோன்றிய வெறி இது.

கலை இலக்கியத் துறையையோ அல்லது வருமானத்திற்கு உத்தரவாதமில்லாத வேறு துறையையோ தங்கள் ரசனை காரணமாகத் தேர்வு செய்ய நேர்ந்துவிடும் இளம் வயதினருக்கு இந்திய வாழ்க்கையும் அதிலும் கூடுதலாக நம் தமிழ் வாழ்க்கையும் அளித்துவரும் சோதனைகள் மிகக் கடுமையானவை. எங்கள் இலக்கிய ஈடுபாடுகள் காரணமாக எனக்கும் நம்பிக்கும் ஏற்பட்ட பிரச்சனைகளும் அவற்றால் விளைந்த சங்கடங்களும் மிகுந்த ஒற்றுமை கொண்டவை. இதனால் எங்கள் பிணைப்பு மேலும் நெருங்கிற்று. கல்வியைத் தொடர்வதில் வெறுப்பு; லௌகீகத் திறன்களை வளர்த்துக்கொள்வதில் உதாசீனம்; எதிர்காலம் பற்றிய கவலைகள்; இலக்கியம் தவிர பற்றுக்கோடு ஏதுமில்லை என்ற கற்பனை; பச்சாதாபம்; தாழ்வு மனப்பான்மை போன்ற பலவும் எங்களிடம் பொதுவாக இருந்தன. இவை தவிர மொழிக்குள் கொண்டுவரச் சங்கடமான மனச்சிக்கல்கள் எவ்வளவோ. இவற்றால் ஏற்பட்ட நிலைகுலைவுகளை அந்த வயதில் விவேகத்துடன் மதிப்பிடவும் எங்களுக்குத் தெரிந்திருக்கவில்லை. இந்தப் பின்னணியில் எங்கள் இலக்கிய நம்பிக்கைகளை உறுதிப்படுத்திக்கொள்ளவும் குடும்பம், சுற்றம், சமூகம் ஆகிய தளங்களிலிருந்து தொடுக்கப்படும் தாக்குதல்களிலிருந்து நிமிரவும் மரணத்திற்கு இட்டுச் செல்லும் மனச் சோர்விலிருந்து மீண்டு வாழ்வுக்குள் ஊன்றவும் எங்கள் உறவு எங்களுக்கு உதவிற்று. எங்கள் மனநிலைகளில் ஒழுங்கோ ஆரோக்கியமோ இல்லாதபோது, எதிர்மறையான பாதிப்புகளினால் அவை உருக்குலைந்து கிடந்தபோது அவற்றின் இணைப்பில் மட்டும் எப்படி ஆரோக்கியம் கூடும்? எங்கள் இலக்கிய ஈடுபாடும் சரி, எங்கள் நட்பும் சரி, மிகச் சிக்கலான மனச்சோர்விலிருந்து விடுதலை பெறவும் மன ஆரோக்கியத்தை மீட்டுக்கொள்ளவும் எங்களுக்கு நாங்களே செய்துகொண்ட சிகிச்சை என்றே இன்று நான் நம்புகிறேன். நோய் அப்போது கடுமையாக இருந்ததால் சிகிச்சையும் ஆவேசத்துடன் செய்துகொள்ள வேண்டியிருந்தது. நாங்கள் ஒன்றாகப் பொழுதைக் கரைத்துக் கொண்டிருந்த காலத்தில் லௌகீகத் திறன்களை வளர்த்து வாழ்க்கையின் வெற்றிக்கு இட்டுச் செல்லும்

பல வாய்ப்புகளையும் இழந்தோம் என்ற விமர்சனம் எங்கள் குடும்பங்களில் எழுந்தது. அவர்கள் பார்வையில் நியாயமான விமர்சனம்தான் அது. ஆனால் பலவற்றையும் இழந்தாவது உயிர் வாழ்தலைச் சாத்தியமாக்கிவிட பரிணாமம் முடுக்கி வைத்திருக்கும் சூட்சும ஏற்பாடுகளின் முன் லௌகீக சாமர்த்தியங்கள் மங்கிப்போய்விடுகின்றன என்று தோன்றுகிறது.

2

நான் நம்பியைச் சந்தித்த காலத்தில் அவருடைய பெயர் அழகிய நம்பி. பலரைப்போலவே அவருக்கும் அப்போது தன் பெயர் பிடித்திருக்கவில்லை. தன் சிறுகதைகள் வெளிவரத் தொடங்கிய போதுதான் தன் பெயரை மாற்றிக்கொண்டார். தொடக்க காலத்தில் நம்பி எழுதி பிரசுரமாகியிருந்தவை அதிகமும் குழந்தைக் கவிதைகள்தாம். சசிதேவன் என்ற புனைபெயரில் அவர் எழுதிய கவிதைகள் பின்னால் தொகுக்கப்பட்டு, 'யானை என்ன யானை' என்ற தலைப்பில் நூல் வடிவம் பெற்றன.

குழந்தைக் கவிதைகள் எழுதுவதில் நம்பி மிகுந்த நம்பிக்கை கொண்டிருந்தார் என்பதில் சந்தேகமில்லை. என் மனநிலையும் ஈடுபாடும் அப்போது முற்றிலும் வேறு தளத்தில் இருந்ததால் என்னிடமிருந்து அவர் அதிக ஊக்கம் பெறவில்லை. குழந்தைகளை உய்விக்க விரும்பும் உத்தம குணத்தின் வெளிப்பாடாக அவர் குழந்தைக் கவிதைகள் எழுதவில்லை. அவர்களுடன் பகிர்ந்துகொள்ள அவருக்கிருந்த ஆசையினால் அவர் எழுதினார். அது அவருடைய முதன்மையான ஈடுபாடாகவும் அப்போது இருந்தது.

நம்பியின் குழந்தைக் கவிதைகளையும் அவற்றை அவர் எழுதிக் கொண்டிருந்த காலத்தில் அவரைவிடவும் பல மடங்கு புகழ்பெற்றிருந்த வேறு பல குழந்தைக் கவிஞர்களுடைய கவிதைகளையும் அன்று படித்துப் பார்த்தபோது தமிழிலேயே சிறப்பான குழந்தைக் கவிதைகள் எழுதியிருப்பவர் நம்பிதான் என்றும் குழந்தைக் கவிதைகளைப் பற்றி அவருக்குத்தான் விவேகமான அடிப்படைச் சிந்தனைகள் இருக்கின்றன என்றும் எனக்குப்பட்டது. (இந்தத் துறையில் நம்பியின் காலத்திற்குப் பின் வேறு சாதனையாளர்கள் தோன்றியிருந்தால் அவர்களைப் பற்றி எனக்குத் தெரியாது.)

நம்பியின் மனவார்ப்பைக் குழந்தைகளின் உலகைக் கற்பனை செய்துகொள்ள மிக அனுசரணையான ஒன்று என்று சொல்ல வேண்டும். அவருடைய கதைகளும் இந்த உண்மையை ஆமோதிக்கின்றன. அத்துடன் இசையில் அவர் கொண்டிருந்த ஈடுபாடும் அபூர்வமான அவருடைய அழகுணர்ச்சியும் வாழ்க்கையை நாடகமாகப் பார்க்கும் மனப்பாங்கும் குழந்தைகள் பாடி மகிழும் கவிதைகளை உருவாக்க அவருக்குத் துணை நின்றன. அவர் தன்னுடைய அக்கறைகளைக் குழந்தைகள்மேல் திணிப்பதைத் தவிர்த்து அவர்கள் மிகவும் விரும்பும் உலகத்தை அவர்களுக்குப் படைத்துத் தந்தார். அறவொழுக்கங்களையும் உபதேசங்களையும் தன் பாடல்களில் தவிர்க்கத் தெரிந்துகொண்டிருந்தார். அதே சமயம் வாழ்க்கைக் காட்சி

ஒன்றைக் குழந்தைகள் கண்முன் எழுப்பி அதன் மூலம் அவர்களுடைய நல்லுணர்ச்சிகளை மறைமுகமாகத் தூண்டுவதில் வெற்றியும் பெற்றிருக்கிறார்.

எவ்விதத் தூண்டுதலுமின்றி நம்பியின் கவிதைகளைக் குழந்தைகள் பாடி மகிழ்ந்துள்ளதை நானே நன்கு அறிவேன். என் குழந்தைகள் அவருடைய கவிதைகளை மிகவும் விரும்பிப் பாடியது என் பழைய நினைவின் சந்தோஷமான பகுதியாகும். எவ்வளவோ வருடங்கள் ஓடி மறைந்த பின்பும் பணியும் படிப்பும் என் குழந்தைகளை அன்னியச் சூழலுக்கும் நெடுந்தொலைவுக்கும் இட்டுச்சென்ற பின்பும், 'நம்பி மாமா'வின் பாடல்களை அவர்கள் இன்றும் நினைவுகூர்ந்து வரிகளை ஒப்பிப்பது அவருடைய திறனுக்குக் காலம் தந்த ஆமோதிப்பு என்றே நம்புகிறேன்.

3

இன்று கிருஷ்ணன் நம்பியின் 19 கதைகள் நமக்குப் படிக்கக் கிடைக்கின்றன. ஒரு இளம் படைப்பாளி தன்னை உணர்ந்து உறுதிப்படுத்திக்கொண்ட கதைகள் இவற்றில் பெரும் பகுதி. ஆயாசமில்லாமல் கூடிவிட்ட மொழி, ஆத்மார்த்தம், தன் அனுபவங்களைப் பச்சாதாபத்துடன் கூர்ந்துபார்க்கும் குணம், உருவாகி வந்திருக்கும் ஒற்றையடிப் பாதையில் பயணத்தை வற்புறுத்தும் நம் மரபுக்கு எதிரான குமுறல், ஆழத்தைச் சென்றடைய வேண்டுமென்ற ஆசை, சமத்காரம் ஆகிய குணங்கள்கொண்ட கதைகள் இவை. உலகத்தைப் பற்றிய தன் அனுபவங்கள் சார்ந்த கற்பனையைத் தாண்டிச் செல்ல முயன்றதன் அடையாளங்களாக இருக்கின்றன வேறு சில. தன்னைத் தாண்டிச் செல்லும் பயணத்தின் வெற்றி எடுத்த எடுப்பிலேயே கூடி வந்திருப்பதற்கு உதாரணங்களாக நிற்பவை 'வருகை', 'காலை முதல்', 'தங்க ஒரு...' ஆகிய கதைகள். வாழ்க்கையின் முன் வெற்றுக் கண்ணீர் வடித்துக்கொண்டிருப்பதன் வியர்த்தம் அவருக்குப் புலப்படத் தொடங்கி எழுத்தின் அடுத்த நிலையிலான விமர்சனம் கூர்மைப்பட்டு வந்திருக்கிறது, இந்தக் கதைகளில். விமர்சன சாரத்தைக் கலையாகத் தேக்கும் இப்பயணம் அவகாசம் இடந்தந்திருந்தால் எந்தவிதமாகச் செழுமைகொண்டிருக்கும் என்ற கேள்வியில் பிறக்கும் ஆற்றாமையைத் தவிர்க்க முடியவில்லை.

கிருஷ்ணன் நம்பியின் கதைகளை ஒன்றாக இப்போது படித்துப் பார்க்கும்போது அவற்றினூடே உள்ளார்ந்து ஓடும் இழையை 'புறக்கணிப்பின் துக்கம்' என்று சொல்லத் தோன்றுகிறது. இவ்வாறு தோன்றிவிட்டதால் இனி இச்சொற்களை இவருடைய ஒவ்வொரு கதைமீதும் வரிசையாகப் போட்டுச் சரியான விடைக்குக் காத்துக் கொண்டிருப்பதுதான் நம் வேலை என்று நாம் கருதுவோம் என்றால், அனுபவத்திற்கும் ஆக்கத்திற்குமான இடைவெளிச் சிக்கலை நாம் கணக்கில் எடுத்துக்கொள்ளத் தவறுகிறோம் என்றுதான் பொருள். கலை ஆக்கத்தின் தலைவிதியையே தீர்மானிக்கும் இடைவெளிச் சிக்கல் இது. இந்த இடைவெளிச் சூட்சுமங்களை ஆராய்ந்து மொழிக்குள் மடக்குவதையே விமர்சனம் இன்றுவரையிலும் தலையாய சவாலாகக் கொண்டிருக்கிறது. படைப்பில் அனுபவம் வெற்று விவரிப்பு கொண்டு துவண்டு போய்விடுவதில்லை. அனுபவத்தின் சாரம் மறுஆக்கம் கொண்டு உயிர் பெறுகிறது. இந்த மறு ஆக்கத்தில்தான் படைப்பாளியின்

ஆளுமையும் அதன் ஆழமும் கூடிப் படைப்பை வலுப்படுத்துகின்றன. புறக்கணிப்பின் துக்கம் என்ற சொற்கள் இந்த ஆளுமையின் ஒருமையை நம் மனத்தில் உணர்த்த எந்த அளவுக்கு உதவுமோ அந்த அளவுக்குத்தான் அவற்றுக்கு மதிப்புண்டு. இவருடைய கதைகளில் வெளிப்படும் துக்கத்தை நம்மால் இழை பிரித்துப் பார்க்க முடிந்தால் அவற்றுடனான நம் உறவும் சிறிது வலுப்படலாம்.

இந்த நூற்றாண்டில் தோன்றிய நவீனத் தமிழ் எழுத்தை மத்தியதர வர்க்கக் கிளர்ச்சியின் சாரம் என்று பொதுவாகக் கூறலாம். மத்தியதர வாழ்க்கை உருவாக்கித் தரும் மதிப்பீடுகளை அந்த வர்க்கம் பேணிக்காத்து தன் இருப்பின் நலன்களைத் தொடர அவற்றை உறுதிப்படுத்த முயல்கிறது. லோகாயத மதிப்பீடுகளைப் பின்னகர்த்தி ஆத்மீக மதிப்பீடுகளை வாயளவில் தூக்கிப் பிடிக்கும் மத்தியதர வர்க்கம் லோகாயத வெற்றிகளைச் சென்றடைய முழு வேகத்துடன் நீச்சலடித்துக்கொண்டும் இருக்கிறது. இதனால் சொல்லும் செயலும் இரு கூறாகப்பிரிந்து இரட்டை வாழ்க்கையே அதன் நித்தியகோலம் என்றாகிவிட்டது. இந்த இரட்டை வாழ்க்கைக்கு எதிரான கலகம் தமிழ் எழுத்தின் முக்கியமான பகுதி என்று சொல்லலாம். வாழ்க்கையை எதிர்கொண்ட விதத்தில் தங்கள் அனுபவங்கள் மூலம் மத்தியதர வாழ்வின் போலித்தனத்தை உணர்ந்தவர்கள் நம் எழுத்தாளர்கள். தாங்கள் பிறந்து வளர்ந்த வர்க்கத்திற்கு எதிராக அவர்கள் நிகழ்த்தும் கலகம் மூலம் குடும்பம், சுற்றம், சமூகம் ஆகிய மூன்று தளங்களிலிருந்தும் இவர்கள் அன்னியப்பட்டுப் போய்விடுகிறார்கள். மத்தியதரக் குடும்பங்களில் எழுத்தாளர்கள் உருவாகி வரும்போது, அவர்கள் எழுதத் தொடங்குவதற்கு முன்னரே, கல்வித் துறைக்கு அப்பால் நூல்களைப் படிக்கத் தொடங்கும்போதே 'குடும்பத்திற்கு எதிரானவன்' என்ற பெயர் பெற்றுவிடுகிறார்கள். இந்நிலையை இன்றும் தமிழ் வாழ்க்கை உறுதி செய்துகொண்டிருக்கிறது.

கிருஷ்ணன் நம்பியின் கதைகளைப் படிப்பவர்களுக்குப் புறக் கணிக்கப்பட்டவர்களின் துக்கத்தை எழுத்தாளர்களை முன்வைத்து அவர் சொல்லவில்லையே என்று தோன்றலாம். அது உண்மைதான். ஆனால் நம் சமூகத்தில் எழுத்தாளர்கள் தங்களை எழுத்தாளர்களாக அடையாளம் காட்டிக்கொள்ளக் கூச்சப்பட்டு, 'தந்திர'மாக மறைந்துதான் செயலாற்றி வருகிறார்கள் என்பதை நாம் நினைவில் கொள்ள வேண்டும். வாழ்வைப் போலவே கிருஷ்ணன் நம்பியின் கதைகளிலும் இந்த அடையாளம் மறைந்து கிடக்கிறது. 'எனக்கு ஒரு வேலை வேண்டும்', 'கணக்கு வாத்தியார்', 'விளையாட்டுத் தோழர்கள்', 'எக்ஸென்ட்ரிக்' போன்ற பல கதைகளிலும்—கதாபாத்திரங்களின் வயதும் முகமும் வெவ்வேறாக இருந்தாலும்—இந்த துக்கத்தின் அலைகளைத்தான் பார்க்கிறோம். இந்தியாவில் வேறு பல மொழிகளில், தங்கள் இளமைக் காலங்களில் பல சோதனைக்கும் புறக்கணிப்புக்கும் ஆளாகிவிடும் எழுத்தாளர்கள் அவர்களுடைய சாதனையை வாசக உலகம் அங்கீகரிக்கும் காலத்தில் முழுச் சமூகத்தாலும் ஏற்றுக்கொள்ளப்பட்டு இளமையில் அவர்களுக்கு இழைத்த புறக்கணிப்புக்குப் பரிகாரம்போல் பல கௌரவங்களை அதிகமாகவே பெற்றுவிடுகிறார்கள். இளம் எழுத்தாளர்களுக்கு எதிராகக் குடும்பமும் சமூகமும் அங்குத்

தொடுக்கும் போரின் முனையை அவர்களே ஏற்றுக்கொள்ள நேர்ந்துவிட்ட இந்தப் பிரபல எழுத்தாளர்களின் படிமங்கள் மழுங்கடித்துவிடுகின்றன. நம் தமிழ்ச் சமூகத்திலோ இளம் எழுத்தாளன் பெறும் புறக்கணிப்புக்கும் பெரிய சாதனையாளர்கள் பெறும் புறக்கணிப்புக்கும் அதிக வேற்றுமையில்லை. சாதனையாளர்களின் வாழ்வு சார்ந்த அவலம் இளம் எழுத்தாளர்களுக்கு எதிராகக் குடும்பம் இங்குத் தொடுக்கும் போருக்குக் கூர்மையும் வலுவும் சேர்த்துத் தருகிறது. இந்த அளவில் புறக்கணிப்பை எதிர்நிலைகள் எதுவும் முளைக்கவிடாமல் முழுமை செய்து வைத்துக்கொண்டிருக்கும் சமூகம்,தமிழ்ச் சமூகம்போல் நான் அறிந்தவரையிலும் வேறு எங்குமில்லை. இந்நிலைகள் நம் மனத்தின் பின்னணியில் நிற்குமென்றால் கிருஷ்ணன் நம்பியின் கதைகள் நம்முடன் கொள்ளும் உறவின் அர்த்தமும் சற்று விரிவுபெறும்.

4

மாறிவரும் காலத்தின்முன் கிருஷ்ணன் நம்பி கொள்ளும் வரையறைகளையும் நாம் கவனத்தில் கொள்ள வேண்டும்.

அனுபவத்தின் சாரம் படைப்பில் நிறுவும் ஆளுமையும் அந்த ஆளுமை கொள்ளும் ஆழமும் மிக முக்கியமான கூறுகள் என்று சொல்லலாம். ஒவ்வொரு அனுபவமும் அந்த அனுபவம் தோன்றும் சந்தர்ப்பத்தையும் காலத்தையும் தாண்டி நம் பின்னணியோடு, சமூகத்தோடு, மனித உறவுகளோடு, தொடர்ந்து ஓடி வந்து கொண்டிருக்கும் காலத்தோடு பல சூட்சுமமான இணைப்பு களைக் கொண்டிருக்கிறது. இந்த இணைப்பைப் பற்றிய படைப்பாளியின் பிரக்ஞை மிக முக்கியமானதாகும். இப்பிரக்ஞையே ஆளுமையை ஆழத்தை நோக்கி இழுத்துச் செல்கிறது. ரத்தம் எப்போதும் சிவப்பாகவே இருக்கிறது என்றாலும் மருத்துவ சோதனைக்கு உட்படுத்தப்படும்போது அதன் நிறத்தைத் தாண்டி எத்தனையோ குணங்களையும் கூறுகளையும் காட்டக்கூடியதாகவும் இருக்கிறது. அனுபவங்களைச் சோதனை செய்வதன் மூலம் எண்ணற்ற அறிகுறிகள் வெளிப்படுகின்றன; வரவிருக்கும் ஆபத்துகளின் முதல் பதிவுகள் கூடி வருகின்றன; எச்சரிக்கைகள் சாத்தியமாகின்றன; புரிதல்கள் நிகழ்கின்றன. அனுபவம் எனும் ஒரு துளி நீர் வழியாக மனிதகுல வரலாற்றையே தொடும் கடலுக்குள் நுழைந்துவிட முடிகிறது, ஆழம் மிகுந்த படைப்பாளியால்.இவ்வாறுதான் சார்ந்த தளங்கள் தாண்டி நிகழும் யாத்திரை படைப்பில் ஆழத்தைக் கூட்டி காலத்துடன் படைப்பு பிணைய வழிகோலுகிறது. இலக்கியத்தில் கண்ணீரின் தடங்களைக் கண்ணீரின் தடங்களாகவே பதிவு செய்யும் காலம் தமிழில் முடிந்துவிட்டது. கண்ணீரின் ஊற்றுக் கண்களைப் பற்றிய தேடலும் அவதானிப்பும் சுய கண்டுபிடிப்புகளும் முக்கியமாகிவிட்டன. பகுதிக்கும் முழுமைக்குமான உறவு முக்கியமாகிவிட்டது.

துக்கத்தின் கலைப் பதிவு நிகழ்ந்ததுபோல் ஊற்றுக்கண் சார்ந்த சுய கண்டுபிடிப்புகள் கிருஷ்ணன் நம்பியின் கதைகளில் கூடிவரவில்லை யென்று தோன்றுகிறது. பச்சாதாபத்துடன் விட்டுக் கொடுப்பதற்கு அல்ல; ஆளுமை சார்ந்து உருவாக்கிக்கொள்ள வேண்டியது வாழ்க்கை என்ற

பிரக்ஞை நம் சூழலில் இல்லாதது போலவே அவர் கதைகளிலும் இல்லை. பயணம் தடைப்படாத வரையிலும் அவருடைய ஆளுமையும் ஆழம் தேடிச் செல்லக் கூடியதுதான் என்ற முடிவுக்கு நாம் வர அவருடைய இன்றைய எழுத்திலேயே தடயங்களும் உள்ளன. அவர் வாழ்ந்துகொண்டிருந்தபோது நடந்து கொண்டுதான் இருந்திருக்கிறார். பயணம் பாதியில் முறிந்துபோனது நம் துரதிருஷ்டம்.

கிருஷ்ணன் நம்பி கதைகள், தொகுப்பு நூலுக்கான முன்னுரை, சிநேகா, சென்னை, 1995, காலச்சுவடு, 1995

૨

பிரசாதம் முன்னுரை

என் கைவசமிருக்கும் பத்துப்பதினெட்டு கதைகளின் அச்சுப் பிரதிகளிலிருந்து நானே பொறுக்கி எடுத்தவை இந்த ஒன்பதும். என் மீது நான் வைத்திருக்கும் நம்பிக்கையை இவை ஆமோதிப்பதாக எனக்குள் ஒரு எண்ணம்.

1951இல் எழுத ஆரம்பித்த நான், மனித குலத்தை உய்விக்கும் பெரும்பணியில் எனது தொண்டையும் செலுத்திவிட வேண்டும் என்ற ஆசையினாலும், புதுமையிலும் புரட்சியிலும் அப்போது என் மனம் கொண்டிருந்த மோகத்தினாலும் மார்க்ஸீய அரசியல் – இலக்கியக் கொள்கைகளைத் தழுவி, சுருதி சுத்தமான உலகம் மலர கனா கண்டு, தத்துவம் – திட்டம் சுமந்து பிறப்பித்த கதைகளில் சில, என் முதல் கதைத் தொகுதியில் இடம்பெற்றுள்ளன. சும்மா தரையில் உட்கார்ந்து எழுதிய கதைகளும் அதில் உண்டு. 1956ஆம் ஆண்டு உலக நிகழ்ச்சிகள், அன்று வரையிலும் மனவேதனையை அளித்துக்கொண்டிருந்த சந்தேகங்களைச் செம்மையாக ஊர்ஜிதம் செய்து என் முள்முடியைப் பிடுங்கி எறிந்துவிட்டன. இதன் பின் வாழ்க்கைக் கண்ணோட்டமும், அதன் ஒரு கிளையான கலைக் கொள்கைகளும் மாறுதல் உற்றன.

இந்த 'இரண்டாவது' மனநிலையில் எழுதிய கதைகள் இவை.

இப்போது மீண்டும் படித்துப் பார்க்கையில், இக்கதைகள், கலைமீது நான் கொண்டுள்ள பிரேமையை எனக்கு உணர்த்துகின்றன. கலை என்று கிளம்பி, நடுவில் மற்றொன்றில் தாவி, வேறொன்றைத் தழுவி, தழுவியதை எல்லாம் கலை எனச் சாதித்து, எதெதற்கோ எழுந்த கரகோஷங்களை எல்லாம் கலைவெற்றி எனக் கருதி ஏமாறுவது என் விதி அல்ல என்பதை இக்கதைகள் எனக்கு உணர்த்துகின்றன.

எனது தளைகள், எனது சஞ்சலங்கள், எனது மீட்சி இவை அல்ல; நான் காணும் அறுவடையே உங்களுக்கு முக்கியம். சொல்லப் போனால் எனக்கும் அப்படித்தான். நான் படைப்பவை என்னை அர்த்தப்படுத்தாத வரையிலும் என் முயற்சி வீண், என்னைப் பொறுத்த வரையிலும்.

என்னை அர்த்தப்படுத்தும் வரிகள் ஏதோ ஒரு வகையில் உங்களுக்கும் அர்த்தமுள்ளதாகப்படும் என்பதே என் நம்பிக்கை. இந்த நம்பிக்கை பொய்த்துவிட்டாலும் இத்தொழிலே என் விதி. ஏனெனில் வேறு யாருக்காக இல்லாவிட்டாலும் எனக்காக நான் இதை மேற்கொண்டாக வேண்டும். வேதனையுடன், அதிருப்தியுடன், பேருவகையுடன், தீராத குறையுணர்ச்சியுடன், கசப்புணர்ச்சியுடன், பழையபடி துளிர்க்கும் நம்பிக்கைகளுடன், சிலுவை சுமக்கப் பிறந்தவன் கலைஞன்.

கைக்கு எட்டாது நிற்கும் கனவும், எட்டிய மறுகணம் புளிப்பது இத்தொழிலின் விதிபோலும். இக் கதைகளை எண்ணி இவை பிறந்த காலத்தில் நான் அடைந்த உற்சாகம் இப்போது எனக்கு இல்லை. திட்டமிட்டபடி எழுதி முடித்த கதைகள் இவை. சர்வாதிகாரத்தின் கீழ் திட்டங்கள்போல் இவை கறுக்காய் இலக்குகளை எட்டிவிட்டன. இலக்குகளை மட்டுமே எட்டின. நான் எறிந்த கத்திகள் புள்ளிகளில் குத்தி நிற்கும் அழகைக் கண்டு சந்தோஷப்படுகிறேன். 'இருந்தாலும் ....' என இப்பொழுது எண்ணாமல் இருக்க முடியவில்லை.

வாழ்வின் கதி நதியின் பிரவாகம்; அது நம் இச்சைக்கு அப்பாற்பட்டது. தத்துவம், திட்டம், அனுமானம், ஹேஷ்யம், ஜோஸ்யம், இத்தனைக்கும் அது வெற்றிகரமாக 'பெப்பே' காட்டிவிட்டு ஓடுகிறது. கைகுலுக்க வரும் பாவனையில் அருகணைந்து, மறுகணம் புறங்கையைக் காட்டிவிட்டு நழுவிப் போய்விடும் பித்து அதன் போக்கு. அர்த்தத்தை அதன்பால் திணித்துவிடுவது மிகவும் லேசான காரியம்தான். அகப்பட்டதை எல்லாம் தொங்கவிடும்படி ஒரு நீளமான 'கோட் ஸ்டாண்டு' கைவசமிருப்பது எத்தனை ஆசுவாசமானது! இன்றுவரை தோன்றியுள்ளதும் இனி மேல் தோன்றப்போவதுமான வியாதிகளுக்கு மருந்துச் சீட்டுக்கள் கைவசமிருக்கும் நிலையில் ஆஹா, எத்தனை நிம்மதி! அத்துடன் கைவசமிருக்கும் விடைகளுக்கு ஏற்ற கேள்விகளும் அவ்வப்போது கிளம்பத்தான் செய்கின்றன. நம்பரைப் பார்த்து மருந்துச் சீட்டை எடுக்க வேண்டியது. வேலை முடிந்தது! சில சமயம் கடவுளின் அஜாக்கிரதையால் நடைமுறை, தத்துவத்திற்கு விரோதமாகக் கிளம்பிவிடுகிறது அல்லவா? ஓ! அந்த விஷயமா? அதனால் என்ன? தத்துவவாதிக்கு மூளை இல்லையா? ஒரு கண்ணை லேசாகச் சுழித்துக்கொண்டு 'வால் முளைத்துவிட்ட' நடைமுறையை நாலாக முறித்துத் தத்துவத்திற்குள் திணித்துவிட வேண்டியது. அவ்வளவுதான்! இவர்களுக்குத் தத்துவம் யானைக்கால் மாதிரி. நடைமுறை, தத்துவத்தை மறுப்பதை மனசார உணர்ந்த பின்பும் அதையே விடாமல் சுமந்துகொண்டிருக்கும் முரண்பாடில்லாத கோழைகள் இவர்கள்.

அர்த்தமற்றதாயும், மாறுபட்ட கோலங்காட்டுவதாயும், முரண்படுவதாயும், நன்மை – தீமை எனும் முகங்களை மாறி மாறி அணிவதாயும் அமையும் இவ்வுலகை எவ்வாறு நான் புரிந்துகொள்வது?

எனக்கு என் வாழ்க்கை என்றாலே என் அனுபவம் மட்டும்தானே? ஆக, இதுதான் வாழ்க்கை என்று நான் 'பிடித்து' வைத்துக் கோடு கீச்சுகிறபோதே, நான் சற்றும் எதிர்பாராதவிதமாய், என்னை ஆச்சரியத்தில் ஆழ்த்தும் வண்ணமாய் எவ்வாறு இவ்வுலகம் புதுக்கோலம் கொண்டு இயங்குகிறதோ அதுதான் வாழ்க்கை என நான் எண்ணவா? என் கைக்கு எட்டாது, எனது காலடியில் நழுவும் அதன் வெற்றியை நான் ஒப்புக்கொள்கிறேன்.

இருந்தாலும் இலக்கியம் சங்கீதம் அல்ல என்பதாலேயே அர்த்தமும் தத்துவமும் அதன் உடன் பிறந்த சங்கடங்கள். எனவே தத்துவத்தின் ஒரு சாயலில், திட்டத்தின் ஒரு நிலையில் நின்றே தொழிலைத் தொடங்க வேண்டியதாக இருக்கிறது. எனினும் கலைஞன், சிருஷ்டி கருமத்தில் முன்னேறும்போது, மனசை ஏற்கனவே பற்றியிருக்கும் முடிவுகள், தத்துவச் சாயல்கள் இவற்றைத் தாண்டி, சத்திய வேட்கை ஒன்றையே உறுதுணையாய் கொண்டதன் விளைவால், கலை சத்திய வெறி பெற்று, குறுகிய வட்டங்களை 'நிரூபிக்க'க் குறுகாமல், அனுபவத்தின் நானாவிதமானதும், மாறுபட்டதும், முரண்பட்டதுமான சித்திரங்களின் மெய்ப்பொருளை உணர்த்தவேண்டும். நான் நம்பும் கலை இது.

இன்றுள்ள மனநிலையில் இத்தொகுதியிலுள்ள 'வாழ்வும் வசந்தமும்' என்ற கதை எனது ஆசையைப் பூர்த்தி செய்வது போல் அமைந்திருக்கிறது. தத்துவம் – திட்டம் இவற்றின் உபாதைகள் நீங்கி, உருவாக்கப்பட்ட தன்மை காட்டாது, ஒரு மண்புழு போல, ஒரு பூப்போல, வானவில் போல, ஒரு வெற்றிலை போல சிருஷ்டியின் முழுமையும், இயற்கையின் அமைதியும் அக்கதை பெற்றுவிட்டது என் அதிருஷ்டம். வாழ்க்கைத் தோட்டத்திலிருந்து ஒரு செடியைப் 'பிடுங்கி' வைக்காமல், செடியை அதன் வேரோடும், வேரடி மண்ணோடும் இடம் மாற்றிய காரியம் ஒன்றையே நான் செய்திருக்கிறேன் என்ற பிரமையை ஏற்படுத்துவதில் இக்கதையில் நான் வெற்றி கண்டிருக்கிறேன். உத்தேசத்தைப் பூர்ணமாக மறைக்கும் பாவனையின் வெற்றி உத்தேசத்தைப் பூர்ணமாக நிறைவேற்றித் தந்திருக்கிறது. இவ்வாறு அமைந்த ஒன்று என் பேனாவுக்குச் சொந்தமாகிவிட்டது என் அதிருஷ்டம்.

மற்ற கதைகள் ஒவ்வொரு விதத்தில் வெற்றி அடைந்த கதைகள்; வெவ்வேறு விதத்தில் வெற்றி பெறாத கதைகள்.

இத்தொகுதியிலுள்ள 'சன்னல்' என்ற கதை மட்டும் 1953இல் எழுதியது. ஒருநாள் பழைய நினைவுகளுக்கு ஆட்பட்டு வீட்டு முற்றத்தில் நின்றிருந்த நான் திடுமென அறைக்குள் நுழைந்து மனவேதனையுடனும் ஆவேசத்துடனும ஒரே மூச்சில் எழுதி முடித்த கதை அது. இதுபற்றி இப்போதும் பசுமையான நினைவு. 1958இல் நண்பர் ஸ்ரீ வ. விஜயபாஸ்கரனுக்கு இக்கதையை அனுப்பிக் கொடுத்தபோது நகல் எடுத்த நினைவே தவிர திருத்தம் எதுவும் செய்த நினைவு இல்லை. அதில் வரும் அம்பி நான்தான். இப்பொழுது எவ்வளவோ ஆரோக்கியமாக இருந்து வருகிறேன்.

இந்தத் தருணத்தில் 'சரஸ்வதி'யையும் நண்பர் விஜயபாஸ்கரனையும் நினைவுகூராமல் இருக்க முடியவில்லை. தனக்குத்தானே பேசிக்

கொள்வதுபோல் ஆத்மாவுக்கு அவசியமான சுதந்திரத்தை வழங்கி பேனாவை ஓட்ட நண்பரோ, அவருடைய பத்திரிகையோ தடையாக இருந்தது இல்லை. ஒரு தமிழ்ப் பத்திரிகை ஆசிரியராக இருந்த போதிலுங்கூட நண்பர் விஜயபாஸ்கரனால், என் கதைகள் என் விருப்பப்படி இருந்தால் போதுமென எவ்வாறு எண்ண முடிந்தது என்பதை நினைந்து இன்றுவரையிலும் ஆச்சரியப்பட்டுக்கொண்டிருக்கிறேன். மகான்தான் அவர்.

'மெய்+பொய்=மெய்' என்ற கதைதான் இத்தொகுதியின் பின்னுரை. மூளையால் எழுதிய அக்கதையில் நான் எதிர்பார்த்த அளவு கலை திரளவில்லை. ஒரு நீண்ட கட்டுரைக்குள் அடங்கும் விஷயத்தை அதில் சுருக்கமாகச் சொல்ல முடிந்துவிட்டது.

அக்கதையில் வரும் அருள்ராஜ் பொன்னப்பா, "பொய் சொல்லி, தந்திரங்களைக் கையாண்டு, மீண்டும் உண்மையை நிரூபித்துவிட்டது, போலீஸு" என்றதும் எழுத்தாளர் முத்தையா, "நானும் அதைத்தான் செய்யப் பார்க்கிறேன், என்னால் முடிந்தவரையிலும்" என்று பதில் சொல்கிறார்.

அவர் கட்சி, நானும்.

நாகர்கோவில் **சுந்தர ராமசாமி**
24 ஆகஸ்டு 1963

நானும் என் எழுத்தும்

நான் எழுத்துத் துறையில் புகுந்த வருஷம் பிறந்த அடுத்த வீட்டுப் பெண் குழந்தை ஸாரி கட்டிக்கொண்டு கல்லூரிக்குப் போகிறது. அவளுக்குப் பதினைந்து வயது தாண்டியிருக்க வேண்டும்.

இந்தப் பதினைந்து வருடங்களில் என்ன சாதித்தேன் என இப்போதெல்லாம் அடிக்கடி என்னையே கேட்டுக் கொள்கிறேன். இந்தக் கேள்வி பிறந்த மாத்திரத்தில் சோர்வு தட்டுகிறது. எழுதாமல் வீணாகிப்போன காலங்களின் சுமை நெஞ்சை அழுத்துகிறது. 'நாளையிலிருந்து அதி தீவிர எழுத்து வேலை ஆரம்பமாகிறது' எனும் வாக்கியத்தின் சாராம்சத்தை அவ்வப்போது இருந்த மன நிலைகளுக்கு ஏற்றாற்போல் பலவாறு விரித்து, கடந்த பதினைந்து ஆண்டுகளில் நான் எழுதியுள்ள டயரிக் குறிப்புகள் எண்ணிக் கணக்குப் பார்க்க இடமளிப்பவை அல்ல. எதை எதையோ தேடுகிறபோதெல்லாம் வாய்விட்டுச் சொல்லப்படாமல், மனசுக்குள் புதையுண்டு கிடந்தால் அவற்றிற்கு வலு அதிகம் என எண்ணி, புது வாழ்வின் துவக்கத்திற்கு அடையாளமாய் அவ்வப்போது வாங்கிய புத்தகங்களும் கண்களுக்குப் புலனாகின்றன. வாங்கப்பட்ட காலங்களில் அவை வெறும் புத்தகங்களாக மட்டும் பிறர் கண்களுக்குக் காட்சி தரும் அஞ்ஞானத்தை எண்ணி மனசுக்குள் சிரித்திருக்கிறேன். இப்போது எனக்கும் அவை வெறும் புத்தகங்களாகி விட்டிருக்கின்றன. முதல் பக்கத்தைத் திருப்பித் தேதியைப் பார்க்கிறேன். அன்றைய தேதியில் எதுவும் புதுசாய் ஆரம்பமாகிவிடவில்லை என்பதற்கோ ஆரம்பமாகியிருந்தால் அதுவும் வெகு விரைவில் ஆறிப்போய்விட்டது என்பதற்கோ எனது இன்றைய நிலைமை தவிர வேறு சாட்சியங்கள் தேவையில்லை. இன்னும் வேறு சில சந்தர்ப்பங்களில்—இவ்வாறு செய்யாததால்தான் காரியம் கெட்டுப் போய்விட்டது போல்—சபதங்களைக் கொட்டை கொட்டையாக எழுதுவதோடு, அடியில் கோணாமல் இரு வரைகளையும் இழுக்கிறேன். முக்கியத்துவம் மேலும்

அதிகரிக்க, ஆங்காங்கு பெருக்கல் சின்னங்களில் புள்ளிகள் குத்துகிறேன். மனைவியையும் ஒரு சாட்சியாக இழுத்துப் போட்டுவிட்டால், அவளிடம் முகத்தைக் காப்பாற்றிக் கொள்ள வேண்டும் என்பதற்காகவேனும் இயங்கத் தொடங்கிவிடுவோம் என்றெண்ணி, 'ஞாபகம் வைத்துக்கொள். இன்னிக்குத் தேதி ஆறா?... 07.04.65' என்கிறேன்.

'08.12.64 என்னாச்சு?' என்கிறாள் அவள்.

'அது சரி. போனது போகட்டும்' என்கிறேன்.

'01.02.64?'

'அது சரி.'

'03.08.63?'

இப்படியே அவள் பின் நகர்ந்து, கழுத்தில் நான் தாலி கட்டிய தேதியை நெருங்கிவிடுவாள் என்பது எனக்குத் தெரியும்.

புத்தக அலமாரியின் பின்பக்கம் நூலாம்படை தட்டுகிறபோது, அங்குச் சுவரில் சிவப்புப் பென்சிலால் எழுதியிருக்கும் ஒரு பழைய தேதி பார்வையில் தட்டுப்படுகிறது. அதையொட்டிப் பழைய நினைவுகள் கொஞ்சம் கிளம்புகின்றன. பச்சாதாபம் மனசில் கவிகிறது. துணிமணிகளை எடுத்துச் சுவர் அலமாரியைச் சுத்தப்படுத்துகிற போதும், பின் சுவரின் மூலையிருந்து 11.3.53 என்று ஒரு மிகப் பழைய தேதி தலையைக் காட்டுகிறது.

நாளை நாளை என நழுவவிட்டுப் பதினாறு ஆண்டுகள் ஓடிவிட்டன. மொத்தத்தில் இவை பச்சாதாப நாட்களே தவிர வேறு அல்ல. கனவு கண்டு கண்டு காரியம் காணாத நாட்கள் இவை. என்றாலும் இன்றுவரையிலும் கனவுகள் கண்டே வந்திருக்கிறேன். ஒரு இலக்கியக்கர்த்தா ஆகிவிட வேண்டும் என்றே எப்போதும் எண்ணி வந்திருக்கிறேன். இதைவிடவும் மேலானது என்று மற்றொன்றை நம்ப மனசு மறுத்துக்கொண்டேதான் வந்திருக்கிறது.

இவ்வாறு ஒரு ஆசை என்னை வாட்டி வதைத்துக்கொண்டிருப்பதை எண்ணுகிறபோது ஆனந்தமாகத்தான் இருக்கிறது.

எழுதாமல் வீணாகிப்போன நாட்கள் ஒருபுறமிருக்க, இன்று வரையிலும் நான் எழுதியிருப்பவை எவ்வாறு எழுதப்பட்டுப் பிரசுரமும் ஆகிவிட்டன என்று யோசிக்கையில் அதுவும் ஒரு ஆச்சரியமாகவே இருக்கிறது.

நவீன எழுத்தாளனின் ஒரே மேடை, சஞ்சிகை என்றாகிவிட்டது. தமிழ்நாட்டிலோ எந்தப் பிரபல சஞ்சிகைக்கும் இலக்கியத் தகுதிகொண்ட ஒரு ஆத்மா ஆசிரியராக இருப்பதாகத் தெரியவில்லை. வாசகர் கூட்டத்தின் அசட்டுத் தேவைகளைப் பயன்படுத்திக்கொண்டு, நல்ல லாபத்தில் விற்று முதல் செய்ய, அவர்கள் எழுத்தாளர்களிடம் சரக்குக் கொள்முதல் செய்ய அலைகிறார்கள். தங்கள் கொள்முதல் கொள்கை செலாவணியில் இருந்துவர, அசட்டு வாசகர்களைத் தயாரிப்பதில் அவர்கள் மேலும் மும்முரமாக ஈடுபட்டு வருகிறார்கள்.

எனக்கு இவர்களுடைய தாட்சண்யம் தேவையில்லை. கடந்த முப்பதாண்டு இலக்கியச் சரித்திரத்தில், நவீனத் தமிழ் இலக்கியத்திற்கு அர்த்தமளித்திருக்கும் எந்த சிருஷ்டிகர்த்தாவை உருவாக்குவதிலும் பிரபல பத்திரிகைகளுக்குப் பங்கில்லை என்பது ஆராய்ச்சி தேவைப்படாத ஒரு உண்மையாகும். வேறு மேடைகளில் அவன் தன் குரலை வெளிப்படுத்தித் தன்னை உருவாக்கிக்கொண்ட பின்னரே இவர்களுடைய கவனம் அவன் மீது கவியும். எந்த அடிப்படைக் குணங்கள் அவனிடம் தொழில்பட்ட காரணத்தால் அவன் சிருஷ்டித் துறைக்கான தகுதியை ஏற்படுத்திக்கொண்டானோ, அவற்றையெல்லாம் அவன் காலப்போக்கில் இழந்துவிடுவதே அவர்களுடைய தொடர்பு அவனுக்கு அளிக்கும் பரிசாகவும் இருக்கும். சிருஷ்டியை அனுபவிக்க அக்கறை கொண்ட வாசகன் தன்னை அதற்கு ஏற்றாற்போல் தயார் செய்து கொள்ள வேண்டுமே தவிர, வாசகனின் தரத்தோடு சமரசம் செய்து கொள்வது இலக்கியக்கர்த்தாவின் நோக்கத்திற்கே நேர் எதிரானதாகும். பத்திரிகைகளோ வாசகர்களுடைய மேல்வாரியான தாகங்களைத் தீர்ப்பதற்காகத் தயார் செய்யப்படும் வியாபாரச் சரக்குகளே.

எதற்காக எழுதுகிறேன் எனும் கேள்வியை எழுப்பிக்கொள்கிறேன். லகுவாக அதற்குப் பதில் கிடைக்குமென்று தோன்றவில்லை. அப்போது எதற்காக எழுத ஆரம்பித்தேன் எனும் கேள்வி பிறக்கிறது.

படிக்க வேண்டிய காலத்தில் படிக்காத மாணவனும் சம்பாதிக்க வேண்டிய காலத்தில் சம்பாதிக்காத இளைஞனும் மலடியான மருமகளும் – அவர்களுக்கு வேறு தகுதிகள் ஆயிரம் இருக்கட்டும் – குடும்பங்களில் அவர்களுக்குரிய அந்தஸ்தைப் பெற முடியாது. நான் முதல் வகுப்பிலிருந்து பள்ளிப் படிப்பு முடிப்பதுவரையிலும் கடைசி பெஞ்சு மாணவனாகவே இருந்து வந்திருக்கிறேன். என் பள்ளி வாழ்க்கையில் பக்தி சிரத்தையோடு நாலு வரிகள் உருப்போட்ட நினைவு எனக்கில்லை. இதன் விளைவாகக் குடும்பம் என்னை அசடு என்று முத்திரை குத்திற்று. அப்போது அந்தப் பட்டம் கன கச்சிதமாய்ப் பொருந்தும்படியாகவே நான் இருந்தேன் – குறைந்த பட்சம் வெளி உலகிற்கேனும். எனது துரதிர்ஷ்டம் என்னுடன் படித்து வந்த என் சகோதரி படிப்பில் கன சூட்டிகையாக வந்து வாய்த்தாள். அவளோடு ஒப்பிட்டுப் பேசப்படும் சங்கடங்களுக்கு ஆளானேன்.

நான் முட்டாள் அல்ல என்பதை நிரூபித்து என் தந்தையை ஒப்புக்கொள்ளச் செய்துவிட வேண்டும் என்பதற்காகவே எழுத ஆரம்பித்தேன். அவர் மதிக்க நிர்ப்பந்திக்கப்படும் ஒரு புத்திசாலி உலகம் என்னைக் கொண்டாடும் நாட்களை உருவாக்கி அவரை அசடு வழியச் செய்துவிட வேண்டும் என்று ஆசைப்பட்டேன். அதோடு என் எழுத்தில் மயங்கி அழகிய ரசிகைகள் யாரேனும் வலிய வந்து என்னைக் காதலிக்கக்கூடும் என்ற நப்பாசையும் எனக்கு இருந்தது.

எனக்கே முற்றிலும் தெளிவாகாத ஒரு இயற்கைத் தாகம்தான் இன்றும் என்னை எழுதத் தூண்டுகிறது எனத் தோன்றுகிறது. ஒரு விதத்தில் இதைத் தவிர வேலை எதுவும் மேற்கொள்ள என்னால் ஆகாது என்றும் சொல்லலாம். ஒரு வியாபார ஸ்தாபனத்தின் தமிழ்க் கடிதப் போக்குவரத்தைக் கவனித்தல்,

ஒரு இலக்கியப் பத்திரிகைக்கு ஆசிரியராக இருத்தல், கவுரவமான குடும்பம் ஒன்றில் காரோட்டியாக வேலை பார்த்தல், ஐந்து வகுப்பு வரையிலும் குழந்தைகளுக்கு வீட்டுப் பாடம் எடுத்தல் ஆகிய வேலைகளையும் என்னால் திருப்திகரமாகச் செய்ய முடியுமென்றாலும், எழுதுகிறபோது ஏற்படுகிற ஒரு 'அட் ஹோம்' உணர்ச்சி எனக்கு வேறு வேலைகளில் ஏற்படுவதில்லை. வேறு காரியங்களில் ஈடுபட்டிருக்கும்போது எனது மூர்த்தீகரம் சிந்திச் சிதறுவதாகத் தோன்றுவதாலும், எழுத்தில் குவிந்து தன்னம்பிக்கையையும் ஆத்ம திருப்தியையும் ஏற்படுத்துவதாலும் இயற்கை இந்த ஒரு வேலைக்கே என்னைத் தயார் செய்திருக்கிறதோ என எண்ணிக் கொள்கிறேன்.

எழுதுவதன் மூலம் நான் வாசகர்களுக்கு எந்த விதத்திலும் கடமைப்பட்டவனாக உணரவில்லை. என்னுடைய வாசகர்கள் யார் என்பதும் எனக்குத் தெரியாது. வாசகர்களை சுவாரஸ்யப்படுத்துவதோ அவர்களுக்குக் கிச்சுகிச்சு மூட்டுவதோ வாழ்க்கைப் பாதையில் அலுப்பு நடை நடந்து அவர்கள் 'அப்பாடா!' என்று ஆயாசத்துடன் சோர்ந்து உட்காரும்போது குதிரைச் சதை பிசைந்துவிடுவதோ என்னுடைய வேலை அல்ல. இதுதான் தர்மம் என்று காட்டவோ, இதுதான் உண்மை என உணர்த்திவிடவோ என்னால் ஆகாது. எது தர்மம், எது உண்மை என்பது எனக்கே குழப்பமாக இருக்கிறது. தமிழ்ப் பண்பாடுகளைக் கொஞ்சம் அழுத்துவோம் என்றால் அதன் கீழ்வரும் அயிட்டங்கள் என்ன என்ன என்பது எனக்குத் தெரியவில்லை. மனிதாபிமானத்தையாவது பரப்பலாமே என்றால், நானே ஒரு மனிதாபிமானிதானா என்பது சந்தேகமாகவே இருக்கிறது.

நான் எனக்காக மட்டும் எழுதக்கூடியவனாக இருக்கவேண்டுமென்றே ஆசைப்படுகிறேன். எனக்குள் புதையுண்டு கிடக்கும் கலை உணர்ச்சி ஒரு வடிவம் பெற்று வெளிவந்த பின்புதான் எனக்கே அது இருந்திருப்பது தெரியவருகிறது. இதேபோல் வேறு என்ன என்ன இருக்கின்றன என்பதை அறிந்துகொண்டுவிடவே நான் எழுத முற்படுகிறேனோ என்னவோ! இவ்வாறு வெளிப்பட வெளிப்பட, நான் அத்தகைய அனுபவங்களுக்கு ஆளாக ஆளாக, என்னை நான் கண்டுகொள்வது ஒரு விதத்தில் சாத்தியமாக இருக்குமென்று தோன்றுகிறது. என்னைப் பற்றி நான் தெரிந்துகொள்ள எழுதும் எழுத்துகள், தங்களைப் பற்றித் தெரிந்துகொள்ள உபயோகப்படும் என்று எண்ணுகிறவர்கள்தாம் என் வாசகர்கள். என்னுடைய பூட்டுக்கு நான் அடித்த சாவிகள் அவர்களுடைய பூட்டுகளுக்கும் சேரும் என்று கேள்விப்படுகிறபோது அவர்கள் என் வீடு தேடி வருவார்கள். நான் படித்துக்கொண்டும் கனவுகள் கண்டுகொண்டும் இருப்பதால் ஒன்றுக்கு இரண்டுமுறை தட்டினால்தான் கதவையே திறப்பேன்.

ஒரு பிரஜை என்ற அளவில் நான் சமூக வாழ்க்கைக்குத் தகுதியானவன்தான். என் வீட்டுக் கொல்லையைப் பெருக்கி அடுத்த வீட்டுக் கொல்லையில் கொட்ட நான் ஒருநாளும் இடமளிக்க மாட்டேன். எனது கைத்தடியைச் சுழற்றும் சுதந்திரம் எதிராளியின் மூக்கு நுனியோடு முடிவடைந்துவிடும் என்பது எனக்கு எப்போதும் நினைவிருக்கும். அரசாங்க வரிகளைப் பாக்கிப் போடாமல் செலுத்துவதில் அக்கறைகொள்வேன். சொந்தக்காரர்களின் பிணங்களைக் காடுவரையிலும் சென்று வழியனுப்பி

வரத் தயங்க மாட்டேன். அகாலத்தில் வந்து சேரும் விருந்தாளியின் பசியாற என்னால் ஆகக்கூடியதைச் செய்வேன். பொது நன்மைக்காகக் குலுக்கப்படும் உண்டியல்களில் என் காணிக்கையையும் செலுத்திவிட வேண்டுமென்றே நினைப்பேன். நட்புக்குத் துரோகம் இழைக்காமலிருக்கக் கூடுமான வரையிலும் முயல்வேன். பொய்கள் சொல்வதை—முற்றிலும் விட்டுவிடுவது சிரம சாத்தியமாகவே இருக்கிறது என்றாலும்—குறைத்துக்கொள்ள அந்தரங்க சுத்தமாகப் பாடுபடுகிறேன்.

ஒரு எழுத்தாளன் என்ற முறையில் நான் எதற்கும் பூரண விசுவாசம் செலுத்துகிறவன் அல்ல. நடைமுறை அர்த்தப்படி கட்சிகள், அரசாங்கம், சமூகம், மதம், தேசம் இவற்றிற்கெல்லாம் பூரண விசுவாசம் அளித்துவிடக் கூடாது என்பதை எனது இலக்கியக் கொள்கையின் ஒரு பகுதியாக நான் ஏற்றுக்கொண்டிருக்கிறேன். வெகு ஜனத்தின் நம்பிக்கைகளைப் பிரதிபலிப்பதோ புதிய நம்பிக்கைகளை ஏற்றுக்கொள்ளும்படி அவர்களைத் தூண்டுவதோ என்னுடைய வேலை அல்ல. அவர்களுடைய பொது நம்பிக்கைகளுக்கு அப்பாற்பட்ட விதிவிலக்கான உண்மைகளைச் சொல்லி, அந்தச் சந்தர்ப்பங்களில் அவர்களுடைய விரோதியாகவும் காலத்தின் நண்பனாகவும் இருப்பதே என் வேலை என்று எண்ணுகிறேன். மனிதனின் சராசரித் தன்மையின் அழுத்தத்தினால் வெளியே பிதுங்கிவிடும் விதிவிலக்கான உண்மைகள் அலட்சியப்படுத்தப்பட்டு முக்கால் உண்மைகள் முழு உண்மைகளின் தோற்றம் கொள்கிறபோது, மைனாரிட்டியின் கால் உண்மையில் கலந்துகொண்டு கத்துவது தவிர்க்க முடியாத காரியமாகவே எனக்குப் படுகிறது. இந்திய—சீன எல்லையில் சண்டை மூண்டபோது ஒரு பிரஜை என்ற அளவில் நம் போர் வீரர்களின் தாக்குதல்கள் பற்றியும் இந்திய மக்களின் ஒற்றுமை உணர்ச்சியைப் புலப்படுத்துவதுமான செய்திகளை நான் அக்கறையுடன் கவனித்தேன் என்றாலும், அதை மேலும் ஊக்குவிக்கும் காரியத்தைக் கலை பூர்வமாகச் செய்யவேண்டிய பொறுப்பு எனக்குண்டு என நான் கருதவில்லை. அது என்னுடைய வேலை அல்ல என்றே கருதினேன். இந்தியாவில் பிறந்து நம்மிடையே வாழ்ந்துவரும் சீனர்கள் அந்நாட்களில் என்ன என்ன சிரமங்களுக்கு ஆளாவார்கள் என்பதை அவர்கள் மீது பரிவுணர்ச்சிகொண்டு விவரிப்பதே ஒரு இலக்கியக்கர்த்தா என்ற அளவில் அப்போது எனக்கு எழுதத் தகுந்த ஒரே விஷயமாகப்பட்டது. அந்தப் பார்வையை ஏற்றுக்கொண்டு நம்மவர்கள் 'இந்தியச்' சீனர்களுடன் சகோதரத்துவம் கொண்டாட ஒரு தேசிய அடிப்படையில் முற்படுவார்கள் என்றால், முழுக்க முழுக்க அவர்களை நம்புவது விவேகமல்ல என்று நான் சொல்ல ஆரம்பிப்பேன். இந்த விசுவாசமற்ற தன்மையை ஒரு எழுத்தாளன் காப்பாற்றி வர அவனுக்கு அத்தியாவசியமான சுதந்திரத்தையே எழுத்துச் சுதந்திரம் என்று நான் மதிப்பேன். சுலபமாக விவரிக்கப்பட்ட மேற்சொன்ன காரியங்களை நடைமுறையில் பின்பற்ற அவசியமான அளவு சத்திய உணர்வோ தைரியமோ இன்று எனக்கில்லை. எனினும் அவை வளர்த்துக்கொள்ளப்பட வேண்டும். அது சாத்தியம் என்றே கருதுகிறேன்.

ஒரு நவீனத் தமிழ் எழுத்தாளனான நான் புதுமைப்பித்தன், மௌனி, கு.ப.ரா., பிச்சமூர்த்தி, செல்லப்பா, க.நா.சு., ராமாமிருதம், ஜானகி ராமன், அழகிரிசாமி இவர்களுக்குப் பின்னால் வந்தவன் என்பதை எப்போதும்

நினைவில் வைத்துக்கொள்கிறேன். சிருஷ்டிகள் மூலம் அவர்கள் பவித்திரப் படுத்தியும் கூராக்கியும் தந்த வார்த்தைகள் என் வேலைக்குப் பயன்படுகின்றன என்பது எனக்குத் தெரியும். இவர்களை முற்றாகப் புறக்கணிக்கிறவன் என்னை ஏற்றுக்கொள்ள மாட்டான் என்பதோடு இவர்களைப் புறக்கணிக்கும் எந்த ஸ்தாபனம், குழு, தனி மனிதனின் பாராட்டையும் நான் ஏற்றுக்கொள்ள மாட்டேன். தமிழ் வளர்ச்சிக் கழகத்தின் பரிசு எனக்கு அளிக்கப்படுமென்றால் அதை நான் அவர்கள் முகத்தில் விட்டெறிந்துவிடுவது என்பது என்னைப் பொருத்தவரையிலும் தவிர்க்க முடியாத காரியமாகவே இருக்கும். இதற்குக் காரணம் என்னுடைய இலக்கிய முன்னோர்களைக் கவுரவிக்கத் தவறியதன் மூலம் எனக்குப் பரிசளிக்கும் தகுதியை அவர்கள் இழந்துவிட்டார்கள் என்பதாகும்.

எழுத ஆரம்பித்த காலத்தில் எனக்கிருந்த மிதமிஞ்சிய உற்சாகம் இப்போது எனக்கில்லை. ஸ்வீடிஷ் அகாடமியிலிருந்து அழைப்பு வந்துவிட்டால் விலை உயர்ந்த பனிக்கோட்டுகள் வாங்குவது சிரமமாக இருக்குமே என எண்ணிக் கவலைப்பட்டுக்கொண்டிருந்த காலம் மலையேறிவிட்டதைப் பற்றி எனக்குச் சந்தோஷம்தான். நாள் போகப்போக உலக இலக்கியம் பொருட்படுத்தும்படி எதையேனும் அளிக்க என்னால் ஆகுமா என்று மலைப்புத் தட்ட ஆரம்பித்திருக்கிறது. என்னைக் கருவியாய்க் கொள்ளும் இயற்கையின் முகவிலாசம் பின்னால் எப்படி விரியும் என முன்கூட்டிக் கணிப்பது தர்க்க அறிவுக்கு அப்பாற்பட்டது என்று சமாதானம் அடைகிறேன். இலக்கிய உலகில் மகத்தான வெற்றி கிடைக்காவிட்டாலும் தோல்வி ஏற்படும் எனில் அத்தோல்வியும் மகத்தான தோல்வியாக இருக்க வேண்டும் என்று பிரார்த்தித்துக்கொள்கிறேன். அற்ப வெற்றி எனும் தண்டனைக்கு ஆளாகாமல் தப்புவேன் என்றால் அதுவே பெரிய அதிர்ஷ்டம் என்று கருதுவேன்.

வாழ்வின் அந்திமதசையில் இவ்வாறு கூறிக்கொள்ள முடிந்தாலே போதும்: "என்னுடைய கலைத்திறன் மிகச் சொற்பமானதுதான். எனினும் அந்தச் சொற்பமான கலை உணர்வையும் நான் பேணிச் சீராட்டி வளர்த்தேன். எனது அந்தரங்கத்துக்கு உவப்பான விஷயத்தையே நான் அளித்தேன். மூன்று வார்த்தைகளில் சொல்லக்கூடியதை நாலு வார்த்தைகளில் சொல்லலாகாது என்ற விதியைக் கடைசி வரையிலும் நான் காப்பாற்ற முயன்றேன். எனக்குக் கிடைத்த மொழியை மலினப்படுத்தாமல் மறு சந்ததிக்கு அளிக்க நானும் என்னால் ஆன முயற்சி எடுத்துக்கொண்டேன்."

இவ்வளவு போதும் எனக்கு.

நான் செல்லும் பாதை என்னைக் கோவிலின் சந்நிதானத்திற்கு இட்டுச் செல்வதற்குள் நான் களைப்படைந்து போய்விடலாம். ஆனால் நடந்து செல்கிற பாதை சுத்தமான பாதையாக இருந்துவிட்டாலே போதும். அப்போது வழி நெடுகிலும் கோவில்கள்தாம்; வழி நெடுகிலும் கோபுரங்கள்தாம்.

தீபம், **1966**

கதைக்கு ஒரு கரு

ஒரு கதை சுவாரஸ்யமானதாகவே இருந்துவிடலாம். அந்தக் காரணத்தினாலேயே அக்கதை பிறந்த கதையும் சுவாரஸ்யமானதாக இருக்க வேண்டும் என்ற அவசியமில்லை. ரொம்பவும் சுவாரஸ்யமான சம்பவங்கள் தினசரிகளின் முதல் பக்கத்தைப் பிடித்துக்கொண்டு விடலாம். மூன்றாந்தர எழுத்தாளன் அப்படியே அதன்மேல் விழுந்து சுவாரஸ்யத்திற்கு மேலாக ஒன்றுமில்லாத ஒரு மொழுமொழு கதையைக் கொழுக்கட்டையாய் உருட்டி நம் மேல் விட்டெறிந்துவிட்டு அகம் மகிழ்ந்து போய்விடலாம். கதையும் ஒரு கலை என்று நம்புகிற கலைஞன் தன்னுடைய ஆத்மாவைப் பிரதிபலிக்கத் தோதான உடைந்த கண்ணாடித் துண்டுகள் எங்கேயாவது கிடக்கின்றனவா என்று பார்த்துக்கொண்டே போகிறான். அதில் ஒரு துண்டைப் பொறுக்கி தன்னுடைய கலை ஆத்மாவின் ரசத்தைக் கொஞ்சம் அதன் பின்னால் பூசிவைக்கிறான். அப்போது நமக்கு நம்முடைய முகத்தை அதில் பார்க்கக் கிடைக்கிறது. ரசிக்கிறோம். ரசிப்பது கண்ணாடித் துண்டையல்ல; கலைஞனின் ஆத்மாவை. அது அவனுக்கே சொந்தமானது; அவனுக்கே உரித்தானது.

கண்ணாடித் துண்டுகள் சாக்கடை ஓரங்களில் விழுந்துகிடப்பது போல் கலை ஆத்மாக்கள் ஆங்காங்கு இறைந்து கிடப்பதில்லை. ஆகவேதான் ஒரு நல்ல கதை தோன்றுவதற்குள் குப்பைகள் மூவாயிரம் பிறந்துவிடுகின்றன. கதை கலையாக வெற்றி பெறுவது கண்ணாடித் துண்டில் கலைஞன் செய்துகாட்டும் ஜாலத்தைப் பொறுத்திருக்கிறது. அதனால்தான் ஒரே விஷயத்தை அடிப்படையாகக்கொண்ட கதைகளில் ஒன்று கலையாக இருக்க, மற்றொன்று குப்பையாக

இருக்கிறது. இருந்தாலும் கண்ணாடித் துண்டிலிருந்துதான் கலை வருகிறது என்று சாதிக்கிற விமர்சகர்களின் சவடால் அவ்வப்போது நம் காதில் கேட்டுக்கொண்டுதான் இருக்கும். அதை நாம் பொறுத்துக் கொண்டுதான் ஆகவேண்டும்.

நான் பொறுக்கியெடுத்த ஒன்றிரண்டு கண்ணாடித் துண்டுகளை உங்களுக்குக் காட்ட இங்கு முயலுகிறேன்.

'பிரசாதம்' என்று ஒரு கதை. ஒரு கோவில் பூசாரியையும் ஒரு போலீஸ்காரனையும் பற்றிய கதை அது. இந்தக் கதையின் கரு பிறந்த சம்பவத்தைச் சொல்கிறேன்.

அரிகர அய்யர் என்று ஒருவர் எங்கள் வீட்டோடு ரொம்ப நாட்களாக இருந்து வருகிறார். இருபத்தைந்து வருடங்களுக்கும் அதிகமாகவே இருக்கும். இவருக்கு ஒரு கோவிலில் பூஜை செய்கிற வேலை.

தினமும் இரவு பத்துப் பதினோரு மணிக்குமேல் இவர் என்னுடைய அறைக்கு வருவார். பத்தாண்டுகளுக்கு முன் இது அன்றாட வழக்கமாக இருந்தது. சிறிது நேரம் பேசிக்கொண்டிருந்துவிட்டு இருவரும் என் அறையிலேயே படுத்துக்கொள்வோம். அவர் விடியற்காலம் ஐந்து மணிக்கெல்லாம் எழுந்திருந்து கோவிலுக்குப் போய்விடுவார்.

ஒருநாள் இரவு அவர் என் அறைக்குள் நுழைந்தபோது கையில் ஒரு நீளக்கவர் இருப்பதைப் பார்த்தேன்.

"ஏது கவர்?" என்று கேட்டேன்.

"கோவிலுக்குப் பக்கத்தில் குடியிருக்கிறவர் ஒருவர் தந்தார், மெயின் போஸ்டாபீஸில் சேர்க்கச் சொல்லி" என்றார்.

"எங்கே பார்ப்போம்" என்று சொல்லிக் கவரை வாங்கிப் பார்த்தேன்.

யாரோ ஒரு தனி நபர் மற்றொரு தனி நபருக்கு எதையோ அனுப்பி வைக்கிற சாதாரணக் கவர்தான் அது. இருந்தாலும் கொஞ்சம் வெகுளியான அரிகர அய்யரை சரடு விட்டு காபுராப்படுத்தலாமே என்று தோன்றிற்று. "இது போலீஸ் இலாகாவைச் சேர்ந்த கவர் அல்லவா? இது எப்படி உம்முடைய கையில் வந்தது?" என்று ஆச்சரிய பாவத்துடன் கேட்டேன்.

"எனக்குத் தெரியாது. அவர் தந்ததுதான்" என்றார்.

"போலீஸ் இலாகாவைச் சேர்ந்த கவர்கள் திடீர் திடீரென்று களவு போய்விடுவதாகப் பேப்பரில் செய்திகள் வந்துகொண்டிருப்பது உமக்குத் தெரியுமோ?"

"அதனால் எனக்கு என்ன? என்னிடம் அவர் தந்தது, மெயின் போஸ்டாபீஸில் சேர்க்கச் சொல்லி, நான் என்ன திருடியா கொண்டு வருகிறேன்?"

"நீர் சொல்வது சரி. ஆனால் இந்தக் கவர் உம்முடைய கைவசம் இருப்பதை ஒரு போலீஸ்காரன் பார்த்தால் கைது செய்து ஸ்டேஷனுக்குக் கொண்டுபோய் விடக்கூடாதே! அநேகமாக அப்படிச் செய்யமாட்டான். இருந்தாலும் சொன்னேன்."

"என்னை எதற்குக் கைது செய்ய வேண்டும்? அவனுடைய அப்பன் நினைத்தாலும் அது முடியாது. அந்தக் கவரைத் தந்தவரை வேண்டுமென்றால் கைது செய்யட்டும். அவருடைய பெண்டாட்டியையும் சேர்த்துக் கைது செய்யட்டும்."

"கோபப்படாதையும். நமக்கு இப்போது கொஞ்சம் கெட்ட வேளை. களவு போன சாமான் யார் கையிலிருக்கிறதோ அந்த ஆளைத் தான் போலீஸ் பிடித்துக்கொள்ளும். உள்ளே போனால் என்ன? உடனேயே ஜாமீனில் வெளியே வந்துவிடலாம். தராதரம் தெரியாமல் எல்லோரையும் அடிப்பார்களா."

இப்படியே எங்கள் சம்பாஷணை வளர்ந்துகொண்டிருந்தது. கடைசியில் அரிகர அய்யருக்கு வாய் கட்டிவிட்டது. எனக்குப் பதில் சொல்வது நின்றுவிட்டது. விளக்கை அணைத்துவிட்டுப் படுத்துக்கொண்டோம்.

சிறிது நேரத்திற்கெல்லாம் என் பக்கத்தில் படுத்திருந்த உருவம் எழுந்திருந்து விளக்கைப் போடாமலே மேஜையைத் தடவி எதையோ எடுத்துக்கொண்டு வெளியே போய், ஒரு நிமிஷம் கழித்து உள்ளே வந்து பழையபடி படுத்து நிம்மதியாகத் தூங்கிற்று. கவர் எங்கள் வீட்டு வாசலிலிருந்த தபால் பெட்டிக்குள் விழுந்துவிட்டது என்பதில் எனக்குச் சிறிதும் சந்தேகம் ஏற்படவில்லை.

மேற்படி உரையாடலிலிருந்து தோன்றியதுதான் 'பிரசாதம்' கதையின் கரு. கதையாக அது விரிந்தபோது அநேக மாற்றங்களுக்கு அது ஆளாகிவிட்டிருக்கிறது என்பதைக் கூறத் தேவையில்லை.

அக்கதையில் வரும் பூசாரியை நான் 'வயசுப் பெண் மாதிரி மார்பு; வளைகாப்புக்குக் காணும் அடி வயிறு' என்று வருணித்திருக்கிறேன். (ந.க.ஆ.ப. தொகுதியில் இக்கதை சேர்க்கப்பட்டபோது, 'வயசுப் பெண் மாதிரி மார்பு' என்ற வருணனையை என்னைக் கேட்காமலே அகற்றிவிட்டார்கள். தமிழ்ப் பண்பாடு கருதித்தானே இதைச் செய்திருக்க வேண்டும்? (அகற்றியது தமிழ்ப் பண்பாடா அல்லது என்னைக் கேட்காமலே அதைச் செய்ததுதான் தமிழ்ப் பண்பாடா என்ற சந்தேகம் எழும்பட்சத்தில் இரண்டுமேதான் என்பதே என்னுடைய பதில்.) பிரஸ்தாப வருணனைக்குப் பொருந்தும்படியான தேக அமைப்பு உள்ளவரே அல்லர் அரிகர அய்யர். அவருடன் நடைபெற்ற உரையாடலிலிருந்து ஒரு கரு பிறந்து அதை நான் விரிக்கும்போது, ஒரு பூசாரியுமான அவருடைய ஆகிருதியையே முன் மாதிரியாகக் கொண்டு ஒரு கதாபாத்திரத்தை உருவாக்குவதுதானே ரொம்பவும் இயற்கையாய் நிகழக் கூடியது? அப்படி நான் ஏன் செய்யவில்லையென்று இப்போது என்னையே கேட்டுக்கொள்கிறேன். இருந்தாலும் நான் செய்த மாற்றம் அர்த்த புஷ்டியுள்ளதாகவே எனக்குப் படுகிறது – அர்த்தம் என்ன

என்பது தெரியாவிட்டாலும். ஒரு எழுத்தாளன் தன்னுடைய கருவைக் கதையாக விரிக்கிறபோது காரண காரியங்களோடும் துல்லியமான காரணங்கள் சொல்ல முடியாமலும் எத்தனையோ மாற்றங்கள் செய்கிறான் என்பதற்காகவே இதைச் சொல்ல வந்தேன். 'பிரசாதம்' கதையில் வரும் பூசாரியை எனக்குத் தெரிந்த ஒரு ஓட்டல் சர்வரின் உடலமைப்பை முன் மாதிரியாக வைத்து வருணித்திருக்கிறேன். இதுபோல் ஆங்காங்கு கண்ணில் விழுந்ததும் காதில் விழுந்ததும் மனசில் விழுந்ததுமான நூறாயிரம் துண்டுத் துணுக்குகள் ஒரு கதைக்குள் அவற்றிற்கு உரிய பங்குகளை ஆற்றிக் கதையின் மொத்த வெற்றிக்குத் துணை புரிந்திருக்கும். அக்கு அக்காக அவற்றைப் பிரித்துக்காட்டுவது ஆகாத காரியம்; அவசியமற்ற காரியம்.

ஒருநாள் நண்பர் கிருஷ்ணன் நம்பியுடன் பேசிக்கொண்டிருந்தபோது, தன் வீட்டு அண்டையிலுள்ள ஒரு பிராமண விதவை, வேறு யாரையோ விமர்சிக்கும் தோரணையில், "அவாளுக்கு தொழுவத்தில் பொண் பொறக்கணும்; ஆத்திலே ஆண் பொறக்கணும்" என்று சொன்னதாகச் சொன்னார். அந்த வார்த்தைகளை, அதற்குள் அடங்கியிருக்கும் விமர்சனத்தை, என் மனசு பிடித்துக்கொண்டது. அந்த விமர்சனத்தின் கூரான கவர்ச்சி மட்டும் இதற்குக் காரணமல்ல; அவ்வார்த்தைகள் மிகவும் அர்த்த புஷ்டியுள்ளவையாகப்படும் மனநிலையில் நான் அப்போது இருந்தேன் என்பதுதான் மிகவும் முக்கியமானது. அதனால்தான் சொன்னவர் ஒரு சிறுகதை எழுத்தாளராக இருந்துங்கூட அவருக்குப் புலப்படாத கரு எனக்கு அதில் புலப்பட்டது. அதற்கு என்னுடைய விசேஷமான குடும்பச் சூழ்நிலைதான் காரணம் என்று நினைக்கிறேன்.

எங்கள் குடும்பத்தில் பொதுவாகப் பெண் குழந்தைகள் செழிப்பு. இதுவரையிலுமுள்ள ஜனனங்களை வைத்து, ஆணுக்குப் பெண் 1:4 என்று புள்ளி விபரம் தரலாம். அதனால் ஒவ்வொரு பிரசவத்திற்குப் பின்னும் 'இதுவும் பெண்தானா?' என்ற அங்கலாய்ப்பு அடிக்கடி காதில் விழுந்துகொண்டேயிருக்கும். அப்போது என் சகோதரி ஒருத்திக்கு மூன்று பெண் குழந்தைகள் வரிசையாகப் பிறந்து, நாலாவது கர்ப்பமுற்றிருந்தாள். நடுக் கூடத்தில் ஒரு பெரிய கேள்விக் குறி தொங்கிக்கொண்டிருந்தது. இது சம்பந்தமான பேச்சும் கேலியும் விசனச் சாயல்களும் வீட்டுக்குள் மிளிர்ந்த வண்ணமாக இருக்கும். என் வீட்டில் என்னைத் தவிர மீதி எல்லோரும் சாதாரண மனிதர்கள் தானே! நான் ஒருவன்தானே கலைஞன்! அப்போது, லௌகீகமாக மேற்சொன்ன குடும்ப விசாரங்களை கொஞ்சத்திற்குக் கொஞ்சம் நானும் பகிர்ந்துகொள்வேன் என்றாலும் பேனா பிடித்துவிடுகிற போது அந்த மனோபாவத்தை மன்னன் சிறிது விளாசத்தானே செய்வேன்! இந்த விமர்சனத் தூண்டிலில்தான் நம்பியின் அண்டை வீட்டு விதவை மீனாக வந்து விழுந்தாள். 'கிடாரி' என்ற கதை எழுதினேன்.

இந்தக் கதையில் வரும் சபேசய்யர், குஞ்சம்மாள், கோமதி, குழந்தைகளான கனகம், சச்சு, வெங்கு, வேலைக்காரன் சம்முகம், சமையற்காரி செல்லம்மா எல்லோருமே என் குடும்ப அங்கத்தினர்களை ரொம்பவும் ஒட்டி

உருவாக்கப்பட்ட கதாபாத்திரங்கள்தான். என் அம்மா, அப்பா, சகோதரி, சகோதரியின் குழந்தைகள் எல்லோருமே அதே பதவிகளில் கதையிலும் வருகிறார்கள். சமையற்காரியாக வரும் செல்லம்மா அப்போது எங்கள் வீட்டில் வேலை பார்த்து வந்த ஆனந்த அம்மாள் என்பவரே. இவர் குழந்தைகளிடம் வெகு பிரியமாக நடந்துகொள்ளக் கூடியவர்; கதையிலும் அப்படியே வருகிறார். கதையில் வரும் வீட்டின் பின்னணியும் எங்கள் வீட்டுப் பின்னணியே. தேன்கூடும் ஆட்டுக்கல்லும்கூட அப்படித்தான். அதில் வரும் கிழவர் நான்தான். என்னை ஏன் அப்படி மாற்றிக்கொண்டேன் என்று கேட்டால் பதில் சொல்வது சிரமம். ஆனால் அப்படி மாற்றிக்கொண்டதில் அக்கதையை எழுதும்போது மிகுந்த திருப்தி அடைந்தேன். இப்போது நினைத்துப் பார்க்கிறபோதும் சந்தோஷமாகத் தான் இருக்கிறது.

தாமரை, 1966

போலி முகங்கள் சந்தர்ப்பம்:
ஞானபீடப் பரிசு

அகிலனின் 'சித்திரப் பாவை'க்கு ஞானபீடப் பரிசு கிடைத்திருக்கிறது. 'அகிலனின் நாவல்கள் எனக்குப் பிடிக்காது. ஆனால் அவர் பரிசு பெற்றதில் நான் சந்தோஷப்படுகிறேன்' என்றார் அரசியல்வாதியான என் நண்பர். இக்கூற்றிலுள்ள முரண்பாடு ஏன் அவருக்கு உறுத்தவில்லை? பின்னர் பத்திரிகைகளில் பல அபிப்பிராயங்களைப் பார்க்க நேர்ந்தபோது, முரண்பட்ட எண்ணங்கள் சுய கவனிப்புக்கு இலக்காகாமல், சடையில் பேன் மாதிரி சகஜமாகவும் சந்தோஷமாகவும் நம் தமிழ்ச் சிந்தனையாளர்களிடம் குடிகொண்டிருக்கும் நிலைமையை மீண்டும் ஒரு தடவை உணர முடிந்தது. பழம்பெரும் எழுத்தாளரான நாரண. துரைக் கண்ணன் எழுதுகிறார்:

> பரிசுக் குழுவினரையோ, தேர்வு செய்வோரையோ அணுகித் தங்களுக்கு ஆதரவு தேட முயலும் எழுத்தாளர்கள் பரிசு பெறும் தகுதியை இழந்துவிடுவர் என சாஹித்ய அகாதமி, ஞானபீடம் ஆகியவைகளின் விதிமுறை எச்சரிக்கை செய்கிறது. ஆனால் நடைமுறையில் இவ்விதிக்கு நேர்மாறாகவே பெரும்பாலும் காரியங்கள் நடப்பதை நாம் பார்க்கிறோம். பல வகையாக முயன்று பலரையும் பார்த்து ஆதரவு தேடுபவர்களுக்கே பெரிதும் பரிசு போய்ச் சேருகிறது. பரிசு அளிக்கும் இலக்கிய நிறுவனங்கள் கூட எப்படியெப்படியோ விளம்பரங்களால் பிரபலமாகியிருப்பவர்கள், செல்வம், செல்வாக்குப் பெற்றிருப்பவர்களைத் தேடிப்பார்த்துத் தான் பெரும்பாலும் பரிசுகள் வழங்குகின்றன.
>
> ('கண்ணதாசன்', நவம்பர் 1976)

பரிசுத் தேர்வு ஊழல்கள் பற்றி இவ்வாறு கூறும் நாரண.துரைக் கண்ணன் இளவல் அகிலனுக்குப் பரிசு வந்து சேர்ந்த காரியத்தைக் கீழ்க்கண்டவாறு தொகுக்கிறார்:

வங்காளி, மராத்தி, குஜராத்தி, மலையாளம், கன்னடம் ஆகிய மொழிகளில் வந்த இலக்கியங்களுக்கு ஒரு முறைக்கு இரு முறை—ஏன்?—மூன்று முறைகூட ஞானபீடம் பரிசு வழங்கியிருக்கிறது. ஆனால் தமிழ் இலக்கியத்துக்கு இதுவரை ஒருமுறைகூடப் பரிசு கிடைக்கவில்லை. வட இந்தியர் பல துறைகளில் தமிழரைப் புறக்கணித்து வருகின்றனர் என்று பரவலாக ஒரு கருத்து நிலவி வருவதை மெய்ப்பிப்பதுபோல் ஞானபீடமும் தமிழை ஒதுக்கி வருகிறதோ என்ற எண்ணம் ஏற்படத் தொடங்கிவிட்டது. இதை உணர்ந்ததால் போலும், ஞானபீடம் சென்ற ஆண்டே எப்படியும் தமிழ் இலக்கியத்துக்குப் பரிசு தந்திட வேண்டுமென்று முயன்றது. அதற்காகப் பரிசு முடிவுக்கான காலக்கெடுவை நீட்டித்து இரண்டாவது முறையாகத் தமிழ் நூல்களைப் பரிசீலனை செய்ய வைத்தது. அப்படிச் செய்தும்கூட தமிழ் இலக்கியத்துக்குச் சென்ற ஆண்டு பரிசு பெறும் வாய்ப்பு கிட்டவில்லை. இந்த ஆண்டாயினும் தமிழ் இலக்கியத்துக்குப் பரிசு தந்திட வேண்டும் என்று ஞான பீடம் முடிவு செய்தே இளவல் அகிலனுக்கு விருது வழங்கியிருக்கிறது எனப் பலர் எண்ணுவது இயற்கையே.

அவர் இவ்வாறு கூறிவிட்டு இதை அடுத்து எழுதுவதுதான் நமக்குப் புரியாத புதிராக இருக்கிறது. அவர் எழுதுகிறார்:

இவ்வித நிலை காரணமாகவோ, வேறு எக்காரணமாகவோ, எப்படியோ தமிழ் இலக்கியத்துக்கு ஞானபீட விருது கிடைத்திருப்பது நமக்கு மகிழ்ச்சியைத் தருகின்றது.

எதற்காக மகிழ்கிறார் நாரண.துரைக்கண்ணன்? ஆதரவு தேடுவோருக்கும், செல்வம், செல்வாக்குப் படைத்திருப்போருக்கும் பரிசு கொடுக்கப்படுவதற்காகவா? நிர்ப்பந்தத்தின் காரணமாகப் பரிசு வழங்கப்பட்டதற்காகவா? பல குறைகளை வரிசையாகக் கூறிக் கொண்டே வந்தவருக்கு அக்குறைகளின் விளைவாகப் பிறந்த தேர்வு மட்டும் எப்படி மகிழ்ச்சியூட்டும் காரியமாயிற்று? ஆம், அதற்குக் காரணம் இருக்கிறது. பரிசளிப்போரின் குறைகள், சிபாரிசுகளுக்கு வளைந்து கொடுக்கும் தன்மை, இலக்கிய நியதிகளுக்கு அப்பாற்பட்ட நிர்ப்பந்தங்களுக்குத் தங்களை ஆளாக்கிக் கொள்ளுதல், நாணயமின்மை, பாரபட்சம் இவை அனைத்தும் இம்முறை தமிழுக்குச் சாதகமாகிவிட்டனவே! மகிழாமல் எப்படி இருக்க முடியும்? ஆகவே 'இப்பரிசு முடிவைச் சர்ச்சைக்குரிய விஷயமாக ஆக்கக் கூடாது என்பது என் வேண்டுகோள்' என்கிறார் இவர்.

ஏன் சர்ச்சைக்குரிய விஷயமாக்கக் கூடாது? ஊழல் இருக்கும். பாரபட்சம் இருக்கும். நிர்ப்பந்தம் இருக்கும். எனினும் சர்ச்சைக்குரிய விஷயமாக ஆக்கக் கூடாது. ஏன்? இதற்கு அவர் கூறும் காரணம் விசித்திரமாக இருக்கிறது. 'இது தனிமனிதனுடைய விஷயமன்று; ஒரு மொழி இலக்கியம் பற்றியது' என்கிறார். சர்ச்சைக்கு எடுத்துக்கொள்ளத் துணை நிற்கும் காரணத்தையே சர்ச்சைக்கு எடுத்துக்கொள்ளக் கூடாது என்பதற்கு ஆதரவாகக் காட்டுகிறார்.

அரசியல் நண்பர், நாரண.துரைக் கண்ணன் ஆகியோரின் கூற்றுகள் இன்றைய தமிழ் மனத்தின் குணத்தைப் பிரதிபலிப்பதாக இருக்கின்றன. ஞானபீடம் என்ற மணமகன், இளமைகுன்றாதவளும் கற்பின் கனலியும் பண்பாட்டின் திருவிளக்குமான தமிழ்ப் பெண்ணுக்குத் தாலி முடிய வந்திருக்கும் போது குரவையிட வேண்டுமே தவிர பிலாக்கணம் தொடுக்கக் கூடாது. இதுதான் இவர்களுடைய உணர்வு நிலை.

சரி, தேர்ந்தெடுக்கப்பட்டுள்ள நாவல் பற்றி நாரண.துரைக்கண்ணனின் கருத்து என்ன? இந்நாவல் பற்றி ஒரு வார்த்தைகூட அவர் சொல்லவில்லை என்பது மட்டுமல்ல; தனது குறிப்பைக் கீழ்க்கண்டவாறு முடிக்கிறார் அவர்:

இளவல் அகிலனின் 'சித்திரப் பாவை' நாவலை வைத்து மட்டும் பிற மொழியாளர்கள் தமிழ் இலக்கியப் படைப்புகளின் தரத்தையோ தகுதியையோ எடைபோட்டுப் பார்க்க மாட்டார்கள் என்று நம்புகிறேன்.

இந்நாவல் பிற மொழியினரிடத்தில் தமிழ் இலக்கியத்தைப் பற்றித் தவறான எண்ணத்தை ஏற்படுத்தும் என்ற சந்தேகம் இவருக்கு ஏற்பட்டிருக்கிறதல்லவா? இருந்தாலும் சந்தோஷம்தான் அவருக்கு. தமிழ் அன்னை விருது பெற்றிருக்கிறாள்! நம் தமிழ் அன்னை! நம் அகிலன்! நம் இளவல்!

எந்த இலக்கியப் பரிசும், பரிசளிக்கும் நிறுவனத்துக்கும் அதனைப் பெற்றுக்கொள்ளும் எழுத்தாளனுக்கும் இடையிலான ரகசிய ஒப்பந்தமல்ல. அது ஒரு சமூகச் செயல். ஒரு எழுத்தாளன் புதையல் தோண்டி கட்டித் தங்கம் எடுக்கலாம். அரியானா குலுக்கலில் பத்து லட்சம் தட்டிக்கொண்டு போகலாம். இவற்றுக்கும் ஞானபீடப் பரிசு பெறுவதற்கும் கொஞ்சம் வித்தியாசமுண்டு. (நம் தமிழ் தினசரிகள் போடும் தலைப்புகளில் லாட்டரிப் பரிசும் இலக்கியத் தேர்வும் ஒன்றாகவே இருக்கின்றன.) இலக்கியத் தேர்வுகளில் எழுத்தாளன் பரிசு பெறும்போது பரிசுத் தொகை ஒரு குறியீடு. நம் முன்னுள்ள பிரச்சினை அகிலனுக்கு அடித்துள்ள 'அதிர்ஷ்டம்' அல்ல. அந்தக் குறியீடுகள் உணர்த்தும் மதிப்பீடுகள் போற்றத் தகுந்தவையா என்பதே.

இந்த மதிப்பீடுகளின் நியாயத்தைத் தெரிந்துகொள்ள 'சித்திரப் பாவை' நாவலை நாம் படித்தாக வேண்டும்.

ஓவியக் கலைஞன் (ஆசிரியர் கொடுத்திருக்கும் தகுதி; மற்றபடி இவன் வரையும் படங்கள் பற்றி ஆசிரியர் சொல்வதை வைத்துப் பார்த்தால் டிராயிங் மாஸ்டர் என்று எடுத்துக்கொள்ளலாம்) ஒருவனின் கதை இது. இவன் ஒரு லட்சியவாதி. ஓவியக்கலை இவனுக்குப் பிராண வாயு. இவன் போடும் சித்திரங்களிலுள்ள ஆழ்ந்த உட்கருத்துகள் பற்றி ஆசிரியர் ஆங்காங்கு கூறும் பொறுக்கு மணிகளை வாசகர்கள் அவசியம் தெரிந்துகொள்ள வேண்டும். கலை பற்றிய நுட்பமான இக்கருத்துகள் இருந்த இருப்பில் ஆசிரியருக்கு உதித்துவிட்டதாக யாரும் எண்ண வேண்டாம். பல ஓவியர்களைச் (ரெஸாக், சாமா, வர்ணம் ஆகியோர்களையா?) சந்தித்துத் திரட்டியுள்ளவை இவை. ஓவியக் கலைஞனின் தந்தை வழக்கம்போல் இவனைக் கலை உலகுக்குத் தத்தம் செய்ய மறுத்துப் பணம் ஈட்டும் தொழிலில் ஈடுபட நிர்ப்பந்தப்படுத்துகிறார். லட்சிய ஓவியனுக்கு மற்றொரு முதிர்ந்த ஓவியரின் நட்பு கிடைக்கிறது.

வழக்கம்போல் இவருக்கு ஒரு பெண் இருக்கிறாள். வழக்கம்போல் நல்ல அழகி. கலையுள்ளம் படைத்தவள். அதோடு அழகான கதாநாயகிகளின் எப்போதும் சாதுவான அப்பாக்கள் போல் இவரும் கல்மிஷம் கிஞ்சித்துமின்றித் தன் பெண்ணை ஓவியக் கலைஞனுடன் பழகவிடுகிறார். இந்தச் சூழ்நிலையில், காதலிலும், இவளுடைய படத்தைப் போட்டுக் கலையிலும் முன்னேறுகிறான் கலைஞன். இதற்கு நடுவில் வில்லன்போல் உருவெடுக்கும் கதாநாயகனின் அண்ணன் அவர்களுடைய புனிதக் காதலில் குறுக்கிட்டுக் கதாநாயகியை அவள் சற்றும் எதிர்பாராத நிமிஷத்தில் முத்தமிட்டுவிடுகிறான். எச்சிலாக்கப்பட்ட நாயகி, தன்னை மேற்கொண்டு காதலனுக்கு அளிப்பதுபற்றி நினைத்துக்கூடப் பார்க்க மாட்டாதவளாய், எச்சில் படுத்தியவனே மேலும் எச்சில்படுத்தும்படி, அவனையே வலுக்கட்டாயமாக மணந்துகொள்கிறாள். கதாநாயகக் கலைஞனோ, கலை ஈடுபாடு அற்றவளும் நகைநட்டு சினிமா என இச்சைப்படுபவளுமான ஒரு சாதாரணப் பெண்ணை மணந்துகொள்ள நேர்கிறது. கலைஞன் கலை உணர்வற்ற சாதாரணத்திடமும், ரசிகை முரட்டு வில்லனிடத்திலும் ரொம்பவும் தவிக்கிறார்கள். தன் லௌகீகத் தேவைகளைப் பூர்த்தி செய்ய இயலாத கலைமேதையிடம் அலுப்புற்று அவன் மனைவி சைக்கிளில் சென்று மயிலாப்பூர் கடலில் தற்கொலை செய்துகொள்கிறாள். வில்லனின் தொல்லை தாங்காமல் நாயகி மேலும் பல கஷ்டங்களுக்கு ஆளாகிறாள். உச்சகட்டக் காட்சிகளில் நாயகியின் படத்தை எண்ணெய்ச் சாயத்தில் (முதலில் வரைந்தவை பென்சில்) நாயகன் இரவென்றும் பகலென்றும் பாராமல் கை கால்கள் வீங்கும் நிலையிலும் வரைந்துகொண்டே இருக்கிறான். இதுதான் சித்திரப்பாவை. வில்லனுடன் வாழ முடியாமல் கதாநாயகி கதாநாயகனை வந்து அடைகிறாள். இம்முடிவுதான் இக்கதையின் புரட்சிகரமான அம்சம்.

இலக்கியம் படைப்பாளியின் அனுபவத்தைப் பிரதிபலிக்கக் கூடியது. அனுபவத்தின் வெளியீடு படைப்பில் யதார்த்தப் பின்னணி சார்ந்தோ சாராமலோ இருக்கலாம். சுய அனுபவத்தின் மெய்த்தன்மை படைப்பில் ஊடாடி நின்று வாசகனின் நம்பிக்கையைப் பெற்று அவனைப் பாதிக்கிறது. இப்பாதிப்புதான் இலக்கியத்துக்கும் சமூகத்துக்கும் உள்ள உறவின் அடிப்படை. இலக்கியம் தனிமனிதனிடத்திலும் அவன் வழியாகச் சமூகத்திலும் ஏற்படுத்தும் பாதிப்புகளின் சாதக பாதகங்களே இறுதியில் இலக்கியத்தின் மதிப்பைத் தீர்மானிக்கும். இலக்கியம் மெய்த்தன்மை கொள்வதும், அதன் விளைவாக இலக்கிய போதம் கொண்ட வாசகனின் நம்பிக்கையைப் பெற்று அவனைப் பாதிப்புக்கு உள்ளாக்குவதும் அனுபவப் பிரதிபலிப்பின் ஜீவகளை பெறும்போது மட்டும்தான். ஆக, அனுபவப் பிரதிபலிப்பை இலக்கியத்தின் தேகம் எனக் கொள்ள வேண்டும். தேகம் தோன்றாத வரையிலும் பாதிப்பும் ஏற்படுவதில்லை. அனுபவப் பிரதிபலிப்பு இலக்கியம் எனத் தகுதி பெறுவது தவிர்க்க முடியாத அம்சமாக இருக்கிறது என்றாலும் அப்பிரதிபலிப்பின் காரணத்தாலேயே எழுத்து அதன் நோக்கங்களில் வெற்றி பெறும் என்ற கட்டாயமில்லை. படைப்பில் தன்னிறைவு எவ்வாறு கூடிற்று எனும் கேள்வி மிகச் சிக்கலான ஆராய்ச்சிக்கு இட்டுச் சென்று திகைக்க வைக்கக்கூடியது. ஒரு படைப்பின் வெற்றிக்கான நியாயங்களை ஆராய்ந்து வரையறுத்துக் கொள்ளும்போதே அந்த நியாயங்களை முற்றிலும்

திருப்திப்படுத்தும் மற்றொரு படைப்பு தோல்வி பெற்றிருப்பதும், இந்த நியாயங்களை அலட்சியப்படுத்திய வேறொன்று வெற்றியுடன் மிளிர்வதையும் பார்க்கலாம்.

தன்னிறைவு எய்திய படைப்புகளில் கலைஞனின் அனுபவங்கள் அவனுடைய பார்வை தீட்சண்யத்தால் மறுபிறப்புக் கொண்டு, பிரத்தியட்ச உலகத்தின் பொதுத்தன்மை அனுபவங்களின் தேர்விலும் அடுக்கிலும் அழுத்தத்திலும் பல்வேறு மாற்றங்கள் அடைந்து, அவற்றை அக்கலைஞன் அர்த்தப்படுத்திக்கொண்டதில் ஏற்பட்ட முழுமையின் விளைவாய் ஒரு புது உலகம் தன்னை ஸ்தாபித்துக்கொண்டு எழும்புகிறது. இந்தப் புதிய உலகம் அது தோன்றுவதற்குக் காரணமாக இருந்த பிரத்தியட்ச உலகின்மீது ஆழ்ந்த பாவங்களைப் பாய்ச்சிக் கொண்டிருப் பதை உணர முடியும். இங்குதான் படைப்பு எனும் சொல் அதன் தகுதிக்குரிய இடத்தில் பிரயோகமாகிறது. கலைஞனின் பார்வையில் அவனுடைய அனுபவங்கள் பெறும் அர்த்தம்தான் அனுபவப் பிரதிபலிப்பு எனும் தேகத்துக்கு அதன் இயக்கத்தைக் கணக்கில் எடுத்துக்கொள்ளக் கூடிய உயிரை அளிக்கிறது. எழுதப்படுபவற்றில் கலைப்படைப்பு எனும் தகுதி பெறுபவை நமது பார்வையைப் பாதித்து நமக்கும் புற உலகுக்குமுள்ள உறவு நிலையில் சிறிய பெரிய மாற்றங்களை நிகழ்த்திக் கொண்டிருக்கின்றன. இதன் வீச்சை ஒரு தேசத்தின் தலைவிதியை மாற்றிவிடக்கூடிய கலாச்சாரப் புரட்சியிலிருந்து எளிய தனிமனித அனுபவங்கள்வரையிலும் பார்க்கலாம். இன்று காலை, தெருவில் சட்டை போடாத தன் உடலைத் துண்டால் போர்த்தியபடி இளம் பச்சை படர்ந்துள்ள புறங்கழுத்தைக் கீழிருந்து மேலாகத் தடவியபடியும் மோவாய்ச் சதையை விரல்களால் இழுத்துவிட்டபடியும் ஒருவர் நடந்து போவதைப் பார்க்கிறேன். முகத்தில் திருப்தி வழிய, நெடுநாள் நினைத்த காரியம் கூடி வெற்றியாய் முடிந்துவிட்ட திருப்தியுடன் நாவிதர் கடையிலிருந்து திரும்பிக்கொண்டிருக்கிறார். என் மனத்திலிருந்து ஏதோ ஒன்று கிளம்பி இவர்மீது வழிவதில், முன்பின் கண்டிராத இவருக்கும் எனக்கும் மானசீகமான நெருக்கம் ஏற்படுகிறது. இவ்விளைவு, முன்னால் என்னிடம் இல்லாத ஒன்று என்ற எண்ணமும் வால்ட் விட்மனின் கவிதைகளின் பாதிப்பே இந்நெருக்கம் எனவும் எண்ணுவதிலிருந்து தப்ப முடியவில்லை. கிளம்பாத ஜீப்பை ஓர்க்ஷாப் கரிச்சட்டைப் பையன்கள் தள்ளிக் கொண்டுபோய் அது கிளம்பிய நேரத்தில் உற்சாகத்துடன் தொத்திக் கொள்வதைப் பார்க்கும்போது ஏற்படும் சிலிர்ப்பும் இவருடைய கவிதைகளின் பாதிப்புத்தான். இத்தனைக்கும் இவருடைய கவிதைகளில் என் பரிச்சயம், ‘படித்திருக்கிறேன்’ என்று சொல்லக்கூடப் போதுமானதாக இல்லை. எனினும், பல அன்றாடக் காட்சிகள், புலன்களில் மரிப்பதைத் தடுத்து, நினைவுகளில் ஜீவ இயக்கம் கொள்ள ஏற்பட்டது இவர் கவிதைகளில் நேர்ந்த சொற்பப் பரிச்சயத்தின் விளைவாகும். இவ்வாறு நமது பார்வையைப் பாதித்து அதன்மூலம் புற வாழ்வுக்கும் நமக்கும் உள்ள உறவு நிலையைச் செழுமைப்படுத்துபவைதான் கலைப் படைப்புகள்.

மற்றொரு வகை, எழுதுகிறவனின் அனுபவங்கள் எழுத்தில் பிரதிபலிப்புப் பெறுவதோடு நின்றுபோவது. பார்வை இங்குக் கூடுவதில்லை. ஏனெனில், அனைத்தையும் தனது தேடலின் விளைவாக எழுந்த ஒருமையில் காணவோ

அவ்வாறு கண்டதின் விளைவாக ஏற்பட்ட விமர்சனத்தின் செழுமையைக் கலைப்படைப்புக்கு அளிப்பதோ இங்கு நிகழ்வதில்லை. லௌகீக நிலைக்குப் பந்தப்பட்டு அனுபவங்கள் பிரதிபலிப்புப் பெறுகின்றன. தன்வய நோக்கின் முரண்பாடுகளால் பிளவுபட்ட உலகம் ஒன்று பிரதிபலிப்புப் பெறுகிறது. தன் நிலை சார்ந்த முன்முடிவுகளிலிருந்து மீட்சிபெற்று, அனுபவத்தின் மெய்க்கூறு காணவைக்கும் மேல்தள நிலைக்கு இட்டுச்செல்லும் வீறுகொண்ட கலை உணர்வுகளை இவர்கள் பெற்றிருப்பதுமில்லை. ஆனால் இங்குகூட அனுபவங்கள் யந்திர ரீதியில் பிரதிபலிப்புப் பெறுவதில்லை. எழுதுகிறவனின் தனித்துவம், ரசனைகள், விருப்பு வெறுப்புகள், அழகுணர்ச்சி இவற்றால் மாற்றம் கொள்கின்றன.

உண்மையில், எழுத்து ஆத்மார்த்தமான காரியமாக இருக்கும்பட்சத்தில், மேலே கண்ட இரு பிரிவுகளில் அடங்கிப் போவதாகத்தான் இருக்க வேண்டும். கலையாக நிமிர்ந்ததும் ஆகாமல் துவண்டதும். இவ்விரு அனுபவ உலகங்களுக்கும் உள்ள பொதுக்குணம் இவற்றில் அனுபவங்கள் மதிக்கப்படுவதாகும். அவை பரிசோதனைக்கு இலக்காவதாகும். ஒன்றில் கலைஞனின் பார்வை தீட்சண்யத்தால் ஒரு புதிய உலகம் தோன்றுகிறது. மற்றொன்று அனுபவப் பிரதிபலிப்போடு முடிந்துபோகிறது. இவர்களை முறையே கலைஞர்கள் என்றும், எழுத்தாளர்கள் என்றும் குறிப்பிட்டு இப்பிரிவுகளின் குணங்களை எளிதில் புரியவைக்கப் பரிச்சயப்படுத்திக் கொள்ளலாம். கலைஞர்களாகத் தமிழில் பாரதி, புதுமைப்பித்தன், மௌனி ஆகியோரைக் கூறலாம் என்றால் எழுத்தாளர்களாக எஸ்.வி.வி., கல்கி (முற்பகுதி எழுத்தை ஆதாரமாகக் கொண்டு), எம்.வி.வெங்கட்ராம், ஆர்.ஷண்முக சுந்தரம் ஆகியோரைச் சொல்லலாம்.

நாம் மேலே கூறிய இரு உலகங்களிலும் அனுபவங்கள் மதிக்கப்பட்டு அவற்றின் அர்த்தம் காணும் உந்துதலில் மறு பார்வைக்கு இலக்காகின்றன. இவ்விரு மனஉலகங்களிலும் சுய தேவை காரணமாகவே எழுத்துப் பிறக்கிறது. இப்போது நாம் பார்க்கப்போகும் மூன்றாவது உலகில் அனுபவங்கள் புறத்தேவை கருதி, வாணிப நோக்கங்களைத் திருப்திப்படுத்தும் நோக்கம் கொண்டு, மனப்பூர்வமாகச் சிதைக்கப்படுகின்றன. பத்திரிகைச் சந்தை பெரும் விரிவு கொண்டதன் விளைவாக விற்பனைச் சரக்கைக் குறுகிய காலத்தில் தயாரிக்கப் பெரும் யந்திரங்களையும் அந்த யந்திரங்களின் உறுப்பே போன்று அவற்றுக்குத் தீனி தயாரித்து அளிக்கும் கேளிக்கையாளர்களையும் பத்திரிகைகள் தயார் செய்துகொண்டன. இவ்வாறு தயார் செய்யப்பட்டவர்களில், தங்களது உற்பத்திப் பண்டத்தில், ஜனரஞ்சகத்தை அதற்குரிய கலவையின் விகிதங்களில் துல்லியமாகக் கூட்டிய வெற்றியில் எழுந்த பல நட்சத்திரங்களில் துருவ நட்சத்திரம் என அகிலனைக் கொள்ள வேண்டும். இவருடைய எழுத்துலகம் அதிக எண்ணிக்கையினரைக் குஷிப்படுத்தி அவர்களுடைய இன்றைய ஸ்திதியின் பலவீனங்களைப் பதவிசாகச் சுரண்டும் நோக்கம் கொண்டதாகும். இவ்வாணிபத் தேவையின் அடிப்படையில் அனுபவ உலகம் சின்னாபின்னப்படுத்தப்படுகிறது.

தன் அனுபவங்களை மதிக்கும் எந்த மனித மூளையாலும் 'சித்திரப் பாவை'யைத் தனது உடற் சதையைப் பிய்ப்பது போன்ற சங்கடத்துக்கு

ஆளாகாமல் படிக்க இயலாது. ஆனால் இலக்கியம் என்பது அனுபவங்களுக்கு அப்பாற்பட்ட கந்தர்வலோகம் எனும் நினைப்பில் கொடூரமாய் மூழ்கடிக்கப்பட்டுவிட்ட ஜன சமூகமும் நமக்குண்டு. இவர்களுக்கு அனுபவ உலகின் குதறல்களே அதன் சுவாரஸ்யமான பகுதியாகிவிடுகின்றன. புதுமைப்பித்தனின் 'செல்லம்மாள்' படித்த, பத்திரிகை அபிமானி, என்னிடம், 'என்ன கதை? கொஞ்சம் வாசனை வேண்டாம்?' என்றார்.

எந்தச் சுரண்டலும் அதற்குரிய விபூதியைப் பூசிக்கொண்டே வரும். கேளிக்கையாளர்களுக்கு அவர்களுடைய தொழிலுக்குரிய விபூதிகளும் வாசனைகளுமுண்டு. நேற்று அது காந்தியம், சுதந்திரம், ஹா! பாரத மாதா என்ற கோஷங்கள் எனில், இப்போது இன்றையச் சந்தைக்கேற்றவாறு தனி இனம், தமிழ்க் காதல், சோஷலிஸப் புரட்சி என்றெல்லாம் மாற்றம் கொள்ளும். இன்றைய வாழ்வின் நிதர்சன கோலத்தை எள்ளி நகையாடுவது போன்ற ஒரு புகை மண்டலக் காதல் கதையை ஐநூறு பக்கங்களுக்குச் சுரணையும் கூச்சமுமின்றி விரித்துவிட்டு, அதற்குமேல் வறுமைக்கு இரண்டு சொட்டுக் கண்ணீர், தமிழ்ப் பண்பாட்டுக்குச் சில 'ஜே'க்கள், திருக்குறளுக்கு ஒரு கரகோஷம், சமூகப் பொருளாதாரப் புரட்சிக்கு ஆரத்தி எடுத்தல், அறிவுச் சுனையின் பீறிடல்கள் என எண்ணி வெளிப்படுத்தும் சில பொன்மொழிகள் ஆகிய ஏலம் கிராம்புகளும் தூவிப் படையல்கள் சந்தைக்கு அனுப்பி வைக்கப்படும். கதை நிகழும் உலகம் திரிசங்கு சொர்க்கம் என்பதால் இவர்களுடைய கருத்துலகப் புரட்சிகள் யாரையும் உறுத்துவதில்லை; உசுப்புவதில்லை. மொட்டை மாடியில் தன்னந்தனியாக நின்று சூன்யத்தில் வாளைச் சுழற்றுவதுபோன்ற தமாஷ் இது. இந்தப் போலி முகங்கள் ரிக்கார்டு டான்ஸுக்கு இல்லை. இங்கு 'கலைஞி' தொடையைக் காட்டுகிறபோது தொடைதான் தெரிகிறதே தவிர சங்கராச்சாரியாரின் படம் அங்கு ஒட்டப்பட்டிருப்பதில்லை. தனது தரத்தைப் பட்டவர்த்தனமாக முன்வைக்கும் எளிமை இங்கு இருக்கிறது.

அகிலன் ஞானபீடப் பரிசு பெற்றதைப் பத்திரிகைச் சக்திகளும் சக கேளிக்கையாளர்களும் கொண்டாடுவது இயற்கையான காரியம். ஜிப்பா தேசிய உடையாவதை ஜேப்படித் திருடர்கள் வரவேற்பது மாதிரி இது. சீரழிந்த மதிப்பீடுகள் ஒன்று மற்றொன்றைத் தழுவி முத்தமிட்டுக்கொள்ளும். ஆனால் வல்லிக்கண்ணனுக்கும் தி.க.சிவசங்கரனுக்கும் இத்தேர்வில் என்ன புளகாங்கிதம்? 'சித்திரப் பாவை' ஒரு தரமான படைப்பு என வல்லிக்கண்ணன் கூறும்போது அவருடைய அபிப்பிராயங்கள் பற்றி நான் கொண்டிருந்த எண்ணங்கள் சிதறின. தமிழ் இலக்கியத்தின் தரம் மேன்மையுற வேண்டும் என்று எப்போதும் சொல்லி, பாரதி, புதுமைப்பித்தன், பிச்சமூர்த்தி போன்ற சக்திகளைப் போற்றிக் கொண்டிருந்தவர் அல்லவா இவர்? தமிழ்ச் சூழல் பற்றிய இவருடைய ஆரம்பகாலக் கோபங்கள் என்னைப் பாதித்திருக்கின்றன. 'சித்திரப் பாவை'யே தரமாக இருக்கிறதென்றால், பின் தமிழ் இலக்கியத்தின் நிலை குறித்து என்ன வருத்தம்? புதுமைப்பித்தன் கதைகளும் 'சித்திரப் பாவை'யும் இரண்டுமே தரமானவை எனில் அந்தத் தரங்களின் பொதுக்குணம் என்ன?

‘அகிலன் பரிசு பெற்றிருப்பது இலக்கியத்துக்குப் பெருமை’ என்றும், ‘சுதந்திரம், ஜனநாயகம், சமாதானம், சோஷலிஸம் என்ற இலட்சியங்களுக் காகப் போராடுகிறவர்’ என்றும் சிவசங்கரன் கூறும்போது எரிச்சலும் ஏமாற்றமும் ஏற்படுகின்றன. இவர் இருபத்தைந்து வருடங்களாகக் கூறி வந்துள்ளவற்றின் சாராம்சத்தோடு இக்கூற்றை ஒப்பிட்டுப் பார்க்கும்போது, பாதி விளையாட்டில் பின் திரும்பிநின்று தன் கட்சிக்கே கோல் போட்டுக் கொள்வது மாதிரி இருக்கிறது. இப்போது கூட ‘சதங்கை’ (அக்டோபர் 1976) இதழில் கன்னடத்தில் எடுத்துள்ள ‘சோமன துடி’ போன்ற படங்கள் தமிழில் தோன்றவில்லை என இவர் குறைபட்டுக் கொள்வதற்கு என்ன அவசியம் இருக்கிறது? அகிலனின் எழுத்துக்கு இன்றையத் தமிழ்ப்படம் எந்த விதத்தில் குறைந்து போயிற்று? நேற்று லெனினுக்குச் சூட்டிய அடைமொழிகளை – சுதந்திரம், ஜனநாயகம், சமாதானம், சோஷலிஸம் – இன்று அகிலனுக்குச் சூட்ட முடியுமென்றால் அவற்றையே தமிழ்ப் பட இயக்குநர்களுக்கும் சூட்டித் திருப்திப்பட்டுக்கொள்ள என்ன தடை? வல்லிக்கண்ணன், தி.க.சிவசங்கரன் ஆகியோரின் கருத்துகளின் பின்னணியில் என்.சிவராமன் கூற்று கவனிக்கத்தகுந்தது:

> இந்த விருதினால் பிற இந்திய மொழிகளிலும் பிற நாடுகளிலும் கூட ஒரு பிரம்மாண்டமான ஞானவடிவமாகத் தோற்றமளிக்க அகிலனுக்கு இருக்கிற வாய்ப்புகள் பிரகாசமாயிருக்கின்றன. அசௌகரியமான அந்த நாட்களில் படிக்கிற பெண்களையும், வர்த்தக வெற்றியையும் குறியாகக் கொண்டே எழுதி, அது சரி என்றும் சாதித்துவந்திருக்கிற இந்த எழுத்தாளருக்கு இவ்வளவு சுலபமான வாய்ப்புக் கிடைத்திருப்பது மிகவும் கோபப்பட வேண்டிய, எரிச்சலுற வேண்டிய விஷயம். தமிழரல்லாதார் நம் ரசனையைக் குறித்துக் கேவலமான கருத்துக் கொள்ள இது நிச்சயம் வழிகோலும்.

(‘கண்ணதாசன்’, நவம்பர் 1976)

ஒரு குழுவின் முடிவுகள் தனிநபர் முடிவுகள்போல் துல்லியமாக இராது என்று எண்ண நியாயங்கள் உள்ளன. குழு உறுப்பினர்களின் சராசரித்தனமே முடிவுகளுக்கு அடிப்படையாக அமையும்போது மிகச் சிறந்த தரத்தைக் கொண்டவற்றுக்குச் சாதகமாகத் தீர்ப்பு அமையாமல் அடுத்த படிகளுக்கு நழுவும் நிலை ஏற்படும். ஆனால் குழுக்களின் முடிவு அபத்தமாகத்தான் இருந்தாக வேண்டும் என்ற கட்டாயம் எதுவுமில்லை; இந்தியப் பின்னணியில் அபத்தமாகத்தான் அமைகிறது என்றிருந்தாலும்கூட.

தனது குறிப்பில் ‘நோபல் குழு பற்றியும் புகார்கள் உள்ளன’ என்கிறார் நாரண. துரைக்கண்ணன். ஆனால் இதைச் சொல்லி நோபல் குழுவும் நமது சாகித்திய அகாதமி, ஞானபீடம் குழுக்களும் சமம் என்றாக்கிவிட முடியாது. நோபல் பரிசு 1910இல் இருந்து இன்று வரையிலும் வழங்கப்பட்டு வருகிறது. ஒரு சில வருடங்கள் பரிசு அளிக்கப்படாததையும், சில வருடங்களில் இருவர் பரிசு பெற்றிருப்பதையும் வைத்து இதுவரையிலும் எழுபத்தைந்து இலக்கிய ஆசிரியர்கள் தேர்வு பெற்றிருக்கிறார்கள் என்று சொல்லலாம்.

இதில் பலர் இப்பரிசு பெற்ற தன் மூலமே உலகப் பார்வைக்கு வந்தவர்கள். ஜேம்ஸ் ஜாய்ஸ், வெர்ஜீனியா ஊல்ஃப் ஆகியோருக்கு அளிக்கப்படாத பரிசு பர்ல் எஸ்.பக், ஜான் கால்ஸ்வர்த்தி ஆகியோருக்கு அளிக்கப்பட்டதைக் குறையாகக் கருதலாம். டி.எச். லாரன்ஸ் விடுபட்டது மன்னிக்க முடியாதது என்று கருதப்படலாம். சர்ச்சில் படைப்புக் கலைஞரா, அவருக்கு ஏன் அளிக்கப்பட்டது என்ற கேள்வி எழலாம். எல்லா தேசங்களிலும் இப்பரிசு பெறாத ஒரு பெரிய கலைஞன் இருக்கக்கூடும். இவற்றையெல்லாம் கணக்கில் எடுத்துக்கொண்டாலும்கூட அறுபத்தைந்து வருடங்களில் அவர்களுடைய தேர்வுகளின் மொத்த சாதனை மகத்தானது என்பதைப் பரிசு பெற்ற ஆசிரியர்களைப் படிப்போர் உணர இயலும். இன்றும் அக்குழுவின்மீது நம்பிக்கையும் மதிப்பும் கொள்ளும்படியாகவே அத்தேர்வுகள் இருக்கின்றன.

உலக இலக்கியத்தின் தரத்தை ஒப்பிடும்போது நவீனத் தமிழின் தரம் ஏழெட்டுப் படிகள் கீழே உள்ளது என்று க.நா.சு. தனது ஆரம்பகாலக் கட்டுரை ஒன்றில் குறிப்பிடுகிறார். படிகளின் எண்ணிக்கையில் அபிப்பிராய வித்தியாசம் கொள்வோர்கூட நம் நிலை வெகுவாகப் பின்தங்கிப் போய்விட்டது என்பதை ஒப்புக்கொள்வார்கள். ஆனால் இந்திய இலக்கியப் பின்னணியில் தமிழின் தரம் பின்தங்கிப் போய்விடவில்லை என்றுதான் நம் கைக்கு எட்டும் பிற மொழி இலக்கியங்களின் மொழி பெயர்ப்புகளை வைத்து உணர முடிகிறது. புதுமைப்பித்தனுக்கு ஈடான ஒரு கலைஞனை இந்திய மொழிகள் எதிலும் காணக் கிடைக்கவில்லை. தாகூர், பிரேம்சந்த் போன்று புகழ்படுத்தப்பட்ட ஆசிரியர்களின் சிறுகதைகளையும் நினைவில் வைத்தே இதைச் சொல்கிறேன். நாவலில் நம் சாதனையைத் தாண்டி நிற்பதாக உணர முடிந்தது தாராசங்கர் பானர்ஜியின் 'ஆரோக்கிய நிகேதன்' ஒன்றுதான். (வெங்கட் சாமிநாதன் தனது கட்டுரை ஒன்றில் தி.ஜானகிராமனின் 'மோகமுள்' இந்திய நாவல்களிலேயே பெரிய சாதனை எனப் பொருள்படும்படி கூறியுள்ளார்.) பிச்சமூர்த்தி, மௌனி, க.நா.சு., லா.ச. ராமாமிருதம், தி. ஜானகிராமன், சி.சு. செல்லப்பா ஆகியோரின் படைப்புகள் கொண்ட ஒரு மொழியிலிருந்து அகிலனின் 'சித்திரப் பாவை' இந்திய இலக்கியக் களத்துக்குத் தேர்வு பெறுவது தகுதியற்றவர்கள் இலக்கிய மதிப்பீடுகளை உருவாக்கும் அபாயத்துக்கு உதாரணமாகும்.

'சித்திரப் பாவை'யை சுலபமாகப் பின்தள்ளிவிடக்கூடிய ஐம்பது நாவல்களேனும் நமக்குள்ளன. நகுலன், சா. கந்தசாமி, ஹெப்சிபா ஜேசுதாசன், கி.ராஜநாராயணன், நீல. பத்மநாபன், அசோகமித்திரன், ஆ.மாதவன், வண்ணநிலவன், ஜி. நாகராஜன், சம்பத் போன்றோரின் நாவல்களுடன் ஒப்பிடவே தகுதி அற்றது 'சித்திரப் பாவை'. ஞானபீடம், இலக்கிய நியதிகளுக்கு உட்பட்டுத் துல்லியமாக இயங்கக்கூடியது என நாம் கற்பனை செய்துகொண்டால், இந்த ஆண்டு ந. பிச்சமூர்த்தியோ மௌனியோ தேர்வு பெற்றிருக்க வேண்டும்.

***பிரக்ஞை*, 1976**

நாடக மேடையின் புதிய போக்குகள்

நாடகம் ஒரு தனிக் கலைச் சாதனம். கவிதை அல்லாத, நாவல் அல்லாத, சங்கீதம் அல்லாத, பிற மேடைக் கலைகள் எதுவுமல்லாத, முழுமையான ஒரு கலைச் சாதனம். பிற கலைகளிலிருந்து வித்தியாசமான, தனிப்பட்ட குணம் ஏதும் அதற்கு இல்லையெனில் அதனைத் தோற்றுவிக்க, மேடையேற்ற யாரும் வியர்வை சிந்த வேண்டியதில்லை. நாடகம், சகல கலைகளையும் கூட்டிக் கலந்த சம்மேளம் எனில், இக்கலைகள் ஒவ்வொன்றும் தனித்தனியாக அதிக விரிவான அனுபவத்தைத் தரக்கூடியவை; சகல கலைகளது ஊர்வலமாக நாடகம் வேண்டியதில்லை.

நாடகம் ஒரு பார்வைக் கலை. பார்வையானது அனுபவத்தில் முழுமை பெற அவனுடைய செவியையும் நாடகம் கேட்டு நிற்கிறது என்றாலும் பார்வையை அடிப்படையாகக் கொண்ட கலைதான் அது. நடிப்பு மூலம் முழுமை பெறும் கலை.

நாடகம் எனும் வாழ்க்கைச் சித்திரம், நாடகாசிரியன் ஒரு எல்லைவரையிலும் மேடையேற்றத்திற்கு முன்னரே தன் மனத்தில் கண்டுவிட்ட காட்சியாகும். தான் கண்ட சித்திரத்தை நடிகர்களின் துணையால்—வேறு கருவிகளையும் பயன்படுத்திக்கொள்கிறான் என்றாலும் முக்கியமாக நடிப்பின் துணையால்—முழுமை பெறச் செய்கிறான் நாடகாசிரியன். வாழும் வாழ்வில் அன்றாடம் நமக்குப் புலனாகும் அனுபவங்களை, அந்த அனுபவங்களின் வீச்சுக் குறைந்த, பரிமாணம் குறைந்த, உயிர்க் களையற்ற சிறிய மேடையில் மீண்டும் பார்க்க ஏன் போகிறோம்? மேடையில் நிகழ்வது நமக்கு அனுபவமான விஷயம் மட்டுமல்ல. கலைஞன் தன்

பார்வையால் செழுமைப்படுத்திய, அர்த்தபுஷ்டி ஏற்றிவிட்ட, புனர் மதிப்பீடு செய்துவிட்ட அனுபவங்களின் சித்திரம். அதனால்தான் நமக்குத் தெரிந்த வாழ்க்கையின், கலைஞனின் பார்வையால் மறுபிறப்பு எடுத்துவிட்ட கோலத்தைப் பார்க்கப் போகிறோம். அவ்வனுபவம் இம்மண்மீது நாம் கொண்டுள்ள உறவைச் செழுமைப்படுத்தும் என்ற நம்பிக்கையில் போகிறோம்.

நாடகக் கலை என்ற பெயரில் தொழில் செய்து வருகிறவர்களுக்கு இந்த அளவுகோல்கள் பொருந்தாது. அது வேறு உலகம். பார்வையாளர்களின் மேலோட்டமான அபிலாஷைகளை நிறைவேற்றும் உலகம். காட்சி ஜோடனைகளும் தந்திரக் காட்சிகளும் நிறைந்த உலகம். இடம், காலம், சந்தர்ப்பம், பொருத்தம் ஆகிய சகல நியதிகளையும் மீறிவிட்ட ஒரு சர்வ சுதந்திர உலகம். இங்கு அரிச்சந்திர நாடகத்தில், மயான காண்டத்தில், அரிச்சந்திரனே வெள்ளை ஏகாதிபத்தியத்தை எதிர்த்து 'வெள்ளைக் கொக்கு பறக்கிறது பார்' என்று பாடுவான். இந்தப் பாடலை இரண்டு தடவை ஸ்வர வின்னியாசங்களோடு பாடிய பின், பிணங்களை எரித்தால் போதுமானது எனப் பார்வையாளர்கள் சொல்லும்போது அவன் வேறு என்ன செய்யமுடியும்? அதேபோல் மேற்படிப்புக்குச் சென்றிருந்த கதாநாயகன் மேடையிலேயே ஆகாச விமானத்தில் வந்து இறங்குவதையும் இங்குப் பார்க்கக் கிடைக்கிறது. அரங்கில் கடல் நுழைந்து அலைகளை வீசியடிக்க, நடிகர்கள் பாதம் நனையாமல் வசனங்கள் பேசிக்கொள்வதையும் நாம் பார்த்திருக்கிறோம். தேவதூதர்கள் வண்ணத்துப்பூச்சிகள் மாதிரி சிறகுகளை அசைத்துக்கொண்டு மேடையின் பக்கவாட்டிலுள்ள மூங்கில் வழியாக மேலேயிருந்து சறுக்கி இறங்கிக் குதித்து நிற்பதுமுண்டு. தமிழ் மேடையின் நேற்றைய அதிசய உலகம் இது.

நாடகக் கலை வளர முதலில் நாடகம் என்னும் தனிக் கலை பற்றிய பிரக்ஞை வளர வேண்டும்.

தமிழில் இந்தப் பிரக்ஞை எந்த அளவுக்குத் தோன்றியுள்ளது?

1930லிருந்து 1945 வரையிலுள்ள காலத்தைத் தமிழ்ப் புத்துணர்ச்சி பெற்ற காலம் என்பார்கள். இக்காலத்தில் சிறுகதை, நாவல் ஆகிய துறையில் உயர்ந்த படைப்புகளைத் தந்துள்ள புதுமைப்பித்தன், பிச்சமூர்த்தி, கு.ப. ராஜகோபாலன், க.நா. சுப்ரமண்யம், ந. சிதம்பர சுப்ரமணியன் ஆகியோர் நாடகங்களும் எழுதிப் பார்த்தார்கள். இவை அதிகமும் மேடைப் பிரக்ஞையின்றி, நாடகத்தைத் தன்னிறைவு கொண்ட தனி இலக்கியப் பிரிவாகக் கண்டு எழுதப்பட்டவை. பின்வந்த காலங்களில் கதையை வசனமாகப் பிரித்து எழுதிய உருவங்கள் பிரபல கைகள் மூலமாகவே தோன்றின என்றாலும் சுய முயற்சிகள் என்று சொல்லும்படியாக நவீன நாடகங்கள் ஏதும் தமிழில் தோன்றவில்லை. ஒரு சில மொழிபெயர்ப்புகள் கிடைத்தன. இவற்றில் க.நா.சுப்ரமண்யம் மொழி பெயர்த்த கிப்ஸனின் 'பொம்மை வீடு'ம், எஸ். மகராஜன் மொழிபெயர்த்த ஷேக்ஸ்பியரின் 'ஹாம்லெட்', 'லீயர் அரசன்' ஆகியவையும், சி.ஆர். மயிலேறு மொழிபெயர்த்த மோலியரின் 'கருமி'யும் குறிப்பிடத்தகுந்தவை. நவீன நாடகத்தைப் பற்றிய பிரக்ஞை தமிழில் 1960க்குப் பின் மெதுவாக வளர்ந்து வருகிறது. வெங்கட்சாமிநாதன் எழுதியுள்ள கட்டுரைகளில் தமிழ் நாடகத்தின் வறட்சி

பற்றி விரிவாக ஆராய்ந்து, இந்தி, வங்காளம் ஆகிய மொழிகளில் எழுதப்பட்டு, தில்லியில் அரங்கேறும் நாடகங்களைப் பற்றிய செய்திகளையும் தந்துள்ளார். நாடகம் ஒரு அதிசயப் பொருட் காட்சி என்ற நிலை மாறி, திரைகள் அற்ற, ஒலிபெருக்கி அற்ற, ஜோடனைகள் அற்ற நிலையில், வெளிப்புறங்களில் மரத்தடிகளிலும் பொதுப் பூங்காவின் ஒதுக்குப்புறங்களிலும் கல்கத்தாவிலும் தில்லியிலும் நடித்துக் காட்டப்படுகின்றன. இதுபோன்ற ஒரு புரட்சிகர மான மாற்றம் தோன்றியதில் முக்கியமான பங்கு பெறுகிறவர் தில்லி நேஷனல் ஸ்கூல் ஆப் டிராமாவில் இயக்குநராகப் பணியாற்றும் அல்காசி ஆவர். அவருடைய மாணவர்கள் நாடகத்தை அக்கலைக்குரிய தன்மையில், அக்கலைக்கு அப்பாற்பட்டதாக வளர்ந்து தொங்கிக் கொண்டிருந்தவற்றை வெட்டியெறிந்து இந்தியப் பரப்பில் நாடகத்திற்குப் புனர் வாழ்வு தந்து வருகிறார்கள்.

தில்லிச் சூழலாலும் மேற்கத்திய நாடகப் படிப்பாலும் பாதிக்கப்பட்டு இந்திரா பார்த்தசாரதி என்ற நாடகாசிரியர் தமிழுக்குக் கிடைத்தார். இவருடைய நாடகங்கள், முக்கியமாகப் 'போர்வை போர்த்திய உட'லும் 'மழை'யும் தில்லியில் தமிழிலும் இந்தியிலும், தமிழில் சென்னையிலும் வெற்றிகரமாக அரங்கேறியவை. நாம் போற்றும் மதிப்பீடுகளுக்கும் நமது நிஜ வாழ்வுக்குமுள்ள முரண்பாட்டை திரை கிழித்து அம்பலப்படுத்தும் இந்நாடகங்களின் உள்ளடக்கமும் வெளியீட்டு முறையும் மேல் நாட்டு நாடகங்களால் பாதிக்கப்பட்டவை. அடுத்து குறிப்பிட வேண்டியவர் ந.முத்துசாமி. இவர் எழுதிய நாடகங்கள் நம் மண்ணில் வேர்விட்டு முளைத்தவை. அதோடு வசனத்தின் ஏக அர்த்தத்தை மீறி நம் அனுபவத்திற்கு ஏற்ப அந்தரார்த்தங்களையும் பல பரிமாணங்களில் அதிர்வுகளையும் தரக்கூடியவை. வாழ்வின் அபத்த நிலையை சக்தி வாய்ந்த உருவத்தில் இவர் முன் வைத்துள்ளார். சி.சு.செல்லப்பாவின் 'முறைப்பெண்' என்ற நாடகமும் யதார்த்த தளத்தில் மையத்திற்கு வலுத்தரும் சம்பவங்களை எழுப்பி எழுதப்பட்டுள்ளது. வத்தலக்குண்டில் ராஜமய்யர் விழாவில் இந்நாடகம் அரங்கேற்றப்பட்டபோது கிராம மக்களின் பாராட்டைப் பெற்றது. நாடகத்தைக் கவிதையின் பக்கத்தில் நகர்த்தி நவீன உத்திகளையும் பயன்படுத்திக்கொண்டு எழுதப்பட்டுள்ள மற்றொரு நாடகம் தர்மூ சிவராமூவின் 'நக்ஷத்ரவாஸி'. இந்த நாடகம் இலங்கையில் மேடையேற்றப் பட்டுள்ளது. ஜெயந்தன் எழுதியுள்ள நாடகங்கள் அதன் சமூக விமர்சன உள்ளடக்கத்தாலும் சுறுசுறுப்பான உரையாடல்களாலும் வாசகர்களின் கவனத்தைக் கவர்ந்துள்ளன.

நான் முதலில் கூறிய மாதிரி நாடகத்தில் தனிப்பிரக்ஞை கொண்டவர்கள்தான் நாடகத்துறையில் ஏதேனும் மாற்றத்தை நிகழ்த்த முடியும். இப்பிரக்ஞை எவருக்கும் தனி முயற்சி எடுத்துக்கொள்ளாமலோ வேறு துறைகளில் பேனா ஓட்டியிருக்கும் தகுதிகளினாலோ ஏற்பட்டுவிடக் கூடியது அல்ல. இவ்வாறு தனிப்பயிற்சி பெற்ற, நாடகமேடையின் சவால்களை எதிர்கொள்ளும் திறனும் அந்தரங்க சுத்தியும் கொண்ட ஒரு கலைஞராக, காந்தி கிராமத்தில் ரூரல் யுனிவர்சிட்டியில் நுண்கலைப் பகுதியில் பணியாற்றிவரும் ராமானுஜத்தைக் குறிப்பிட வேண்டும். இவர் தில்லி தேசீய நாடகப் பள்ளியில் அல்காசியின் மாணவராக மூன்று

ஆண்டுகள் நாடகக் கலை பற்றித் தனிப்பயிற்சி பெற்றவர். இன்று தமிழ் நாடக மேடையில் ஒரு மாற்றத்தை நிகழ்த்த இவர் பெரும் தடையாகக் காண்பது தமிழில் நவீன நாடகங்கள் மிகக் குறைவாக இருப்பதையே. இதனால் தன்னை நாடகாசிரியராகக் கருதிக்கொள்ளாத ராமானுஜம் வேறு வழியின்றி, சில மொழிபெயர்ப்புகளையும் தழுவல்களையும் செய்ய நிர்ப்பந்திக்கப்பட்டுள்ளார். 'புறஞ்சேரி' எனும் நாடகம் அவர் எழுதி மேடையேற்றியவற்றில் முக்கியமானது. இந்த நாடகத்தில் மதுரை தீக்கிரையாகி அழிந்தபோது, மதுரையின் ஒரு பகுதியில் வாழும் சேரி மக்கள் ஏதும் செயலாற்ற வழியின்றி மௌன சாட்சிகளாக நிற்கிறார்கள். இவர் அரங்கேற்றும் நாடகங்களில் ஆடம்பரக் காட்சி ஜோடனைகளோ ஒலிபெருக்கியோ முன்திரையோ பின்திரைகளோகிடையாது. ஒப்பனை, நாடகத்தின் உள்ளடக்கத்திற்கு வலுவேற்றும் அளவு இயற்கையாகவும் எளிமையாகவும் செய்யப்படுகிறது. ஒளிக்குப் பயன்படுவது கிராமப்புறங்களில் மேடையேற்றும்போது, தீப்பந்தம் அல்லது காஸ்விளக்கு அல்லது குறைந்த அளவு மின்சார விளக்குகள். நாடக அரங்கிலுள்ள இட விஸ்தாரத்தை முழுமையாகவும் அதிக வீச்சுடனும் ராமானுஜம் பயன்படுத்திக்கொள்கிறார். மேடையைப் பல பகுதிகளாகப் பிரித்தும் மேடையின் பக்கவாட்டிலும் மேல்புறத்திலும் முன் பக்கங்களிலுமுள்ள இடங்களை அதிகக் கற்பனையுடன் பயன்படுத்தியும் மேடை என்பது வாழ்வின் விஸ்தாரமான பகுதி என்ற எண்ணத்தை இவர் ஏற்படுத்தியிருக்கிறார். மோலியரின் 'கருமி' எனும் நாடகத்தைத் தமிழ்ப் பின்னணிக்கேற்ப இவர் தழுவி திண்டுக்கல்லில் மேடையேற்றியிருக்கிறார். இந்த நாடகத்தில் கதாநாயகனான கருமி, தன் பணம் திருட்டுப்போனதும், திருடனைத் தேட மேடையை விட்டிறங்கி சபைக்குள் நுழைந்து சபையோரிடம் பேசுகிறான். இது மற்றுமொரு புதுமைக்காகச் செய்தது அல்ல. தொழில் நாடகங்கள் ஏற்படுத்திவிட்ட, நாடகம் வாழ்வுக்கு சம்பந்தமில்லாத கனவுலகமாகக் கருதப்படுவதில் ஏற்பட்டுள்ள இடை வெளியைக் குறைத்து, நாடகத்தைப் பார்வையாளர்கள் தங்கள் வாழ்வின் ஒரு பகுதியாகக் காண வேண்டிய நிஜத்தை வற்புறுத்தச் செய்யப்பட்டதே. ராமானுஜம் தனது நாடகங்களை, சில தோல்விகளால் மனஞ்சோராது மீண்டும் மீண்டும் கிராமங்களில் மேடையேற்றுகிறார். சென்ற ஆண்டு, நாடகக்கலைப் பயிற்சிப் பட்டறை ஒன்று இவரால் நடத்தப்பட்டது. படிப்புக்குப் பயன்படுத்தப்பட்ட முத்துசாமியின் 'நாற்காலிக்காரர்கள்' பயிற்சி பெற்ற மாணவர்களாலேயே மதுரையில் மேடையேற்றப்பட்டு வெற்றி கண்டது.

இவைதான் இன்றைய தமிழ் நாடகத்தின் புதிய போக்குகள். இதிலிருந்து நாடகக்கலையை மாற்றும் பெரும் பயணத்தில் சிறிய சலனங்கள் நடைபெற்று வருவது தெரியும். புதிய நாடகங்களும் புதிய கலைஞர்களும் அதிக அளவில் தோன்றினால் தமிழ் நாடகம் மறுபிறப்புக்கொள்ளக்கூடும்.

அகில இந்திய ரேடியோ நிலையத்தின் சார்பில் 22.04.78இல் திருநெல்வேலியில் நடைபெற்ற கருத்தரங்கில் வாசித்த கட்டுரை.

தேடல், 1978

கலைகள், கதைகள், சிறுகதைகள்

சிறுகதையே படைப்புச் சக்தியின் கடைசிக் குழந்தை. படைப்புச் சக்தி அதற்குப் பின் இன்றுவரையிலும் கருத்தரிக்க வில்லை.

காவியங்களும் புராணங்களும் புனைகதைகளும் வாழ்வின் சோதனைகளை விரித்து, தர்மத்தின் வெற்றிக்கு அழுத்தம் தருகின்றன. யதார்த்தத்தைக் கண் திறந்து பார்த்து நம்மைத் திடுக்கிடச் செய்தது நாவல். சூட்சும இயக்கம் கொண்டதாக நம்பப்பட்டு வந்த தர்மம் காணாமல் போய்விட்டதை உணர்ந்து வருத்தம் கொண்டது சிறுகதை. வாழ்வின் கோலத்தில் வெடித்த முரண்பாடுகள், ஒழுங்கும் ஒத்திசைவும் கொண்டதாக உலகைக் கற்பனை செய்துகொண்டிருப்பது சாத்தியம் இல்லை என்ற நிலைக்குத் தள்ளிவிட்டது. யதார்த்தத்தின் கோலத்தை உணர்ந்து உடைந்தன உணர்ச்சியும் மென்மையும் கொண்ட கலை உள்ளங்கள். அச்சிதறல்களின் கலை வடிவங்களே சிறுகதைகள்.

கதையில் தன் உயிரை வைத்துக்கொண்டிருக்கும் உன்னதச் சிறுகதை எதுவும் இல்லை. மேலான கலைகள்போல் சிறுகதைகளும் கலைஞனின் பார்வையில் தன் உயிரை வைத்துக்கொண்டிருக்கின்றன. கதைக்கு அடிப்படை ஒத்திசைவு என்றால், சிறுகதைக்கு அடிப்படை முரண். கதை ஸ்வரம் என்றால் சிறுகதை அபஸ்வரம்.

சிறுகதையும் கவிதைபோல தொனிகள் நிறைந்தது. கவிதைபோல் சொற் சிக்கனமும் இறுக்கமும் கொண்டது. மனத் தடாகத்தை நோக்கி வீசப்படுகிறது ஒரு கல். சாய்ந்தோடிச் சென்று ஒரு அலையை எழுப்புகிறது அது. அந்த அலை மற்றொன்றை. வாசகனின் அனுபவ விகாசத்திற்கு ஏற்ப,

அலைகள் விரிகின்றன. இங்கு முடிவு என்று ஒன்றில்லை. முத்தாய்ப்பு என்று ஒன்றில்லை.

தமிழ்ச் சிறுகதையின் முதல் வெற்றியாக வ.வே.சு. ஐயரின் 'குளத்தங்கரை அரசமரத்'தைக் கூறுவது நவீன விமர்சன மரபு. இக்கதையின் முதல் பகுதி ஐயரின் சிறுகதைப் பிரக்ஞைக்கு ஒரு வெற்றி. மறுபகுதி ஒரு சரிவு. அந்தத் தொகுதியில் பிற யாவும் கதைகள். மாதவையாவும் பாரதியும் எழுதியிருப்பவை கதைகள். சிறுகதைப் பிரக்ஞை இவர்களுக்கு இல்லை.

'மணிக்கொடி'யில்தான் தமிழில் சிறுகதை என்னும் கலை முதலில் தோன்றிற்று. இதை உருவாக்கியவர்கள் நால்வர்: புதுமைப்பித்தன், மௌனி, பிச்சமூர்த்தி, கு.ப.ராஜகோபாலன். பார்வை, தனித்தன்மைகள், நடை ஆகியவற்றில் மிகுந்த கலைச் செழுமை கொண்ட இக்கலைஞர்கள் ஒவ்வொருவரும் மற்ற மூவரிலிருந்து முற்றாக வேறுபட்டிருக்கும் தன்மை ஒரு பொற்காலத்தின் எழுச்சிக்குக் கட்டியம் கூறுவது போலவே இருக்கிறது. இப்பொற்காலம் நீட்சி பெறாமல் வணிக நலன்களைப் பேணும் சக்தி வாய்ந்த கேளிக்கையாளரான கல்கியால் திசை திருப்பப்பட்டது. கல்கியையே நாம் பின்னர் ஒரு குறியீடாகக் கருதும் வண்ணம் இந்த வணிக நலன்களே தமிழ்க் கலாச்சாரத்தின் மதிப்பீடுகளை இன்றுவரையிலும் ஆக்கிரமித்து அழித்துக்கொண்டிருக்கின்றன.

மணிக்கொடி காந்திய யுகத்தின் குழந்தை. காந்திய யுகம் வாழ்க்கையை மிகத் தீவிரமான மறுபரிசீலனைக்கு உட்படுத்திற்று. சரித்திரத்தில் இதற்கு முன்னால் நடைபெற்ற மறுபரிசீலனைகளிலிருந்து வித்தியாசமாக, தத்துவத்தின் தளத்திலிருந்து பெருவாரியான மக்களின் தளத்திற்கு இறங்கிற்று காந்திய மறுபரிசீலனை. இந்த மறுபரிசீலனையில் தங்களைப் பிணைத்துக்கொண்ட கலைஞர்கள் மணிக்கொடிக்காரர்கள். பாசி பிடித்த மூளைகளில் காந்தியம் பல மரபுகளை உடைத்தது. சிந்தனையில் தோன்றிய இந்தப் புரட்சி படைப்பில் எண்ணற்ற புதுமைகளை வெளிப்படுத்திற்று.

தமிழில் சிறுகதையின் சிகரத்தை அடைந்தவர் புதுமைப்பித்தன். லட்சியவாதத்திற்கு முதுகைக் காட்டியபடி தலைகீழாக நின்றவர் அவர். ஒழுங்கில் அவநம்பிக்கையும் மீறல்களில் ஆவேசமும் கொண்ட கலைஞர். எந்த அர்த்தத்தில் மணிக்கொடியின் உத்தமப் பிரதிநிதியாக நாம் கு.ப.ரா.வைக் காண்கிறோமோ அந்த அர்த்தத்தில் புதுமைப்பித்தன் மணிக்கொடிக்காரர் அல்லர். லட்சியவாதம், வாழ்வைப் புனரமைத்தல், மதிப்பீடுகளின் சரிவுகளில் கவலை, மனித உணர்ச்சிகளுக்கு முக்கியத்துவம் தந்து பேதங்களின் வேலிகளைச் சாய்த்தல் போன்ற காந்திய யுகத்தின் முக்கியக் கூறுகள் கு.ப.ரா.விடம் பூரணமாகப் பிரதிபலிக்கின்றன. புதுமைப்பித்தனோ மிகுந்த அவநம்பிக்கை கொண்டு தன் காலத்திய மதிப்பீடுகளை முற்றாக நிராகரிக்கிறார். இருவருக்கும் பின், இன்றுவரையிலும் வந்துகொண்டிருக்கும் காலம், புதுமைப்பித்தனின் கணிப்புகளையே ஆமோதிக்கிறது.

புதுமைப்பித்தனும் கு.ப.ராவும் எதிர்எதிர்த் திசைகளில் இயங்கினார்கள் என்று கூறுவது தவறல்ல. புதுமைப்பித்தனின் கட்டுரைகள் சிலவற்றிலும் முக்கியமாகத் தன் சிறுகதைத் தொகுப்புகளுக்கு அவர் எழுதியுள்ள

முன்னுரைகளிலும் விஷயத்தை விளக்கும் பாங்குக்கு மேல் பதில் சொல்லும் குரல் ஒன்று வேகமாக ஒலிப்பதைக் கேட்கலாம். மணிக்கொடியின் குறியீடாகக் கு.ப.ரா.வைக் கண்டு, தனக்கு மேலாகக் கு.ப.ரா.வைத் தூக்கி வைத்துக்கொண்டு குதிக்கும் மணிக்கொடி மனோபாவத்திற்கே அவர் பதில் சொல்கிறார் என்று கூற வேண்டும். தன் நம்பிக்கைகளைத் தக்கவைத்துக்கொண்டு கு.ப.ரா. வாழ்வை விமர்சிக்கும்போது முழு வாழ்வைப் பற்றிய புதுமைப்பித்தனின் பிரக்ஞையும் ஈவிரக்கமற்ற அவரது உண்மைத் தேடலும் அவரது நம்பிக்கைகளையே நொறுக்கிவிடுகின்றன. மதிப்பீடுகளின் சரிவுகள் லட்சியவாதத்தை அரிப்பதையும் தத்துவத்தின் புனிதம் மனித மனங்களின் கோணல்களால் சீரழிந்துவிடுவதையும் காந்திய யுகத்தின் உச்சகட்டத்திலேயே அவரால் உணர முடிந்திருக்கிறது. இந்தச் சமூகம் அதன் சாஸ்திரங்களிலும் வைதீகங்களிலும் நீதிகளிலும் போலிப் பெருமைகளைக் கொட்டிக் கோஷித்துக்கொண்டிருக்கும்போது வாழ்வின் அடித்தளத்தில் நிர்மூலப்பட்டுப்போன மனிதனோடு அவர் தன்னை இணைத்துக்கொண்டார். நீக்கமற அவர் எங்கும் கண்டது பொய்கள், முகமூடிகள், இரவல் விசிறி மடிப்புகள். அவருடைய கலைப் பார்வை அவற்றைக் கிழித்தது. இதில் பிறந்தவை அவரது உன்னதச் சிறுகதைகள்.

மௌனி இந்திய வேதாந்த விசாரத்தின் தளத்தில் நின்று செயல்படுகிறார். நமது பரிச்சய உலகத்தின் சாயல்கள், காட்சிகள் இவற்றை மௌனியின் கலை உதறிவிடுகிறது. ஆணும் பெண்ணும் இரு ஆகர்ஷண கோளங்களாக இவர் கதைகளில் வெளிப்படுகின்றனர்.

இனக் கவர்ச்சியை உடல் தளத்திலிருந்து மேலே எடுத்துச்சென்ற பின்னரும் வேதாந்த, இசைத் தளங்களோடு அவை இணைக்கப்பட்ட பின்னரும் ஆகர்ஷண சக்திகள் கூடி முயங்க முடியாமல் போவதில் கொள்ளும் துக்கம் இவரது சிறுகதைகள் நெடுகிலும் வியாபித்துக் கிடக்கிறது. இது லௌகிகத் தளத்திற்குரிய துக்கம். இந்தத் துக்கத்தை இவர் விவரிக்கும் பாங்கில், கூடாத காதல் குறியீடாக விரிந்து, வாழ்வின் சகல துக்கங்களையும் நெருடும் முகாந்திரமாகிவிடுகிறது. மௌனியின் சிறுகதைகள் சிருஷ்டியின் ஊனத்தைக் கவிதைகளாக்கி இருக்கின்றன.

பிச்சமூர்த்தியின் உலகம் மத உணர்வுக்கும் ஆசார அனுஷ்டானங்களுக்கும் அப்பாற்பட்ட உலகம். மனிதர்களுக்கு அப்பால் பிற ஜீவராசிகளும் அழுத்தம் பெறும் பார்வை இவருடையது. மரபின் தொடர்ச்சியாக ஆத்மீக ஞானத்தைப் பெற்றார் என்பதைவிடவும் இந்திய ஆத்மீக ஞானம் மேற்கில் தோற்றுவித்த அலைகளிலிருந்து மறுபாதிப்புப் பெற்றார் என்று கூறலாம். மேற்கில் பாதிப்பை நிகழ்த்தியது ஆசாரப் பாசிகள் அல்ல. ஆத்மீகப் பண்பின் அடிப்படைகள். இந்த அடிப்படையில் இணைந்த பிச்சமூர்த்தி, ஜீவராசிகளின் அடிப்படை ஒற்றுமைகள் பற்றி சுயபோதம் பெற்று, அன்பில் கரையும் வாழ்வைக் கனவு காண்கிறார். இந்தக் கனவு அவர் கதைகளில் இறங்கும்போது மனித மனத்தின் மேல் நிலைகள் பதிவாகின்றன. அறிவு, வசதி, செல்வம் ஆகியவற்றின் பெருக்கம் வாழ்வின் எளிமையைக் குலைத்துப் பின்னப்படுத்தும் என்றும் மனிதநேயமற்ற விஞ்ஞானம் வாழ்வை நிர்மூலப்படுத்திவிடும் என்றும் பதைத்தவர். உண்மைத்

தேடலை நோக்கமாகக் கொண்டிருந்த விஞ்ஞானம், இன்று ஹிம்சையின் பேருருவமாக மாறி நம்மை அச்சுறுத்திக்கொண்டிருப்பதைப் பார்க்கும்போது பிச்சமூர்த்தியின் கவலையின் நியாயத்தை உணர முடிகிறது. லோகாயத தத்துவத்தின் ஏதேனும் ஒரு வகையை வீசி இவரை நிராகரிப்பது சுலபம். வாழ்வின் தளத்தில் இவரைப் பொருத்தி இவருடைய கனவுகளையும் கவலைகளையும் நமக்குப் பகிர்ந்து கொள்ளத் தெரியவேண்டும்.

சமூகம், கலைகள், கலாச்சாரம் ஆகிய தளங்களில் மிகுந்த பிரக்ஞை கொண்டவர் கு.ப.ரா. தனது குறிக்கோள் பற்றி இவர் கொண்டிருந்த தெளிவு காரணமாக இவரது உழைப்பு சிறிதும் வீணாகவில்லை. படைப்பில், பார்வையையும் வடிவத்தையும் நிறைவு செய்வதில் மிகுந்த கவனம் கொண்டவர். இவரது ஆரம்பகாலச் சிறுகதைகள் சமூகத் தளத்திலும் பிற்காலச் சிறுகதைகள் ஆண் பெண் உறவுத் தளத்திலும் இயங்கின என்று பொதுவாகச் சொல்லலாம். இலக்கியம், அது தோன்றும் காலத்தின் கண்ணாடியாக நின்று, அக்காலத்திற்குரிய மேன்மைகளையும் பிரதிபலிக்க வேண்டும் என்று நம்பிச் செயல்பட்டவர். மென்மை, தாழ்ந்த சுருதி, தொனி, சிக்கனம் ஆகிய சிறுகதைப் பண்புகளை முதலில் உறுதிப்படுத்திய கலைஞர்.

க.நா.சு.வின் சிறுகதைகள் கலை வெற்றி கூடாமல் அறிவுப் பூர்வமாக முடிந்துவிடுபவை. பக்குவமும் விவேகமும் கூடி நிற்கும் இக்கதைகளை வெகு சுகமாக நாம் படிக்கிறோம் என்றாலும் இவை நம்மிடம் எவ்விதப் பாதிப்பையோ சலனத்தையோ ஏற்படுத்துவதில்லை. நம் நினைவில் அவை தங்கி நிற்பதுமில்லை. சீர்திருத்தத்தில் ஆரம்பித்து மரபில் முற்றாகத் தேய்ந்துபோன சி.சு.செல்லப்பா சிறுகதை உத்தியில் மிகுந்த கவனமும் நுட்பமும் கொண்டவர். உத்தியின் அமைதி கூடிய இவரது சிறுகதைகள் நம் நினைவில் அசைகின்றன.

சிறுகதைப் பிரக்ஞை அற்ற பி.எஸ்.ராமையா வெற்றிகரமான ஒரு கதை சொல்லி. சம்பவங்களைப் பின்னுவதிலேயே கவனம் கொண்ட இவருக்கு வாழ்க்கை பற்றிய பார்வையும் இல்லை; விமர்சனமும் இல்லை. ந.சிதம்பர சுப்பிரமணியன் சிறுகதைப் பிரக்ஞை மிகுந்தவர் என்றாலும் பழமையை முற்றாகத் தழுவிக்கொண்டிருக்கும் இவருக்கு, இந்த வடிவப் பிரக்ஞைக்குள் வைக்க நாம் பொருட்படுத்தும் விஷயம் எதுவுமில்லை. மணிக்கொடி மரபின் நீட்சியில் இணைந்தும் வணிக நோக்கங்களுக்குப் பலியாக மறுத்தும் தமிழ்ச் சிறுகதையின் தரத்தைக் காப்பாற்றிக்கொண்டு போகும் பரம்பரை இன்றுவரையிலும் தொடர்கிறது. தி.ஜ.ரா., எம்.வி.வெங்கட்ராம், கரிச்சான் குஞ்சு, த.நா.குமார ஸ்வாமி, கி.ரா., ராஜம் கிருஷ்ணன், சூடாமணி, நீல.பத்மநாபன் போன்ற பலர் இதில் பங்கு பெறுகின்றனர்.

கல்கி கதை சொல்லும் மரபின் வாரிசு. அதிகபட்சமான வாசகர்களை எட்டச் செய்ய அவசியமான தந்திரங்களே இவரது கதைக் கூறுகள் அனைத்தையும் தீர்மானிக்கின்றன. காந்தி யுகத்திற்குரிய முற்போக்கான சமூக விமர்சனங்களில் ஆரம்பித்து, ஜனரஞ்சக சுவாரஸ்யத்திற்குத் தீனி போடுவதில் தன்னை முற்றாகக் கரைத்துக் கொண்டவர். வாசகனுக்கு

எவ்விதப் பங்கும் அளிக்காமல் விளக்கங்களை விரித்துக் காதல் இனிப்புகளை வாசகர்களின் வாயில் பாலாடையால் ஊற்றியவர். இவரது கதைகளில் எதுவும் சிறுகதைப் பிரக்ஞையைக் காட்டவில்லை. கல்கியின் வாரிசுகளான வணிக வெற்றிகளின் பட்டியல் மிக மிக நீளமானது. கலைரீதியான பரிசீலனைக்குத் தகுதியற்றவர்கள் என்பதால் இவர்கள் இங்கு முற்றாக நிராகரிக்கப்படுகிறார்கள்.

ராஜாஜி ஆத்மார்த்தமான சிறுகதை எழுத்தாளர். தனது முற்போக்கான சிந்தனைகளுக்குச் சிறுகதையை ஒரு வாகனம் ஆக்கியதில் இவரைத்தான் முதல் முற்போக்குச் சிறுகதை எழுத்தாளர் என்று சொல்ல வேண்டும். சிறுகதைக்குரிய சிக்கனம் இவரிடம் உண்டு. சிறுகதைப் பிரக்ஞையும் இவருக்கு இருக்கிறது. ஆனால் இவர் கதைகளில் கலைப் பெறுமானம் கூடுவதில்லை.

லா.ச.ராமாமிருதம் வாசனைத் திரவியங்களின் நறுமணங்களைத் தமிழாக மாற்றிக்கொண்டு வந்தவர். இவருடைய கதைகளில் மரபு, பிச்சமூர்த்தியைப் போல் விடுதலை பெற்று மனிதத் தன்மையின் சாராம்சத்தை எட்டாமல், வைதிக வாழ்வின் சாயல்களில் அழுந்திக் கிடக்கிறது. நெருக்கடிகளை உருவாக்கித் தீவிர அனுபவங்களைத் தரவல்லவர் என்றாலும் இவ்வனுபவங்களின் அர்த்தம் நமக்குப் புரிவதில்லை. பதற்றங்கள் கொண்ட உணர்ச்சிப் பிழம்பான இவரது கதாபாத்திரங்கள் கூடக் குடும்பத்துக்குள் முட்டி மோதிக்கொண்டு கிடக்கிறார்களே தவிர, எந்தத் தளைகளையும் அறுப்பதில்லை. உணர்ச்சிகரமான சம்பவங்களை உச்சஸ்தாயியில் வெளிப்படுத்தும் திறனிலும் மொழியின் புதிய பரிமாணங்களிலும் பிணைந்து கிடக்கிறது இவரது உயிர்.

ரகுநாதனின் ஆரம்பகாலக் கதைகள் புதுமைப்பித்தனின் கதைத் தன்மையால் பாதிக்கப்பட்டு, பார்வையால் பாதிக்கப்படாதவை. பிற்காலக் கதைகள் முற்போக்கு விஷயங்களைக் கூறிய விதத்தில் கலை அமைதி கூடாதவை. இவைதான் முற்போக்கு இலக்கியம் என்று பின்னால் பெயர் பெற்ற, அளவில் பெருத்துவிட்ட, கலைப் பெறுமானம் அற்ற, ஒரு வஸ்துவின் முன்னுதாரணம். இங்குக் கதைப் பொருள்கள் எழுத்தாளனின் வாழ்க்கையைச் சார்ந்து அமையாமல், கதைப் பொருளில் வலியுறுத்தப்பட வேண்டிய தரப்புக் கோட்பாடுகளின் அடிப்படையில் முன் தீர்மானத்துக்கு ஆளாகி, அந்தத் தரப்பை அழுத்தும் வகையில் ஜோடனை செய்யப்படுகின்றன. முன் முடிவு, ஜோடனை, நிர்ணயிக்கப்பட்ட இடத்தைச் சென்றடைவதில் குறியாக இருத்தல் ஆகிய குணங்கள்கொண்ட இக்கதைகளைக் காலம், வணிகக் கதைகளோடு சேர்த்து ஆயாசமின்றிப் பெருக்கித் தள்ளிக்கொண்டிருக்கிறது.

விந்தனுடைய ஒரு முகம் பத்திரிகை முகம். மற்றொன்று அவருடைய முகம். பிழைப்பின் கோலமான பத்திரிகை முகத்தை விட்டுவிட்டு அவருடைய முகத்தை மட்டுமே எடுத்துக்கொள்வோம் என்றால் தன்னிறைவு கூடாத மக்களின் துன்பங்களை மனித நேயத்துடன் வெளிப்படுத்தியவர் இவர் என்று கூற வேண்டும். பொருளாதார நிலையையே மனிதனின் துன்பங்களுக்கு

முதலும் முடிவுமான காரணமாகக் காண்கிறார். ஆத்மார்த்தமான எழுத்து என்றாலும் கலை வெற்றி பெறாமல் சரிந்துவிடுகின்றன இவரது கதைகள்.

இன்றுவரையிலும் வந்துள்ள சிறுகதை எழுத்தாளர்களில் அதிக வசீகரம் கொண்டவர் தி.ஜானகிராமன். வாழ்வின் சாரத்தை நேர்முகமாகப் பெறும்போது மங்கிப் போய்விடும் வசீகரம் இது. அபூர்வமான அழகுணர்ச்சி கொண்ட இவர் நினைவில் நீங்காது நிற்கும் அற்புதமான பல சிறுகதைகளைப் படைத்திருக்கிறார். சிருஷ்டியின் விசித்திரங்களை மேடையேற்றி, கடைசி நாற்காலியில் அமர்ந்து, புன்னகையுடன் பார்த்துக்கொண்டிருந்தவர். மேடைக்குரிய ஒளிகளும் விதானங்களும் அரிதாரமும் இவர் உலகத்துக்கு ஒரு ஜிலுஜிலுப்பை அளிக்கின்றன. வாழ்க்கையோ நாடக நடிகர்களை நாடகத்துக்கு மறுநாள் காலையில் பார்ப்பது போல் இருக்கிறது. மனிதனின் வீழ்ச்சியையும் பிறழ்வையும் தத்தளிப்பையும் அனுதாபத்துடன் பார்த்தவர். ஒழுக்கம், தர்மத்தின் விதிகள் இவற்றைத் தாண்டி உணர்வு நிலைகளே மனித வாழ்வைத் தீர்மானிக்கின்றன என்பதில் நம்பிக்கை கொண்டிருந்தவர்.

அழகிரிசாமி, புதுமைப்பித்தனின் குடும்பத்தைச் சார்ந்தவர் என்று கருத ஏதுக்கள் இருப்பினும், உண்மையில் அவர் கு.ப.ரா.வின் குடும்பத்தைச் சார்ந்தவர். கு.ப.ரா.வின் வலிமையான வாரிசு. மனித இயல்பைப் புதுமைப்பித்தனைப் போல் ஒரு சிடுக்காகக் காணாமல் அமைப்பின்மீது அதிகக் குறைகளைக் கண்டவர். ஆட்டிக் குலைக்கும் வாழ்விலும் மனித ஜீவன்கள் தக்கவைத்துக்கொண்டிருக்கும் மேன்மைகள் இவரைப் புல்லரிக்கச் செய்கின்றன. கு.ப.ரா.வைப்போல் எளிமையான சாயல்களும் மென்மையான குரலும் மிகுந்த சிறுகதைப் பிரக்ஞையும் கொண்டவர்.

சுதந்திரத்திற்குப் பின் தோன்றிய எழுத்தாளர்களில் மிக முக்கியமாகக் குறிப்பிடப்பட வேண்டியவர் ஜெயகாந்தன். தமிழ்ச் சிறுகதைச் சரித்திரத்தில் வாசக சமுத்திரத்தை நீச்சல் அடித்துத் தாண்டுவதில் வெற்றி கண்டவர்கள் இருவர். ஒருவர் கல்கி, மற்றொருவர் ஜெயகாந்தன். இருவரும் வெவ்வேறான ஜனரஞ்சகத் தன்மை கொண்டவர்கள். வாசகர் எதிர்பார்ப்பில் கல்கி தன்னைக் கரைத்துக்கொண்டபோது, ஜெயகாந்தன் தன்னில் வாசக எதிர்பார்ப்பைக் கரைத்துக்கொள்கிறார். ஊஞ்சலில் அமர்ந்து வாசனைப் பாக்குத் தூள் போட்டுக்கொண்டிருந்த சிறுகதையைத் தெருவில் இறக்கினார் புதுமைப்பித்தன். ஜெயகாந்தன் அதை வாழ்வின் அடிமட்டம்வரை விரட்டினார். ஜெயகாந்தனின் கதைகள் முன் முடிவுகள்கொண்டவை. எனினும் அனுபவச் செழுமையும் வர்ணங்களும் கற்பனை ஆற்றலும் மனித இயல்புகளை ஒரு எல்லை வரையிலும் அனுசரித்துச் செல்வதும் கதைகளாக இவரது எழுத்துகள் வெற்றி பெறக் காரணங்களாக அமைகின்றன. கதை மரபைச் சார்ந்த இவரிடம் தொனி, சிக்கனம், சிறுகதைக்குரிய தனித் தன்மைகள் எவையும் இல்லை. எழுத்துப் பாங்கின் கூறுகளைவிட, மேடையில் குரலெடுத்துத் தம் கதைகளைக் கூறும் தன்மையையே இவரது கதைகள் கொண்டிருக்கின்றன.

தான் மீண்டும் குழந்தையாகிவிட வேண்டும் என்ற கனவு கிருஷ்ணன் நம்பியின் சிறுகதையில் அடிநாதமாக ஒலிக்கிறது. அன்பின் நெகிழ்ச்சியில் உருகும் உலகம் இவருடையது. அழகுகளில் பரவசம் கொண்டு குழந்தைகளின்

இருப்பில் குதூகலம் கொள்ளும் உலகம். அன்பின் நெகிழ்ச்சியும் குதூகலமும் அழகுகளும் வாழ்வின் தளத்தில் கேவலப்பட்டுக் கிடக்கும் பரிதாபத்தையும் கிருஷ்ணன் நம்பியால் பொறுத்துக்கொள்ள முடியவில்லை.

ஜி.நாகராஜனைப் புதுமைப்பித்தன் வழியில் வந்த மூர்க்கமான யதார்த்தவாதி என்று சொல்ல வேண்டும். இவருடைய உலகம் வெளி உலகத்தின் இருள் உலகம். மதிப்பீடுகளுக்கும் ஒழுக்கங்களுக்கும் அப்பால் தள்ளப்பட்டுவிட்ட ஜீவன்களோடு தன்னை இணைத்துக்கொண்டவர் இவர். இயற்கையின் அகலமான வீச்சை விட்டுவிட்டுப் பிறழ்வுகளையும் விதிவிலக்குகளையும் சரிவுகளையும் கண்டு சொன்னவர். இதே உலகத்தைச் சேர்ந்தவர்கள், ஜெயகாந்தன் கதைகளில் தங்கள் தாழ்வுகளுக்குச் சமூக நிலைகளைக் குறைகளாகக் காண்கிறார்கள். நாகராஜனின் கதாபாத்திரங் களுக்கு விமர்சனம் இல்லை. சீரழிவும் தத்தளிப்புமே உள்ளன. அதற்கான காரணங்களும் அவர்களுக்குத் தெரிவதில்லை. விமோசனமும் தெரிவதில்லை.

கி.ராஜநாராயணன், ஜானகிராமனின் குடும்பத்தைச் சேர்ந்தவர். ஜானகிராமனைப் போலவே அபூர்வமான அழகுணர்ச்சியும் ரசனையில் திளைக்கும் மனோபாவமும் கொண்டவர். இவரது கதை உலகத்தைத் தமிழ் மண்ணுக்கே உரித்தான ஒரு பழத்தோட்டம் என்று சொல்லலாம். வித்தியாசமான மனிதர்களைக் கதாபாத்திரங்களாக மாற்றும் ஆற்றல் இவர் கலை வன்மை. இதே உலகத்தைச் சேர்ந்த அழகிரிசாமியின் கதைகளிலிருந்து வித்தியாசமாக, தன்னைச் சார்ந்த உலகத்தை அன்னியரின் பார்வையில் பார்க்க முற்படும் தருணங்களில், இவருடைய சகஜங்களே இவருக்கு சகஜமற்றுப் போகின்றன. நினைவில் நீங்காது நிற்கும் பல அருமையான கதைகளை உருவாக்கியவர்.

அசோகமித்திரன் சிறுகதை பற்றிய பிரக்ஞை மிகுந்தவர். மத்திய தர வர்க்கத்தின் குரலெடுத்து அழ முடியாத இக்கட்டுகளை மிகுந்த கலை வெற்றியுடன் இவர் உருவாக்கியிருக்கிறார். வாழ்வின் பொறியில் மாட்டிக்கொண்ட விதம் பற்றியோ விடுதலை பற்றியோ ஏதும் யோசனைகள் அற்றவர்கள் இவர்கள். இக்கட்டுகள் அழுத்தும்போது வாழ்க்கையைச் சமத்காரம் குறையாமல் சுமக்க வேண்டிய நிர்ப்பந்தம் கொண்ட இவர்களின் அவஸ்தைகளைக் கலை உருவங்களாக மாற்றியிருக்கிறார் அசோக மித்திரன்.

சா.கந்தசாமியின் கதைகளை ஓவியங்களுடன் ஒப்பிடலாம். அவற்றிலிருந்து நாம் பெறும் அனுபவங்களையும் உணர்வுகளையும் கருத்துரீதியாக வகைப்படுத்த முடியாமல் போவதால் அவை எவ்விதத்திலும் குறைந்து போனவை அல்ல. கிராமம், குழந்தைகள், மனிதனுக்கும் இயற்கைக்குமான தொடர்பு இவற்றைச் சார்ந்த சித்திரங்கள் இவை. கடந்த கால வாழ்க்கையை ஏக்கமின்றி, மீண்டும் அவை உருப்பெற வேண்டுமென்ற விவேக மற்ற பிடிவாதமின்றி, மறுபரிசீலனை செய்து பார்க்கிறார் இவர். உருவப் பிரக்ஞை கொண்டவர்.

புதுமைப்பித்தனுக்கும் ஜி.நாகராஜனுக்கும் இடைப்பட்ட ஒரு யதார்த்தவாதியாக ஆ.மாதவனைச் சொல்லலாம். மனிதனின்

அந்தரங்கங்களைக் கண்டு சொல்வதில் மிகுந்த ஆசை கொண்டவர் இவர். சுய அனுபவங்கள் சார்ந்து நிற்பதாலும் கோட்பாடுகளுக்காக மனித இயல்புகளை விட்டுக் கொடுக்க மறுப்பதாலும் எப்போதும் நம்பகத்தன்மை கொண்டுவிடுகின்றன இவரது கதைகள். பொருளாதார ஏற்றத்தாழ்வு போல – ஒருக்கால் அதற்கும் மேலாக – பாலுணர்ச்சி உந்தல்கள் மனிதனை ஆட்டிக் குலைக்கும் உண்மைக்கு அழுத்தம் தந்தவர். எவ்வாறு மனிதன் இருக்க வேண்டும் என்பது அல்ல – அவ்வாறு இல்லாமல் போனதற்கான விமர்சனமும் அல்ல – நமது சுலபக் கணிப்புகளுக்கு அப்பால் மனிதன் எவ்வாறு இருந்து கொண்டிருக்கிறான் என்பதைப் புரிந்துகொள்வதே இவர் அடிப்படை.

ந.முத்துசாமி சிறுகதை இயல்புகளை ஏற்க மறுக்கும் விவரணங்களைத் துழாவிக்கொண்டு போகிறவர். இந்த விவரணங்களில் ஊடுருவுகின்றன இவரது விமர்சனம். சூழ்நிலை மனிதனைப் பாதிக்கும் தன்மை இவருக்கு முக்கியம் என்பதால் புற உலக வர்ணனைகள் விஸ்தரிப்புப் பெறுகின்றன. சில சமயம் சிறுகதையின் உருவத்தைக் குலைத்துக்கொண்டுகூட கைநழுவிச் செல்லும் காலத்தின் முகச் சாயல்களை மீண்டும் வரைந்து கலையில் பிணைத்துப் போட்டு வைக்கும் காரியம் இவருடையது.

வண்ணநிலவனின் கதாபாத்திரங்கள் வாழ்க்கைச் சோதனையில் அனைத்தையும் பறிகொடுத்த பின்னரும் அன்பின் நெகிழ்ச்சியைத் தக்க வைத்துக்கொண்டிருப்பவர்கள். மனிதனை மனிதனாகக் காண்பதற்கு இவருக்குக் கடைசியாக மிஞ்சியிருக்கும் அடையாளம் இதுதான். கதை மரபிலிருந்து விடுபட்டுச் சிறுகதைக்குரிய சிக்கனம், குறிப்புணர்த்தல், குறைவாகக் கூறி அனுபவ அதிர்வுகளுக்கு இடம் தரும் பாங்கு ஆகிய சிறுகதைக்குரிய சிறப்பம்சங்களை இவரது வெற்றி பெற்ற கதைகளில் காணலாம்.

வண்ணதாசனின் கவனிப்புகளும் மொழியும் புற உலக விவரணங்களும் முக்கியமானவை. அசோகமித்திரனைப் போல் நுட்பத்தில் கவனம் கொண்டவர் என்றாலும் அசோகமித்திரன் இலக்கைநோக்கி துல்லியமாகச் சிறகடித்துச் செல்லும்போது சிறகுகளைக் கோதிக் கொண்டிருப்பதிலேயே வண்ணதாசனின் சிறுகதைப் பொழுது முடிந்துவிடுகிறது. நுட்பங்களில் வண்ணநிலவனுக்கு நிகரானவர். ஆனால் வண்ணநிலவன் போல் யதார்த்தத்தில் நிற்காமல் கற்பனையின் ஆகர்ஷணத்தில் சபலம் கொண்டு விடுகிறார்.

சிக்கனமாகச் சிறுகதை சொல்லத் தெரிந்தவர் பூமணி. இந்தச் சிக்கனம் கடுமையாகி உடல் மெலிந்து போகிறது பல கதைகளில். வாழ்வின் கொடுமையில் யந்திர நிலைக்குத் தாழ்ந்துவிட்ட இவரது கதாபாத்திரங்கள் வறண்ட பூமியில் கொடுமையான வெயிலுக்கு ஈடு கொடுப்பதில் காய்ந்து போன புதர்களையே நமக்கு நினைவுபடுத்துகின்றனர். சமூக நிலை பற்றிக் கோபமும் மனித நேயமும் கலை வெற்றி கூட்டுவதில் மிகுந்த சிரத்தையும் கொண்டவர்.

நாஞ்சில் நாடனின் கதாபாத்திரங்கள் மரபு, பண்பாடு, குடும்பம் சார்ந்த பழம் பெருமைகளுக்கு ஆளான உயர் ஜாதி விவசாயிகள். காலத்தின் புதிய கோலங்களில் மருண்டு தாங்கள் பிடிக்கும் ஏருக்கு அடியில் நிர்த்தாட்சண்யமாக நழுவி ஓடும் பூமியைக் கண்டு இவர்கள் சங்கடப்படுகிறார்கள். இவர்களுடைய சங்கடத்தைச் சொற் சிக்கனமின்றிப் பதிவு செய்கிறார் நாஞ்சில் நாடன்.

அம்பையின் சிறுகதைகளைப் பெண் கோபத்தின் முதல் வெளிப்பாடு என்று சொல்லலாம். வாழ்வின்மீது கவியும் துன்பங்களையும் தன்மீது கவியக் கூடியவையாகக் கண்டு வருத்தம் கொள்ளும் பெண்மையின் உலகம். நுட்பமும் கலை அழகும் கொண்டவர் என்றாலும் வாழ்வு பற்றிய இவரது அறிவுப்பூர்வமான புரிதல்கள் அனுபவங்களை வழிநடத்துவதில் கதைகளின் உணர்வு நிலைகள் பாதிக்கப்படுகின்றன. பிரபஞ்சன் சுவையான, தரமான, கலை வெற்றியை உறுதிப்படுத்தும் சிறுகதைகளை எழுதியிருப்பவர். மன ஆரோக்கியம் கொண்ட இவரது கதாபாத்திரங்கள் புஷ்டியான வாழ்க்கை வாழ ஆசைப்படுகிறார்கள். இந்த ஆசைக்கும் வாழ்வின் ஸ்திதிக்குமான முரண்பாடுகளில் தங்கள் நம்பிக்கைகளை இழக்க மறுக்கிறார்கள் அவர்கள். மிகக் கவனமாகக் கதைகளை உருவாக்குபவர் விமலாதித்த மாமல்லன். சிறுகதைக்கே உரித்தான தனித் தன்மையின் மரபில் ஊட்டம் பெற்றவர். வாழ்க்கையை எதிர்கொள்ளத் தெரியாத ஜீவன்களின் பரிதவிப்பு இவரது சிறுகதைகளின் மையம். சுரேஷ்குமார இந்திரஜித் சிறுகதைகளில், ஒதுக்கப்பட்ட மனிதன், சுழலும் வாழ்க்கை யந்திரத்தின் சக்கரங்களில் தொற்றி ஏற வழிவகை தெரியாமல் வியாகூலம் கொள்கிறான். ஆர்.இராஜேந்திர சோழன் தத்துவக் கோட்பாடுகளுக்குள் சுருங்க மறுத்து, தன் அனுபவச் செழுமையில் நின்று வாழ்வின் அவலங்களைக் காட்டும் துணிச்சலான பல கதைகள் எழுதியிருக்கிறார். திலீப்குமார் மத்திய தர வாழ்க்கையின் தத்தளிப்பை அனுபவ சாரத்தில் நின்று, முன் முடிவுகளின்றிச் சொல்கிறார். தங்களுடைய துன்பங்களைத் தாங்களே விலகி நின்று கிண்டலும் கேலியுமாகப் பார்த்துக்கொள்கிறார்கள் இவருடைய பாத்திரங்கள். சிறுகதைப் பண்புகளைக் காப்பாற்றுவதில் கவனம் மிகுந்தவர். சார்வாகன், நகுலன், தருமு சிவராமு ஆகியோரின் கதைகள் தொகுக்கப்படாததால் நான் இங்கு அவற்றைப் பரிசீலனைக்கு எடுத்துக்கொள்ளவில்லை.

கடல் கடந்த தமிழ்ப் பிராந்தியங்களைச் சார்ந்த படைப்புகளைப் பற்றி உதாசீன மனோபாவம் கொள்வதே இன்றுவரையிலுமான நமது விமர்சன மரபு. இக்குறையை முற்றாக அகற்றும் வகையிலான முயற்சிகளை நாம் மேற்கொள்ள வேண்டும். எனது எளிய முயற்சியில், இப்போது என் கவனத்துக்கு வந்துள்ள சிறு எல்லையில் மு.தளையசிங்கத்தின் சிறுகதைகள் முக்கியமானவை. சமூகம், பொருளாதாரம், கலாச்சாரம், பாலுணர்ச்சி போன்ற பலவற்றையும் கணக்கில் எடுத்துக்கொண்டு மனித உறவில் ஒரு விவேகமான சமநிலையை இவர் உருவாக்க முயல்கிறார். இவ்வாறு விஞ் ஞானரீதியான சோதனைகளுக்கு ஆட்படும் அனுபவங்கள், வாழ்வின் உணர்வுப்பூர்வமான தளங்களில் இறங்க மறுத்துக் கலைத் தன்மை மங்கிய சிந்தனை வடிவங்களாகச் சுருங்கிப்போகும் அபாயம் கொண்டவை.

அனுபவ உண்மைகளை முன்னிலைப்படுத்தும் பார்வைகொண்ட இவரது சிறுகதைகள் புஷ்டியும் ஜீவனும் கொண்ட கலை வெற்றிகளாக நம்மைப் பாதிக்கின்றன.

ஐம்பது வருடங்களாக வெளிவந்துகொண்டிருக்கும் தமிழ்ச் சிறுகதைகளின் குவியலிலிருந்து சிறந்த சிறுகதைகளைத் தேர்வு செய்வதற்காக நான் மேற்கொள்ளும் பயிற்சியின் ஆரம்பக் குறிப்புகளாக இந்தக் கட்டுரையைக் கொள்ள வேண்டும். பார்வை, சிறுகதைப் பிரக்ஞை, கதை மரபு ஆகிய மூன்று கூறுகளை நான் வகுத்துக்கொண்டிருக்கிறேன். பார்வையும் சிறுகதைப் பிரக்ஞையும் கொண்ட கலைஞர்கள் முதல் தொகுப்பிலும் சிறுகதை அமைதி முற்றாகக் கூடவில்லை என்றாலும் பார்வையின் வலுக்கொண்டவர்களை இரண்டாவது தொகுப்பிலும் உத்தி உருவத் தளங்களில் நின்று தமிழ் சிறுகதையின் தரத்தைப் பேணிக்கொண்டு வந்தவர்களை மூன்றாவது தொகுப்பிலும் சேர்த்துச் சிறுகதைத் துறையில் நம் சாதனையை முழுமையாகக் காட்டிவிடலாம் என்பது என் எண்ணம். பார்வையும் சிறுகதைப் பிரக்ஞையும் கொண்ட கலைஞர்களைவிடவும் சமூக விமர்சனத்தை முன்வைக்கும் கதை சொல்லிகளையே நம் தமிழ் வாசகர்கள் இறுகத் தழுவிக் கொள்கிறார்கள்.

எனது பரிசீலனையில் விடுதல்கள் இருப்பின், அந்தப் படைப்பாளிகளின் பெயரை என் கவனத்திற்குக் கொண்டுவரும்படி என் சக எழுத்தாளர்களையும் வாசகர்களையும் அன்புடன் கேட்டுக்கொள்கிறேன்.

ஜாலான் தம்பி அப்துல்லா, பிரிக்பீல்ட்ஸ், கோலாலம்பூர் இலக்கியச் சிந்தனையின் சிறுகதைத் திறனாய்வுக் கருத்தரங்கக் கூட்டத்தில் 25.08.1985 அன்று படிக்கப்பட்ட கட்டுரையின் சுருக்கம்.

'மாதவன் கதைகள்' சிறுகதைத் தொகுப்பில் இடம்பெற்ற முன்னுரை, கலைஞன் பதிப்பகம், 1985.

தலித் இலக்கியம் பற்றி...

தலித் இலக்கியம் பற்றி எனக்குத் தெளிவில்லை. தமிழில் மாதிரி படைப்புகள் – முக்கியமாக ஒரு நாவல் – தென்படவில்லை. படைப்பு மொழி சார்ந்து நிற்கிறது; மொழி தாண்டிப் பேசுகிறது. ஆக, தலித் இலக்கியம் பற்றி அனுபவம் பெற, உணர்வுகள் பெற எனக்கு வாய்ப்பு அதிகம் இல்லை. ஆங்கிலம் வழி சிறிய அளவில் தலித் ஆக்கங்கள் என்று கருதப்படுபவை படிக்கக் கிடைத்திருக்கின்றன. அவற்றில் தார்மீகக் கோபம் வலுவாகவும் கலை வலு பலவீனமாகவும் இருந்தன. படைப்பு பட்டென்று பல விஷயங்களைத் தெளிவுபடுத்தக்கூடியது. முழு வாழ்க்கையில் அரசியலுக்கு அகப்படுபவற்றை மட்டுமே பார்ப்பவர்கள், இப்போது படைப்புகள் அற்ற நிலையில், படைப்புகளுக்குரிய விதிகளைப் பொருட்படுத்தாது தலித் இலக்கியம் பற்றிப் பேசிக் கொண்டு போகலாம். தலித் கலைஞன் இந்த வாய் வீச்சுகளை அப்படியே ஏற்றுக்கொள்ளக் கூடியவனாக இருக்கமாட்டான்.

ஆழமான அனுபவங்கள் ஆழமான படைப்புகளுக்கு வழி கோலும் உத்தரவாதமில்லை. ஆனால் படைப்புக்குள் ஆழங்கள் இருக்குமென்றால் அவற்றின் பின் ஆழமான அனுபவங்களும் இருந்தாக வேண்டும். இந்த அனுபவ ஆழம் இல்லையென்றால் கற்பனை பயன் இல்லை. அனுபவ ஆழம் இருக்கும்போது சாராம்சத்தைக் கண்டடைய உபயோகப்படும் கற்பனை, அனுபவ ஆழம் இல்லாத நிலையில் மேலோட்டமான பரப்பில் பரந்து தத்தளிக்கிறது.

மேல்தட்டு வாழ்க்கையைப் பற்றி பல்வேறுபட்ட பிரிவுகளைச் சேர்ந்த எழுத்தாளர்கள் எழுதியிருக்கிறார்கள். தன் பின்னணியைச் சார்ந்து இயங்குவது படைப்பாளிக்கு இயற்கையாக இருப்பது போலவே தன் பின்னணியைத் தாண்டும் சவாலை மேற்கொள்வதும் படைப்பாளிக்குரிய

இயற்கைகளில் ஒன்றாகவே இருக்கிறது. படைப்பாளி தன் ஜாதியையும் தன் மதத்தையும் தன் வளர்ப்புப் பின்னணிகளையும் தன் தேசத்தையும் மொழியையும் தாண்டிச் சென்று வெற்றி பெற்றிருக்கிறான். தன்னுடைய அனுபவத்தைப் பிறருடைய அனுபவமாக மாற்றும் ஆற்றலையே வெற்றி என்கிறேன். இலக்கிய வரலாறு இந்தத் தடையங்களைத் தந்த பின்பும் இன்றைய மேல்தட்டுப் படைப்பாளிகளால் ஒடுக்கப்பட்ட மக்களின் வாழ்க்கையை முன் வைத்துப் படைக்க முடியும் என்று எனக்குத் தோன்றவில்லை.

இந்து சமூகத்தில் ஏற்றத்தாழ்வுகள் உறுதிப்பட்டுக் கிடக்கின்றன. சமத்துவம் அற்ற நிலையில் வாழ்க்கையில் பிணைந்து கிடக்கும் விதி ஒன்றே இங்குச் சமத்துவமாக இருக்கிறது. மேல்தட்டு மக்கள் தங்களுக்குள் கொண்டிருக்கும் ஏற்றத்தாழ்வுகளுக்கும் அடித்தட்டு மக்களின் ஏற்றத் தாழ்வுகளுக்கும் இடையே மிகப் பெரிய கருஞ்சுவர் எழுப்பப்பட்டிருக்கிறது. ஜாதியின் இருள் இது. இந்த இருளின் இரு பக்கங்களிலும் முற்றிலும் வேறுபட்ட வாழ்க்கை கிளர்த்தெழுந்திருக்கிறது. ஒரு பக்கம் உழைத்து நாகரிகத்தை உருவாக்கியவர்கள். மறுபக்கம் அவர்கள் உருவாக்கிய நாகரிகத்தின் மேல் தங்கள் வாழ்க்கையைக் கட்டி எழுப்பி அவர்களுடைய உழைப்பைச் சுரண்டி தங்களுடைய ஆளுமைகளை வளர்த்துக்கொண்டவர்கள். அப்படி அவர்கள் வளர்த்துக்கொண்ட ஆளுமைகள் உழைப்பாளிகளின் நாகரிகத்தை அவமதிப்பது என்பது எண்ணெயைச் சுடர் இழிவு படுத்துவது போல் ஆகும். சுடரின் பிரகாசம் எண்ணெயின் சக்தியே அன்றி வேறு அல்ல. ஜாதியின் பிளவைத் தாண்டி மேல்தட்டுப் படைப்பாளியால் ஒடுக்கப்பட்ட மக்களின் வாழ்க்கையைப் பற்றிப் பேச முடியும் என்று எனக்குத் தோன்றவில்லை. இதுகாறும் அவர்களைப் புறக்கணித்துச் சுரண்டியதுபோல் இனி அவர்களைப் பொருட்படுத்திப் பேசிச் சுரண்ட சிலர் முன் வரலாம். பேச்சின் தளங்களில் இருந்து பெரிய படைப்புகள் உருவாவதில்லை.

தலித் மக்கள் தங்கள் மொழியில் தங்களை முன்வைக்கும் காலம் நெருங்கிக்கொண்டிருக்கிறது. இன்றுவரையிலும் மேல்தட்டு அறிஞர்கள் சொல்லியிருப்பவையே அவர்களைப் பற்றி அறிய நமக்கு அடிப்படையாக இருந்திருக்கிறது. தலித் மக்கள் தங்களைப் பற்றிச் சொல்லிக்கொள்ள முற்படும்போது இந்த அடிப்படைகள் தகர்ந்து போகலாம். மேல்தட்டுக் கற்பனைகளின் அபத்தங்கள் இனி வெளிப்படலாம். ஒடுக்கப்பட்ட மக்கள் வித்தியாசமானவர்கள் மட்டுமல்ல, முற்றிலும் வேறுபட்டவர்களாகவே இருக்கிறார்கள். அவர்களுடைய நீதிகள், ஒழுக்கங்கள், மதிப்பீடுகள், நாகரிகங்கள் மேல்தட்டினர் பிடித்து வைத்திருப்பதை ஆமோதிப்பவையாக இருக்க வேண்டும் என்பதில்லை. தாங்கள் அனுசரித்து வரும் நாகரிகத்தை ஒடுக்கப்பட்டவர்களும் அனுசரிக்கும் சமூகத்தை உருவாக்குவதே ஒடுக்கப்பட்ட மக்களின் விடுதலை என்று கற்பனை செய்துகொள்ள மேல்தட்டுச் சிந்தனையாளர்களுக்கு இனி உரிமை இல்லை.

சமூகப் பாகுபாடுகளைப் புரிந்துகொள்ளப் பிரிவுகள் உபயோகப்படு கின்றன. ஜாதி, மதம், கலாச்சாரம் சார்ந்த பிரிவுகளைப் படைப்பு பிரதிபலிக்கிறது. வேற்றுமைகளை முன் நிறுத்துகிறது. தாழ்வின்

கொடுமைகளைப் பதிவு செய்கிறது. மிகப் பெரிய வெப்பங்கள் தலித் இலக்கியத்தின் உள்ளூறையாக அமையலாம். அது மிகவும் இயற்கையான காரியம். ஆனால் தலித் கலைஞன் தன் கலையைப் படைத்தாக வேண்டும். தன்னிடமே பேசிக்கொள்வதைத் தாண்டி, தன் அயலானிடம் பேசிக் கொள்வதைத் தாண்டி, மனித குலத்துடன் அவன் பேசியாக வேண்டும். அப்போது மட்டுமே அவன் கலைஞன். தன் துக்கம், தன் ஜாதியின் துக்கங்கள், தன் மதத்தினரின் துக்கங்கள், தன் இழிவுகளின் அவலங்கள் இவை எந்தப் பின்னணியில் இருந்து கிளம்பினாலும் சரி, என்ன என்ன கோலங்கள் கொண்டாலும் சரி, மனித துக்கம் என்ற பெரிய தடாகத்தில் அவை வந்து கலந்தாக வேண்டும். வேற்றுமைகளின் அவலத்திலிருந்து ஒற்றுமைகளின் அழகுகளுக்கு அவை வந்தாக வேண்டும். இவை படைப்பின் நியதிகள். தன் வாழ்க்கையைச் சார்ந்து அவன் படைக்காமல், தன் வாழ்க்கையை வைத்து அவன் ஜோடனை செய்தால் காலத்தின் முன் அந்த ஜோடனைகள் உதிரும்.

வாழ்க்கையைப் பற்றி அறிய முழு வாழ்க்கையை உள்ளடக்கும் படைப்புகள் தேவை. இதுகாறும் நாம் அறிந்திருக்கும் வாழ்க்கை பெரிதும் மேல்தட்டு வாழ்க்கையே. விடுபட்டுப் போன மிகப் பெரிய பகுதி ஒன்று அதன் சுவடுகளைப் படைப்பில் பதிக்கும் காலம் நெருங்கிக் கொண்டிருக்கிறது. அப்படைப்புகள் முன் வைக்கும் பார்வை வாழ்க்கையைப் பற்றிய நம்முடைய பார்வையை விரிவுபடுத்தி நம் அடிப்படைகளையே மறுபரிசீலனை செய்ய நம்மை வற்புறுத்தலாம்.

தலித் மக்களிடையே எழுத்துக் கலைஞர்கள் தோன்றி அவர்கள் கலை வெற்றியைச் சாத்தியமாக்கும்போது, கலை வெற்றிகள் சகஜமாகும்போது, தலித் கலை என்ற அடைமொழி உதிர்ந்து, அவர்கள் உருவாக்கும் படைப்புகள் பேரிலக்கியங்களுடன் இணைந்து காலத்தைத் தாண்ட முன்னும். காலத்துடன் இணைய வலுவற்றவை தலித் வாழ்க்கையை அரசியல் நோக்கில் எந்திர ரீதியாகப் பிரதிபலித்து, பிரச்சார தளத்தில் மூழ்கி, மேடைப் பேச்சுகளில் அடிபட்டுக் காலத்தின் முன் உதிரும். சாராம்சத்தைக் கண்டடைவதுதான் கலை என்ற நியதியிலிருந்து படைப்பாளி ஒருபோதும் தாண்டிப்போக முடியாது.

சிலேட், **1992**

சாகித்ய அகாதமியும் தமிழ் எழுத்தாளர்களும்

இந்த ஆண்டு சாகித்திய அக்காதெமி கோவி.மணிசேகரன் அவர்களின் 'குற்றாலக் குறிஞ்சி' எனும் புத்தகத்திற்குப் பரிசு அறிவித்ததை அடுத்து தமிழ் எழுத்தாளர்களிடையே பெரிய குமுறல் உருவாகியிருக்கிறது. சமீப காலங்களில் பலமுறை தமிழ் எழுத்தாளர்கள் அக்காதெமியின் தேர்வுக்கு எதிராக முணுமுணுத்திருக்கிறார்கள். இப்போது குமுறல். நிச்சயமாக முன்னேற்றம்தான். இந்த ஆண்டைப் போலவே ஆகப் பெரிய குப்பைகளுக்குச் சாகித்திய அக்காதெமி தொடர்ந்து பரிசுகளை அறிவித்து வந்தால் இன்னும் இருபத்தைந்து அல்லது முப்பது வருடங்களுக்குள் தமிழ் எழுத்தாளர்களிடையே சற்றே புரட்சிகரமான எதிர்ப்புப் பீறிட்டால்கூட ஆச்சரியப்படுவதற்கில்லை.

1955இல் பேராசிரியர் ரா.பி.சேதுப்பிள்ளை அவர்களின் 'தமிழ் இன்பம்' என்ற தலைப்பு கொண்ட மிகச் சாதாரணமான கட்டுரைத் தொகுப்பிற்குப் பரிசை அறிவித்து சாகித்திய அக்காதெமியின் தமிழ்க் குழு அதன் தரமற்ற கோணல் பார்வையைத் தமிழில் துவக்கி வைத்தது. பின்வரும் வருடங்களில் படைப்புத் திறன்கொண்ட தீவிர எழுத்தாளர்கள் தொடர்ந்து புறக்கணிக்கப்பட்டு அரசியல் அந்தஸ்து, சமூக கௌரவம், அதிகாரம், புகழ், பட்டங்கள் போன்றவற்றைப் பார்த்து முடிவுகள் அறிவிக்கப்பட்ட போது கல்கி, ராஜாஜி, மு.வரதராசன், மீ.ப.சோமசுந்தரம், அகிலன், பி.ஸ்ரீ, ம.பொ.சி, கி.வா. ஜகந்நாதன், அ. சீனிவாசராகவன் போன்ற பிரபலஸ்தர்களுக்குப் பரிசுகள் போய்ச் சேர்ந்தன. ஏறத்தாழ இந்தக் காலக்கட்டத்தில்தான் ந. பிச்சமூர்த்தி, க.நா. சுப்ரமண்யம், சி.சு.செல்லப்பா,

ஆர். ஷண்முகசுந்தரம், லா.ச. ராமாமிருதம், கு. அழகிரிசாமி, தி. ஜானகிராமன் போன்ற தீவிரப் படைப்பாளிகளின் ஆகச் சிறந்த படைப்புகளும் வெளி வந்திருக்கின்றன. இவர்கள் எல்லோரும் தொடர்ந்து பத்தாண்டுகள் குரூரமாகப் புறக்கணிக்கப்பட்டார்கள்.

1969இல் சாகித்திய அக்காதெமி தனது பதினோராவது முடிவாகப் பாரதிதாசனைப் பரிசுக்குரியவராகத் தேர்வு செய்தபோதுதான் முதன் முதலாக ஒரு படைப்பாளியைக் கௌரவிக்கும் காரியத்திற்குள் அது சறுக்கி விழுந்தது. அப்போதும் அது பாரதிதாசனின் சிறந்த படைப்பைத் தேர்வு செய்துவிடவில்லை. 1970இல் கு. அழகிரிசாமி, 'அன்பளிப்பு' என்ற தன் சிறுகதைத் தொகுப்புக்குப் பரிசு பெற்றபோது தான் தமிழில் முதல் முறையாக ஒரு தரமான படைப்பாளி அவரது ஆகத் தரமான படைப்பிற்குப் பரிசு பெற்ற அதிசயம் நிகழ்ந்தது. (அப்போது கு.அழகிரிசாமி மறைந்துவிட்டிருந்தார்.) ஒரு தரமான படைப்பாளி தன் ஆகத் தரமான படைப்பிற்குப் பரிசுபெற்ற கடைசி சந்தர்ப்பமும் அதுதான். அதன் பின்னர் அவ்வப்போது பெரிய மனிதர்களைக் கௌரவிக்கும் முனைப்புகளுக்கு இடையே –முடிவுகளுக்கு ஒரு இலக்கிய முகமூடியும் தேவை என்பதுபோல் –ஜெயகாந்தன், தி. ஜானகிராமன், க.நா. சுப்ரமண்யம், கி.ராஜநாராயணன், லா.ச. ராமாமிருதம் போன்றவர்கள் பரிசுக்குரியவர்களாகத் தேர்வு பெற்றபோதும் அவர்களின் ஆகத் தரமான படைப்புகள் தேர்வு பெறவில்லை. இவர்களால் எழுதப்பட்ட எந்தப் படைப்புகள் பிற மொழிகளுக்குப் போய்ச் சேர்ந்தால் தற்காலத் தமிழின் சாதனைகள் சந்தேகத்திற்கு இடமின்றி அம்மொழிகளில் நிறுவப்பட்டிருக்குமோ அவை தேர்வு செய்யப்படவில்லை. தமிழின் ஆகச் சிறந்த படைப்புகள் பிற மொழிகளுக்குப் போகாமல் தடுத்தும் ஆனால் அதேசமயம் மூன்றாம் தரங்கள் மொழி பெயர்க்கப்படுவதற்கான வாய்ப்புகளை உருவாக்கியும் தொடர்ந்து தமிழை அவமானப்படுத்தி வருகிறது சாகித்திய அக்காதெமி.

தமிழின் சாதனைகள் என்று சொல்லத்தக்க அம்மா வந்தாள், கொட்டு மேளம் (தி. ஜானகிராமன்), ஒரு மனிதன் ஒரு வீடு ஒரு உலகம் (ஜெயகாந்தன்), காட்டு வாத்து (ந.பிச்சமூர்த்தி), வாடிவாசல் (சி.சு. செல்லப்பா), கதவு, பிஞ்சுகள் (கி. ராஜநாராயணன்), ஜனனி, இதழ்கள் (லா.ச. ராமாமிருதம்), அழியாச்சுடர் (மௌனி), ஒருநாள் (க.நா. சுப்ரமண்யம்), நாகம்மாள் (ஆர்.ஷண்முக சுந்தரம்), புத்தன் வீடு (ஹெப்சிபா ஜேசுதாசன்) போன்ற பல தரமான படைப்புகள் பிற மொழிகளுக்குப் போய்ச் சேரும் வாய்ப்பை அக்காதெமியின் தமிழ்க் குழு முடக்கிவிட்டது. 'நாளை மற்றுமொரு நாளே' எழுதிய ஜி.நாகராஜனும் 'இடைவெளி' எழுதிய சம்பத்தும் பரிசு பெறாமலேயே போய்ச் சேர்ந்துவிட்டார்கள். முதிய கலைஞர்கள் வாழும் காலத்தில் அவர்களைப் புறக்கணித்து இளைய கலைஞர்களுக்குப் பரிசளித்தல், படைப்பில் வீரியம் மிகுந்தவர்களை அலட்சியப்படுத்தி ஜரிகைத் துப்பட்டாக்களைத் தூக்கிப் பிடித்தல், முன்னர் வந்த படைப்பைக் காலந்தாழ்ந்து தேர்வு செய்தல், ஆகப்பெரிய கலாச்சாரச் சக்திகளை முற்றாகப் புறக்கணித்தல் போன்ற பல அகடவிகடங்களுக்கு முன் வழக்கங்களை உருவாக்கி வைத்திருக்கும் அக்காதெமி ஒரு கலைஞன் மறைந்த பின்பு

அவனைக் கௌரவிக்கும் 'நாகரிக'த்திற்கும் முன் வழக்கத்தை உருவாக்கி வைத்திருப்பதால் ஜி.நாகராஜனுக்கோ சம்பத்துக்கோ இருபத்தொன்றாம் நூற்றாண்டில் பரிசளிக்க மாட்டார்கள் என்று சொல்ல முடியாது. அவர்களுடைய வாரிசுகள் நீண்ட ஆயுளோடு வாழ இறை துணை நிற்க வேண்டும்.

ஆகச் சிறந்த படைப்புகளுக்கே வேறு இந்திய மொழிகளில் அதிகமும் பரிசுகள் போய்ச் சேர்கின்றன. தரமான படைப்புகளுக்கும் நடுத்தரமான படைப்புகளுக்கும்கூட சில வருடங்களில் பரிசுகள் கிடைத்திருக்கின்றன. கடைந்தெடுத்த கழிசடை எழுத்துகள் பரிசு பெறுவது இல்லையென்றே சொல்லிவிடலாம். சாகித்திய அக்காதெமி முடிவுகளை எதிர்த்து நான் முன்னர் எழுதியிருந்த குறிப்பு ஒன்றில் தர வேறுபாடு கொண்ட பல பெரிய மனிதர்களின் ஆலோசனைகளைப் பெறும் ஸ்தாபனங்கள் துல்லியமான முடிவுகளுக்கு வருவது சிரம சாத்தியம் என்றும் ஆகச் சிறந்த படைப்புகளுக்குப் பரிசு போய்ச் சேரவில்லை என்றாலும்கூடப் பிற மொழிகளைப் போல் தமிழிலும் குறைந்தபட்சம் தரமான படைப்புகளுக்கேனும் பரிசுகள் போய்ச் சேரும் நியதியை அகாடமி அனுசரிக்க வேண்டும் என்றும் வற்புறுத்தியிருந்தேன். ஆனால் தமிழிலோ ஆகத் தரமானவை பரிசு பெறுவதில்லை. நடுத்தரமானவை பரிசு பெறுவது மிக அபூர்வம். மூன்றாம் தரங்கள் பரிசு பெறுவது வாடிக்கை.

சாகித்திய அக்காதெமியின் தமிழ்க் குழு இன்றுவரையிலும் தந்திருக்கும் முடிவுகளை மூன்று வகையாகப் பிரிக்கலாம்.

1. மூன்றாம் தர எழுத்தாளர்களின் மூன்றாம் தரப் புத்தகத்திற்குப் பரிசளித்தல்.
2. படைப்பாளி அல்லாத ஒருவரின் மிகச் சாதாரணமான புத்தகத்திற்குப் பரிசளித்தல்.
3. படைப்பிலக்கியவாதியின் சாதாரணப் புத்தகத்திற்குப் பரிசளித்தல்.

சாகித்திய அக்காதெமியின் தமிழ்த் தேர்வின்மீது இன்றுவரையிலும் தமிழ் எழுத்தாளர்கள் வைத்திருக்கும் விமர்சனத்தைக் கடுகளவுகூட அவர்கள் பொருட்படுத்தவில்லை என்பது தெள்ளத்தெளிவாகத் தெரிகிறது.

1958இல் 'சக்கரவர்த்தி திருமகன்' என்ற தன் ராமாயணச் சுருக்கத்திற்கு ராஜாஜி பரிசு பெற்றபோது வ.விஜயபாஸ்கரனை ஆசிரியராகக் கொண்ட 'சரஸ்வதி' இலக்கிய இதழில் அத்தேர்வுக்கு எதிரான விமர்சனத்தைக் க.நா.சு. முன்வைத்தார். இதைத் தொடர்ந்து நடைபெற்ற விவாதத்தில் தொ.மு.சி.ரகுநாதன், எஸ்.ராமகிருஷ்ணன் போன்ற பலரும் சாகித்திய அக்காதெமியின் முடிவைக் கண்டித்து எழுதினர். தமிழ்த் தேர்வுக் குழுவினருக்கு சாகித்திய அக்காதெமி அனுப்பியிருந்த ஆங்கிலச் சுற்றறிக்கை ஒன்றை அப்போது 'சரஸ்வதி' அச்சேற்றியிருந்தது. தமிழ்த் தேர்வுக் குழுவினரைக் கேட்டுக்கொள்ளும் கடிதம் அது. ஏட்டளவில் இதுபோன்ற நியதிகள் பல இருந்தும்கூட நடைமுறையில் அரசியல் அதிகாரம் சார்ந்த சிபாரிசுகளும் குறுக்கு வழிகளும்தான் முடிவுகளைத் தமிழில் தீர்மானிக்கின்றன.

மக்களின் வரிப்பணத்தில் இயங்கிக்கொண்டிருக்கும் அக்காதெமி என்ற நிறுவனம் கலாச்சார மதிப்பீடுகளை வளர்ப்பதற்கான ஒரு ஸ்தாபனமா அல்லது இழிவான அரசியல் தன் கால்களை விரித்துத் தன் அதிகாரத்தை உறுதிப்படுத்திக்கொள்வதற்கான அரசு யந்திரமா என்ற கேள்வியை உரத்த குரலில் எழுத்தாளர்கள் எழுப்ப வேண்டிய சந்தர்ப்பம் இது.

சாகித்திய அக்காதெமி தமிழ்க் குழுவில் இடம் பெற்றிருப்பவர்களின் பொதுத் தகுதியை ஆராயும்போது மூன்று அரிய குணங்கள் அவர்களுக்கு இருப்பது தெரியவரும். ஒன்று: அவர்கள் கல்லூரிப் பேராசிரியர்களாக இருக்க வேண்டும். இரண்டு: அவர்கள் படைப்பாளிகளாக இருக்கக்கூடாது. மூன்று: நவீன இலக்கியம் பற்றி அறியாதவர்களாக அவர்கள் இருந்தாக வேண்டும். ஒரு படைப்பாளி என்று சரியாகவோ, தவறாகவோ கருதப்படக் கூடியவர் எப்போதேனும் ஒருமுறை இக்குழுவில் இடம் பெற்றுவிடலாம். அப்போதுகூட குழுவில் இடம் பெற்றிருக்கும் பெரும்பான்மையான பேராசிரியர்கள் அவர்களுக்குள் தந்திரமாக எடுத்துக்கொள்ளும் முடிவைச் சிறுபான்மைப் படைப்பாளியின் தலையிலும் சேர்த்துக்கட்டி அவனிடமிருந்து இலக்கிய அங்கீகாரத்தை இரவல் வாங்கிக்கொள்ளும் சாமர்த்தியம்தான் அமலாகி இருக்கிறது. இம்முறை அக்குழுவில் ஒரு அசல் படைப்பாளி இடம் பெற்றிருந்தார் என்று கேள்வி. இவரைப் பற்றிச் சொன்னவர்கள் இவர் வெறும் படைப்பாளி மட்டும் அல்லர் என்றும் சமத்துவம், சமூக உரிமைகள், பெண்நிலைவாதம் ஆகிய அரிய தத்துவங்களின் உறைவிடமான முற்போக்குவாதி என்றும் சொன்னார்கள். கேட்க மனநிறைவாக இருந்தது. ‘குற்றாலக் குறிஞ்சி’யின் தேர்வுக்குப்பின் இவ்வளவு பெரிய குமுறல் தமிழ் எழுத்தாளர்களிடையே வெடித்த பின்பும்கூடத் தேர்வு பெற்றிருக்கும் படைப்பின் மேன்மைகளை முன்வைத்து இவர் ஏன் இன்னும் தன்னிலை விளக்கம் அளிக்கவில்லை என்பது ஆச்சரியமாகவே இருக்கிறது.

சாகித்திய அக்காதெமி பரிசு என்பது கலாச்சார மதிப்பீடுகள் சார்ந்த ஒரு குறியீடாகும். பரிசு அல்ல; பரிசை வாங்கித் தரும் மதிப்பீடுகள்தாம் முக்கியம். இந்த மதிப்பீடுகள் இல்லாத நிலையில் அந்த ரொக்கமும் ஈட்டி அல்லது தேக்கில் ஒட்டப்பட்டிருக்கும் தங்கமுலாம் பூசப்பட்ட வெள்ளித்தகடும் வெறும் அற்பப் பொருள்கள். ஒரு கலைஞன் வாழ்க்கையை மேன்மைப் படுத்தும் மதிப்பீடுகள் சார்ந்து போராடும் போது அந்த மதிப்பீடுகளைச் சமூகம் பொருட்படுத்திப் பரிசீலனை செய்வதன் அடையாளமாகவே பரிசுகள் அளிக்கப்படுகின்றன. கலைஞனும் தன் மதிப்பீடுகள் உறுதிப்படும் உவகையிலேயே பரிசுகளைப் பெற்றுக்கொள்கிறான். கலைஞனுக்கே உரித்தான இந்த உவகை புதிய பார்வையையோ புதிய விமர்சனத்தையோ புதிய மதிப்பீடுகளையோ முன்வைக்காத நபும்சகங்களுக்குக் கிடையாது. எந்தெந்த மதிப்பீடுகளைக் கலைஞன் முன்வைக்கிறானோ அந்த மதிப்பீடுகளை அழிக்கும் ஸ்தாபனங்களிலிருந்து பரிசைப் பெறுவது தன்னையே அவன் காயடித்துக்கொள்வதாகும். இப்படி காயடிக்கப்பட்ட கலைஞர்கள் இந்தியாவின் சகல மொழிகளிலும் கிடைக்கும் பரிசுகளை எல்லாம் தங்கள் அறைச் சுவரில் வெள்ளையடிக்க இடமில்லாமல் மாட்டிக் கொண்டு போட்டோக்களில் இளித்துக்கொண்டிருக்கிறார்கள். இளம்வயதில்

புரட்சியின் பொறிகளைக் கக்கிக்கொண்டிருந்த பேனாக்கள் பரிசுகளின் சுமை அழுத்தத்தில் முனை மழுங்கிச் சீரழிந்த அரசியலுக்கு இப்போது வாழ்த்துப் பா பாடிக்கொண்டிருக்கின்றன.

பரிசு பற்றிய தமிழ் எழுத்தாளனின் பார்வையும் மிகவும் அற்பத் தனமானது. 'நான் அகாடமி பரிசு பெறாதவரையிலும் நான் இறந்து போனால் என் மறைவை டி.வி.யில் ஒளிபரப்ப மாட்டார்கள்' என்று அங்கலாய்த்துக்கொண்டார் ஒரு எழுத்தாளர். இவர் நகைச்சுவை உணர்வுக்குப் பெயர் போனவர் அல்லர். உண்மையான ஆதங்கம் அது. அவருடைய கனவு நிறைவேறலாம். ஆனால் ஒன்று இப்போதே நிச்சயம். அவர் வாசகர் மனத்தில் இறந்து பல வருடங்களாகிவிட்டன. இறந்துபோய் விட்டதாகத் தாங்கள் எண்ணிக்கொண்டிருந்த ஒருவர் காலம் தாழ்ந்து இறந்து போனதைத்தான் நேயர்களுக்கு இனி தொலைக்காட்சி அறிவிக்க முடியும். காலம் கலையைப் போஷிக்கும் விதமும் சரி, உதிர்க்கும் விதமும் சரி, இவருக்குப் பிடிபடவில்லை. இல்லாத படைப்பு வீரியத்தைப் பரிசைப் பெற்று உறுதிப்படுத்த முடியுமா? அ.சீனிவாச ராகவன் தன் கவிதைகளுக்குத்தான் பரிசு பெற்றார். அவரைக் கவிஞராகக் காணும் ஒரு வாசகன் இன்று இருக்கிறானா? நவீன இலக்கியம் பற்றித் தெரியாத பேராசிரியர்கள் பரிசைத் தீர்மானிப்பதைப் பற்றிய எழுத்தாளர்களின் கோபம் நியாயமானதுதான். இந்தப் பேராசிரியர்கள்மீது எழுத்தாளர்களுக்கு மரியாதை இல்லாமல் போனதும் இயற்கைதான். ஆனால் தங்களிடம் நேராகவோ குறுக்கு வழியிலோ சிபாரிசுக்கு வரும் எழுத்தாளர்கள்மீது மட்டும் பேராசிரியர்களுக்கு மதிப்பு இருக்க வேண்டும் என்று நாம் எப்படி எதிர்பார்க்க முடியும்? பரிசைத் தமிழ் எழுத்தாளன் பார்க்கும் லட்சணம் இது.

இன்றும் சி.சு.செல்லப்பா என்ற முதிய கலைஞர் நம்மிடையே வாழ்ந்துகொண்டிருக்கிறார். லட்சணமான சிறுகதைகள், ஹெமிங்வேயின் ஆற்றலுடன் ஒப்பிடத்தகுந்த 'வாடிவாசல்' குறுநாவல், விமர்சனக் கட்டுரைகள் இவை ஒருபக்கமிருக்க, மிக மோசமான பொருளாதார நெருக்கடியில் தத்தளித்துக்கொண்டே பத்தாண்டுகள் விடாப்பிடியாக 'எழுத்து' இதழை நடத்தி இன்று தமிழ் விட்டிருக்கும் சகல கிளைகளும் தோன்ற அடிப்படையாகச் செயல்பட்டவர். இவர் வாங்காத பரிசை வாங்கத் தயக்கம் காட்டும் ஒரு படைப்பாளியேனும் இன்று நம்மிடையே இருக்கிறாரா? தகப்பனுடன் விருந்துக்குச் செல்லும் ஒரு மகன் தன் தந்தைக்கு அனுமதி இல்லையென்றால் தான் மட்டும் சென்று உண்பானா? இந்தக் குறைந்தபட்ச நாகரிகம்கூட இன்று தமிழ்ப் படைப்புலகில் இல்லாமல் போய்விட்டதா?

என்னுடைய தனி அக்கறைகளைச் சார்ந்து செல்லப்பாவின் பெயர் எனக்கு முன்னால் வருகிறது. மற்றொருவருக்குத் தமிழ்க் கலைக் களஞ்சியத்தை உருவாக்கித் தந்த பெரியசாமி தூரன் பெயர் நினைவுக்கு வரலாம். ஆதாரங்களைத் தொகுத்து நடுநிலையில் ஆராய்ச்சியை முன் வைக்க வேண்டிய ஒழுக்கத்தைத் தன் எழுத்துகள் மூலம் சிறப்பாகக் கடைபிடித்த மயிலை சீனி.வேங்கடசாமியின் பெயர் வேறொருவருக்கு நினைவுக்கு வரலாம்.

சுந்தர ராமசாமி

இவர்கள் கௌர விக்கப்படுவதும் செல்லப்பா கௌரவிக்கப்படுவதும் எனக்கு ஒன்று தான். நாபிக் கொடிகளை அறுத்துக்கொள்ளாமல் வாழ முடியாது. ஆனால் உருவாக்கிய கருப்பைகளை மறந்து துள்ளுவது படைப்பாளியின் வீரியத்தையே அழிக்கும்.

நாம் சுரணை கொண்ட கலாச்சாரவாதிகளாக இருப்போம் என்றால் நாம் இன்று போராட வேண்டிய முறையே வேறு. தமிழின் சாதனைகள் புறக்கணிக்கப்பட்டு நம் அவலங்கள் எப்போதும் மேடையேற்றப்படுகின்றன. அகில இந்தியத் தளத்தில் இதனால் தமிழுக்கு ஏற்படும் தலைக்குனிவு மிகுந்த வேதனையைத் தரக்கூடியது. லட்சியவாதிகள் உயிரைத் தந்து வளர்த்து வைத்திருக்கும் மதிப்பீடுகளை, அவற்றின்மீது சிறிதும் நம்பிக்கையற்ற தீய சக்திகள் கபளீகரம் செய்வதில் எப்போதும் வெற்றிபெற்று வருகின்றன. இந்த இழிவைத் துடைக்க மிகத் தீவிரமான நடவடிக்கைகளில் நாம் இறங்க வேண்டும்.

சாகித்திய அக்காதெமியின் பரிசு அறிவிக்கப்பட்டிருக்கும் இன்றைய நிலையில் நம் எழுத்தாளர்கள் செய்யவேண்டிய காரியங்கள் மூன்று:

1. பரிசுக்குரிய இன்றையத் தேர்வுக் குழுவில் தமிழ்ப் படைப்பாளிகள் எவரேனும் இடம் பெற்றிருந்தால் அவர்கள் தம் பதவியை ராஜினாமா செய்துவிட்டு இத்தேர்வு குறித்து ஒரு தன்னிலை விளக்கம் அளிக்கவேண்டும். இதற்கான சமூக நிர்ப்பந்தத்தை எழுத்தாளர்கள் உருவாக்க வேண்டும்.

2. இன்று இங்கு வாழ்ந்துகொண்டிருக்கும் முதுபெரும் கலைஞர்களி லிருந்து படைப்பு முனைப்பைத் தீவிரமாக வெளிப்படுத்திக் கொண்டிருக்கும் இளைய தலைமுறையினர் வரையிலும் ஐம்பது எழுத்தாளர்கள் ஒன்றாக இணைந்து இனி வரவிருக்கும் இருபத்தைந்து வருடங்களில் தங்களில் எவருமே சாகித்ய அக்காதெமி பரிசு வாங்குவதாக இல்லை என்ற தங்கள் முடிவை ஒரு அறிக்கை வழி, பொதுக்கண்ணோட்டம் சார்ந்த காரணங்களை யும் முன் வைத்து, அனைத்திந்தியப் பத்திரிகைகளுக்கு அளிக்க வேண்டும்.

3. தமிழ் தொடர்ந்து கேவலப்படுவதற்கு எதிராக அகில இந்திய அளவில் நம் எதிர்ப்புத் தெரியும் வகையில் ஐம்பது தமிழ் எழுத்தாளர்கள் ஒன்றாகக் கூடி தில்லியில் பிரதம மந்திரியின் அலுவலகத்திற்கு முன்னாலோ அல்லது மனிதவள மேம்பாட்டுத் துறை அமைச்சரின் அலுவலகத்திற்கு முன்னாலோ மூன்று நாட்கள் உண்ணாவிரதம் இருக்க வேண்டும். மூன்று நாட்கள் உண்ணாவிரதம் இருப்பது தமிழ் எழுத்தாளனின் ஆரோக்கியத்திற்கோ அல்லது அவனது படைப்புத் திறனுக்கோ ஊறு விளைவிக்கும் என்ற அச்சம் இருக்கும் என்றால் ஒருநாள் அடையாள உண்ணாவிரதம் இருக்கலாம்.

காண்டாமிருகங்களை ஈர்க்குச்சியால் குத்திக் காயப்படுத்த முடியாது. உலகில் சகல அரசாங்கங்களும் தடித்தனம் நிறைந்தவையே. இன்று இந்தியாவில் சகல நிறுவனங்களையும் கேடுகெட்ட அரசியல்வாதிகள் கையகப்படுத்திக்கொண்டு பணம், அதிகாரம், புகழ் ஆகியவற்றின் திமிரில் வாழ்க்கைச் சார்ந்த மதிப்பீடுகளையே துடைத்து அழித்துக் கொண்டிருக்கிறார்கள். மதிப்பீடுகள் கபளீகரம் செய்யப்படுவதற்கு எதிரான போராட்டத்தில் அறிவுவாதிகளும் கலைஞர்களும் வரலாற்றில் ஆற்றியுள்ள தியாகங்கள் மகத்தானவை. இதனைச் சிறிய அளவில் நாம் உணர்ந்தால்கூட நம் செயல்பாடுகள் இன்று தீவிரம் கொள்ளும் என்பதில் சந்தேகமில்லை.

***சுபமங்களா,* 1993**

தமிழ்ப் படைப்புலகம் – இன்றும் நாளையும்

கலைகள் பற்றி இலக்கியங்கள் பற்றி விளக்க நேரும்போது அந்தத் துறைகளுக்கே உரித்தான பல கலைச்சொற்களைப் பயன்படுத்துகிறோம். அறிவு சார்ந்த தெளிவு உறுதிபெற்ற நிலையில் சில குணங்கள் சார்ந்து கலைச்சொற்கள் உருவாகி வருகின்றன. அவற்றைப் பயன்படுத்தாமல் அடியைப் பிடித்து விவரித்துக்கொண்டிருந்தோம்எனில் கருத்துலகில் குறிக்கோளைச் சென்றடைவது முடிவற்ற காரியமாகி விடும். அறிந்தவற்றைத் தாண்டி அறியாத வற்றுக்கு விரைய கலைச் சொற்கள் உதவுகின்றன. சுருங்கச் சொல்லி விளங்கவைக்கப் பயன்படும் கலைச்சொற்கள் கருத்துப் பரிமாற்றத்தைத் துரிதப்படுத்துகின்றன.

இலக்கியத் துறையில் நாம் இன்று பயன்படுத்தும் கலைச் சொற்கள் அதிகமும் மேற்கத்திய உலகின் சிந்தனை ஆய்வுகளில் இருந்து உருவாகி வந்தவை. நமது இலக்கியங்களிலிருந்து நாம் அனுபவம் பெறவில்லையா? நமக்கும் நீண்ட இலக்கிய மரபு இல்லையா? அவற்றில் சில படைப்புகளேனும் உலகப் படைப்புகளுக்கு நிகரானவை என்று தமிழ் விமர்சகர்கள் கூறியதில்லையா? நமது இலக்கியங்களிலிருந்து அனுபவம் பெற்று அவ்வனுபவத்தின் சாரங்களைக் கண்டறிந்து நமது கலைச்சொற்களை உருவாக்க நமக்கு என்ன தடை?

கலைச்சொற்களை நாம் உருவாக்கவில்லை என்ற கவனமே இப்போது இல்லை. மேற்கத்திய கலைச்சொற்களை ஒன்றுவிடாமல் மொழிபெயர்க்க வேண்டும். அவற்றை மொழிபெயர்க்கும்போது தூயத் தமிழில் மொழிபெயர்க்க வேண்டும். இந்த இரண்டு கவனங்கள் தாம் நமக்கு இருக்கின்றன. வாழ்க்கை நிலையிலிருந்து இலக்கியத்தைப் பிரிக்க முடியாது. இலக்கியத்தின் சாரங்களில் இருந்து மேலெழுந்து வருபவை கலைச்சொற்கள். அப்படியென்றால் ஒரு கலைச்சொல்லைத் தனிக் குணங்கள் கொண்ட ஒரு வாழ்க்கையிலிருந்து

வெளிப்பட்டது என்று சொல்லலாம். எந்த வாழ்க்கை கலைச்சொல்லை உருவாக்கிற்றோ அந்த வாழ்க்கை நமக்கு அந்நியமானது எனில் அந்தக் கலைச்சொல்லும் நமக்கு அந்நியமானதுதானே? இதுபற்றியும் நாம் யோசித்தது கிடையாது.

மேற்கத்திய கலைச்சொற்களை விரவி நேற்றையக் கவிதை இலக்கியத்தை ஆராயும்போது இலக்கிய விமர்சனத்தின் மிக உறுதியான அடிப்படைகளை உருவாக்குகிறோம் என்று மனப்பால் குடிக்கிறோம். இது பொய்யான கற்பனை. இந்தக் கற்பனையை உருவாக்கியவர்களும் அதில் தங்கி நிற்பவர்களும் அதைத் தங்கள் உத்தியோக வெற்றியாக மாற்றியிருப்பவர்களும் அதிகமும் கல்லூரி ஆசிரியர்கள்தான். விமர்சனத்தில் நாட்டம்கொண்ட படைப்பாளிகளுக்கு இதில் பங்கு கிடையாது.

விமர்சனம் ஓங்க, படைப்பிலிருந்து பெறும் அனுபவம் முக்கியமானது. சுய அனுபவத்தின் சாரத்திலிருந்துதான் நுட்பமான கலைச் சொற்கள் உருவாகி வரும். ஆனால் நாம் நமது இலக்கியத்திலிருந்து பெற வேண்டிய இயற்கையான அனுபவத்திற்குக் குந்தகமாக நிற்கிறது மேற்கத்திய கலைச் சொற்கள் சார்ந்த பார்வை. மற்றொரு வாழ்க்கையின் ஊடாக நம்முடைய வாழ்க்கையை நாம் பார்த்தோம் என்றால் அந்தப் பார்வையில் எப்படித் தெளிவு கூடும்?

நம் திறனாய்வுகளை ஆங்கில அறிவு சார்ந்த திறனாய்வுகள் என்றும் அனுபவத்திற்கு அழுத்தம் தரும் திறனாய்வுகள் என்றும் இரண்டாகப் பிரிக்கலாம். இவற்றில் அனுபவத்திற்கு அழுத்தம் தரும் திறனாய்வுதான் படைப்புகளை அவை வெளிவந்த காலங்களில் இனங்கண்டு, முக்கியமான படைப்புகளை வாசகர்களின் கவனத்திற்குக் கொண்டு வந்திருக்கிறது. படைப்பிலிருந்து சுய அனுபவம் பெறுபவர்கள் எண்ணிக்கை குறைந்துபோன நிலையில் இவ்விமர்சனங்களின் அளவும் குறைந்து போனதில் வியப்பில்லை. சுய அனுபவம் பெறாத நிலையில் நிகழ்த்தப்படும் ஒப்பியல் விமர்சனங்களும் புதிய கண்டுபிடிப்புகளுக்கு இட்டுச் செல்லாது. வாழ்க்கையையோ கலாச்சார நிலையையோ படைப்பாளியின் பின்னணியையோ கணக்கில் எடுத்துக்கொள்ளாமல் ஒப்பீடுகள் செய்யப்படுகின்றன. ஒப்பியல் இலக்கியம் என்பது அனுபவமோ பார்வையோ இல்லாத நிலையிலும் சொற்களை விவரிப்புத் தளத்தில் பெருக்கி உள்ளீடற்ற பக்கங்களை ஆராய்ச்சியாகக் காட்டும் தந்திரமாகவே முடிந்திருக்கிறது. ஒப்பியல் இலக்கிய ஆராய்ச்சி உருவாக்கப்பட்டதின் நோக்கங்களும் அடிப்படைகளும் மேலானவையாக இருக்கலாம். இவை பற்றி எனக்குத் தெரியவில்லை. சுய அனுபவம் பெற முடியாதவர்களுக்கும் நம் வாழ்க்கையோடு இணைந்து நம் மூலபாடங்களை ஆழ்ந்தறிய திறனற்றவர்களுக்கும் ஆராய்ச்சிப் பட்டங்கள் பெற அனுசரிக்கப்படும் குறுக்கு வழியாகத்தான் அது தமிழில் முடிந்திருக்கிறது என்பதற்கு நிறைய உதாரணங்கள் இருக்கின்றன. பட்டங்களைப் பெற்றுத்தரும் கல்லூரி ஆராய்ச்சிகள் அநேகம் புத்தக வடிவம் பெறுவதில்லை. அவை வெளியாகி ஒரு நுட்பமான விமர்சன மனம் அவற்றைப் பரிசீலனை செய்யவும் நேர்ந்தால் ஆராய்ச்சித் துறை சார்ந்த செயல்பாட்டின் அவலம் அப்போது தெரியவரும்.

தமிழில் படைப்பைப் பற்றிப் பேசும்போது மூலபாடத்தைக் கவனிக்கும் வாய்ப்பு மட்டுமே நமக்கு இருக்கிறது. நேற்றையப் படைப்பாளிகளின் வாழ்க்கை பற்றிய குறிப்புகள்கூட நம்மிடம் இல்லை. இன்றையப் படைப்பாளிகளின் வரலாறுகளும் மிக அரிதாகவே உள்ளன. இன்றையப் படைப்பாளி தன் படைப்புகளை உருவாக்க நேர்ந்த முகாந்திரங்கள் பற்றிய பதிவுகளும் இல்லை. படைப்பைச் சரியாகப் புரிந்துகொள்ள உதவும் விமர்சனங்கள், படைப்பைத் தவறாகப் புரிந்துகொள்ள உதவும் எழுத்துகளின் அளவுக்குக்கூட இல்லை. மூலபாடங்களை நுட்பமாக, சுய கற்பனைகளை ஒதுக்கிவிட்டுப் பார்க்கும் ஒழுக்கம் நம்மிடம் இருக்கிறதா? மாணவர்களுக்கு இவ்வொழுக்கத்தைக் கற்றுத் தருவது ஒருவிதத்தில் அவர்களை வாழ்க்கையோடு இறுகப் பிணைக்கும் காரியம் என்பதை நம் ஆசிரியர்கள் உணர்ந்திருக்கிறார்களா? எழுத்தை ஊடுருவி ஆராய்வது என்பது நவீன வாழ்க்கையைப் புரிந்துகொள்ள மிகத் தேவையான ஒரு ஒழுக்கம். பொதுவாக நாம் வளர்த்துக்கொண்டுவரும் மனோபாவம் மூலத்தை அசட்டையாகவே பார்க்க வைக்கிறது. படைப்புகள் சார்ந்து நம் கற்பனைகளைப் படரவிட்டு விளக்கங்களை விவரிப்பது புலமை சார்ந்த திறனாகவே தமிழில் அடையாளம் காணப்படுகிறது.

இவ்வளவு பின்னணிகளும் ஒரு இளம் படைப்பாளி தொழில் படும் சூழலுக்கு எதிரானவை. இன்றைய இளம் படைப்பாளி தான் செய்ய வேண்டிய காரியம் பற்றித் தெளிவில்லாமல் இருப்பது மொத்தச் சமூகத்திலும் ஊடுருவியிருக்கும் தெளிவின்மையின் குறியீடாகவே இருக்கிறது. ஆனால் ஏதும் புதுமை செய்ய வேண்டும் என்ற துடிப்பு அவனுக்கு இருக்கிறது. அது வரவேற்க வேண்டிய விஷயம். ஆனால் அந்தப் புதுமை எங்கிருந்து வரும்? இறக்குமதி அறிவுகளிலிருந்து நம் வாழ்வோடு இணையும் புதுமை வருமா? நம் இலக்கியங்களிலிருந்து இளம் படைப்பாளி சுய அனுபவங்களைப் பெறவில்லை என்றால் வாழ்க்கையைப் புரிந்துகொள்ளும் அவன் முயற்சியில் நிரப்பப்படாத இடைவெளி இருக்கிறது என்றுதான் அர்த்தம். யதார்த்தத்தின் மீது பிடிப்பு இல்லாத ஒரு மனம் எப்படிப் படைப்பை நிகழ்த்த முடியும்? ஆழ்ந்த புரிதல் மூலமும் மறுபரிசீலனை மூலமும் வெளிப்படுவது புதிய விமர்சனம். புதிய விமர்சனம் தரும் பார்வைதான் புதிய படைப்புகளை உருவாக்குகின்றன.

இருப்பைச் சார்ந்த பிரச்சினைகளை ஒற்றைப் பரிமாணத்தில் பிரதிபலித்து படைப்பை உருவாக்க முடியாது. படைப்பில் ஒன்றைச் சொல்லும்போது சொல்லப்படாதவற்றின் அதிர்வுகளும் அதில் இருக்கின்றன. வாழ்க்கையின் முழுமையை உணர்வதற்கான தேடலில் நின்று —பகுதிகளைக் கூறும்போதுகூட — இந்த அதிர்வுகள் உருவாகின்றன. இன்றையப் பெரும்பான்மையான எழுத்துகள் பொறிகளில் விழும் கோலங்களில் பிரச்சினைகளைத் திணித்துக் கொண்டிருக்கின்றன. பிரச்சினைகளின் சமூக முக்கியத்துவம் பிரதிபலிப்புகளைப் படைப்பாக்கிவிடும் என்பது அவற்றை உருவாக்குகிறவர்களின் எதிர்பார்ப்பு. இந்த எதிர்பார்ப்பைப் பூர்த்தி செய்து தர ஏதாவது ஒரு இயக்கம் சார்ந்த உறவுகளையே அவர்கள் நம்பிக்கொண்டிருக்கிறார்கள். 'நானும் என்னைச் சுற்றியிருப்பவர்களும் சோகமாக இருக்கிறோம்' என்பதை அரற்றிக் கொண்டிருக்க ஒரு

படைப்பாளி தேவையில்லை. இந்தப் பிரதிபலிப்பே சாத்தியமாக இருக்கும் எழுத்தாளன் பிரதிபலிப்புகளையே படைப்பின் அடையாளமாக மாற்றித் தன்னைத் தக்கவைத்துக்கொள்ளும் முயற்சியில் தன்னையொத்தவர்களுடன் கைகோர்த்துத் திரள்கிறான். ஆனால் படைப்பு, வாழ்க்கையின் சாரத்தை எதிர்நோக்கும் வாசகனின் ஆமோதிப்பில் அதன் உயிரை வைத்துக்கொண் டிருக்கிறது. தட்டை எழுத்தை, இயக்க விசுவாசம் காரணமாகத் தூக்கிப் பிடிக்கும் வாசகன்கூட, தட்டை எழுத்தின் அலுப்பு தாக்க காலப்போக்கில் மனஞ்சுருங்கிப் போகிறான். தான் உருவாக்கும் பொய் தான் எடுத்த வாந்திபோல் அவனுக்குப் படத் தொடங்கிவிடுகிறது.

இன்றைய வாசகனுக்கு யதார்த்தம் என்ற பெயரில் உருவாகிவரும் தட்டை எழுத்தின்மீது மிகுந்த அலுப்பு ஏற்பட்டுவிட்டது. இந்நிலையில் யதார்த்தம் பற்றிய நம் புரிதலையே நாம் மறுபரிசீலனை செய்ய வேண்டியிருக்கிறது. உண்மையில் நம் வாசகர்களுக்கு யதார்த்தத்தின் மீது அலுப்பா? அல்லது நம் தட்டை எழுத்தாளர்களின் சுவையற்ற, வறண்ட, ஈர்ப்பற்ற, கண்டுபிடிப்புகளற்ற, ஆழமற்ற வெற்று விவரணைகளின் மீது அலுப்பா?

கலைச்சொற்களின் விளக்கங்கள் எப்போதும் துல்லியமானவை அல்ல. கூரான விமர்சகன் தவிர்க்க முடியாத நேரங்களில் கலைச்சொற்களைப் பயன்படுத்தி அச்சொற்களுக்குச் செழுமை சேர்த்துக்கொண்டு போகும்போது தட்டை விமர்சகன் தன் பார்வையற்ற தன்மையையும் சாராம்சம் காண முடியாத நிலையையும் மறைக்க, கலைச்சொற்களை அள்ளிப் போட்டு அவற்றை மழுங்கடிக்கிறான். போலி விமர்சனத்தில் கலைச்சொற்கள் இடம்பெறும் அளவுக்கு அசல் விமர்சனத்தில் கலைச் சொற்கள் இடம்பெறுவ தில்லை.

யதார்த்தம் என்பது ஸ்தூலத்தின் விவரிப்பு அல்ல. யந்திர ரீதியான படப்பிடிப்பும் அல்ல. படைப்பாளி அறிந்திருப்பவற்றையெல்லாம் மொழியில் கவிழ்ப்பதும் அல்ல. கலை என்பது புற உலகை அக உலகு மோதும் நிலையில் அதன் சாராம்சம் கண்டு அக உலகைச் செழுமைப்படுத்துவதுதான். கலையைப் படைக்கத் தேர்வு மிக முக்கியம். தேர்வுகள் தொகுக்கப்படும் விதமும் முக்கியம். தேர்வுகளை முன்வைக்கும் அடுக்கில் ஒருமை கூடவேண்டுமானால் பார்வை வேண்டும். வாழ்க்கையைச் சுயமாகக் கண்டடைவதிலிருந்து வெளிப்படும் விமர்சனம்தான் பார்வைக்கு வலுவூட்டுகிறது.

இன்றைய வாசக அலுப்பு உண்மையில் யதார்த்தத்தின்மீது அல்ல. தட்டை எழுத்தின்மீதுதான். நம்மை எங்கும் இட்டுச் செல்லாத, நம்மை விரிவுபடுத்தாத பயணத்தின்மீதான வெறுப்பு. புற உலகத்தின் சருமத்தின் மீது படிந்து உதிர்ந்து வெறுமையைக் குவிக்கும் சொற்களின் மீதான வெறுப்பு.

தமிழில் தட்டை எழுத்துகளின் அவலம் புதிய எதிர்வினைகளை உருவாக்கி வருகிறது. வாழ்க்கையின் சாரத்தை வெற்றுச் சொற்களில் பறிகொடுக்கும் அவலத்திற்கு எதிர்நிலையில் கற்பனைத் திளைப்பில் வாழ்க்கையைப் பறிகொடுக்கும் எழுத்துகள் பரிகாரமாக உருவாகின்றன. சாரத்தைக் குறிக்கோளாகக் கொள்ளாத வறட்டுச் சொற்களும் சாரத்தை

ஸ்பரிசிக்கத் தவறும் கற்பனைச் சொற்களும் எதிரும் புதிருமாக நிற்கின்றன. யதார்த்தத்தின் மெய்யான வெற்றியைப் பறைசாற்ற பெரிய படைப்புகளும் வரக் காணோம்.

2

நாளைய படைப்புலகம் தமிழில் எப்படி இருக்கும் என்ற கேள்வி சுவாரஸ்யமானது. வறட்டு யதார்த்தம் இயக்கத்தின் வலுவைச் சார்ந்து உயிர் வாழ்ந்துகொண்டிருக்கிறது. இவர்களின் கூட்டுக் கத்தல்களை ரகசியமாக மறுத்துக்கொண்டிருக்கின்றன வாசக அனுபவங்கள். தட்டை எழுத்து அது தோன்றிய காலத்தில் இயக்கம் சார்ந்து வலுவாக நிற்பது போன்ற பிரமிப்பைத் தந்து, காலப்போக்கில் வாசக அனுபவத்தின் சூட்சும வலுவால் பின்னகர்த்தப்படுகிறது. வாழ்பவையும் வாழத் துடிப்பவையும்தான் இலக்கியமாக இருக்க முடியும்.

புதிய சோதனைகள் வரவேற்கப்பட வேண்டியவைதாம். அவை புதிய சோதனைகள் என்பதால் வெளிவந்த நேரத்தில் முழுமையாகத் தங்களை வெளிப்படுத்திக்கொள்ள வேண்டும் என்பதில்லை. பல படைப்புகள் வெளிப்பட்ட நேரங்களில் முழுமையாகப் புரிய வந்தவையும் அல்ல. அவற்றைப் புரிந்துகொள்ள கால அவகாசம் தேவைப்பட்டிருக்கிறது. இக்குணங்கள் கொண்ட படைப்புகள் நவீன இலக்கியத்தில் அபூர்வமானவையும் அல்ல. ஆனால் புதிர்த்தன்மையை ஓர் எழுத்து கொண்டிருக்கும் காரணத்தினாலேயே அது மேலான படைப்பு என்ற முடிவுக்கு வர முடியாது. காலப்போக்கில் அது தன்னை வெளிப்படுத்திக்கொள்ளும் என்ற முடிவுக்கும் வர முடியாது. புதிர்த்தன்மை கொண்ட படைப்பும் அது வெளிவரும் காலத்தில் அதன் உயிரைக் கலாச்சாரத்தோடு பிணைத்துக் கொண்டிருக்கிறது என்றே நினைக்கிறேன். புதுமைப்பித்தனின் சில கதைகள் அல்லது மௌனியின் பல கதைகள், அவை வெளிவந்த நேரத்தில் புதிர்த்தன்மை கொண்டவையாக இருந்திருக்கலாம். அப்போதும் அவை நம் வாழ்வுடனான இணைப்பை ஏதோ ஒருவிதத்தில் உணர்த்தின என்று நினைக்கிறேன். இந்த இணைப்பின் வழியாகத்தான் நாம் அவற்றுள் காலப்போக்கில் ஊடுருவிப் போயிருக்கிறோம். ஆனால் அந்நியமான ஒரு வாழ்வின் தளத்தில் நிகழும் புதிர்த்தன்மையை நாம் நகல் செய்யும்போது அந்தப் புதிர்த்தன்மையும் அந்நியமாக நிற்கிறது.

இந்நிலைகளை எல்லாம் நாளைய இளம் படைப்பாளி எந்த அளவுக்குப் பரிசீலனை செய்யப்போகிறான்? புதுமையை நிகழ்த்திக் காட்ட வேண்டும் என்ற ஆர்வம் இருக்கும் அளவுக்கு அவன் விவேகம் கொண்டவனாகவும் இருப்பானா?

வாழ்க்கையை அறிவுப் பூர்வமாகக் கட்ட முயன்றுகொண்டிருக்கிறார்கள். இதில் அடைபடல்களும் இருக்கின்றன; திமிறல்களும் இருக்கின்றன. நேற்றையத் திமிறல்களைக் கட்டி முடித்து தலை நிமிரும்போது இன்றைய திமிறல்கள் தலைகாட்டுகின்றன. மனிதனின் மனத்தையோ அல்லது உடலையோ இதப்படுத்தும் என்று நம்பப்படும் பண்டங்கள் உற்பத்தி செய்யப்பட்ட வண்ணம் இருக்கின்றன. இதன் அடிப்படை இலாப வேட்கை. இந்தப் பொருள்களைப் பாய்ந்து பிடிக்கும் அளவுக்கு வாழ்க்கையின்

செழுமைகூடும் என்ற பேதலிப்பை மனித மூளைக்குள் தொடர்ந்து திணித்து வருகின்றன நவீன விளம்பரச் சாதனங்கள். நவீன விளம்பரச் சாதனத்திற்கு மனிதனும் ஒரு பண்டம். அந்தப் பண்டத்தைக் கொண்டு மற்றொரு பண்டம் வாங்கச் செய்வது அதன் வெற்றி. பண்டமாகச் சுருங்கும் மனிதன் தன் உயிர்ப்பைச் சிலிர்த்துக்கொள்ள இன்று எந்தச் சமூக அமைப்பும் எந்த நிறுவனமும் எந்த அரசும் உதவிக்கு இல்லை. கலைகள் மட்டுமே அவனுக்கு இருக்கின்றன. முக்கியமாக இலக்கியம். நாளையப் படைப்பாளி மனிதனின் புதிய துக்கங்களைப் பதிவு செய்தாக வேண்டும். மனிதன் நெருக்கடியில் தத்தளித்துக்கொண்டிருக்கும் காலம் வரையிலும் அவன் தூக்கிப் பிடித்துக்கொண்டிருக்கும் அறிவுக்கொடி அரைக் கம்பத்தில்தான் தொங்கிக்கொண்டிருக்கும். புதிய அறிவுகள் மூலம் அவன் பெற்ற வசதிகளையும் உருவாகிவரும் நெருக்கடிகள் விழுங்கிக்கொண்டிருக்கின்றன. நவீன மனிதன் தான் உருவாக்கும் வாழ்க்கை தன்னையே அழித்துவிடுமோ என்ற அச்சத்துடன் இருக்கிறான். இந்த அச்சம் பல்வேறு முகங்கள் கொண்டு நாளைய இலக்கியத்தில் பிரதிபலிக்கும்.

விலை மதிப்பற்ற சொத்துகளான இயற்கை, காற்று, நீர்நிலைகள் ஆகியவை அழிக்கப்படுகின்றன. பெரிய மிருகங்களிலிருந்து புழுக்கள் வரை சகல ஜீவராசிகளும் அழிக்கப்படுகின்றன. மண்வளம் அழிக்கப்படுகிறது. புதையுண்டு கிடக்கும் செல்வங்கள் சூறையாடப்படுகின்றன. மரணத்தைத் தழுவுவதில் மனிதர்களுக்குள் போட்டா போட்டி இருக்கிறதோ என்று நினைக்கும் அளவுக்கு அவன் தன் பழக்கவழக்கங்களில் சரிந்துகொண்டிருக்கிறான். இன்றைய மரணங்களை அதிகமும் நாம் தற்கொலைகள் என்றுதான் சொல்ல வேண்டும். சக்தி உடலில் தேய்ந்து வர, சக்தியின் மறு உருவாக்கத்திற்கு உடல் திறனிழந்து நிற்கும் போது கூடும் அமைதியே மரணம். மரணத்தின் இந்த இயற்கையான முகம் மனித குலத்திற்கு அந்நியமாகிவிட்டது. பெரும்பான்மையான மனிதர்களுக்கு அறிவு சார்ந்த வாழ்க்கை கைவரவில்லை. அறிவு வரையறை செய்யும் குணங்களுக்கும் மனிதன் அனுசரிக்கும் பழக்கவழக்கங்களுக்குமிடையே பெரிய இடைவெளி இருக்கிறது. அறிவைச் சுமந்த அளவுக்கு மனிதனால் அறிவை உபயோகப்படுத்திக்கொள்ள முடியவில்லை. ஆனால் இன்றும் வாழ்க்கை தொடர்ந்துகொண்டிருக்கிறது. பரிணாமத்தில் மனிதன் தாண்டிவந்திருக்கும் தடைகள் உருவாக்கிய எதிர் சக்திகளின் வெற்றி என்றே அவனுடைய இன்றைய வாழ்க்கையைக் கூற முடியும்.

வாழ்க்கையைப் பற்றிய ஆசையில் கட்டியெழுப்பப்பட்ட மனிதனின் கற்பனைகளுக்கும் விவேகமான வாழ்க்கைக்கும் இடையே அவலம் புகுந்துகொண்டிருக்கிறது. இந்த அவலம் சார்ந்த கவலைகளை நாளைய இலக்கியம் கவனிக்கலாம். படைப்பாளி குறையான வாழ்க்கையை நிறைவானதாக நம்பி ஏமாறக்கூடியவன் அல்லன். அவன் இயற்கைக்கும் மனிதனுக்குமான உறவைப் போற்றுகிறவன். மனிதன் பெறும் மன நிறைவுகளை வைத்து அவனுடைய வாழ்க்கையை அளக்கிறவன். போலி வாழ்க்கையில் மயங்காதவன்.

***காலச்சுவடு,* 1994**

௫

தமிழ்நாட்டு மக்களின் அன்றாட வாழ்க்கை

தமிழ்நாட்டு மக்களின் அன்றாட வாழ்க்கையைத் தம் அனுபவத்தைத் துழாவி ஒருவர் உணர முற்படுவது செழுமையான வனாந்தரத்தைத் தபால்தலையில் பார்ப்பது போன்ற காரியமாக முடியக்கூடும். எனினும் வாழ்வின் சகல துறைகளையும் கோலங்களையும் தபால்தலைகள் பிரதிபலிக்கவும் முயல்கின்றன. அப்படங்களைப் பார்க்கும்போது நாம் மிகுந்த உவகையும் கொள்கிறோம். அன்றாட வாழ்வு ஒரு சுழலும் சக்கரம். பெரும்பாலும் பெரும்பான்மையோருக்கு அது ஆர்வமற்ற, மன விழிப்பைத் தூண்டாத, அரைத்தூக்க நிலையிலான ஒரு சலனம். ஆனால் இந்த அலுப்பு வளையத்துக்குள் ஒரு மனிதனின் சரித்திரம், பண்பாடு, நம்பிக்கைகள், சதா அவன் தூக்கித் திரியும் இறந்த காலத்தின் சுமை, அதனை உதற அவன் எடுத்துக்கொள்ளும் பிரயாசைகள், இதில் அவன் பெறும் வெற்றி, அவஸ்தைகள் எல்லாமே ஊடுருவிக் கிடக்கின்றன.

தமிழ் மக்களும் உலகின் பிற மக்களைப்போலவே, இருபதாம் நூற்றாண்டின் கடைசிப் பகுதியைத்தான் கரைத்துக்கொண்டிருக்கிறார்கள். இந்த இருபதாம் நூற்றாண்டிலேயே இருபது நூற்றாண்டுகளுக்குள்ளும் மாறி மாறிக் காலப் பெயர்ச்சியும் கொள்கிறார்கள். என் நண்பரின் நண்பர் ஒருவர் அவருக்குச் சொந்தமான விமானத்தை அவரே ஓட்டிக்கொண்டு போகும்போது, தனக்கும் அவருடன் பறக்கக் கிடைப்பதை நண்பர் என்னிடம் சொல்வார். காளை வண்டியில் மூன்று நாட்கள் பயணப்பட்டுத் திருமணம்,

கோவில் திருவிழா போன்றவற்றுக்குப் போகிறவர்கள் இன்றும் கிராமங்களில் இருக்கிறார்கள். இருபத்தைந்து கிலோ மீட்டர் சைக்கிள் மிதித்து அன்றாடம் வேலைக்குப் போகிறவர்கள் இருக்கிறார்கள். நடந்து இவ்வளவு தூரம் போகிறவர்கள் இப்போது அபூர்வம் என்று சொல்லலாம். புகழ்பெற்ற அமெரிக்கப் பல்கலைக் கழகம் ஒன்றில் அணு ஆராய்ச்சியில் டாக்டர் பட்டம் வாங்கிய இளைஞன் அங்கிருந்து சென்னை ஆங்கில தினசரியில் தனக்கு மணப்பெண் தேடி விளம்பரம் கொடுக்கும்போது தன் ஜாதியைக் குறிப்பிட்டு, தன் ஜாதியின் உட்பிரிவைக் குறிப்பிட்டு, அந்தத் தினுசுப் பெண் அவன் விரும்பும் உயரமும் இடுப்பளவும் கொண்டிருந்தால் ஜாதகத்துடன் விரைவில் மனுப்போடச் சொல்கிறான். கம்ப்யூட்டரில் ஜாதகங்கள் கணிக்கப்படுவதால் விரைவாக அனுப்பி வைக்க முடியுமே. திறந்த இருதய அறுவைச் சிகிச்சை செய்யும் டாக்டர்கள் அவர்கள் பயன்படுத்தும் மிக நுட்பமான யந்திரங்களுக்கு ஆயுத பூஜையன்று குங்குமப் பொட்டு வைக்கிறார்கள். மருத்துவத்தில் முன்னணியில் நிற்கும் எந்தத் தேசத்திற்கும் நிகரான சிகிச்சை இன்று இங்குக் கிடைக்கும். ஆனால் இன்றும் கிராமங்களில் பழைய வழக்கப்படி படிப்பு வாசனையற்ற கிழவிகள் பிரசவம் பார்க்க, அவர்களின் நகக்கண் அழுக்குகள் ஜீவன்களை எவ்விதப் புகாருமின்றிச் சாகடித்துக்கொண்டிருக்கின்றன. இருபது நூற்றாண்டுகளும் சமாதான சகவாழ்வு கொள்கின்றன என்றே சொல்லலாம்.

கிராமமும் நகரமும் பட்டணமும் அவற்றிற்கே உரித்தான வாழ்க்கை வேகங்களையும் முறைகளையும் கொண்டிருக்கின்றன. பத்திரிகைகள், சினிமா, ரேடியோ, டி.வி., மேடைப் பேச்சு, அரசியல் இயக்கம் ஆகியவற்றைப் பெரும் அளவு குவித்துக்கொண்டிருக்கும் பட்டணம் ஆகிருதியில் பெரிதாகத் தோன்றக்கூடும் என்றாலும் மொத்த வாழ்வில் இவற்றின் அழுத்தம் பெறாத பகுதிகளும் உள்ளன. அறிவுத் துறை அபிவிருத்தியுடனோ விஞ்ஞான முன்னேற்றத்துடனோ கலாச்சார மாற்றங்களுடனோ மேலோட்டமான மோஸ்தர்களுடனோ விசேஷத் தொடர்பு ஏதும் கொள்ளாமல் சென்னையிலிருந்து கன்னியாகுமரிவரையிலும் அலை அலையாகப் பரந்து கிடக்கும் கிராமங்களுக்குப் பட்டணம் ஒரு தீவு. பெரும்பாலோர் தம் வாழ்நாளில் பார்த்திராத தீவு. இந்தக் கிராமத்து மக்களின் தலைவிதி முன்னைவிட அதிக அளவு பட்டணத்தில் தீர்மானிக்கப்பட்டு, நாகரிகங்களாக, அநாகரிகங்களாக, முன்னேற்றங்களாக, கட்டுப்பாடுகளாக அவர்கள் தலையில் விடிகிறது. யந்திரங்களின் சுழற்சியால் அவர்களைக் கிராமங்களிலிருந்து கவர்ந்திழுத்து, எந்த வேகமின்மையிலிருந்தும் விச்ராந்தியிலிருந்தும் அவர்களுக்குச் சகலவிதமான மேன்மைகளும் கூடிற்றோ அவற்றைப் பிடுங்கி, அவர்கள் உடல்களில் வேகத்தையும் மனங்களில் பரபரப்பையும் புகுத்தி, யந்திரத்தின் ஒரு பகுதியாக அவர்களை மாற்றும் வித்தையில் பட்டணம் கணிசமாக வெற்றி பெற்றுக் கொண்டிருக்கிறது. இந்தப் பரிதவிப்பும் அவர்களுக்குப் பழக்கப்பட்டுப் போகிறது. அவர்களின் குழந்தைகள் கிராமங்களில் பொழுது போகவில்லை என்று சொல்லத் தலைப்படுகிறார்கள். புதுத் திரைப்படம் வெளிவர விருப்பதைச் சொல்லி வேனிற்கால விடுமுறையில் கூட கிராமத்துப் பாட்டி வீட்டுக்குப் போக மறுப்பு தெரிவிக்கிறார்கள்.

2

பட்டணங்களிலும் கிராமங்களிலும் சில நகரங்களைவிட, காலை விழிப்பு சீக்கிரமே ஏற்படுகிறது. கிராமத்தில் இது இயற்கையாகவும் பட்டணத்தில் பலவந்தப்படுத்தும் சங்கடமாகவும் இருக்கிறது. குடியிருப்புகளுக்கும் அலுவலகங்களுக்குமுள்ள தூரத்தைக் கடக்கத் தேவைப்படும் குறைந்தபட்ச காலம்தான் அவர்களது காலை முடுக்கங்களைத் தீர்மானிக்கிறது. வெற்றுச் சொம்பில் பசு அல்லது எருமையின் காம்பிலிருந்து பீச்சப்படும் பால் எழுப்பும் சப்தம்–அந்த அற்புத ஓசை–நினைவில் இன்னும் மங்கிப் போகாத தலைமுறை இப்போதும் பட்டணங்களில் இருக்கக்கூடும். பால் ஓசைகள், மாட்டின் கழுத்து மணி ஓசை, குளம்பு ஓசை, கொம்புகளின் ஓசைகள், இந்த அத்தனை ஓசைகளுக்கும் நகரங்களில் சைக்கிள் மணி ஒரே மாற்று ஓசையாகிவிட்டது. பட்டணத்தில் வாசல் கதவோரம் பிளாஸ்டிக் கூட்டில் பால் விழுந்து கிடக்கிறது. பால் வழங்கும் நிலையத்திலிருந்து அதைக் கொண்டு வந்து சேர்க்கும் பெண்ணின் முகத்தைக்கூடப் பார்க்க முடிவதில்லை. அதைக் கணக்குப் பண்ணி அலாரம் வைக்கப்படவில்லையே! பிளாஸ்டிக் கவர் பால், பக்கத்தில் தினசரி. காப்பியும் செய்திச் செண்டும். எனினும் இவற்றை ஒருசேரப் பார்க்கும்போது சிறு சந்தோஷம் ஏற்படுகிறது. இந்த இணைப்பு கிராமங்கள்வரை சகல மூலைகளிலும் இப்போது பரவிவிட்டது என்றே சொல்லலாம். காப்பியைக் குடித்தபடி தினசரியைப் படித்துக்கொண்டிருக்கும்போதே குழாயைத் திறந்து பெரிய பாத்திரங்களில் எல்லாம் தண்ணீரை நிரப்பி வைத்துக்கொள்வது நல்லது. தண்ணீர் தொடர்ந்து வரும் என்பது நிச்சயம் இல்லை என்றால், வராது என்பதும் நிச்சயம் இல்லை.

முன்பெல்லாம் குளித்துவிட்டுத்தான் வாசல் கோலம் போட வேண்டும். ‘சூரியன் உச்சிக்கு வந்தாச்சேடீ, இன்னுமா போடலை கோலம்’ என்று என் பாட்டி என் தாயை நாற்பது வருடங்களுக்கு முன் குத்தியது எனக்கு நினைவிருக்கிறது. உண்மையில் அப்போது தான் சூரியோதயம் ஆகியிருந்தது. அப்போது கோலப் பொடியும் அரிசிப் பொடியாக இருந்தது. பின் அது வெள்ளை மண் ஆகிவிட்டது. முகங் கழுவிக் குங்குமப் பொட்டு வைத்து முன்தலையும் வாரிக்கொண்டால் குளிக்காமலே கோலம் போடலாம் என்ற விதிவிலக்கு–எந்த நோயாளிக்காக அளிக்கப்பட்டதோ–காலப்போக்கில் பொது நியதியாகிவிட்டது. முதல் முதலில் எந்தக் கெட்டிக்கார எஜமானி இந்தக் காரியத்தை வீட்டு வேலை செய்ய வரும் பெண்ணிடம் ஒப்படைத்தாள் என்று எனக்குச் சொல்ல முடியவில்லை. ஆனால் இப்போது அந்தப் பழக்கம் பரவலாகிவிட்டது. இப்போதும் காலை சற்றுப் பிந்தியேனும் முன்வாசல் கோலம் ஒன்று முளைக்கிறது. வளைவுகள் ஏதும் இல்லாமல் வரைகளின் இணைப்புகளாகவேனும்.

சமையல் வேலைகள் முன்போல் இல்லை. அடுக்களையில் உண்மையாகவே ஒரு புரட்சி நடந்திருக்கிறது. கேஸ் அடுப்பு, அரவை யந்திரம், மின்சார அடுப்பு, குளிர்சாதனப் பெட்டி. நேற்று மேல் தட்டுக்கு மட்டும் இவை சொந்தம் என்றால் இன்று நடுத்தட்டும் இவற்றைச் சொந்தமாக்கிக்கொள்ள முயன்று வெற்றிகளும் பெற்று வருகிறது. வேலைக்குப் போகும் பெண்கள்

காலத்தை மிச்சப்படுத்தச் சமையலில் எத்தனையோ யுக்திகளை அனுதினம் கண்டுபிடித்து வருகிறார்கள். தேவைதானே கண்டுபிடிப்புகளின் தாயார்? காலை முடுக்கம் பெரிய முடுக்கமாகவே இருக்கிறது. இதில் ஆண்களும் குழந்தைகளும் அவர்களுக்குரிய பங்குகளைச் செய்தாக வேண்டும். ஒவ்வொரு வீட்டிலிருந்தும், எட்டு எட்டரை மணியிலிருந்தே குருவிகள் பறக்க ஆரம்பிக்கின்றன. சின்னக் குருவிகள் பறந்து, பெரிய குருவிகள் பறந்து, ஒன்பது ஒன்பதரை மணிக்கு வீடு பேரமைதி கொள்கிறது. இதற்குப் பின் நாம் அழைப்பு மணியை அமுக்கினால் அநேகமாகக் கதவு திறக்கப்படுவதில்லை. அப்படியே திறந்தாலும் ஒரு வயோதிக முகம், நாலு விரற்கடை திறந்து, பட்டுக்கொள்ளாத தன் பதில்களிலேயே பயந்து, கதவைச் சாத்திக் கொண்டுவிடும்.

பஸ்ஸிலும் ரயிலிலும் ஏகக் கூட்டம். காலி ஸீட்டு இருந்தாலும் கூட ஆணுக்குப் பக்கத்தில் பெண்ணும் பெண்ணுக்குப் பக்கத்தில் ஆணும் உட்காருவது இல்லை என்பது மரபு. ஏறும்போது ஆண்களும் பெண்களும் ஒருவரையொருவர் முண்டியடித்துக்கொண்டு ஏற வேண்டியிருக்கிறது. இது நிர்ப்பந்தம். நிற்கும்போதும் தாண்டிப் போகும்போதும் ஆணும் பெண்ணும் இடித்துக்கொள்ள வேண்டியிருக்கிறது. வேறு வழியில்லை. இருந்தாலும் இப்போதைக்குப் பக்கத்தில் உட்கார்ந்துகொள்ள வேண்டாம் என்று வைத்துக்கொண்டிருக்கிறார்கள். சில தமாஷ் நடத்துநர்கள் ஜோக் அடித்துப் பயணிகளைச் சிரிக்க வைத்துக்கொண்டிருப்பார்கள். காலையிலிருந்து நிமிஷந்தோறும் ஒவ்வொருவருடைய மூளையிலும் விஷம் போல் ஏறும் பதற்றத்தை இவர்கள் தணித்து விடுகிறார்கள். மோசமான அசௌகரியங்களுக்குள் மனிதனைச் சிரிக்கும் படிச் செய்கிறார்கள்.

3

மாலை நேரங்கள் டி.வி.க்குச் சொந்தமாகிக்கொண்டிருக்கின்றன. தன்னை வருத்திக்கொண்டு நடுத்தட்டு, டி.வி.யைச் சொந்தமாக்கிக் கொண்டிருக்கிறது. நடைமுறையில் டி.வி. என்பது வீட்டுக்குள் நுழைந்திருக்கும் திரைப்படம்தான். திரை அரங்குகளில் பார்த்திருந்த படங்களை மீண்டும் வீட்டுக்கூடங்களில் பார்க்கிறார்கள். அக்கம் பக்கத்துக் குழந்தைகள் கூடி டி.வி.க்கு முன்னால் தரையில் அமர்ந்து கொள்கிறார்கள். அவர்களுக்கு நிகழ்ந்துகொண்டிருப்பது மட்டுமல்ல, நிகழப்போவதும் தெரியும். நாயகி அல்லது நாயகன் மூச்சுவிடாமல் பேசவேண்டிய உணர்ச்சிக் கொந்தளிப்பு வசனங்களை அவர்களுடன் இவர்களும் சேர்ந்து கத்தி அவர்களுக்கு முன் வாக்கியத்தை இவர்கள் முடித்து சந்தோஷம் கொள்கிறார்கள். இதனால் திரைப்பட அரங்குகளில் கூட்டம் குறைவு என்பதில்லை. பகல் காட்சிக்குக் கூட உச்சியைப் பிளக்கும் வெயிலில் நீண்ட வரிசைகளைப் பார்க்க முடியும். பெண்கள் கியூவுக்கும் குறைவு இல்லை. நடுத்தட்டுப் பெண்கள் பொருட் செலவற்ற சமயப் பிரச்சாரக் கூட்டங்களுக்குப் போகக்கூடும். புலமையும் நினைவாற்றலும் கொண்ட உபந்யாசகர் அன்றாட வாழ்க்கை சம்பந்தப்பட்ட, சினிமா சம்பந்தப்பட்ட, அரசியல் சம்பந்தப்பட்ட உதாரணங்களைப் புராணக் கதைகளோடு விரவி நேற்றைய தர்மத்தின் கோலோச்சல்களையும் அவற்றின் இன்றைய தேய்மானங்களையும் ஒப்பிட்டுப் படம் பிடித்துக் காட்டும்

போது கேட்பவர் தம் வாழ்வின் அவலங்களை மதிப்பீடுகளின் பொதுச் சரிவுகளுடன் இணைத்து மனக் கண்ணீர் கொள்வதில் சில ஆசுவாசங்கள் கிடைக்கக்கூடும். ஆண்களும் அதைவிடப் பெண்களும் விரும்பிச் செல்லும் மற்றொரு இடம் சபா நாடகங்கள். நிமிஷந்தோறும் மேடையில் வெடிக்கும் துணுக்குகளுக்குக் குலுங்கக் குலுங்கச் சிரித்து, கதாநாயகியைச் சுற்றிச் சூழ்ந்து தாக்கும் சோகங்களுக்கு அவள் கதறும்போது கூடவே ரகசியமாக அழுது, அதன்பின் சூரியகிரணங்களைக் கண்ட பனிபோல் அவளது சிக்கல்கள் அனைத்தும் ஓட்டம் பிடிக்க அவளுடைய உவகையில் தானும் பங்குகொண்டு, வீடு திரும்பும்போது மன அலுப்புக்கு வடிகால் தேடிக்கொண்ட சுகம் கிடைக்கத்தான் செய்கிறது. அங்கும் ஆர்வமோ பண வசதியோ இல்லையெனில், வார மாதப் பத்திரிகைகளில் சிலவற்றையேனும் படிக்கலாம். இவற்றை அக்கம்பக்கத்துப் பெண்கள் பரஸ்பரம் கொடுத்து வாங்கிக்கொள்ளும் போது மனிதத் தன்மை விசாரிப்புகளையேனும் வற்புறுத்துகிறது அல்லவா! இவ்விசாரிப்புகள் நட்புகளாக உருவாவதற்கு எதிரான ஒரு சக்தி–பட்டணத்திற்கே உரித்தான ஒரு மாய சக்தி–அங்கு நின்று நிலவுகிறது. என்றாலும் அதையும் மீறி சில இதயங்கள் இணையா என எப்படிக் கூற முடியும்? இவைதான் பத்திரிகைகள் செய்யும் தொண்டு. மற்றபடி அவற்றில் வீர சாகசக் கதைகள் வருகின்றன. சரித்திரக் காதல்களும் சமூகக் காதல்களும் பாலுணர்ச்சி கொப்புளிக்க வர்ணிக்கப்பட்டு அறத்தின் வற்புறுத்தல்களோடு முடிகின்றன. துணுக்குகள் வருகின்றன. அரசியல், சினிமா அந்தரங்கச் செய்திகள் வருகின்றன. மேலோட்டமான கவிதைகள், கட்டுரைகள் வருகின்றன. எனினும் இப்பத்திரிகைகளில் எழுத்துப் பிழை என்பதே இல்லை. இப்பத்திரிகைகளுடன் தன்னை மானசீகமாக இணைத்துக் கொள்ளாத தமிழன், இதற்காக அன்றாடம் சிறிது நேரம் ஒதுக்காத தமிழன், இல்லை என்றே சொல்லிவிடலாம்.

4

ஞாயிற்றுக்கிழமை ஒரு அதிஅற்புதமான நாள். முணுமுணுக்காமல் அது வாங்கி வைத்துக்கொள்ளும் வேலைப் பளுவைப் பார்த்தால் பிரமிப்பாக இருக்கும். ஞாயிற்றுக்கிழமைகளின் காலைப் பொழுது லோகாயதமான காரியங்களுக்கும் பிற்பகல் ஆத்ம சாந்திக்கும் ஒதுக்கப்படுகிறது. குவிந்து கிடக்கும் துணிகளைத் துவைத்துப் பெட்டிபோட்டு வைத்துக்கொள்ள வேண்டும். வீட்டுத் தையல் மிஷினில் உள்ளாடை ரிப்பேர்கள். பேங்கு வேலைகள், (குடியிருப்புப் பகுதிகளில் பேங்குகள் ஞாயிற்றுக்கிழமை வேலை செய்கின்றன) தட்டுப்பாடான தானியங்கள், உடலில் கொழுப்பை ஏற்றாத எண்ணெய்கள், சர்க்கரை அல்லது கெரசின்–அல்லது இரண்டுமே–சற்று அதிகமாக வாங்கி வைத்துக் கொள்ள சில உபாயங்களை அமுல்படுத்த வேண்டும். தானிய வகைகளில் இடித்தல்கள், பொடித்தல்கள். எண்ணெய் தேய்த்துத் தலைமயிரை அலசி சாவகாசமாகக் குளிக்க வேண்டும். பிற்பகல் நன்றாகத் தூங்கி உடல் களைப்பை ஒரு சொட்டு மிச்சம் இல்லாமல் வெளியே தள்ளிவிட வேண்டும். குழந்தைகளையும் அதட்டிச் சேர்த்துக்கொண்டு வீட்டைச் சற்று ஒழுங்குபடுத்தினால் நல்லது. பிற்பகல் சினிமா அல்லது டிராமா அல்லது மெரினா பீச் அல்லது நண்பரின் வீட்டுக்குக் குடும்பத்துடன்

விஜயம். அல்லது தம் வீட்டுக்கு அழைக்கப்பட்டிருக்கும் நண்பரைத் தன் குடித்தனத்தின் பொத்தல்கள் வெளிப்படாமல் எதிர்கொள்ள அவசியமான தயாரிப்புகள். இவ்வாறு, இவ்வாறு... ஞாயிற்றுக்கிழமை இவ்வளவு திட்டங்களையும் மூளையில் உறுத்திக்கொண்டு நிற்கிறது. உடல் களைப்பு 'இன்று வேண்டாம், வேண்டாம்' என்று கத்துவதை மதித்துப் படுத்துக்கொண்டே இருந்தால் குடும்பம் உருப்பட்டாற்போல்தான். ஆவேசமாக எழுந்து, சுறுசுறுப்புடன், ஓடிக்கொண்டிருக்கும் பொழுதுக்குப் பின்னால் ஓடி ஓடிக் காரியங்களைச் செய்து கொண்டிருக்கும்போதே அந்தப் பொழுதும் இருளில் கண் காணாமல் மறைந்துவிடுவது எவ்வளவு சங்கடமானது. இன்னும் கால் பங்கு வேலைகூட முடியவில்லை. ஒவ்வொரு ஞாயிற்றுக்கிழமையும் இப்படியேதான் ஆகிறது. யோசித்துப் பார்க்கும்போது சில கவனக் குறைவுகளும் சில அசிரத்தைகளும் சில விடுதல்களும் ஏற்பட்டுவிட்டன என்பது இப்போது தெரிகிறது. துல்லியம் கூடவில்லை. அடுத்த ஞாயிற்றுக்கிழமை மீண்டும் 'தம்' பிடித்துப் பார்க்கவேண்டும். சிலர் மிகக் கெட்டிக்காரத்தனமாகக் காரியங்களைச் செய்து முடித்துவிடுகிறார்கள். எப்படி என்றே தெரியவில்லை.

5

நகரங்களுக்கும் கிராமங்களுக்கும் உள்ள இடைவெளி குறைந்துவிட்டது. நாள்தோறும் அபிவிருத்தி அடைந்துவரும் செம்மையான பஸ் போக்குவரத்து மனித உறவை விருத்தி செய்துவருகிறது. நகரங்களின் சுற்றுப்புறங்கள் வளர்ந்து கிராமங்களை எட்டிப் பிடித்துக்கொண்டிருக்கின்றன. விவசாயத்தை மையமாக வைத்துக் கிராமம் சுழன்று கொண்டிருக்கிறது. ஆணும் பெண்ணும் அதிகாலையிலேயே அங்கு வேலைக்குப் போக வேண்டியிருக்கிறது. வயல்களில் அல்லது தோட்டங்களில் காலை உணவைத் தயாரிப்பதற்கான அவகாசமோ குறைவான நேரத்தில் தயாரிக்க நவீன உபகரணங்களோ இல்லை. முந்திய இரவு உணவில் மிச்சமிருந்தால் இரண்டு வாய் அள்ளிப் போட்டுக் கொண்டு போகலாம். வேலைக்குப் போகிற வழியில் கடையில் டீ குடித்துவிட்டுப் போவது இப்போது பழக்கத்தில் வந்துகொண்டிருக்கிறது. பெற்றோர்கள் குழந்தைகளைக் கவனித்துப் பள்ளிக்கு அனுப்பி வைப்பது கிராமத்தில் பெரும்பாலும் இல்லை. குழந்தைகள் தங்களைத் தாங்களே கவனித்துக்கொள்ள நிர்ப்பந்தமாகக் கற்றுக்கொள்ள வேண்டியிருக்கிறது. திணறல்களுடன் கற்றுக்கொள்கின்றன. கற்றுக் கொள்ளாமல் போகின்றன. பலாபலன்களை அனுபவிக்கின்றன.

நாகரிகத்தின் மாற்றங்கள் கிராமங்களிலும் வந்துகொண்டிருக்கின்றன. டூரிங் டாக்கீசுகள் இப்போது சகஜமாகிவிட்டன. மின்சாரம் கிராமத்தை ஒளிப்படுத்திவிட்டது. அதனால் ஒலிபெருக்கிகளும் கத்த ஆரம்பித்துவிட்டன. குடும்ப விசேஷம், கோவில் திருவிழா, சமூகக் கூட்டம் எதுவும் ஒலிபெருக்கி இல்லாமல் இல்லை. எளிய அலங்கார சாதனங்களும் புதுவகை ஆடைகளும் கிராம வாழ்வில் இடம்பெற்றுக் கொண்டிருக்கின்றன. டூரிங் டாக்கீசில் பழைய படம் என்பதால் புதுப்படம் பார்க்க டவுனுக்கு வருகிறார்கள். அவர்களது வாழ்வு சாரவில்லை என்றாலுங்கூட சினிமாவும் அரசியலும் அவர்களது

மனங்களைக் கவ்விக்கொண்டிருக்கின்றன. பெட்டிக் கடை முன்னால், சிகை அலங்காரக் கடை பெஞ்சுகளில், மரத்தடிகளில், சினிமாவையும் அரசியலையும் கூடிக் கலந்து பேசுகிறார்கள். உண்மையில் இது வெவ்வேறு காரியங்கள் அல்ல. நேற்று சினிமாவில் இருந்த பலர் இன்று அரசியலிலும் இருந்துகொண்டிருக்கிறார்கள். இன்று சினிமாவில் இருப்பவர்கள் எந்த நிமிஷமும் அரசியலிலும் குதிக்கலாம்.

கிராமத்தில் பழைய வாழ்க்கை முறைகள் முற்றாக மாறிவிட்டன என்று சொல்வதற்கில்லை. ஊர்ந்துகொண்டிருந்த காலம் இப்போது அங்கு நடக்க ஆரம்பித்திருக்கிறது. தலைதெறிக்க இன்னும் ஓட ஆரம்பிக்கவில்லை. வீட்டுத் திண்ணைகளில் சாவகாசமான பேச்சுகளை இப்போதும் கேட்கலாம். ஆறுகளிலும் குளங்களிலும் பெண்கள் ஆற அமரக் குளிக்கிறார்கள். சண்டைகள்கூட சாவகாசத்தினால் நீண்டு கொண்டே போகின்றன. இரும்புக் குடங்களில் பெண்கள் வரிசையாகக் குடிநீர் கொண்டுபோகிறார்கள். ஜீவ ராசிகளுக்கும் மனிதனுக்கும் முற்காலத்தில் ஏற்பட்ட பந்தம் இன்றும் கிராமங்களில் தொடர்கிறது. பசுக்கள், எருமைகள், ஆடுகள், கோழிகள், நாய்கள் வளர்க்கப்படுகின்றன. வீடுகளில் இன்னும் திரிகல் சுற்றுகிறது. அம்மிகளில் பொருட்கள் அரைபடுகின்றன. ஆட்டுக்கல் குழவி சுழல்கிறது. ஆரோக்கியமான பெண்கள் உலக்கையைத் தூக்கிப் போட்டு நெல் குத்துகிறார்கள். அவித்த நெல்லைத் தெருவாசலில் பரப்புகிறார்கள்.

கிராமங்களில் இன்றுகூட சூரியோதயத்தைப் பார்க்க முடியும். குடியிருப்புப் பகுதியைவிட்டு நகர்ந்து வயல்வெளிக்கு வந்தால் வான விளிம்பின் ஒரு முழுச் சுற்றைக்கூடப் பார்க்க முடியும். குழந்தைகளின் ஸ்பரிசம் போன்ற மலைக் காற்றை இன்றும் அங்கு அனுபவிக்க முடிகிறது.

_யுனெஸ்கோ கூரியர்,_ 'வாழும் தமிழர் பண்பாடு' சிறப்பிதழ், 1984

திருவனந்தபுரம் மொழிபெயர்ப்புப் பட்டறை

இக்கவிதை மொழிபெயர்ப்புப் பட்டறை திருவனந்தபுரத்திலிருந்து சுமார் பத்து கிலோமீட்டர் தொலைவிலுள்ள வேளி என்ற சிற்றூரில் இளைஞர் விடுதி ஒன்றில் 19.09.86இலிருந்து 27.09.86 வரையிலும் ஒன்பது நாட்கள் நடைபெற்றது. இடைப்பட்ட ஒரு ஞாயிறு விடுமுறையாக அமைய, மீதம் எட்டு நாட்களும் பட்டறைப் பணி நடந்தது. அடிப்படை ஒற்றுமைகள் கொண்ட தென்னிந்திய மொழிகளான தமிழ், தெலுங்கு, கன்னடம், மலையாளம் ஆகியவற்றைச் சார்ந்த கவிஞர்களும் அறிஞர்களும் இப்பட்டறையில் பங்கெடுத்துக்கொண்டனர். கவிதை மொழிபெயர்ப்பை நோக்கமாகக்கொண்ட இப்பட்டறையோடு, மொழிபெயர்ப்புப் பிரச்சினைகளைக் கவிதை மொழிபெயர்ப்பை அடிப்படையாக வைத்து ஆராயும் நோக்கம் கொண்ட கருத்தரங்கமும் இணைக்கப்பட்டது.

கேரளப் பல்கலைக்கழகத்தின் மலையாள அகராதித்துறையும், தென்னிந்திய இலக்கிய அகாடமியும் இணைந்து இந்தக் கருத்தரங்கையும் பட்டறையையும் ஏற்பாடு செய்திருந்தன. தென்னிந்திய மொழிகளைச் சார்ந்த கவிஞர்களுக்கிடையேயும் அறிஞர்களுக்கிடையேயும் நட்பையும் கலாச்சார உறவையும் உருவாக்குவதும் ஒரு மொழியைச் சேர்ந்த சிறந்த கவிதைகளை மற்ற மூன்று மொழிகளிலும் உடனடியாக மொழிபெயர்ப்பதன் மூலம் தென்னிந்திய மொழிகளுக்குள் நிலவும் மொழிபெயர்ப்புப் பிரச்சினைகளைத் தொகுத்து விவாதத்திற்குக் கொண்டு வருவதும் இப்பட்டறையின் முக்கிய நோக்கமாக இருந்தது.

ஒவ்வொரு மொழியைச் சார்ந்த எட்டுக் கவிஞர்களும் – ஆக மொத்தம் முப்பத்திரண்டு கவிஞர்கள் – நான்கு மொழிகளிலிருந்து சுமார் இருபது அறிஞர்களும் – இவர்கள் மொழி அறிஞர்கள் அல்லது இலக்கிய விமர்சகர்கள் – அழைக்கப்பட்டு எட்டுக் குழுக்களாகப் பிரிந்து மொழிபெயர்ப்புப் பணியில் ஈடுபட வேண்டும். ஒவ்வொரு குழுவிலும் ஒரு மொழியைச் சேர்ந்த ஒரு கவிஞன் என்ற அளவில் நான்கு கவிஞர்களும் இரண்டு மூன்று மொழித் தேர்ச்சியாளர்களும் இடம்பெற வேண்டும். ஒவ்வொரு கவிஞனும் அவன் பட்டறைக்கு வருமுன் அவன் மொழியைச் சார்ந்த, ஆயிரத்துத் தொள்ளாயிரத்து அறுபதுக்குப் பின் எழுதப்பட்டுள்ள கவிதைகளிலிருந்து, சிறப்பானவை என்று அவன் கருதும் இருநூற்று ஐம்பது வரிகளைத் தேர்ந்தெடுத்துக் கொண்டுபோக வேண்டும். நவீனப் பண்புகளுக்கு முக்கியத்துவம் அளித்தும் முக்கியமான கவிஞர்களின் படைப்புகள் விட்டுப் போகாமலும் எண்ணிக்கையில் அதிக கவிதைகளை மொழிபெயர்ப்பிற்கு முன்வைக்கவும் ஆயாசமில்லாமல் அவற்றை மொழிபெயர்க்கவும் வசதியாகக் கூடுமான வரையிலும் சிறு கவிதைகளைத் தேர்ந்தெடுத்துச் செல்ல வேண்டும் என்றும் கவிஞர்களுக்கு அறிவிக்கப்பட்டிருந்தது.

கவிதை மொழிபெயர்ப்பு நடந்த விதத்திற்கு ஒரு உதாரணம்: ஒரு குழுவைச் சேர்ந்த கன்னடக் கவிஞர் தன் கவிதை ஒன்றை வாசித்து அக்கவிதையின் பொருள், ஓசை, பார்வை பற்றி விளக்கம் தருகிறார். அவசியமெனில் அப்போது மொழி அறிஞர்கள் அக்கவிஞனின் விளக்கத்தை மேலும் தெளிவுபடுத்தலாம். மற்ற மூன்று மொழியைச் சேர்ந்த கவிஞர்களும் அவரவர்களுடைய லிபிகளில் கன்னடக் கவிதையை எழுதிக்கொள்கிறார்கள். ஆங்கிலத்தில் அளிக்கப்பட்ட விளக்கத்தையும் தனது லிபியில் எழுதப்பட்ட கவிதை வரிகளையும் ஆராய்ந்து ஒவ்வொரு கவிஞனும் அவனுடைய மொழியில் கன்னடக் கவிதையை மொழிபெயர்க்கிறான். இம்முயற்சியின்போது வெளிப்படும் மொழிபெயர்ப்புப் பிரச்சினைகளை, மொழி அறிஞர்களும் கவிஞர்களும் கவிதைப் பட்டறையின் இறுதி நாளில் நடக்கவிருக்கும் கருத்தரங்கில் முன்வைக்கக் குறித்துக்கொள்ள வேண்டும். பிற மொழிகளிலும் இவ்வழிமுறை பின்பற்றப்பட்டு மொழி பெயர்ப்புகள் நடைபெற்றன.

மொழிபெயர்க்கப்பட்ட கவிதைகள் நான்கு மொழிகளிலும் புத்தக வடிவம் பெறும்.* இதற்கான பொறுப்பைத் தென்னிந்திய இலக்கிய அகாடமி எடுத்துக்கொண்டிருக்கிறது. ஒவ்வொரு நூலும் சுமார் இரண்டாயிரம் வரிகளைக் கொண்டதாக இருக்கும். அச்சேற்றப்படும் முறைக்கு ஒரு உதாரணம்: ஒரு மலையாள நூலை எடுத்துக்கொண்டால் அதில் நான்கு மொழிகளைச் சார்ந்த கவிதைகளும் இடம் பெற்றிருக்கும். தமிழ், தெலுங்கு, கன்னடக் கவிதைகளின் மூல உருவங்கள் மலையாள லிபிகளில் புத்தகத்தின் இடது பக்கமும் அக்கவிதையின் மலையாள மொழிபெயர்ப்புகள் வலது பக்கமும் அச்சேற்றப்பட்டிருக்கும். இதன் மூலம் ஒரு மலையாள வாசகனுக்கு மூலக் கவிதையையும் மொழி பெயர்ப்பையும் ஒப்பிட்டு வாசிக்கும் சந்தர்ப்பம் கிடைக்கிறது. இதே நடைமுறை மற்ற மொழிப் புத்தகங்கள் விஷயத்திலும் பின்பற்றப்படும்.

---

* இன்று (1997) வரை வெளியாகவில்லை.

பட்டறையில் எழுந்த மொழிபெயர்ப்புப் பிரச்சினைகளைத் தொகுத்து வெளியிடும் நோக்கமும் தென்னிந்திய இலக்கிய அகாடமி கொண்டுள்ளது. இந்நூல் நான்கு தென்னிந்திய மொழிகள் தவிர ஆங்கிலத்திலும் வெளியிடப்படும்.

இக்கவிதைப் பட்டறையும் கருத்தரங்கமும் ஒரு சோதனை முயற்சியாகும். இதுபோன்ற ஒரு சோதனை முயற்சி, நான்கு மொழிகள் உள்ளிட்ட விரிவான களத்திலும் பல்வேறுபட்ட பார்வைகொண்ட கவிஞர்களைச் சந்திக்கவைக்கும் வகையிலும் கல்வித்துறை சார்ந்த கவிஞர்களையும் சாராத கவிஞர்களையும் இணைக்கும் வகையிலும் இதற்குமுன் நடைபெற்றதில்லை என்று பல கவிஞர்களும் அறிஞர்களும் அபிப்பிராயப்பட்டனர். இச்சோதனை முயற்சி மிகுந்த பலன்களைத் தந்துள்ளது என்றும் இதுபோன்ற பட்டறைகள் இனியும் நடத்தப்பட வேண்டுமென்றும் பலரும் கருத்து தெரிவித்தனர்.

பட்டறை நடைபெற்ற வேளி அழகான சிற்றூர். இளைஞர் விடுதி ஆடம்பர மற்றும் நவீன வசதிகள் கொண்டதாக இருந்தது. கட்டிடப் பராமரிப்பு சீராக இல்லாததால் சிறு அசௌகரியங்கள் இருந்தன. கவிஞர்கள் அவற்றைப் பொருட்படுத்தவில்லை. பிறமொழிக் கவிஞர்களைச் சந்தித்ததைவிடவும் தம் மொழி சார்ந்த கவிஞர்களைச் சந்தித்ததிலேயே கவிஞர்கள் அதிக மகிழ்ச்சி கொள்வதுபோல் தோன்றிற்று. கவிஞர்களைக் கவிதைத் தொழிலை மேற்கொள்ளும்படி கேட்டுக்கொண்ட அபூர்வ சந்தர்ப்பம் வாய்த்திருந்ததும் இயற்கையின் அற்புதப் பின்னணியும் அவர்களுக்கு உற்சாகம் ஊட்டியிருந்தன. இளைஞர் விடுதியைச் சுற்றிவர மரங்கள். முன் பக்கம் உப்பங்கழி. விடுதியின் மாடியிலிருந்து பார்த்தால் தெரியும்படி கடல். விடுதியிலேயே உணவும் பரிமாறப்பட்டது.

தமிழ் மொழி தவிர மற்ற மொழிகளிலிருந்து வந்த கவிஞர்கள் அதிகமும் கல்வித் துறையைச் சார்ந்தவர்கள். அம்மொழிகளில் அக்கவிஞர்களின் ஸ்தானம் பற்றி அதிகம் தெரிந்துகொள்ள வாய்ப்பில்லை. இருப்பினும் பொருட் படுத்தத் தகுந்த கவிஞர்கள் எல்லா மொழிகளிலிருந்தும் வந்திருப்பதான எண்ணமே ஏற்பட்டது. எல்லோரும் இளைஞர் விடுதியிலேயே தங்கி உறவாட வேண்டும் என்பதும் அமைப்பாளர்களின் நோக்கமாக இருந்தது. பட்டறைக்குப் பிந்தி வருவதையோ இடை நாட்களில் காணாமல் போவதையோ பட்டறை முடியுமுன் விடைபெற்றுச் செல்வதையோ அவர்கள் விரும்பவில்லை. இந்த லட்சியங்களைப் பூர்த்தி செய்யும் வகையிலேயே கவிஞர்கள் பெரிதும் நடந்துகொண்டார்கள். மலையாளக் கவிஞர்கள் திருவனந்தபுரத்தையோ அதன் சுற்றுப் புறத்தையோ சார்ந்தவர்களாக இருந்ததால் விடுதியில் தங்காமல் மாலையில் வீடு திரும்பிவிடுவது ஒரு குறையாகவே இருந்தது. முக்கியமான பல மலையாளக் கவிஞர்கள் பங்கெடுத்துக்கொள்ளவில்லை என்ற உணர்வும் ஏற்பட்டது. புகழ்பெற்ற கவிஞரான ஐயப்பப் பணிக்கரும் விமர்சகரும் கவிதையில் தனியான ஈடுபாடு கொண்டவருமான கே.எஸ்.நாராயண பிள்ளையும் முழு வேகத்துடன் கருத்தரங்குகளில் பங்கெடுத்துக்கொண்டு, மலையாள மொழிப் பிரதிநிதித்துவத்திற்கு நிறைவு செய்துகொண்டிருந்தார்கள்.

தமிழிலிருந்து க.நா.சு., எஸ்.அப்துல் ரகுமான், 'சிற்பி' பாலசுப்பிரமணியம், ஞானக்கூத்தன், நகுலன், பசுவய்யா, நீல. பத்மநாபன் ஆகிய கவிஞர் களும் கே. சுப்பிரமணியன், பி.சௌரிராஜன், டானியல் தேவ சங்கீதம், ச.வே. சுப்பிரமணியம், டி. யேசுதாசன் ஆகிய தமிழ் அறிஞர்களும் கலந்து கொண்டார்கள். முன் தயாரிப்புகளை மற்ற மொழிக் கவிஞர்களைவிடவும் தமிழ்க் கவிஞர்கள் சிறப்பாகச் செய்திருந்ததன் விளைவு பட்டறையில் வெளிப்பட்டது. தமிழிலிருந்து மொழிபெயர்க்கப்பட வேண்டிய கவிதைகளைத் தேர்ந்தெடுக்கும் பொருட்டு தமிழ்க் கவிஞர்களின் கூட்டம் முதல் நாள் நடைபெற்றது. வித்தியாசமான பார்வை கொண்ட தமிழ்க் கவிஞர்கள் அவரவர் தேர்வுகளைக் கூறிக்கொண்டு வர, மொத்தப் பட்டியல் ஜனநாயக அடிப்படையில் விரிந்தது. பிற மொழிகளுக்கு அளிப்பதற்காக 41 கவிஞர்கள் தேர்ந்தெடுக்கப்பட்டு அவர்களுடைய கவிதை ஒவ்வொன்றும் பொறுக்கப்பட்டது. க.நா.சு., ஆத்மாநாம்,சி. மணி, பசுவய்யா, நகுலன், ஞானக்கூத்தன், நீல. பத்மநாபன், தருமூ சிவராம், கங்கைகொண்டான், எஸ். வைதீஸ்வரன், தி.சோ. வேணு கோபாலன், இரா. மீனாட்சி, கலாப்ரியா, கல்யாண்ஜி, சிற்பி, அப்துல் ரகுமான், அபி, மீரா, புவியரசு, நா. காமராசன், ந. பிச்சமூர்த்தி, மு. மேத்தா, சண்முக சுப்பையா, சக்திக்கனல், தமிழன்பன், இன்குலாப், சுகுமாரன், நாரணோ ஜெயராமன், வண்ணநிலவன், தேவதேவன், தேவதச்சன், ஆனந்த், வைரமுத்து, பிரதீபன், தேனரசன், விக்கிரமாதித்யன், பிரம்மராஜன், அறிவுமதி, நிமல விஸ்வநாதன், காசியபன், நீலமணி ஆகியோரின் கவிதைகளை ஏழு தமிழ்க் கவிஞர்களும் தத்தம் குழுவில் அறிமுகப்படுத்தும் வகையில் பங்குபோட்டுக்கொண்டார்கள். பங்கெடுக்கும் கவிஞர்கள் அவரவர் கவிதையை அவர்களே அறிமுகப்படுத்துவது என்றும் முடிவாயிற்று.

என் குழுவில் மலையாளக் கவிஞர்கள் தேசமங்கலம் ராமகிருஷ்ணனும் திருநல்லூர் கருணாகரனும் பங்கெடுத்துக்கொண்டனர். இவர்களைத் தவிர ஆர். சந்திரசேகர ரெட்டியும் (தெலுங்கு) ஆர். வேணு கோபால் காசர்கோடும் (கன்னடம்) கலந்துகொண்டனர். மொழி அறிஞர்களாக என் குழுவில் பணியாற்றியவர்கள் பி. சௌரிராஜனும் (தமிழ்) விமர்சகர் கே.எஸ். நாராயண பிள்ளையும் (மலையாளம்) ஆவர். நான் அறிமுகப்படுத்திய நான்கு கவிதைகள்: 'கன்னியாகுமரி'யில் (பசுவய்யா) 'ஊமை' (தருமூ சிவராம்) 'அறை – வெளி' (சி. மணி), 'பெருநகர்ப் பிராயம்' (பிரம்மராஜன்) ஆகியவை. 'பெருநகர்ப் பிராயம்' என்ற கவிதையை விளக்குவதில் எனக்குப் பிரச்சினைகள் இருந்தன. கவிதையில் வரும் குறியீடுகளுக்குத் தவறான விளக்கம் அளித்துவிடுவேனோ என்ற அச்சத்தில், அக்கவிதையின் வார்த்தைகளுக்குரிய அர்த்தத்தை மட்டும் தந்துவிட்டு, மற்றொரு குழுவில் பணியாற்றிக் கொண்டிருந்த க.நா.சு.வை அழைத்துக்கொண்டு வந்து என் குழுவின ருக்கு அக்கவிதை பற்றி விளக்கம் தரக் கேட்டுக்கொண்டேன். நான் அறிமுகப்படுத்திய தமிழ்க் கவிதைகள் கன்னட, தெலுங்கு மொழிபெயர்ப்புகளில் எந்த அளவுக்குச் சீராக இறங்கிற்று என்பதை எனக்குச் சொல்லத் தெரியவில்லை. ஆனால் மலையாள மொழிபெயர்ப்புகள் நன்றாகவே வந்திருந்தன. முக்கியமாகச் சி. மணியின் 'அறை – வெளி'யும் (மொ.பெ. திருநல்லூர் கருணாகரன்)

பிரம்மராஜனின் ‘பெருநகர்ப் பிராய’மும் (மொ.பெ.தேசமங்கலம் ராமகிருஷ்ணன்). நான் அறிமுகப்படுத்திய கவிதைகளில் என் குழுவினர் அதிகமும் விரும்பியது பிரம்மராஜனின் கவிதையை. தமிழ்க் கவிதைகளின் உள்ளோட்டங்களை என் குழுவைச் சார்ந்த மலையாளக் கவிஞர்களும் கன்னடக் கவியும் சிறப்பாக வாங்கிக்கொண்டது போல் எனக்குப்பட்டது. அதிலும் தேசமங்கலம் ராமகிருஷ்ணனும் வேணுகோபால் காசர்கோடும் நவீனத்துவத்தின் பாதிப்புகளைக் கொண்டு நவீனக் கவிமொழியில் அதிக ஈடுபாடு கொண்டவர்களாகவும் இருந்தார்கள். நான் மலையாளம் (ஐந்து), தெலுங்கு (நான்கு), கன்னடம் (நான்கு) ஆகிய மொழிகளிலிருந்து ஆகப் பதிமூன்று கவிதைகளைத் தமிழுக்குக் கொண்டு வந்தேன்.

கிரியாசக்தியில் மட்டுமே தன் நம்பிக்கையை வைத்துக்கொண்டிருக்கும் ஒரு சுதந்திரக் கலைஞன் இங்கும் சரி, பிற தேசங்களிலும் சரி, கல்வித் துறை அமைப்புகள் சார்ந்தும் இயக்கங்கள் சார்ந்தும் உருவாகிவரும் படைப்பு முயற்சிகளை சந்தேகக் கண்கொண்டே பார்த்து வருகிறான். பயன்கலைப் பகுதியைச் சார்ந்த ஆராய்ச்சிகள் இலக்கியத் துறையின் ஒரு ஓரம் என்றால் அதன் எதிர்த் துருவம் கிரியாசக்தியின் வீச்சு. கல்வித்துறை அமைப்புகள் இலக்கியத்தின் பயன்கலைப் பகுதியைச் சார்ந்து இயங்கும்போது இலக்குகளை எட்டுவதற்கான வாய்ப்புகள் அதிகம் கொண்டிருக்கின்றன. இங்கு உண்மையான உழைப்பே நோக்கங்களைப் பூர்த்தி செய்துவிடுகிறது. பயன்கலைத் துறைகளிலிருந்து படைப்புத் துறைகளுக்குக் கல்வித்துறை அமைப்புகள் நகரும்போது பெரும்பாலும் வெற்றிகள் கூடுவதில்லை. பதவி ஏணியில் ஆராய்ச்சிப் பணியை ஒரு படியாகக் கருதுதல், பட்டம் பெறும் வகையில் உண்மைகளைப் பலியிட்டு அமைப்புக்கு விசுவாசமாகச் செயல்படும் போக்கு, பட்டம் அறிவின் இறுதிக்கோடு என்ற மயக்கம், சார்ந்து நிற்கும் நிறுவனங்களின் கௌரவங்கள் சார்ந்த மயக்கங்கள், தனது பணி விமர்சன வட்டத்தின் கவனத்திற்கு வராது என்ற கணிப்பு—இவை பெரும் அசிரத்தைகளை ஏற்படுத்தி அதிகபட்ச வெற்றிகளை அடைய முடியாமல் தடுத்துவிடுகின்றன.

சுதந்திரக் கலைஞனுக்கும் கல்வித்துறை சார்ந்த படைப்பாளிக்குமான இடைவெளி இன்றும் புகைமூட்டமாகத் தொடர்ந்துகொண்டிருக்கிறது. பார்வைகள் முன்வைக்கப்பட்டு கருத்து வேற்றுமைகளில் நுட்பம் கூடித் துல்லியப்படுவது ஒன்று. முன் முடிவுகளையும் பரஸ்பர அலட்சியங்களையும் சார்ந்து விலகி நின்றுகொண்டிருப்பது மற்றொன்று. முன் முடிவுகள் பரஸ்பர உறவுகள் அற்ற நிலையில் இறுகுகின்றன.

கல்வித்துறை அமைப்புகள் ஆக்கங்கள் சார்ந்து இயங்க முற்படுவதும் படைப்பாளிகள் கல்வித்துறை சார்ந்து அதிக அளவில் உருவாகி வருவதும் ஒரு நவீன இந்திய அதிசயம் ஆகும். நான் எழுத ஆரம்பித்த ஐம்பதுகளில் கூட மு.வ. ஒருவரே படைப்பு சக்திக்கு உதாரணமாக—தவறாகவேனும் காட்டும் வகையில்—நம் மொழியில் கல்வித்துறை சார்ந்து இருந்தார். இன்று கல்வித் துறைப் படைப்பாளிகள் பிற இலக்கிய உருவங்களை விடவும் கவிதையிலேயே அதிக நாட்டம் கொள்கின்றனர். கவிதை ஒரு

'வானவெளிப் பயணம்' என்ற தவறான கற்பனையோ அல்லது அவ்வாறு இயங்குவதால் படைப்புகள் உத்யோகப் பூர்வமான உறவுகளில் நெருடல்களை ஏற்படுத்தாத சௌகரியமோ அல்லது இக்காரணங்களின் இணைவினாலோ கவிதை இவர்களுடைய முதல் காதலாக உருவாகிக்கொண்டு வருகிறது. திருவனந்தபுரம் கவிதைப் பட்டறையில் தெலுங்கு, கன்னட மொழியைச் சார்ந்து வந்திருந்தவர்களில் அநேகர் – அல்லது அனைவருமே – கல்வித்துறை சார்ந்தவர்கள் என்று சொல்லிவிடலாம். இந்த நூற்றாண்டின் இறுதியில் மொத்த இந்தியக் கவிஞர்களில் பெரும் பகுதியினர் கல்வித்துறை சார்ந்தவர்களாக அமைய, சுதந்திரக் கவிஞன் ஒரு விதிவிலக்கான விசித்திர ஜீவியாகக் கருதப்படலாம். அப்போது அவனுடைய பார்வையும் படைப்பும் இப்போது இறுகிக்கொண்டிருக்கும் இடைவெளியின் தொடர்ச்சியாக முற்றாக ஒடுக்கப்படலாம். இப்போதே, பட்டம் பெறாத கவிக்குரலை விட்டுவிட்டுப் பட்டம் பெற்ற கவிக்குரலை தேர்வு செய்யும் பாரபட்சம் கல்வித்துறைக்குள் ஊடுருவியிருக்கிறது.

ஒரு கவிஞன், அவன் உன்னதக் கலைஞன் எனில், சுதந்திரத்திலிருந்தும் வெளிப்படையான தன் போக்குகளிலிருந்தும் உண்மைகளிலிருந்தும் ஜீவசக்தியை உறிஞ்சிக்கொண்டிருப்பவன். அமைப்பு, அதிகாரத்தையும் பண பலத்தையும் சார்ந்தது. பரஸ்பரம் இங்கிதம் கூறி அடுத்தவரின் திருப்தியைப் பெற்று கூட்டு லாபம் அடையும் நோக்கங்கள் கொண்டது. சுதந்திரத்திற்கு எதிரானது. கருத்து வேற்றுமைகளை வெளிப்படையாக வைக்கும் நாகரிகம் இல்லாதது. செயல் மூலம் தன் இச்சைகளை அமல்படுத்திவிடலாம் என்ற தந்திரம் கொண்டது. வணிகப் பத்திரிகைகள் எப்படி வாசக எண்ணிக்கையின் அசுரபலத்தை நம்பி சுதந்திரக் கலைஞனை ஒடுக்குகிறதோ அதேபோல் கல்வி அமைப்புகளும் மாணவர் பலத்தைச் சார்ந்தும் அவர்களது கல்வி மூளையை உருவாக்கும் நிர்வாக அதிகாரத்தைச் சார்ந்தும் சுதந்திரக் கலைஞனைப் புறக்கணிக்கும் இயல்புகளையே கொள்கின்றன. கடைசியில் ஏதோ ஒரு விதத்தில் எப்போதும் இலக்கியத்தின் தரம் பின்தள்ளப்பட்டுவிடுகிறது. தேசங்களைச் சார்ந்து, மொழிகளைச் சார்ந்து, பிறப்பைச் சார்ந்து, ஜாதியைச் சார்ந்து, கொள்கையைச் சார்ந்து, குரோதங்களைச் சார்ந்து, புலமையைச் சார்ந்து, பட்டங்களைச் சார்ந்து. தமிழிலோ தரத்தைப் புறம்தள்ளும் முக்கியமான மூன்று சக்திகளும் – பத்திரிகைகள் மற்றும் வெகுஜனத் தொடர்புகள், கல்வி அமைப்பைச் சார்ந்த நிறுவனங்கள், திரைப்படங்கள் – மிக வலுவானவை. இறுதியில் மக்களின் மூளையைத் தீர்மானிப்பவை இவைதாம். இந்தத் துறையைச் சார்ந்த தூண்களின் பார்வையைச் சார்ந்துதான் அரசின் ஊக்கங்களும் கிடைக்கின்றன. சுதந்திரக் கலைஞர்களுக்கு இந்தச் சரிவுகளைக் கவனிக்க நேரம் இல்லை. பிரதான நிலப்பரப்பிலிருந்து துண்டாடிப்போன ஒரு கோழிமுட்டைத் தீவில் பதவியைக் கைப்பற்றப் போடும் மானசீகச் சண்டைகளுக்கே அவர்களுக்கு நேரம் பற்றாமல் இருக்கிறது. இந்தச் சண்டையில் சிந்தப்படும் ரத்தம் தான் இலக்கிய விமர்சனங்கள் என்றும் அவர்கள் சாதிப்பார்கள்.

இந்நிலையில் கல்வித்துறை சார்ந்த படைப்பாளிகளுக்கும் சுதந்திரக் கலைஞர்களுக்கும் இடையில் ஆரோக்கியமான விவாதங்கள் நிகழ வேண்டியது அவசியமாக இருக்கிறது. இவ்விவாதங்கள் மூலம் இரு

தரப்பினருமே பயன் பெற்று பரஸ்பரம் முன் முடிவுகள் சார்ந்த தவறான எண்ணங்களைத் தீர்த்துக்கொள்ள முடியும். இதுபோன்ற ஒரு விவாதம்தான் கல்வித்துறை சார்ந்த அறிஞர்களைச் சிறிய அளவிலேனும் பாதிக்கவும்கூடும். இவ்வுறவுகள் உருவாகும் திசை நோக்கி திருவனந்தபுரம் கவிதைப் பட்டறை ஒரு அடி எடுத்து வைத்திருப்பதான உணர்வு ஏற்பட்டது.

இன்றைய இந்திய வாசகனுக்கு இன்றைய இந்திய இலக்கிய அனுபவம் இல்லை. அவன் மொழிவழித் துண்டாடப்பட்டுக் கிடக்கிறான். இந்தத் துண்டாடல் பற்றிய கலாச்சார விசனம்கூட இன்று அவனுக்கு இல்லை. மேற்கத்திய இலக்கியத்தை அரைகுறையாகப் புரிந்துகொண்ட நிலைகூட அவனுக்கு ஒரு கௌரவமாகவும் இந்திய இலக்கியத்தைப் பற்றிய அறியாமை ஒரு இயற்கை நிலையாகவும் இருந்துகொண்டிருக்கிறது. ழீன் பால் சார்த்தின் பெயர் தெரியாமல் போனதில் வெட்கம் அடையும் தமிழ் வாசகனும் சரி, எழுத்தாளனும் சரி, சிவராம கரந்தை அறியாமல் இருந்துகொண்டிருப்பது இயற்கையான காரியம் என்று நினைக்கிறான். இன்றைய படைப்பாளிக்கும் சரி, இன்றைய தமிழ் வாசகனுக்கும் சரி, ழீன் பால் சார்த்தைவிட அதிக நன்கொடையையும் அதிக ஆதர்சத்தையும் தர சிவராம கரந்தை ஒத்த இந்தியக் கலைஞர்களால்தான் முடியும். ஒரு பெரிய தாண்டல் நம்மிடம் நிகழாத வரையிலும் ழீன் பால் சார்த்தோ அவன் தரத்தைச் சார்ந்த படைப்பாளியோ சிந்தனையாளனோ நம்மைச் சிறிதும் பாதித்துவிட முடியாது. அதுவரையிலும் ஆக்கங்களுக்கு அல்ல பீற்றலுக்கே இந்தப் பெயர்கள் பயன்படும்.

இந்திய மொழிகள் ஒவ்வொன்றிலுமே இன்று பொருட்படுத்தத் தகுந்த முயற்சிகள் நடந்துகொண்டிருக்கின்றன. இம்மொழிகள் சார்ந்த உன்னதப் படைப்புகள் மொழிமாற்றம் கொள்ளும் என்றால் ஒவ்வொரு மொழியைச் சார்ந்த கலைஞனும் கூட்டு அனுபவத்தால் அதிக மனோபலத்தையும் அதிக உத்வேகத்தையும் பெற முடியும். ஏனெனில் பல ஒற்றுமைகள்கொண்ட கலாச்சாரத்திலிருந்தும் வாழ்க்கை முறைகளிலிருந்தும் இப்படைப்புகளின் வேர்கள் தம் ஜீவசக்தியை உறிஞ்சிக்கொண்டிருக்கின்றன. மேற்கத்திய வாழ்வுக்கும் நமக்குமான இடைவெளி, மேற்கத்திய இலக்கியத்திலிருந்து நாம் பெறும் பாதிப்பை எப்போதும் கடினமாக்கி, அப்பாதிப்பைப் பெற்ற நிலையில் செயற்கையாக வெளிப்பட வைத்து, மோகங்கள் தீர்ந்த பின் ஆக்கங்களின் அடிச்சுவடுகள்கூட இல்லாமல் அடித்துவிடுகிறது. டி.எஸ்.எலியட் இந்திய மொழிகளில் ஏற்படுத்திய பாதிப்பு இன்று எல்லா இந்திய மொழிகளிலும் உதிர்ந்து போய்விட்டது மட்டுமல்ல; அப்பாதிப்பின் மூலம் பெரிய ஆக்கங்கள் எவையும் உருவாகவில்லை என்பதும் நிதர்சனமாகிவிட்டது. கடந்த கால ஆக்கங்களைப் பார்க்கும்போதும் ஆங்கிலப் படைப்புகளைவிடவும் பிற ஐரோப்பியப் படைப்புகள் நம்மை வெகுவாகப் பாதித்துள்ளது தெரியவரும். இந்தியப் படைப்பின் உன்னதங்கள், இன்றைய நிலையில், ஐரோப்பியப் படைப்புகளைவிட நம்மைப் பாதிக்க வலுக்கொண்டவை. ஒரு ஆரம்பமாக இப்பாதிப்புகள் நிகழ வேண்டும். இப்பாதிப்புகள் இயற்கையாகவும் கசங்கலின்றியும் நிகழக்கூடியவை. இவ்வாறு நம் பார்வை இயற்கையாக விரிவுபடாமல் நம் வாழ்வின்மீது கூரான விமர்சனங்கள் தோன்றா.

பார்வை சுருங்கி விமர்சனங்கள் மழுங்கிக் கிடக்கும் நிலையில் மேலான படைப்புகள் தோன்றவும் வாய்ப்பில்லை. வாழ்க்கை, உருவாகி வருவது என்ற கற்பனையிலிருந்து, வாழ்க்கை, உருவாக்கப்படுவது என்ற நிலைதான், வாழ்வு சார்ந்த கூரான விமர்சனங்களுக்கே அடிப்படையாக இருந்திருக்கிறது. படைப்பு நிலையிலேனும் இந்த உத்வேகத்தை உணராத கலைஞன் எவனும் உன்னதப் படைப்புகளை உருவாக்கித் தந்ததற்கு இலக்கியச் சரித்திரத்தில் சாட்சியம் இல்லை. இன்று இந்திய மொழிக் கலைஞர்களுக்குள் நேரடித் தொடர்புகள் நிகழ்ந்து உன்னதப் படைப்புகள் கூட்டு முயற்சிகளாக மொழி மாற்றம் காணவேண்டும். இதன் மூலம் பார்வை விரிந்து நாம் மனவிகாசம் கொள்ள வாய்ப்புண்டு.

அமைப்பின் துணை பல நிர்வாகப் பிரச்சினைகளைத் தீர்த்துவிடுகிறது. அமைப்பு அளிக்கும் வசதிகளுக்கு நல்ல உதாரணமாக இருந்தது கவிதைப் பட்டறை. தனி மனித முயற்சிகள் இவ்விளைவுகளை உருவாக்குவது கடினம். அமைப்பின் சாதகங்களை உணரும்போதே அதை ஊக்குவிக்கத் தடையாக அமைப்பின் பாதகங்கள் மனத்தை உறுத்திவிடுகின்றன. அமைப்பு எப்போதும் தர நிர்ணயங்களுக்கு எதிராக வந்துவிடுகிறது. படைப்பில் உள்ளூறைந்திருக்கும் குணங்களைச் சார்ந்து அதன் தரம் அமைந்திருக்க அளவு, புகழ், பதவி, பிரதிநிதித்துவம் ஆகிய அளவுகோல்களை அமைப்பு ஊக்குவிக்கிறது. தரத்தோடு நடுத்தரமும் தரமற்றவையும் கலக்கின்றன. கொடுக்கலும் வாங்கலும் இந்த அளவுகோல்களை ஆதாரமாக வைத்து நிகழ்கின்றன. மோசமான கவிதைகளை மொழிபெயர்க்கக் கொடுத்த குற்றத்திற்காக மோசமான கவிதைகளை மொழிபெயர்க்கும் தண்டனையும் கிடைக்கிறது.

மொழிபெயர்ப்புகளில் கல்வித்துறை அறிஞர்கள் ஏதும் பெரிய பங்கு ஆற்ற முடியவில்லை. நம் கல்வித்துறை அறிஞர்களுக்கு நவீன இலக்கியத்தின் போக்குகள் பற்றிய பிரக்ஞை இருப்பதாகவும் தெரியவில்லை. பட்டறையில் என்னைச் சந்தித்த ஒரு தமிழ் அறிஞர் அப்போதுதான் என்னுடைய பெயரை முதல் தடவையாகக் கேள்விப்படுவதாகச் சொன்னார். நான் இன்னும் அவரை எட்டாததில் எனக்கு வருத்தம்தான். எட்டியிருக்க என்ன செய்திருக்க வேண்டும் என்பதும் எனக்குத் தெரியவில்லை. இவர்கள் விளக்க முன்வரும்போது கவிதையின் நுட்பம் காயப்படுகிறது. கவிதையைக் காயப்படுத்த வேண்டும் என்ற நோக்கம் இவர்களுக்கு இல்லை. மௌனமான அசை போடலை வாசகனிடம் கேட்கும் ஒரு கவிதையின் குணத்திற்கும் விளக்கங்களைச் சார்ந்து உயிர் வாழும் அறிஞர்களின் குணங்களுக்கும் முரண்பாடுகள் உள்ளன.

தென்னிந்தியக் கவிதைகள் மொழிபெயர்க்கப்பட ஆங்கில விளக்கங்கள் அதிகமும் தீமையையே அளிக்கின்றன. வடமொழிச் சொற்கள் மூலமும் திராவிடச் சொற்கள் மூலமும் சுலபமாகப் பரிமாற்றம் கொள்ளும் கருத்து உருவங்கள்கூட ஆங்கில மொழிபெயர்ப்பில் செயற்கையாகிவிடுகின்றன. தென்னிந்திய மொழிகளில் ஏதேனும் ஒன்றைச் சிறிய அளவில் அறிந்த ஒரு தமிழ்க் கவிஞன்கூட, அம்மொழிக் கவிஞனுடன், அமைப்புகளுக்கு அப்பால், தனியான உறவுகளை உருவாக்கிக்கொண்டு கவிதை மொழிபெயர்ப்புகளில்

கொடுக்கல் வாங்கல்களை இன்று நிகழ்த்த முடியும். இவ்வாறு தனியான உறவுகளை ஏற்படுத்திக்கொண்டு, அமைப்புகளுக்கு அப்பால் நின்று, தரமான கவிதைகளை மொழிமாற்றம் செய்ய வேண்டிய அவசியத்தை வற்புறுத்திப் பலரும் தனி சம்பாஷணைகளில் பேசினார்கள். இவர்களில், எனக்குத் தெரிய வந்தவர்களில் அதிக அக்கறை கொண்டவர்கள் என்று தேசமங்கலம் ராமகிருஷ்ணன் (மலையாளம்), கே.சிவாரெட்டி (தெலுங்கு), சுமதீந்திர நாடிக் (கன்னடம்) ஆகியவர்களைக் குறிப்பிடலாம். தென்னிந்திய மொழிகளில் ஏதேனும் ஒன்றை அறிந்த தமிழ்க் கவிஞர்கள் இவர்களுடைய அல்லது இவர்களை ஒத்தவர்களுடைய துணையைப் பெற்று மொழிபெயர்ப்புப் பணிகளைத் தொடர வேண்டும். அமைப்புகள் உருவாக்கும் உறவுகளை அடிப்படையாகவைத்து அமைப்புகளின் ஊனங்களைத் தாண்டிப் போக முடியுமா என்று நாம் பார்க்க வேண்டும்.

கொல்லிப்பாவை, 1986

தமிழ்ப் பத்திரிகைகளின் தரம்

மலையாளப் பத்திரிகைகளையும் புத்தகப் பிரசுரங்களையும் 1950இலிருந்தே கவனித்து வருகிறேன். ஆங்கிலம் சரிவரப் புரியாத காலங்களில், மலையாளப் படிப்பு வெறி எனக்குத் தலைக்கேறியிருந்தது. அப்போதிருந்த அகோரப் பசிக்கு நவீனத் தமிழின் தரமான எழுத்துகள் போதாமலும் இருந்தன. ஆனால் மலையாளம் பற்றிய என் கவனிப்பு ஒரே மாதிரி எப்போதும் இருந்தது என்று சொல்ல முடியாது. ஒரு புத்தகப் பட்டியலைப் பெறுவதற்கு மிக மோசமான உடல்நிலையில் கண்டபடி அலைந்திருக்கிறேன். கவனம் வேறு திசையில் திரும்பியதாலோ அலுப்பு மேலிட்டதாலோ இடையிடையே மலையாள எழுத்துகளின் போக்குகளைக் கவனிக்காமலும் இருந்திருக்கிறேன். இவ்வாறு மலையாளப் பத்திரிகைகள், பிரசுரங்களின் போக்கை நான் அறிய நேர்ந்திருக்கும் ஒழுங்கற்ற நிலையிலும்கூட நம் தமிழில் நிகழும் காரியங்களுடன் ஒப்பிடும்போது மிகுந்த மனச்சோர்வுதான் ஏற்படுகிறது.

1950களில் பரவலான வாசகர்கள்கொண்ட தரமான பத்திரிகையாக மலையாளத்தில் *மாத்ருபூமி* வார இதழ் ஒன்றுதான் இருந்தது. இன்று நாலைந்து வாரப் பத்திரிகைகளேனும் தரமானதும் நடுத்தரமானதுமான எழுத்துகளை, சற்றே ஜனரஞ்சகமான எழுத்துகளுடன் கலந்து வெளியிட முன்வருகின்றன. இவற்றில் *மாத்ருபூமியும் கலாகௌமுதியும்* இன்றும் தரமான எழுத்துகளுடன், அவ்வப்போது மிகத் தரமான படைப்புகளையும் கட்டுரைகளையும் வெளியிட்டு வருகின்றன. கடினமான எழுத்தும் அது இடம் தரும் அளவுக்கேனும் பத்திரிகை எழுத்துக்கு இன்றியமையாத தெளிவைக் கொண்டிருந்தால், மலையாளப் பத்திரிகை ஒன்றில் பிரசுரம் கண்டுவிடுவது சாத்தியமானது தான். மார்க்சிய அறிஞரும் கவிஞருமான சச்சிதானந்தன், மார்க்சிய அழகியல் பற்றி எழுதியுள்ள நீண்ட

கட்டுரை *மாத்ருபூமி* வார இதழில் தொடராக வெளிவந்தது. தமிழில் இக்கட்டுரையைக் கவிஞர் சுகுமாரன் மொழிபெயர்த்து அது 'மார்க்சிய அழகியல்: ஒரு முன்னுரை' என்ற தலைப்பில் புத்தக வடிவம் பெற்றுள்ளது. இந்நூலைப் புரட்டிப் பார்ப்பவர்கள்கூட எவ்வளவு ஆழமான விஷயங்களை மலையாள சஞ்சிகைகள் தொடர் கட்டுரைகளாக வெளியிட முன்வருகின்றன என்பதை உணர்ந்துகொள்ளலாம். பிரபல தமிழ்ப் பத்திரிகைகள் எவற்றிலும் மார்க்சிய அழகியலைப் பற்றி நாலு வரிகூட எழுத முடியாது என்பது மட்டும் அல்ல, கவிஞர் சச்சிதானந்தனை எளிய முறையில் அறிமுகப்படுத்தி ஒரு குறிப்புகூட எழுத முடியாது. இந்த அளவு ஆழமும் கடினமும் கொண்ட கட்டுரை ஒன்றைத் தமிழ்ப் பத்திரிகைகள் அவற்றின் பொற்காலத்தில்கூட வெளியிட்டதில்லை. சஞ்சிகையில் தொடராக வெளிவராமல் முதலிலேயே புத்தகமாக வந்திருந்தாலும் அப்போதும் இக்கட்டுரை அதற்குரிய கவனத்தை மலையாள வாசகர்களிடத்தில் பெற்றிருக்கும். ஆழமான எழுத்தைத் தமிழ்ப் பத்திரிகைகள் புறக்கணிக்கும் நிலையில் அதனைப் புத்தகமாகக் கொண்டு வந்தால் அப்போதும் வாசகர் புறக்கணிப்புக்குத்தான் ஆளாகிறது. இந்நிலை தமிழைப் போல் மலையாளத்தில் இல்லை.

லேவ் தல்ஸ்தோயின் மகத்தான நாவலான 'போரும் அமைதியும்' மலையாளத்தில் மொழிபெயர்க்கப்பட்டு புத்தக வடிவம் பெற்றபோது அது வாசகர்களின் பரவலான கவனிப்பைப் பெற்றது. நான்கு முக்கிய நகரங்களில் ஏக காலத்தில் இதன் வெளியீட்டு விழாக்கள் நடைபெற, அவற்றில் அமைச்சர்கள் கலந்துகொண்டார்கள். இது பெரிதல்ல. ஆனால் அவர்கள் தங்கள் ஓட்டை வாய்களை அதிகம் திறக்காமல் மலையாள எழுத்தாளர்களையும் விமர்சகர்களையும் தல்ஸ்தோயைப் பற்றிப் பேசவிட்டது மிகப் பெரிய விஷயம். இதுபோன்ற ஒரு கூட்டம் தமிழ்நாட்டில் நடைபெறும் என்றால் – அவ்வாறு நிகழும் எனக் கற்பனை செய்யக் காரணங்கள் எவையும் இல்லை – நம் அமைச்சர்கள் வாய்களில் மகான் லேவ் தல்ஸ்தோய் எப்படிச் சீரழிக்கப்படுவார் என்பதை யாரும் எளிதாகக் கற்பனை செய்யமுடியும். தமிழிலும் தல்ஸ்தோயின் இந்த உன்னதப் படைப்பு பழம் பத்திரிகை ஜாம்பவானான டி.எஸ்.சொக்கலிங்கத்தால் மொழிபெயர்க்கப்பட்டு 1957இலேயே வெளிவந்துள்ளது. (இந்நாவலின் முதற்பகுதி மட்டும் இதற்கு முன்னரே பொ.திருகூடசுந்தரம் பிள்ளை என்ற அறிஞரால் மொழிபெயர்க்கப்பட்டு வெளிவந்திருக்கிறது.) மூன்று பாகங்களில் 2200 பக்கங்கள் கொண்ட நாவல் இது. மொழிபெயர்க்கவும் அச்சேற்றவும் எவ்வளவு கடுமையான உழைப்பு தேவை என்பதையும் நாம் ஊகித்துப் பார்க்க வேண்டும். தமிழ் வாசகர்களால் சுலபமாகவும் 'வெற்றிகரமாக'வும் புறக்கணிக்கப்பட்ட நூல் இது. தமிழ் அறிஞர்களாலும் எழுத்தாளர்களாலும் இம்மொழிபெயர்ப்பு புறக்கணிக்கப்பட்டது என்று சொன்னாலும் எவ்விதத் தவறும் இல்லை. கடந்த 25 வருடங்களில் நான் தொடர்ந்து மேற்கொண்டு வந்துள்ள விசாரணைகள் மூலம் இப் படைப்பு தமிழில் பெற்ற புறக்கணிப்பை நான் உறுதிப்படுத்திச் சொல்ல முடியும்.

சுகுமார் அழிக்கோடு என்ற மலையாள அறிஞர் தம் நவீனப் பார்வையில் ஏழு உபநிஷத்துகள் பற்றிச் சமீபத்தில் ஒரு புத்தகம் எழுதி வெளியிட்டர். இந்நூல் மிகுந்த கவனம் பெற்றது. சர்ச்சைகளையும்

விமர்சனங்களையும் எழுப்பி அதன் விற்பனை இரண்டாண்டுகளில் மூன்றாம் பதிப்பைத் தாண்டிவிட்டிருக்கிறது. இந்நூல் பற்றி சாதக பாதகமான விமர்சனங்கள் உள்ளன. ஆனால் இந்நூலின் தரத்தைச் சார்ந்த ஒரு நூல் தமிழில் வெளியிடப்படுமேயானால் அது எவ்விதச் சலனத்தையும் ஏற்படுத்தாமல் நூல் நிலையங்களின் அலமாரிகளில் முடங்கும் என்பதில் எவ்விதச் சந்தேகமும் இல்லை.

பத்திரிகைகளின் பொற்காலம் ஒன்று தமிழிலும் இருந்ததாக நாம் அடிக்கடி நினைவு கூர்ந்துகொள்கிறோம் அல்லவா? முப்பதுகளில் *மணிக்கொடி*யும் நாற்பதுகளில் *கலைமகளு*ம்தான் நம் பொற்காலங்கள். ஆரம்பகால *கலைமகள்* அளவுகூட *மணிக்கொடி*, வாசகர் கவனம் பெற்றிருக்கவில்லை. இருப்பினும் இவ்விரு பத்திரிகைகளையும் ஒருசேரப் பார்க்கும்போது இவற்றில் எஸ். வையாபுரிப்பிள்ளை, டி.கே.சி., பெ.நா. அப்புஸ்வாமி, பெ. தூரன், உ.வே.சாமிநாத ஐயர், தெ.பொ.மீனாட்சி சுந்தரனார், புதுமைப்பித்தன், ந.பிச்சமூர்த்தி, கு.ப. ராஜகோபாலன், மௌனி, லா.ச. ராமாமிருதம் போன்ற தரமான எழுத்தாளர்களும் எழுதியிருக் கிறார்கள். ஐம்பதுகளில்கூட *அமுதசுரபி*யில் ராமாமிருதம், ஜானகிராமன் கதைகள் பல படிக்கக் கிடைத்தது இன்றும் பசுமையாக என் நினைவில் நிற்கிறது. உ.வே. சாமிநாத ஐயரின் *என் சரித்திரத்தை ஆனந்த விகடன்* நாற்பதுகளில் தொடராக வெளியிட்டது விதிவிலக்கான ஒரு அற்புதம். இந்தப் பொற்காலத்தின் ஒரு பகுதியாகச் சக்தி காரியாலயத்தினரின் புத்தகப் பிரசுரங்களையும் வெ. சாமிநாத சர்மாவின் நூல்களையும் அறிவுத் துறைகளை முன்னிலைப்படுத்திய *சக்தி* பத்திரிகையையும் குறிப்பிட வேண்டும். இந்திய மொழிகள் அனைத்திலும் இன்றுவரையிலும் நடந்துள்ள அறிவுத் துறை முயற்சிகளைக் கணக்கில் எடுத்துக்கொண்டாலும் கூட, *சக்தி*யும் *கலைக்கதிரு*ம் போற்றப்பட வேண்டிய முயற்சிகள் ஆகும். இம்முயற்சிகளுக்குத் தமிழ் வாசகர்களிடமிருந்து போதிய ஆதரவு கிடைக்கவில்லை என்பது வெளிப்படை.

நாற்பதுகளில் மலையாளத்தில் பிரேம்சந்தும் மக்சீம் கோர்க்கியும் மாபசானும் முல்க் ராஜ் ஆனந்தும் நட்சத்திர மதிப்புப் பெற்றிருந்தார்கள். அன்று தமிழில் நட்சத்திர மதிப்புப் பெற்றிருந்த பிறமொழி எழுத்தாளர் வி.ஸ.காண்டேகர். புதுமைப்பித்தனைவிடச் சிறந்த எழுத்தாளராக வி.ஸ.காண்டேகரை மதித்த ஆயிரக்கணக்கான வாசகர்களையேனும் அன்றைய *கலைமகள்* உருவாக்கியிருக்கக் கூடும். இன்றும் இதே எண்ணம் கொண்ட தமிழ் அறிஞர்கள் நம்மிடையே இருக்கக்கூடும் என்றாலும் அதை வெளியிட அவர்கள் கூச்சப்படக்கூடிய அளவுக்குத் தமிழில் விமர்சனம் இப்போது வளர்ந்திருக்கிறது. வி.ஸ.காண்டேகர் மலையாளத்தில் மொழிபெயர்க்கப்பட்ட போது அங்கும் பொழுதுபோக்கு வாசகர்கள் அவரைப் படித்திருக்கக் கூடும். ஆனால் எவ்வித இலக்கிய அந்தஸ்தையும் அங்கு அவர் பெற முடியவில்லை. இந்திய மொழிகளிலேயே அவர் இலக்கிய அந்தஸ்தைப் பெற்றது தமிழ்மொழியில் மட்டும்தான் என்று தோன்றுகிறது.

*கலைமகளி*ன் ஆசிரியரான கி.வா.ஜகந்நாதனைப் போலவே ஒரு புலவரும் கவிஞருமான என்.வி.கிருஷ்ணவாரியர்தான் 1950களில்

*மாத்ருபூமி*யின் ஆசிரியராக இருந்தார். இவர் கி.வா. ஜகந்நாதனைப் போல் அல்லாமல் நவீனத்துவத்தின் பாதிப்புகளைப் பெற்றவர். மலையாளக் கவிதையில் நவீனத்துவத்தைப் புகுத்தியவர் என்று மதிக்கப்படுகிற கவிஞர். இவர் ஆசிரியராக இருந்த காலத்தில் *மாத்ருபூமி*யில் அன்று எழுதிக் கொண்டிருந்த தரமான மலையாள எழுத்தாளர்கள் அனைவரின் எழுத்துகளையும் நாவல்களையும் (தொடர்கதைகள் அல்ல) சிறுகதைகளையும் கவிதைகளையும் விமர்சனக் கட்டுரைகளையும் தத்துவக் கட்டுரைகளையும் மொழிபெயர்ப்புகளையும் வெளியிட்டார். என்னளவில் நான் மிகத் தரமானவர்கள் என்று கருதும் வைக்கம் முகம்மது பஷீர், காரூர் நீலகண்டப் பிள்ளை, சி.ஜே. தாமஸ், எம்.கோவிந்தன், வயலோப் பள்ளி ஸ்ரீதர மேனன், பட்டத்துவிள கருணாகரன், டி. பத்மநாபன் ஆகியோரின் எழுத்துகளும் *மாத்ருபூமி*யில் வெளிவந்தன. மலையாள மொழியில் எழுதும் சிறந்த ஆசிரியர்களின் எழுத்துகளை வெளியிடுவது ஒன்று; உலகத் தரத்தைச் சார்ந்த உன்னத எழுத்துகளை மொழிபெயர்த்துத் தொடராக வெளியிடுவது மற்றொன்று. இந்த அரிய காரியத்தையும் என்.வி. கிருஷ்ணவாரியர் செய்தார். நினைவிலிருந்து இரண்டு உதாரணங்களைத் தருகிறேன். ஃப்ரன்ஸ் காஃப்காவின் (ஜெர்மன்) *Metamorphosis* (உருமாற்றம்) என்ற நீண்ட சிறுகதையும் தாமஸ் மன்னின் (ஜெர்மன்) *Transposed Heads* (மாற்றி வைத்த தலைகள்) என்ற நாவலும் *மாத்ருபூமி*யில் தொடராக வெளிவந்தன. எந்தப் பார்வை இந்தப் புத்தகங்களை மொழிபெயர்த்துத் தொடராக வெளியிட முடிவு செய்ததோ அதற்கு ஈடான ஒரு பார்வை தமிழ் சஞ்சிகை களின் பொற்காலத்திலோ அல்லது பிற்காலத்திலோ இல்லை என்பது ஒரு வெளிப்படையான உண்மையாகும். ('மாற்றி வைத்த தலைகள்' ரா.ஸ்ரீ. தேசிகனால் மொழிபெயர்க்கப்பட்டுத் தமிழிலும் வெளிவந்துள்ளது. அது இங்கு எவ்வித வாசகர் கவனிப்பையும் பெறவில்லை.) தாமஸ் மன்னையும் காஃப்காவையும் தொடராகத் தரும் ஒரு பத்திரிகை தரம், சுவை, சுலபம் ஆகிய முக்குணங்கள் கொண்ட தகழி சிவசங்கரப் பிள்ளையையும் பி.ஸி. குட்டிக்கிருஷ்ணனையும் (முதலில் இயற்பெயரிலும், பின் 'உரூப்' என்ற புனைபெயரிலும் எழுதியவர்) எம்.டி. வாசுதேவன் நாயரையும் வெளியிட்டதில் ஆச்சரியம் எதுவுமில்லை. தாமஸ் மன்னையும் காஃப்காவையும் வெளியிட்ட பாரம்பரியத்தைக் காப்பாற்றிக்கொண்டு இன்றும் *மாத்ருபூமி*, ஓ.வி. விஜயன், ஆனந்த், சகரியா போன்ற பின் தலைமுறையைச் சேர்ந்த மிகத் தரமான ஆசிரியர்களின் எழுத்துகளை வெளியிட்டுவருகிறது.

தமிழ்ப் பத்திரிகை உலகிலோ சுவையான எழுத்து இலக்கியத் தரமும் கொண்டிருந்தால் நம் பிரபல பத்திரிகைகளால் அவை முழுமனத்துடன் ஏற்றுக்கொள்ளப்பட மாட்டாது என்பதற்குத் தி. ஜானகிராமன், கி. ராஜநாராயணன் ஆகியோரின் எழுத்துகள் இன்றும் சிறு வட்டங்களுக்குள் சுற்றிச் சுழன்றுகொண்டிருப்பதிலிருந்து தெரியவரும். ஜானகிராமன், ராஜநாராயணன் ஆகிய இருவருமே தகழி சிவசங்கரப் பிள்ளை, எம்.டி. வாசுதேவன் நாயர் ஆகியோரைவிடச் சுவையான எழுத்தாளர்கள்தாம். வாசகர்களுக்குச் சிரமம் தராத அசோகமித்திரன், சா. கந்தசாமி போன்றோரின் எழுத்துகள்கூட அவற்றின் இலக்கியத் தரம் காரணமாகத் தமிழ்ப் பத்திரிகைகளால் ஏற்றுக்கொள்ளப்படுவதில்லை. ஒரு

ஆரோக்கியமான கலாச்சாரத்தில் இவர்களைப் போன்ற எழுத்தாளர்கள்—பல இந்திய மொழிகளில் நிகழ்வது போலவே—லட்சக்கணக்கான வாசகர்களிடம் பத்திரிகைகளால் எடுத்துச் செல்லப்பட்டுக்கொண்டிருப்பார்கள். தமிழில் தரமான எழுத்தாளர்கள் எவரும் இன்று பத்திரிகைகள் மூலம் வாசகர்களை எட்ட முடிவதில்லை. இப்படிப் பார்க்கும்போது ஜெயகாந்தன் அன்று பத்திரிகைகள் மூலம் பெரும் வாசகத் தொடர்பு பெற்றதை ஒரு விதிவிலக்கான காரியம் என்றுதான் சொல்ல வேண்டும்.

ஆங்கில மொழியில் வெளிவரும் இந்திய வார, மாத இதழ்களும் லாப நோக்கங்கள் கொண்டவைதாம். அவை தர்ம ஸ்தாபனங்களால் நடத்தப்படுபவை அல்ல. ஆனால் இன்றும் அவற்றில் அரசியல், சமூகம், கலாச்சாரம் சார்ந்த தரமான எழுத்துகளைப் படிக்க முடிகிறது. இப் பத்திரிகைகளில் படிக்கக் கிடைக்கும் விஷயங்களின் பெரும் பகுதி, ஏறத்தாழ அதே தரத்தில், ஆங்கிலம் அறியாத ஒரு மலையாள வாசகனுக்கும் இன்று அவனது தாய் மொழியிலேயே படிக்கக் கிடைத்துக் கொண்டு இருக்கிறது. இந்த அரிய வாய்ப்பை வெவ்வேறு தரங்களில் இந்தி, வங்காளி, கன்னட மொழி வாசகர்களும் பெற்றுவருகிறார்கள் என்பதை அம்மொழி எழுத்தாளர்கள் மூலம் அறிய முடிகிறது. இந்தத் தரத்தைச் சார்ந்த எதுவும் ஆங்கிலம் அறியாத தமிழ் வாசகனுக்குப் படிக்கக் கிடைப்பதில்லை என்பது மட்டும் அல்ல, மனித மனத்தை மலினப்படுத்தக்கூடியதும் உன்னத விஷயங்களைத் தரம் தாழ்த்திக் கொச்சைப்படுத்தக்கூடியதும் எதிலும் மேலோட்டமான கிளர்ச்சியை மட்டுமே தூண்டக்கூடியதுமான அருவருக்கத்தகுந்த எழுத்துகளையே தமிழ்ப் பத்திரிகைகள், ஒப்பிட்டுப் பகுத்துணர சந்தர்ப்பம் பெறாத தமிழ் வாசகர்களின் மூளைக்குள் வாரா வாரம் திணித்துக்கொண்டிருக்கின்றன. மனித மூளையில் சிறு சலனத்தை ஏற்படுத்தக்கூடிய விஷயங்கள் அனைத்தும் இங்கு முற்றாகப் புறக்கணிக்கப்படுகின்றன. பத்திரிகை தர்மங்களோ, சமூக அக்கறையோ அற்ற லாப நோக்கம் மட்டுமே இங்குப் பத்திரிகைத் துறையை ஆட்டிப் படைத்துக்கொண்டிருக்கிறது.

சில முக்கியமான நிகழ்வுகளை மலையாளப் பத்திரிகைகளும் அதற்கு முற்றிலும் மாறாகத் தமிழ்ப் பத்திரிகைகளும் எதிர்கொண்ட விதங்களை நினைவுகூர்ந்து, இவற்றின் தர வேற்றுமைகளை மேலும் நாம் தெளிவாகப் புரிந்துகொள்ள முடியும். இந்திராகாந்தியின் படுகொலை, ஒரு நூற்றாண்டு உலகச் சரித்திரத்தைக் கணக்கில் எடுத்துக் கொண்டாலும் கூட, மிகப் பயங்கரமான ஒரு நிகழ்வு ஆகும். இந்தப் படுகொலை பற்றியும் இதைத் தொடர்ந்து டில்லியில் நடந்த வன்முறைச் சம்பவங்கள் பற்றியும் மலையாளப் பத்திரிகைகள் ஒன்றோடொன்று போட்டியிட்டுக்கொண்டு ஆராய்ச்சித் தகவல்கள் நிறைந்த கட்டுரைகளை வெளியிட்டன. 'இந்தியா டுடே' போன்ற ஒரு ஆங்கிலப் பத்திரிகையின் கட்டுரைத் தரத்திற்கு இவை அமையவில்லை என்றாலும்கூட, ஆங்கிலம் அறியாத மலையாள வாசகர்களுக்கு இக்கட்டுரைகள் ஒரு சரித்திர நிகழ்வின் நாடித் துடிப்பைத் துல்லியமாக உணர்த்தியிருக்கும் என்பதில் சந்தேகம் இல்லை. மலையாளப் பத்திரிகைகளைப் போலவே தமிழ்ப் பத்திரிகைகளும் அலுவலக வசதிகளும் பண பலமும் கொண்டவைதாம். பல தமிழ்ப் பத்திரிகைகள் மலையாளப் பத்திரிகைகளைவிடவும் அதிக விற்பனை கொண்டவை என்பதால்,

இயற்கையாகவே, அதிக வருமானமும் கொண்டவை. இருப்பினும் இப்பத்திரிகைகள் இந்திராகாந்தியின் கொலை பற்றிப் பரபரப்பைத் தரும் சில குறிப்புகளையே வெளியிட்டன. அவை மிக மேலோட்டமானவை. ஒரு சரித்திர நிகழ்வைப் பகுத்து ஆராய்ந்து அவற்றிலிருந்து மறைக்கப்பட்ட உண்மைகளை வெளிக்கொணரும் நோக்கமே இங்குப் பத்திரிகைகளுக்கு இல்லை.

நோபல் பரிசு பெற்ற விஞ்ஞானி சந்திரசேகர் சென்னையைச் சார்ந்தவர். அவர் பரிசு பெற்றதும் அவரைப் பற்றியும் அவரது ஆராய்ச்சிகள் பற்றியும் ஒரு சில கட்டுரைகளை மலையாளப் பத்திரிகைகள் வெளியிட்டன. அவரது இளமைக்காலப் புகைப்படங்களையும் வெளியிட்டன. அவரைப் பற்றிய செய்திகளில் அதிகமும் அவரது குடும்பப் படங்களும் சென்னையில் இன்றும் வசித்து வரும் அவரது இளைய சகோதரரிடமிருந்து பெறப்பட்டவை என்று அக்கட்டுரைகளில் குறிப்பிடப்பட்டிருந்தன. ஆனால் சென்னையிலிருந்தே வெளிவரும் தமிழ்ப் பத்திரிகைகள் எவையும் இந்த அரிய வாய்ப்பைப் பயன்படுத்திக்கொள்ளவில்லை. விஞ்ஞானி சந்திரசேகரின் மற்றொரு சகோதரரான புரசு பாலகிருஷ்ணன் ஒரு தமிழ்ச் சிறுகதை எழுத்தாளர். ருஷ்ய எழுத்தாளரான அந்தோன் சேகவ்வை முதன் முதலாகத் தமிழுக்கு அறிமுகப்படுத்தி ஒரு தரமான விமர்சன நூலையும் அவர் எழுதியுள்ளார். (தம் குடும்பத்தினருக்கு அந்தோன் சேகவ்வை முதலில் அறிமுகப்படுத்தியவர் சந்திரசேகர்.) இந்தப் பின்னணியில் தமிழ்ப் பத்திரிகைகள் சந்திரசேகரைப் பற்றியும் அவரது ஆராய்ச்சி பற்றியும் எவ்வளவோ விஷயங்களைத் தமிழ் வாசகர்களுக்கு அளித்திருக்க முடியும்.

தத்துவ ஞானியான ஜே.கிருஷ்ணமூர்த்தி தமிழகத்தோடு—விசேஷமாகச் சென்னை நகரத்தோடு—மிக நீண்ட, மிக நெருக்கமான உறவுகொண்டவர். கடைசிவரையிலும் அடையாறுக்கு வந்து தனது வருடாந்திரச் சொற்பொழிவுகளை அங்கு நிகழ்த்த வேண்டும் என்பதில் கிருஷ்ணமூர்த்தி கொண்டிருந்த அக்கறை ஆழமானது. இதுபோன்ற உறவுகள் எதுவும் கிருஷ்ணமூர்த்திக்கும் மலையாளக் கலாச்சாரத்துக்கும் இடையே இல்லை. இருப்பினும் அவர் மறைந்ததும் *கலாகௌமுதி* மேலட்டையில் அவரது வண்ணப்படத்தை வெளியிட்டு அவரது வெவ்வேறு முகங்களை விளக்கும் மூன்று கட்டுரைகளை ஒரே இதழில் வெளியிட்டது. இந்தப் பேரிழப்பைத் தமிழ்ப் பத்திரிகைகள் எதிர்கொண்ட விதம் வெட்கக்கேடானது. அவரைப் பற்றிக் காரியார்த்தமான விஷயங்களை அவை வெளியிடாதது மட்டும் அல்ல, அவரைச் சிறுமைப்படுத்துவது போன்ற துணுக்குகளையும் அவை வெளியிட்டன. ருக்மணி அருண்டேல், புல்லாங்குழல் மகாலிங்கம் ஆகியோரின் மறைவுகள் குறித்தும் மலையாளத்தில் குழந்தைப் பத்திரிகைகளில் வெளிவந்த குறிப்புகளுக்கு இணையானவை கூட நம் தமிழ்ப் பத்திரிகைகள் எவற்றிலும் வெளிவரவில்லை.

புதுயுகம் பிறக்கிறது, 1987

சாதனைகள் சாத்தியமா?

ஒரு தமிழ்ப் புத்தகத்தை, முதன்முதல், சற்றுச் சிரமத்துடன் நான் படித்து முடித்தபோது எனக்கு வயது பதினேழு. ஒரு ஏழு கஜம் கண்டாங்கியைப் பிரித்துக் காட்டி ஒரு விற்பனையைப் பதற்றத்துடன் வெற்றிகரமாக முடித்தபோதும் எனக்கு வயது பதினேழு. அன்று படித்த புதுமைப்பித்தனின் 'காஞ்சனை' தொகுதியின் புறத்தோற்றமும் அந்நூலின் முதுகுத் தண்டிலிருந்த பிசிறுகளும் அழுக்கின் சீரான பூசலும் பழுப்புத் தாள்களின் ஸ்பரிசமும் பக்கங்களில் விழுந்த ஒளியின் தன்மையும் இன்றும் மனத்தில் இருக்கின்றன. இடுப்புக் குழந்தையுடன் நின்ற அந்தப் பெண்ணின் முகமும் அந்தச் சேலையின் சொரசொரப்பும் அதன் நிறமும் பார்டரும் விலைச் சீட்டில் ரூ.3 அணா 4 என்ற என் அப்பாவின் கீற்று எழுத்தும் என் மெலிந்த வார்த்தைகளில் விசுவாசம் கொள்ளாததில் அந்தப் பெண் கொண்ட நீண்ட தயக்கங்களும் விற்பனை முறிவை நோக்கிக் கனத்த நிமிஷங்களில் அந்தப் பெண் 'சரி' என்று சொல்லியதில் எனக்கு ஏற்பட்ட ஆசுவாசமும் இன்றும் என் நினைவில் நிற்கின்றன. இரண்டு அனுபவங்களுமே இன்ப லகரியை அளித்தவை. அன்றிலிருந்து இன்றுவரையிலும் இந்த இரண்டு உலகங்களிலும் மாறி மாறி உழன்றுகொண்டிருக்கிறேன். இரண்டு துறைகளிலும் குட்டித் தேவதைகளிலிருந்து துருவ நட்சத்திரங்கள் வரை, தோளில் கை போட்டு அணைத்தும் கண் கூச எட்டி நின்றும் பார்த்தாயிற்று.

லட்சியம், உண்மை, தார்மீகக் கோபம், சமரசத்தை உதறும் பிடிவாதம் இவற்றின் உருவகமான எழுத்தாளன், அற்பக் காசுக்காக சகல சிறுமைகளிலும் உழலும் வியாபாரி. அன்று இவைதாம் என் படிமங்கள். அதன்பின், இந்த நீண்ட காலப் பகுதியில், இப்படிமங்களுக்குப் பல அடிகள் கிடைத்திருக்கின்றன.

பார்க்கக் கிடைக்குமா என்று நான் இளம் வயதில் ஏங்கிக்கொண்டிருந்த ஒரு எழுத்து மேதையை, சற்றும் எதிர்பாராத நேரத்தில் பார்க்கக் கிடைத்தது. புல்லரிப்பு; ஸ்தம்பிப்பு. வாய் கட்டியதில் என்னால் பேச முடியவில்லை. ஆனால் – துரதிர்ஷ்டம் என்றுதான் சொல்ல வேண்டும் – முப்பது நிமிடங்களுக்கு மேல் அந்த மேதையை என்னால் தாங்கிக்கொள்ள முடியவில்லை. பொறாமை, வம்பு, துவேஷம். பொய்ச் செய்திகளைப் பரப்பும் குரூர சந்தோஷம், தன்னைப் பற்றி மிகையான பிம்பங்களை உருவாக்க அற்பத்தனமான ஜோடனைகள் ஆகியவற்றின் துர்நாற்றம் தாங்காமல் தப்பித்துக்கொண்டு ஓடினேன். மேதையின் எழுத்துகள் இன்றும் எளிய நறுமணங்களை அளிக்கின்றன. அன்று பெற்ற துர்நாற்றங்களையும் ஊடுருவிக்கொண்டு அவை வருகின்றன. நேரில் சந்திக்காமல் இருந்திருந்தால் நறுமணங்களை மட்டும் நான் முகர்ந்திருக்க முடியும்.

பம்பாயில் ஒரு ஜவுளித் துறைச் சக்கரவர்த்தி அளித்த விருந்தில் எனக்குப் பங்குபெற வாய்ப்புக் கிடைத்தது. அவருடைய பேரனுக்குத் தொட்டில். தொட்டிலில் குழுந்தையைப் போட்டு லதா மங்கேஷ்கர் பாட வேண்டும் என்று அவர் பெண் அடம் பிடித்துவிட்டாள். லதாவையும் ஒப்புக்கொள்ள வைத்தாயிற்று. ஆனால் அவர் தேதி தரப் பிந்திக்கொண்டு போனதில் குழந்தை முட்டுக்குத்தித் தவழ ஆரம்பித்துவிட்டது. லதா பாடியபோது இரண்டு தாதிகள் திமிறி நெளியும் குழந்தையைத் தொட்டிலில் அமுக்கிப் பிடித்துக்கொண்டிருந்தார்கள். துணிச் சக்கரவர்த்தி சிரிக்க ஆரம்பித்தார். சிரித்துச் சிரித்து, கண்களில் நீர் கோக்க, வயிற்றைப் பிடித்தபடி அவர் தரையில் கால் நீட்டி உட்கார்ந்தபோது, சக்கரவர்த்தி குழந்தையின் வெறும் தாத்தா ஆகிவிட்டதை நான் உணர்ந்தேன். என்னுடன் இணக்கமாகப் பேசினார். விருந்து முடிந்த பின்பும் இருக்க என்னை வற்புறுத்தினார். மாலையில், தனது கண்களில் விரலைவிட்டு ஆட்டும் தன் மூத்த மகனைப் பற்றிச் சொல்லிக்கொண்டு வந்தபோது குழந்தை மாதிரி அழ ஆரம்பித்து விட்டார். அப்பாவுக்கும் மகனுக்கும் இடையிலிருந்த உறவின் நெருக்கத்தைப் பற்றிச் சொன்னபோதும் சரி, முற்றாக அது குலைந்து போனதைப் பற்றிச் சொன்னபோதும் சரி, சிறிதும் அவரிடம் ஒளிவு மறைவு இல்லை. மிகை இல்லை. தன்னைத் தூக்கி, எதிர் நிலையைத் தாழ்த்தும் மனோபாவம் சிறிதும் இல்லை. அப்போது என் மனத்தில் எழுந்த சித்திரங்கள் ஃபியோதர் தாஸ்தயேவ்ஸ்கி எழுதியுள்ள பக்கங்களை நினைவுபடுத்தின.

அதன் பின்னும் பல சந்தர்ப்பங்களில், வியாபாரிகளுள் கலைஞர்களையும் எழுத்தாளர்களுள் வியாபாரிகளையும் எனக்குப் பார்க்க முடிந்திருக்கிறது.

லாப வேட்கையின் போதை தலைக்கேறி, சகல மனிதப் பண்புகளையும் துறந்து, வணிக சக்திகள் நம் கலாச்சாரத்தைச் சீரழித்துக்கொண்டிருக்கின்றன. அரசியல், பத்திரிகை, சினிமா, மதம் இவையே நம் வணிக சக்திகளின் முக்கிய முகங்கள். உண்மையில் இவை வெவ்வேறு சக்திகள் அல்ல. ஒரே அவலத்தின் கிளைகள்தாம். மனிதனின் பலவீனங்களைச் சுரண்டிக் கொழுக்கும் கோர முகங்கள். சுயநலத் தந்திரங்களில் இவற்றுக்குள் ஏதும் முரண்பாடு இல்லை. ஒன்றையொன்று தழுவி, கூட்டுபலம் பெற்று சுரண்டலின் வலையை நெடுகிலும் பரப்பியிருக்கின்றன. இவற்றின் வலையிலிருந்து கால் உதறி

வெளியேற, பற்றிப் பிடிக்க மாற்றுக் கலாச்சாரத்தின் கிளை இன்று நமக்கு இல்லாமல் போய்விட்டது.

தரமான நவீன இலக்கியம் நமக்கு இருக்கிறது. ஆனால் அதைப் பரவலாக வாசகர்களிடம் கொண்டுபோக முடிவதில்லை. தரமான கவிஞர்களுக்கும் பஞ்சம் இல்லை. ஆனால் இவர்களை முற்றாகப் புறக்கணித்து, கவிதை எனும் பெயரில் வெறும் துணுக்கு விகடங்களை தொடர்ந்து அச்சேற்றி வரும் பத்திரிகைகள், மெய்யான கவிதையை அனுபவிக்க அவசியமான ஆற்றல்களையே வாசகனிடம் அழித்துவிடுகின்றன. தமிழ் வணிக சினிமாவுக்கு முற்றிலும் மாறாக, மேலான உலகத் திரைப்படங்கள் உள்ளன. தரமான இந்தியத் திரைப்படங்கள் உள்ளன. இவற்றைப் பார்ப்பதற்கான வாய்ப்பே இங்குப் பெரும்பான்மையான பார்வையாளர்களுக்கு இல்லை. அவர்களுக்குத் தரமான நாடகங்களும் பார்க்க முடிவதில்லை. இழிந்த கலாச்சாரத்தின் ஏகபோக ஆட்சி இங்குக் கொடிகட்டிப் பறக்கிறது.

தமிழ்ச் சமூகம் கடந்தகாலச் சாதனைகள் கொண்டது. கவிதையிலும் கலைகளிலும் கட்டிடக் கலையிலும் சிற்பங்களிலும் மிக நுட்பமான கருத்துகளையும் உணர்வுகளையும் துல்லியமாக உள்வாங்கும் ஆற்றல் கொண்ட மொழியிலும் நாம் செல்வந்தர்கள். ஆனால் இன்றோ மிகப்பெரிய கலாச்சாரத் தாழ்வுகள் நமக்கு நேர்ந்துவிட்டன. இன்றைய உலகச் சமூகங்களின் சாதனைகளோடு ஒப்பிட்டும் இந்தியச் சமூகங்கள் சிலவற்றின் சாதனைகளோடு ஒப்பிட்டும் இந்த வீழ்ச்சியைப் பட்டவர்த்தனமாக நாம் உணர முடியும். இப்போது நம் முன் இரண்டு தேர்வுகள் உள்ளன.

1. உணர்வற்று, நிகழ்காலத்தைப் பற்றிய பிரக்ஞையின்றி, கடந்த காலப் பெருமை என்னும் போதையில் நாம் ஆழ்ந்து கிடக்கலாம்.

2. நிகழ்காலச் சவால்களை உணர்ந்து, நமது சகல ஊனங்களையும் புண்களையும் உள்ளங்கையில் கூச்சமின்றி ஏந்தி, ஆராய்ந்தறிந்து, அவற்றிலிருந்து விமோசனம் பெறுவதற்கான மார்க்கங்களைப் பற்றி யோசிக்கலாம்.

ஒப்பனையின்றி கடந்த காலத்தைப் பார்க்க மிகுந்த சத்திய வேட்கை வேண்டும். அப்போதுகூட நிறுவனங்களும் சரி, தனி மனிதனும் சரி, தன் பணிகளை ஆற்றும் நிலைகளில் சில நியதிகளை அனுசரித்து ஒழுகியது சமீப காலத்தில்கூட ஒரு விதியாகவும் மீறல்கள் விதிவிலக்காகவும் இருந்ததைப் பலராலும் நினைவுகூர முடியும். நியதிகளை மீறும்போது, வெகு சமீப காலங்களில்கூட ரகசியம் தேவைப்பட்டது. ஊழலும் ஒழுங்கீனமும் பின்கட்டில் நிகழ்ந்தன. இன்று சகல சீரழிவுகளும் அம்மணமாகத் தெருவுக்கே வந்துவிட்டன. இன்று இழக்க எவருக்கும் படிமங்கள் இல்லை. எந்தத் துறையிலும் உன்னதம், மனித ரூபத்தில் நின்றுகொண்டு இழிந்த ஜென்மங்களுக்கு மனசாட்சிக் குத்தல்களைத் தந்துகொண்டிருக்கவுமில்லை. ஒரு வழியாக எல்லா அளவுகோல்களையும் ஒழித்தாயிற்று.

வணிகமும் வக்கீல் தொழிலுங்கூட உண்மையையும் நேர்மையையும் கடைப்பிடிக்க வேண்டியவை என்று இந்த நூற்றாண்டின் முற்பாதியில் காந்தி மீண்டும் மீண்டும் வற்புறுத்தினார். ஏன் இந்த இரண்டு துறைகளைப்

பற்றி மட்டும் பேசுகிறார் அவர்? பிற துறைகளில் சுத்தமாக இயங்க முடியும் என்றும் வணிகத்திலும் வக்கீல் தொழிலிலும் தந்திரங்கள் தவிர்க்க முடியாதவை என்றும் அன்று நிலவிய பொதுக் கருத்துக்கு எதிராகக் காந்தி எழுப்பிய விமர்சனம் இது. இன்று வணிகம், வக்கீல் தொழில், மருத்துவம், பத்திரிகைத் தொழில், கல்வி, மதம், கோயில்கள், தர்ம ஸ்தாபனங்கள், அரசியல் கட்சிகள், கலைப்பணிகள், போக்கு வரத்துகள், செய்தி நிறுவனங்கள் அனைத்தும் ஒரே கோட்டில் சீரழிவின் சீருடையில் அணிவகுத்துவிட்டன. காந்தி இப்போது இருந்தால் விதியை ஏற்று விதிவிலக்கைப்பற்றிப் பேச முடியாது. விதிவிலக்கே விதியானது பற்றித்தான் பேச முடியும்.

நவீனத் தமிழில் உலகத்தரத்துக்கு நிகராக நம் சாதனைகளை சிறுகதைகளிலேயே பார்க்க முடியும். இன்று அதுவும் தேய்ந்து வருவது கண்கூடு. தரமான கதைகள் பத்திரிகைகளுக்குத் தேவை இல்லை. கதைகள் என்ன! வாழ்க்கை பற்றிப் பேசும் எதுவுமே அவற்றுக்கு வேண்டாம். கலைப்பூர்வமாக ஒரு பிரச்சினையை அலசும் விவகாரமே வேண்டாம். யதார்த்தத்தை ஸ்பரிசிக்க முனையும் விவரணைகள் வேண்டாம். வாழ்க்கைக் கொடுமைகளை அனுபவமாக உணரவைக்கும் கலை ஆக்கங்களும் வேண்டாம். அவற்றுக்குத் தேவை கனவின் அத்தர் பூசிய ஜிலுஜிலுப்புகள், மின்னா மினுக்குகள். மோஸ்தர்கள் பற்றிய இன்றைய தகவல்கள். பாலுணர்வு வருடல்கள்.

புதுக்கவிதைகளை அவர்கள் பத்திரிகைத் துணுக்காக்கிச் சீரழித்தாயிற்று. தமிழ்ச் சிறுபத்திரிகைகளில் இன்றும் தரமான கவிதைகள் வெளிவருகின்றன. பிறமொழிக் கவிதைகளின் தரமான மொழிபெயர்ப்புகள் வெளிவருகின்றன. ஆனால் சஞ்சிகைகளின் பேராதிக்கத்துக்குள் முடங்கிக் கிடக்கும் வாசகர்களை இக்கவிதைகள் சென்றடைவது இல்லை. தமிழ் நாடகத்துறையிலோ வலுவான படைப்புகள் அதிகம் இல்லை. உலகத் தரத்தை விட்டுவிடுவோம். பிற இந்திய மொழிகளைச் சேர்ந்த தரமான நாடகங்களுடன் ஒப்பிட்டுப் பேசக்கூட நமக்கு அதிகம் இல்லை. வங்காளியிலும் இந்தியிலும் மராத்தியிலும் கன்னடத்திலும் இன்று நவீன நாடகங்களின் மேடையேற்றங்கள் வலுப்பட்டுக்கொண்டிருக்கின்றன. மலையாளத்தில் நடைபெறும் நவீன நாடக முயற்சிகள்பற்றி விளக்க ஒரு முழுக் கட்டுரையே தேவைப்படும். இந்தியத் திரைவானில் சத்யஜித் ரே தோன்றிய பின் கடந்த முப்பது வருடங்களில் அநேக இந்திய மொழிகளில் மிகத் தரமான திரைப்படங்கள் தோன்றியுள்ளன. இந்தியத் திரைப்படங்கள் உலக அரங்குகளில் ஆர்வமுடன் கவனிக்கப்படுகின்றன. இக்கலைப் படங்களின் தரத்தைச் சார்ந்த ஒன்றைக் கூடத் தமிழனால் இன்றுவரையிலும் உருவாக்க முடியவில்லை.

நம் ஊனங்கள் என்ன? நம் இன்றைய சரிவுக்கான காரணங்கள் என்ன? நம் தாழ்வுகள் இவ்வளவு பட்டவர்த்தனமாக வெளிப்பட்ட பின்பும் ஏன் இன்றும் இவை விமர்சகர்களுடைய கவலையாக மட்டும் முடிய வேண்டும்? இன்றைய இந்தியாவின் பொதுத் தாழ்வுகள் அனைத்தும் நம்மைப் பாதித்து இருக்கின்றன. அத்துடன் மற்ற இனங்களுக்கு இல்லாத விசேஷத் தாழ்வுகளும் நம்மை வந்தடைந்திருக்கின்றன. இந்திய இலக்கியங்கள், அறிவுத்துறைகள் சிந்தனைகள் ஆகியவற்றின் இன்றைய வளர்ச்சியைப் பரிசீலனை செய்து

மதிப்பிடும் பிற மொழி விமர்சகர்கள் மீண்டும் மீண்டும் தமிழைப் பற்றித் தாழ்வாகக் கூறுவது ஏன் நம்மை உறுத்துவது இல்லை? தொன்மையும் மரபும் கூடிய சமூகம் ஏன் இதை ஒரு சவாலாக எடுத்துக்கொள்ளவில்லை?

நம் தாழ்வுகளை நாம் உணரும் வகையில் நமக்குள் பரவலாக சர்ச்சைகளும் விவாதங்களும் உருவாக வேண்டியது இன்றைய தேவை. வாசகர்களையும் பார்வையாளர்களையும் இணைத்து இந்த விவாதங்கள் உருவாகி வர வேண்டும். குழு மனோபாவங்களுக்கும் தனி நபர்களின் அகங்காரங்களுக்கும் குரோதங்களுக்கும் போட்டா போட்டிகளுக்கும் சிறிதும் மதிப்பு அளிக்காமல் சமூக ஆரோக்கியத்தை முன் நிறுத்தி, கலைஞர்களும் அறிஞர்களும் வாசகர்களும் பார்வையாளர்களும் இணைந்து இந்த விவாதங்களை உருவாக்க வேண்டும்.

'இந்த மண்ணில் உன்னதங்கள் எதுவும் முளைக்காது' என்று ஒரு விமர்சனப் பார்வை உண்டு. சகல உன்னதங்களையும் இந்த மண்ணில் முளைக்க வைக்க முடியும் என்ற நம்பிக்கை கொண்டவன் நான். காலங்காலமாகத் தாழ்வுற்றுக் கிடந்த சமூகங்கள் மிகக் குறுகிய காலப்பொழுதில் அறிவின் கூர்மைகளோடும் கலைகளின் வீச்சுகளோடும் சிலிர்த்துக் கொண்டு எழுந்து வந்திருக்கின்றன. இதுபோன்ற கலை எழுச்சிகளையும் அறிவுப் புரட்சிகளையும் சரித்திரங்கள் துல்லியமாகப் பதிவு செய்திருக்கின்றன. அங்குப் பள்ளங்கள் நிரம்பி அவற்றின்மீது கோபுரங்கள் எழுந்திருக்கின்றன. உலகின் ஏதாவது ஒரு மூலையில் ஒரு உன்னதம் சாத்தியம் என்றால் அதே உன்னதத்தை இங்கும் எழுப்பிக் காட்ட முடியும். நமக்குக் கனவுகள் வேண்டும். அந்தக் கனவுகளை மண்ணில் இறக்க அசுர உழைப்பு வேண்டும். பரஸ்பரம் தொடை தட்டிக்கொள்வதை விட்டு, ஆக்கத்தை நோக்கி நகரும் மன விகாசம் வேண்டும். பொது எதிரிகளைக் கிழிக்கும் நெஞ்சுரம் வேண்டும். சவால் வேண்டும். தீர்க்க தரிசனம் வேண்டும். அப்போது இங்கும் பள்ளங்களை நிரப்ப முடியும். கலைக் கோபுரங்களையும் எழுப்ப முடியும்.

புதுயுகம் பிறக்கிறது, 1988

தர வேற்றுமையைத் தேடி

பிரச்சினைகள் மெய்யான பாதிப்புக் கொள்ளும்போதுதான் நடைமுறைப் பரிகாரங்கள் முளைவிடுகின்றன. கலாச்சாரப் பிரச்சினைகளை அலசும் விதத்தில் இன்றுவரையிலும் நாம் பெரும்பாலும் நிகழ்த்தி வருவது சளசளப்பு. மூளையும் கரங்களும் ஆக்கங்களில் இணையாத போது குரல் முடிச்சுகளின் வெற்று வேட்டுகள் ஒலிப்பெருக்கிகளில் முழங்குகின்றன. அரை நூற்றாண்டாகக் கேட்டுவரும் இந்த முழக்கம், பழைய எச்சிலைச் சத்தமாக மாற்றும் சாகசம், நம் வீழ்ச்சியின் குறியீடு போல் திரண்டு கொண்டிருக்கிறது. எச்சிலின் சத்தங்கள் மதிப்பிழந்து போகும் காலம் தமிழில் விரைவில் கூடவேண்டும். பிரச்சினைகளின் பரிமாணங்களை நாம் நிதர்சனமாகப் பார்க்கத் தொடங்கும்போது மேடை முழக்கங்கள் பொருளற்றவையாக மனங்களில் உதிரத் தொடங்கும்.

கலாச்சாரத் துறையின் தீவிரமான சிந்தனைகள் தமிழில் தோன்ற வேண்டும். சமூக மாற்றங்களுக்கான ஆரம்பம் இவைதாம். சிந்தனைகளில் மாற்றம் நிகழ்வதற்கு முன் திணிக்கப்படும் அவசரப் புரட்சிகளைச் சமூகம் கக்கிவிட்டுப் பழைய உருவங்களில் மீண்டும் முடங்குவதைச் சரித்திரம் நமக்குக் கற்றுத் தருகிறது. நம் இன்றைய கலாச்சாரப் பிரச்சினைகளோ மிகக் கொடுமையானவை. உலகெங்கும் காணும் சரிவுகளின் ஆபாச முகங்கள் அனைத்தையும் ஏகதேசமாக நாம் இங்கும் காணமுடியும். அங்கு ஆபாசங்களின் முகங்கள் வெளிப்படையானவை. இங்கோ பண்பாட்டின் தந்திர முக்காடுகள் அணிந்தவை. இந்தச் சீரழிந்த தந்திரக் கலாச்சாரத்தின் ஒரு பகுதியாக இருந்துகொண்டே, ஆனால் ஆபாசப்பட மறுத்து, எதிர்நீச்சலாக இந்தக் கலாச்சாரத்தை உதறும் காரியத்தை நாம் எப்படிச் செய்யப்போகிறோம்? மிகப் பெரிய சவால் இது. இடது கை உள்ளங்கையிலிருக்கும் தன் இதயத்தை ஒருவன் சதா அமுக்கி இயக்கிக்கொண்டிருக்கும்

நேரத்திலேயே வலது கையால் எதிரிகளையும் தாக்கிக்கொண்டிருக்க வேண்டும் என்பது போன்ற சவால்.

மந்தங்களும் மழுங்கல்களும் சுரணைகெட்டதனங்களும் எங்கும் நீக்கமற நிறைந்துவிட்டன. மிகக் கேவலமான ஒரு ஆட்சியின் ஆபாசக் கூத்துகளை ஒருக்கால் உலகச் சரித்திரத்திலிருந்துகூட உதாரணங்கள் கூற முடியாத கேவலத்தைச் சகித்துக்கொண்டு வருகிறோம். ஆனால் கலாச்சாரச் சீரழிவின் குறியீடாக யாரும் இதைக் காண்பதில்லை. வணிகப் பத்திரிகைகளும் வணிக அரசியலும் வணிக மதங்களும் இணைந்து உருவாக்கிய சீரழிவின் வெற்றி இது. சீரழிந்த கலாச்சாரங்கள் உருவாக்கும் லகரிகள் மூளை நரம்புகளில் கிளுகிளுப்பைத் தந்துகொண்டிருக்கின்றன. பிழைப்பின் கொடிய கோலங்கள் அளிக்கும் வெறுமையிலிருந்து தப்பித்துக்கொள்ள இந்த லகரியை உணவுபோல் அள்ளி அள்ளித் திணித்துக்கொள்ள அலைகிறது கூட்டம்.

இன்று தமிழில் கலை, இலக்கியம் என்று பொதுவாகச் சொல்ல முடிவதில்லை. நல்ல கலை, நல்ல இலக்கியம் என்று சேர்த்துச் சொல்ல வேண்டியிருக்கிறது. இதுபோன்ற ஒரு அடைமொழிக்குப் பல இந்திய மொழிகளில் இன்றுவரையிலும் அவசியம் ஏற்படவில்லை. அங்குக் கலை என்றாலே தரமான கலைதான். இலக்கியம் என்றாலே மேலான இலக்கியம்தான். இவைதாம் அங்குப் பொருட்படுத்திப் பேசப்படுகின்றன. இவை முன்வைக்கும் மதிப்பீடுகளே ஆராயப்படுகின்றன. இவை உருவாக்கும் அழகுகளே கவனிக்கப்படுகின்றன. கலை, இலக்கிய முயற்சிகளை ஊக்குவிக்க அளிக்கப்படும் பட்டங்களும் சரி, பரிசுகளும் சரி, பெரும்பாலும் இவ்வட்டங்களைச் சேர்ந்த ஆக்கங்களுக்கே அளிக்கப்படுகின்றன. கலை, இலக்கியம் என்ற பெயரில் உருவாக்கப்படும் ஜோடனைகள் – மனித பலவீனங்களைச் சுரண்டும் ஜோடனைகள் – இங்குப் பெரும்பாலும் சமூக அங்கீகாரம் பெறுவதில்லை. நிறுவனங்கள் அளிக்கும் அந்தஸ்துகள் அவற்றுக்குப் பெரும்பாலும் போய்ச் சேருவதும் இல்லை.

தமிழிலோ தரமான இலக்கிய ஆக்கங்களைப் பொழுதுபோக்கு எழுத்துகள் பின் தள்ளி, பொழுதுபோக்குத் தயாரிப்புகளையும் ஆபாச ஜோடனைகள் முறியடித்து வெற்றி கொள்கின்றன. இந்த ஆபாச ஜோடனைகள்தாம் சகல துறைகளிலும் நம் மதிப்பீடுகளைத் தீர்மானிக் கின்றன. அரசாங்கம், பல்கலைக்கழகம், வானொலி, தொலைக்காட்சி போன்ற சகல துறைகளிலும் வணிக ஜோடனைகள் முன்வைக்கும் மதிப்பீடுகளே போற்றப்படுகின்றன. மதிப்பீடுகள் சீரழிவது ஒன்று; சீரழிந்த மதிப்பீடுகள் போற்றப்படுவது மற்றொன்று. சீரழிந்த மதிப்பீடுகள் சமூக அங்கீகாரம் பெற்று கலாச்சாரத் தளத்தின் அடிப்படைத் தர்மமாக உருவாகிவிடுவது நமக்கு மட்டுமே உரிய தனிப் பிரச்சினையாகும்.

இலக்கிய சாராம்சங்களை நாம் தெளிவாகப் புரிந்துகொள்ள வேண்டும். பொழுதுபோக்கு இலக்கியம் மனித நலன்களுக்கு எதிரான குணங்கள் கொண்டதல்ல. வாழ்வோடு அவை கொள்ளும் உறவு மேலோட்டமானவை யாக இருக்கலாம். முழு வாழ்க்கையைப் பற்றிய கவலை அவற்றுக்கு இல்லாமலும் இருக்கலாம். ஆனால், மனித பலவீனங்களைச் சுரண்டும் நோக்கம் கொண்டவை அல்ல அவை. கனவை வளர்க்கும் நோக்கமோ யதார்த்தத்தைத் திரித்துக் காட்டும் நோக்கமோ கொண்டவை அல்ல அவை.

மனிதனுக்குப் பொழுதுபோக்கு தேவையாக இருக்கும் காலம் வரையிலும் பொழுதுபோக்கு இலக்கியங்கள் இருந்துகொண்டுதான் இருக்கும். உன்னத இலக்கியங்கள் அளிக்கும் ஆழ்ந்த அனுபவங்களைப் பெற தீவிர ஈடுபாடும் விடாமுயற்சியும் பொறுமையும் மிகத் தேவை. இச்சிரமங்களை ஏற்றுக்கொள்ள முடியாதவர்கள் அதிக அளவில் எல்லாச் சமூகங்களிலும் இருந்து வந்திருக்கிறார்கள். உலகெங்கும் இன்றும் இருந்து வருகிறார்கள். பொழுதுபோக்கு இலக்கியத்தின் மேலோட்டம், சுலபம், சுவை அவர்களைக் கவர்கின்றன. ஆசுவாசம் தேடி, புத்துணர்ச்சி தேடி, பொழுதுபோக்குக் கலை இலக்கியங்களை நாடி அவர்கள் திரள்கிறார்கள்.

சுய விருப்பம் சார்ந்து உழைக்க மனிதனுக்கு இன்று சந்தர்ப்பம் இல்லை என்றாகிவிட்டது. அதனால் வேலை என்பது வயிற்றுக்கான நிர்ப்பந்தம் என்றும் ஆகிவிட்டது. சாகசம், உழைப்பு, கற்பனையைக் காரியமாகப் பரிணமிக்கும் ஆனந்தம் ஆகிய இந்த முக்கூட்டில் கோடான கோடி வருடங்கள் திளைத்துக்கொண்டு வந்தவன் மனிதன். அப்போது உழைப்பில் சுதந்திரம் கொப்பளித்துக்கொண்டிருந்தது. இன்று உழைப்பு என்பது சுதந்திரத்தைப் பறிகொடுத்த பிழைப்பு என்றாகிவிட்டது. இந்தப் பிழைப்பை இன்றுவரையிலும் மனிதனால் இயற்கையாக ஏற்றுக்கொள்ள முடியவில்லை. அதனால் வேலையின் நிர்ப்பந்தம் அளிக்கும் வெறுமையிலிருந்து தப்பித்துக்கொள்ள அவன் துடிக்கிறான். படைப்பு உணர்வுகளுக்கு இடமற்ற எந்திரச் சுழற்சியின் வெறுமையிலிருந்தும் வெக்கையிலிருந்தும் அவன் தப்பித்துக்கொள்ள வேண்டியிருக்கிறது. பிழைப்பின் கரங்களுக்குள் மீண்டும் சிக்குவதற்கு முன் தனக்குச் சிறிது புத்துணர்ச்சி ஊட்டிக்கொள்ள வேண்டியிருக்கிறது. இந்தச் சூழ் நிலையில் பொழுதுபோக்குக் கலைகள் சமூகத் தேவையின் நியாயங்களைக் கொண்டுவிடுகின்றன. மனிதனை மகிழ்விக்கும் நோக்கம் மட்டுமே கொண்டு, மனித நலன்களுக்கு எதிராக உருவாகாத எழுத்துகளையே பொழுதுபோக்கு எழுத்துகளாக நாம் கொள்ள வேண்டும்.

ஆபாச இலக்கியம் மனித பலவீனங்களைச் சுரண்டும் நோக்கம் கொண்டது. லாப நோக்கம் ஒன்றை மட்டுமே குறிக்கோளாகக்கொண்ட பத்திரிகைகள் சமூக தர்மங்களையும் மனித தர்மங்களையும் காற்றில் பறக்கவிட்டு இச்சீரழிவுகளை உருவாக்குகின்றன. இவை மனித வாழ்க்கையின் அடிப்படைகளையே குலைக்க முற்படுகின்றன. இவை முன் வைக்கும் மதிப்பீடுகள் சமூகத் தளத்தில் முறியடிக்கப்பட வேண்டியவை.

மேலான இலக்கியத்தை மட்டுமே நாம் இலக்கியம் என்று அழைத்துக் கௌரவிக்க வேண்டும். இந்த இலக்கியங்கள் ஆழ்ந்த அனுபவங்கள் சார்ந்து உருவாகின்றன. வாழ்வின் இன்றைய நிலையின் எதிர்வினை இவை. ஆழமும், அழகும், தனித்தன்மையும், கூரான பார்வையும் இவற்றின் குணங்கள். இவற்றைப் பொருட்படுத்திப் படிக்கும் வாசகர்கள் எண்ணிக்கையில் வளர்ந்து வரவேண்டும். இவர்களுக்கும் படைப்பாளிகளுக்குமான உறவே ஒரு சமுதாயத்தின் கலாச்சார சக்தியாகப் பரிணமிக்கிறது. ஆரோக்கியமான சமுதாயம் இந்தச் சிறுபான்மையின் நலன்களை ஊக்குவித்து அதைப் பெரும்பான்மையின் அனுபவமாக மாற்றும் முயற்சியில் இடைவிடாது உழைக்கிறது. இதுவே உண்மையான கலாச்சாரப் புரட்சி.

கலை, இலக்கிய சக்திகளையும் வணிகச் சீரழிவுகளையும் சுய அனுபவம் மூலம் சுத்தமாக இனம் பிரித்துப் பார்க்கத் தெரியும் வாசகர்களை நாம் உருவாக்கி வரவேண்டும். இந்த லட்சியத்தை முன்னிலைப்படுத்தி வாசகர் வட்டங்களை அமைக்கலாம். கலை, இலக்கியம், நவீன சிந்தனைகள் ஆகியவற்றின்மீது மெய்யான ஈடுபாடு கொண்டவர்கள் ஆங்காங்கு இணைந்து தம் அனுபவங்களையும் அறிவுகளையும் பரஸ்பரம் பகிர்ந்துகொள்ள வேண்டும். இவ்வமைப்புகள் சம்பிரதாயமான தளங்களில் நிறுவப்பட்டால் மேலான பலன்களை அவை சென்றடையா. ஒவ்வொரு செயல்பாடும் லட்சியத்தின் வெளிமுகமாக அமையவும் கருத்துச் சுதந்திரம் பூரணமாக நிலவவும் சிரத்தை எடுத்துக்கொள்ள வேண்டும். அமைப்புகள் முடங்கிப் போகாமல் தடுக்க இதுவே வழி. கலைகளைக் கண்டறியும் ஆற்றல் பிறப்பைச் சார்ந்தோ பின்னணி சார்ந்தோ மொழி சார்ந்தோ ஊர் சார்ந்தோ கல்வித் தகுதிகள் சார்ந்தோ மட்டும் கூடிவிடுவதில்லை என்பது வெளிப்படை. ஒரு வழக்கறிஞருக்கு முற்றிலும் புரியாமல் போகும் ஒரு சிறுகதை அல்லது கவிதை அல்லது நாவல் அல்லது சிற்பம் அல்லது ஓவியம், திண்ணைப் பள்ளிக்கூடத்தில்கூட ஒதுங்கியிராத ஒரு தையல்காரருக்குச் சுலபமாகப் புரிந்துவிடுகிறது. இன்றைய கல்வியும் கலை இலக்கியங்களை மழுங்கடிப்பவையே தவிர கூர்மைப்படுத்தக்கூடியதல்ல. உயர் கல்வி கற்று அலுவலகங்களிலும் பல்கலைக்கழகங்களிலும் பெரும் பதவி வகிப்பவர்களும்கூட மூன்றாந்தர சஞ்சிகைகளில் அசட்டுத் தொடர் கதைகளைப் படித்து உருகுவதையும் அவற்றை ஜோடனை செய்திருக்கும் தயாரிப்பாளர்களை இலக்கியக் கலைஞர்கள் என்று போற்றுவதையும் நாம் பார்த்து வருகிறோம். ஆக எந்த பேதா பேதமும் பார்க்காமல் உண்மையான வாசகன் மேலான கலை இலக்கிய அனுபவங்களைப் பெற அதிக சந்தர்ப்பங்களை அமைத்துத் தருவது மட்டுமே நம்முடைய நோக்கமாக இருக்க வேண்டும். அத்துடன் நம் பார்வைகளையும் நம் முடிவுகளையும் அவர்களுடைய மூளைகளில் திணித்து மாறுபட்டவற்றைப் பார்க்கத் தடுப்பது எவ்வகையிலும் நம் நோக்கமாக இருக்கவும் கூடாது. பலதரப்பட்ட புத்தகங்களைப் படித்தும் பல்வேறுபட்ட கலை அனுபவங்களுக்கு ஆளாகியும் புற வற்புறுத்தல்கள் இன்றியும் இயற்கையாக சுயமாக உன்னதமானவற்றை அறிய அவர்களுக்குச் சந்தர்ப்பம் அமைத்துத் தர வேண்டும். இந்தப் பாதையில் ஒரு அடி எடுத்து வைத்தால்கூட அது நமக்கு மிகப் பெரிய வெற்றியாகும்.

இதுபோன்ற முயற்சிகளில் ஈடுபடும்போது, 'எது நல்ல இலக்கியம்' என்ற கஷ்டமான கேள்வியை மீண்டும் மீண்டும் எதிர்கொள்ள வேண்டியிருக்கும். ஜனரஞ்சக எழுத்துகளில் மட்டுமே பழகிவிட்ட வாசகனுக்கு யாரை நாம் சிபாரிசு செய்ய முடியும்? அவன் பாராட்டும் பெயர்களை நாம் நிராகரிக்கிறோம். நாம் முன்வைக்கும் பெயர்களை அவன் அறிந்ததும் இல்லை. இது மிகப் பெரிய இடைவெளியை ஏற்படுத்துகிறது. தமிழ்ப் பின்னணிக்கு மட்டுமே உரித்தான மற்றுமொரு பிரச்சினை இது. மற்ற இந்திய மொழிகளில் தரமானவர்களும் அறியப்பட்டிருக்கிறார்கள். தர மற்றவர்களும் புகழ் பெற்றிருக்கிறார்கள். தர வேற்றுமைகள் அங்குச் சாதாரண வாசகனைக் கூட –அவன் ஜனரஞ்சக எழுத்தை விரும்பிப் படிக்கும் நிலையில்கூட –ஏதோ ஒரு வகையில் எட்டியிருக்கின்றன. ஆனால் இங்கோ

கலைஞர்கள், கல்வித் துறை அறிஞர்கள், எழுத்தாளர்கள், ஆசிரியர்கள் மத்தியில்கூட தர வேற்றுமைகள் இன்னும் உறுதிப்படவில்லை. ஒன்று இவர்கள் மூன்றாந்தரங்களை மட்டுமே முதல் தரமாகப் போற்றுவார்கள், அல்லது மூன்றாந்தரங்களையும் முதல் தரங்களோடு கலந்து தர வித்தியாச உணர்வின்றிப் பாராட்டிக்கொண்டிருப்பார்கள்.

தரமான ஆசிரியர்கள் ஒதுக்கப்பட்டு தரமற்ற ஆசிரியர்கள் மட்டுமே அறியப்பட்ட நிலை இங்கு. உதாரணமாக, ஆர்.ஷண்முகசுந்தரம் மதிப்போ கவனமோ பெறாதவராகவே இன்றுவரையிலும் இருந்து வருகிறார். க.நா.சு. இவரைப் பொருட்படுத்திப் பேசினார். இவரது தூண்டுதல் மூலம் ஷண்முகசுந்தரத்தைப் படிக்க நேர்ந்த பலருக்கும் இவர் பொருட்படுத்தத்தக்கவர் என்றே பட்டது. ஆனால் அவர் இருந்த காலத்திலும் சரி, மறைந்ததற்குப் பின்னும் சரி, இன்றுவரையிலும் அவருடைய படைப்புகள் எவ்வித கௌரவமும் பெறவில்லை. அரசு, கல்வி நிலையங்கள், வானொலி, தொலைக்காட்சி ஆகிய சக்திகளுக்கு இவர் இருந்ததும் தெரியவில்லை; படைத்ததும் தெரிய வில்லை; மறைந்ததும் தெரியவில்லை.

ஆக, வாசகர்கள்தான் நல்ல இலக்கியங்களைத் தேடிக் கண்டுபிடித்துப் படிக்க வேண்டும் என்று ஆகிவிடுகிறது. வாசக சங்கங்களின் தூண்டுதலால் இவர்கள் தரமான ஆசிரியர்களைத் தேடிக் கண்டுபிடித்துப் படிக்கும்போது இவர்களுடைய எதிர்வினைகள் எப்படி இருக்கும்? அவர்களுடைய ருசிகளோ சாண்டில்யனாலோ லக்ஷ்மியாலோ அகிலனாலோ வளர்க்கப்பட்டவை. வாசகர்களுடைய எதிர்பார்ப்புகளுக்கும் பலவீனங்களுக்கும் தீனி போட்டு அவர்களைத் திருப்திப்படுத்தியவர்கள் இவர்கள். இவர்கள் அளித்திருக்கும் மன வருடல்களை ஷண்முகசுந்தரத்திடமும் வாசகர்கள் எதிர்பார்க்கும் போது அவர்கள் மிகுந்த ஏமாற்றம் அடைகிறார்கள். ஷண்முகசுந்தரம் பெரிய கலைஞர் அல்லதான். ஆனால் சுத்தமான எழுத்தாளர். தான் அறிந்த வாழ்க்கையை உண்மையாகப் பதிவு செய்ய முற்பட்டவர். தங்களுடைய மன உலகத்துக்கு வந்து அவ்வுலகின் ரகசியச் சுவர்களில் குளிரக் குளிர சந்தனம் பூசிய தந்திரக்காரர்களின் தயாரிப்புகளை மட்டுமே படித்திருக்கும் வாசகர்களுக்கு ஷண்முகசுந்தரத்தின் உண்மையான உலகம் பெரும் ஏமாற்றத்தைத் தரக்கூடியதாகவே இருக்கும். எனவே, படிப்பு என்பது ஒரு தீவிரமான எதிர்கொள்ளல் என்பதை வாசகர்களுக்கு உணர்த்த வேண்டியிருக்கிறது. பொறுமையையும் ஆர்வத்தையும் விடா முயற்சியையும் அவர்களிடம் கேட்டு நிற்கும் சவால் என்பதையும் உணர்த்த வேண்டியிருக்கிறது. அவர்கள் எதிர்கொள்ள இருப்பது ஒரு சோதனை; கேள்விகள் ஏகமாக முளைக்கும் ஒரு சோதனை. இந்தச் சோதனைகள் கனவுகளைக் கரைத்து வாழ்க்கைப் பிரச்சினைகளைக் கூர்மைப்படுத்திவிடும். போதை தணிந்து விழிப்பு பிரக்ஞையில் படரும். பேருறக்கத்தின் நிம்மதி அவர்களிடமிருந்து நிரந்தரமாகப் பிடுங்கப்பட்டுவிடும்.

பாரதியிலிருந்து இன்றுவரையிலும், ஐம்பது அறுபது இலக்கிய ஆசிரியர்களேனும் குறிப்பிட்டுச் சொல்லும்படி நமக்கு இருக்கிறார்கள். மிகச் சிறப்பாக, நடுத்தரமாக, பொருட்படுத்தும்படி, பாராட்டும்படி, உயர்வும் தாழ்வும் இடைகலந்து, இப்படிப் பல வகைகளில் இருக்கிறார்கள்.

தரமாகப் படைத்திருப்பதும் முக்கியம்தான். தரமாகப் படைக்க முயன்று தோற்றிருப்பதும் முக்கியம்தான். சமூக அக்கறைகளை முன்வைக்கும் ஆத்மார்த்தமான முயற்சிகள் கலைப் பெறுமானம் கூடாத நேரத்திலும் பரிசீலிக்கத் தக்கவை. சமூக அக்கறைகளை மதிக்கவும் சமூக அக்கறைகளின் கருத்து ரீதியான பிரதிபலிப்பு மட்டுமே கலை ஆக்கங்களைத் தோற்றுவித்து விடாது என்பதை வற்புறுத்தவும் தொடர்ந்து மேற்கொள்ளப்படவேண்டிய பரிசீலனைகள் இவை. நம் மொழியில் இந்த நூற்றாண்டில் குறைந்தபட்சம் நூறு புத்தகங்களேனும் ஒவ்வொரு வாசகனும் ஆழ்ந்து கற்கும்படி எழுதப்பட்டுள்ளன என்று நினைக்கிறேன். முதல்பட்சமாக இவற்றையேனும் அவர்கள் படித்துப் பார்க்க வேண்டும். வணிக நோக்கங்களுக்கும் சுரண்டல் நோக்கங்களுக்கும் அப்பாற்பட்ட தரமான புத்தகங்கள் எல்லாவற்றையும் நாம் அவர்கள் கவனத்திற்குக் கொண்டு வரலாம். அப்புத்தகங்களைப் படிப்பதற்கு மேலாக 'எழுத்து' போன்ற தரமான சிறு பத்திரிகைகளின் தொகுப்புகளையும் அவர்கள் அவசியம் படித்துப் பார்க்க வேண்டும். இவற்றோடு விஞ்ஞானம், சமூகவியல், தத்துவம், பகுத்தறிவு, பொது அறிவு ஆகியவற்றை வளர்க்கும் நூல்களையும் சரித்திரம், நவீன சிந்தனைகள் போன்ற பல துறைகளைச் சார்ந்த நூல்களையும் அவர்கள் அவசியம் படித்துப் பார்க்க வேண்டும். அத்துடன், க.நா.சு., கு.ப.ரா., தி.ஜ. ரங்கநாதன், த.நா. குமாரஸ்வாமி, த.நா. ஸேனாபதி, வல்லிக்கண்ணன், கு. அழகிரிசாமி, சிதம்பர ரகுநாதன், தி. ஜானகிராமன், வெ. ஸ்ரீராம், நா. தர்மராஜன் போன்றவர்கள் மொழிபெயர்த்திருக்கும் நூல்களையும் அவர்கள் அவசியம் படித்துப் பார்க்க வேண்டும். இவ்வாறு படிப்பு அனுபவம் பெற்ற வாசகர்கள் இலக்கிய முயற்சிகளையும் வணிக நோக்கம் கொண்ட ஆபாசச் சுரண்டல்களையும் சுய கணிப்பாகத் தரம் பிரித்துப் பார்த்து அறிந்து கொள்வார்கள் என்று நம்புகிறேன். ஒரு வாசகன் பாரதி, புதுமைப்பித்தன் தரத்தைச் சார்ந்தவர்களை இலக்கிய ஆசிரியர்களாகவும் எஸ்.வி.வி., தி.ஜ. ரங்கநாதன் போன்றவர்களைப் பொழுதுபோக்கு எழுத்தாளர்களாகவும் கல்கி, லக்ஷ்மி போன்றவர்களை ஜனரஞ்சக எழுத்தாளர்களாகவும் சாண்டில்யனின் தரத்தைச் சார்ந்தவர்களை வாசக பலவீனங்களைச் சுரண்டும் ஆபாச ஜோடனையாகவும் இனம் காணத் தெரிந்துகொண்டுவிட்டால் ஒரு வாசகனுக்குரிய கௌரவத்தை அவன் பெற்றுவிட்டான் என்றே கருதலாம். நம் முடிவுகளை முற்றாகவோ முடிவாகவோ அவன் ஏற்றுக்கொள்ள வேண்டும் என்பதில்லை. தனக்கென அமையும் ஒரு பார்வையின் பலத்தில் தரமானதையும் தரமற்றதையும் அவன் இனம் பிரித்துப் பார்க்கத் தெரிந்துகொண்டாலே போதுமானது. அழகுக்கும் ஆபாசத்திற்கும் உள்ள வித்தியாசத்தையும் உண்மைக்கும் பொய்க்குமுள்ள வித்தியாசத்தையும் ஒருவன் அறியும்போதுதான் அடிப்படைக் கொள்கைகள் கொண்ட சமூக சக்தியாக அவன் மாறுகிறான். இந்தச் சமூக சக்திகளை ஆதாரமாக வைத்துத்தான் சகல அறிவுப் புரட்சிகளையும் தோற்றுவிக்க முடியும்.

***காலச்சுவடு*, ஜனவரி மார்ச் 1988**

சில பாரிஸ் அனுபவங்கள்

பாரிஸ் போக எனக்கு அழைப்பு வந்தது. தில்லி இந்தியக் கலாச்சாரக் குழுவும் பிரான்ஸில் இந்திய விழாவின் தில்லி அலுவலகமும் இணைந்து, பிரான்ஸில் நடைபெற்றுவந்த இந்திய விழாவின் ஒரு பகுதியாக ஒரு கவியரங்குக்கு ஏற்பாடு செய்திருந்தன. மொழிக்கு ஒருவராகப் பத்துக் கவிஞர்கள் அழைக்கப்பட்டிருந்தனர். கவிதை விழாவின் ஒருநாள் நிகழ்வில் தமிழ், மலையாள, கன்னடக் கவிஞர்கள் மூவரும் கலந்துகொள்வார்கள் என்ற தகவல் தவிர நான் அங்குச் செய்யவேண்டிய காரியங்கள் பற்றிய விவரங்கள் எவையும் எனக்குத் தரப்படவில்லை. மிகப் பெரிய பொறுப்பு ஒன்று எனக்கு அளிக்கப்பட்டிருப்பதாகவும் சீராக அதைச் செய்து முடிக்க வேண்டும் என்றும் அதன் நேர்த்தி தமிழ்த் தாயிடம் புன்னகையை வரவழைக்க வேண்டும் என்றும் நினைக்க ஆரம்பித்தேன். தில்லி இந்தியக் கலாச்சாரக் குழுவிலிருந்தும் தில்லி பிரெஞ்சு தூதரகத்திலிருந்தும் எனக்குக் கடிதங்களும் தந்திகளும் வர ஆரம்பித்தன — புகைப்படங்கள் கேட்டு; என் புத்தகங்கள் கேட்டு; என் கையெழுத்துப் பிரதிகள் கேட்டு; வாழ்க்கைக் குறிப்பு கேட்டு; என் டிக்கெட்டின் பதிவுகள் பற்றி; அது ரத்தாகிவிட்டது பற்றி; மற்றொரு மார்க்கத்தில் பதிவாகிவிட்டது பற்றி. நித்திய வாழ்வின் சமன்நிலை குலைந்து பதற்றமும் கலவரமும் ஏற்பட்டன. அட்லஸில் ஐரோப்பிய நாடுகளைக் கூர்ந்து கவனித்த போது பிரபல தலைநகரங்கள்கூட எனக்குத் தெரியாமல் தத்தம் இடங்களைச் சிறிது மாற்றிக் கொண்டிருப்பது போல் பட ஆரம்பித்தது.

சென்னையில் எஃப். குரோவைச் சந்தித்தேன். பிரெஞ்சு மொழி அறிஞரான இவர் பண்டைத் தமிழ் இலக்கியத்தில் தேர்ச்சியும் நவீனத் தமிழ் இலக்கியத்தில் ஆழ்ந்த வாசிப்பும் கொண்டவர். என்னை விடவும் அவருக்குக் கவலை அதிகமாக

இருந்தது. நான் தமிழைப் பற்றித்தான் கவலைப்பட்டுக்கொண்டிருந்தேன். குரோ அந்தக் கவலையை விரித்துத் தென்னிந்தியக் கவியரங்கம் பற்றியதாக ஆக்கி வைத்துக்கொண்டிருந்தார். அவர்களுடைய அமர்வில் ஒரு ஒருங்கிணைப்பைக் கொண்டுவர வேண்டும் என்று விரும்பினார். அவரது கவலைகளும் சிரமங்களும் மானசீகமாக என்னை அவருடன் நெருங்க வைத்தன. மிகுந்த தோழமையை உணர ஆரம்பித்தேன். இரண்டு நிம்மதியற்ற ஜென்மங்களுக்குள் இதுபோன்ற தோழமை ஏற்படுவது இயற்கை. இவ்விணைப்புகளில் பிரச்சினைகள் பெரிதுபடும். அப்படித்தான் ஆகிக் கொண்டிருந்தது. பாரிஸ் கவிதை விழாவில் தென்னிந்திய இலக்கியங்களையும் கவிஞர்களையும் பிரெஞ்சு மொழியில் அறிமுகப்படுத்திப் பேச இருந்த வெ.ஸ்ரீராம்–ஆல்பர் காம்யுவின் 'அந்நியன்' நாவலைப் பிரெஞ்சிலிருந்து தமிழுக்கு நேரடியாக மொழிபெயர்த்திருப்பவர்–எங்களோடு ஒப்பிடும்போது சற்று நிம்மதியாக இருந்தார். எல்லாவற்றிலும் ஊடுருவி இயங்கும் மஹாசக்தியிடம் இவர் சில பொறுப்புகளை ஒப்படைத்திருப்பதுபோல் பட்டது. டாக்டர் குரோ, ஸ்ரீராம் ஆகியோரின் ஒத்துழைப்பு மூலம்தான் தமிழ் பிரதிநிதித்துவம் துலங்க முடியும் என்றும் கவிதை விழாவில் என் இருபக்கமும் அவர்கள் அமர்ந்திருப்பார்கள் என்றும் அவர்களுடைய கண் ஜாடைகளுக்கு ஏற்ப இயங்கித் தமிழ்க்கொடி நாட்டிவிடலாம் என்றும் கற்பனை செய்தேன். தமது இந்திய அலுவல்கள் காரணமாக டாக்டர் குரோ இந்தியக் கவிதை விழாவில் கலந்துகொள்ளப் போவதில்லை என்ற செய்தி ஏமாற்றத்தைத் தந்தது. கலவரமும் பதற்றமும் கூடக்கூட, கோளங்களை எடுத்து அம்மானை ஆடுபவன் போல என்னைக் காட்டிக்கொண்டு வந்தேன். இந்தப் பலவீனங்கள் என் அந்தரங்க நண்பர்களுக்குத் தெரியும் என்றாலும் இந்தப் பொல்லாத உலகத்தில் நின்று நிலைக்க இந்த யுக்தி அவசியம் என்று எனக்குப் பட்டிருந்தது. 'நீங்கள் கவலைப்பட வேண்டாம்' என்று டாக்டர் குரோ என்னிடம் சொன்னார். 'எனக்குச் சிறிதும் கவலை இல்லை' என்றேன். மிகுந்த கவலையுடன் இருவரும் விடைபெற்றுக்கொண்டோம்.

நான் கவிதைகளைத் தேர்ந்தெடுக்க ஆரம்பித்தேன். டாக்டர் குரோவும் ஸ்ரீராமும் இணைந்தும் டாக்டர் குரோ தனியாகவும் ஸ்ரீராம் தனியாகவும் பிரெஞ்சில் ஒரு திரட்டு கொண்டுவரும் உத்தேசத்துடன் தமிழிலிருந்து ஒரு சில கவிதைகளை மொழிபெயர்த்து வைத்திருந்தார்கள். தம் தாய்மொழியிலேயே கவிஞர்கள் பாரிஸில் கவிதை படிக்க வேண்டும் என்றும் அவற்றின் பிரெஞ்சு மொழிபெயர்ப்புகளை கெஜகெட்டிகளான அங்குள்ள கவிதை சொல்லிகள் நாடகப் பாங்குடன் படிப்பார்கள் என்றும் எனக்குத் தெரியவந்தது. பிரெஞ்சில் மொழிபெயர்க்கப்பட்டிருந்த கவிதைகளின் பட்டியலிலிருந்து நான் சிலவற்றைப் பொறுக்க ஆரம்பித்தேன். கால்மணி நேரம் தமிழுக்கு ஒதுக்கப்படும் என்ற உத்தேசத்தில் பன்னிரண்டரை நிமிஷங்கள் வாசிக்கும்படி கவிதைகளைத் தேர்ந்தெடுத்தேன். ந. பிச்சமூர்த்தியின் 'சுமைதாங்கி', க.நா.சு.வின் 'மரம்', நகுலனின் 'ராமச்சந்திரன்', பசுவய்யாவின் 'சவால்', தி.சோ.வேணுகோபாலனின் 'பதிவுகள்', சி. மணியின் 'அறை வெளி', சிவராமுவின் 'விடிவு', எஸ்.வைதீஸ்வரனின் 'உரிப்பு', ஞானக்கூத்தனின் 'கீழ்வெண்மணி', நாரணோ ஜெயராமின் 'தவம்', ஆத்மாநாமின் 'சில எதிர்கால நிஜங்கள்', கலாப்ரியாவின் 'விதி', ஆனந்தின் 'அதோ சிறு

பறவை', நா.சுகுமாரனின் தலைப்பில்லாத ஒரு கவிதை ஆகியவற்றை நான் பொறுக்கினேன். குரல் வளத்துடன் இவற்றை நாடாவில் பதிவு செய்தேன். பெரிய கவிதை அதிகாரிகளைப் பாரிஸில் சந்திக்கும்போது சுலபமாகப் போட்டுக் காட்டிவிடலாம் அல்லவா? கடுங்குளிரில் தொண்டை கட்டியிருந்தாலும் நாடா கணீரென்று ஒலிக்கும். தமிழ்க் கவிதைகளின் பிரெஞ்சு மொழிபெயர்ப்புப் பிரதிகள் கிடைத்ததும் கவிதைகளின் நீள அகலங்களை ஆறு அங்குல ஸ்கேலால் அளந்து பார்த்தேன். மூல சரீரங்களுக்கு மொழிபெயர்ப்புகள் விசுவாசமாக இருந்தன. நியாயமான உப்பல்கள். நல்லபடியாக எல்லாம் நடந்துகொண்டிருப்பதான திருப்தி ஏற்பட ஆரம்பித்தது.

2

துரதிர்ஷ்டம் என்றுதான் சொல்ல வேண்டும். பாரிஸில் ஜார்ஜ் பாம்பிடோ சென்டரில் அதைச் சுத்தப்படுத்தும் தொழிலாளர்களின் வேலைநிறுத்தம். அங்குதான் இந்தியக் கவிதை விழா நடைபெற ஏற்பாடாகியிருந்தது. நாங்கள் தங்கியிருந்த விடுதியிலிருந்து குறுக்கு வழியில் பொடிநடை நடந்து பாம்பிடோ சென்டருக்குப் போய்விடலாம். நான் இந்த வழியைக் கற்றுக்கொண்டு விட்டேன். ஹரே கிருஷ்ணா இயக்கத்தினர் நடத்தும் மரக்கறி சிற்றுண்டிச்சாலை, கட்டட நிர்மாணங்களுக்கான விலை உயர்ந்த பொறியியற் கருவிகளைச் சுற்றிப் போடப்பட்டிருந்த அழகிய வேலி மறிப்புகள், பழைமையைப் பேணியபடி புனர்நிர்மாணம் ஆகிக்கொண்டிருந்த சில கட்டடங்கள், தெருவில் விஸ்தரிக்கப் பட்டிருந்த பலகாரக் கடைகள், துணிக் கடைகள், சுரங்க ரயிலுக்கு (மெத்ரோ) இறங்கவேண்டிய நுழைவாசல், இரவு வாழ்க்கைச் சில்லறைக் கடைகளின் மின்னொளி இவற்றைத் தாண்டி, நினைத்தபோதெல்லாம் நான் பாம்பிடோ சென்டர் போய் வந்து கொண்டிருந்தேன். ராட்சசக் குழாய்களும் யந்திர வடிவங்களும் கொண்ட புறத்தோற்றம். உள்ளே கலைகளின் சுரங்கம். அதன்முன் இருந்த மைதானம்தான் பாரிஸின்மீது முதல் பிடிப்பை எனக்கு ஏற்படுத்திற்று. அங்கு எப்போதும் பொழுதுபோக்கு நிகழ்ச்சிகள் – வாத்திய இசைகள், மந்திர ஜாலங்கள், பயணிகளை வரையும் ஓவியர்கள், குட்டி சர்க்கஸ், வாய்ச்சண்டைகள், சிறு கைகலப்புகள். மிகுந்த பிடிப்புடனும் மனநிறைவுடனும் நான் அங்கு நீண்ட நேரங்கள் செலவுசெய்தேன். சந்துகளின் தந்திரமான திருப்பங்களை பிரெஞ்சு குடிமகன்கள் நம்மைப் போலவே அவசரங்களுக்குப் பயன்படுத்துவதைக் கண்டு என் அந்நியத் தன்மை தெறித்தது. உலக சுகாதாரத்தைப் பெரிதும் விரும்பும் அதே நேரத்தில் கடுமையான அவசரங்களில் நானும் சந்துகளைப் பயன்படுத்தியபோது பாரிஸ்மீது மிகுந்த பிரியம் கொண்டேன்.

ஜார்ஜ் பாம்பிடோ சென்டர் வெறிச்சோடிக் கிடந்தது. ஒரு அங்குலம் புழுதி, குப்பைக்கூளம், துணித் துண்டுகள், நாடாக்கள், காகிதக்கூடுகள், குளிர் பானங்களின் அழகான மூடிகள், கடின பானங்களின் மூடிகள், சிகரெட் துண்டுகள் இன்னும் என்னென்னவோ. பல இடங்களில் பூனைகள் ஒன்றுக்குப் போனது மாதிரி இருந்தது. மேஜை நாற்காலிகள் தலை குப்புறப் போடப்பட்டிருந்தன. விசாரித்து வெளியேற்றிவிடுவார்கள் என்ற இந்திய பயத்துடன் உள்ளே கால் வைத்தேன். மின்விசிறிகள்

ஸ்தம்பித்திருந்தன. தானியங்கிக் கதவுகள் ஓரங்கட்டி நின்றன. தானியங்கிப் படிகள் (எஸ்கலேட்டர்) முடங்கிக் கிடந்தன. நான்பாட்டுக்கு மாடி மாடியாகப் போய்க்கொண்டிருந்தேன். கேள்வி கேட்பாரில்லை. இருந்தாலும் முன்னெச்சரிக்கையாக ஆங்காங்கு தென்பட்ட பிரெஞ்சுக் காவலர்களுக்கும் பெண் காவலர்களுக்கும் உறவுக்கு விழையும் இந்தியப் புன்னகை பூத்துக்கொண்டே போனேன்.

அது பயங்கரமான மந்திர ஜாலக்கட்டுகள் கொண்ட ராவணன் கோட்டை. தன் உடம்பில் அது அப்பிக்கொண்டிருக்கும் ஓவியக் கூடங்கள், சிற்பக் கூடங்கள், நூல்நிலையங்கள், மினி தியேட்டர்கள், மாநாட்டுக் கூடங்கள், நவீன அச்சுப்பதிவுக் கூடங்களைப் பார்த்துத் திகைத்தேன். அன்றாடம் அங்கு வந்து கற்றுக்கொள்ளும் காரியத்தை ஒரு இளைஞன் தனது இருபது வயதில் ஆரம்பித்தாலும் எழுபது வயதான பின்பும் அவனுக்குப் பாக்கி நிற்கும் என்று தோன்றிற்று. கலைப்பொருள்களுக்குச் சிறு சேதங்கள் ஏற்பட்டிருந்தாலும் பிரெஞ்சுத் தொழிலாளர்களை மனத்துக்குள் மிக வன்மையாகக் கண்டிக்க வேண்டும் என்ற எண்ணத்துடன் ஒவ்வொரு இடத்தையும் ஆற அமரப் பார்த்தேன். கலைப் பொருள்கள் தூசி படிந்து பத்திரமாக இருந்தன. ஒரு இந்திய மங்கையின் அற்புதமான சிலையின் முகத்தைக் கைக்குட்டையால் துடைத்தேன். புழுதி விலக முகம் ஒளி கூடி வெளிப்பட்டது. பாரபட்சமாக நடந்துகொள்ளக்கூடாது என்ற எண்ணத்தில் ஒரு பிரெஞ்சு வனிதைக்கும் முகம் துடைத்துவிட்டேன். கழிவு அறைகளில் சிலவற்றில் நுழைந்து குழாய்களும் 'ஷவர்'களும் வேலை செய்கின்றனவா என்று பார்த்தேன். தண்ணீர் பீச்சி அடித்தது. அரை நூற்றாண்டு காலமாக இந்தியக் கழிவறைகளைப் பார்த்துக் கொண்டிருக்கும் எனக்கு அங்குள்ள அசுத்தங்கள் அசுத்தங்களாகவேபடவில்லை. தெருவுக்குப் போய்ச் சேருவோமா என்ற பீதி ஏற்பட்டது. சில சுற்றுகள் சுற்றிவிட்டு ஒரு வெண்புறா போல் மைதானத்தில் வந்து இறங்கினேன்.

3

இந்தியக் கவிதை விழாவின் ஆரம்பத்தை மற்றொரு கூடத்தில் வைத்துக் கொள்ளும்படிதான் ஆயிற்று. பாரிஸ் இந்திய சினிமா விழாவில் கலந்துகொள்ள வந்திருந்த இந்தியத் திரை நட்சத்திரங்களும் கவிதை விழாவுக்கு வந்திருந்தனர். பிரபல இந்தியக் கவிஞர்களும், பிரபல இந்தியத் திரை நட்சத்திரங்களும் நல்ல சூழ்நிலையில் சுமுகமாகப் பேசிக்கொண்டிருந்தனர். பிரெஞ்சுக் கவிதை விரும்பிகள் – அதிகமும் பெண்கள் – தங்கள் முகங்களிலும் அங்க அசைவுகளிலும் கலை ஈடுபாட்டை மிகையாக வெளிப்படுத்திக்கொண்டிருந்தனர். பழரசங்களும் உயர்ந்த மது வகைகளும் வினியோகிக்கப்பட்டுக்கொண்டிருந்தன. நல்ல கிறுகிறுப்பு ஏற்பட்டுக்கொண்டிருந்தது. சிறுசிறு கூட்டங்களாகப் பலரும் இணைந்து கொண்டுவிட்டதில் எதிலும் நுழைந்துகொள்ளத் தெரியாமல் வெளியே வழிந்திருந்தேன். முழுக் கூடமும் தெரியும் படியான ஒரு கோணத்தில், நெப்போலியனுக்குரிய ஒரு தங்க நிற நாற்காலியின் வெல்வட் சிவப்பில் அமர்ந்து சாட்சிபூதமாக எல்லாவற்றையும் கவனித்துக்கொண்டிருந்தேன். ஸ்மிதா பாட்டீலை சந்தித்துப் பேசிக்கொண்டிருந்ததாக ஸ்ரீராம் சொன்னார்.

இவ்வளவு கூர்ந்த கவனிப்பில் அவர் எப்படி கண் தப்பினார் என்று எனக்கு ஆச்சரியமாக இருந்தது. மெழுகில் செய்த பொம்மைகள் மாதிரியும் ராட்சச 'நான்கட்டா' மாதிரியும் என் கண்ணுக்குத் தென்பட்ட சில பிரபல ஹிந்தி நட்சத்திரங்களின் அகலங்கள் ஸ்மிதா பாட்டீலை மறைத் திருக்கக்கூடும் என்று சமாதானம் செய்துகொண்டேன்.

கவியரங்கம் ஆரம்பமானபோதுதான் இந்தியக் கவிஞர்களுக்குக் கிடைக்காத ஒரு பரிமாணம் பிரெஞ்சுக் கவிதை விரும்பிகளுக்கு இருப்பது தெரிந்தது. எங்கள் சக கவிஞர்களின் கவிதைகள் எங்களுக்குப் புரியாதபோது அவற்றின் மொழிபெயர்ப்புகள் பிரெஞ்சுக் கவிதை விரும்பிகளுக்குப் புரிந்துகொண்டிருந்தன. என் பக்கத்தில் இருந்த பிரெஞ்சு அம்மையாரிடம் 'ஹிந்திக் கவிதை எதைப் பற்றி?' என்று நான் கேட்டதை அவர் கிண்டல் என்று எடுத்துக்கொண்டிருக்கக்கூடும். இடது பக்கம் போதையின் கிறுகிறுப்பில் ஹிம்சை ஓங்கிக் கொண்டிருந்த ஒரு இந்தியர் உட்கார்ந்து கொண்டிருந்தார். வட இந்தியக் கவிஞர்களிடம் அவருக்கு ஏதோ கோபம். அடிக்கடி எழுந்திருந்து கத்த ஆரம்பித்தார். பிரெஞ்சுக் கலாச்சார அதிகாரியான கோத்தியார் மேடையில் எழுந்து நின்று, நாடகப்பாங்குடன் கைகளை அசைத்து, அவரைச் சமாதானப்படுத்த முயன்றதில் அவர் தணிபவராகத் தெரியவில்லை. மிகுந்த போதையில் அவர் இருந்ததால் ஒரு பத்து நிமிஷங்களுக்கு ஹிம்சை அவரிடமிருந்து வெடிக்காமல் தப்பும் என்றால் அவர் தூங்கிவிடுவதற்கான வாய்ப்பு நிச்சயமாக இருந்தது. சற்றே அலுப்புத் தரும் ஒரு சம்பிரதாய விழா என்றாலும் கலாட்டாவில் முடிவதை நான் விரும்பவில்லை. ஹிம்சையின் இமையோரங்களில் தூக்கத்தின் பூச்சி பறக்கிறதா என்று கவனித்துக்கொண்டிருந்தேன். கவிதைகளின் மூலங்களோ மொழிபெயர்ப்புகளோ புரியாத நிலையில் இது நல்ல காரியமாகப் பட்டது. என் பின்னால் இருந்த ஒரு பிரெஞ்சு மாது, என்னிடம் 'இந்தியக் கவிஞர்கள் எல்லோரும் சமஸ்கிருதத்தில்தானே கவிதைகள் படிக்கிறார்கள்?' என்று கேட்டார். ஒவ்வொரு தேச மக்களுக்கும் பிற தேசங்களைப் பற்றிக் கற்பனைகள் இருந்து வருகின்றன என்றும் இந்தக் கற்பனைகள் அளிக்கும் கவர்ச்சி தான் பிறரை அறிய அவர்களைத் தூண்டுகிறது என்றும் பட்டது.

கலாட்டாவுக்கு ஆயத்தமாகிக்கொண்டிருந்தவர் என் தோள்மீது சாய்ந்தபடி தூங்கிவிட்டார். ஆழ்ந்த தூக்கம் அவரை ஆட்கொள்வதுவரையிலும் பொறுத்திருந்து நாற்காலியின் பின்மெத்தையில் அவர் தலையைப் பூப்போல நகர்த்தி அலுப்பிலிருந்து தப்பித்துக்கொள்ள வெளியே வந்தேன்.. ஒரு ஏணிப்படியின் முதல் படியில் தன் வலது காலைத் தூக்கி வைத்துக் கொண்டு வழுக்கைத் தலையுடன் மலையாள நடிகர் கோபி நின்று கொண்டிருந்தார். அவரைக் கண்டதும் மிகுந்த சந்தோஷம் ஏற்பட்டது எனக்கு. இந்தியத் திரைவானில் என் செல்லம். விரைந்து சென்று என்னை அறிமுகப்படுத்திக்கொண்டு பேச ஆரம்பித்தேன். அவரது நடிப்பில் நான் பெற்றிருந்த அனுபவங்களைக் கவித்துவத்தில் கோர்க்க ஆரம்பித்தேன். அவர் என்னைப் பொருட்படுத்தவே இல்லை. என் வார்த்தைகள் எதுவும் அவர் காதில் விழுந்ததற்கான அறிகுறியும் இல்லை. அவருடைய புலன்களே அங்கு இல்லை. மிகுந்த மனப் பாதிப்புக்கு ஆளாகித் தனியாக விடுதிக்குத் திரும்பினேன். வரும் வழியில் ஒரு துணிக்கடையில் ஒரு பதினைந்து வயது கறுப்பினச் சிறுமியைக்

கட்டுமஸ்தான பிரெஞ்சு இளைஞர்கள் அடித்துக்கொண்டிருந்தார்கள். துணிக்கடையிலிருந்து அவள் ஒரு கோட்டைத் திருடிவிட்டாளாம். அந்த நேரத்தில் டாக்டர் முருகையனோ ஸ்ரீராமோ அங்கு இருந்திருந்தால் பிரெஞ்சு மொழியில் அவர்களைக் கொண்டு பேசச் சொல்லி அந்தக் கோட்டின் விலையை அளித்திருக்கலாமே என்றுகூட நினைத்தேன். அந்தக் கறுப்பினச் சிறுமி அழுது கொண்டே தெருவில் ஓடினாள். மற்றொரு நாள் நான் கவியரங்கம் முடிந்து திரும்பி வந்துகொண்டிருந்தபோது ஓவியர் விஸ்வநாதன், ஓவியர் அக்கித்தம் ஆகியோருடன் ஒரு தெருமுனையில் பேசிக்கொண்டிருந்த கோபி என்னைக் கண்டதும் விரைந்து வந்து என் இரு கைகளையும் பற்றிக்கொண்டு மிகுந்த வருத்தம் தெரிவித்துப் பேச ஆரம்பித்தார். அன்று தன்னை அழைத்துவந்த நண்பர்களைத் தேடிக்கொண்டிருந்ததாகவும் தொலைந்து போய்விடுவோமோ என்ற பயத்துக்கு ஆட்பட்டுவிட்டதாகவும் சொன்னார். நான் என் மனம் புண்பட்டதைச் சொன்னேன். பேசப் பேச எங்கள் பயங்களுக்குள் மிகுந்த ஒற்றுமை வெளிப்பட்டு நெருக்கம் ஏற்பட்டது. திருவனந்தபுரத்திலும் நாகர்கோவிலிலும் மீண்டும் சந்தித்துக்கொள்ளலாம் என்று பேசிக்கொண்டோம். அது மிகவும் சுலபமான விஷயம்தான். நடைமுறைக்கு வராத சுலபம் என்பதும் எங்களுக்குத் தெரிந்திருந்தது.

4

நானும் ஸ்ரீராமும் பிரெஞ்சுக் கலாச்சார அதிகாரியான கோத்தியாரைச் சந்தித்துப் பேசினோம். நம் மனத்தில் பெரும் கிளர்ச்சி ஏற்படுத்தும் நாடகப் பாங்கானவர். கவிதை வாசிப்பில் பெரும் கில்லாடி என்றும் சொன்னார்கள். தமிழ்க் கவிதை வாசிப்பு சம்பந்தமாக நாங்கள் வைத்திருந்த யோசனையை ஸ்ரீராம் அவரிடம் பிரெஞ்சு மொழியில் சொன்னார். தொலைபேசிக் குறுக்கீடுகள் எல்லாவற்றையும் தன் பெண் காரியதரிசிகளிடம் ஒப்படைத்துவிட்டு ஸ்ரீராம் சொல்வதை மிகுந்த கவனத்துடனும் பாராட்டுணர்வுடனும் கேட்டுக்கொண்டிருந்தார். என் பங்குக்கு நான் தலையசைத்துக்கொண்டிருந்தேன். எங்கள் யோசனையைப் பெரிதும் வரவேற்ற அவர் அதை அமல்படுத்த முடியாமல் இருக்கும் தர்மசங்கடத்தைப் பற்றிச் சொன்னார். ஒவ்வொரு கவிஞரும் அவரவருடைய கவிதைகளைப் படிப்பதற்கே ஏற்பாடாகியிருக்கிறது என்றும் மற்றக் கவிதை வாசிப்புகளிலிருந்து வேறுபட்டுத் தமிழ்க் கவிதை வாசிப்பை வைத்துக் கொள்வது பிரச்சினைகளை ஏற்படுத்தும் என்றும் சொன்னார். எங்களுக்கு ஏமாற்றமாக இருந்தது. வேறுவிதமாக அவர் செயல்பட்டிருக்க முடியாது என்றும் தோன்றிற்று.

5

ஐயப்பப் பணிக்கருடன் ஒரு நாள் பிற கவிஞர்களுக்குத் தெரியாமல் நான் நாத்தர்தாம் சர்ச்சுக்குப் போனேன். பொழுது விடியும் நேரம். கடுங்குளிர். தெருக்களில் பாதசாரிகள் இல்லை. வாகனங்களின் பாய்ச்சல்களும் இல்லை. நதியோரமாக விரைந்து சென்றோம். மீண்டும் தனியாக வருவதற்கு உறுதியான அடையாளங்களை மனத்தில் தைத்துக் கொண்டே போனேன். திரும்பும்போது உலகப் புகழ்பெற்ற லூவ்ர் மியூசியத்தின்

முன்பக்க மைதானத்துக்கு வந்தோம். அழகான புல்வெளி. அயல்நாட்டு யாத்ரீகர்களின் கூட்டம். அணைப்புகள், முத்தங்கள், புகைப்படங்கள், புறாக்கள். என்னைப் பார்த்ததும் ஒரு ஏழைப் பெண் போர்த்தியிருந்த கைக்குழந்தையுடன் வந்தாள். தன் விரல்களை முத்தமிட்டுக்கொண்டே குழந்தையைக் காட்டி யாசகம் கேட்டாள். அவளுக்கு உதவ நினைத்து நான் மணிபர்ஸை வெளியில் எடுத்தேன். அவள் தன் கையிலிருந்த அட்டையை மணிபர்ஸுக்கு மேலாக நீட்ட, அவளருகில் நின்றுக்கொண்டிருந்த ஒரு சிறுவன் தன் கையிலிருந்த அட்டையை அவள் அட்டையுடன் இணைத்துப் பக்கவாட்டில் வைத்துக்கொள்ள, ஒரு கை என் மணிபர்ஸை சடாரென இழுப்பதை உணர்ந்தேன். அது அந்தச் சிறுவனுடைய கையா அந்தப் பெண்ணின் கையா என்று எனக்குத் தெரியவில்லை. ஆனால் அது ஒரு திட்டமிட்ட தந்திரம் என்பது தெரிந்தது. ஐயப்பப் பணிக்கர் நெருடலாக எதையோ முன்கூட்டி உணர்ந்ததால் ஜேபிக்குள் கையை விட்டவர் பணத்தை வெளியே எடுக்கவே இல்லை. நான் விடுதியில் வந்து பணத்தை எண்ணிப் பார்த்தேன். அதிகம் இழந்திருக்க முடியாது என்று தோன்றியதோடு எனக்கு அவசியமான பணம் கைவசம் இருந்தது ஆசுவாசமாக இருந்தது. திடீரென்று எனக்கு வி.எஸ்.நைப்பாலின் புத்தகங்கள் நினைவுக்கு வந்தன. ஐயப்பப் பணிக்கரிடம் வி.எஸ்.நைப்பாலைத் திட்ட ஆரம்பித்தேன். ‘இந்தியாவில் பிச்சைக்காரர்கள் பிச்சைக்காரர்களே தவிர திருடர்கள் அல்ல’ என்றேன். சிறிது கோபித்துக்கொள்ளவும் வருத்தப்படவும் அப்போது எனக்கு இருந்த அவசியத்திற்குமேல் ஒன்றும் இல்லை என்பதை ஐயப்பப் பணிக்கர் புரிந்துகொண்டிருப்பார். திருச்சி ரயில்வே நிலையத்தில் ஒரு பிச்சைக்காரனின் தொழில் தந்திரத்தைப் பற்றி வி.எஸ். நைப்பால் தனது நூலில் விவரித்திருந்தது—அந்த விவரிப்பு உண்மை என்பதாலேயே—என்னைக் கடுமையாகப் பாதித்திருந்தது.

நாத்தர்தாம் சர்ச்சுக்கு மீண்டும் பல தடவைகள் போனேன். விடுதியில் இறங்கிச் சிறிது தூரம் நடந்ததுமே சர்ச்சின் கோபுரங்கள் தெரிய ஆரம்பிக்கும். அதனைக் குறியாக வைத்து சர்ச்சின் முன்பக்கம் போய்ச் சேர்ந்ததும் அதன் முழுமையான தோற்றத்தில் மனம் நெகிழும் முகப்புகள், வளைவுகள், கண்ணாடி ஜன்னல்கள், கோபுரங்கள், படிக்கட்டுகள். எங்குப் பார்த்தாலும் அழகு வழிந்துகொண்டிருக்கும். விக்டர் ஹ்யூகோவின் ‘நாத்தார்தாம் கூனன்’ நாவலின் பக்கங்கள் மனத்தில் உயிர் கொண்டு எழும். அந்தக் கூனனாக என்னைப் பாவித்துக்கொண்டு அவன் ஏறிய ஒல்லி மர ஏணியில் ஏறும்போது பொங்கிவரும் உணர்ச்சியை அடக்கிக்கொள்ள முடியாமல் போய்விடும். அங்கிருந்து கீழே பார்த்தால் பலரும்—முக்கியமாக நடுவயது தாண்டிவிட்ட சீமாட்டிகள்—மண்டியிட்டபடி அழுதுகொண்டிருப்பார்கள். கண்ணீர் வடிக்க இதைவிட ஏற்ற சூழ்நிலை எங்கும் கிடைக்கப் போவதில்லை. எனக்கும் அழ அவசியம் இருந்தது. சுத்தமாக அழுதேன். ஒவ்வொரு இடமும் என்னைப் பார்த்து, ‘நீ சொற் கலைஞனா அல்லது சித்திரக் கலைஞனா?’ என்று கேட்டுவிட்டு, ‘சொற் கலைஞன்தான்’ என்று நான் கூறியதும் தனது சரித்திர முகத்திரையை இழுத்துக்கொண்டு அழகின் கண்களையும் மூடிக்கொண்டதாகப் பட்டது. வார்த்தைகள் தங்களை ஆட்கொள்ள வலுவற்றவை என்பதை அவை அறிந்திருந்தன. சர்ச்சின் பின்பக்கம்

படிக்கட்டில் சாய்த்திருந்த மரக்கதவில் சாய்ந்தபடி குளிரில் நான் வெகு நேரம் உட்கார்ந்துகொண்டிருப்பேன். முன்பக்கம் புறாக்கள், காதலர்கள் சுற்றி வர, பாரிஸின் அழகுகள் அருவியாக வழிந்து கொண்டிருக்கும் தோற்றங்கள். உள்ளே இருந்து வரும் வாத்திய இசை – அந்த மெட்டுகள் என் உயிர் பிரிவதுவரையிலும் என் நினைவில் நிச்சயமாக இருக்கும்.

6

தென்னிந்தியக் கவிதைகள் வாசிக்க வேண்டிய அன்று காலை, ஜார்ஜ் பாம்பிடோ சென்டரில் வேலை நிறுத்தம் முடிந்துவிட்டதாகச் செய்தி வந்தது. அவ்வளவு பெரிய இடத்திலிருந்து வேலை நிறுத்தம் வெளியேறுவதைப் பார்ப்பதற்காக நான் குறுக்கு வழியில் பாம்பிடோ சென்டருக்குச் சென்றேன். நவீன லாரிகளில் குப்பைகளை ஏற்றிக் கொண்டிருந்தார்கள். என்னைக் கண்டதும் தானியங்கிக்கதவு திறந்தது. சுத்தம் செய்யும் நவீன உபகரணங்களைத் தொழிலாளர்கள் இயக்கிக் கொண்டிருந்தார்கள். ஒரே களேபரமாக இருந்தது. அன்றிரவு தென்னிந்தியக் கவிஞர்களின் கவியரங்கம் நடைபெற இருந்த கூடத்திற்குப் போனேன். கனகச்சிதமாக இருந்தது கூடம். கூடத்துக்கு முன்பக்கம் புத்தகக் கண்காட்சிக்கான ஏற்பாடுகள் நடந்துகொண்டிருந்தன. கலாச்சார அதிகாரியான கோத்தியார் பெரிய பெரிய பெட்டிகளில் புத்தகங்களை அள்ளிக் கொண்டு வந்து கொட்டிக்கொண்டிருந்தார். ஒரு சிலர் இந்திய மொழிப் புத்தகங்களைப் பிரித்து அடுக்கிக் கொண்டிருந்தார்கள். நவீன சுவரொட்டிகளை ஒட்டிக்கொண்டிருந்தார்கள். இந்திய எழுத்தாளர்களின் புகைப்படங்களைக் காட்சிக்கு வைத்துக்கொண்டிருந்தார்கள். அவர்களுடன் சேர்ந்து நானும் இந்திய மொழிப் புத்தகங்களைப் பிரித்தேன். ‘இந்திய மொழிகளைப் பார்த்த மாத்திரத்தில் தரம் பிரித்துவிடுவது ஆச்சரியத்தை அளிக்கிறது’ என்றாள் ஒரு பெண்மணி. என்னுடைய சிறிய காரியங்களுக்காகப் பெரிய நன்றிகளை அவர்கள் கூவிக்கொண்டிருந்தார்கள். அந்தக் கூவலின் இனிமை மீண்டும் காதில் விழ நான் நல்ல சுறுசுறுப்புடன் இயங்கினேன். உ.வே. சாமிநாத ஐயர் (‘என் சரித்திரம்’ சுருக்கப் பதிப்பு) வங்காளி இலக்கியத்தில் அகப்பட்டுக்கொண்டுவிட்டார். அவரைப் பாரதிக்குப் பக்கத்தில் கொண்டுவிட்டேன். திருக்குறளின் பிரெஞ்சு மொழிபெயர்ப்பைப் பிரதானப்படுத்தினேன். சிட்டி, சிவபாதசுந்தரத்தின் புகைப்படங்களை ஒரு முக்கியமான கோணத்தில் வைத்தேன்.

அன்றிரவு தென்னிந்தியக் கவியரங்கம் மிகச் சிறப்பாக நடந்தது என்று எல்லோருமே பேசிக்கொண்டனர். ஸ்ரீராம், முருகையன் ஆகியோரின் பிரெஞ்சுப் பேச்சுகள் கனகச்சிதமாக அமைந்தன என்றனர். எங்கள் மூன்று பேரின் கவிதைகளையும் கோத்தியார் வாசித்தபோது பெருத்த கரகோஷம் எழுந்தது. ஐயப்பப் பணிக்கரைப்போல் அபிநயத்துடன் கவிதைகளைத் தன்னால் வாசிக்க முடியவில்லை என்பதை கோத்தியார் ஒப்புக்கொண்டார். ஒரு குறிப்பிட்ட பெண், கவிதை வாசிப்பில் நட்சத்திர மதிப்பு பெற்றிருந்தாள். அவளைக் கொண்டு என் கவிதைகளைக் கோத்தியார் வாசிக்கச் சொல்வாரா என்ற பிரச்சினையை – வேறு முக்கியமான பிரச்சினை அப்போதைக்கு எதுவும் இல்லாததால் – நான் மனத்தில் உருவாக்கிக்கொண்டிருந்தேன். அவள் வாசிக்கக் கேட்கும் பாக்கியம்

எனக்குக் கிடைத்தது. 'மிக நன்றாக வாசித்தீர்கள்' என்று நான் அவளைப் பாராட்டினேன். என் கவிதை களை வாசிக்கக் கிடைத்ததில் தனியான மகிழ்ச்சி அடைந்ததாக அவளும் சொன்னாள். எல்லோரும் எல்லோரையும் மனந்திறந்து பாராட்டிக்கொண்டிருந்தார்கள். உண்மை பொய்த்தூக்கம் போட்டுக் கொண்டிருந்த நேரத்தில் எல்லோரும் சந்தோஷமாக இருந்தோம். அதுபோன்ற பொழுதுகளும் மனித ஜென்மங்களுக்குத் தேவையாகத்தான் இருக்கின்றன.

7

பரக்கப் பரக்கப் பாயக்கூடாது என்றும் என் நடமாட்டங்களை வரையறை செய்துகொள்ள வேண்டும் என்றும் தீர்மானம் செய்துகொண்டேன். முகங்கள், தெருக்கள், கலைக்கூடங்கள் இவற்றை முடிந்த மட்டும் பார்ப்பதுதான் என் நோக்கமாக இருந்தது. சுரங்க ரயிலுடன் எனக்கு நல்ல இணக்கம் ஏற்பட்டது. எண்ணற்ற தடவைகள் அங்கும் இங்கும் மாறி மாறிச் சென்றதில் ஸ்டேஷன்களின் பெயர்கள் மனத்தில் பதிந்து, அவற்றின் உச்சரிப்புகள் இனிக்க ஆரம்பித்தன. ரயிலின் வேகம் மந்தப்பட்டதும் நான் எதிர்பார்க்கும் அடையாளங்களுக்கு ஏற்றாற்போல் ஸ்டேஷன்கள் வெளிப்பட்ட பாங்கில் மிகுந்த குதூகலம் அடைந்தேன். பாரிஸ் பஸ்களை நான் லட்சியம் செய்யவில்லை. அவை நன்றாகவே இருந்திருக்கக்கூடும். ஆனால் நான் சுரங்க ரயில் இல்லாத இடங்களுக்கு நடந்தே போனேன். தெருத்தெருவாகப் பார்த்துக்கொண்டே போனேன். சந்து பொந்துகளில் நுழைந்து சென்றேன். பாரிஸ் இதுவரையிலும் எவருக்கும் காட்டாத சில உன்னதங்களையும் அதன் அந்தரங்க ரகசியங்களையும் மோசமான புண்களையும் எனக்குக் காட்டும் என்ற கற்பனையில் மூளையை விழிப்பு நிலையில் வைத்துக்கொண்டிருந்தேன். பிரெஞ்சு ஜனங்களுக்கு இணையாகப் போவதற்கு அவர்கள் நடக்கும்போது எனக்கு ஓடத்தான் வேண்டியிருந்தது. சில சமயம் ஓடினேன். அவர்களிடம் தோற்றுவிடக் கூடாது என்பது எனக்கு முக்கிய லட்சியமாக இருந்தது. அவர்களுடைய காலின் குதிரைச் சதைகளைப் பார்த்து வியந்துகொண்டே ஓடினேன். படிக்கட்டுகளில் இரண்டிரண்டு படிகளாகத் தாண்டினேன். தானியங்கி ஏணிப்படிகளிலும் அவர்களைப் போலவே ஓய்வெடுத்துக் கொள்ளாமல் படி தாண்டிச் சென்றேன். நிமிஷத்துக்கு நிமிஷம் மின்னலிடும் தெரு ஆலிங்கனங்கள், அரவணைப்புகள், காதலின் ஐஸ்க்ரீம் உருகல்கள் இவற்றைத் தவிர வேறு எதிலும் குறைவில்லாமல் நான் அவர்களுக்கு ஈடுகொடுத்துக்கொண்டு சென்றேன்.

8

யாத்ரீகர்கள் கூடும் இடங்களின் பெயர்களை அடுக்கிக்கொண்டே போகலாம். அவற்றைப் பார்ப்பதில் பலன் உண்டு, நிச்சயமாக உண்டு. படமாகப் பார்த்தால்கூட உண்டு. ஆனால் அவை படிப்பதற்குரிய விஷயங்கள் அல்ல. அவை மட்டுமே முக்கியம் என்று கருதுவதும் மிகப் பெரிய இழப்பு. அவற்றிற்கு அப்பாலும் முக்கியமும் மிக முக்கியங்களும் தெருவெல்லாம் இரைந்து கிடக்கின்றன. படிக்கட்டுகளிலும் படுதாக்களுக்குப்

பின்னாலும் இரவு வாழ்க்கையின் நிழல்களிலும் சுரங்க ரயிலைப் பிடிக்க விரையும் பாய்ச்சல்களிலும் முகங்களின் பிரளயங்களிலும் வார்த்தைகளால் சுருட்ட முடியாதவை புதையுண்டு கிடக்கின்றன. அழகின் லகரியில் நான் இருந்ததால் எனக்கு எல்லாம் மிகையாகப்பட்டிருக்கலாம். அந்தப் போதை தேவையில்லாதவனுக்கு பாரிஸில் ஒன்றும் இல்லை.

சுரங்க ரயிலில் உலக முகங்களின் சகல தினுசுகளும் பிரளயமாக எனக்குப் பார்க்கக் கிடைத்தன. நான் பார்த்த சகல சுற்றுலா மையங்களையும் விட இது மிக முக்கியமானது. கண்கள், மூக்குகள், உதடுகள், புன்னகைகள், பொய்க் கோபங்கள், நெகிழ்வுகள், அசைவுகள், இறுக்கங்கள், தளுக்குகள், ஜாலங்கள், விஷமங்கள், காதல் சமிக்ஞைகள், ஆழ்ந்த வாசிப்புகள், தியானங்கள், மேல்குடி பாவங்கள், புனித வட்டங்கள் தன் தலையைச் சுற்றிக்கொண்டிருப்பதான கற்பனைகள் எல்லாம் முக்கியமானவை. முகங்களின் வேற்றுமைகள், கலாச்சாரத்தின் வேற்றுமைகள், மனோபாவத்தின் வேற்றுமைகள், ஆடை அலங்காரங்களின் வேற்றுமைகள், இயக்கங்களின் வேற்றுமைகள். வேற்றுமைகளின் அலை நீக்கமற அடித்துக்கொண்டிருக்கிறது. வேற்றுமைகளின் இந்தப் பிரளயம் காலங்காலமாக நாம் பிடித்து வைத்துக் கொண்டிருக்கும் ஒன்றரைச் சாண் உலகத்தைப் பலமாகத் தாக்குகிறது. நாம் உருட்டி வைத்துக்கொண்டிருக்கும் சோட்டா தர்மங்கள், டைகர் பூட்டு ஒழுக்கங்கள், நீதிகள், அளவுகோல்கள் தூளாகச் சிதறுகின்றன. ஒரு ஊரை, ஒரு மொழியை, ஒரு இடத்தை, ஒரு கலாச்சாரத்தை அளக்க அளவுகோல்கள் இருக்கலாம். ஒரு ஊனமான அளவுகோலேனும் இருக்கலாம். ஆனால் உலக மனிதனை அளக்க அளவுகோல் எதுவும் இல்லை. இந்த உண்மை மூளையில் ஒட்டிக்கொண்டிருப்பது ஒன்று. ஜீவ இயக்கமாக விரிந்து உங்கள் கண் முன் தன் தனித்துவத்தைக் கோஷமிட்டுக்கொண்டு கங்கைபோல் பிரவாகமெடுப்பது மற்றொன்று.

பாரிஸ் சுரங்க ரயில், வேற்றுமைகளின் ஒத்திசைவை இன்னிசையாக எத்தனையோ காலமாக வாசித்துக்கொண்டிருக்கிறது. இந்த நீண்ட காலப் பகுதியில் அந்த இன்னிசையைக் கேட்டபடி அதில் பயணம் செய்துள்ள ஓவியர்கள், எழுத்தாளர்கள், கலைஞர்கள், இசை மேதைகள், ஆத்மீகவாதிகள், மறை ஞானிகள், கவிஞர்கள் இவர்களின் எண்ணிக் கையை நினைத்துப் பார்த்தபோது பிரமிப்பு ஏற்பட்டது. அந்த உலகப் பிரதிநிதித்துவத்தால் மீண்டும் உரம் பெற்று அந்த உன்னதச் செய்தியைக் கோஷமிட்டுப் பரப்புவதற்காகவே அந்தச் சுரங்க ரயில் ஓடிக்கொண்டிருப்பதுபோல் பட்டது. உலகக் கலாச்சாரத்தில் நான் ஒரு அணு என்ற போதமும் என் சரிகளும் தவறுகளும் என் ஒழுக்கங்களும் ஒழுக்கக் கேடுகளும் எனது இனத்தின் கௌபீன தர்மங்களும் என் முன்னோர்கள் தவளைகளாக அங்கும் இங்கும் சாடிக்கொண்டிருந்த பாழும் கிணறுகளிலிருந்து கவ்விக்கொண்டவை என்றும் அவற்றிற்கு நிரந்தரமோ புனிதமோ இல்லை என்றும் உணர்ந்தேன். தன்னை அளக்கக் கருவிகளை வார்க்கும் மனிதன் மறு நிமிஷத்திலிருந்து அந்தக் கருவிகளை உருக்க முன்னும் சூட்சுமத்தில்தான் மனித முன்னேற்றத்தின் ரகசியங்கள் அடங்கிக்கிடப்பதாக நினைக்க ஆரம்பித்தேன். அளவு கோல்களுக்கு விசுவாசமாக இருப்பது அல்ல, வாழ்ந்துகொண்டிருக்கும் காரியமே மனிதனுடையது. வாழ்க்கை மிகக் கொடுமையாக அவனைப்

பிடுங்கியிருப்பதற்குச் சரித்திரமே சாட்சி. இந்தப் பிடுங்கலின் நிலை குலைவுகளை எதிர்கொண்டு மீண்டும் மீண்டும் அவன் எழுந்து வந்ததற்கும் சரித்திரமே சாட்சி. இந்தச் சோதனைகளும் எதிர்கொள்ளலும்தான் வாழ்க்கை. இவற்றிற்கு அப்பால் கீற்றுப் பிறைபோல் புனிதம் என்று எதுவும் வாழ்க்கைக்கு இல்லை. போர்களை எதிர்கொண்டு அதன் மோசமான பிடுங்கல்களுக்கு ஈடுகொடுத்து மீண்டும் மீண்டும் எழுந்து வந்திருக்கும் சமூகத்தைப் பார்த்து இதுபோன்ற கொடுமைகளுக்கோ சோதனைகளுக்கோ ஆளாகாத நம்மையொத்த குறட்டைச் சமூகங்கள் நமது பேருறக்கத்தின் விளைவுகளை அளவுகோல்களாக மாற்றி அவர்கள் மீது வீசுவது நகைப்புக்கு இடமானது என்று நினைக்க ஆரம்பித்தேன்.

9

நாய்போல் அலைய வேண்டும் என்பதுதான் எனது முக்கிய லட்சியமாக இருந்தது. ஆனால் அதற்கு உடல் வலு வேண்டும். என் சக கவிஞர் ஒருவரின் பாதங்கள், அவர் கவிதை வாசிக்க வேண்டிய அன்று வீங்கி பூட்சுக்குள் நுழைய மறுத்துவிட்டது எனக்குத் திகிலை ஏற்படுத்திக்கொண்டிருந்தது. விடியற்காலை என்னை அவர் தன் அறைக்கு அழைத்துக்கொண்டு போனார். அவருடைய வலது காலுக்கு அவரும் இடது காலுக்கு நானும் தேங்காய் எண்ணெய் தடவி மஸாஜ் செய்தோம். நாலு தலையணைகளை அடுக்கி, அவர் பாதங்களை அவற்றின் மேல் தூக்கி வைத்தேன். காலை 8.45க்கு நானும் அவருமாக முயன்று அவருடைய பாதங்களை பூட்சுக்குள் தள்ளினோம். ‘சரியாக மாட்டிக்கொண்டு விட்டது. இனிமேல் அதற்கு வீங்கவும் முடியாது’ என்று கவிஞர் சொல்லிச் சிரித்தார். அந்தச் சோதனையின் வரிசையில் இரண்டாவது நபர் நான் என்ற எண்ணம் எனக்கு ஏற்பட்டதால் நானும் சேர்ந்து சிரித்தது சிரிப்பாக வெளிவரவில்லை. என்னுடன் ஒத்துழைக்கும்படி நான் என் பாதங்களை மன்றாடிக் கேட்டுக்கொண்டிருந்தேன். நள்ளிரவில் எழுந்து டார்ச் ஒளியில் என் பாதங்களைப் பார்ப்பேன். ஒவ்வொரு முறையும் அவை தட்டையாக இருந்து என்னைச் சந்தோஷப்படுத்தின.

சுற்றுலா மையங்களை நான் வேகமாகத் தாண்டிக்கொண்டு போனேன். அவை ஆச்சரியப்படத்தக்க விதத்தில் இருந்தாலும் உணர்ச்சி இழந்து ரத்தம் சுண்டிக் கிடப்பனபோல் தோன்றிற்று. மீண்டும் மீண்டும் மனிதனால் பார்க்கப்பட்டதில் புத்துணர்ச்சி இழந்து துருப்பிடித்துக் கிடப்பவைபோல் பட்டன. ஆனால் தெருவில் போகும் ஆண்கள், பெண்கள், நாய்கள், அபூர்வமாகப் பார்க்கக் கிடைக்கும் குழந்தைகள் புத்தம் புதிதாக இருந்தனர். இன்றைய சூரியனின் ஒளியில் அவர்கள் குளித்துக்கொண்டிருக்கிறார்கள். இன்றைய வாழ்க்கை அவர்கள் முகங்களில் வழிந்துகொண்டிருக்கிறது. மூன்று கால்கள் கொண்ட முதுமை எய்திவிட்ட ஒரு பெரிய நாயை, கழுத்துப் பட்டையில் ஆள்காட்டி விரலைக் கொடுத்து அழைத்தபடி ஒருவர் போய்க்கொண்டிருந்தார். அதற்கு வலது முன்னங்கால் இல்லை. அது ஜரிகை ஜிகினா தைத்திருந்த விலை உயர்ந்த கம்பளி கோட் அணிந்து கொண்டிருந்தது. கழுத்தில் மஃப்ளர், மூன்று கால்களுக்கும் உல்லன் ஸாக்ஸ். முகத்தில் பழுப்பு விவேகம். உயர் ராஜாங்க உத்தியோகத்திலிருந்து சமீபத்தில் ஓய்வு பெற்றதுபோல் ஒரு தோற்றம். நான் நின்றதும் அந்தப் பிரெஞ்சுக்காரரும்

நின்றார். நாய் என் கால் முட்டை முகர்ந்தது. இரண்டு பேரும் லொடக்கு இங்கிலீஷில் பேசிக்கொள்ள ஆரம்பித்தோம். இந்தியனின் மணம் அதற்கு ரொம்பவும் பிடிக்கும் என்றார். என் கைக்குட்டையை அதன் கழுத்தில் கட்டட்டுமா என்று கேட்டேன். அதற்கு மிகவும் பிடிக்கும் என்றார். அது சந்தோஷமாக இருக்கிறதா என்று கேட்டேன். மிகவும் சந்தோஷமாக இருக்கிறது என்றும் நாய்க்குரிய குணங்களை விட்டு பரமசாதுவாகிவிட்டது என்றும் சொன்னார். நான் மீண்டும் அந்த நாயின் முகத்தைக் கூர்ந்து கவனித்தேன். ராமகிருஷ்ண பரமஹம்சரை நேரில் பார்த்தால் எனக்கு அவர்மீது எவ்வளவு பிரியம் ஏற்படுமோ அவ்வளவு பிரியம் ஏற்பட்டது. என்னை அவர் அழைக்க நானும் அவரும் நாய்களுக்கான பொருள்கள் விற்கும் ஒரு நடுத்தரமான கடைக்குச் சென்றோம். சில பொருள்கள் அவருக்கு வாங்க இருந்தன.

அங்கு இருக்கும் சாமான்களின் எண்ணிக்கை லட்சத்துத் தொள்ளாயிரத்துக்கு மேல் இருக்கும். உணவு வகைகள், மருந்து வகைகள், ஆடை வகைகள், விளையாட்டுச் சாமான்கள், உடற்பயிற்சிக்கான கருவிகள், தொட்டில்கள், படுக்கைகள், விரிப்புகள், நாற்காலிகள், முக்காலிகள், வாசனைத் திரவியங்கள், லோஷன்கள், சீப்புகள், பிரஷ்கள், பவுடர்கள் எல்லாம் இருந்தன. அப்போது அந்தக் கடையிலிருந்த நாய்கள் ஒவ்வொன்றையும் கூர்ந்து கவனித்தேன். அவற்றின் எஜமானர்களின் முகங்களையும் கவனித்தேன். தமக்கு இன்று கிடைக்கப்போவது என்ன என்று தெரியாததில் நாய்கள் பொறுமையிழந்து ஆர்வமும் பரபரப்பும் கொண்டு குழந்தைகள் போல் துள்ளிக்கொண்டிருந்தன. பொருள்களையும் எஜமானர் முகங்களையும் மாறிமாறிப் பார்த்துக்கொண்டிருந்தன. சேக்காளிகளுக்கு என்ன கிடைக்கின்றன என்பதை உன்னிப்பாகக் கவனித்தன. அதுதான் தமக்கும் வேண்டுமென்று துள்ளின. இந்திய நாய்கள் கனவில்கூட நினைத்துப் பார்க்கமுடியாத விலை உயர்ந்த பொருள்கள் அவை ஒவ்வொன்றிற்கும் கிடைத்தன. அந்த நாய்க் கடைக்காரச் சீமாட்டியுடன் இரண்டு மணி நேரம் கழிப்பதற்காக ஈஃபல் டவரையோ ட்ரொகாடரோ பூந்தோட்டத்தையோ பார்ப்பதை நான் ரத்து செய்யத் தயாராக இருந்தேன் என்பதில் சந்தேகமில்லை. ஆனால் அவருக்கு என்னுடன் கழிக்கப் பொழுதில்லை. பில் போடும் இயந்திரத்திற்கு ஓய்வு கொடுப்பது அவருடைய கோட்பாட்டுக்கு நேர்மாறானதாகும்.

காலச்சுவடு, அக்டோபர் டிசம்பர் 1989

விரிவும் ஆழமும் தேடி

பெண்கள் கல்லூரிக் கூட்டத்திற்கு அழைப்பின் பேரில் போயிருந்தேன். வழக்கமான அந்தச் ‘செந்தமிழ் விழா’தான். சொற்பொழிவு எனும் தமிழ்ப் பொழுதுபோக்கை நிகழ்த்திக் காட்ட என்னால் ஆகாது என்றும் மாணவிகளும் பங்கெடுத்துக் கொள்ளும் கருத்தரங்கம் என்றால் வர முயல்வேன் என்றும் எழுதியிருந்தேன். அழைப்பு விடுத்திருந்த தமிழ்த்துறை அம்மையார் என் நிபந்தனையை ஏற்றுக்கொண்டிருந்தார்.

கூட்டம் முடிந்து நண்பனின் வருகைக்காகக் கல்லூரி வராந்தா படிக்கட்டில் உட்கார்ந்துகொண்டிருந்தேன். ஒரு மாணவி வந்தாள். கிராமியத் தோற்றம். ஆற்றாமையும் வருத்தமும் முகத்தில் தெரிந்தன.

‘நல்ல புத்தகங்களைத் தேடிப் படிக்க வேண்டும் என்று சொன்னீர்களே, நல்ல புத்தகங்கள் எவை என்று எப்படி சார் அறிவது?’ என்று அவள் கேட்டாள்.

எடுத்த எடுப்பில் இப்படி அவள் பேசத் தொடங்கியது எனக்கு சந்தோஷத்தைத் தந்தது.

‘ஆசிரியைகளிடம் கேட்டுத் தெரிந்துகொள்ள வேண்டியது தானே’ என்று நான் பதில் சொன்னேன்.

மாணவி மௌனம் சாதித்தாள். அவள் இமைகள் தாழ்ந்து பார்வை தரையில் பதிந்தது.

‘என்ன பிரச்சனை?’ நான் அவளைப் பேசத் தூண்டினேன்.

‘எங்களைப் போன்றவர்களுக்கு விமோசனம் இல்லை சார்’ என்று ஆரம்பித்தாள். அவளுக்குக் கொட்ட நிறையவே இருந்தது. ‘எத்தனையோ எழுத்தாளர்கள் பெயர்கள், புத்தகங்கள் பெயர்கள் எல்லாம் அடுக்கிக்கொண்டே போனீர்கள். ஒன்றும் எங்கள் காதில் விழுந்ததில்லை சார். நாங்கள் ‘தரம்’ என்று

நினைத்துப் படிப்பதை நீங்கள் 'மூன்றாம் தரம்' என்கிறீர்கள். நாங்கள் சிறந்த சினிமா என்று பார்ப்பதை நீங்கள் 'வணிக ஆபாசம்' என்கிறீர்கள். அப்படியானால் நாங்கள் படிக்க வேண்டிய புத்தகங்கள் என்ன? பார்க்க வேண்டிய படங்கள் என்ன? யாருடைய இசையை நாங்கள் கேட்க வேண்டும்? ஓவியம் பற்றிச் சொன்னீர்கள். உலகப் புகழ்பெற்ற ஓவியம் ஒன்றுகூட இன்றுவரையிலும் நாங்கள் பார்த்ததில்லை. சார், ஒரு படைப்பைத் தரமானது அல்லது தரமற்றது என்று பிரிக்க உதவும் அளவுகோலை எப்படி நாங்கள் உருவாக்கிக்கொள்ள வேண்டும்? ஒன்றுமே புரியவில்லை. மன்னிக்க வேண்டும் சார்; இன்று உங்கள் பேச்சு நீச்சல் தெரியாதவர்களை ஆற்றில் தள்ளிவிட்டதுபோல் இருந்தது' என்றாள்.

நான் அறிந்திராத கேள்விகள் அல்ல இவை. ஒரு ஜீவன் துக்கத்தோடு, இவ்வளவு ஆற்றாமையோடு, சுய தவிப்போடு, வாழ்க்கைக்கே ஆதாரமான இந்தக் கேள்விகளை எழுப்புவதை இதற்கு முன் நான் கேட்டது இல்லை.

மாணவியின் துக்கம் புனிதமானது. கலைகளையும் அறிவுகளையும் அறிந்துகொள்ள வேண்டும் என்ற ஆசை. ஆனால், அவற்றிற்கான வழிவகைகள் தெரியாத தவிப்பு. அதிலிருந்து வெளிப்படும் துக்கம். 'தாகத்தின் புனித துக்கம்' என்று இதை நான் அழைப்பேன். இந்த துக்கத்திலிருந்துதான் வாழ்வின் தரத்தை உயர்த்தும் சகல உன்னதங்களும் மலர்கின்றன.

நூல்நிலையங்களில் புத்தகங்கள் மண்டிக்கிடக்கின்றன. அவற்றில் ஒன்று தரமானது என்றால் ஆயிரம் தரமற்றவை. புத்தகப் பிரசுரம் இன்று அதிகமும் சீரழிந்துவிட்ட ஒரு தொழில். அபத்தமானவை, பொய்யானவை, திருடப்பட்டவை, கிளுகிளுப்பூட்டுபவை, பால் உணர்வுகளை வருடுபவை, மன ஆரோக்கியத்தைக் கெடுப்பவை எல்லாம் சகட்டு மேனிக்கு அச்சேற்றப்படுகின்றன. ஒரே குறிக்கோள் அதிகபட்ச லாபம்தான். லஞ்சம், சிபாரிசு, அரசியல் தொடர்புகள் போன்ற குறுக்கு வழிகளைப் பயன்படுத்தித் தரமற்ற நூல்கள் நூல்நிலையங்களில் குவிக்கப்படுகின்றன. தரம் என்னும் அளவுகோல் பெரிதும் பயன் படுத்தப்படுவதில்லை.

ஒரு சமயம், பணக்காரச் சங்கம் ஒன்றின் தலைவர் ஒருவர், தாம் நிறுவ இருந்த நூல்நிலையத்திற்கான புத்தகங்களைத் தேர்ந்தெடுக்கும் பொறுப்பை என்னிடம் ஒப்படைத்தார். அந்தச் சங்கத்தினருக்கும் புத்தகங்களுக்கும் வெகுதூரம் என்று எனக்குத் தெரியும். ஒரு நல்ல நூல்நிலையத்தை உருவாக்க முடிந்தால், இவர்களுக்கில்லை என்றாலும் வேறு வாசகர்களுக்கு அது பயன்படக்கூடுமே என்று நான் நினைத்தேன். 'தாகத்தின் புனித துக்கத்'தில் ஆழ்ந்துவிட்ட ஒரு ஜீவனுக்கு வற்றாத சுனையாக அதை உருவாக்கிவைக்க வேண்டும் என்று நினைத்தேன். சங்கத் தலைவர் ஒருநாள் தொலைபேசியில் அழைத்தார். 'புத்தகங்களைத் தேர்ந்தெடுப்பது உங்கள் சுதந்திரம். ஆனால் ஒரு வேண்டுகோள். அவை முக்கால் அடி உயரத்திற்குக் குறைவாக இருக்கட்டும். முக்கால் அடி இடைவெளி போட்டு அலமாரித் தட்டுகளைச் செய்து முடித்து விட்டோம்' என்றார். நான் அந்தப் பொறுப்பிலிருந்து விலகிக்கொண்டேன். அரையே அரைக்கால் அடி உயரத்தில்கூட எவ்வளவோ புத்தகங்கள் கிடைக்கின்றன. சங்கத்

தலைவர் அவர் விரும்பிய விதத்தில் புத்தகங்களை வாங்கித் தட்டுகளை நிரப்பியிருப்பார் என்பதில் சந்தேகமில்லை.

பலருக்கு மலிவான புத்தகங்களைப் பார்த்துவிட்டால் உடனே அதை வாங்கிவிட வேண்டும் என்ற பரபரப்பு. ஐயோ மலிவு! அவ்வளவுதான். ஆனால் இந்தச் சிக்கனம் புத்தகங்களைத் தேர்ந்தெடுப்பதில் மட்டும்தான். அவர்களுக்குத் தேவையான பிற பொருள்களை வாங்கும்போது அவற்றின் விலையைப் பற்றிக் கவலையே இல்லை. ஐயாயிரம் ரூபாய்க்குமேல் சம்பளம் வாங்கும்—மேல் வருமானத்தைக் கணக்கிலெடுத்துக்கொள்ள வில்லை—ஓர் அரசாங்க அதிகாரியின் வீட்டிற்குப் போயிருந்தேன். ‘என் வீட்டு நூலகம்’ என்று பெருமையாக அலமாரியைத்திறந்தார். குமட்டல் எடுத்துக்கொண்டு வந்தது. கடந்த முப்பது வருஷங்களில் வெளியாகியிருந்த தமிழ்க் குப்பைகளை—அவை மலிவாகக் கிடைத்த ஒரே காரணத்திற்காக—சேர்த்திருந்தார். ஆனால் அதிகாரி அணிந்திருந்த பாலிஸ்டர் சட்டைத் துணி மீட்டர் எழுபது ரூபாய் பெறும் (இதை எனக்கு உறுதியாகச் சொல்ல முடியும்!) தேக்கு மரத்தில் இழைக்கப்பட்டிருந்த டைனிங் டேபிள் ரூபாய் ஐயாயிரத்திற்குமேல் பெறும். நடமாடும் ஆபரண மாளிகையாக இருந்தாள் அவர் மனைவி.

புத்தகம் என்றாலே அது ஒரு புனித வஸ்து என்று பலருக்கும் ஒரு நினைப்பு. கவனக்குறைவாகக் கால் பட்டுவிட்டால்கூட கண்களில் ஒற்றிக்கொள்ள வேண்டும். அச்சில் கறுப்பு மை தடவி, வெள்ளைக் காகிதங்களில் அவற்றை அழுத்தி, மொத்தத்தையும் தைத்து, ஒரு வழவழா அட்டைக்குள் திணித்துவிட்டால் அது புனித வஸ்து ஆகி விடுமா? முற்றிலும் தரமற்ற எழுத்துகூடப் புத்தக உருவம் பெறும்போது மனத்தில் எழுப்பும் மாயத் தோற்றத்திலிருந்து விடுபட அசாதாரண மன உறுதி வேண்டும். பெரும்பான்மையான புத்தகங்கள் கால்களில் மிதிபட மட்டுமே தகுதி கொண்டவை. காசு சேர்ப்பதற்காக, போலி கௌரவங்களுக்காக, தங்கள் அற்ப அகந்தையை விசிறிக்கொள்வதற்காக, காக்காய் பிடிப்பதற்காக, பதவி ஏணிகளில் ஏறிச் செல்வதற்காக, அதிகாரத்தின் முதுகுகளைச் சொறிவதற்காக ஜோடனை செய்யப்படும் கைங்கரியங்கள்தாம் அதிகமும். பத்து ஆங்கிலப் புத்தகங்களை அரைகுறையாகப் படித்துவிட்டு, அவற்றிலிருந்து பகுதிகளை உருவி ஒரு புத்தகத்தை ஜோடித்துவிடும் காரியம் இன்று பலருக்கும் கைவந்துவிட்ட ஒரு கலையாகும். இதையே ஒன்றோடு நிறுத்திக்கொள்ளாமல், தொடர்ந்து ஒருவர் செய்துவந்தால் காலப்போக்கில் அவர் புத்தகங்களின் எண்ணிக்கை கூட, அவருக்கென்று சில கனங்களும் கௌரவங்களும் சேர்த்துவிடுகின்றன. அரசாங்கம் அவருக்குப் பரிசு அளிக்கிறது. பல்கலைக்கழகங்கள் அவரை கௌரவிக்கின்றன. அவரது நூல்களை ஆராய்ந்து அவற்றில் புதையுண்டிருக்கும் அற்புதங்களை விண்டு சொல்ல ஆராய்ச்சி மாணவன் ஒருவன் ஓடோடி வருகிறான். அவனுக்கு டாக்டர் பட்டம் வாங்கக் கச்சாப் பொருள் வேண்டுமே! இந்தக் காலத்திற்குரிய சாமர்த்தியங்களும் அந்த ஆசிரியருக்கு இருந்து, வகையான அரசியல் தொடர்புகளும் இருக்குமென்றால், எல்லாப் பரிசுகளையும் ஒவ்வொன்றாக இழுத்து ‘ஞானபீடம்’ வழியாக அவர் நோபல் பரிசு வரையிலும் போய்ச் சேரலாம். அதன்பின் அவர் எழுதியிருப்பவற்றின் மூலம் பத்தொன்பதாம்

நூற்றாண்டைச் சேர்ந்த ஆங்கிலப் புத்தகங்களில் இறைந்து கிடக்கிறது என்று ஒருவன் ஆராய்ந்து சொன்னால், சொன்னவனுக்கு அவப்பெயரும் புறக்கணிப்பும்தான் கிடைக்கும்.

தரமான புத்தகங்களைத் தேர்ந்தெடுப்பது ஓர் கலை. தரமற்ற புத்தகங்களை ஈவிரக்கமில்லாமல் நிராகரிப்பது அதைவிடப் பெரிய கலை. நம்மை ஏமாற்ற வீசப்படும் தந்திர வலைகளுக்குத் தப்பி மிக மேலான புத்தகங்களைத் தேடி, தத்தம் காலங்களில் சமரசம் செய்துகொள்ள முற்றாக மறுத்த உண்மைகளின் குரல்களைத் தேடி, விடு தலைக்கான எழுத்துகளைத் தேடி நாம் செல்ல வேண்டும். அது சற்று சிரமம் தரும் பயணம்தான். வழி நெடுகத் தரமற்ற புத்தகங்களின் குவியல். குறுக்கு வெற்றிகளின் சமரச இளிப்புகள். வணிகக் கனவுகளின் உப்பல்கள். பொய்ம்மையின் ஜாலங்கள். இவை நம் காலில் முள்ளாகக் குத்தும். இவற்றையெல்லாம் மிதித்துக்கொண்டு நாம் வெகுதூரம் போகவேண்டும்.

தரம் ஒரு பக்கம், தரமற்றவை மறு பக்கம். இந்தப் பிரிவுகள் புத்தக உலகத்திற்கு மட்டுமே சொந்தமானவையா? அல்ல. வாழ்க்கையின் சகல துறைகளிலும் இந்தப் பிரிவுகள் உள்ளன. தரமான சினிமா. மாறாக சினிமா என்ற பெயரில் பால் உணர்வுத் தூண்டுதல்களின் கூத்தடிப்பு.

இளம் மனத்தின் ஆளுமைகளை வளர்க்கத் துணைசெய்யும் கல்வி. மறு பக்கம் அம்மனங்களை அடிமைத்தனத்தில் பிணைத்துக் கிளிப் பிள்ளைகளை உருவாக்கும் உருப்போடல்கள். இக்காலங்களுக்குரிய பிரச்சினைகளைக் கலைப்பூர்வமாக அலசும் நாடகங்கள். மாறாக நாடகம் என்று அற்பத் தமாஷுகளின் கூட்டுத்தொகை. மனித குலத்தை ஒருங்கிணைக்க முற்படும் தத்துவங்கள். மறு பக்கம் ஜாதி மதம் சார்ந்த பிரிவுகளின் துவேஷங்கள். உறவிலும் உணவிலும், வீட்டிலும் வெளியிலும், உயர்வும் தாழ்வும் உள்ளன. கதரில் இருந்து காதல் வரையிலும் கலப்படம் இருக்கிறது. போற்றி வளர்க்க வேண்டியவையும் தூற்றி ஒதுக்க வேண்டியவையும் இருக்கின்றன. இந்தப் பிரிவுகளை உணர்ந்துகொள்ள உண்மையைத் தேடும் மனம் வேண்டும். விவேகம் வேண்டும். மிகுந்த விழிப்புணர்வு வேண்டும்.

தரம் பற்றிச் சிந்திப்பது முடிவாக வாழ்க்கையைப் பற்றியே சிந்திப்பதாகும். இந்த வாழ்க்கையின் ஊனங்கள் என்ன? ஏன் இவ்வாறு அது சரிந்துபோயிற்று? இது ஓர் அவல வாழ்க்கை எனில் நிறைவான வாழ்க்கை சரித்திரத்தின் எந்தக் காலக்கட்டத்திலாவது இருந்திருக்கிறதா? மனித வாழ்க்கையே அவலங்களின் தொடர்ச்சி எனில் இந்த வாழ்க்கையைச் செம்மைப்படுத்த பல்வேறு காலங்களிலும் தங்களை அர்ப்பணித்துக் கொண்ட மகான்களின் தத்துவங்கள் ஏன் தொடர்ந்து பொய்த்துக் கொண்டிருக்கின்றன? மனிதனை மையமாக வைத்தும் மனித நேயத்தைச் சமூக மதிப்பீடுகளாக மாற்றியும் சமத்துவ நெறிகளை இயற்கையாக ஏற்றுக்கொள்ளும் ஒரு சமூகத்தை நம்மால் உருவாக்க முடியுமா?

வாழ்க்கையின் சகல துறைகளிலும் உண்மையைத் தேடுவது அக்கினிப் பரீட்சைக்கு நம்மை ஆளாக்கிக்கொள்வதாகும். அந்தச் சோதனை கேட்டு நிற்கும் தியாகங்களை நம்மால் அளிக்க முடியுமா? ஆனால் ஒவ்வொருவராலும்

தன்னால் முடிந்த அளவு உண்மையின் முகங்களை இனம் கண்டுகொள்ள முடியும். முடிந்த மட்டும் உண்மையின் பக்கத்தில் நின்று குரல் கொடுக்க முடியும். அதன்மூலம் நம் வாழ்க்கைக்கு ஓர் அர்த்தத்தைத் தேடிக்கொள்ள முடியும்.

சரித்திரத்தை உருவாக்கும் முன்னணிப் படையில் சேர்ந்துகொள்ள எல்லோராலும் முடியாது. ஆனால் மேலான வாழ்வுக்குக் குரல் கொடுக்கும் ஊர்வலத்தின் ஒரு கோடியில் ஒட்டிக்கொண்டு ஒரு சில எட்டுகள் நம்மாலும் நடந்து செல்ல முடியும்.

தமிழ்மணி, **தினமணி இணைப்பு**, 1991

சுந்தர ராமசாமி

சுய கல்வியைத் தேடி

'**காடு**. அருகே கடல். பெரிய மரம் ஒன்று. அதில் ஒரு கிளியும் அதன் குஞ்சும். கிளி சொல்லிற்று: 'கண்ணே, பறந்து போ'. குஞ்சுக்குப் பயம். அது தாயின் சிறகோடு ஒட்டிக்கொண்டது. ஒருநாள் கிளி, தன் குஞ்சை மரத்திலிருந்து கீழே தள்ளிற்று. ஒரு பந்துபோல் கீழே வந்துகொண்டிருந்தது குஞ்சு. மறுகணம் அது சிறகடிக்கத் தொடங்கிற்று. என்ன ஆனந்தம்! கடல்மீதும் காட்டின் மீதும் அது வட்டமிட்டது. அதன்பின் மேலே உயர்ந்து வானவெளியில் பறக்கத் தொடங்கிற்று.'

பால் காலிகோ எழுதியிருக்கும் ஒரு குட்டிக்கதை இது.

வாழ்க்கை என்பது ஒரு வெட்டவெளி. பாதைகள் அற்ற, திசைக் குறிப்புகள் அற்ற வெட்டவெளி. அதில் நாமும் பறக்க வேண்டியிருக்கிறது. அதற்கு நமக்கும் சிறகுகள் தேவையாக இருக்கின்றன. அந்தச் சிறகுகளை நாமே உருவாக்கிக்கொள்ள வேண்டுமா அல்லது வேறு யாரேனும் அவற்றை நமக்கு உருவாக்கித் தருவார்களா?

எண்ணற்ற முகங்களும் எண்ணற்ற பரிமாணங்களும் கொண்ட வாழ்க்கை எனும் வெட்டவெளியில் சிறகடிப்பது அவ்வளவு சுலபமாக இல்லை. வாழ்க்கையைப் பற்றி நிச்சய முடிவுகளுக்கு வரமுடியாத தத்தளிப்பு எப்போதும் இருக்கிறது. அன்பும் துவேஷமும், அறிவும் அறிவீனங்களும், ஒற்றுமைகளும் பிரிவுகளும், பிறப்பும் மரணமும், புதிர்களும் கொண்ட இந்த வாழ்க்கையைப் புரிந்துகொள்ள முயல்கிறோம். பல வெற்றிகள் நமக்குக் கிடைத்திருக்கின்றன. நம் மதிப்பிடும் திறன்களுக்குக் கிடைத்த வெற்றிகள் இவை. சிலசமயம் நம் மதிப்பீடுகள் சரிகின்றன. நாம் அறிந்திராத புதிய முகம் ஒன்றைக் காட்டி குரூரமாகச் சிரிக்கிறது வாழ்க்கை. அப்போது நம்மைச் சுதாரித்துக்கொண்டு நம் மதிப்பீடுகளை மறுபரிசீலனை செய்து, விட்டுப்போன கண்ணிகளை இணைத்து, கை நழுவிப்

போனவற்றையும் கணக்கிலெடுத்துக்கொண்டு மீண்டும் வாழ்க்கையை மதிப்பிட முயல்கிறோம்.

வாழ்க்கையை முன்கூட்டி மதிப்பிட உதவும் கலை என்று கல்வியைச் சொல்லலாம். மதிப்பிடல் மூலம் வாழ்க்கையை எதிர்கொள்வதும் மாறி வரும் வாழ்க்கையைப் புரிந்துகொண்டு நம் சமன்நிலையைக் காப்பாற்றிக் கொள்வதும் சாத்தியமாகிறது. ஆனால் இன்றைய கல்வி மூலம் நம் வாழ்க்கையைப் புரிந்துகொள்ள முடிகிறதா? கால மாற்றங்களை நிதானித்து அதற்கேற்ப நம்மை மாற்றிக்கொள்ள முடிகிறதா? இன்றைய மனிதனாகப் பரிணமிக்க அது நமக்கு உதவுகிறதா? கல்லூரிகளில் இருந்து இன்று வெளியே வரும் மாணவர்கள் தாங்கள் பெற்றிருக்கும் பலத்தில் வாழ்க்கையைச் சுலபமாக எதிர்கொள்ள முடியும் என்று நம்புகிறார்களா? அல்லது, வாழ்க்கை தங்களைக் கேட்டு நிற்கும் மிக எளிமையான, மிக மேலோட்டமான காரியங்களைக்கூட நம்மால் ஆற்ற இயலாது என்ற பதற்றம் கொண்டிருக்கிறார்களா?

படிப்பை முடித்துவிட்டு, நடைமுறை உலகைச் சார்ந்த பொறுப்புகளை ஏற்றுக்கொள்ளும் இன்றைய இளைஞன், தான் கற்ற கல்வி தன்னை வாழ்க்கையில் இருந்து அன்னியப்படுத்திவிட்டதை உணர்ந்து சோர்ந்து போவதைப் பார்க்கலாம். குறைவாகப் படித்தவர்கள் கரடுமுரடான உலகை வெற்றிகரமாகச் சமாளிப்பதையும் தான் கற்ற ஏட்டுக் கல்வி யதார்த்தத்தோடு தன்னை இணைத்துக்கொள்ளத் தடையாக இருப்பதையும் அவன் உணர்கிறான். வாழ்க்கையோடு மோதவேண்டிய கட்டாயத்தில் அவன் கற்ற கல்வி அவனைவிட்டு உதிரத் தொடங்குகிறது. கல்வி தனக்குக் கற்றுத் தந்த மதிப்பீடுகள் போலியானவை என்பதும் மாறிவரும் வாழ்க்கையைக் கல்வி கணக்கிலெடுத்துக்கொள்ளவில்லை என்பதும் நேற்றைய வாழ்க்கையைச் சார்ந்த அறிவை நம்பி இன்றைய வாழ்க்கை வெள்ளத்தில் துடுப்புப் பிடிக்க முடியாது என்பதும் அவனுக்குத் தெரிந்துபோகிறது.

வாழும் மனிதனுக்கு விமர்சனம் ஒரு தவிர்க்க முடியாத அளவு கோலாகும். தான் வாழும் காலத்தைப் பற்றிய விமர்சனத்தைத் தன்வயப்படுத்திக் கொள்ளாதவன் நவீன மனிதனுக்குரிய செயல்பாடுகளைக் கொள்ள முடியாது. நவீன மனிதன் வேறு பல குணங்களுடன், முக்கியமாக, இன்றைய வாழ்க்கையின் சிக்கல் பற்றிய பிரக்ஞையைக் கொண்டவனாக இருக்கிறான். காலத்தின் முன், பின்தங்கிப் போனவன் இந்தப் பிரக்ஞை இல்லாதவனாகவும் வாழ்க்கைப் பிரச்சினைகளுக்கு இன்று நடைமுறை சாத்தியமில்லாத எளிய விடைகளை முன்வைப்பவனாகவும் இருக்கிறான். அவனது மேலோட்டமான தன்மையே அவன் நேற்றைய மனிதன் என்பதைக் காட்டிவிடுகிறது. அத்துடன் இந்த விமர்சனம் அவனிடம் இல்லாத வரையிலும் ஒருவன் தன் மரபிலிருந்து கொள்ள வேண்டியவற்றைக் கொள்ளவும் தள்ள வேண்டியவற்றைத் தள்ளவும் முடியாது. அப்போது பாரம்பரியம் சுமையாக அவன் மூளையில் கவிழ்ந்துவிடுகிறது. காலாவதியாகிவிட்டவற்றைத் தன்னிடமிருந்து அகற்றி, மனப்பாரம் குறைத்து, புதியவற்றைக் கற்றுக்கொள்ளும் வாய்ப்பையும் இழக்கிறான். இன்றைய கல்வி மாணவர்களின் விமர்சனக் கூர்மையை வளர்ப்பதில்லை. விமர்சனம் வளர்வதற்கான சூழலே கல்வித் துறைகளில்

இல்லை என்று கூடச் சொல்லிவிடலாம். இதனால் மாணவர்களை நவீன இளைஞர்களாக மாற்ற கல்வித் துறைகளால் முடிவதில்லை.

தன்னை வளர்த்துக்கொள்வதற்கு ஒரு மாணவனுக்கு மிகுந்த அறிவுலகச் சுதந்திரம் தேவை. தனக்குக் கற்றுத் தரப்படும் பாடங்கள் பற்றிச் சிந்தித்து சுய முடிவெடுக்க அவன் தொடர்ந்து தூண்டப்பட வேண்டும். ஒரு விஷயத்திற்குப் பல பரிமாணங்கள் உள்ளன. வேறுபட்ட கோணங்களில் ஒரு விஷயத்தை அலச முடியும். இந்த அலசல் தொடர்ந்து நிகழும்போதுதான் விஷயத்தின் முழுமை அதன் பரிமாணங்களுடன் நமக்குப் புரிய வருகிறது. ஆக, வெவ்வேறு கண்ணோட்டத்தில் ஒரு விஷயத்தை அணுகவும் அவை தமக்கு அளிக்கும் கருத்துகளை ஆசிரியர்களுடன் பகிர்ந்துகொள்ளவும் மாணவர்களுக்குச் சுதந்திரம் இருக்க வேண்டும். எந்த விஷயத்திற்கும் இறுதியான விடை என்று ஒன்று இல்லை. நேற்றைய விடைகள் காலத்தின் மாற்றத்தில் இன்று மறு பரிசீலனைக்கு ஆளாகி வருகின்றன. கல்வி நிறுவனங்களில் மாணவர்களுக்குக் கருத்துச் சுதந்திரம் இல்லை. மாறுபட்ட சிந்தனைகள் அங்கு ஊக்குவிக்கப்படுவதும் இல்லை. பாடங்களைப் பாடப் புத்தக வார்த்தைகளிலேயே, புரிந்துகொள்ளாமல்கூட மனப்பாடம் செய்வது ஊக்குவிக்கப்படுகிறது. மனப்பாடமும் ஒப்பித்தலும் – இந்த இரண்டு இழிவுகளும்தான் இன்றைய மாணவனின் ஆகப் பெரிய திறமைகளாகக் கருதப்படுகின்றன. மாறுபட்ட சிந்தனை மாணவ வாழ்க்கைக்குரிய ஒழுக்க சீலத்திற்கு எதிரானது என்றும் அனுசரணை என்பது பாடப் புத்தகங்கள் முன்வைக்கும் முடிவுகளை அப்படியே விழுங்குவது என்பதும் தீர்மானமாகிவிட்டன.

மாணவ வாழ்க்கை பல சங்கடங்கள் நிறைந்தது. அவற்றில் மிகக் கொடுமையானது என்று, தன்னைப் பற்றி நிச்சய முடிவுகள் எதற்கும் வர முடியாமல் இருக்கும் மாணவனின் அவஸ்தையைக் கூற வேண்டும். நான் யார்? என்னுடைய ரசனைகள், ஈடுபாடுகள், திறன்கள் எவை? நான் தேர்வு செய்ய வேண்டிய பாதை எது? நான் மேற்கொள்ள வேண்டிய பணி என்ன? இக்கேள்விகள் அவன் மனத்தை அரித்துக் கொண்டிருக்கின்றன. மேலான கல்வி இந்தக் கேள்விகளில் தத்தளிக்கும் மாணவனுக்கு உதவ முயல்கிறது.

இங்கோ ஒரு மாணவன் தன்னை, தான் விரும்பும் விதத்தில் செழுமைப்படுத்திக்கொள்வதற்கான வழிவகைகள் எவையும் இல்லை. அவன் தன் ஆளுமையின் தேவைகளைப் பூர்த்தி செய்துகொள்ளப் பிறந்த ஜீவன் என்ற எண்ணமும் இல்லை. பிறருடைய ஆசை, அபிலாஷைகளைப் பூர்த்தி செய்ய அவசியமான தியாகங்கள் மேற்கொள்வதன் மூலமே அவன் குடும்பத்தின் உத்தம சந்ததியாகவோ சமூகத்தின் மேலான பிரஜையாகவோ ஏற்றுக்கொள்ளப்படுவான். ஒவ்வொரு ஜீவனின் தலைவிதியும் அவன் பிறப்பதற்கு முன்பே இங்கு ஏகதேசமாகத் தீர்மானிக்கப்பட்டிருக்கிறது. அவன் ஜாதி, அவனது பொருளாதார நிலை இவை இரண்டும் அவன் வாழ்க்கைக்குரிய நியதிகளைத் தீர்மானித்துவிடுகின்றன. தனி மனிதன் தன் ஆளுமைகளை வளர்த்துக்கொள்வதன் மூலம் சமூகத் தடைகளைத் தாண்டி மானுட விடுதலை அடைவதற்கான வழிவகைகளைக் கல்வி நிலையங்கள்

உருவாக்குவதில்லை. மாறாக, நம் கல்வி நிலையங்கள் நம் மாணவர்களை அவன் பிறப்பு மூலமும் பின்னணி மூலமும் கொண்டிருக்கும் ஊனங்களில் மேலும் அழுத்துகின்றன. தன் சமூகத் தடைகளைத் தாண்டிச் செல்ல மாணவனுக்கு உதவும் நேர்மையான தளம் எதுவும் இன்று அவனுக்கு இல்லை.

வாழ்க்கை நம் கைக்கு அடங்கவில்லை என்ற பயம் எப்போதும் நமக்கு இருந்துகொண்டிருக்கிறது. இந்நிலை கற்பனையான பயங்களை நமக்கு அளிக்கிறது. அனுபவங்கள் குறைந்த இளம் மனங்கள் கற்பனைப் பயங்கள் அதிகம் கொண்டவை. வாழ்க்கைக்குத் தேவையான கல்வி, அதன் முதல் காரியமாக, இளம் மனங்களில் தோன்றும் கற்பனை பயங்களை முற்றாக அகற்ற வேண்டும். ஆசிரியர்களுக்கும் மாணவர்களுக்கும் இடையே உருவாக வேண்டிய அன்பும் சுதந்திரமும் நிறைந்த உறவே இந்தப் பயங்களை அகற்ற முடியும். இதற்கு நேர்மாறாக, நம் கல்வி நிலையங்கள் இளம் மனங்களில் பயத்தை உருவாக்குவது மட்டுமல்ல, அந்தப் பயங்களை மாணவர்கள் தொடர்ந்து சுமப்பதற்கான ஏற்பாடுகளையும் பூர்த்தி செய்து வைத்துகொண்டிருக்கின்றன. மாணவர்களின் பயம் அவர்கள் சீலத்தின் மேலான பகுதியாகப் போற்றப்படுகிறது. பயமுறுத்தல் ஒரு கீழான ஹிம்சை என்பதால், ஒருவன் பயப்படும்போது, பயப்படுபவனைவிட பயமுறுத்துகிறவனே அதிகம் வெட்கம் அடைய வேண்டும். ஆனால், தன்னைப் பார்த்துப் பயப்படும் மாணவனை நினைத்து உள்ளூர சந்தோஷம் கொள்ளாத இந்திய ஆசிரியரைப் பார்ப்பது அரிது என்றே நினைக்கிறேன்.

எந்தத் துறையைச் சார்ந்த மொத்த அறிவையும் எந்தக் கல்வி நிலையமும் கற்றுத் தர முடியாது. மொத்த அறிவின் மிகச் சிறிய பகுதியையே அவை கற்றுத் தர முற்படுகின்றன. இதில் பெறும் பயிற்சி மூலம் மாணவன், மொத்த அறிவைச் சுயமாகத் தேடிக்கொள்ள வேண்டும் என்பதே கல்வியின் குறிக்கோளாகும். தன் துறை சார்ந்த சிறு பகுதிகளைக் கற்று முடித்திருக்கும் ஆசிரியர், அச்சிறு பகுதியை மாணவர்களுக்குக் கற்றுத் தர முற்படுகிறார். சிறு பகுதியை மட்டுமே கற்றுத் தேர்ந்திருக்கும் ஆசிரியருக்கும் அப்பகுதியைக் கற்றுக்கொள்ள முன்வந்திருக்கும் மாணவர்களுக்குமிடையே அறிவின் தரத்தில் அதிக வேற்றுமை இல்லை. வேற்றுமை இருப்பது போன்ற பாவனையை ஆசிரியர்கள் திட்டமிட்டு உருவாக்குகிறார்கள். ஆசிரியர்கள் பெற்றிருக்கும் பட்டங்கள், நிறுவனங்களுக்குரிய அதிகாரம், நிறுவனங்களுக்குச் சொந்தமான கட்டடங்கள், கல்வி உபகரணங்களின்மீது ஆசிரியருக்கு இருக்கும் உரிமைகள் இவை மூலம் இந்தப் படிமங்கள் வளர்க்கப்படுகின்றன.

இந்நிலையில் இன்றைய இளைஞன் சுய கல்வியில் ஆழ்ந்த நம்பிக்கைகொள்ள வேண்டியவனாகிறான். காலங்காலமாகத் தங்கள் படைப்புகள் மூலமும் சிந்தனைகள் மூலமும் உலகக் கலாச்சாரத்திற்கு வளம் சேர்த்திருக்கும் கலைஞர்கள், தத்துவவாதிகள், படைப்பாளிகள், ஓவியர்கள், இசை மேதைகள் ஆகியோர்களில் பெரும்பான்மையோர் கல்வி நிலையங்களுக்கு அப்பால் சுய கல்வி மூலம் தங்கள் மேதைமைகளைத் தேடிக் கொண்டவர்கள்தாம். பட்டம் பெறாத இவர்களுடைய உருவாக்கங்களில்

ஒரு சிறு பகுதியைக் கற்று பட்டம் பெற்ற ஆசிரியர்கள், அவர்கள் கற்ற பகுதிகளைப் பட்டம் பெறுவதற்கு முற்படும் மாணவர்களுக்குக் கற்றுத் தருகிறார்கள். ஆக மாணவர்கள் அதிகமும் கற்பது சுய கல்வியைத் தேடிக்கொண்டவர்களின் படைப்புகளைத்தான்.

சுய கல்வியைத் தேடிக்கொள்வதற்கான வாய்ப்பும் இன்று மிகுதியாக உள்ளது. சரித்திரத்தின் எந்தக் காலக்கட்டத்திலும் இந்த அளவுக்கு வாய்ப்புகள் இருந்ததில்லை என்றுகூடச் சொல்லலாம். இந்த வாய்ப்புகளைப் பயன்படுத்திக்கொள்வது பற்றி மாணவர்கள் சிந்தித்துப் பார்க்க வேண்டும். அறிவின் இறுதி அடையாளங்களாகப் பட்டங்களைச் சுமக்கும் மாயைகளிலிருந்து அவர்கள் தங்களை விடுவித்துக்கொள்ள வேண்டும். சோறு; சோற்றுக்காக வேலை; வேலைக்காகப் பட்டம்; பட்டம் அளிக்கும் சமூக அந்தஸ்துகளில் மயக்கம்; வரதட்சணைச் சந்தையில் தன்னைக் காட்டி அதிக விலை கூவப்பட்டத்தையோ அல்லது பணியையோ பயன்படுத்துதல் ஆகிய இழிவுகளிலிருந்து இளைஞர்கள் தங்களைக் காப்பாற்றிக்கொள்ள வேண்டும்.

சுய கல்வியோடு சேர்த்து, சுய பணிகளைத் தேடிக்கொள்வது பற்றியும் இளைஞர்கள் சிந்திக்க வேண்டும். எண்ணிக்கையில் சிறுபான்மையினருக்கே எந்த அரசாங்கமும் வேலை அளிக்க முடியும். மொத்த வேலைகளின் பெரும் பகுதி நிறுவனங்களுக்கு அப்பால் விரிந்து கிடக்கிறது. உண்மையான ஞானத்தைத் தேடுவதற்கான முயற்சிகளும் சரி, உண்மையான சுதந்திரத்தைக் கண்டடைவதற்கான முயற்சிகளும் சரி, நிறுவனங்களுக்கு அப்பால்தான் ஆரம்பிக்க முடியும். நிறுவனங்களுக்கு அப்பால் உருவாகி வருபவர்கள்தான் தங்களை விமர்சகர்களாகவும் நவீன சிந்தனையாளர்களாகவும் வளர்த்துக்கொள்ள முடியும். இவர்கள்தாம் இன்றைய வாழ்க்கையைப் பற்றி ஆழ்ந்த விமர்சனங்களை முன்வைக்க முடியும். இந்த வாழ்க்கையை மாற்றுவதற்கான வழிகளைக் காண முடியும்.

ஒவ்வொரு மனிதனிடமும் வெளியில் தெரியாத சிறகுகள் இருக்கின்றன. ஆழ்ந்த நம்பிக்கைகள் சார்ந்த செயல்பாடுகள் மூலமே இந்தச் சிறகுகள் தம் இருப்பை வெளிப்படுத்துகின்றன. சுய செயல்பாடுகள் மூலமே நாம் மேலான கல்வியைப் பெறுகிறோம். இந்தக் கல்வி நம் சிறகுகளைக் கண்டுகொள்ள நமக்கு உதவுகிறது. நிறுவனங்களில் முடங்கிக் கிடப்பதை மறுத்து சுதந்திர வானத்தை நோக்கி நாம் குதிக்க வேண்டும். அப்போது சிறகடித்துப் பறக்க நம்மாலும் முடியும்–கிளியின் குஞ்சுக்கு முடிந்ததுபோல். அப்படிப் பறப்பதில் ஆனந்தமும் பெருமிதமும் இருக்கின்றன.

***தமிழ்மணி*, தினமணி இணைப்பு, 1991**

மகாமகப் படுகொலை

கும்பகோணம் மகாமக விழாவில் பல உயிர்கள் அழிந்தன. உண்மையில், அழிந்தன என்று சொல்வதை விடவும் பலி வாங்கப்பட்டன என்று சொல்வதே பொருத்தமாக இருக்கும். இந்தத் துயரச் சம்பவத்திற்கான காரணங்கள் எவை? யார் இதற்குப் பொறுப்பு? இன்றுவரையிலும் நமக்குத் தெரிய வந்திருக்கும் செய்திகளிலிருந்தும் பார்க்கக் கிடைத்த தொலைக்காட்சி நிகழ்ச்சிகளிலிருந்தும் ஓர் உண்மை உருத்திரண்டு வருகிறது. இதுபோன்ற ஒரு துயர நிகழ்வு உருவாகப் பல காரணங்கள் இருந்திருக்கலாம். இன்றைய நிலையில் அவற்றில் ஒரு சிலவற்றை நாம் அறியாதவர்களாகவே இருக்கலாம். இன்று தெரியாத காரணங்களும் நாளை வெளியாகலாம். அரசு இயந்திரத்திற்கும் அதிகாரத்திற்கும் பாதகமாக அமையக்கூடிய காரணங்கள் திட்டமிட்டு அழிக்கப்படலாம். ஆனால் ஒன்று நிச்சயம்: இந்தத் துயர நிகழ்வை உருவாக்கிய நெரிசல் தோன்றக் காரணமாக இருந்தவை முதல்வரின் விளம்பர ஆசையின் விளைவாக எடுக்கப்பட்ட சில முடிவுகளும் நடவடிக்கைகளுமே. ஆக இந்த உயிர்ப் பலிக்கு முதன்மையான பொறுப்பை ஏற்க வேண்டிய நிலையில் இன்று முதல்வர் இருக்கிறார்.

இந்து சமய நம்பிக்கையைச் சார்ந்த மகாமகப் பெருவிழா கும்பகோணத்தில் காலம் காலமாக நடந்து வருகிறது. இதற்குமுன் இதுபோல் எப்போதும் உயிர்ப் பலி நிகழ்ந்ததாகத் தெரியவில்லை. இதிலிருந்து ஓர் உண்மை வெளிப்படுகிறது. அதிகார சக்தியைத் திருப்திப்படுத்துவதற்காக முடுக்கப்படும் அரசு இயந்திரம் மக்களின் இயற்கையான நடமாட்டங்களில் குறுக்கிட்டு அவர்களை மரணத்திற்குள் தள்ளும் ஏற்பாடுகளை முடுக்காத வரையிலும் மாமாங்கக் குளத்திற்கு ஏகதேசமாக வரவும் இறைவனை எண்ணி நீராடவும் தங்கள் உயிர்களைத் தக்கவைத்துக்கொண்டு ஊர் திரும்பவும் அவர்களுக்குத் தெரியும் என்ற உண்மைதான் அது. இம்முறை அவர்கள் இறைவனை மனத்தால் வணங்கியபடி நீராடுவதற்கு எதிராக,

இறைவனைவிடவும் சக்தி வாய்ந்த ஒரு கவர்ச்சிக் கேந்திரம் அவர்கள் கண் பார்வையில் உருவாக்கப்பட்டது. நீராட வந்த மக்களுக்குத் தாங்கள் நீராடுவதை விடவும் முதலமைச்சர் நீராடலைப் பார்ப்பது முக்கியமாகப்பட்டது. இவருடைய நீராடல் காட்சிகளை இதற்கு முன்னரும் மக்கள் கண்டு களித்திருக்கிறார்கள் என்றாலும் இப்போது நேரில்—நிழலாக இல்லாமல் நிஜமாக—கண்டுகளிக்கக் கிடைப்பது அபூர்வத்திலும் அபூர்வம் அல்லவா? ஆக, மக்கள் எந்தக் குறிக்கோளுடன் அங்குக் காலம் காலமாகத் திரண்டு வந்துகொண்டிருக்கிறார்களோ அந்தக் குறிக்கோளின் அடிப்படையே இம்முறை திட்டமிட்டுச் சிதறடிக்கப்பட்டுவிட்டது. நீராட வரும் மக்கள் நீராடிவிட்டுக் குளத்தை விட்டு வெளியேறுவதும் நீராட விரும்புபவர்கள் குளத்தில் இறங்குவதுமான இயற்கையான காரியங்கள் சீராக நடைபெறத் தடை உருவாக்கப்பட்டது. இவை சீராக நடைபெற மக்கள் மனத்தில் குறிக்கோள் தெளிவாக இருக்க வேண்டும். அத்துடன் வரும் வழிகளும் வெளியேறும் வழிகளும் தடையின்றிக் காப்பாற்றப்பட வேண்டும். முதலமைச்சரின் வருகை காரணமாகக் குறிக்கோள் சிதறடிக்கப்பட்டு வழிகளும் மறிக்கப்பட்டன. முதலமைச்சரின் பாதுகாப்புக்காக மேற்கொண்ட நடவடிக்கைகளின் விளைவாகக் காலம் காலமாக மக்கள் வெளியேறப் பயன்படுத்தி வந்திருக்கும் பாதைகள் அடைக்கப்பட்டன.

குளத்தில் நீராட வரும் மக்களுக்கு அதன் முழுப் பகுதியையும் பயன்படுத்திக்கொள்ள உரிமை உண்டு. நீராடுவதற்கான நேரத்தையும் தங்கள் விருப்பம்போல் தேர்ந்தெடுப்பது அவர்களுடைய அடிப்படை உரிமை ஆகும். இம்முறை இவ்விரு உரிமைகளும் பறிக்கப்பட்டன. குளத்தின் நீர்ப்பரப்பு சுமார் ஆறு ஏக்கர். திரண்டு வந்த கூட்டத்தின் எண்ணிக்கை சுமார் 35 இலட்சம் என்று மதிப்பிடப்பட்டிருக்கிறது. முதலமைச்சர் அவருடைய சமயச் சடங்குகளை மிகுந்த பாதுகாப்போடு நிறைவேற்றுவதற்காகக் குளத்தின் ஒரு பகுதி காவல் படையினரால் சுற்றி வளைக்கப்பட்டது. மீதம் இருக்கும் நீர்ப் பரப்பை மட்டுமே மக்கள் பயன்படுத்திக்கொள்ளும் கட்டாயம் உருவாக்கப்பட்டது. கூட்டம் அதிகமாகச் சேருவதற்கு முன் நீராடிவிட்டு நெரிசலில் மாட்டிக்கொள்ளாமல் ஊர் திரும்ப நினைத்தவர்கள் குளத்தில் இறங்க இம்முறை அனுமதிக்கப்படவில்லை. முழுக் கூட்டத்தையும் ஒரே நேரத்தில் குளத்தில் சேர வைத்து முதலமைச்சரின் நீராடல் நிகழ்ச்சிக்கு அதிக விளம்பரம் தேடிக்கொள்ளும் உள் நோக்கம் காரணமாக மக்கள் முன்கூட்டி குளத்தில் இறங்குவதிலிருந்து தடுக்கப்பட்டிருக்க வேண்டும். மிகப் பெரிய ஜனத்தொகை நீராட வேண்டிய குளத்தில் தன்னுடைய சடங்குகளை நிறைவேற்றிக்கொள்வதற்காக குளத்தின் ஒரு பகுதியை ஆக்கிரமித்துக்கொள்ளும் உரிமை முதலமைச்சருக்கு இல்லை. மகாமகக் குளத்தில் நீராட அவருக்கு இருக்கும் உரிமையை நாம் மறுக்கவில்லை. அறிந்தோ அறியாமலோ செய்த பாவங்களுக்கு நீராடல் மூலம் கழுவாய் தேடிக்கொள்ளலாம் என சாதாரண மக்கள் நம்புகிறார்கள். இதே நம்பிக்கை முதலமைச்சருக்கு இருக்கக்கூடாதா? தாராளமாக இருக்கலாம். ஆனால் ஒரு எளிய பக்தையாக மகாமகக் குளத்திற்கு வரவும் மக்களுடன் இரண்டறக் கலந்து, இலட்சக்கணக்கான ஜீவன்களில் தானும் ஒரு ஜீவன் எனத் தன்னைக் கரைத்துக்கொண்டு – சமயத்தின் அடிப்படையான சாரம் இது—தனது

புனித நீராடலை முடித்துவிட்டுப் போகும் மனநிலையும் சூழலும் அவருக்கு இருக்க வேண்டும். ஹெலிகாப்டரில் திரிசங்கு சொர்க்கத்தில் வலம் வரவும் குண்டு துளைக்காத பாதுகாப்புக் கூண்டுகளை உருவாக்கி, தன் சமயச் சடங்குகளை மக்கள் முன் நிகழ்த்திக் காட்டவும் அரசு இயந்திரத்தைப் பயன்படுத்திக்கொள்ள அவருக்கு எந்த உரிமையும் இல்லை.

மகாமக விழாவிற்கு விளம்பரம் தேவையில்லை. பக்தர்களின் சூட்சும உலகங்களுக்குள் மிக வெற்றிகரமாக இயங்கும் தொடர்புச் சாதனங்கள் மூலம் (அவற்றை இன்றுவரையிலும் என்னால் ஸ்தூலமாக உணர முடிந்ததில்லை) பண்டிகை நடைபெறும் நாள், அவர்கள் போய்ச் சேர வேண்டிய இடம், சடங்கை நிறைவேற்ற வேண்டிய காலம் பற்றிய செய்திகளை அவர்கள் துல்லியமாகவே முன்கூட்டி அறிந்து கொண்டுவிடுகின்றனர். ஆக, இவர்கள் கும்பகோணத்திற்கு வரவும் தங்கள் மதச் சடங்குகளை நிறைவேற்றவும் ஊர் திரும்பவும் அவசியமான ஏற்பாடுகளைச் செய்து தரவேண்டிய பொறுப்பு மட்டுமே அரசாங்கத்திற்கு உண்டு. இந்து சமயச் சடங்கு சார்ந்த நம்பிக்கைகளை வளர்ப்பதோ அழிப்பதோ அரசு இயந்திரத்தின் பொறுப்பல்ல. இம்முறை மகாமகப் பெருவிழாவிற்கு முன்னர் நாளிதழ்களில் வெளி வந்த முழுப் பக்க விளம்பரங்களை நாம் நினைவில் கொள்ளவேண்டும். மகாமக விழாவிற்கு பக்தர்களை அழைக்கும் பாவனையை மேற்கொண்டு வெளியிடப்பட்ட விளம்பரங்கள் இவை. இவ்விளம்பரங்களில் பரம்பொருளின் உருவம் சிறியதாகவும் முதலமைச்சரின் உருவம் பெரியதாகவும் இருந்தன. உண்மையில் இவை முதலமைச்சர் தன்னைப் பார்க்கக் கும்பகோணத்திற்கு வரும்படி தன் ரசிகப் பெருமக்களை அழைத்த விளம்பரங்களேயாகும். இயற்கையாக வரும் பக்தர்கள் கூட்டத்திற்கு மேலாக ரசிகர்களின் கூட்டமும் இம்முறை அங்குப்பெரும் அளவில் போகத் தூண்டப்பட்டனர். தன்மீது மக்கள் கொண்டிருக்கும் கவர்ச்சியைப் புதுப்பித்துக்கொள்ளவும் சரிந்து வரும் தன் புகழைச் சரிசெய்துகொள்ளவும் அதன் மூலம் தன் அதிகாரத்தை உறுதிப்படுத்திக்கொள்ளவும் முதல்வர் திட்டமிட்டு மகாமக விழாவைப் பயன்படுத்திக்கொண்டார் என்பதில் எவ்விதச் சந்தேகமும் இல்லை.

ஒவ்வொரு முறை பெருந்திரளில் உயிர்ச் சேதம் நிகழும்போதும் காவல் படையினரின்மீது அக்குற்றம் சுமத்தப்படுகிறது. இது மிகவும் பொறுப்பற்ற செயலாகும். தமிழகக் காவல் படையினர் பெருந்திரளாகக் கூடும் மக்களை ஒழுங்கு செய்வதிலும் கட்டுப்படுத்துவதிலும் வழி நடத்துவதிலும் அவர்களுக்கு இருக்கும் திறமையை இதற்கு முன்னர் பலமுறை நிரூபித்துக் காட்டியிருக்கின்றனர். இலட்சக்கணக்கான மக்கள் கூடும் இடத்தில் மக்களின் குறிக்கோளைக் கணக்கில் எடுத்துக்கொண்டுதான் காவல் படையினர் சில ஒழுங்குகளைச் செய்ய இயலும். மக்களின் குறிக்கோளும் சிதைக்கப்பட்டு, காவல் படையினரின் பொறுப்புகளும் சிதைக்கப்படும்போது எந்த நியதிகளைச் சார்ந்து அவர்கள் செயல்படுவார்கள்? மக்களுக்குச் சேவை செய்ய வேண்டிய காவல் படையினர் முதலமைச்சரின் பாதுகாப்புக்காகத் தங்கள் முழுக் கவனத்தையும் செலுத்த வேண்டிய கட்டாயத்திற்கு உட்படுத்தப்பட்டிருக்கின்றனர். இதனால் காவல் படையினரால் தங்கள் பொறுப்புகளைச் சரிவரச்செய்ய இயலாமல் போயிருக்கிறது. தங்கள்

பொறுப்புகளை நிறைவேற்ற முடியாமல் தடுக்கப்படும் காவல் படையினர், ஏதும் அசம்பாவிதம் நிகழும்போது மட்டும் மக்களாலும் அதிகார சக்திகளாலும் இயக்கங்களாலும் தூற்றப்படுகின்றனர்.

அதிகாரத்தில் இருக்கும் அரசியல்வாதிகள் தங்கள் புகழைக் கூட்டிக் கொள்ளவும் அதன் மூலம் பதவியை உறுதி செய்து கொள்ளவும் மக்களை உணர்வுபூர்வமாக ஈர்க்கும் ஒரு காரணத்தை முன்னிறுத்தி மக்கள் திரளைக் கூட்டுகிறார்கள். இந்தத் தந்திரோ பாயத்தை இந்திய அரசியல்வாதிகளிடையே மிக வெற்றிகரமாக நிறைவேற்றிக்கொள்ளக் கூடியவர்கள் என்று தமிழ் அரசியல்வாதிகளைச் சொல்ல வேண்டும். மக்கள் திரளைக் கூட்டுவதற்கு மொழி, கலாச்சாரப் பிரச்சினைகள், பொருளாதாரப் பிரச்சினைகள் ஆகியவை சார்ந்த கோஷங்கள் மேலோட்டமாகப் பயன்படுத்தப்படுகின்றன. ஆனால் இக்கூட்டங்கள் கூட்டப்படும்போது முன் வைக்கப்பட வேண்டிய பிரச்சினைகள் பின் தள்ளப்படும். அரசு இயந்திரம் முடுக்கப்படுவதன் மூலம் பதவியிலிருக்கும் அரசியல்வாதிக்குப் பெரும் விளம்பரங்கள் தேடித் தரப்படும். இறுதியில் அரசியல்வாதி தன் படிமத்தை வளர்த்துக்கொண்ட காரியமாக மட்டுமே இக்கூட்டங்கள் முடியும். மக்கள் திரளைக் கூட்டுவதற்கு நேற்று வரை லோகாயதக் காரணங்கள் பயன்படுத்தப்பட்டு வந்திருக்கின்றன. இம்முறை பரம்பொருள் பயன்படுத்தப்பட்டிருக்கிறார்.

பணத்திலோ பதவியிலோ பட்டத்திலோ மோகமின்றி, நடு நிலையில் நின்று, மக்கள் நலனைக் காக்கக் குரல் கொடுக்கும் அறிவுவாதிகளின் வர்க்கம் இன்று தமிழகத்தில் முற்றாகத் தேய்ந்து விடும் நிலையில் இருக்கிறது. மனிதப் பண்புகளை முன்னிறுத்திப் போராட வேண்டிய அறிவுவாதிகளில் பலரும் அரசியல் சக்திகளுக்கும் வணிக சக்திகளுக்கும் விலை போய்விட்டனர். பணம்,பலம், விளம்பரம், புகழ், அதிகாரம் ஆகியவையே இன்று தமிழ் வாழ்க்கையைத் தீர்மானிக்கின்றன. சகல துறையைச் சேர்ந்தவர்களையும் தேசியமயமாக்கப்பட்ட ஊழலின் பங்காளிகளாக மாற்றிக்கொண்ட தன் மூலம் அரசியல் சக்திகள் இவ்வூழலுக்கு எதிராகப் போரிட வேண்டிய அறிவுவாதிகளின் குரலை வெற்றிகரமாக ஒடுக்கிவிட்டிருக்கிறது. இன்றையச் சீரழிவை எப்படி எதிர்ப்பது என்பதல்ல; இன்றைய ஊழலைத் தனக்குச் சாதகமாக எப்படிப் பயன்படுத்திக் கொள்வது என்ற திட்டம் சார்ந்த கனவுதான் பெரும்பாலான அறிவுவாதிகளின் மனங்களில் இன்று ஊடாடிக்கொண்டிருக்கிறது. தன் பணியைச் சார்ந்த பொருளாதாரப் போராட்டங்களில் மட்டுமே ஈடுபடுவது என்பது இன்று ஒவ்வொரு தமிழனின் பொது வாழ்க்கைமுறை ஆகிவிட்டது. அடிப்படையான மதிப்பீடுகளைக் காப்பாற்றுவதற்கான போராட்டங்கள் இன்று தமிழகத்தில் இல்லை. சீரழிவில் பங்குபெற மறுக்கும் சுதந்திரச் சிந்தனையாளர்களின் குரல் தமிழ் வாழ்வின் பெருங்குரலாக ஒலிக்காத காலம் வரையிலும் தமிழ் வாழ்வின் இன்றைய அவலத்தைச் சாதாரண மக்கள் அறிந்துகொள்வதற்கான வாய்ப்பு மிகக் குறைவாகவே இருக்கும்.

***கணையாழி*, 1992**

தாழ்ந்து பறக்கும் தமிழ்க்கொடி

சென்ற மாதம் – செப்டம்பர் 93 – நான் டொரண்டோவுக்கும் (கனடா) லண்டனுக்கும் சென்று வந்தேன். டொரண்டோவுக்கு நேர் பரிச்சயமற்ற என் வாசகர்களான கவிஞர் என்.கே. மகாலிங்கமும் கவிஞர் செல்வமும் என்னை அழைத்தார்கள். லண்டனுக்கு வர வற்புறுத்தியவர்கள் என் நண்பர்களான ஆர். பத்மநாப ஐயரும் புஷ்பராஜனும். அப்போது நான் அமெரிக்காவின் மேற்குக் கரையோரம் சான்பிரான்சிஸ்கோ நகரத்தின் அருகே சாந்தா குருஸ் என்ற சிறு நகரத்தில் இருந்தேன். டொரண்டோவிலும் லண்டனிலும் நான் சில இலக்கியக் கூட்டங்களில் பேசினேன். எப்போதும்போல் இந்தக் கூட்டங்களைப் பார்க்கிலும் சிறு சிறு குழுக்களாக வாசகர்களையும் நண்பர்களையும் சந்தித்து விவாதித்ததுதான் அதிக மனநிறைவைத் தந்தது. இச்சந்திப்புகள் பெரும்பாலும் காலை நேரங்களில் தொடங்கி பின்னிரவு வரையிலும் இடைவேளையின்றி நீடித்தன. தொடர்ந்து பதினைந்து நாட்கள் பேச்சு, விவாதம், எதிர்நிலைக் கருத்துகள். முக்கியமான தளத்தில் கருத்துப் பரிமாற்றங்கள் நிகழ்ந்த நேரங்களில் கூட காழ்ப்புணர்ச்சி தலைநீட்டவில்லை. அவசியமற்ற குறுக்கீடுகளினால் பேச்சின் மையம் சிதற வில்லை. இங்கு வந்து நினைத்துப் பார்க்கும்போது ஆச்சரியமாக இருந்தது. டொரண்டோவிலும் லண்டனிலும் நான் சந்திக்க நேர்ந்த வாசகர்களும் நண்பர்களும் ஈழத் தமிழர்கள். விதிவிலக்காக லண்டனில் தமிழக நவீனப் படைப்பாளி ஒருவரைப் பார்க்கும் பாக்கியம் கிடைத்தது. அவர் பெயர் யமுனா ராஜேந்திரன்.

ஈழத் தமிழர்கள் கனடாவில் மொத்தம் எவ்வளவு பேர் இருப்பார்கள் என்பது எனக்குத் தெரியவில்லை. லட்சம்

சுந்தர ராமசாமி

பேருக்குமேல் இருந்தாலும் ஆச்சரியப்படுவதற்கில்லை. டொரண்டோவில் மட்டும் இருப்பவர்களின் எண்ணிக்கை எழுபதாயிரத்திற்கும் அதிகம் என்றார்கள். அந்த மிகப் பெரிய நகரத்தின் கடைத் தெருக்களின் சில பகுதிகள் யாழ்ப்பாணக் கடைத் தெருக்களைப் போலவே உருவாகிவிட்டன என்றார்கள். 'இடியாப்பம் கிடைக்கும்' என்ற தமிழ் விளம்பரப் பலகையைப் பார்க்க முடிந்தது. யாழ்ப்பாணத் தமிழ் காதில் விழுந்தவண்ணம் இருந்தது. தமிழர்களுக்குத் தேவையான சகல பொருள்களும் அங்குக் கிடைக்கின்றன. சினிமா படங்கள், வாரியார் சுவாமிகளின் கதாகாலட்சேபம், மகாராஜபுரம் சந்தானத்தின் கர்னாடக இன்னிசை எல்லாம் வீடியோப் படங்களாகக் கிடைக்கின்றன. சகல தமிழ் சஞ்சிகைகளும் உடனுக்குடன் கிடைக்கின்றன. டொரண்டோவில் கிடைக்கும் தமிழ்ப் பண்டங்கள் அனைத்தும் பாரிஸ், ஜெர்மனி, ஹாலந்து, நார்வே, லண்டன் போன்ற சகல இடங்களிலும் கிடைக்கும் நிலை இன்று உருவாகியிருக்கிறது.

அப்படியென்றால் தமிழ்க் கொடி பறக்கிறது என்றுதான் சொல்ல வேண்டும். எங்கும் பறக்கிறது தமிழ்க் கொடி. ஆனால் அது மிகத் தாழ்வாகப் பறக்கிறதோ? தமிழ்க் கொடியின் கழியைத் தன் குச்சிக் கைகளில் ஏந்தியிருக்கும் தொண்டனின் கண்கள் கலங்கி, துக்கம் அவன் தொண்டையை அடைப்பதுபோல் பட்டது. அதைப் பற்றியும் நாம் சிறிது யோசிக்க வேண்டியிருக்கிறது.

இப்போது 1983க்குப் பின் பத்து ஆண்டுகள்தான் கழிந்திருக்கின்றன. காலத்தின் நீட்சியில் மிகச் சிறிய துளி. ஆனால் ஈழத் தமிழர்களின் வாழ்க்கையோ இந்தக் காலத்தில் தலைகீழாகப் புரண்டுவிட்டது. அப்பாவி ஒருவனை நையப்புடைத்து குற்றுயிராய் ஒரு மரத்தில் தலை கீழாகத் தொங்கவிடப்பட்டதுபோல் இருக்கிறது அவர்கள் வாழ்க்கை. சொந்த மண்ணைவிட்டு வெளியேறி, இன்று உலகின் பல பகுதிகளிலும் தஞ்சம் புகுந்திருக்கும் தமிழர்களின் மொத்த எண்ணிக்கை என்ன? திட்டமாக யாராலும் சொல்ல முடியவில்லை. இருப்பினும் மிக அதிகம்; பல லட்சங்கள் என்ற உணர்வு ஒவ்வொருவருக்குமே இருக்கிறது. கடந்த பத்து ஆண்டுகளாக இவர்கள் எதிர் கொண்டுவரும் வாழ்க்கை மிகக் கொடுமையானது. குடியேற்றத்திற்கு இடம் தரும் நாடுகளில் அதிகச் சலுகை கனடாவில் என்பதால், அதிகம் அங்குக் குவிந்திருக்கிறார்கள். இதற்கு மேல் லண்டன், ஜெர்மனி, பிரான்ஸ், ஹாலந்து, சுவிட்சர்லாந்து, நார்வே, ஆஸ்திரேலியா என்று பரவியிருக்கிறார்கள்.

உயர்கல்வியை முடிப்பதற்கும் முடித்த கல்விக்கு ஏற்பப் பணிகள் புரிவதற்கும் முக்கியமாக லண்டனுக்கும் வேறு பல நாடுகளுக்கும் யாழ்ப்பாணத் தமிழர்கள் போவது வழக்கத்தில் இருந்து வந்திருக்கிறது. ஆனால் அவர்களுடைய பொருளாதார நிலை வேறு; இப்போது அரசியல் நிர்ப்பந்தம் காரணமாக வெளியேறியிருப்பவர்களின் பொருளாதார நிலை வேறு. இப்போது வெளியேறியிருப்பவர்களில் பெரும்பாலோர் உயர்கல்வி கற்றவர்கள் அல்ல. பின்தங்கிய பொருளாதார நிலை, சிறிய அளவிலான படிப்பு, இவை மேல் நாடுகளில் அவர்களுடைய பணிகளைத் தீர்மானித்துவிடுகின்றன. அவர்கள் ஒருவருக்கொருவர் இன்று சந்தித்துக்கொள்ளும்போது தத்தம்

பணிகளைப் பற்றி விசாரித்துக்கொள்வதில்லை. அவை விசாரித்துக் கொள்ள உகந்த விஷயங்களாக இல்லை. யாழ்ப்பாணத்தைச் சேர்ந்தவர்களை விடவும் கூடுதலாகச் சுற்றுப்புறக் கிராமங்களைச் சேர்ந்தவர்கள் அதிகம் குடிபெயர்ந்து அந்நிய தேசங்களுக்குப் போயிருக்கிறார்கள். அவர்கள் வளர்ந்து வந்த வாழ்க்கைப் பின்னணிக்கும் இன்று அவர்கள் எதிர்கொள்ளும் வாழ்க்கைப் பின்னணிக்கும் சம்பந்தமே இல்லை. முற்றிலும் மாறுபட்ட சூழல், மாறுபட்ட கலாச்சாரம். புரியாத, புரிந்தபோதும் பேச முடியாத மொழிகள். வாட்டியெடுக்கும் குளிர். அவர்களுக்கு இதம் தராத நடையுடை பாவனைகள். பழக்க வழக்கங்கள். அவர்கள் போடும் கணக்குகள் தப்பிப்போகும்போது, குடியேறிய நாடுகளிலிருந்து அவர்கள் மீண்டும் வெளியேறி வேறு தேசங்களை நோக்கிச் செல்ல வேண்டிய கட்டாயமும் ஏற்பட்டிருக்கிறது. ஜெர்மனியிலிருந்து பாரிஸ், பாரிஸிலிருந்து லண்டன், லண்டனிலிருந்து டொரண்டோ. இவ்வாறு ஊரிலிருந்து புறப்படுவதற்கு முன் பயணத் தஸ்தாவேஜுகளைத் தயாரிப்பதில் பல சிரமங்கள். இதற்காகும் செலவும் தாங்க முடியாதது. வெவ்வேறு தேசங்களில் உள்ள குடியேற்றச் சட்டங்களை நுட்பமாகப் புரிந்துகொண்டும் அவற்றிலுள்ள ஓட்டைகளைப் பயன்படுத்தியும் உள்ளே நுழைய வேண்டிய கட்டாயம். இதில் எதிர்கொள்ளும் தடைகள், பதற்றம், நிறவெறி சார்ந்த மட்டந்தட்டல்கள். இந்த இடம்பெயரும் அலைக்கழிப்புகளில் பெண்களும் முதியோர்களும் குழந்தைகளும் நோயாளிகளும் பட்டிருக்கக்கூடிய வேதனைகளைப் பற்றி அனுபவித் தறியாதவர்கள் விவரிப்பது சாத்தியமல்ல. வரலாற்றில் இதற்கு முன் எப்போதும் நிகழ்ந்திராத அளவுக்குத் தமிழர்கள் தங்கள் மண்ணைவிட்டு உலகம் பூராவும் காலூன்ற நிர்ப்பந்திக்கப்பட்ட அரசியல் சூழலையும் அதன் காரணமாக அவர்களுக்கு நேர்ந்த இன்னல்களையும் வேதனைகளையும் யார் பதிவு செய்யப் போகிறார்கள்? அப்பதிவு நவீன வரலாற்றிற்குரிய துல்லியத்தோடு என்றேனும் உருவாகுமா என்பதுகூட நிச்சயமில்லை. இன்று அவர்களில் பலருடைய குடும்பங்களும் சிதைந்துவிட்டன. குடும்பங்கள் குடிபெயர்ந்த இடங்களில் பாதி, ஊரில் பாதி என்ற நிலை. கணவனும் மனைவியும் தாயும் குழந்தைகளும் சகோதரர்களும் சகோதரிகளும் துண்டிக்கப்பட்டுவிட்டார்கள். அந்நிய மண்ணில் இன்று வாழ்ந்துகொண்டிருக்கும் உயிர்களுக்கு இருக்கும் உத்திரவாதம்கூட சொந்த மண்ணில் வாழும் உயிர்களுக்கு இல்லை என்றாகிவிட்டது. பல குடும்பங்களில் காணாமல் போனவர்கள் பற்றிய தகவல் இல்லை. 'மரணத்தையேனும் அதன் முடிவோடு சகித்துக்கொள்ளலாம். காணாமற்போவது மிகப் பெரிய துன்பம்' என்றார் என் நண்பர். குடியேற்ற நாடுகளில் உள்ள சலுகைகள் மூலம் இவர்களில் ஒரு சிலருக்கு நவீன வீடுகளும் நவீன வசதிகளும் கிடைத்திருக்கின்றன. ஆனால் இதில் பெறும் மன நிறைவைவிட சொந்த மண்ணைவிட்டுப் பிடுங்கப்பட்ட துக்கம்தான் அவர்களிடம் மேலோங்கி நிற்கிறது. மானியங்களும் ஆதரவுகளும் சலுகைகளே. அவற்றை ஏற்கக் கட்டாயம் இருக்கலாம். ஆனால் அதில் தன்னிறைவு இல்லை. மண்ணின் தொடர்பின்றி அவர்கள் கையில் பிடித்துக்கொண்டிருக்கும் அவர்களுடைய கலாச்சார வேர்கள் கண் முன்னே கருகுவதை அவர்கள் பார்த்துக்கொண்டிருக்கிறார்கள். குடும்பங்களில் தமிழ் பேசமுடியாத குழந்தைகள் வளர்ந்து பெரியவர்களாகிக் கொண்டிருக்கிறார்கள். மொழியெனும் உயிரின் விதையை இழந்தால்

கலாச்சாரத்தின் சகல அடையாளங்களும் ஒன்றன் பின் ஒன்றாக உதிரத் தொடங்கும் என்ற தத்துவத்தின் உண்மையை இன்று நடைமுறையில் அவர்கள் பார்த்துக்கொண்டிருக்கிறார்கள். வீட்டின் பின்கட்டுகளில் தமிழை வாழ வைக்க முடியாமல் போனால் அவர்களுடைய அடையாளங்களை அழிக்கும் எதிர்காலத்தை அவர்களால் தடுக்க முடியாது. நடுக் கூடங்களில் நவீன உணவு மேசைகளின் முன் அவர்கள் ஒருவருக்கொருவர் சந்தோஷமாகப் பேசிக்கொண்டிருப்பதான பாவனை நிகழும்போதுகூட, சொற்களில் தோய்க்க முடியாத துக்கங்கள் அவர்கள் மனங்களில் தலைகீழாகத் தொங்கிக் கொண்டிருக்கின்றன.

இன்று அந்நிய தேசங்களில் வாழ்ந்துகொண்டிருக்கும் ஈழத் தமிழர்களின் மன நெருக்கடிகளுக்கு வடிகாலாக இருப்பவை இரண்டு: பேச்சும் எழுத்தும். இன்று அவர்கள் தங்கள் நிலைகளை, கருத்துகளை, பிரச்சினைகளை ஒருங்கிணைத்துப் பார்த்துக்கொள்ள வேண்டிய கட்டாயத்தில் இருக்கிறார்கள். உணர்ச்சிகளுக்கு அவர்கள் மொழி உருவம் தந்தாக வேண்டும். அவர்கள் கற்பனைசெய்து வந்திருக்கும் அரசியல் காட்சிகளும் சரி, கலாச்சாரக் காட்சிகளும் சரி குழம்பிச் சீரழிந்துவிட்டன. முன்னர் இன விடுதலைக்கான லட்சியம் ஒரு ஒற்றைத்தட முன்னேற்றமாக அவர்களுடைய கற்பனையில் இருந்திருக்கலாம். இன்று அந்தத் தடத்தில் கிளைகள் பல பிரிந்து, பிரிந்த கிளைகளில் புதர்கள் மண்டிக்கிடக்கின்றன. இன்று அவர்களுடைய அரசியலில் தொட்ட இடமெல்லாம் சிடுக்கு. இந்தச் சிடுக்கைப் பேசி அவிழ்க்க வேண்டிய கட்டாயம் அவர்களுக்கு இருக்கிறது. அவர்கள் தொடர்ந்து பேசுகிறார்கள். சந்திப்புகளை நிகழ்த்த அவர்கள் தாண்டி வரவேண்டிய தொலைவுகள் மிக அதிகம். இடையூறுகளும் பல. ஆனால் சந்திப்புகள் ஜீவாதாரமானவை. எழுத்து அதைவிடவும் ஜீவாதாரமானது. ஆகவே, சிற்றிதழ்கள் தோன்றியவண்ணம் இருக்கின்றன. ஒன்று இருந்த இடத்தில் இரண்டு. இரண்டு மறைந்த இடத்தில் நான்கு என்ற கணக்கில். அரசியலை முன்னிலைப்படுத்தும் சிற்றிதழ்கள். கலாச்சாரப் பிரச்சினைகளையும் படைப்புகளையும் முன்னிலைப்படுத்துபவை. இரண்டையும் இடைகலந்து தருபவை. வார, மாத, மும்மாத சஞ்சிகைகள். இவைபோகத் துண்டுப் பிரசுரங்கள். கவிதைகளின் தொகுப்புகள். சிறுகதைகளின் தொகுப்புகள். அவர்களுடைய வாழ்க்கை நிலையோ பொருளாதார நிலையோ இதுபோன்ற இதழ்களைத் தோற்றுவிப்பதற்கான வசதிகள் கொண்டவை அல்ல. பணபலம் குறைவு. ஆள்பலம் குறைவு. வினியோக வசதிகள் மோசம். சந்தாவும் நன்கொடையும் தர விரும்புவர்களிடம் இருந்துகூட அவற்றை வசூலிப்பதில் நடைமுறைச் சிரமங்கள். ஒரு தேசத்தில் அச்சேறும் இதழ்களை மற்ற தேசங்களுக்கு எட்டச் செய்வதில் உள்ள சிரமங்கள். எனினும் இதழ்கள் வந்துகொண்டிருக்கின்றன. இவற்றின் தரம் பல சமயங்களில் சீராக இல்லை என்பது உண்மைதான். வாழ்க்கையில் அவர்கள் எதிர்கொள்ளும் தத்தளிப்பை அவர்கள் நடத்தும் பத்திரிகைகள் பிரதிபலிக்கத்தான் செய்யும். இருப்பினும் பல சந்தர்ப்பங்களில் மிகச் சாதாரணமான எழுத்திற்குப் பக்கத்திலேயே மிகத் தரமான கட்டுரை ஒன்றை, மிகத் தரமான கவிதை ஒன்றை, மிகத் தரமான மொழிபெயர்ப்பு ஒன்றைப் பார்க்கக் கிடைக்கிறது. ஆனால் எப்போதும் எல்லாத் தரத்தைச் சேர்ந்த எழுத்துகளுக்கும் பின்னால் நிற்பது

ஒரு தீவிர மனநிலை. இங்கு நாம் தழைத்துக் கொழிக்க வைத்திருக்கும் வணிகப் புத்திகளுக்கு அப்பாற்பட்ட ஒரு தீவிர மனநிலை. அற்பத் தமாஷ், சில்லறைத் தமாஷ், கௌபீனத்தை முண்டாசு கட்டிக்கொள்ளும் மார்தட்டல் ஒருபோதும் இல்லை. அங்கு வாழ்க்கையைப் பற்றிய தீவிரம், விவேகத்தைக் கட்டாயப்படுத்தியிருக்கிறது. உலகின் பல பகுதிகளிலிருந்து ஈழத்துத் தமிழர்கள் கொண்டுவரும் இதழ்களில் பலவற்றையும் நான் பார்த்தேன். அவற்றின் மொத்த எண்ணிக்கை இன்று, ஒருக்கால், நூறுக்கு அதிகமாகக்கூட இருக்கலாம்.

லண்டனில் நான் சந்தித்த இளைஞர்கள் தெளிவாகவும் ஆக்ரோஷ மாகவும் பேசினார்கள். இயக்கத் தலைமைகள் ஜோடனை செய்து வைத்திருக்கும் கிளிப் பிள்ளை வாசகங்களை, மனமுதிர்ச்சி பெறாத இளைஞர்கள் ஒப்பித்துக்கொண்டிருப்பார்கள் என்ற என் கற்பனைக்கு லண்டனில் நல்ல அடி கிடைத்தது. அரசியல்வாதிகளின் பொய் முகங்களையும் இயக்கத் தலைமைகளின் அதிகார வெறிகளையும் பல இளைஞர்கள் தாட்சண்யமின்றிக் கிழித்தார்கள். முப்பது வயதிற்குக் கீழ்ப்பட்ட இளைஞர்களுள் இயக்கங்களின் பாசிசப் போக்கைக் கண்டித்துப் பேசாதவர்களே இல்லை. கருத்து வேற்றுமைகளைத் துப்பாக்கி முனையில் தீர்த்துக்கொள்வதைச் சகித்துக்கொள்ள முடியாது என்றார்கள். இயக்கத்தின் ஆதரவாளர்களையும் எதிர்நிலைக்குத் தள்ளும் போக்கு இது என்றார்கள். இளம் வயதிலேயே வாழ்க்கையின் கொடுமைகளை எதிர்கொண்ட விதத்தில் அதிகாரத்தின் உள்ளடுக்குகளில் நிற்கும் திமிர்களையும் கரும்புள்ளிகளையும் சிக்கல்களையும் அவர்களால் தீர்க்கமாகப் பார்க்க முடிகிறது. பலருக்கு இங்குத் தலை நரைத்த பின்பும் கூடாத பார்வை இது. விடுதலைப் போராட்டத்திற்கும் பதவி வெறிக்கும் இடையேயுள்ள ஜோடனைகளை அவர்கள் கூச்ச மின்றிக் கிழிக்கிறார்கள்.

ஈழத்தில் நடக்கும் வீரம் செறிந்த போராட்டங்களின் வீடியோ படங்களின் பகுதிகள் எனக்குப் பார்க்கக் கிடைத்தன. பி.பி.சி. தயாரித் திருந்த செய்திப் படங்களின் பகுதிகளையும் பார்த்தேன். ஈழத்துத் தமிழ் வாழ்க்கை குன்றி அங்கு வெறுமை பரவிக் கிடக்கும் என்ற என் கற்பனைக்கு மாறாக, ஜீவகளை துடிக்கும் வாழ்க்கை இப்போதும் அங்கு இருந்துகொண்டிருப்பது தெரிந்தது. தமிழ் விழாக்கள் கோலாகலமாக நடைபெறுகின்றன. கர்னாடக ராகங்களை அடிப்படையாகக் கொண்ட மெல்லிசைகளில் மனத்தைத் தொடும் கவிதை வரிகளைப் பெண்கள் அற்புதமாகப் பாடுகிறார்கள். இளைஞர்கள் அற்புதமாகப் பாடுகிறார்கள். இப்பாடல்களுக்கு இசையமைத்தவர் மனத்தை அள்ளும் மெட்டுகளைப் புனைவதில் வல்லவர் என்பதில் சந்தேகமேயில்லை. (துரதிருஷ்டவசமாக அவர் பெயரை மறந்து விட்டேன்.) பதிமூன்று, பதினான்கு வயதையொட்டிய சிறுமிகள் துப்பாக்கி ஏந்தி அணிவகுக்கும் காட்சிகள் பிரமிப்பைத் தருகின்றன. எதிரியின் முகாம்களை ஆண் தலைமையின்றி இச்சிறுமிகள் தாக்கி ஆயுதங்களைக் கொள்ளையடித்து வெற்றிவாகையுடன் திரும்புவது எவரையும் வியப்பில் ஆழ்த்தக்கூடியது. இதில் நாம் பெருமிதம் கொள்ளலாம். ஆனால் வருத்தம் தோயும் பெருமிதம் இது. இப்பெண்கள் பள்ளியில் படிக்க வேண்டிய

வயதினர். வாழ்க்கையின் மிக இனிமையான பருவத்தில் மரணத்துடன் அவர்கள் விளையாடிக் கொண்டிருக்கிறார்கள்.

பல்வேறு குழுக்களைச் சார்ந்த இளைஞர்கள் மத்தியில் வெவ்வேறு அரசியல் நிலைப்பாடுகள் சார்ந்த விமர்சனங்களும் முரண்பாடுகளும் இருக்கின்றன. தம்முள் ஆயிரம் கருத்து வேற்றுமைகள் கொண்டவர்களிடம் கூட அவர்களுடைய இன விடுதலைப் போராட்டத்தில் இந்தியா ஆற்றியுள்ள பங்கைப் பற்றி வருந்தத்தக்க கருத்தொற்றுமை நிலவுகிறது. இந்தியா அவர்களைத் தொடர்ந்து ஏமாற்றி வருகிறது என்று பலரும் சொன்னார்கள். இன்று உலக அரங்கில் அவர்களுடைய போராட்டத்திற்கான ஆதரவைப் பின்னகர்த்தும் சக்தியாக இந்தியா செயல்படுகிறது என்றும் சொன்னார்கள். உண்மையில் அவர்கள் சொல்ல விரும்பியது இன்னும் அதிகம். இன்னும் பச்சையாக. எனக்கும் அவர்களுக்குமாக நிகழ்ந்த முதல் சந்திப்பு என்பதால், தங்களுடைய உணர்ச்சிகளையும் கருத்துகளையும் அவர்கள் கட்டுப்படுத்திக்கொண்டார்கள் என்று நினைக்கிறேன். தமிழக அரசியல் தலைமை பற்றிய அவர்களுடைய விமர்சனம் இன்னும் காரமானது. அவர்களுடைய எதிர்பார்ப்பு இவர்களிடம் அதிகம் என்பதால் ஏமாற்றமும் அதிகமாக இருக்கிறது. தமிழக அரசியல் தலைமை எப்போதும் அவர்களுடைய போராட்டத்தைத் தங்களுடைய அரசியல் செல்வாக்கை வளர்த்துக்கொள்ளவே பயன்படுத்தி வந்திருக்கிறது என்றும் குறிக்கோளை அவர்கள் சென்றடைய ஒருபோதும் உறுதுணையாகச் செயல்பட்டதில்லை என்றும் சொன்னார்கள்.

தமிழகக் கலாச்சாரத் தளத்தில் நடக்கும் நிகழ்வுகளைத் தெரிந்து கொள்வதிலும் நம் படைப்புகளைப் படிப்பதிலும் பல ஈழத் தமிழர்கள் மிகுந்த ஆர்வம்கொண்டிருப்பதை அறிந்தேன். வெகு சமீபத்தில் வந்திருக்கும் படைப்புகள் பற்றியும் இதழ்கள் பற்றியும் பலரும் உள்ளடக்க ஞானத்துடன் பேசினார்கள். மேற்கொண்டு பல விவரங்களை என்னிடம் கேட்டுத் தெரிந்துகொள்வதில் மிகுந்த ஆர்வம் காட்டினார்கள். நவீன நாடகக் கலைஞர் க. பாலேந்திரா அவர்களும் அவரது துணைவியார் ஆனந்தராணி பாலேந்திரா அவர்களும் தாங்கள் ஈழத்தில் நிகழ்த்தி வந்த மேடையேற்றங்களின் தொடர்ச்சியாக இப்போது லண்டனிலும் பல நவீன நாடகங்களை மேடையேற்றி வருகிறார்கள். லண்டனைப் போன்ற ஒரு மாநகரத்தில் தமிழ் நாடகங்களை அரங்கேற்றுவதில் எண்ணற்ற சிரமங்கள் உள்ளன. தமிழ்நாட்டில் நடக்கும் நாடக முயற்சிகளைப் பற்றித் தெரிந்துகொள்வதில் இவர்கள் காட்டிய ஆர்வம் மிகுதியானது. அவர்கள் எதிர்பார்த்த அளவுக்கு என்னால் சொல்ல முடியவில்லை. உடற்சோர்வும் நேரமின்மையும் பல நேரங்களில் நான் விரும்பிய விதத்தில் செயல்பட முடியாமல் என்னைத் தடுத்துவிட்டன. பாரிஸிலிருந்து ‘மௌனம்’ என்ற சிற்றிதழைக் கொண்டுவரும் கவிஞர் கி.பி. அரவிந்தன் தமிழ்நாட்டுச் செய்திகளைச் சுடச்சுடத் தெரிந்துகொள்வதற்குத் ‘தினமணி’க்குச் சந்தா கட்டியிருக்கிறார். சந்தா தொகை ரூபாய் மூவாயிரம். ஈழத்து இலக்கிய அன்பர் ஒருவர் என்னிடம் கேட்டார்: ‘நாங்கள் உங்கள் மீது வைத்திருக்கும் கவனம், நீங்கள் எங்கள்மீது வைத்திருக்கிறீர்களா?’ என்று. இந்தக் கேள்விக்குக்

கடந்த காலத்தில் நின்று, நிகழ்காலத்தில் நின்று நிறைவான பதிலை எனக்குச் சொல்ல முடியவில்லை. 'இனி அதிக கவனம் கொள்வோம்' என்று நான் சொன்னேன். அந்த எதிர்காலம் நமக்கு நிகழ்காலம் ஆக வேண்டும். நிகழ்காலம் கடந்தகாலமாகி உறவுகள் தொடர்ந்து நீடிக்க வேண்டும்.

ஈழத் தமிழர்களின் அரசியல் தலைவிதிக்குத் தீர்வு காணத் தமிழ் நாட்டுக் கலாச்சாரவாதிகள் எந்த விதத்தில் உதவலாம்? இந்தக் கேள்விக்கு இன்று என்னிடம் பதில் இல்லை. இன்றைய கலாச்சாரவாதி இன்றைய அரசியல்வாதியுடன் இணைந்து செயல்படும்போது, அவன் தன் உண்மையையும் வீரியத்தையும் முற்றாக இழந்து, அரசியல்வாதியின் அதிகார மமதைக்கு உரமாக மாறுகிறான். இந்த நம்பிக்கையைச் சமீப கால வரலாறும் உறுதிப்படுத்தி வருகிறது. எனவே, கலாச்சாரத் தளத்தில் என்ன செய்ய இயலும் என்பது மட்டுமே என் யோசனையாக இருக்கிறது.

நாம் மூன்று காரியங்கள் செய்யலாம். உடனடியாக. அதிகச் சிரமங்கள் இன்றி.

1. ஈழத் தமிழர்கள் இன்று உலகெங்கும் நடத்தும் சிற்றிதழ்களை முழுமையாகத் திரட்டி, தமிழகத்தைச் சேர்ந்த முக்கிய நகரங்களில் – சென்னை, மதுரை, கோவை போன்ற நகரங்களிலேனும் – கண்காட்சி நடத்தவேண்டும். இதன்மூலம் சிற்றிதழ் வாசகர்களும் ஈழப் பிரச்சினைகளில் அக்கறை கொண்ட வாசகர்களும் இவ்விதழ்கள் பற்றியும் இவற்றின் உள்ளடக்கம் பற்றியும் அறிய வாய்ப்பு ஏற்படும்.

2. இச்சிற்றிதழ்கள் பற்றித் தமிழகச் சிற்றிதழ்களிலும் நடுத்தர இதழ்களிலும் மதிப்புரைகள் வெளியிட வேண்டும். அவர்கள் முயற்சிகள் சார்ந்து நம் பார்வைகளை வெளிப்படுத்துவது அவர்களுக்கு உபயோகமாக இருக்கும். ஈழத் தமிழர்கள் நடத்தும் சிற்றிதழ்களில் உள்ள மிகச் சிறந்த விஷயங்களைத் தமிழகச் சிற்றிதழ்களில் போதிய விவரக் குறிப்போடு நாம் மறுபிரசுரம் செய்ய வேண்டும். அத்துடன் அந்நிய தேசங்களில் வாழ்ந்து கொண்டிருக்கும் ஈழத் தமிழ்ப் படைப்பாளிகளிடம் தமிழக இதழ்களுக்கும் எழுதும்படி நாம் அழைப்பு விடவேண்டும்.

3. ஈழத்திலிருந்து வெளிவந்திருக்கும் புத்தகங்கள்மீதும் நாம் நம் கவனத்தை அதிகமாகச் செலுத்த வேண்டும். ஆராய்ச்சிகள், கவிதைகள், சிறுகதைகள், நாவல்கள், மொழிபெயர்ப்புகள் என்று பல தரமான புத்தகங்கள் அங்கிருந்து வெளிவந்திருக்கின்றன. இவற்றில் மிகத் தரமானவற்றையேனும் நாம் நம் இதழ்கள் மூலம் தமிழ் வாசகர்களுக்குத் தொடர்ந்து அறிமுகப்படுத்த வேண்டும். அங்கிருந்து வெளியாகியிருக்கும் தமிழ் ஆராய்ச்சிகள், இலக்கிய விமரிசனங்கள், கவிதைகள் ஆகியவை சார்ந்து நிச்சயம் நமக்குச் சொல்ல விஷயங்கள் இருக்கின்றன. இந்த அளவுக்கு இல்லையென்றாலும் பொருட்படுத்திப் பேசும்படியான நாவல்களையும் சிறுகதைகளையும் அவர்கள் படைத்திருக்கிறார்கள்.

சுந்தர ராமசாமி

இவை பற்றியும் நாம் நம் பார்வையை முன்வைக்க வேண்டும். இப்பணிகளில் ஈடுபடுவது அவர்களுடைய உணர்ச்சிகளை இந்த மோசமான காலகட்டத்தில் நாம் பகிர்ந்துகொள்ளும் குறைந்தபட்ச சமிக்ஞையாகும். வேதனையில் துடிப்பவர்களுக்கு விசிறுவது போல் இது. இதைச் செய்யக்கூட நாம் அக்கறை இல்லாமல் இருப்போம் என்றால் அவ்வப்போது, 'ஆஹா, எங்கள் தமிழ்; ஆஹா, எங்கள் இனம்' என்றெல்லாம் அரற்றாமல் இருக்க வேனும் நாம் கற்றுக்கொள்ள வேண்டும்.

சுபமங்களா, **1993**

உறவும் கொடுக்கல் வாங்கலும்

கேரள சாகித்திய அகாதமியும் மலையாளிகளின் அமைப்பான 'மித்திர'மும் இணைந்து நாகர்கோவிலில் 20.02.96 முதல் 28.02.96 வரையிலும் நவீனச் சிறுகதைகளின் மொழிபெயர்ப்புப் பட்டறை ஒன்றை நடத்தின. மலையாளத்திலிருந்து தமிழுக்கும் தமிழிலிருந்து மலையாளத்துக்கும் சிறந்த சிறுகதைகளை மொழிபெயர்ப்பதே இந்தப் பட்டறையின் குறிக்கோள். இரு மொழிகளும் அறிந்த எழுத்தாளர்கள் சிறுகதைகளை மொழிபெயர்த்தனர். நீல.பத்மநாபன், டாக்டர் பத்மநாபன் தம்பி, பேராசிரியை வத்சலா தேவி, தோப்பில் முகம்மது மீரான், டி.வி. பாலசுப்பிரமணியன், ஜெயமோகன், வல்சகுமார், நான் இப்பட்டறையில் கலந்துகொண்டோம்.

கேரள சாகித்ய அகாதமியின் தலைவர் எம்.டி.வாசுதேவன் நாயர், துணைத் தலைவர் மாதவிக் குட்டி இருவருமே முக்கியப் படைப்பாளிகள். அகாதமியின் நிர்வாகக் குழுவில் இடம் பெற்றிருக்கும் பலரும் மலையாள வாசகர் மதிக்கும் படைப்பாளிகள்தான். அகாதமியின் பணிக்குத் தேவையான நிதியை கேரள அரசாங்கம் ஒதுக்குகிறது. இருப்பினும் அகாதமியை இயக்கும் சுதந்திரம் முழுமையாகப் படைப்பாளிகளிடம்தான் இருக்கிறது. அகாதமிகளின் பணிகளில் அரசாங்கம் அல்லது அரசியல்வாதிகளின் குறுக்கீடு உண்டா என்று நான் எம்.டி.வாசுதேவன் நாயரிடம் கேட்டபோது 'சிறிய அளவிலும் இல்லை' என்றார் அவர். அகாதமி முடிவெடுத்துச் செய்யும் காரியங்களோ பல. நூல் வெளியீடு, கருத்தரங்கம், மாநாடு, மொழிபெயர்ப்புப் பட்டறை, படைப்பாளிகளுக்குப் பரிசுகள், ஆராய்ச்சியாளர்களுக்கு உதவித்தொகை போன்ற பல பணிகள்.

அரசாங்கம் நிதி ஒதுக்கும் நிறுவனங்கள் தமிழகத்தில் செயல்படும் முறை இதற்கு நேர்மாறானது. இங்குக் கலை,

இலக்கியம் சார்ந்த பணிகள் அனைத்தையும் அந்தத் துறைகளில் அடிப்படை அறிவுகூட இல்லாத அரசியல்வாதிகள்தான் பெரிதும் தீர்மானித்துக் கொண்டிருக்கிறார்கள். மத்திய அரசு, கல்வித் துறை நிறுவனங்கள் போன்றவை ஒதுக்கும் நிதியை ஆதாரமாக வைத்து நடைபெறும் கலாசாரப் பணிகளில் கூட தமிழக அரசியல்வாதிகளின் குறுக்கீடு உண்டு. படைப்பாளிகளும் கலை விற்பன்னர்களும் அரசாங்கம் அளிக்கும் ஊக்கங்களைப் பெற அரசியல்வாதிகள் தயவை எதிர்நோக்கி நிற்க நேர்கிறது. அரசியல்வாதிகளிடம் படைப்பாளிகள் சிபாரிசுக்குப் போகும் சூழல் உருவாக்கப்பட்டிருக்கிறது. பரிசளிக்கும் விழாக்களில் அரசியல்வாதிகள் இழைக்கும் அவமானங்களைப் படைப்பாளிகள் சகித்துக்கொள்ள நேர்கிறது. கேரள முதலமைச்சரைப் புகழ்ந்து மூன்றாம் தரக் கவிதைகளை எழுதி கேரள சாகித்ய அகாதமியின் பரிசைப் பெறலாம் என்று ஒரு மலையாளக் கவிஞர் திட்டமிட்டால் அவருக்கு மனநிலை பிசகிவிட்டது என்றுதான் மலையாள வாசகர்கள் முடிவுக்கு வருவார்கள். இங்கோ சிற்றரசர்களை ‘ஆஹா, ஓஹோ’ என்று புகழ்ந்து பரிசில் பெறும் கவிஞர்களின் நேற்றைய அவலம்தான் இன்றும் தொடர்ந்துகொண்டிருக்கிறது.

மொழிபெயர்ப்புப் பட்டறையைத் துவக்கி வைத்தவர் எம்.டி.வாசுதேவன் நாயர். தலைமை வகிக்க இருந்தவர் மாதவிக் குட்டி. கடைசி நிமிஷத்தில் அவர் வரமுடியாமற் போகவே என்னைத் தலைமை வகிக்கும்படி கேரள சாகித்ய அகாதமியினர் கேட்டுக் கொண்டனர். அன்றைய என் பேச்சைத் தமிழ் வாசகர்களும் அறிய வேண்டும் என்ற ஆவலில் அதனைச் சற்றுச் சுருக்கித் தருகிறேன் :

தமிழுக்கும் மலையாளத்துக்கும் மிக நெருக்கமான தொடர்பு உண்டு. இரு மொழிகளின் கலாச்சாரங்களையும் நன்கு அறிந்த அறிஞர்கள் எண்ணற்ற பொதுக் கூறுகளைத் தர இயலும். இவ்விரு இன மக்களுக்கும் வாழ்க்கை முறை சார்ந்தும் பல ஒற்றுமைகள் இருக்கின்றன. மொழி, கலாச்சாரம், வாழ்வு சார்ந்து இந்தளவுக்கு ஒற்றுமை கொண்ட மக்களை உலகின் வேறு எந்தப் பகுதியிலேனும் பார்க்க இயலுமா என்பது சந்தேகமே. அறிஞர்கள் தரும் பொதுக் கூறுகள் சார்ந்த தடயங்கள்மீது நான் மிகுந்த மரியாதை வைத்திருக்கும் அதே நேரத்தில் இவ்விரு இனங்களின் உறவு சார்ந்து என் மனத்திலிருக்கும் சில சித்திரங்கள் உணர்வுப்பூர்வமாக எனக்கு முக்கியமானவை. இப்போது அவற்றை நினைவுபடுத்திக்கொள்ள விரும்புகிறேன்.

ஸ்ரீ நாராயண குரு ஒரு சன்யாசி. பிறப்பால் ஈழவர். வைதீக இந்துக்களின் பார்வையில் தீண்டத்தகாதவர். இந்த நூற்றாண்டின் தொடக்கத்தில் கேரளத்தில் ஜாதிக் கொடுமை தாண்டவமாடிக் கொண்டிருந்ததை நாம் அறிவோம். ஜாதிக் கொடுமையிலிருந்து பிரித்துப் பார்க்க இயலாத மூடநம்பிக்கையின் இருளில் மக்கள் ஆழ்ந்து கிடந்தனர். தீண்டாமை மட்டுமல்ல, கீழ்ஜாதியினர் என்று கருதப்பட்டவர்களின் ஒவ்வொரு பிரிவினரும் மேல்ஜாதியினரைப் பொது இடங்களில் பார்க்க நேரும்போது அவர்கள் விலகி நிற்க வேண்டிய வரையறை செய்யப்பட்டிருந்தது. ஒடுக்கப்பட்ட பெண்கள் மேலாடை அணிய இயலாது. இந்தக் கேரளத்தைத்தான் ‘மனநிலை பிறழ்ந்தவர்களின் மருத்துவமனை’ என்று விவேகானந்தர் வர்ணித்தார்.

தீண்டாமை, ஜாதிக் கொடுமை, மூடநம்பிக்கை ஆகியவற்றிற்கு எதிராக ஆத்மீகப் போரைத் தொடுப்பதற்கு முன், தான் மேற்கொள்ள வேண்டிய வழிமுறைகள் பற்றி நாராயண குருவுக்குத் தெளிவு ஏற்படுத்திக்கொள்ள வேண்டியிருந்தது. அவருடைய வழி, இந்து சமயத்தின் அடிப்படைகளை ஏற்று அதனுள் ஒரு புரட்சிகரமான மாற்றத்தை நிகழ்த்துவது. இந்து சமயத்தின் அடிப்படையில் தீண்டாமைக்கோ ஜாதிக் கொடுமைக்கோ மூடநம்பிக்கைக்கோ இடமில்லை என்று வாதிடுவது.

சமூக மாற்றத்தை முன் வைத்துப் போராட முன்னும் லட்சியவாதிகளுக்கு விடைகள் கிடைக்காது கேள்விகள் எஞ்சி நிற்கும் காலம் மிகுந்த வேதனை தரக்கூடியதாகும். அந்தக் காலங்களில் நாராயண குரு நெய்யாற்றின் கரையிலிருந்து கன்னியாகுமரி வரையிலும் உள்ள தமிழ் மக்களிடையே சுற்றி அலைந்துகொண்டிருந்தார். தனிநபர்கள் மீது—அவர்கள் துறவிகளாகவோ அல்லது மேலான சிந்தனைகள் கொண்டவர்களாகவோ இருப்பினும் சரி—ஏற்றப்படும் புனிதங்கள் மீது எனக்கு நம்பிக்கை இல்லை. ஆனால் ஒரு மனிதன் சக மனிதனின் வாழ்வு சார்ந்து மிகப் பெரிய கேள்விகளோடும் அக்கேள்விகள் தரும் வேதனைகளோடும் இருப்பான் என்றால், அவற்றுக்கான விடைகளுக்காகத் தன்னைத் துன்பப்படுத்திக் கொள்வான் என்றால் அவன் இருக்கும் இடம் புனிதமானது என்று நான் நம்புகிறேன்.

நாகர்கோயிலிலிருந்து கன்னியாகுமரிக்குப் போகும் வழியில் இருக்கும் மருத்துவாமலையில் 'பிள்ளைத்தடம்' என்று அங்கு வாழும் மக்களால் அழைக்கப்படும் குகையில் (வீட்டுக்குப் பெயர் வைப்பதைப் போல் குகைகளுக்கும் மக்கள் பெயர் வைப்பதை நீங்கள் கவனிக்க வேண்டும்) தங்கி அவர் பல விடைகளைக் கண்டறிந்தார் என்று அவருடைய வரலாறு கூறுகிறது. இக்குகையிலிருந்து பார்த்தால் முக்கடல்களும் தெரியும். நாஞ்சில் நாட்டில் கொட்டிக் கிடக்கும் இயற்கையின் பேரழகுகள் தெரியும். நாராயண குருவோ இயற்கையின் மிகப் பெரும் ஆராதகர். அவருடைய சிந்தனைகளில் நம் மண்ணின் மணம், நம் இயற்கையின் பேரழகுகள், நம் கடற்காற்று ஆகியவை கலந்து நிற்பதாகவே உணருகிறேன்.

நாராயண குருவுக்கு மூன்று மொழிகள் தெரியும். மலையாளம், தமிழ், சமஸ்கிருதம். இம்மூன்று மொழிகளிலும் தன் கருத்துகளைப் பாடல்களுக்குள் இறுக்கி வைத்திருக்கிறார். திருக்குறள் அவர் மனத்தைக் கவர்ந்த நூல். அதன் சில பகுதிகளை அவர் மலையாளத்தில் மொழிபெயர்த்திருக்கிறார். திருக்குறளுக்குப் பல மொழிபெயர்ப்புகள் மலையாளத்தில் இருக்கின்றன. ஆனால் குரு ஆக்கிய மொழிபெயர்ப்பு—அவர் தமிழுடன் கொண்டிருந்த அந்த உறவு—நமக்கு முக்கியமானது.

ஜாதிக்கு எதிரான ஓர் இயக்கத்தை நாராயண குரு உருவாக்கிய போது ஈழவர்களிடமிருந்துதான் அவருக்கு முதல் எதிர்ப்பு வந்தது. அப்போது அவருக்கு உறுதுணையாக நின்றவர்கள் தமிழர்கள். அவருடைய குருவே ஒரு தமிழர். அவர் பெயர் தைக்காடு அய்யாவு. அவரிடமிருந்துதான் நாராயண குரு யோக வித்தையைக் கற்றார்.

இயக்கங்களுக்குள் மன வேற்றுமைகள் உருவாவதைத் தவிர்க்க இயலாது. இந்த மன வேற்றுமைகள் தந்த வேதனையிலிருந்து ஆறுதல் தேடி மீண்டும் மீண்டும் நாராயண குரு தமிழ் மண்ணுக்கே வந்திருக்கிறார். திருநெல்வேலி, அம்பாசமுத்திரம், குற்றாலம், திருவேடகம், திருப்பரங்குன்றம், திருவண்ணாமலை, குன்றக்குடி போன்ற பல இடங்களில் அவர் சுற்றி அலைந்திருக்கிறார்.

நாராயண குருவின் அடிப்படை நம்பிக்கைகள் இரண்டு: பிறப்பின் இழிவு சார்ந்த சகல கீழ்மைகளிலிருந்தும் மனிதன் பரிபூரண விடுதலை பெற முடியும். மனித முன்னேற்றத்திற்கு மிக அடிப்படையானது சுதந்திரம்.

இந்த இரண்டு கருத்துகளையும் முன்வைத்து படிப்பறிவு இல்லாத மக்களிடம் பெரும் மன மாற்றத்தை நிகழ்த்தியதுதான் அவருடைய சாதனை. இன்று நாம் கேரள மண்ணில் பார்க்கும் பல வளர்ச்சிகளுக்கும் விதை ஊன்றியவர் அவர். அங்குச் சிந்தனை வளர்ந்திருக்கிறது. இதழ்கள் வளர்ந்திருக்கின்றன. அறிவுத் தாகம் வளர்ந்திருக்கிறது. மக்கள் தங்கள் உரிமைகளைத் தட்டிக் கேட்கக் கற்றுக் கொண்டிருக்கின்றனர்.

சொல்லுக்கும் செயலுக்கும் முரண்பட்டு நிற்கும் அரசியல் வேடதாரிகளை மக்களுக்குக் கிழிக்கத் தெரிகிறது. தீவிரமான சிந்தனைகளும் ஆழமான கலைகளும் மக்களின் ஆதரவைப் பெறுகின்றன. மதிப்பீடுகளைத் துடைத்து அழுக்குப் படியாமல் வைத்துக்கொள்ளத் தெரிகிறது.

இம்மொழிபெயர்ப்புப் பட்டறையின் பின்னணியில் இரு மொழிகளிலும் நிகழ்ந்துள்ள மொழிபெயர்ப்புப் பரிமாற்றங்களை நாம் நினைவுபடுத்திக் கொள்ள வேண்டும்.

நாராயண குருவுக்குப் பின்னர் மலையாளத்தில் வெளிவந்துள்ள திருக்குறள் மொழிபெயர்ப்புகள் பல. வெகு சமீபத்தில் தமிழ்ப் புலவரான ரமேசன் நாயர் திருக்குறளின் முழுமையான மொழிப்பெயர்ப்பைத் தந்திருக்கிறார். பண்டைத் தமிழ் இலக்கியத்தைச் சேர்ந்த பல நூல்கள் மலையாளத்தில் மொழிபெயர்க்கப்பட்டன. கேரள சாகித்திய அகாதமியினரே பல மொழிபெயர்ப்புகளுக்கு வடிவம் தந்துள்ளனர். பதிற்றுப்பத்து, அகநானூறு, புறநானூறு, சிலப்பதிகாரம், மணிமேகலை போன்ற பல நூல்கள். டாக்டர் எஸ்.கே. நாயர் கம்பராமாயணத்தின் பல பகுதிகளை மலையாளத்தில் தந்திருக்கிறார். உ.வே. சாமிநாதய்யரின் 'என் சரித்திரம்' (சுருக்கம்) மலையாளத்தில் வந்துள்ளது. பாரதி, புதுமைப்பித்தன், மு.வ., ஹெப்சிபா ஜேசுதாசன், கல்கி, அகிலன், வாஸந்தி, கண்ணதாசன், சிவசங்கரி ஆகியோரின் படைப்புகள் மொழிபெயர்க்கப்பட்டுள்ளன. மலையாள வாசகர்களுக்கு நன்கு அறிமுகமான எழுத்தாளர் என்று ஜெயகாந்தனைச் சொல்ல வேண்டும். அவருடைய நாவல்கள், குறுநாவல்கள், சிறுகதைகள் மொழிபெயர்க்கப்பட்டுள்ளன. நீல. பத்மநாபன் நவீனத் தமிழ்ச் சிறுகதைகளையும் தன் படைப்புகள் சிலவற்றையும் மலையாளத்தில் மொழிபெயர்த்திருக்கிறார். என் இரண்டு நாவல்களும் ஒரு சில சிறுகதைகளும் பல கவிதைகளும் கவிஞர் ஆற்றூர் ரவிவர்மாவால்

மொழிபெயர்க்கப்பட்டுள்ளன. நவீனத் தமிழ்க் கவிஞர்களின் சுமார் ஐம்பது கவிதைகளை ஆற்றூர் மலையாளத்துக்குக் கொண்டு போயிருக்கிறார். ஜி. நாகராஜனின் 'நாளை மற்றுமொரு நாளே' என்ற நாவலும் இவரால் மொழிபெயர்க்கப் பட்டிருக்கிறது. இது இன்னும் நூல் வடிவம் பெறவில்லை.

மலையாளத்திலிருந்து தமிழுக்கு வந்திருக்கும் எல்லாப் படைப்புகளையும் நினைவுபடுத்திக்கொள்ள இப்போது நமக்கு அவகாசம் இல்லை. என் மனத்திற்கு உடனடியாக நினைவுக்கு வரும் ஒன்றை மட்டும் சொல்கிறேன். அவற்றில் முக்கியமானது கேசவதேவ் எழுதிய 'சாக்கடையிலிருந்து' என்ற நாவல். தேவ் தீவிர இடதுசாரியாக இருந்த காலத்தில் எழுதப்பட்ட நாவல் இது. பொதுவுடமை இயக்கத்தைச் சேர்ந்த கே.ராமனாதன் என்பவரால் மொழிபெயர்க்கப்பட்டதாக நினைவு. நாற்பதுகளின் இறுதியில் தமிழில் வெளிவந்த இந்நாவல் தமிழ் முற்போக்குச் சிந்தனையைச் சார்ந்த படைப்பாக்கத்தை ஊக்குவிக்கும் காரணங்களில் ஒன்றாக அமைந்தது.

ஒரு ரிக்ஷாக்காரனின் துயரமிக்க வாழ்க்கையைக் கூறும் கதை இது. ஏழ்மையின் வேதனை வாசக மனங்களில் ஆழ இறங்கும்படி படைக்கப்பட்டது. இல்லாமையின் குரல் தமிழுக்கு அப்போது புதிது அல்லதான். புதுமைப்பித்தன் படைப்புகளில் அக்குரல் ஓங்கி ஒலித்திருக்கிறது. இருப்பினும் புதுமைப்பித்தன் பார்வை வேறு; தேவின் பார்வை வேறு. வாழ்வு சார்ந்த துன்பங்கள் புதுமைப்பித்தன் படைப்புகளில் பெரிதும் தனிமனிதக் குரலாகவே கேட்கிறது. ஆனால் இயக்கம் சார்ந்து சமூக மாற்றத்திற்குரிய குரலாக தேவ் அதை ஒலிக்கச் செய்கிறார். தேவின் ரிக்ஷாக்காரன் புதிய பிரக்ஞைக்கு ஆட்பட்டவன். தன்மீது கவியும் துன்பத்திற்கு தான் பொறுப்பல்ல என்றும் தான் வாழும் சமூக அமைப்பே தன்னைச் சுரண்டுவதாகவும் உணர்கிறான். இந்த அறிவை ஏற்றுக்கொண்டிருந்த தமிழ் எழுத்தாளர்களுக்கு 'சாக்கடையிலிருந்து' ஒரு முன்னுதாரணமாக அமைந்தது.

1950களின் துவக்கத்தில் என் நண்பர் தொ.மு.சி.ரகுநாதன் அவர்கள் 'சாந்தி' இதழை நெல்லையிலிருந்து வெளியிட்டபோது நான் மொழி பெயர்த்த தகழி, பஷீர், காரூர், எம். கோவிந்தன் ஆகியோரின் சிறுகதைகளைப் பிரசுரித்தார். அதற்கு முன்னரே நான் தகழியின் 'தோட்டியின் மகன்' என்ற நாவலை மொழிபெயர்த்திருந்தேன். ஒரு சில வருடங்களுக்குப் பின்னரே அது 'சரஸ்வதி'யில் தொடராக வெளிவந்தது.

நான் மொழிபெயர்த்த தகழியின் 'செம்மீன்' நாவலும் தமிழ் வாசகர்களால் விரும்பிப் படிக்கப்பட்டது. இரண்டு நாவல்களும் பல சிறுகதைகளும் பல கவிதைகளும் நான் எழுதியிருந்தும் 'செம்மீன்' மொழிபெயர்ப்பாளனாக மட்டுமே என்னை அடையாளம் காணும் வாசகர்கள் தமிழ்நாட்டில் இன்றுங்கூட இருக்கிறார்கள். வைக்கம் முகம்மது பஷீரின் 'எங்கள் தாத்தாவுக்கு ஒரு யானை இருந்தது' என்ற நாவல் தமிழில் வெளிவந்தபோது எல்லாத் தரப்பைச் சேர்ந்த வாசகர்களாலும் அது விரும்பிப் படிக்கப்பட்டது. அந்தளவுக்கு அவருடைய 'பாத்திமாவின் ஆடு'ம் 'சப்தங்'களும் வாசகர்களைக் கவரவில்லை. ஜெயமோகன் மலையாளக் கவிதைகளின் ஒரு தொகுப்பை தமிழில் தந்திருக்கிறார். சச்சிதானந்தனின் புதிய அழகியல் சார்ந்த சிந்தனைகள் கவிஞர் சுகுமாரனால் மொழிபெயர்க்கப்பட்டிருக்கிறது. சமீபத்தில் குறிஞ்சி

வேலன் தகழியின் எழுத்தைக் கணிசமாக மொழிபெயர்த்து அத்தொகுப்பை 'வேர்கள்' பிரசுரம் செய்துள்ளது.

தமிழர்களுக்கு மொழிபெயர்ப்பில் நம்பிக்கை குறைந்துகொண்டிருக்கும் காலம் இது. 1930இலிருந்து 1960வரையிலும் உலக மொழிகளிலிருந்தும் இந்திய மொழிகளிலிருந்தும் பல புத்தகங்கள் தமிழுக்கு வந்திருக்கின்றன. அதற்குப் பின் மொழிபெயர்ப்பில் நம் கவனம் சரிந்துகொண்டே வந்திருக்கிறது. பழந்தமிழ் இலக்கியம் சார்ந்த பெருமிதங்களை நாமே உறுதிப்படுத்திக் கொள்வதிலும் சாத்தியமெனில் அப்பெருமிதங்களை பிற மொழியினர் அறியும்படிச் செய்வதிலும் நம் கவனம் திரும்பிவிட்ட காலப்பகுதி இது. நம் இலக்கியச் செல்வங்களை நாம் பிற மொழியினரின் கவனத்திற்குக் கொண்டு வரலாம். ஆனால் அவற்றை அவர்கள் மீது திணிக்க முடியாது. நிறுவனங்கள் வலுக்கட்டாயமாக மொழிபெயர்ப்பை 'ஏற்றுமதி' செய்ய முற்படும்போது அம்முயற்சி பெரிதும் தோல்வியிலேயே முடிகிறது.

பிற மொழிகளிலிருந்து முக்கியப் படைப்புகளை நாம் மொழிபெயர்ப் பது அம்மொழியினரை கௌரவப்படுத்துவதற்கல்ல. நம் மொழியையும் சிந்தனையையும் கலாச்சாரத்தையும் செழுமைப்படுத்திக்கொள்ளத்தான். தமிழ் மட்டுமே அறிந்த தமிழன் இந்தியாவைச் சூட்சுமமாக அறிய வேண்டும். உலகத்தைத் தெளிவாகப் புரிந்துகொள்ள வேண்டும். கிணற்றுத் தவளை மனோபாவம் நம்மை விட்டு நீங்கி விரிவுகளையும் ஆழங்களையும் நோக்கி நாம் நகர வேண்டும். நம் பார்வை விரிவுபட மொழிபெயர்ப்பு நூல்கள்போல் உதவக்கூடியவை வேறு எதுவுமில்லை.

பிற மொழியிலிருந்து எந்தெந்தப் படைப்புகளை நாம் தமிழுக்குக் கொண்டு வரவேண்டும்? மிக முக்கியமான கேள்வி இது. உலக மொழிகளைச் சேர்ந்த சகல படைப்புகளையும் நாம் தமிழுக்குக் கொண்டு வர வேண்டும் என்று மேடைகளில் உச்சஸ்தாயியில் கத்தி கரகோஷம் பெறுவது சுலபம். ஆனால் நடைமுறை மிகக் கடினம். சிறிய பணிகளைச் செம்மையாகச் செய்து நம்பிக்கை கொள்ளும்போதுதான் பெரிய பணிகளை நாம் மேற்கொள்ள இயலும். சிறிய பணிகளில் நாம் சறுக்கிக் கொண்டிருக்கும் காலம் இது. ஆகவே, மொழிபெயர்ப்புச் சார்ந்து நாம் நம்முடைய முன்னுரிமைகளை ஏகதேசமாகவேனும் வகுத்துக்கொள்ள வேண்டும். நம் முன்னுரிமைகள் பற்றித் தமிழ்ப் படைப்பாளிகளுக்குள் விவாதம் உருவாக வேண்டும். புதுமைப்பித்தனும் ஜெயகாந்தனும் எழுதியிருக்கும் மொழியில் தகழியை விட பஷீருக்கு முன்னுரிமை அதிகம் உண்டு என்று நான் நம்புகிறேன். பரதநாட்டியத்தை இறக்குமதி செய்வதைவிட கதகளியைப் பற்றி நாம் அதிகம் தெரிந்து கொள்ளலாம்.

மொழிபெயர்ப்புப் பற்றி என் மனத்தில் வரும் முன்னுரிமை சார்ந்த பெயர்களை உங்களுடன் கலந்துகொள்ள விரும்புகிறேன். இத்தேர்வுக்கான காரணங்களையும் எளிய அளவில் விளக்க முயல்கிறேன்.

பட்டத்துவிளா கருணாகரன் என்பவரின் சிறுகதைகள் மலையாளத்தி லிருந்து தமிழுக்கு வரவேண்டியவை. இவர் சிறுகதைகள் மட்டுமே எழுதியிருக்கிறார். சமூக மாற்றத்திற்கான ஆவேசம் கொள்ளும் இளைஞன்

லட்சியவாதியாகத் தன் வாழ்க்கையைத் தொடங்குகிறான். இந்தியச் சமுதாயத்தில் இந்த லட்சியவாதிகள் தொடர்ந்து தாங்கள் நம்பிக்கை வைத்த அரசியல் தலைமையிடம் ஏமாந்து வந்திருக்கிறார்கள். இந்த ஏமாற்றம் நிகழ்ந்த பின் அனுசரிக்கவோ ஆவேசம் கொள்ளவோ நம்பிக்கை எதுவுமின்றி லௌகீக வாழ்க்கையின் புழுதியில் சரிந்திருக்கிறார்கள். இந்தத் துயரம் இன்றுவரையிலும் இந்திய வாழ்க்கையில் மீண்டும் மீண்டும் நிகழ்ந்துகொண்டிருக்கிறது. இவ்வாறு பிடிப்பற்றுச் சரிந்து போய்விட்ட இளைஞர்களின் துக்கத்தை மிக நன்றாகப் பதிவு செய்கின்றன கருணாகரனின் சிறுகதைகள். தமிழ் வாழ்வின் இரட்டை வேடமோ இந்தப் பதிவுக்கு முக்கியத்துவம் அளிக்கவில்லை.

மற்றொரு நூல் செறுகாடு என்ற பொதுவுடைமைவாதியின் சுயசரிதம். மரபின் அழுத்தம் கொண்ட குடும்பங்களிலிருந்து இளைஞர்கள் புரட்சிகர இயக்கங்களுக்கு வரும்போது புதிய தத்துவம் அளிக்கும் பல நெருக்கடிகளுக்கு அவர்கள் ஆளாகிறார்கள். கருத்து முதல் வாதத்திலிருந்து பொருள் முதல் வாதத்திற்கும் ஆஸ்திகத்திலிருந்து நாஸ்திகத்திற்கும் சுயநலத்திலிருந்து பொதுநலத்திற்கும் தனிநபர் சார்ந்த மதிப்பீடுகளிலிருந்து அளவுகோல் சார்ந்த மதிப்பீடுகளுக்கும் அவர்கள் வர வேண்டியிருக்கிறது. ஜாதி சார்ந்த பார்வையை உதறி வர்க்கம் சார்ந்த பார்வையைத் தழுவ வேண்டியிருக்கிறது. உண்மையாகவே தன்னைப் புதிய மனிதனாக மாற்றிக்கொள்ள விரும்பும் இளைஞரிடம் இம்மாற்றங்கள் பல நெருக்கடிகளை உருவாக்குகின்றன. நெருக்கடிகளை எதிர்கொள்ளும்போது மனம் பின்னகர்ந்து மரபின் பாதுகாப்பைத் தேடிச் சுருங்குகிறது. இதுபோன்ற மன நெருக்கடிகளை மிக நன்றாகப் பதிவு செய்கிறார் செறுகாடு.

தமிழ்ச் சமூகத்தில் புரட்சிகர அரசியலுக்கு வரும் எழுத்தாளர்கள் கோட்பாடுகளின் பாதிப்பால் விளையும் மன நெருக்கடிகளைப் பொதுவாகப் பதிவு செய்ததில்லை. இயந்திர ரீதியிலான முற்போக்கு வாதிகள் உருவாக்கி வைத்திருக்கும் அச்சுறுத்தல், மனித மனம் சார்ந்த நெருக்கடிகளை சக மனிதருடன் பகிர்ந்துகொள்ள மிகப் பெரிய தடையாக இருந்துகொண்டிருக்கிறது. இரவு படுத்து காலையில் விழித்த போது சகல புரட்சிகர மாற்றங்களும் மூளையில் படர்ந்துவிட்டதான பாவனை காட்டும் எழுத்தாளர்களும் அரசியல்வாதிகளும் கும்மாளமடிக்கும் சூழலில் மன நெருக்கடிகள் சார்ந்த பதிவுகள் காணாமல் போய்விட்டதில் ஆச்சரியமில்லை. இந்தியச் சமூகத்தில் ஒரு உண்மையான புரட்சிவாதி எப்படி உருவாகிறான் என்பதற்கு செறுகாடின் வாழ்க்கை ஓர் உதாரணம்.

எம்.பி.பால், சி.ஜே. தாமஸ், பி.கே.பாலகிருஷ்ணன், ஆனந்த் ஆகியோரின் சிந்தனைகளில் ஒரு பகுதியேனும் தமிழுக்கு வர வேண்டும். எம்.டி. வாசுதேவன் நாயரின் 'இரண்டாம் ஊழம்' என்ற நாவல் பீமனை மையத்தில் வைத்து மகாபாரதத்தை காலத்திற்கு ஏற்ப மறுபரிசீலனை செய்யும் சிறந்த படைப்பு. கால் நூற்றாண்டிற்கு முன்னர் வெளிவந்துள்ள ஓ.வி.விஜயனின் 'கசாக்கிண்டே இதிகாசம்' என்ற நாவல் இன்றும் புத்துணர்ச்சி குன்றாமல் இருக்கிறது. மாதவிக் குட்டிக்குப் பின்னர் வந்துள்ள பத்துப் பதினைந்து சிறுகதை ஆசிரியர்களின் படைப்புகளேனும் தமிழுக்கு வர

வேண்டியிருக்கிறது. பிற மொழியில் இன்றைய இலக்கியம் என்று நாம் பேசிக்கொண்டிருப்பது அநேக சந்தர்ப்பங்களில் பிற மொழியின் நேற்றைய இலக்கியத்தைத்தான். காலத்திற்கேற்ப புதிய அத்தியாயங்களைச் சேர்த்துக் கொள்வதில் இன்றைய தமிழன் எந்தக் கவனத்தையும் காட்டவில்லை.

எம்.கோவிந்தன் மிக முக்கியமான சிந்தனையாளர். ஐரோப்பியச் சிந்தனைகளையும் கீழத்தேயச் சிந்தனைகளையும் அவற்றின் சாரம் சார்ந்து அறிந்தவர். சகல அறிவுகளும் அவருடைய பார்வையில் வெளிப்படும்போது வயோதிகர் ஒருவர் திண்ணையில் அமர்ந்து கிராமவாசியிடம் பேசுவது போல் எளிமைப்படுகிறது. எதையும் நீர்க்கச் செய்யாத எளிமை அவருடையது. சிந்தனைக் கூர்மையும் விவேகமும் நகைச்சுவை உணர்ச்சியும் கொப்பளிக்கும் எழுத்து. ஓர் ஆளுமை என்று எடுத்துக் கொண்டால் அவரை எம்.என்.ராயுடனும் ராம் மனோகர் லோகியாவுடனும் ஒப்பிட்டுப் பேச முடியும். பெரியார் இயக்கத்தை வரவேற்றவர். அதில் பங்கு பெற்றவர். அவ்வியக்கத்தைச் சேர்ந்த ஆரம்ப கால லட்சியவாதிகளுடன் தோழமை கொண்டிருந்தவர். தமிழில் வரவேண்டும் இவருடைய எழுத்து.

மற்றொரு முக்கியமான சிந்தனையாளர் கே.வேணு என்பவர். தீவிர இடதுசாரிச் சிந்தனையாளர். இடதுசாரிச் சிந்தனைகளின் சகல வண்ணங்கள் சார்ந்த இயக்கங்களிலும் தீவிர ஊழியராகச் செயல்பட்டு அவற்றிலிருந்து வெளியே விழுந்திருப்பவர். இப்போது இடதுசாரிச் சிந்தனைகளுக்கும் இந்திய மனத்திற்கும் இருக்கும் இடைவெளிகள் பற்றியும் அவ்விடைவெளிகளை இட்டு நிரப்பும் வழிவகைகள் பற்றியும் சிந்தித்து வருகிறார்.

நம் இடதுசாரிச் சிந்தனையாளர்கள் கடந்த காலங்களில் தங்களுக்கு ஏற்பட்ட சறுக்கல்கள் பற்றியும் சமரசங்கள் பற்றியும் பொத்திப் பொத்திப் பேசிக்கொண்டும் சறுக்கல்களையும் சமரசங்களையும் முன்கூட்டிக் கண்டு சொன்னவர்களுக்கு நேற்று குத்திய முத்திரைகளை வெட்கமின்றி இன்றும் திரும்பச் சொல்லிக்கொண்டும் இருக்கிறார்கள். கடந்த காலத் தவறுகளை கூச்சமோ தயக்கமோ காழ்ப்புணர்ச்சியோ இன்றி ஆராய்கிறார் வேணு. 'ஒரு பொதுவுடைமைவாதியின் ஜனநாயகச் சிந்தனைகள்' என்பது அவர் எழுதியுள்ளவற்றில் மிக முக்கியமான நூல். அந்த நூலையேனும் நாம் தமிழுக்குக் கொண்டு வர வேண்டியது மிக அவசியம். இவையே நான் சொல்ல நினைத்தவை.

தினமணி, 1996